Tuyển tập truyện ngắn
VŨ THƯ HIÊN

TUYỂN TẬP TRUYỆN NGẮN
VŨ THƯ HIÊN

NGƯỜI VIỆT BOOKS

Tuyển tập truyện ngắn và tạp văn
VŨ THƯ HIÊN
Xuất bản lần thứ nhất tại Hoa Kỳ, 2017
Tranh bìa: Họa sĩ Lê Thanh Minh
Bìa và trình bày: Uyên Nguyên
ISBN: 978-1543046328

"Chủ nghĩa cộng sản là giấc mơ của vài người,
nhưng là cơn ác mộng của tất cả mọi người"
("Le communisme: rêve de quelques uns, cauchemar de tous"
Victor Hugo).

Mục Lục

ÁC MỘNG

1.

Bà Nina Merlin được đưa từ bệnh viện tới thẳng chỗ chúng tôi. Bệnh sử: 85 tuổi, sống độc thân, Alhzeimer hơn một năm, ngã rạn xương hông tháng trước, thể trạng khả quan, đi lại được, nhịp tim tốt, áp huyết tốt.

Bệnh nhân ở viện dưỡng lão gồm đủ loại tuổi, trung niên có, già có, phần nhiều sàn sàn tuổi bà, chỉ khác nhau ở bệnh trạng. Không giống mọi người, Nina Merlin là hiện tượng bất thường.

Bà lão gầy như que củi, chòng chành như một con thuyền, ngay từ đầu đã gây ra không biết bao nhiêu chuyện lộn xộn với nhân viên phục vụ cũng như với các bệnh nhân khác. Những phiền nhiễu đủ loại đủ kiểu là chuyện hằng ngày ở bất cứ viện dưỡng lão nào. Nhưng Nina Merlin là bệnh nhân đặc biệt. Bà không chỉ gây ra phiền nhiễu, mà tai hoạ.

Trước hết, bà lão lảm nhảm suốt ngày, lảm nhảm to tiếng, bằng thứ ngôn ngữ không ai biết. Chẳng ai có thể hiểu bà muốn gì. Đã không hiểu thì người ta không thể chiều. Thế là bà phật ý. Mà mới phật ý một chút thôi là bà ta đã hét toáng, với một âm lượng không ngờ từ bộ ngực lép kẹp. Khi nào thôi la hét thì bà khóc ròng, cứ như thể bà bị cả thiên hạ ruồng rẫy. Chao ôi, Nina Merlin mà đã khóc thì đố có thiên thần nào dỗ nổi. Mà bà ta có khóc một chốc một nhát rồi thôi đâu. Bà khóc, đúng hơn là bà gào, hàng giờ liền, hai chân nâng lên đập xuống liên tục trên giường như một đứa trẻ hờn dỗi, cho tới khi mệt xỉu, cho tới khi thiếp đi.

Nghe tiếng bà lão gào, những bệnh nhân đã mất trí, hoặc lẫn cẫn, lên cơn khóc lây, làm náo động mọi phòng. Tiếng gào khóc tập thể lần đầu tiên xuất hiện trong khuôn viên yên tĩnh của viện dưỡng lão làm cho người làm việc ở đây phát điên. Đám hộ lý, y tá, mặt mũi bơ phờ, chạy cuồng như đàn chuột trong đám cháy. Nhân viên văn phòng ngừng gõ phím, bác sĩ ngừng thăm bệnh. Thân nhân các con bệnh đến thăm không hiểu chuyện gì đang xảy ra, ngờ vực nhìn người của viện - hay là ở đây bệnh nhân bị đối xử không ra gì? Nhìn nét mặt đăm chiêu của họ thì thấy rõ họ suy tính: có lẽ phải chuyển người thân của mình tới một viện khác.

Hãy tưởng tượng: một bệnh nhân không điên cuồng đập phá, không cắn xé, chỉ không ngủ liên tục nhiều ngày đêm, lúc thì chẳng nói chẳng rằng, lúc thì la lối, lúc khóc ròng, không chịu nghe lời một ai, nhìn những người phục vụ mình bằng cặp mắt sợ hãi, thậm chí căm thù. Riêng một việc cho bà lão uống thuốc an thần thôi cũng đủ khốn khổ rồi - mấy cô y tá phải xúm vào giữ chặt bà ta, người tóm tay, kẻ nắm chân, còn bệnh nhân thì dùng hết sức chống lại, phun thuốc ra phì phì kèm theo đờm dãi nhoe nhoét. Đáng sợ nữa là bệnh nhân ghê gớm này lại kéo theo bà ta cả một lũ bệnh nhân khác đang yên lành nổi cơn điên. Cách tiêm thuốc ngủ liên tục với liều cao là không được phép.

Tôi tìm mọi cách liên lạc với Jean Merlin, thân nhân duy nhất của bà lão đang làm việc tại Mozambic. Nhưng ông ta vắng mặt. Ở sở làm người ta cho biết ông và gia đình đã đi nghỉ mát ở Hồng Hải. Họ thuê một ô tô van và có trời biết giờ họ đang ở đâu.

2.

Cô nhân viên gốc Phi, Monika Ngnoma, cao to và đen nhánh, đến gặp tôi, mặt dài thượt, nước mắt lưng tròng:

- Thưa bác sĩ, tôi xin nghỉ việc.

Monika là hộ lý chăm chỉ nhất, chu đáo nhất, khéo tay nhất, trong việc chăm sóc người bệnh. Tôi nói như thế trong sự nhấn mạnh rằng ở chỗ chúng tôi không riêng Monika, mọi nhân viên đều tốt, Monika chỉ là người tốt nhất mà thôi. Trong viện dưỡng lão nổi tiếng của chúng tôi mọi sự đều phải tốt, không thể không tốt. Những người biết mình không còn nhiều thời gian để sống đều mong ước được ở một nơi như thế - khí hậu tốt, phong cảnh đẹp, cung cách phục vụ kiểu mẫu. Giao bà Nina Merlin cho Monika phụ trách, tôi trông vào tính siêng năng, tài khéo léo của cô.

- Chuyện này để rồi tính… - tôi đằng hắng, cố lấy giọng bình tĩnh, đầu trong lòng rối bời - Cô biết đấy, thủ tục hành chính không đơn giản. Tạm thời cô lo cho ông Courtois cái đã, trong khi chúng tôi tìm người khác. Ông ấy rất hiền.

Tội nghiệp, Monika đã quá sức chịu đựng rồi. Chúng tôi làm việc với nhau đủ lâu để hiểu nhau không cần nói nhiều.

- Tôi nghĩ tôi sẽ có ích cho ông Courtois, thưa bác sĩ - Monika thở phào - Ông ấy không bao giờ quậy phá. Nếu đổi việc lâu dài thì tôi có thể ở lại.

- Tôi sẽ rất tiếc nếu không có cô làm việc cùng, Monika ạ.

- Tôi cũng vậy, thưa bác sĩ. Tôi may mắn được làm việc cùng bác sĩ.

Tôi có thể làm gì hơn trong lúc này? Tôi rã rời.

Sau Monika, một hộ lý khác thế chân cô trông nom Nina Merlin chắc chắn rồi cũng sẽ xin thôi sau một thời gian ngắn. Người nào thì cũng thế.

3.

Thật may, ông Jean Merlin vừa từ Hồng Hải trở về Mozambic đã nhận được lời nhắn ghi trong điện thoại bàn, lập tức gọi cho chúng tôi.

- Ông bảo mẹ tôi không nói được tiếng Pháp? - tôi nghe giọng thảng thốt bên kia đầu dây - Sao lại có thể như thế được? Mẹ tôi đã ở Pháp nửa thế kỷ - ông ta với giọng nhấn mạnh không cần thiết - Cụ nói tiếng Pháp như người Pháp.

- Tôi không rõ, thưa ông - tôi đáp - Ở chỗ chúng tôi không một ai biết thứ tiếng cụ nói - Chúng tôi đồ rằng cụ là người Nga, người Ba Lan, hoặc người Tiệp…. Nói tóm lại, một người Slave.

- Mẹ tôi người Nga.

- Chúng tôi đã cố gắng hết sức - tôi nói - Ông hẳn không lạ bệnh mất trí nhớ, nó có nhiều biểu hiện không ngờ. Căn cứ bệnh sử của cụ thì chuyện này khó có khả năng xảy ra: người ta không thể quên sạch một ngôn ngữ thường dùng.

Bên kia đầu dây, người con im lặng.

- Tệ hơn nữa là cụ nhà cứ khăng khăng tháo hai hàm giả ra, nói thều thào, đến nỗi không sao hiểu được cụ muốn nói gì. May mà cụ chưa vứt chúng vào cầu tiêu. Đến bữa, cụ vẫn nhớ ra và lắp vào - một phản xạ có điều kiện may mắn chưa bị mất. Nhưng đáng sợ hơn cả là cụ không chịu nghe lời bất cứ ai.

- Thật kinh khủng! - giọng rền rĩ, Merlin kêu lên, tôi hình dung ông ta ngồi phịch xuống ghế, đầu cúi thấp - Sao lại có thể như thế được cơ chứ?!!

Tôi thở dài:

- Thưa ông Merlin, chúng tôi không hề phóng đại.

Merlin lại im lặng.

- Hơn nửa thế kỷ rồi… - Merlin lẩm bẩm.

Người đối thoại không nói với tôi. Ông ta nói một mình. Tôi hình dung ra một gương nhăn nhó trong tuyệt vọng.

- Chúng tôi cần sự giúp đỡ của ông - tôi cố nói bằng giọng dịu dàng có thể - Thú thật, chúng tôi không biết xoay trở cách nào. Sự có mặt của ông trong lúc này có thể giúp chúng tôi ra khỏi ngõ cụt.

- Tôi là người làm công, không phải chủ hãng, thưa ông - Jean

Merlin rền rĩ - Tôi lại đang rất bận. Vào lúc này tôi không thể nào rời công việc...

- Hoặc giả... ông tìm chỗ nào tốt hơn để có thể chuyển cụ tới - tôi nói, cảm thấy mình bất nhẫn - Thưa ông, chúng tôi lấy làm buồn thấy mình không làm được gì hơn.

- Các ông không thể chuyển mẹ tôi đi nơi khác - người con bà lão bất thần dằn giọng - Tôi đã chọn viện các ông theo lời khuyên của bác sĩ gia đình. Các ông đã nhận. Các ông có trách nhiệm thực hiện hợp đồng. Mẹ tôi có bảo hiểm xã hội. Mọi khoản chi thêm khác đã được thanh toán sòng phẳng.

- Ông hoàn toàn đúng - tôi dùng cách nói thật nhẹ để giảm đi ý muốn bất đắc dĩ của mình - Chúng tôi không có gì phàn nàn. Nhưng nếu ông không có mặt để cùng chúng tôi bàn việc chăm sóc cụ nhà, ông không thể trách chúng tôi giải quyết trường hợp của cụ theo cách mà chúng tôi thấy là tốt. Thí dụ đưa cụ trở lại bệnh viện. Đấy mới là nơi chữa bệnh.

- Merde[1]!

Merlin ngắt điện thoại

4.

Tuy nhiên, Jean Merlin đã có mặt mấy ngày sau. Ông đi thẳng từ phi trường tới viện dưỡng lão bằng taxi dù phải trả một đống tiền.

Đó là một người đàn ông đứng tuổi, trán hói tận đỉnh đầu, một vòng tóc nâu và thưa, còn rậm, bao quanh sọ, đôi mắt sâu, mệt mỏi. Trong bộ quần áo nhàu nát, cổ sơ-mi quăn queo, ông có dáng dấp một bác học đãng trí.

- Xin lỗi bác sĩ, mong ông hiểu cho hoàn cảnh của tôi - Jean Merlin lầu bầu, vẻ hối hận vì thái độ không mấy lịch sự trong cuộc

---

[1] *Phân, cứt! Thán từ tương đương với "mẹ kiếp" trong tiếng Việt.*

điện đàm - Nếu mẹ tôi không quá già yếu chúng tôi đã đưa cụ theo. Khí hậu ẩm thấp ở Mozambic hoàn toàn không thích hợp với bệnh của mẹ tôi. Tôi và vợ tôi đi làm. Các cháu đi học. Cụ sẽ phải ở nhà một mình. Hai vợ chồng tôi xong việc là đã cạn mọi sức lực để trông nom mẹ. Ở chỗ chúng tôi không có một viện dưỡng lão nào được như ở đây.

Tôi đưa Merlin vào phòng bà lão.

Merlin chun mũi khi đến gần giường bệnh. Mặc dầu căn phòng được dọn thường xuyên, nó vẫn bốc mùi.

Bà lão trong trạng thái đờ đẫn không nhận ra con mình. Bà nhìn hai người bước vào bằng cặp mắt hờ hững. Hai mẹ con chỉ giống nhau ở đôi mắt. Chúng sáng quắc, bất kể tuổi.

Chúng tôi trò chuyện bên cạnh bà như bà không có mặt. Đôi lần, bắt gặp cái nhìn vô hồn của mẹ hướng về phía mình, Merlin ngừng câu chuyện, nói một tràng dài những lời âu yếm với bà mẹ ngồi im lặng trên giường, hai chân buông thõng. Bà lão nghe mà không nghe, môi mím chặt. Người con trai tuyệt vọng quỳ xuống, úp mặt vào đôi bàn tay nhăn nheo và khô xác của mẹ.

- Ông đừng buồn - tôi đặt tay lên vai người con - Cụ nhà sẽ tỉnh vào lúc khác. Hôm nay cụ không lên cơn gào khóc đã là một dấu hiệu tốt - tôi nói - Hy vọng với thứ thuốc mới dùng, tình trạng cụ sẽ khá lên…

Merlin rời khỏi phòng tôi, rầu rầu:

- Tôi chỉ ở đây được có ba ngày thôi. Sau đó tôi phải trở lại Mozambic. Công việc, thưa bác sĩ. Không ai bắt buộc tôi, chỉ là tôi say mê nó. Nhưng lúc này tôi nguyền rủa nó - tôi muốn ở bên mẹ, nhưng tôi không thể bỏ việc. Tôi còn có trách nhiệm với những cộng sự.

Hai hôm sau Jean Merlin quay lại, mặt mũi tươi tỉnh, dẫn theo một phụ nữ Á châu. Một người nhỏ nhắn, với những đường nét mềm mại và nước da màu ngà trên gương mặt. Người này có quan hệ gì với Merlin?

Người đàn bà nhìn tôi bằng cặp mắt mở to, chăm chú.

- Tôi đề nghị bác sĩ nhận bà đây chăm sóc mẹ tôi. Bà từng là một bác sĩ - Merlin đưa mắt chỉ người đàn bà - Dù là bác sĩ khoa nhi.

Tôi lắng nghe, chờ câu chuyện dẫn đi đâu.

- Bà có chứng chỉ hành nghề hộ lý. Bằng của bà không được nước Pháp thừa nhận. Muốn làm việc bà phải học lại, thi lại. Nếu bà có học lại thì sau khi có bằng, ở tuổi bà cũng chẳng kiếm được việc làm. Tình trạng của bà là như thế.

Tôi quan sát người đàn bà. Nàng có đôi bàn tay mềm mại chắp lại trước bụng, với một cái xắc hơi to, không phải thứ dùng làm vật trang sức, mà là thứ để đựng đồ đi chợ.

- Thưa ông Merlin, ông thừa biết việc nhận người vào làm việc không đơn giản - tôi trả lời - Để nhận người vào làm trước hết viện phải có chỗ trống, người xin việc phải có văn bằng, được quyền lao động...

Jean Merlin cười nhạt:

- Thưa bác sĩ, tôi biết. Không phải tôi xin việc cho bà ấy. Tôi chỉ xin bác sĩ cho phép bà ấy ở bên cạnh mẹ tôi, như một người nhà bệnh nhân, để phụ giúp nhân viên của viện trong sự chăm sóc. Tôi trả lương cho bà ấy. Tin tôi đi, thưa bác sĩ, bà ấy sẽ rất có ích. Trước hết, vì bà biết tiếng Nga… Bà đã đến đây ngay lập tức theo lời yêu cầu khẩn khoản của tôi.

Người đàn bà vẫn im lặng. Từ lúc bước vào phòng nàng không nói lời nào.

- Xin lỗi, bà quốc tịch nào?

Người đàn bà nhìn thẳng vào mắt tôi như thách thức:

- Tôi không có quốc tịch. Tôi là người tị nạn.

Nàng có đôi mắt trong veo. Tôi nghĩ nàng không quá ba mươi tuổi. Tính nhẩm cũng thấy mình nhầm. Để tốt nghiệp đại học, trở thành bác sĩ, rồi tị nạn ở Pháp, nàng phải có số tuổi nhiều hơn. Tôi thường nhầm khi đoán tuổi người châu Á.

- Tôi muốn nói bà gốc dân tộc nào?

- Cái đó có quan trọng lắm không, đối với công việc trông nom một người bệnh, thưa bác sĩ?

Nàng có giọng nói hơi cao, tuy nhiên cách phát âm tiếng Pháp của nàng rất chuẩn, y như giọng nói trong những đĩa CD dạy học tiếng nước ngoài, vì thế mà ta nhận ra ngay đó là người ngoại quốc.

- Đây là viện an dưỡng cho người già. Khía cạnh tâm lý rất được coi trọng. Tôi không muốn nói nhiều về chuyện này, nhưng là một bác sĩ, chắc bà hiểu...

Nàng mỉm cười, lần đầu tiên. Người châu Á thường cười vào lúc người châu Âu không cười.

- Tôi người Việt Nam. Tôi đã hành nghề bác sĩ nhi khoa mười năm. Ở nước chúng tôi có câu: một già một trẻ như nhau. Tôi nghĩ tôi có thể trông nom một đứa trẻ con già.

Tôi giấu nụ cười không đúng chỗ vì lối nói dí dỏm của nàng. Đã có mười năm hành nghề, như vậy chí ít nàng cũng phải ở quãng xấp xỉ bốn mươi. Tôi nhầm thật. Trời hỡi, sao mà người châu Á có thể trẻ lâu đến thế!

Thấy tôi có vẻ xiêu lòng, Merlin trở nên vui vẻ:

- Bà Liên đây do bạn tôi giới thiệu. Ông ta có hoàn cảnh giống hoàn cảnh tôi. Bà đã trông nom mẹ bạn tôi một cách không chê vào đâu được trong hai năm liền, cho tới khi cụ qua đời. Bây giờ đến lượt tôi gặp may. Bà có chứng chỉ hộ lý tại gia và là người có đóng thuế như tôi đã trình bày. Như vậy, tôi nghĩ điều tôi xin bác sĩ không phải là không thể chấp nhận. Tôi nhắc lại: ngoài kiến thức chuyên nghiệp ra, bà Liên rành tiếng Nga. Bà sẽ là người thông dịch cho mẹ tôi.

- Ồ! - tôi chỉ còn biết kêu lên - Ông giúp chúng tôi nhiều hơn là chúng tôi mong đợi đấy. Tôi đồng ý. Bà có thể đến để làm quen với công việc này từ ngày mai.

- Tôi có thể làm việc ngay chiều nay.

Chúng tôi chia tay vui vẻ.

Ngày hôm sau Jean Merlin bay về Mozambic.

Tôi gặp Liên trong trường hợp như vậy.

5.

Tôi chật vật thuyết phục ban giám đốc nhận Liên. Không thể để nàng làm công việc hộ lý không công cho viện, do Jean Merlin trả lương. Người ta miễn cưỡng nghe theo đề nghị của tôi.

Liên là một hộ lý tuyệt vời.

Không hiểu bằng cách nào, nhưng chỉ trong một tuần bà Nina đã có những thay đổi đáng khích lệ. Những cơn la hét, khóc ròng, thưa dần. Bà lão có những khoảnh khắc tỉnh trí trở lại, ngoan ngoãn chịu uống thuốc, chịu tắm trong bồn, chịu ngồi yên cho Liên chải tóc. Trong những lúc hiếm hoi ấy hai người ríu rít trò chuyện với nhau như hai người bạn.

- Bà học tiếng Nga ở đâu vậy? - tôi hỏi Liên trong một lần chúng tôi hội ý về bệnh trạng bà lão.

- Ở Kishinhov, thưa bác sĩ.

- Nó ở đâu, thưa bà?

- Ở Moldova, một nước cộng hoà trong Liên bang Xô-viết đã chết.

- Moldova?

- Vâng, là Moldavie theo tiếng Pháp.

- Tôi dốt môn địa lý lắm. Khi đi học tôi toàn bị điểm xấu về môn này.

Liên cười. Khi nàng cười, căn phòng như sáng lên.

- Đó là một xứ sở tuyệt vời, thưa bác sĩ. Truyền thuyết kể rằng Chúa Trời bỏ tất tật hạt giống thảo mộc các loại vào một bao tải rồi vác đi gieo rắc khắp nơi trên trái đất. Moldova là chỗ dừng chân cuối cùng của Người, ở đó Chúa Trời mệt mỏi đã rũ hết những gì còn lại xuống đất và Moldova trở thành nơi có đủ mọi thứ kỳ hoa dị thảo...

- Một truyền thuyết thật đẹp. Bà học y khoa ở đó?

- Vâng.

Qua những câu chuyện lúc rảnh rỗi, tôi thấy Liên có kiến thức y học không tồi, chứng tỏ ở cái quốc gia đã chết từng có những trường đại học khá tốt. Trong đám y tá và hộ lý của chúng tôi không một ai có kiến thức y khoa phong phú như Liên.

- Bà lão đã nói chuyện gì với bà?

- Những câu chuyện rời rạc, chẳng cái gì ăn nhập với cái gì. Hiếm có một khoảnh khắc tỉnh táo.

- Bà lão vẫn nói được tiếng Nga chứ?

- Tất nhiên, bà là người Nga mà.

- Tôi muốn nói: bà ấy không quên tiếng Nga?

- Không. Không một chút nào.

Tôi lấy chân đẩy cái ghế trượt ra xa. Ở khoảng cách ấy tôi nhìn thấy Liên rõ hơn không cần kính. Tôi nhìn thấy mấy vết chân chim nơi cuối mắt nàng. Tự nhiên, tôi thấy trong mình dâng lên một cảm xúc mà tôi không thể nói nó là thế nào - một thiện cảm lạ lùng, lớn hơn nó, một cái gì đó mơ hồ, giống như là tình yêu. Tôi chợt nhớ mình vẫn còn trái tim. Nó đang đập mạnh trong lồng ngực. Mười năm rồi, sau khi góa vợ, tôi không bắt gặp trong tôi một cảm xúc nghẹt thở như thế. Tôi luôn nghĩ mình là một ông già ở tuổi sáu mươi.

- Bà lão nói về thời thơ ấu?

- Hình như bà sinh ra ở vùng Trung Nga, nơi có những cánh

rừng bạch dương bạt ngàn, với bầu trời thường xuyên xanh ngắt...
Bà nói tới một mùa hái nấm, khi bà ấy còn là một cô bé. Có lần nấm
hái được nhiều đến nỗi bà phải tốc váy lên để đựng và lũ trẻ trai
kêu ré lên khi nhìn thấy bà ra khỏi rừng.

Tôi bật cười. Âm sắc không Pháp, hẳn là âm sắc đặc trưng Việt
Nam, làm cho tiếng Pháp của Liên trở nên ngọt dịu. Tôi thích nghe
giọng nói ấy. Nếu Liên phát âm hoàn toàn đúng tiếng Pháp tôi sẽ
không thích bằng. Một lần tôi được nghe Liên nói chuyện với ai đó,
chắc là người Việt, và tôi ngẩn ngơ nghe thứ ngôn ngữ tôi chưa
từng nghe. Nó nhiều âm độ, âm sắc, nó thánh thót, nó ngân nga
như tiếng hót của chim rừng.

- Bà lão còn nói tới những gì nữa?

- Bà ấy đọc những bài thơ được người Nga thuộc lòng của
những nhà thơ cổ điển. Đặc biệt là một bài mà người nào từng học
tiếng Nga đều biết.

- Bà có thể dịch ra tiếng Pháp cho tôi nghe không?

Liên nhắm mắt lại. Rồi nàng đọc nó cho tôi nghe:

Đừng cười nhé! Nỗi buồn anh thấy trước

Anh biết đòn số mệnh chẳng buông tha

Mái đầu xanh em vẫn hằng ve vuốt,

Từ ngực em sẽ tới pháp trường xa...

- Bài thơ của con người quật khởi - tôi nói - Mà sao buồn quá?

Liên không nói gì. Nàng nhìn tôi, ánh lấp lánh tắt đi trong mắt.

6.

Viện dưỡng lão của chúng tôi có cơ phục hồi nhịp sống bình
thường cùng với sự xuất hiện của Liên. Khi bà Nina Merlin thôi
khóc thì mọi bệnh nhân khác cũng hiền lành trở lại. Như trước kia,
trong bộ blouse màu thiên thanh nhạt, họ đi từ phòng này qua

phòng khác để tán gẫu, với tiếng cười đùa, với gương mặt tươi bưởi.

Tôi biết từng người trong bọn họ. Bà lão Janette Verlain luôn quả quyết rằng Hitler chuyến này nhất định thua, Đồng Minh sắp mở mặt trận thứ hai, và chỉ đến sang năm là cùng, mọi sự sẽ chấm dứt một cách tốt đẹp nhất cho nhân loại. Chẳng ai có thể giải thích cho bà lão hiểu chiến tranh đã kết thúc hơn nửa thế kỷ rồi Cụ Jaques Bourdon 92 tuổi nằm ở phòng bên thì luôn kiện cáo nhân viên phục vụ tự tiện giấu máy điện thoại của cụ làm cụ không nói chuyện được với người vợ đã qua đời. Sát phòng cụ là cụ Henri Palain 98 tuổi nhưng còn tỉnh trí, thính tai. Henri Palain là một nhân vật quý tộc còn sót lại của quá khứ đã chết, rất dễ mến, nếu không có tính sạch rởm và trái tính trái nết trong ăn uống - món mặn quá, món nhạt quá, món thiếu gia vị, món thì nấu không phải lối, không đúng cách. Nhân viên phục dịch chạy tới chạy lui đổi món cho ông cụ minh mẫn đáng nguyền rủa nọ, trong lúc ấy họ thèm được hầu hạ những ông cụ bà cụ lẫn cẫn, thường xuyên quên bẵng họ đã ăn gì.

Theo yêu cầu của Liên, tôi cho phép nàng xuống bếp nấu những món ăn Nga cho bà lão Merlin. Bà lão ăn ngon lành những món do Liên nấu.

Khi chưa có Liên, bà lão bận khóc, bận làm mình làm mẩy, không chịu tắm rửa, thay đồ. Khi ấy bà lão bốc mùi kinh khủng, không ai muốn đứng gần. Bây giờ phòng bà thơm phức.

- Bà thật tuyệt, bà Liên ạ. - tôi nhìn Liên bón thức ăn cho bà lão - Cái món đó tên gì vậy?

- Thưa bác sĩ, nó tên là plov, một món ăn có xuất xứ từ Trung Á, nhưng người Nga đã quen với nó. Một chứ cơm chiên với thịt thái hạt lựu và đủ các loại gia vị.

- Còn món súp hôm nọ tôi thấy, nó tên gì?

- Đó là solianka, một món súp chua nấu với cá măng.

- Nó trông thật hấp dẫn. Nhưng nhuếnh nhoáng kem sữa. Bà

không thấy nó sẽ sinh ra quá nhiều cholesterol sao?

Liên cười tươi. Tôi lại bắt gặp tôi thích, tôi say sưa, được ngắm nụ cười ấy. Nó mới hồn nhiên làm sao!

- Tôi nghĩ bà cụ sẽ không tiếc nếu vì ăn những món ngon như thế này mà chết sớm mất một tháng.

Tôi vào giọng với Liên:

- Vậy thì, thưa bà Liên, bà có thể cho tôi được chết sớm hơn vài tháng không?

Liên vui vẻ đáp:

- Rất vui lòng, thưa bác sĩ.

Tôi đánh bạo nói:

- Nhân tiện, tôi muốn bà cất giùm cái biển hiệu bác sĩ đi cho tôi nhờ. Hãy gọi tôi là Albert, và đừng thêm chữ monsieur (ông) vào nữa. Chỉ đơn giản là Albert thôi.

- Với điều kiện ông cũng thôi không gọi tôi là madame (bà) nữa. Chỉ Liên thôi.

Tôi cười, đã lâu lắm tôi chưa được cười như thế.

- Đồng ý, vậy thì Liên ơi, tên Liên trong tiếng Việt có nghĩa gì thế

- Là hoa sen, một loài hoa trong sạch đến tinh khiết mọc ở trong bùn, Albert ạ.

7.

Tôi sẽ không bao giờ quên cái đêm trực khủng khiếp ấy.

Bà lão Nina Merlin lén mở cửa sổ, định nhảy lầu. Mặc đầu cửa sổ đã được khoá cẩn thận đối với những bệnh nhân không thể biết cách mở. May mà có Liên kê giường nằm bên cạnh.

Lầu hai không cao, nhưng đủ gây ra cái chết cho một bà già yếu đuối đã gần đất xa trời. Liên chợt thức giấc, nghe tiếng động, đã kịp ôm chặt lấy bà lão khi một nửa người bà đã ở bên ngoài. Tôi đi ngang nghe tiếng hét của Liên, liền chạy xổ vào ôm lấy Liên và kịp kéo cả hai trở lại. Nghe tiếng hét của hai người, tất cả bệnh nhân thức giấc, đồng loạt hét váng theo. Nhân viên trực của viện choàng tỉnh, chạy rầm rập trong các hành lang, tiếng đóng cửa mở cửa sầm sập.

Cơn ác mộng của viện lại quay về.

Tôi cùng với Liên đặt bà lão lên giường. Nhưng bà không chịu nằm, cố lấy hết sức tàn vùng vẫy trong tay chúng tôi. Liên dịu dàng ve vuốt, an ủi bà, nhưng lần này xem ra vô hiệu. Bà luôn miệng gào thét. Đôi mắt biểu lộ sự sợ hãi đến cùng cực.

- Bà ấy kêu gì vậy? - tôi hỏi.

- "Cứu tôi với"! - Liên dịch.

Tôi muốn tiêm thêm một liều morphine nữa. Liên không đồng ý, với vẻ mặt nghiêm khắc như Liên là bác sĩ điều trị, còn tôi là một y tá dưới quyền. Tất nhiên, thêm một mũi morphine là hơi quá chỉ định, nhưng cũng không quá nguy hiểm. Không hiểu sao, tôi đã tuân lệnh Liên, dưới con mắt ngạc nhiên của các y tá vừa chạy tới.

Hình như sự có mặt của đám đông vây quanh làm cho bà lão khiếp đảm. Bà mở to cặp mắt thất thần nhìn họ như nhìn những kẻ lăm lăm súng trong một cuộc tàn sát. Tôi bảo họ tản đi.

Bà Nina Merlin lại rơi vào cơn hôn mê. Bà thôi gào thét, bắt đầu nói lảm nhảm. Liên, đầu tóc rũ rượi, ôm chặt bà lão trong vòng tay, ghé sát vào mặt bà lão, nói những lời gì đó để an ủi, để làm dịu cơn bộc phát. Tôi ngồi xuống bên Liên.

- Bà ấy nói gì vậy?

- Bà lão lặp đi lặp lại chỉ một câu: "Tôi không biết! Tôi không biết gì hết!" - Liên dịch lại cho tôi nghe những lời lảm nhảm ấy - "Tôi đã nói rồi mà. Tôi không biết. Không!"

- Hãy kiên nhẫn tìm hiểu xem bà lão muốn nói gì?

Liên như chợt tỉnh. Nàng ghé sát vào tai bà lão, quát to một tràng tiếng Nga. Nina Merlin đang lảm nhảm không lớn tiếng bỗng chồm lên vùng vẫy cố thoát khỏi tay Liên, miệng tiếp tục gào thét. Liên phải dùng hết sức ôm ghì lấy bà lão.

- Albert, hình như em đã hiểu ra - Liên nói. mặt tái nhợt đi - Bà lão gọi tôi là "đồng chí trung tá", và lặp đi lặp lại câu nói vừa rồi. Bây giờ là mấy giờ ở Mozambic?

Tôi nhẩm tính:

- Tảng sáng.

- Hãy gọi điện cho Jean Merlin, giờ này ông ta còn ở nhà. - Liên nói trong hơi thở gấp - Tìm ông ta ở sở sẽ khó hơn. Hỏi ông ta chuyện gì đã xảy ra với bà cụ trong quá khứ xa xưa. Cái đó rất quan trọng. Gọi điện ngay đi, Albert!

Tôi chạy đi.

Jean Merlin ở bên kia đầu dây. Bằng giọng nặng nhọc ông cho biết: năm mươi lăm năm về trước mẹ ông đã đào thoát khỏi Liên Xô qua đường Phần Lan. Người yêu của bà, một sĩ quan Hồng quân, bị bắt trong một vụ tình nghi phản cách mạng. Bà cũng bị bắt sau đó, rồi bị giam trong một trại tập trung. Cô gái không biết gì về tội của người yêu đã trốn trại theo những người khác trong một cuộc vượt ngục ly kỳ và rùng rợn, có máu chảy và xác chết. Ở Phần Lan, bà chạy vào đại sứ quán Pháp xin tị nạn vì bà không biết một ngoại ngữ nào khác ngoài tiếng Pháp mà bà được học ở trường. Có tin người yêu của bà đã chết trong tù. Ông Henri Merlin làm việc ở sứ quán đã giúp bà hoàn tất thủ tục cư trú chính trị ở Pháp. Họ quen nhau từ đó, rồi thành vợ chồng.

Chúng tôi nói chuyện rất lâu.

Khi tôi quay lại bà lão đã ngủ thiếp thiếp. Liên nằm im, ôm lấy bà. Tôi lặng lẽ ngồi xuống ghế bên giường bệnh.

Có vệt nước mắt trên má Liên. Nàng thổn thức trong mơ. Tôi để yên cho nàng ngủ.

Liên thức giấc khi bình minh đã rạng.

- Anh không ngủ sao, Albert?

Tôi lắc đầu. Liên ngồi lên, sửa lại mái tóc và lấy tay quệt nước mắt.

- Anh có gọi được cho Jean Merlin không?

Tôi kể cho nàng nghe câu chuyện bà lão. Nghe xong, nàng nói:

- Trong khi anh đi gọi điện, em đã đoán ra sự việc - nàng nói - Những điều còn lại chỉ là chi tiết.

- Tại sao em khóc?

Nàng ngước mắt nhìn tôi, nói khẽ:

- Em sợ…

Tôi nhìn sâu vào mắt nàng:

- Em sợ gì?

Liên chầm chậm lắc đầu:

- Anh không hiểu được đâu. Anh không thể hiểu được. Không ai có thể hiểu được.

Tôi gặng:

- Liên nói đi: em sợ cái gì?

- Em đã nói anh không hiểu được mà. Anh ở một thế giới khác. Nó khác, khác nhiều lắm, cái thế giới em từng sống.

- Nhưng em cứ nói cho anh biết. Anh sẽ cố gắng để hiểu.

Nàng yên lặng một lúc lâu.

- Em nói rồi: em sợ…

Rồi nói tiếp, từng tiếng một:

- Em sợ rồi đây, vài chục năm nữa, biết đâu đấy, rất có thể quá khứ sẽ lại hiện về - nàng rùng mình - Quá khứ của chính em. Như nó đã trở về với bà lão…

- Quá khứ nào?

Nàng run run nói:

- Một lúc nào đó em sẽ kể anh nghe. Nó cũng na ná như của bà lão tội nghiệp này. Và em biết - của cả nhiều người, của rất nhiều người khác nữa.

Tôi thấy cay nơi mắt. Tôi đặt tay lên vai nàng, ấp úng câu an ủi vụng về:

- Anh nói rồi. Em đang sống trong hiện tại. Đừng sợ, nghe em.

Liên lắc đầu:

- Một cơn ác mộng không thể tin là có thật. Nó vượt mọi tưởng tượng của loài người. Nó kinh khủng, kinh khủng lắm.

Tôi kéo Liên lại gần, ôm lấy nàng:

- Bên cạnh em có anh mà. Nếu em bằng lòng.

Liên yên lặng, đầu cúi

Tôi lấy hết can dảm để nói ra điều tôi giấu kỹ trong lòng:

- Nếu em thấy anh không quá già… Để có thể an ủi em, chăm sóc em.

Liên ngước nhìn tôi, miệng mỉm cười mà như mếu.

Và một giọt lệ trào ra nơi khóe mắt.

2005

BỘ ĐỒ MỘC

Vừa mở hé cánh cổng nặng nề, tôi giật bắn mình.

Trong rạng đông nhợt nhạt, một bóng người vụt hiện nơi bụi ruối bên ngõ. Cái bóng xiêu vẹo tiến đến, lom lom nhìn tôi. Tôi lùi lại trước những ngón tay cong queo vươn tới kèm theo giọng nói khao khao:

- Cậu Hiên ơi, cậu Hiên!

Tôi sững người.

- Cậu không nhận ra tôi ư?

Tôi lùi thêm, giơ tay ngăn cái bóng.

- Là tôi đây mà, là phó Tuất đây!

Tôi chú mục ngó cái bóng trước mặt. Những nét sắc trên gương mặt quắt queo hiện dần trong ánh sáng mờ.

Lạy Chúa tôi, tôi thầm kêu, giờ thì tôi nhận ra. Trước mặt tôi chính là ông, là phó Tuất.

Khốn khổ, làm sao tôi có thể nhận ra ông trong cái thân hình gầy đến không thể gầy hơn, giống hệt một bộ xương cách trí trong bộ áo quần lụng thụng.

Ông hạ giọng, thì thào:

- Bà có nhà không cậu?

Tôi lắc:

- Không, ông ạ. Cô cháu đi Kiên Lao từ hôm qua.

Ông thở phào:

- May tôi rồi!

- Sao cơ? - Tôi ngạc nhiên - Sao lại may ạ?

Ông ghé sát mặt tôi, nắm chặt tay tôi, bàn tay xương xẩu khô cứng và lạnh ngắt:

- Là tôi sợ gặp bà.

Năm trước, cô Gái tôi sai người tìm ông để sửa chân đế cho Tòa Đức Mẹ bị mối xông. Mời phó Tuất không dễ - ông là thợ nổi tiếng, được nhiều khách vời. Việc này không tìm đúng người không xong. Để cho Toà Đức Mẹ trở lại dáng vẻ trước khi nó bị hư hại không phải bất kỳ ông thợ mộc nào cũng làm được. Trừ phó Tuất.

Khắp một tổng Thần Lộ, không một ông thợ mộc nào có thể sánh với ông. Thậm chí mỗi khi cần tu sửa đồ thờ phụng, nhất là các pho tượng, trong nhà thờ chính toà cũng như nhà thờ họ lẻ, cha xứ đều phải vời ông, dù ông là người bên lương. Người bên lương không được phép đụng chạm vào đồ thờ là nguyên tắc ở mọi xứ đạo. Cha xứ miễn cưỡng đặt phó Tuất vào ngoại lệ. Mà là ngoại lệ duy nhất.

Trong nhà chúng tôi, Toà Đức Mẹ là của gia bảo, ngang hàng với linh vật của các thánh tử đạo, cũng chỉ nhà chúng tôi có. Nó còn là niềm tự hào của cả xóm, và còn hơn thế, của cả xứ đạo. Những dịp lễ trọng, có rước, thể nào nhà xứ cũng cho người vào thỉnh toà Đức Mẹ. Trong đám rước, Toà Đức Mẹ sơn son thếp vàng được kiệu ngay sau tượng Chúa Giê Su vác thánh giá to bằng người thật, chỉ cách một toán đánh rắc[2].

Việc Toà Đức Mẹ bị mối xông là sự kiện lớn. May mà cô Gái tôi

---

[2] *Toán trẻ con vận quần áo đẹp, vừa đi vừa nhảy múa theo nhịp hai thanh tre gõ vào nhau.*

nhìn ra sớm, chứ muộn thì hết cách - bề ngoài nom nó nguyên vẹn, vậy mà bốn chân đã bị mối xông gần ruỗng. Cô tôi đã có tuổi, nhưng còn đủ tinh mắt để thấy mùn gỗ bị mối đùn ở sau toà.

Cái hoạ mối xông rất khủng khiếp, bao giờ cũng bất ngờ, nhưng lại là chuyện luôn xảy ra, không ở nhà này thì nhà khác. Một khi bốn chân đế không còn đủ vững để mang sức nặng toà Đức Mẹ nặng nề thì nó có thể đổ sập bất cứ lúc nào. Và tượng Đức Mẹ ắt phải vỡ tan khi rơi từ trên bàn thờ xuống đất. Mà đó là pho tượng xứ Bồ Đào Nha, bác Cả tôi phải đặt mua tận bên Pháp mới có. Tượng đẹp khôn tả: đầu Đức Mẹ như thể tạc bằng ngà, nước da mịn màng, đường nét thanh tú, nhất là cặp mắt xanh biếc trông cứ long lanh, ai cũng tấm tắc rằng sao mà có thần đến thế. Trong bộ áo choàng dệt kim tuyến, với vòng triều thiên quanh đầu, Chúa Hài Đồng trên tay, Đức Mẹ toả sáng rực rỡ trong ánh nến lung linh trước lũ con chiên thành kính ngồi xếp bằng dưới đất trong những tối đọc kinh chung cả xóm.

- Lâu rồi không gặp ông, cháu không nhận ra - tôi nắm chặt bàn tay gầy guộc của phó Tuất - Mà ông cũng khác quá cơ - Cậu không nhận ra là phải thôi - giọng não nuột, ông cúi gằm, nhìn xuống chân - Tôi với các cháu xem ra khó mà qua nổi cái đận này, cậu ạ.

Dõi theo mắt ông, tôi thấy bóng hai đứa bé thập thò ở đầu ngõ, thằng lớn cao gần bằng tôi, thằng bé thì cách anh nó khoảng vài tuổi. Hai đứa đều gầy nhẳng.

Đận này mà ông nói là cái thời gian khủng khiếp nhất tôi từng biết, sau này được gọi tắt là "Tháng Ba năm Ất Dậu".

Những thế hệ sau này không thể mường tượng được cái "đận" ấy là thế nào. Cứ như thể có một trận bão kinh hoàng của ngày tận thế ào qua cả một vùng đồng bằng trù phú.

Trên con đường hàng tỉnh, đường liên huyện, đường đê, đường làng, hàng đàn dân đói thất thểu, xiêu vẹo, lầm lũi đi, đi mãi, không dứt. Đông nhất là con đường 21 dẫn lên tỉnh lỵ. Người ta khảo nhau rằng trên tỉnh nhiều người giàu, có thể xin được cái ăn. Con đường của những con ma đói kết thúc ở bất cứ nơi nào - ở vệ đường, trong mọi bờ bụi, trôi lềnh phềnh trên con ngòi với những đàn cá mương bu quanh... Chỗ nào cũng gặp xác người và xác người. Đủ mọi hình hài. Trong mọi tư thế. Chết ngồi, chết nằm, chết co quắp, chết chùm, người nọ quặp chặt người kia.

Từ trong hai hốc mắt ông phó Tuất lăn ra hai giọt nước đục.

- Cậu giúp tôi nhá? - Ông thều thào.

Tôi ngơ ngẩn nhìn ông. Tôi, một thằng bé con, thì giúp gì được ông trong lúc này cơ chứ?

Cái nhìn mờ đục, chứa chan hy vọng của ông rồi theo mắt tôi, không rời.

- Tôi mang cái này biếu cậu. Tôi biết cậu thích nó.

Đôi tay run rẩy chậm chạp lần lưng quần, ông moi ra một cái bọc, giúi vào tay tôi.

Cái bọc nặng chịch. Không cần mở nó ra tôi cũng đoán được trong đó có gì.

Trời ạ, đó là bộ đồ nghề của phó Tuất. Tôi vẫn nhớ ông thường gói nó trong vuông vải nâu này mà. Tôi nhìn trời, rồi lắc đầu, đẩy cái bọc trả lại ông:

- Không. Đồ nghề của ông, cháu không lấy đâu.

Ông lại giúi vào tay tôi:

- Cậu cứ cầm đi.

Trong giọng nói của ông có nước mắt. Tôi nhất định đẩy trả.

Một tiếng gà gáy muộn, từ đâu đó, chắc từ xóm bên. Từ khi có nạn đói, trong làng vắng hẳn tiếng gà gọi sáng.

Phó Tuất nói trúng - tôi thích, tôi mê bộ đồ nghề của ông lắm lắm. Trong mấy ngày ông làm việc ở nhà tôi, ông đã thấy tôi ngắm nghía nó bằng cặp mắt khao khát đến thế nào.

Với người thợ, bộ đồ nghề là cái quý giá nhất. Mà ông phó Tuất không phải thợ mộc thường, như trên tôi đã nói. Việc ông thường nhận làm là tôn tạo các tượng thờ trong đền chùa, sửa hương án, tủ chè, hoành phi, câu đối, hoặc tệ nhất cũng là mấy cái hộp đồng hồ quả lắc có chạm trổ ở vài nhà giàu. Cho nên đồ nghề của ông không phải là mấy thứ ta thường thấy ở những ông phó mộc hay phó cối với cái cưa biểu tượng trên vai lang thang hằng ngày trong thôn xóm. Ấy là chưa kể việc sơn thếp rất tỉ mẩn ông cũng làm khéo không kém thợ Sơn Đồng[3].

Trong thời thơ ấu của tôi, cũng như mọi đứa trẻ cùng tuổi, tôi cũng có nhiều trò chơi chung với bạn. Chúng tôi chỉ không có đồ chơi theo cách hiểu thông thường mà thôi. Nói cho đúng, chúng tôi cũng có thứ đồ chơi hiếm khi có được, ấy là cái bong bóng lợn. Nó được rửa thật sạch cho hết mùi khai, được thổi phồng cho tới khi tròn vo như một quả bóng thật. Trò đá bóng nhà quê của chúng tôi chẳng có luật lệ. Chúng tôi giành nhau đá thật lực vào cái vật tròn tròn mềm mềm bẩn thỉu và xấu xí ấy, đá được nó bay đi càng nhiều càng khoái. Mà chúng tôi cũng chỉ có được cái quả bóng giả vờ ấy vào những dịp lễ tết hoặc cưới hỏi, khi có nhà quen giết lợn.

Vì thế khi được ngó ông phó Tuất dùng cái tràng, cái đục trong bộ đồ nghề cái nào cũng nhỏ xíu của ông lúc uốn lúc lượn, lúc trượt đi nhẹ nhàng theo những cái gõ rất nhẹ rất gọn của cái dùi đục, cũng bé tí bé tẹo, trên những mẩu gỗ rồi đây sẽ thay thế bốn chân quỳ bị hỏng, tôi như được chứng kiến một trò chơi hết sức thú vị. Dụng cụ đồ nghề của ông đều được làm bằng thép trắng. Chúng được mài thô trên một hòn đá mài màu đỏ rồi sau đó được liếc đi liếc lại cho đến thật bén trên một hòn đá mài xanh. Thứ thép này tôi không biết người ta tôi luyện nó thế nào. Nó trắng, song không phải loại thép không rỉ, đồ bằng thép không rỉ có mài mấy cũng không thể bén được như vậy. Đường tràng đường đục dưới tay ông chậm mà chắc, đường nào đường nấy ngọt sớt, cứ như thể ông không làm việc mà đang chơi một trò chơi chỉ riêng ông biết chơi, trông mà phát thèm.

---

[3] *Một làng nghề chạm, khắc và tô tượng truyền thống tại xã Sơn Đồng, huyện Hoài Đức, Hà Nội.*

Trong hai ngày ở nhà tôi, ông phó Tuất vừa làm vừa nhẩn nha giảng giải cho tôi nghe công việc của nghề mộc. Còn hơn thế, thỉnh thoảng ông còn cho tôi được dùng những dụng cụ tí hon trong bộ đồ nghề của ông để chơi với những đầu mẩu gỗ ông không cần đến. Nhìn tôi chăm chú từng nhát bào, nhát đục, khi làm mộng, khi soi rãnh... , ông bảo:

- Cậu có khiếu đấy. Rồi rồi sẽ là thợ giỏi.

Ngửa mặt lên thở một khói thuốc lào dài, ông nói thêm:

- Dưng mà làm thợ dù có giỏi cũng chẳng hay hớm gì. Nhà có của, chịu khó mà học, cậu ạ, sau này làm quan hay là đi buôn. Thợ giỏi mấy vẫn là anh làm thuê, người có tiền ho một tiếng khắc có thợ giỏi chạy đến...

Ông thích triết lý vụn trong khi làm việc. Vuốt ve một mẩu gỗ đã được bào nhẵn, ông bảo:

- Sống ở đời cứ là phải nhẵn nhụi. Thấy kẻ nào gồ ghề là thiên hạ ngứa mắt, thế đấy. Mà đời có người thế này người thế kia mới là đời chứ. Nhẵn cả có ra làm sao. Thôi thì chiều đời, mình có gồ ghề cũng phải làm ra vẻ nhẵn nhụi, cho thiên hạ vừa lòng.

Ông tần ngần lấy ngón trỏ gõ vào mảnh gỗ:

- Biết mà làm ra vẻ không biết mới là biết.

Giờ đây, trước mặt tôi không phải là ông phó Tuất với vẻ ung dung tự tại, thích triết lý, của ngày nào, mà một người đói lả. Ông nhìn tôi, trông chờ.

Tôi thì cúi gằm, bối rối - tôi có thể làm gì cho ông?

Ông nắm chặt tay tôi, lay lay:

- Cậu cứ cầm. Coi như cậu giữ hộ tôi. Tôi có còn dùng đến nó nữa đâu. Đến nhà giàu giờ cũng lo đói, ma nào nó thuê tôi. Ai biết được cái đận này bao giờ mới xong. Chẳng còn ai nghĩ đến sắm sanh, sửa chữa gì nữa. Xóm tôi nghèo, thiên hạ lần lượt bỏ đi hết. Vắng tanh vắng ngắt. Đi là đi, đi đâu không biết, vẫn còn hơn nằm nhà chờ chết. Nhà tôi có khá giả hơn chút đỉnh, trụ được đến hôm nay là nhờ có tí của tích cóp...

Ông lặng đi, ngẩng nhìn bầu trời xám.

- Bà nó nhà tôi, tội nghiệp, cám cũng không dám ăn, cứ giấu giấu giếm giếm nhịn cho chồng cho con... Thế rồi lả đi. Như lá úa lìa cành... Bà ấy mất hôm qua rồi.

Ông nấc lên.

Khi người lớn khóc, ấy là sự tuyệt vọng đã tới chỗ tận cùng.

Tôi bặm môi bỏ ông đứng đấy, ù té chạy vào nhà.

Lẽ ra tôi phải đóng cổng lại đã, như cô Gái dặn: "Thời buổi trộm đạo như rươi, cổng phải đóng cho chặt. Có ai gọi cũng phải hỏi kỹ, đúng là người nhà hay người quen mới mở he hé cho vào. Nhớ đấy nhá!".

Tôi gập người vào chum gạo tối om, xúc vội mấy vốc bỏ vào mảnh giẻ túm chặt lại rồi chạy ra.

Cổng vẫn mở, nhưng không thấy ông phó Tuất đâu.

Tôi chạy ra đầu ngõ, nhìn ra xa, thấy ông đã dắt hai con lủi thủi đi. Tôi phóng theo.

Ông ngẩn người khi tôi đặt vào tay ông túm gạo. Tôi không dám lấy nhiều, áng chừng nhỉnh hơn một bờ[4]:

- Cậu lấy nhiều thế không sợ bà biết à?

Tôi lắc đầu. Chỗ gạo này cho ba bố con đâu có nhiều.

- Bà không biết đâu.

Tôi nói dối - cô tôi riết róng lắm. Là người duy nhất còn ở lại ngôi nhà ông bà nội khi các bác tôi đã đi hết, bà quyết giữ cho nó nguyên vẹn như khi các cụ còn sống. Tôi sợ bà. Nhưng nhìn thân hình gày còm và dáng đi xiêu vẹo của ông phó, nhìn hai đứa trẻ mắt thô lố trông cậy, tôi không nỡ từ chối ông.

---

[4] Vỏ hộp sữa bò, một thời dùng làm đơn vị đo lường.

Ông đặt tay lên vai tôi hồi lâu. Có vẻ ông muốn ôm lấy tôi, nhưng ông ngần ngại. Ông sợ mình hôi hám:

- Trời Phật sẽ phù hộ độ trì cho cậu.

Trong phút xúc động, ông quên bẵng tôi là người bên giáo.

Ông còn đến tôi vài lần nữa, cách nhau vài ngày. Lần nào tôi cũng xúc cho ông một hoặc hai bò gạo. Một bò gạo có nấu cháo loãng cũng chỉ cầm hơi được vài ngày. Ông tất nhiên muốn tôi cho nhiều hơn, nhưng ngại, sợ tôi cho như thế cô tôi sẽ biết và tôi sẽ bị đòn. Sở dĩ tôi dám cho ông ngần ấy vì gần đây cô tôi mệt, thường không tự mình lấy gạo thổi cơm, mà giao việc ấy cho tôi, bà có thể không để ý.

Thế rồi bỗng nhiên phó Tuất mất tăm.

Lần cuối ông tới, tôi thấy ông còn gầy hơn trước nữa, giọng nói còn thều thào hơn trước nữa. Dường như phải gắng sức ông mới đặt được tay lên vai tôi:

- Cậu thật tốt bụng. Tôi không quên ơn cậu.

Một giọt nước mắt khô làm ướt hố mắt ông.

Tôi hớt hải chạy đi tìm ông khắp lối xóm, rồi trong làng, với đùm gạo trong tay. Nhưng không thấy ông ở bất cứ đâu.

Tôi ân hận. Rất có thể những lần sau tới tìm không thấy tôi đâu, ông thất vọng. Tôi thì nằm trên thân cây sung mọc trườn ở ao sau ngấu nghiến đọc cuốn Tam Quốc Chí mới mượn được, tôi không nghe tiếng ông gọi. Không thấy tôi, trong làng không xin được ai khác, chắc hẳn ông thất vọng, bỏ đi.

Mà ông có thể bỏ đi đâu cơ chứ?

Tôi hối hận đã cho ông quá ít trong lần cuối. Tôi quờ tay trong cái chum tối om thấy gạo vơi đi nhiều. Nếu cô tôi biết, tôi sẽ bị đòn. Những con lươn trên mông đít không lặn đi ngay, bắt tôi phải nhớ lâu lỗi của mình. Khi tôi có lỗi, bà thường nọc tôi ra, lấy roi dâu quất liên tiếp cho đến khi bà thấm mệt. May là năm nay bà già hơn rồi, tay không còn khoẻ, những trận đòn, nói cho đúng, cũng nhẹ hơn trước nhiều.

Tôi khoá cổng, hấp tấp đi dọc con đê Vàng, ra tận Cổ Lễ. Không thấy phó Tuất đâu, tôi đi ngược thêm vài cây số về phía tỉnh ly.

Người chết đói nhiều lắm, dọn không xuể. Nhiều xác chết đã bốc mùi. Tôi thầm mong không thấy xác ông phó Tuất và hai đứa con trong những đống xác người chờ được chở đi tới huyệt chung. Tôi cầu xin Chúa cho tôi tìm được ông còn sống để đưa tiếp gạo cho ông nấu cháo. Biết đâu đấy, những đùm gạo của tôi lại chẳng giúp được ông và hai đứa con sống lay lứt cho đến khi lúa lại lên đòng, và nạn đói kết thúc. Nếu tìm được ông, tôi sẽ bảo ông đừng đi đâu nữa, hãy quay lại làng tôi, nơi tôi có thể gặp ông để tiếp tục lấy gạo đưa ông.

Không bao giờ tôi gặp lại ông nữa.

Bộ đồ quý giá ấy tôi không dùng đến lần nào. Vì mỗi lần nhìn nó, tôi lại thấy hiển hiện trong trí nhớ hình ảnh ông phó Tuất và hai đứa con ông trong cái buổi sáng ảm đạm không thể nào quên ấy.

Đành cất kỹ nó, để rồi mất tiêu nó trong những ly tán không ngừng một thời kháng chiến.

*

Tôi lớn lên, không trở thành thợ mộc giỏi. Cũng không chăm học để rồi làm quan, đi buôn như ông phó Tuất khuyên.

Tôi chẳng thành bất cứ cái gì như ông có thể hình dung. Nhưng ông để lại trong tôi hình ảnh không phai nhoà về một người khác nhiều người với những cuộc trò chuyện tâm tình không thể nào quên. Và trùm lên tất cả là hồi ức buồn về một kiếp tài hoa.

Tôi nhớ rất lâu những câu ông nói với tôi giữa tiếng tràng tiếng đục:

- Ông ơi, nghề mộc này ai dạy ông hở ông? - Tôi ngồi bó gối bên cạnh, ngước nhìn ông.

Ông lắc đầu:

- Tôi ấy à, chẳng ai dạy tôi cả.

- Người ta bảo "Không thầy đố mày làm nên" cơ mà.

Ông ngửa mặt, cười to:

- Không cứ là thế đâu, cậu ơi. Thầy à? Ông ấy ở ngay trong mình này này. Làm gì thì làm, cứ là phải thích cái đã. Không thích thì đừng hòng nên cơm nên cháo gì trong bất cứ nghề nào, thật vậy. Thầy đấy chứ đâu. Thích rồi, được làm cái mình thích rồi, vẫn chưa đủ, còn phải say mê nó nữa. Đến lúc ấy mới đi tìm thầy mà học nghề cũng chưa muộn.

- Thì vẫn phải có thầy đấy thôi.

- Khi mình chưa thấy cần có người thầy để học thì có mà thầy giỏi dạy được mình.

Ông ngừng nói, suy nghĩ. Tôi yên lặng chờ ông nói tiếp.

- Khi mình thấy thèm được học thì khắc có thầy - ông nhấn nha giải thích - Thầy là ai? Thầy ở đâu? Chẳng là ai, chẳng ở đâu hết. Trên đời này có vô số người giỏi. Mình muốn giỏi thì phải tìm người giỏi để học.

Ông triết lý:

- Bất cứ người giỏi nào cũng là thầy ta khi ta muốn học. Lại nữa, mỗi người giỏi có cái giỏi riêng, học được cái giỏi ở bao nhiêu người là thu được bấy nhiêu ngón nghề. Nhưng không có người thầy đầu tiên, người thầy trước hết, nằm sẵn trong mình thì có làm lâu mấy trong nghề cũng vẫn chỉ là anh thợ quèn.

Ông lại chăm chú làm việc, quên bẵng tôi ngồi bên.

Nhưng xong việc rồi, ngắm nghía cái sản phẩm vừa làm ra rồi, hài lòng rồi, thì ông bỏ nó đấy, chẳng nhòm ngó gì đến nó nữa, đi quanh quẩn tìm khúc gỗ, mẩu gỗ nào thích hợp cho công việc kế tiếp. Khi xả hơi, ông khoan khoái rít dài một điếu thuốc lào.

- Cậu biết không? - Tay xoay xoay vật vừa làm xong, ông ngó nghiêng nó từ mọi phía, rồi lại triết lý - Cậu thấy tôi làm mà như chơi là vì tôi không thấy cái sự làm việc là vất vả. Tôi làm và có được cái khoái khi làm việc. Tức là sao, phải không? Là trong khi mình đang làm ra cái mình muốn làm thì mình để hết tâm trí vào đấy, cứ như không phải mình làm, mà nó hút mình vào đấy, làm mình quên hết mọi sự. Cái khoái là như thế. Không phải cái mình làm ra làm cho mình khoái đâu, cậu hiểu chứ? Việc xong rồi thì cái khoái ấy cũng hết.

Ông giơ thành phẩm cho tôi xem:

- Nói ví thử như cái mẩu gỗ này, thoạt kỳ tôi thử mường tượng lát nữa nó sẽ thành cái gì, đẹp thế nào, tôi tự hỏi liệu nó có sẽ như mình muốn không? Nhưng làm được rồi, xong rồi, thích rồi, đến lúc ấy thì cái khoái cũng hết. Lạ vậy.

- Thế à?

- Khoái và thích là hai thứ khác nhau, cậu ơi. Thích là sự bằng lòng, sự hài lòng, nhưng khoái thì hơn thế nhiều lắm, nó là sự sung sướng.

Lúc khác, ông tâm sự:

- Còn có sự lạ này nữa - có khi lúc đầu mình định làm thế này, thế kia, vậy mà làm xong, nhìn lại, hoá ra nó thành thế khác. Lạ lắm. Không phải khác hẳn cái mình định làm đâu, khác hẳn có mà chết. Người ta đặt hàng cho mình thì mình không thể làm ra cái khác với cái người ta đặt. Khác ở đây là nó không hoàn toàn như mình hình dung ban đầu. Tỉ dụ như cái chân đế này này, làm ra như cũ chẳng khó, tôi nhắm mắt cũng làm được. Có điều lúc mình đang làm, cái mắt mình nó khiến cái tay mình cách sao đó, mình cũng không hay, cứ như thế cái tràng cái đục dưới tay mình chúng nó tự uốn, tự lượn, thế rồi chúng nó làm ra cái không hoàn toàn giống cái mình muốn. Nhìn lại thì thấy nó giống thì vẫn giống, mà có khác một chút, một tị tẹo thôi, ấy thế mà xem ra thì thấy đường nét mềm mại hơn, trơn tru hơn, nói vắn là đẹp hơn.

- Lạ nhỉ?

- Là thợ, mình mới thấy được cái đẹp ấy, chứ người đặt hàng thì không. Nhìn nó, họ chỉ biết hài lòng với cái vật mình làm ra cho họ thôi. Cái mình vừa làm ra đẹp hơn mình mường tượng ban đầu chỉ riêng một mình mình biết. Lúc ấy trong lòng thấy sướng, cậu a. Chẳng ai hiểu được cái sướng ấy nó thế nào đâu. Thấy mình ngồi đấy mà tủm tỉm, mình khoái một mình, họ tưởng mình dở hơi, họ tròn mắt ngó mình, buồn cười lắm. Ấy đấy, cái khoái, cái sướng trong nghề nó là vậy, cậu ạ.

Thằng cậu ngày ấy ngồi bó gối chăm chú ngó nghiêng xem ông làm việc. Nó nghe mà không hiểu bao nhiêu. Nhưng những lời ông nói cứ từ từ, từng ít một, đọng lại trong trí nhớ.

Về sau này, khi đã thành người lớn, nhớ lại kỷ niệm thời thơ ấu, nó mới ngộ ra ông thợ đã đúc kết được điều gì trong đời mình.

Ông đã tìm ra điều bí mật ẩn giấu bên trong sự sáng tạo - ấy là niềm vui vô thức nảy sinh trong lúc làm việc. Và chỉ trong lúc ấy. Nó đồng nghĩa với cảm giác hạnh phúc. Người nào mới thấy được niềm vui trong kết quả công việc, người đó chưa ngộ ra cái gọi là niềm vui sáng tạo.

Cô Gái tôi từ Kiên Lao chăm em gái ốm trở về, không kiểm tra chum gạo. Nhưng mấy hôm sau, khi tôi rụt rè thưa với bà rằng gạo đã hết, phải lấy thóc ra xay, thì bà bảo:

- Ma quỷ, sao mà chóng hết vậy?

Buổi tối, hai cô cháu giã gạo, bà ngừng chân nhấn, hỏi tôi:

- Cô hỏi thật: cháu có lấy gạo cho ai không đấy?

Tôi biết không thể chối, cúi mặt, ấp úng:

- Dạ, có.

Bà thở dài:

- Lúc đi vắng, cô nghĩ: không biết thằng cháu ở nhà có biết đường san sẻ với người đói không đấy. Chỉ e cháu sợ cô mắng, chẳng dám cho ai.

Rồi bà xoa đầu tôi:

- Mày nom thế mà cũng sáng dạ, cháu ạ.

1991

BỨC TRANH THỜ

Cuộc chuyển trại diễn ra đột ngột. Không có lấy một dấu hiệu báo trước, dù nhỏ. Tịnh không. Mà ai, chứ tù tinh lắm. Một động thái mơ hồ nhất của Ban Giám thị, chỉ cần khác thường một tí thôi, lập tức được các bình luận gia thuộc các loại tù phân tích và cho ra ngay một kết luận, nói chung và về đại thể nếu không đúng hẳn thì cũng gần đúng.

Vậy mà không một ai biết trước cuộc chuyển trại ấy. Mọi sự đều diễn ra hết sức bình thường trong những ngày trước đó.

Đùng một cái, tai hoạ ập đến. Mọi người nhớn nhác, mặt xám ngoét, nhưng đến lúc ấy thì không còn gì để đối phó nữa rồi, không kịp nữa rồi.

Đối với người tù, chuyển trại là một tai hoạ. Cuộc sống thường nhật, dù rằng trong trại tù, lâu ngày đã ổn định, đã thành nếp, cho dù tồi tệ đến mấy, bỗng nhiên lộn tùng phèo. Mất mát đủ thứ. Tan đàn xẻ nghé. Trước mặt là một sự tù mù trên hết mọi sự tù mù, tốt ít xấu nhiều.

Những nhà giam được bố trí thành hàng như những cục gạch xám xôn xao như tổ ong bò vẽ. Đã tới giờ mở cửa cho tù ra làm vệ sinh cá nhân, ăn sáng, rồi đi lao động, mà cửa các nhà giam vẫn đóng chặt. Mãi hơn một giờ sau mới thấy một toán quân quan xuất hiện ở cổng trại trong bộ điệu hùng hổ, tiểu liên cầm ngang.

- "Loại"[5]? - một người trong rất nhiều người chen chúc nhau bám vào song sắt cửa sổ để nhìn ra, quay đầu lại - Dám lắm.

Đến giữa sân, toán công an tản thành từng nhóm nhỏ đi về phía các nhà.

- Có vẻ không phải chuyển trại - một tiếng nói cất lên - Chắc chỉ "loại" thôi...

Một hy vọng thốt thành lời. Nó không được đám đông hưởng ứng.

- Đúng là chuyển trại – một người khác nói to - Nếu không thì súng ống kè kè thế kia để làm gì...

- Chuyển trại ắt cánh tự giác phải biết - tiếng phản bác - Chuyển trại thì họ đã phải đi dọn tủ, khuân hồ sơ từ mấy hôm trước rồi. Cán bộ không khi nào tự khuân vác đâu...

- Hay là có thanh tra? Bộ về chăng?

Gì thì gì, sự bất thường này chắc chắn lành ít dữ nhiều. Mấy anh tự giác thuộc toán lâm sản hối hả chạy đi thủ tiêu những đồ vi phạm nội quy - cẩn tắc vô áy náy. Chỗ thủ tiêu tốt nhất, ai cũng biết, là hố xí cuối phòng. Những viên cai tù trẻ rất mẫn cán mò mẫm mọi xó xỉnh để tìm cớ trừng phạt lũ tù nhân khốn khổ cũng chừa chỗ ấy ra.

Đồ vi phạm nội quy thì nhiều, kể không xiết. Nó có thể là những ống bương đựng dầu diesel ăn cắp ở tổ máy cày mang về dùng cho việc "sột sệt", "nhặm xà", những bọc trà "tự biên tự diễn" to tú hụ do hái trộm mà có, là quần áo dân sự còn mới để bán cho tù được tha, là bật lửa tàu bò, lưỡi dao cạo râu Tiệp Khắc, tất cả những thứ vật dụng đời thường nhờ mua bán đổi chác với dân ở quanh trại mà có. Có thể kể thêm những dụng cụ sắc nhọn dùng để chế tạo nõ điếu, thìa, hộp đựng thuốc lào, do những tay tổ của nghề chạm trổ làm ra, đẹp không kém hàng thủ công mỹ nghệ. Cán bộ thường đặt tù làm với giá rẻ mạt, hoặc đổi thuốc lào.

---

[5] *Khám xét (tiếng lóng).*

Những đồ này được chuộng, dùng để làm quà hoặc bán lại. Được dịp tịch thu vô tội vạ những đồ như thế thì ai có thể bỏ qua. Người ta thu tất tật mọi vật bằng kim khí, là thứ có thể suy diễn thành dụng cụ cưa chấn song hoặc hung khí cho một cuộc thanh toán giang hồ…

Trong căn phòng tối mờ mịt khói thuốc lào, mấy cái bóng xám vọt vào vọt ra nơi cửa chuồng xí, trong khi ở bên ngoài đã vang lên tiếng khoá mở lạch xạch, tiếng then rít ken két.

- Ê, ra sân tập họp! Nhanh lên!

- Mang theo đồ đoàn. Mang tuốt.

Tiếng mấy "ông cán bộ" vang lên nơi cánh cửa vừa được mở rộng. Không khí trong lành của ban mai ùa vào.

Một tiếng ồ ngạc nhiên khe khẽ lan nhanh trong đám tù nhốn nháo. Người ta quýnh quáng:

- "Loại"⁶ rồi!

- Chuyển trại là cái chắc.

- Thường, đến trại mới người ta mới "loại" cơ mà.

- Chết cha, con dao mày để đâu?- Tao cầm bằng mất toi cái tàu bò⁷.

- Suỵt! Giấu không kịp đâu. Vứt.

- Tao nhét bao "ken tẩy"⁸ ở đây đấy nhá. Tao hô rồi đấy. Thằng nào "bẩm" tao xin tí tiết. Trong cái nhà này tao biết tỏng thằng nào là Gia Ve⁹.

Nhưng cả tự giác, tù thường, lẫn Gia Ve, đều chưng hửng khi ở sân trại họ được lệnh rỡ hết đồ đoàn để ra trước mặt. Giờ thì tất cả

---

⁶ Tiếng lóng: khám xét, kiểm tra đồ tuỳ thân của tù.

⁷ Bật lửa có khắc hình xe tăng.

⁸ Thuốc lá.

⁹ Chỉ điểm, lấy tên một nhân vật trong Những Người Khốn Khổ của Victor Hugo.

đều như nhau trong cuộc tổng lục soát.

Hầu như người tù nào cũng có một cái gì đó vi phạm nội quy trại, hoặc nhẹ nhất thì cũng bị coi là trái với nó, nếu trong nội quy chưa ghi đủ. Một cái áo rách xé ra bện thành bùi nhùi giữ lửa có thể bị tình nghi là thừng dùng để vượt tường rào. Một tờ giấy viết dở cũng bị nghi là sự thông tin với bên ngoài chưa kịp chuyển đi.

Già Lương, ông hàng xóm của tôi, ngồi xếp bằng tròn trên giường, mặt lạnh tanh, bình chân như vại. Trong lúc thiên hạ bấn loạn, chỉ có mình già là tỉnh khô, nhìn đời bằng con mắt bàng quan. Thật vậy, già thì có quái gì mà phải lo.

Người ta sợ mất thứ này thứ khác, cuống cuồng giấu giấu giếm giếm, chứ tài sản của già chỉ có một cái tay nải. Tôi biết tỏng trong đó có gì: một bộ quần áo tù còn lành không mấy khi mặc đến, một cái áo trấn thủ còn khá tươm để dành cho những ngày đại hàn, một sợi chỉ dài quấn quanh một cọng tre với một cái kim bằng cật tre. Không kể mẩu khăn mặt rách, to hơn bàn tay, đã thâm xỉn vì mồ hôi nhiều năm. Đồ vật đáng giá hơn cả thì già đã khoác trên người rồi, đông cũng như hè. Đó là cái áo bông vải kaki xanh Sĩ Lâm[10], loại bán cho cán bộ chứ không bán cho dân, nhưng cũng đã rách, với những mụn vá sặc sỡ,

Già Lương là tù "số lẻ", tức tù chính trị. Tôi nằm cạnh ông hơn một năm trời nhưng tịnh không biết ông phạm vào tội gì trong cái sự chính trị rất chi là tù mù ở nước ta. Đáp lại câu hỏi của tôi: ông có phải Ku Dét[11] không? Ông lắc. Có phải ông là Đờ Vờ[12] không? Ông lắc. Hay ông bị quy địa chủ cường hào gian ác, có nợ máu với nhân dân? Ông cũng lắc. Lại hỏi: có phải ông lỡ lời nói xấu chế độ, hoặc lỡ tay chống người nhà nước để phạm tội chống chính quyền địa phương không? Ông cũng lắc nốt. Tóm lại, tại sao già Lương là tù "số lẻ" là câu hỏi không có lời giải đáp. Chỉ biết ông tội danh của ông là "phản động, chống chế độ", tức là i xì cái tội danh rất

---

[10] *Một loại vải xanh Trung Quốc*

[11] *Tức QZ, gọi tắt Quốc Dân Đảng.*

[12] *Đờ Vờ, gọi tắt Đại Việt.*

chung chung của hơn hai trăm tù "số lẻ" trong trại. Ấy là thân rồi tôi mới dám hỏi già. Chứ trong tù mà hỏi tội danh của nhau là điều tối kỵ. Người ta chỉ tình cờ biết người nào tội gì vào dịp tổng điểm danh, mỗi năm một lần. Chỉ vào dịp ấy cán bộ trại mới gọi tên từng người, mới công khai xướng lên giữa bàn dân thiên hạ rằng ai phạm tội gì, án phạt bao nhiêu năm.

Cuộc lục soát bắt đầu.

Tù ngồi thành từng toán trên sân điểm danh. Mỗi quản giáo trông hai tự giác lục bới đồ đoàn của từng người. Giờ thì không ai dám thì thào với ai nữa. Sân trại im phăng phắc. Những người tù, mặt chảy dài, theo dõi đôi tay thoăn thoắt lục bới của kẻ khám đồ. Chẳng còn cách nào giấu kịp những thứ cầm bằng bị thu. Ở trong tù cái gì cũng là của quý cả. Từ mảnh ni-lông gói đồ. Từ mẩu đai thùng được mài sắc làm dao chẻ tăm, cắt móng chân móng tay.

Thường, trong cuộc tổng "loại" như thế này, cán bộ chỉ thu đồ vi phạm nội quy chứ không phạt kẻ sở hữu. Phạt không xuể. Số người vi phạm nội quy thường quá đông, mà trại chỉ có một khu kỷ luật với một tá xà lim. Trừ phi phát hiện ra vũ khí, hoặc có thể dùng làm vũ khí, đại loại như dao găm hoặc dùi, búa, cưa sắt, tức là tội nặng, nặng nhất tính từ trên xuống dưới, người ta mới tống kẻ vi phạm vào u tì quốc, cùm chặt.

Của thu được dần chất thành đống.

Người trông cuộc tổng "loại" là phó giám thị Tằng, biệt hiệu "Tằng ác ôn". Lùn một mẩu, cằm bạnh, môi thâm, mắt trắng dã, Tằng nghiện ra oai với tù. Đứng trước mặt y, anh tù nào vô phúc có chiều cao nhỉnh hơn y một tí là phải lập tức khuỵu hai đầu gối xuống, cổ rụt lại, hai tay bỏ thông tối đa. Thấp đi được chừng nào hay chừng ấy. Bản năng sinh tồn mách bảo họ làm thế.

Già Lương thản nhiên nhìn trời. Mọi sự diễn ra chung quanh chẳng làm già động tâm. Cái lối nhìn trời như thế đã nhiều lần bị các quản giáo bắt tội: này, cái anh già vênh vênh cái mặt kia, anh thách thức ai đấy? Anh láo hả? Cụp cái mặt xuống!

Khốn nạn thân già Lương. Nào già có định thách thức ai đâu, có định thách thức cái gì đâu. Tôi biết cái tật ấy của già lắm. Già mải suy cái nghĩ của già, vậy thôi. Có lần mải suy nghĩ và nhìn trời, già đã ăn mấy báng súng vì tội không thèm trả lời cán bộ. Rồi chứng nào tật nấy, già vẫn cứ thế, cứ vênh vênh, không chừa.

- Tránh voi chẳng xấu mặt nào, bác ơi! - trong những trường hợp như thế chính tôi cũng phải khuyên già - Mình là thằng tù. Một thằng oắt con đáng tuổi cháu gọi bằng ông cũng có quyền cầm roi vụt mình, bác chớ dại…

- Khốn tính tôi cả nghĩ, ông ạ - già chép miệng - Mà đã nghĩ là cứ lan man, dứt không ra. Thí dụ tôi nhớ chuyện các cụ tôi ngày xưa dạy tôi thế nào, các cụ dữ lắm, đòn luôn luôn, có lần tôi mải nhìn trời nhìn đất gặp ông mõ không chào, thế là bị một trận vì tội khinh người… Ông biết đấy, mõ là thứ cùng đinh trong thiên hạ, bị thiên hạ coi rẻ, nhưng tôi oan, tôi nhãng đi không nhìn thấy ông ấy, chứ không phải tôi dám khinh. Chao ôi là dữ, cái trận ấy…

Già bắt đầu kể, rồi chìm nghỉm trong những hồi tưởng, im bặt.

Lần này cũng vậy. Trung uý Tằng đến trước mặt già mà già không hay. Mà già cao hơn Tằng hẳn một cái đầu. Phải ngước lên mới nhìn được vào mắt già, Tằng đã khó chịu lắm.

- Anh kia, nhìn nhìn cái gì?

Tôi đứng bên già Lương. Tôi huých già một cái mạnh. Già choàng tỉnh. Cúi xuống nhìn Tằng, già chậm rãi hỏi "ông cán bộ"[13] đáng tuổi con út của mình:

- Cán bộ hỏi nhà cháu ạ?

- Còn hỏi thằng chó nào nữa? Anh nhìn nhìn cái gì?

Cặp mắt kéo màng của già mở to hơn một chút, đôi lông mày rậm với những sợi lông dài bạc trắng của già hơi nhướng lên một chút.

---

[13] Tù buộc phải gọi mọi cán bộ coi trại, từ anh lính trơn cho tới giám thị bằng "ông".

- Dạ?

Tằng nạt nộ:

- Dạ cái con khỉ. Tôi hỏi anh phải đứng nghiêm trả lời: anh nhìn cái gì?

Già Lương đến lúc ấy mới vỡ câu hỏi. Theo thói quen, già vuốt râu một cái, rồi thủng thẳng đáp:

- À, thưa cán bộ, nhà cháu nhìn đám mây ạ.

- Đám mây thì có gì mà nhìn? Anh dở người hử?

- Dạ, không, nhà cháu tỉnh trí ạ…

- Thế sao nhìn mây?

- Dạ, nó giống cái kiệu bát cống ạ.

Tằng gườm gườm nhìn già Lương. Rồi hất hàm gọi tay trật tự trại và tay nhà bếp vừa khám xong một người tù ở gần đấy:

- Lại đây. "Loại" thằng này! Tao bảo đảm: nó có vấn đề.

Già Lương lúc ấy mới thật tỉnh hẳn. Già tự động ngồi xuống, chậm chạp mở nút buộc tay nải. Những ngón tay khô xác run run. Cái đó lại càng gây ra nghi ngờ. Không có gì vi phạm thì sao lại run? Nhưng cả tay trật tự lẫn tay nhà bếp đều biết tỏng ông già là người thế nào. Ông già hiền lành này chẳng có gì để vi phạm nội quy, có "loại" mấy cũng chẳng ra. Biết thế, cho nên họ chỉ thò tay vào bọc khua khoắng lấy lệ. Khi lôi từ trong tay nải ra bộ quần áo tù, cái áo trấn thủ, mẩu khăn mặt hôi rình và rất nhiều mụn vải, mũi họ chun lại.

- Báo cáo ông, không có gì ạ. - anh trật tự đứng lên, lễ phép bẩm.

- Chắc không? - Tằng trề môi - Còn cái áo bông kia?

Y hất hàm ra lệnh cho già Lương cởi áo bông ra.

Đúng vào lúc ấy già Lương phạm một sai lầm không tha thứ được - thay vì lễ phép cởi áo đưa cho anh trật tự thì già lại vứt nó xuống đất. Thái độ ấy của già làm cho tay trật tự nổi cạu. Chẳng nói chẳng rằng, y hầm hằm nắn bóp cái áo bông. Rồi bỗng mắt y sáng lên. Y mạnh tay xé rách lớp mền cái roạt, rồi lôi từ trong đó ra một khúc nứa tép nhỏ xíu.

- Gì đây? - giọng trịch thượng, y hỏi.

- Thì anh cứ xem đi. - thay vì ăn nói lễ phép với y, ít nhất thì y cũng là bậc chức sắc trong xã hội tù, già khinh khỉnh đáp.

Tằng nheo mắt nhìn ống nứa tép. "Không biết thằng già giấu cái gì trong đó?".

Mở cái ống không được, nắp của nó gắn liền với thân bằng một thứ nhựa quỷ quái gì không biết, rất chặt, tay trật tự bèn đặt nó lên đầu gối, bẻ gãy đôi. Tiếng nứa vỡ toác. Bên trong là một tờ giấy cuộn tròn.

- Hừm - Tằng nói - anh "giề" này gớm nhỉ? "Yểm"[14] cái gì đây?

Sống với tù lâu, Tằng thuộc mọi tiếng lóng của lưu manh.

Già Lương biến sắc.

Tay trật tự mở tờ giấy, giơ ra trước mặt. Đó là một bức tranh vẽ bằng bút chì. Trong tranh là hình một ông già quắc thước, chòm râu thưa phơ phất.

- Gì đây, hử? - Tằng dằn giọng.

Già Lương lí nhí:

- Báo cáo cán bộ: cái này là…

- Cái gì?

- Dạ, báo cáo ông, cái tranh thờ của nhà cháu ạ….

Tằng ra lệnh:

- Đưa tôi!

Tay trật tự cung kính đưa bức tranh cho phó giám thị bằng hai

---

[14] *Giấu (tiếng lóng)*

tay.

- Hừm! - Tằng nghiêng ngó ngắm bức tranh, rồi sẵng giọng - Anh này láo. Láo lắm! Anh có biết anh phạm tội gì không?

Già Lương còn lúng túng hơn nữa.

- Dạ, nhà cháu không biết…

- Lại còn vờ! - Tằng gắt - Không biết? Hay cố tình?

Đến lúc ấy thì già Lương quýnh lên, lắp bắp:

- Dạ, thưa cán bộ, nhà cháu…

- Nói, cái gì?

- Nhà cháu…, thưa ông cán bộ, nhà cháu sợ cái tranh bị ướt, nhà cháu mới cất cẩn thận…

Tằng nguýt:

- Anh vẫn chưa thấy rằng anh có tội?

- Dạ, xin ông cán bộ chỉ bảo…

Tằng nghiêm nghị:

- Để tôi giảng cho anh nghe. Tội của anh là thế này: nhân dân ta ai cũng có lòng thành kính đối với lãnh tụ. Thờ Bác không có tội. Nhưng chỗ thờ phụng Bác phải là nơi tôn nghiêm, tinh khiết, vậy mà anh dám cả gan giấu ảnh Bác trong cái áo hôi thối của anh. Anh phải biết đây là đâu chứ? Đây là nhà tù, hiểu chửa? Thằng tù không có phép được thờ Bác trong cái chốn nhơ nhuốc này, hiểu chửa?

Già Lương lắp bắp:

- Dạ, nhà cháu hiểu… Nhưng, thưa ông xét cho…

Tằng dằn từng tiếng:

- Tôi bảo anh: im cái mồm. Xét xét cái gì? Đừng có mà ngụy biện. Không có nhưng nhiếc gì hết. Tôi lại không đi guốc vào bụng các anh ấy à. Mười anh bị bắt vào đây, chín anh rưỡi kêu oan. Có mà oan Thị Mầu! Tội lỗi đầy mình còn ngoạc mồm ra kêu Đảng kêu Bác đèn trời soi xét…

Mặt già Lương thượt ra:

- Dạ, quả thật nhà cháu không dám thế, báo cáo ông …

Tằng quát:

- Anh hay đứa nào ở đây dám vẽ ảnh Bác?

Già Lương còn quýnh hơn nữa, đến nỗi nói lắp:

- Dạ, thưa thưa…ông ông…

Tằng quát to hơn nữa:

- Im tắp lự. Còn thưa bẩm nỗi gì?

Già Lương cúi mặt:

- Dạ, thưa ông cán bộ, không phải ảnh Cụ đâu ạ…

- Còn cãi. Thằng nào vẽ cho anh? Khai.

- Dạ…

- Không thưa bẩm gì hết. Tôi hỏi anh: thằng nào vẽ?

Mấy cán bộ thấy ồn ào chạy lại.

Tình hình coi mòi nghiêm trọng. Không phải chuyện chơi. Mặt già Lương rịn mồ hôi.

Anh trật tự nói khẽ với già:

- Khốn nạn, bố ngu như bò í. Có gì cứ khai thật, ông cán bộ thương, ông tha cho.

- Nhưng…

- Còn nhưng nhưng cái gì? - anh ta nhăn mặt - Ngu thế. Cứ thưa thật với ông cán bộ đi. Muốn chết hử?

Già Lương cuống lên, gắt:

- Thì tôi khai thực mà. Anh đừng lên mặt với tôi. Anh cũng là thằng tù như tôi thôi…

Quay sang Tằng, già chắp hai tay van vỉ:

- Thưa ông cán bộ, nhà cháu xin khai thật… Cái này không phải ảnh Cụ đâu ạ…

- Thế nó còn là cái gì? Hử?

Già Lương ấp úng thẽ thọt:

- Dạ, nó là… , nó là bức tranh thờ của nhà cháu…

Tằng gắt to:

- Của anh, rõ rồi, không phải của anh thì việc gì anh phải "yểm" kỹ thế? Câu hỏi của tôi anh đừng có lờ: thằng nào vẽ? Anh phải thành khẩn khai ra: thằng nào dám vẽ Bác để cho anh thờ trong tù?

- Dạ, nhà cháu…

- Đừng lấy vải thưa che mắt thánh. Anh thì vẽ vời cái đếch gì mà nhận. Sao? Anh không muốn khai hử? Còn định che giấu hử?

Già Lương cúi gằm mặt.

- Thằng nào? Nói mau!

Những người tù đứng gần quên cả mối lo lục soát, chằm chằm nhìn vào mặt già.

- Thưa ông, nhà cháu khai thật ạ. Không phải ảnh Cụ đâu ạ…

- Vẫn còn chối?

- Thật ạ - giờ thì già Lương không kiềm chế được nữa, già nói một thôi một hồi - Nói có trời đất, nhà cháu không dối. Nhà cháu năm nay gần tám mươi rồi. Chẳng còn mấy nả nữa… Sắp xuống lỗ rồi…Lúc đi trại, mười lăm năm rồi, không phải ít, nhà cháu đi không một hình tích để lại, con cái cháu chắt ở nhà nhiều đứa chỉ nhớ được cái tên chứ không biết mặt… Vậy nên nhà cháu mới cậy người ta hoạ cho một bức… để khi nào có người nhà lên thăm thì cho mang về…

- Hừm - Tằng nheo mắt, chăm chú nhìn lại bức hình, rồi nhìn người tù trước mặt- Tức là, anh nói hình này là hình anh?

- … Dạ, đúng vậy. Nhà cháu nghĩ: nay mai có chết đi thì, thưa ông, cũng còn tấm hình để lại.

Tôi ở với già Lương cả năm mà không biết già có bức hình ấy. Liếc mắt nhìn tờ giấy trong tay Tằng, tôi thấy Tằng không phải không có lý - người trong bức hình quả hao hao giống lãnh tụ tối cao, cha già dân tộc. Cũng cặp mắt sâu, cũng đôi lưỡng quyền cao, cũng chòm râu thưa "tu bất phủ hầu", được thiên hạ coi là quý tướng. Không biết già có bức hình này từ khi nào?

Tằng dịu giọng:

- Chắc là hình anh không?

- Dạ, thưa ông cán bộ, có trời đất chứng giám…

- Không cần anh thề. Anh thề tôi cũng không tin. Nhưng tôi cần anh trả lời tôi câu hỏi: đứa nào vẽ?

- Thưa ông, anh Ca ạ - như chết đuối vớ phải cọc, già Lương chắc mẩm Tằng đã mềm lòng, ngước nhìn hắn bằng cặp mắt ướt nhèm - Anh ấy được tha năm ngoái. Cái anh xương xương người, Ban[15] vẫn thường gọi lên kẻ bảng với làm vườn hoa ấy ạ.

- Ờ…

- Thưa ông, anh ấy có hoa tay, nét vẽ rất có tinh thần…

- Chuyện này rồi phải cho điều tra đến nơi đến chốn - Tằng lầm bẩm - Cái thằng Ca này xem chừng có vấn đề. Có thể có âm mưu gì trong chuyện này đây?

- Dạ, đúng là thế đấy ạ.

- Nói để anh biết: tôi sẽ xem lại việc này. Tôi sẽ cho điều tra lại thằng Ca. Các anh đừng có tưởng bở: khỏi vòng cong đuôi, cầm được trong tay tờ lệnh tha là xong hết mọi chuyện. Đừng hòng nhé! Ở đâu cũng là đất đai của Đảng, của Bác. Lưới Đảng lồng lộng, con ruồi chui không lọt.

---

[15] *Ban Giám thị.*

- Thưa ông, xin ông đừng nghĩ oan cho anh ấy - già Lương thấy mình có trách nhiệm bảo vệ tác giả bức hình, lại lắp bắp một thôi một hồi - Anh Ca có án đàng hoàng đấy ạ, không phải tập trung cải tạo như nhà cháu đâu ạ. Anh ấy không phải phản động, không phải kẻ thù của nhân dân ạ. Ông cán bộ cũng biết, anh ấy còn thuộc diện cải tạo tốt đấy ạ. Nhà cháu thấy anh ấy hoạ được, mới nhờ anh ấy hoạ cho một bức. Nể lắm, thương lắm, anh ấy mới hoạ cho nhà cháu. Ông xem lại bức hình, giống in nhà cháu đấy ạ. Anh ấy không dám báng bổ Cụ Hồ đâu ạ... Ông xét cho, anh ấy người hiền lành tử tế...

- Hừm, anh dám bảo thằng Ca là hiền lành tử tế, hử? Người hiền lành tử tế không ai ở đây. Lại còn bảo bức vẽ của nó giống nhà anh, là có tinh thần - Tằng vẫn giữ giọng nghiêm khắc, nhưng không còn gay gắt - Vẽ anh mà lại hoá ra giống Bác, bậy, bậy hết sức. Phải có ẩn ý gì nó mới vẽ ra thế chứ?

- Thưa, ông đèn giời soi xét - già Lương nói - người già mà lại gày thời hao hao nhau. Ông chớ nghi anh Ca phải tội...

- Nghi đứa nào, nghi cái gì, là quyền của tôi, Tằng cao giọng - Ngay cái chuyện nó vẽ hình cho anh để thờ cũng đáng phải trừng phạt rồi. Ai cho phép nó vẽ? Nó có xin phép cán bộ được vẽ không? Lại nữa, anh là thằng nào? Hử? Anh là thằng phản động. Có phải thằng phản động không?

- Dạ, thưa ông cán bộ, phải.

- Không ai thờ thằng phản động hết, rõ chửa? Con cháu cũng vậy, không con cháu nào được thờ ông cha phản động. Đứa nào thờ phản động thì đứa ấy cũng phản động. Anh muốn cả nhà anh kéo nhau vào đây hay sao?

- Dạ, không ạ.

Giọng Tằng "ác ôn" bỗng dịu xuống:

- Thôi được, là nói thế thôi, chứ tôi tha cho anh lần này. Là tôi thương cái tuổi già của anh...

- Dạ, nhà cháu đội ơn ông cán bộ...

- Nhưng cái hình này thì tôi thu.

Già Lương mếu máo:

- Thưa ông …

- Còn thưa bẩm cái gì nữa đây?

Già Lương chắp hai tay, van lơn:

- Xin ông cho lại nhà cháu cái hình. Không phải dễ gì nhà cháu được gặp người như anh Ca để có được bức hình này. Nhà cháu thưa thật tình: trong cả gia tộc không còn cái hình nào của nhà cháu cả… Trâu chết để da, người chết cũng phải để lại cái hình cái bóng…

- Im ngay! Không lằng nhằng!

Tằng quát. Tôi thúc cùi chỏ vào mạng sườn ông bạn già. Cú thúc quá mạnh, ông nhăn mặt. Tằng nhìn tôi, lừ mắt.

- Dạ - giọng già Lương run run - Xin ông rón tay…

Tằng bỗng ghé sát mặt già Lương, đăm đăm nhìn. Thằng khốn nạn, y còn định làm gì ông già khốn khổ nữa đây

- Hừm - Tằng ra chiều suy nghĩ - Hừm.

Trong giây phút kéo dài ấy già Lương vẫn còn phấp phỏng chờ đợi, vẫn còn hy vọng, có vẻ là như thế. Biết đâu đấy, dù sao Tằng cũng là người, y ác đấy, nhưng cũng phải có lúc y không ác chứ, y sẽ nghĩ lại cho già cũng nên. Ngay giờ đây rất có thể y sẽ trao lại cho già bức chân dung để thờ kia, với một câu quát lấy lệ, không quát không được, nhưng y sẽ trả lại. Tôi đoán phỏng thế. Trong phút đó tôi hình dung ra bức hình của già được đặt trang trọng trên ban thờ, trong khói hương vương vất.

Rời khỏi mặt già Lương, Tằng lắc đầu, giọng thương hại:

- Anh là thằng không có trí khôn. Loại ngu lâu, khó đào tạo. Thằng như anh biết bao giờ mới được đánh giá là cải tạo tốt để được hưởng lượng khoan hồng của Đảng…

- Dạ, thưa ông, nhà cháu biết thế ạ, nhà cháu không dám nghĩ tới ngày về đâu ạ… - già Lương chưa hết hy vọng - Vì thế nhà cháu mới muốn có bức hình, để đến nỗi vi phạm nội quy trại…

- Nghĩ thế cũng không đúng. Đã vào đây rồi, an tâm cải tạo là tốt, nhưng phải nghĩ tới ngày được Đảng thương đến, Đảng cho về với vợ con chứ…

- Dạ. Cảm ơn ông cán bộ dạy bảo.

- Hừm.

Đúng là Tằng suy nghĩ. Với loại người như Tằng, những phút suy nghĩ rất hiếm hoi. Tôi cho rằng cơn nóng đã dịu, y sẽ cho ông già được phép giữ bức hình.

Tại sao y không thể làm người, dù chỉ trong một phút?

Nhưng tôi sai. Bằng giọng ôn tồn, y nói với già Lương:

- Nói cho anh biết: anh là thằng tù. Đừng có lúc nào được quên điều đó. Nhá? Được tha rồi cũng chớ quên. Hồ sơ anh còn đấy, nó sẽ theo anh mãi mãi. Suốt đời. Phàm là thằng tù thì không được hỗn. Không được phép giống Bác. Giống Bác là hỗn đấy. Tù nào cũng thế, tuốt mo, tù hiếp dâm, tù ăn cướp, tù phản động chống chế độ. Không được là không được. Hiểu chửa?

Già Lương nuốt nước bọt đánh ực.

Tằng gập bức hình làm tư, đút vào túi quần.

Đoạn, y vẫy tay gọi anh văn hoá trại đang lui cui khám một người tù gần đấy:

- Ê, văn hoá!

- Dạ, thưa ông gọi!

- Phải. Bỏ đó đã. Mang tông đơ lại đây!

Thoắt cái, anh ta chạy lên phòng văn hoá, cách đấy khá xa, thoắt cái đã đứng nghiêm trước mặt Tằng "ác ôn", tay phải lăm lăm cái tông đơ.

- Húi trụi cả râu lẫn ria anh này cho tôi!

Nhìn vào mặt già Lương, Tằng xin xít nói qua hai hàm răng nghiến:

- Vào đây rồi mà còn để râu. Lại còn dám nói: hao hao giống Bác. Láo! Láo đến thế là cùng! Húi!

Anh văn hoá trại kiêm phó cạo đưa tông đơ lên.

Tôi nhìn xuống. Tôi không muốn chứng kiến cảnh tượng ấy. Trong tầm mắt của tôi, tôi nhìn thấy những sợi râu bạc trắng rơi xuống. Tôi nhìn thấy đôi chân gày của già Lương kiễng lên, kiễng lên mãi. Ấy là khi cái tông đơ rúc lên hai lỗ mũi già.

Tằng "ác ôn" lững thững rời khỏi chỗ già Lương đứng, tiếp tục chỉ huy cuộc lục soát.

Trong cuộc chuyển trại diễn ra sau đó, khi cuộc tổng "loại" kết thúc, mọi người trên xe chở tù đều im lặng, lắc lư, không ai nói với ai một câu.

Tôi không nghe già Lương ngồi bên tôi than thở. Ngay cả một tiếng thở dài cũng không.

1990

BẠN CŨ

Giữa đêm khuya, một hồi chuông réo lên inh ỏi, phang thẳng vào hộp sọ. Như một cú đấm. Tôi bật dậy, đầu óc mụ mị, tôi không biết mình đang ở đâu, có chuyện gì xảy ra. Đến lúc hiểu ra rằng đó chỉ là cái điện thoại cổ lỗ đang rống, tôi mới sờ soạng tìm ống nói.

- Ai đó?

- Hề hề. Tớ đây, tớ đây! - từ đầu dây đằng kia vẳng tới một tràng cười khoái trá và một giọng nói ồ ề - Đang ngủ hả?

- Ngủ.

- Tỉnh dậy đi. Hề hề, cuối cùng rồi tớ cũng vẫn cứ tóm được cậu. Hề hề, đéo nhận ra hả?

- Nhưng "tớ" là ai mới được chứ? - tôi tuyệt vọng gắt lên.

Trên tường, một dẻo sáng hình bình hành. Đó là ánh đèn của căn phòng đối diện, ở tầng thấp hơn, chỗ ở của hai sinh viên người Ả Rập. Văng vẳng một điệu nhạc vùng sa mạc. Họ bao giờ cũng thức khuya.

- Cậu không nhận ra giọng tớ thật? Hay cậu giả vờ?

Tôi tỉnh hẳn. Tôi nổi quạu. Có những người như vậy đấy. Họ tưởng tượng, họ còn đinh ninh nữa kia, rằng họ là người rất quan trọng, rất quý hoá, và thiên hạ ắt phải nhận ra họ từ xa, trong đám đông, phải nhận ra tiếng họ trong điện thoại, và tất nhiên, phải cảm thấy sung sướng và tự hào được họ hân hạnh cho bắt tay.

- Này này, bắt cái đầu lười biếng của cậu làm việc tí đi - giọng ồ ề nọ lại cất lên, không ngớt vui vẻ, nó vang lên trong đêm như ở một ngã ba hoang vắng - Chẳng có lẽ cậu hoàn toàn không nhận ra thằng bạn năm xửa năm xưa là tớ?

Tôi muốn dập mạnh ống nói xuống cho cái anh chàng quan trọng nhưng bất lịch sự bên kia nghe thấy. Mà hắn có nghe thấy không nhỉ? Có lẽ không. Tôi phải làm gì cho hắn hiểu tôi bực đến thế nào. Hắn đang đợi câu trả lời cho câu đố. Tôi thì cóc cần bất cứ câu đố nào được ra cho tôi vào lúc đêm hôm khuya khoắt này.

- Thì nói ngay đi: "tớ" thằng chó nào? - tôi gắt.

Một tràng cười rộ lên ở bên kia đầu dây.

- Cậu đoán đúng rồi đấy - tớ là thằng có tên hiệu của loài chó, nhưng lại từng là bạn của cậu. Bây giờ cậu chỉ còn có việc gọi tên nó ra thôi.

- Này ông bạn vớ vẩn - tôi rên lên trong tuyệt vọng - Kết thúc ngay lập tức cái chuyện ba lăng nhăng chi khươn của ông đi! Tôi đang ngủ. Tôi muốn ngủ. Tôi cần được ngủ. Tôi nhắc lại: tôi không biết ông là ai, tôi cũng cóc cần nhận ra ông là ai. Chấm hết.

Cuối cùng thì anh chàng đùa dai cũng thôi cười. Giọng trịnh trọng, trầm hẳn xuống, hắn tuyên bố:

- Tôtô đây!

- Tôtô?!

Tôi kêu lên.

Tôi tỉnh ngủ hẳn. Ai kia thì có thể, chứ Tôtô? Lẽ nào lại là Tôtô? Tôi thấy hiển hiện trước mặt mình, trong bóng đêm, anh chàng đồng sự gày gò, mặt quắt (như hai ngón tay chéo, theo cách người ta thường nói), da đen xạm, đôi gò má cao, xương xấu và hàm răng cải mả, một thời sống cùng tôi trong nhà tập thể với những dây phơi quần áo trên mỗi ban công.

Lại một tràng cười nữa, rất giòn giã. Như từ một thế giới khác.

- Nhận ra nhau rồi, hả? Tốt.

Tiếp theo là một câu nói chắc nịch, giống như một mệnh lệnh:

- Nghe đây, tớ đang ở Paris. Phải, ở giữa Paris của cậu. Tớ bận, tớ không có nhiều thời giờ, nhưng tớ rất muốn được gặp cậu, ông bạn ạ. Hỏi thăm mãi mới có được số điện thoại của cậu đấy. Ngày mai ta gặp nhau, hả?

- Tất nhiên rồi. - tôi vui vẻ - Cậu sang đây từ bao giờ? Và đang ở đâu, Tôtô?

Tôtô nói tên một khách sạn sang, rất sang. Tên của nó ai ở Paris cũng từng nghe. Tôi không có lý do gì để lui tới một khách sạn mà tiền phòng một đêm ở đó đủ cho tôi ăn một tháng, tôi chưa điên. Tôi cũng chưa từng tới đó để gặp ai. Tôi không có, và chắc chẳng bao giờ có bạn giàu như thế.

- Tớ sẽ rảnh vào buổi chiều, từ 5 hoặc 6 giờ - Tôtô nói - Cậu biết chỗ khách sạn rồi chứ? Tớ sẽ chờ cậu trên phòng.

Tôi OK, nhẹ nhàng đặt ống nói xuống, nhưng không ngủ lại được nữa.

Cái sảnh của khách sạn to bằng nửa sân bóng đá, sàn hoa cương bóng loáng, không khí sực mùi các thứ nước hoa, từ Chanel số 5 thơm phức cho tới Poison ngọt lợ, tỏa ra từ những vị khách lịch sự mang cặp da và giày da bóng loáng, những cặp chân thon dài của các tiểu thư và các phu nhân đẹp như người mẫu, cộng với cái nhìn đầy cảnh giác của người gác cửa có màu da Sadam Hussein và bộ ria Iosif Stalin làm tôi cảm thấy rất không thoải mái.

May, khi nghe tôi hỏi tên Tôtô thì cô tiếp tân tóc vàng, trắng như bột mì Hà Lan, rất xinh xẻo, mỉm cười dịu dàng với tôi:

- Ồ, ông là bạn ông ấy? Ông ấy là khách quen của chúng tôi. Xin ông vui lòng ngồi đợi.

Và cúi xuống bấm số gọi lên phòng.

Cách mạng thực vĩ đại. Nó chứa rặt những điều bất ngờ. Nó, và chỉ có nó, mới tạo ra sự đổi đời thật sự, làm lộn tùng phèo tất tần tật mọi thứ. Thằng thành ông. Ông thành thằng. Một ông tiến sĩ luật tốt nghiệp ở Pháp khúm núm trước một anh cựu lơ xe chưa học xong bậc tiểu học. Tên ăn cắp vặt ở chợ Đồng Xuân ký quyết định bỏ tù một nhà văn hoá lớn. Tôi đã trông thấy những cảnh như thế, bằng mắt mình, và không phải chỉ một lần.

Quên chưa nói: Tôtô là biệt hiệu của ông bạn tôi. Tên thật của hắn là Tô, Nguyễn Văn Tô. Hồi trẻ, chúng tôi có thói quen đặt biệt hiệu cho nhau và rất khoái làm chuyện đó. Phần lớn biệt hiệu được đặt căn cứ vào đặc điểm hoặc tính cách của người. Nhưng cũng có những trường hợp chỉ là do vui miệng. Trước khi mang biệt hiệu Tôtô, hắn có một biệt hiệu Titô, tên tổng thống Nam Tư, do liên tưởng đơn thuần về âm vị, không hàm ý nghĩa nào. Biệt hiệu này bị Tô phản đối kịch liệt. Titô lúc bấy giờ là "tên trùm xét lại, tên tay sai đế quốc, tên phản bội đê hèn", theo cách gọi trong các tài liệu tuyên văn giáo huấn. Thì ra trong con người hắn vẫn sống mãnh liệt một công dân được dạy dỗ chu đáo về chính trị. Khốn nỗi, khi có ai trịnh trọng gọi hắn bằng "anh Tô" thì lại xảy ra sự phạm huý nghiêm trọng vì "anh Tô" lại là bí danh của đương kim thủ tướng, mà đương kim thủ tướng lại là bạn của thủ trưởng chúng tôi. Ông này luôn miệng nhắc tới "anh Tô" trong mọi trò chuyện bằng giọng thân mật pha chút suồng sã. Không thể có một "anh Tô" nào khác bên cạnh một "anh Tô" đáng kính, là bạn ông.

Thế là cái tên Titô nhục nhã ấy được bỏ đi, được đổi thành Tôtô. Ai là người nghĩ ra cái biệt hiệu ấy tôi không nhớ. Điều chắc chắn - nó là một biệt hiệu xấu. Tôtô và Kiki là hai cái tên rất phổ biến được đặt cho những con chó. Những tưởng Tô sẽ lại phản đối, ít nhất thì cũng ngang bằng khi hắn bị gọi bằng Titô, nhưng thật lạ, hắn chấp nhận.

"Một thằng mang tên loài chó, nhưng từng là bạn cậu", hắn vừa nói thế mà.

Tôi uống rất chậm một ly cà phê, thay đổi cách vắt chân năm lần, mới thấy Tôtô đĩnh đạc bước ra khỏi thang máy.

Không thể nào nhận ra người đàn ông phương phi và bóng nhẫy, bộ mặt phì nộn, quần áo đúng mốt, đang bệ vệ đi về phía tôi là hắn, là Tôtô. Nhưng đúng là Tôtô, không thể nào trật. Chính hắn, với cặp mắt lồi, lưỡng quyền cao, miệng cá ngão, yết hầu nhô ra thụt vào liên tục cùng với mỗi tiếng nói. Cho dù mặt hắn giờ đây có bạnh ra gấp đôi trong sự no đủ. Hồi chúng tôi chơi với nhau, trong thời đại các loại tem phiếu và các thứ tiêu chuẩn trong các thứ bìa ở các thứ cửa hàng, chưa bao giờ hắn béo tốt bằng một phần ba bây giờ.

Tôi đứng lên. Tôtô bước tới. Nhìn nhau trân trân. Cười tươi. Tuy vui mừng là thế, nhưng chúng tôi chỉ ôm lấy nhau vừa đủ chặt như hai quan chức thuộc hai quốc gia không thù hằn mà cũng chẳng thân thiện, trong một nghi thức ngoại giao cứng đờ.

Về phía tôi, quả có một chút thận trọng không cần thiết, nhưng tôi nghĩ mình không nên ôm ông bạn năm xưa quá chặt, quá thân thiết, khi chưa biết được sau bao nhiêu nước chảy qua cầu hắn sẽ đối xử với mình thế nào. Mà đúng vậy, tôi thấy cái ôm đáp lại của hắn cũng chặt vừa phải, nếu không nói là khá lỏng lẻo.

- Chú được tự do từ giờ đến đêm - ấy là Tô nói với một chàng trai cắp cặp đi theo sau hắn, im lặng như một cái bóng - Nếu cần, tôi sẽ gọi.

Chàng trai gày còm, nước da mai mái, lí nhí vâng dạ, liếc tôi một cái nhanh như chớp giật, rồi lập tức quay gót, đầu cúi thấp. Tôi hiểu hắn đánh giá đúng tôi nên đã không chào. Tôtô ôm tôi không chặt là phải. Đàng sau Tôtô là thuộc cấp của hắn, mà có thể là những kẻ khác nữa, đang chăm chú theo dõi và xét nét đánh giá những mối quan hệ của hắn.

Dáng đường bệ của Tôtô cho tôi ấn tượng về một quan cách mạng, to tới mức nào tôi không biết, nhưng chắc chắn to. Trong khi tôi nghĩ về Tôtô như thế thì hắn cũng bận bịu với sự phỏng đoán về vị trí xã hội cũng như túi tiền của tôi.

- Cậu đói bụng chưa? - giọng ân cần, Tôtô hỏi tôi - Tối nay chúng mình ăn với nhau nhé.

- Chưa đến bữa tối mà. Cậu muốn ăn?

- Ta đi dạo một lát, rồi kiếm cái chén.

Khách sạn của Tô nhìn ra Champs Élysée, đại lộ lớn nhất của Paris, chạy suốt từ cổng chào Kháng chiến cho tới Khải hoàn môn. Ra khỏi cánh cửa quay bằng kính dày để xuống hè, Tôtô đi những bước thoải mái giữa đám khách thập phương, tươi cười như thể Paris nằm dưới quyền uỷ trị của hắn theo một nghị quyết của Liên hiệp quốc.

- Cậu chỉ già đi chứ đéo thay đổi mấy - Tôtô nhận xét bằng giọng dửng dưng - Tớ có biết tin cậu đi dạy ở Algérie rồi khi về qua Pháp thì tụt lại, xin tị nạn...

- Ờ... - tôi xác nhận.

- Tại sao cậu lại làm như thế nhỉ? Ở trong nước người ta có đối xử tệ với cậu đâu. Tớ nghe nhiều tin đồn về cậu lắm. Có cả tin cậu được CIA bảo trợ để ... hề hề... để làm công việc cho nó, hề hề, bằng... chuyên môn của cậu. Hoá ra đéo phải, láo toét hết.

- Hừm - tôi nhếch mép.

- Mà hình như ở đây cậu đéo ... làm ăn được gì - Tôtô nói - Có khi còn gặp khó khăn nữa, phải không?

Tôtô đánh giá không sai. Chỉ cần nhìn bộ quần áo tầu không được giặt ủi thường xuyên hắn cũng thấy tôi thuộc tầng lớp nào. Trong cái nhìn của hắn tôi thấy có ánh thương hại. Tôi thấy cần phải ra ngay lập tức một bản tuyên bố. Cho nó rõ. Cho hết mọi ngộ nhận.

- Tớ sống bình thường - tôi lạnh lùng nói - Dễ chịu. Cậu đã biết tính tớ. Vẫn như trước, tớ là thằng không đòi hỏi nhiều, vì thế không vất vả trong lựa chọn. Tớ có con đường của tớ. Nó khác con đường của cậu. Là lẽ thường. Cảm ơn cậu đã không gọi tớ là tên phản bội. Có phải ở trong nước người ta gọi những thằng bỏ đi như tớ bằng cái tên ấy không? Vậy thì cậu hãy nghe cho rõ: tớ chẳng mang ơn thằng nào thì tớ không thể phản bội thằng nào. Tớ xin đủ tất cả những bản khai lý lịch, những cuộc cật vấn ở phòng tổ chức về tam đại nhà mình, về tư tưởng xét lại, về quan hệ với bọn "Nhân văn - Giai phẩm" …

Tôtô lơ đãng nhìn phố phường, bình thản nghe tôi nói.

- Chuyện xưa rồi. Xưa lắm rồi. Tớ không tìm cậu để nói những chuyện đó - hắn đặt tay lên vai tôi, cười to - Cậu hoàn toàn lạc hậu với tình hình trong nước. Rất lạc hậu. Tất cả đã khác rồi. Bây giờ là một thời đại mới. Mới hoàn toàn. Cậu không tin hả?

Tôi ân hận vì đã nói với hắn bằng giọng hơi nhiều gay gắt.

- Bây giờ người ta đéo có thời giờ để hỏi cậu những câu lẩm cẩm về giáo điều hay xét lại nữa - hắn nói tiếp bằng giọng giảng giải - Cậu muốn giáo điều mấy cũng được, muốn xét lại bao nhiêu cũng xong. Người ta chỉ quan tâm tới cậu nếu như cậu có ý định làm lung lay cái địa vị của họ mà thôi. Ngoài ra họ mặc. Nếu như có ai đó hỏi cậu câu nào thì tớ dám chắc nó chỉ hỏi cậu có bao nhiêu đô la, cậu từ nước ngoài về mà. Nó hỏi thế không phải để chôm của cậu đâu, tiền của cậu liệu được mấy nả? Việt kiều rách bỏ mẹ, so thế nào được với các đại gia trong nước. Nếu người ta có chút quan tâm thì phải hiểu là người ta muốn xét xem cậu có xứng đáng được giao thiệp với họ không? Thế thôi. Thật đấy, đéo có xã hội nào thoáng bằng Việt Nam bây giờ, ngay cả mấy anh đế quốc già nua như Pháp, Đức. Cậu cứ nhìn vào tớ đây này, tớ vẫn sống được, còn sống phây phây nữa, sống đẹp nữa là đằng khác, hề hề…

Hắn nói không sai. Tất cả đã khác xưa. Bằng chứng là hắn đang nện gót giày cồm cộp bên cạnh tôi, giữa "kinh thành ánh sáng", như chúng tôi thường gọi Paris trong những mộng mơ một thời trai trẻ.

Hắn đưa mắt nhìn ra cái cột đá Ai Cập thẳng đuột ở quảng trường Concorde.

- Cậu nói tiếng Tây nhờ ai đó bấm cho mấy pô cậu với tớ làm kỷ niệm. Đừng để ý thái độ của tớ khi có mặt mấy thằng dưới quyền. Đi với chúng nó tớ vẫn cứ phải giữ ý. Đéo tin được chúng nó đâu… Mình mà ngã xuống là chúng nó dẫm lên xác ngay. Cậu là bạn tớ, với bạn, tớ có thể sống thật...

Tôtô nói bằng giọng tâm sự. Tôi tin hắn nói thật.

Tôi như ở trong một giấc mơ quái quỷ, chẳng có gì đang diễn ra giống thật. Tôi sẵn sàng tin ở cuộc gặp gỡ với bất kỳ ai, trừ Tôtô.

- Cậu cũng đã khác - tôi nói - Khác lắm.

Tôtô ngửa mặt lên trời mà cười:

- Hề hề... Tớ vẫn là tớ thôi. Khác là khác cái bề ngoài. Cậu cũng không khác. Cậu vẫn i xì là cậu ngày trước. Cậu là một thằng lãng mạn thâm căn cố đế. Cậu chẳng bao giờ sống với thực tế. Cậu sống với nó, nhưng lại không thừa nhận nó. Cho nên cậu luôn luôn thất vọng. Và thất bại. Cậu luôn luôn cho rằng cuộc đời phải thế này thế nọ như cậu hình dung, không phải theo sách này thì sách khác. Cậu đã thích chủ nghĩa cộng sản, đúng không nào? Vì cậu thèm khát một xã hội công bằng, đầy ắp tự do. Thế rồi cậu chán nó vì thấy nó trong thực tế đếch phải như cậu hình dung.

Hắn quở quang tôi một chặp. Với những câu chữ của một người cảm thấy mình có toàn quyền làm chuyện đó.

- Tớ muốn sống thật, như mình tin tưởng sẽ được sống như thế - tôi nói, ngậm ngùi nhớ lại một thời đã qua. Không biết hắn kiếm đâu ra ngần ấy khôn ngoan trong thời gian chúng tôi xa nhau? - Đúng là tớ lý tưởng hoá cuộc sống. Tớ lộn mửa khi nghe chúng nó xưng chúng nó chiến đấu vì hạnh phúc của đồng loại, trong khi chúng tự đặt mình lên trên đồng loại để vớt hết váng sữa mà đồng loại chỉ được phép đứng nhìn...

- Ha ha! - Tôtô cười vang - Lãng mạn chửa? Cậu hãy chỉ cho tớ một thằng sống vì người khác coi. Tớ dám chắc cậu chẳng chỉ ra được lấy một thằng. Một nửa thằng cũng không. Ở đời này, cậu ơi, thằng đéo nào cũng chỉ sống vì nó hết. Cậu tưởng mấy ông lãnh tụ của chúng ta tuyên bố họ chiến đấu vì chủ nghĩa này chủ nghĩa nọ là họ nói thật sao? Đừng hòng. Đéo có cái ấy đâu, nói thật cho cậu biết, đéo có là đéo có.

Tôi nhớ ngày đầu tiên gặp Tôtô. Hắn từ Nghệ An ra, đen đủi,

gày còm, gương mặt chất phác, giọng nói nhỏ nhẹ. Bây giờ hắn là một người Hà Nội, nhưng là người Hà Nội hiện đại, bằng chứng là hắn đéo liên tục, trong mỗi câu nói. Điều tôi còn thắc mắc là trong cái sự đổi đời đang diễn ra ở quê hương, cơ hội vàng nào đã làm cho hắn trở thành một ông lớn như bây giờ?

Tôi bảo:

- Tớ hiểu cậu chứ. Từ ngày ấy kìa. Cậu là thằng giỏi. Cậu giỏi ở chỗ biết thích nghi hơn bất cứ đứa nào trong tụi mình. Ngay từ hồi ấy cậu đã chứng tỏ khả năng thích nghi với mọi thể chế, mọi thời đại. Cậu có thể sống ung dung bên Stalin, Mao Trạch Đông, Ceaucescu, thậm chí cả Hitler…

- Hề hề… Lại đá xéo tớ rồi.

- Tớ còn nhớ chuyện cậu đã hăng hái thế nào trong vụ bắn ông chú ruột trong cải cách ruộng đất, chính cậu kể tớ nghe mà. Lại cũng cậu xung phong đi sửa sai hăng hái thế nào nữa… ở một vùng khác. Cái ảnh Fidel Castro vẫn còn treo trong phòng đấy chứ?

- Hề hề… Cậu có một trí nhớ kinh hoàng. Bây giờ tớ có một ngôi nhà lớn nhiều phòng, và trong phòng ngủ của tớ toàn treo tranh gái đẹp - Gu tớ bây giờ khác.

Tôi muốn bỏ về. Nhưng tôi không bỏ về. "Tha hương ngộ cố tri", nỗi nhớ quê hương, hay là những kỷ niệm quá khứ giữ tôi lại với hắn, tôi không biết.

Tôi nhớ đến những năm chúng tôi cùng công tác tại một viện nghiên cứu vật lý hạt nhân. Hai thằng tôi làm việc chung một phòng. Cả hai đều là những đứa làm việc chăm chỉ. Hắn còn là một đứa hay giúp đỡ mọi người. Ai gặp khó cũng có thể tìm được ở hắn người đỡ đần. Cấp trên quý hắn, vì ngoài công tác khoa học với trình độ không xoàng, hắn có thể chữa đồ điện cho gia đình họ, hắn biết cả nghề mộc để chữa bàn ghế, biết thông cống cho nhà họ, biết đi xếp hàng từ sáng sớm để mua giúp họ một món hàng hiếm. Cũng chính hắn được thủ trưởng giao việc viết dự án chế tạo bom hạt nhân cho Việt Nam, theo một chỉ thị riêng của tổng bí thư đảng.

Tôi không được như hắn. Tôi là thằng không có ích cho các thứ cấp trên. Đã thế, tôi lại có cái tật mê văn chương, thích đọc sách, thích giao du với văn nghệ sĩ. Lĩnh vực hạt nhân là bí mật quốc gia cho nên cơ quan chúng tôi được nhà nước đặc biệt quan tâm. Ngoài nhân viên bảo vệ chính thức còn có nhan nhản công an mật dưới mọi vỏ bọc không cần thiết. Chúng tôi đều biết thừa cô văn thư, hay anh tổ chức kia là mật thám hoặc chỉ điểm, nếu chúng tôi quá ngu thì họ cũng úp mở cho chúng tôi biết họ là ai.

Điều tôi hoàn toàn không ngờ là những quan hệ cá nhân của những cán bộ quèn như tôi mà cũng bị đặt dưới sự kiểm soát chặt chẽ của đảng. Anh bạn tôi yêu cô con gái một nhà tư sản, lập tức được phòng tổ chức gọi lên góp ý. Góp ý rồi, anh ta cứ yêu, thế là bị thuyên chuyển công tác, tất nhiên là một công tác không ra gì, ở một nơi không ra gì. Nhà thơ Xuân Diệu hay nhà văn Nguyễn Khải đến chơi với tôi thì chẳng ai nói. Nhưng chỉ cần một lần tôi mời hai nhà văn "có vấn đề" là Trần Dần và Phùng Quán tới ăn cơm, rồi vì rượu say hai ông lăn ra ngủ lại, thế là mọi sự lộn tùng phèo. Phòng tổ chức gọi tôi lên kiểm điểm vì tội quan hệ với những phần tử phản động. May mà tôi có ông anh con chú con bác làm trên bộ bảo lãnh nên mới lọt lưới trong đợt nhà nước tuyển cán bộ đi Algérie dạy học.

- Đừng cãi nhau với tớ. Đúng là tớ thích nghi được với mọi chế độ. Mà tại sao lại không thích nghi? Thích nghi là tốt chứ. Chúng ta là người, mà con người là động vật đặc biệt, nó duy nhất thích nghi được với mọi hoàn cảnh. Có con đéo nào được như thế? - Tôtô trích dẫn Dostoevsky - Mà thích nghi có gì khó?

Tôi nhún vai. Tôi bận tìm một tính từ chính xác cho loại người như Tôtô. Hình như người ta thường dùng cụm từ "khuyển nho". Cứ nhập đại từ cinic của thế giới mà hay. Viết cinic hay xi ních cũng được. Thói quen sẽ khẳng định chỗ đứng cho nó.

Trời tối dần. Đã lâu rồi tôi không có dịp ngắm cảnh Paris khi chiều xuống. Nó thật đẹp trong sự hoà trộn giữa ráng chiều và ánh đèn. Thành phố như được mạ vàng mười. Hoặc bằng giấy trang kim, nếu nhìn bằng con mắt yếm thế.

Tôtô dẫn tôi vào một nhà hàng sang trọng. Chúng tôi kiếm một bàn trong góc khuất. Người bồi già hình như đã quen với Tôtô, lập tức xuất hiện, nụ cười thật tươi:

- Thưa, ông dùng gì ạ?

- Như mọi khi. Một chai vang tốt, anh chọn cho tôi. Nếu không có gì hay hơn thì Margaux Cru Bourgeois lâu năm. Và đừng quên patê gan ngỗng thượng hạng. Anh biết loại nào mà.

- Có ngay, thưa ông.

Trong bữa ăn, Tôtô hỏi tôi:

- Cái nhà của ông cụ cậu ở phố Huế, cậu tính sao?

Ngôi nhà lớn của gia đình tôi bị trưng dụng hồi cuộc chiến tranh Việt-Pháp kết thúc, tôi đã quên phứt. Không quên cũng chẳng được. Ông cụ bà cụ mất, tôi là người thừa kế duy nhất. Chính quyền cách mạng trưng thu ngôi nhà, cho tôi một căn phòng ở khu tập thể cơ quan làm chỗ ở. Căn phòng đầu hồi khá rộng, có hai cửa sổ, sáng sủa, mát mẻ, nhiều bạn đồng sự phát ghen. Ông thủ trưởng sáng suốt bèn ghép thêm một người vào ở cùng để tránh mâu thuẫn nội bộ. Người ở cùng tôi là Tôtô.

- Tớ quên nó rồi.

- Ơ hay, sao lại quên? Nhà nước bây giờ có chủ trương trả lại các nhà đã trưng thu hoặc trưng dụng đấy. Giấy tờ còn cả chứ?

- Còn. Để ở Hà Nội.

- Cậu nên đòi lại.

- Đòi sao được?

- Cậu làm cái giấy uỷ quyền. Tớ sẽ đòi cho cậu.

Tôi ngừng nhai, nhìn Tôtô. Hắn xắn miếng gan ngỗng ngọt như

xắn một lát bơ tươi.

- Nhưng lấy lại làm gì? Tớ đâu có định về.

- Cậu dại bỏ mẹ. Cậu có biết bây giờ giá trị nó là bao nhiêu không?

Hắn nói một con số khủng khiếp, quy ra vàng và đô la.

- Đã có bao nhiêu hộ đang ở đó. Đòi lại bây giờ để lấy tiền cho thuê à? Cậu có nhớ nhiều người đã phải xin hiến nhà để khỏi phải sửa chữa vì tiền cho thuê không đủ để sửa chữa không?

- Lại cũng xưa rồi. Cậu sẽ lấy lại được nhà bằng một bài toán. Bao nhiêu sẽ cho các hộ phải ra đi? Bao nhiêu để bôi trơn bộ máy, từ dưới lên trên? Bao nhiêu cho khâu trung gian? Còn lại là của cậu. Tối thiểu cũng còn lại vài trăm ngàn đô. Không ít đâu. Coi như của từ trên trời rơi xuống.

Tôi nhìn Tôtô. Hình như hai chữ trưởng thành không đủ để nói về hắn.

- Cậu ở khâu nào?

Hắn nhìn lại tôi bằng cặp mắt ráo hoảnh:

- Tất nhiên, ở khâu trung gian. Mặc đầu cậu là bạn, nhưng thời đại mới, khác xưa rồi, đéo có thằng nào làm không cho thằng nào.

- Tớ sẽ nghĩ về chuyện này.

Tôtô có vẻ không bằng lòng.

- Còn phải nghĩ gì nữa? Cậu may mắn có tớ là bạn.

Tôi không dám chắc. Nhưng không nói ra.

Lúc ăn tráng miệng, Tôtô lờ đờ nhìn tôi:

- Giấy uỷ quyền cậu nhớ phải lấy dấu công chứng. Công chứng ta, ở lãnh sự quán, không phải công chứng Tây để phải công chứng bản dịch, lằng nhằng. Tớ sẽ giúp cậu giải quyết cái nhà. Giúp là chính, chứ chuyện đòi nhà lủng củng vô cùng, mất thời giờ vô cùng. Được cái tớ đông quân, tớ sai chúng nó chạy. Tớ sẽ lấy giấy uỷ quyền vào lần sau, hả?

- Cậu hay qua Paris lắm à?

- Như cơm bữa. Tớ đi khắp. Thuỵ Sĩ, Đức, Tiệp, Ba Lan, Nga…

- Để làm gì?

Hắn nháy mắt với tôi:

- Biết nhiều thì chóng già. Hồi trước tớ phải nằm chết dí ở Lausanne và Genève. Buồn như chấu cắn. Bây giờ thì phải đi cả Nga. Moskva, Petersburg, Kiev, Minsk, Riga... Ở Nga bây giờ hỗn loạn. Nhiều bố già, không biết nên tin thằng nào, thằng nào là quan trọng. Không như ở ta. Thế mà trước kia là nước xã hội chủ nghĩa anh cả đấy. Nhưng việc cần đi thì phải đi.

- Đi làm gì?

Tôtô cúi xuống mặt bàn, thì thào:

- Làm việc với các ngân hàng. Gửi mỗi nơi một ít.

Tôi trợn mắt nhìn Tôtô. Một lần nữa hắn làm tôi ngạc nhiên. Không lẽ bây giờ, mới có một ít năm, mà hắn đã kịp giàu đến thế?

Tôtô đọc được ý nghĩ trong mắt tôi. Hắn lấy khăn chùi mép và nói:

- Cậu ngây thơ lắm. Tớ không giàu đến thế đâu. Nhưng có những người giàu cần đến tớ. Tớ đã dây máu thì tớ phải ăn phần.

- Gửi cả ở những ngân hàng không chắc chắn?

Hắn nheo mắt cười tôi:

- Bố khỉ. Tây nó đã dậy: trứng không nên để trong một giỏ. Có thế mà không biết.

Chúng tôi đứng lên. Tôtô cho bồi tiền bo bằng một bữa ăn đàng hoàng cho tôi. Người bồi rạp mình chào hắn.

Lúc chia tay, Tôtô khuyên tôi:

- Hãy chấp nhận thực tế như nó có. Đừng nghĩ tới những khái

niệm trừu tượng. Dân chủ, tự do là cái khỉ khô gì. Vô ích. Chiến tranh qua rồi. Cậu lại muốn một cuộc chiến tranh mới hay sao? Cho dù là để lập một trật tự mới theo ý cậu, và những thằng dở hơi nào đó. Tớ thì tớ đéo muốn. tớ chỉ muốn làm tiền. Cậu dần vặt mình mãi làm gì? Tại sao cậu không thể coi đảng cộng sản như một triều đình phong kiến? Và Bộ Chính trị như một ông vua, hoặc một hoàng đế, với một tổng bí thư là cái đầu, số còn lại là tứ chi, còn các uỷ viên trung ương là hoàng tộc. Cậu cứ nghĩ như thế đi thì mọi sự sẽ trở thành đơn giản. Đất nước ta có bao nhiêu năm do vua chúa cai trị? Có chết ai đâu. Các cụ nhà ta vẫn sống, vẫn sinh con đẻ cái, hề hề, mới có chúng ta ngày nay chứ. Nếu cậu ở lại với triều đình, cậu cũng vẫn có một chức quan, không to lắm thì cũng to vừa đấy. Nếu có phải hô "Thánh thượng vạn tuế!" thì ta hô, mất gì của bọ?

Tôi nín lặng. Tôi còn biết nói gì?

Tôtô ôm chặt tôi, hắn còn hôn lên hai má tôi nữa.

Có lẽ hắn yêu tôi thật. Tại sao lại cứ phải nghĩ rằng hắn tìm tôi chỉ vì ngôi nhà ở phố Huế?

"À demain", hắn nói.

"À demain" tôi đáp. Ờ thì hẹn gặp lại, ngày mai. Nhưng ngày mai nào? Chẳng lẽ ngày mai sẽ lại vẫn như hôm nay?

BA NGÀY
Ở THỊ TRẤN CÙ CƯA

Anh muốn hỏi chuyện Cù Cưa, hử? - hướng đôi mắt mờ đục và bất động về phía tôi, ông già ghé sát vào tôi để nghe cho rõ - Nhưng cụ thể là chuyện gì cơ?

- Dạ, chả là thế này, … cháu phải viết một bài báo.

Ông già ra chiều suy nghĩ.

- Anh là nhà báo hử?

- Vâng.

- À…, nhà báo… - ông già im lặng một lát, rồi gãi đầu - Cái ấy thì… thế này nhá: nói thật với anh, tôi không rành. Anh hỏi uỷ ban, họ có trách nhiệm. Hay… thế này vậy: anh tìm lão Trưởng Giám. Người ở đây lâu nhất là lão ấy. Tôi mới có ba chục năm. So với lão, kể như mới. Tôi chẳng biết bao nhiêu đâu.

Một cây bút nữ nổi tiếng trong nhóm Phá Cách nói tôi đến đấy có gì cứ hỏi cụ Cần, ông ngoại cô. Cổ nhân dạy: đi hỏi già, về nhà hỏi trẻ, tuyệt rồi. Nhưng tôi không may - cụ Cần, người tôi đặt nhiều hy vọng vào đấy lại tiếp tôi không nhiệt tình.

- Cháu nó quen anh thế nào?

Tôi vội trình bày. Cô cháu cụ thỉnh thoảng có thơ đăng trên tờ báo của chúng tôi. Quan hệ cộng tác viên với toà soạn, không hơn không kém.

Cụ Cần nghe hờ hững, không tỏ thái độ. Nhưng cái sự không tỏ thái độ ấy là thái độ rõ ràng - cụ không mấy hài lòng về sự giới thiệu của cô cháu gái. Tôi đoán cụ còn không hài lòng về hoạt động của chính cô cháu nữa kia. Nhóm Phá Cách của cô tên tuổi rùm beng vì sự hăng hái tấn công vào mọi thứ bút pháp của các nhà văn nhà thơ quá cố và chưa quá cố mà họ cho là cổ hủ. Với họ, chỉ có hậu hiện đại là cái đáng tồn tại. Cái sự hăng máu vịt của cô cháu làm cụ lo lắng. Tôi vội thưa: nhóm này không dại, có thể nói là khôn nữa - họ biết tránh né những chỗ cần tránh né.

- Ông em biết mọi chuyện ở Cù Cưa - cô cháu cụ khoe - Ngồi một chỗ mà cụ thấy hết. Cấm cái gì qua được mắt cụ.

- Tính tôi không thích rắc rối - cụ Cần thủng thẳng - Ở đây nhiều đứa thối mồm lắm. Mà ở đâu chẳng vậy, có phải không ạ? Phàm chuyện gì đưa lên báo là y như rằng thiên hạ nhao nhao lên nói đông nói tây. Phải không sao, chệch một cái là y như rằng lôi thôi, chờ được vạ thì má đã xưng, chẳng phải đầu cũng phải tai.

Tôi nhìn cụ, thông cảm. Cụ nói phải. Rặt những điều ông cha đã rút tỉa trong cách xử sự với đời. Đầu cụ lơ thơ mấy sợi tóc, tai cụ nghễnh ngãng, cả hai thứ đều mỏng manh, bất cứ va chạm nhỏ nào cũng gây ra hư hỏng.

- Nhưng cháu nó đã giới thiệu anh thì có việc gì cần đến tôi, anh cứ lại. Mà này, chớ ở khách sạn làm gì cho tốn tiền. Tối cứ về đây, có mình tôi thôi - cụ lầu bầu - Vớ vẩn, ở cái chốn này làm gì có khách sạn, mỗn cái nhà trọ chết tiệt, cơ mà người ta cứ thích nói vống lên là khách sạn, cho nó sướng con ráy.

Ngày thứ nhất

Tìm cụ Trưởng Giám không khó. Đó là một túp lều ở đầu thị trấn, cách xa những ngôi nhà tân thời, bên một bãi rác. Người đầu tiên đặt nền móng cho cái thị trấn sầm uất đáp lời hỏi thăm của tôi bằng một tràng ho khan.

- Cứ đẩy cửa mà vào.

Cánh cửa bằng nứa ken, méo xẹo, xệ xuống đất. Muốn vào trong nhà khách phải nâng nó lên bằng hai tay rồi đẩy mạnh về phía trước. Nó kêu kèn kẹt.

Một ông già thấp tè, lưng còng, xương xẩu, còn điếc hơn cả ông già chỉ đường cho tôi đến hỏi thăm. Trong nhà không có bàn tay đàn bà, rõ ràng thế, tuềnh toàng, ngập ngụa. Có mùi mốc và mùi chuột chù.

Cụ Trưởng Giám ngồi chồm hổm trên giường, khoác chăn dạ, mặt quắt queo, sáng quắc một cặp mắt nhìn ra cửa, tức là chỗ có cái ô sáng méo mó hình chữ nhật:

- Nhà báo hử? Vào đây, vào đây. Đứa nào bảo nhà anh đến tìm ta? Lại lão Cần, phải không?

- Dạ, phải.

- Lão ấy khôn như rận. Lão khôn từ lúc còn trẻ kia, càng già càng khôn, càng già càng nhát. Lão biết nhiều lắm đấy, còn nhiều hơn ta kia, nhưng không dám nói. Ta thì ta cóc sợ thằng nào con nào hết. Nhà báo cứ việc hỏi. Hỏi cái gì cũng được.

Tôi đứng giữa nhà, trình bày mục đích đến gặp cụ. Cù Cưa nổi tiếng, cần một phóng sự.

- Thế thì ngồi xuống đã, chuyện dài đấy. Nghe rồi ghi, này, đã ghi thì ghi cho đúng con mẹ nó vào đấy nhá.

- Dạ.

- Ghi đi, rằng ta, cái lão Trưởng Giám này này, nói thế đấy: chúng nó, tuốt tuột, rặt một lũ vô ơn.

Cụ không kể, cụ chửi.

- Chúng nó là ai, thưa cụ?

- Còn đứa nào vào đấy nữa - là cái lũ đang ngồi trên đầu trên cổ cái xóm này chứ ai.

Bằng ngón trỏ cong queo cụ Trưởng Giám chỉ ra ngoài cửa. Rồi vừa khò khè nguyền rủa cái lũ đang ngồi trên đầu trên cổ vừa chỉ cho tôi chỗ để ấm nước vối, bảo tôi rót lấy mà uống. Nước nguội tanh trong giỏ.

- Ở đây, cụ là người khai sơn phá thạch, cụ Cần bảo thế...

- Thì còn đứa chó nào vào đấy nữa.

Cụ Trưởng Giám ưỡn bộ ngực lép kẹp trong dáng tự hào.

- Nhưng lão Cần không dám kể, đúng không nào? Thế đấy, ai hỏi chuyện Cù Cưa là lão đùn đẩy, lão sợ đụng chạm. Ta thì không. Trước ta cũng sợ. Giờ ta cóc sợ nữa.

Sổ tay đặt trên đùi, tôi ngồi trên chõng, bên cạnh cụ, hí hoáy ghi.

Cụ trưởng Giám chửi một hồi rồi ngừng, cụ mệt. Cụ nhẩn nha kể, còn tôi thì gắng mường tượng cái xóm nhỏ đìu hiu nửa thế kỷ trước, với dăm nóc tranh, gọi là xóm còn không đáng, đừng nói làng. Người đàn ông già ngồi bên tôi lúc ấy là một anh bộ đội, thời ấy người ta gọi là "đi làm cách mạng". Duyên trời, cụ gặp cụ bà ở vùng này. Vất vả lắm họ mới cưới được nhau.

- Kỷ luật trong quân ngũ ngày ấy nghiêm lắm: luyến ái - cấm, hủ hoá - kỷ luật. Mà không gặp gỡ trò chuyện thì làm sao biết nhau. Thế là luyến ái rồi đấy. Là có phê bình, kiểm thảo rồi đấy. Không như bây giờ.

- Tức là trước kia tốt hơn?

- Tốt chó gì mà tốt.

- Hai cụ vẫn cứ lấy nhau?

- Chứ sao.

Cụ không nói vì lẽ gì cụ không ở bộ đội nữa. Có thể đoán là cụ bị thương, có thể cụ bị sốt rét nặng không đủ sức ở lại đơn vị chiến đấu. Hoặc tệ hơn, cụ bị kỷ luật, bị đuổi khỏi quân ngũ vì "hủ hoá" với người sau này là cụ bà. Trong câu chuyện cụ lờ đi những chi tiết ấy, những chi tiết cũng rất đáng để biết, cho một truyện ngắn nhiều hơn cho một bài báo.

Bù vào đó cụ dẫn tích bằng giọng hào hứng, với những chi tiết nhiều màu sắc huyền thoại, chuyện cụ đã dựng nên nóc nhà đầu tiên ở đây như thế nào. Với một cái rìu và một con dao rựa. Bây giờ cái chỗ cụ dựng túp lều đầu tiên, rồi một cái nhà, đã là một thị trấn, được nhà nước thừa nhận, bằng văn bản hẳn hoi, được đăng trên công báo. Có đèn điện, có nước máy, có quan có dân, có trụ sở hoành tráng, có trộm có đĩ, có sòng bạc nhơn nhơ, có xì ke ma tuý, có công an vận cảnh phục đi lại, có xe cảnh sát giao thông hú còi ầm ĩ, có đủ thứ, không là thị trấn còn là cái gì.

Ngoài nó ra còn có hai xã gần, một ở trên đường, một trong rừng. Theo lệ thường, nó phải được gọi là Xóm Trại, cách gọi thông thường nơi ở của dân ngụ cư, thuộc một trong hai xã kia.

- Tại sao nó lại có tên Cù Cưa, thưa cụ?

- Cái ấy có tích của nó. Nhẫn nha rồi ta kể.

Trên con đường xuyên sơn được Nhật làm trong đại chiến, hai bên toàn rừng với tranh, bỗng chồi ra một rẻo đất bằng phẳng, sim mua lúp xúp. Nó lại ở ngay giao lộ của con đường tạm, trải đá, với tỉnh lộ có trải nhựa do người Pháp xây dựng. Thoạt đầu, trên rẻo đất hoang mọc lên một quán nước tự giác. Chủ quán chính là cụ Trưởng Giám bây giờ.

- Tức thị, cụ sống bằng buôn bán?

- Xì, buôn bán gì. Tôi làm ruộng. Buôn bán thời ấy có mà chết. To bị cấm, nhỏ bị khinh, không như bây giờ.

Người già thường thế - lúc nào cũng so sánh ngày trước và bây giờ. Trong cách nói của họ cái ngày trước dù có tồi tàn đến mấy, dù họ có chê bai nó đến mấy, cũng vẫn là cái gì đó đáng nhớ.

Cụ Trưởng Giám làm ruộng, đốn gỗ. Cụ không cần coi cái quán. Gọi là quán chứ nó chỉ là một túp lều lợp lá chuối ở vệ đường. Cứ việc bày mấy món hàng lên cái chõng tre xộc xệch rồi bỏ đi, muốn làm gì thì làm. Khách qua lại rẽ vào quán, tự nhiên ăn, tự nhiên uống, bỏ tiền trả vào một ống nứa móc trên vách. Trên chõng vẻn vẹn vài nải chuối, đĩa sắn luộc, đĩa lạc rang, ấm nước vối.... Giá hàng được viết nguệch ngoạc bằng mực tím trên giấy dó. Khách là dân lái xe đường dài, bộ đội đi công tác lẻ, chẳng ai ăn quỵt.

Sau, thấy đất ấy làm ăn được người ta mới kéo đến, nhà nọ nối nhà kia, thế là thành xóm. Chiến tranh hết, sự buôn bán ven biên giới được khai thông, được mở rộng, dân cửu vạn đi lại rầm rập, quán trọ nhà hàng mọc lên như nấm sau mưa. Rồi có cả mấy tổ hợp làm măng xuất khẩu, máy rửa măng, máy đóng hộp xình xịch suốt ngày đêm.

Tôi nhắc cụ quay về với sự tích cái tên Cù Cưa.

- Ờ, là thế vầy. Thoạt kỳ thuỷ, xóm này chẳng có tên tuổi gì sất. Đến khi người đông dần, quán xá nhiều, đã có thể thu thuế, thì cái xã trên đường ở đằng kia kìa mới toan ghép nó vào địa giới của mình. Xã ở trong rừng không chịu. Hai bên giành nhau, huyện không biết phân xử thế nào, đùn cho tỉnh. Tỉnh nay quyết thế này, mai quyết thế khác. Có điều lạ là chẳng bên nào buồn hỏi ta muốn nhập vào đâu, ta có muốn nhập hay không. Ta đây là mấy nhà xóm này ấy. Nhập vào đâu làm gì? Cái xóm tự nó mọc ra, tự nó lớn lên, trên không chẳng dưới không rễ, một mình một cõi, nó có thuộc về ai bao giờ.

- Xóm gần xã nào hơn, cụ?

- Bằng chằn chặn.

- Thế thì khó xử thật.

- Kiện lên kiện xuống, sư nói sư phải, vãi nói vãi hay, có lúc nó đã có tên đấy: xóm Tân Lập, xã Đông Phong…

- Tức là thuộc về cái xã bên đường cái?

- Không phải. Thuộc cái xã trong rừng.

- Tân Lập, cái tên nhàm, nghe cũng tạm được. - tôi nói.

- Được cái con khỉ ! - cụ Trưởng Giám gắt - Nó cho mình cái tên để nó giắt mình vào cạp quần. Hai xã tiếp tục kiện. Ta cũng đâm đơn lên trên, ta cóc muốn về với bên nào, ta muốn một mình một cõi. Lằng nhằng mãi. Mới có cái tên là Cù Cưa. Lúc bấy giờ ta là người đứng đầu ở đây. Ta, tức là cả xóm.

- Đã thành thị trấn rồi sao người ta vẫn gọi là Cù Cưa?

- Thị trấn Tân Sinh chỉ có trên giấy, người qua kẻ lại vưỡn cứ Cù Cưa mà gọi. Ông có thuốc đấy không?

Cụ chìa cho tôi cái điếu bát. Tôi không hút thuốc lào, tôi móc túi lấy bao Vinataba. Cụ đón bao thuốc, nhón một điếu, châm lửa, bỏ bao thuốc xuống chõng, bên đùi mình. Tôi mở xà cột, lấy bao khác.

- Bây giờ thị trấn có bao nhiêu dân, thưa cụ?

- Cái ấy ông phải hỏi "Con Nặc Nô". Thời ta không có lệ đếm người. Trâu bò gà vịt thì đếm, người thì không. Cứ việc lấy nhau, cứ việc đẻ. Đất này tốt, đàn bà mắn.

- "Con Nặc Nô" là ai cơ, thưa cụ?

Cụ Trưởng Giám trễ môi dưới trong câu trả lời không âm thanh.

Hoá ra "Con Nặc Nô" không phải một con mẹ ba vạ nào đó, mà là chủ tịch thị trấn. Tôi không biết từ nguyên của Nặc Nô là gì, nhưng chắc chắn nó có nghĩa không đẹp. Người ta dùng nó để chỉ người đàn bà chanh chua, chỏng lỏn, hùng hổ, lắm điều, đanh đá, và nhiều tính xấu khác nữa. Không phải chỉ một mình cụ Trưởng Giám gọi người đứng đầu thị trấn bằng cái tên như thế, sau tôi mới biết. Cụ Trưởng Giám nói to, còn dân thị trấn nói nhỏ. Sự đời là vậy, chẳng có gì lạ, không ưa thì dưa có giòi. Nhất là đối với những bậc chức sắc của bất cứ chính quyền nào. Họ bao giờ cũng là mục tiêu của sự soi mói, và tất nhiên, của sự đàm tiếu.

"Con Nặc Nô" không còn trẻ, nhưng cũng chưa đến nỗi già. Sắc đẹp thường thường bậc trung. Có thể chê đôi lưỡng quyền hơi cao, làn da không được mịn màng, không được trắng trẻo, tuy cũng không thể chê là thiết bì. Hàm răng hơi hô, với những cái răng to, không đều.

- Chào nhà báo. - nàng tươi cười đón tôi trong trụ sở uỷ ban -

Em vẫn thường đọc báo anh đấy. Báo của anh uỷ ban em không đặt mua, nhưng tiếng tăm lắm.

Khi nàng cười trông nàng cũng có duyên lắm. Tôi chỉ có thể gọi nàng là "nàng". Bởi vì khi giao tiếp nàng không những không có vẻ đáng ghét như cái tên thiên hạ đặt, mà về khía cạnh nào đó phải nhận rằng nàng khá dễ thương. Trong cử chỉ. Trong cách phục sức. Nàng có giọng nói ngọt ngào, thánh thót. Mà không chỉ giọng nói, cách nàng nói cũng quyến rũ. Khi nàng cười, tôi bất giác bật cười theo. Nghe nàng véo von tôi quên cả ghi chép, để nàng phải giục:

- Ơ kìa, anh không ghi thì rồi quên mất cái chi tiết ấy đấy.

Tôi ghi. Nàng ngọt ngào:

- Gặp anh vui thật. Này, em cũng là đồng nghiệp với anh, biết không?

- Thế ư?

Tôi cũng cười vui với nàng. Nặc Nô mở ngăn kéo lấy ra một tập giấy, đưa cho tôi. Tôi nhầm, không phải hồ sơ, mà là một tập thơ. Thì ra nàng cũng là nhà thơ. Thơ đăng báo tỉnh, dù sao cũng là thơ được in báo, với những vần thơ có xuống hàng, không giống thơ liền tù tì một câu dài nửa trang của nhóm Phá Cách là thứ thơ tôi kính trọng nhưng không đọc.

- Anh thấy thế nào?

Nàng đặt tay lên tay tôi. Da nàng mát rượi.

Tôi đọc. Thơ của nàng là thứ thơ cổ động, nó trúc trắc, thường lạc vận, đôi chỗ leo thang, nhưng dễ hiểu. Nó bốc thơm, nó kêu gọi, nó ra lệnh. Thứ thơ này thường được các bậc chèo lái quốc gia ưa thích, vừa dễ làm, vừa na ná như thơ, để có thể gọi là thơ. Thơ của các lãnh tụ được gộp lại thành sách, đóng bìa cứng. Thơ của nàng mới chỉ có những bài rải rác trên báo tỉnh, nàng phải tự cắt ra, dán lên giấy.

- Cũng được đấy.

- Được là thế nào? - nàng nguýt tôi - Chỉ có hay trở lên thôi.

Tôi sẵn sàng đồng ý với nàng.

Chúng tôi thân nhau ngay. Sau cuộc gặp gỡ đáng ngán với một ông già nhát gan và một ông già ba gai, nàng là luồng gió mát.

Nàng kéo tôi đi thăm thị trấn. Ở đâu nàng cũng được trọng vọng. Từ trong cửa hàng người ta chào nàng bằng nụ cười tươi rói, với những lời có cánh. Mấy anh công an nhác thấy nàng là xin gặp riêng một phút để thỉnh thị về một vụ việc khó xử.

- Thị trấn là một nước nhỏ. - nàng nói - Đủ mọi lĩnh vực: tài chính, thương mại, an ninh, ngoại giao, ngoại thương, nội chính…. Vất lắm. Như con mọn ấy.

Nàng chưa có chồng. Chắc chắn nàng chưa biết con mọn là thế nào.

Bữa trưa nàng dẫn tôi đi ăn phở chua, một món ăn lạ miệng, một cái gì đó ở giữa bát "thắng cố" của miền núi với phở xào, nhưng có rưới nước dưa.

Buổi tối, chúng tôi ăn đặc sản. "Ở đây có đủ thứ thịt rừng mà thủ đô không có, rồi anh thấy", nàng nói. Tôi được ăn thịt nhím nướng ròn, trăn om nghệ, bìm bịp xào nấm.

- Tuyệt thật.

Nàng đưa tay quệt mép. Nàng ăn say sưa.

- Người Tàu cũng thường sang đây ăn. Họ đặt mua thú rừng với số lượng lớn. Nhờ thế mà thợ săn kiếm được, thương lái giàu lên.

- Thế chuyện bảo vệ động vật quý hiếm thì sao?

- Thì cứ bắt, cứ bán cái đã. Ngày mai là chuyện của trời.

Nàng cười ngặt nghẽo.

- Kinh tế thị trường mà. Anh uống đi.

Tôi uống. Rượu Mai Quế Lộ. Nặng mà êm.

Khuya, nàng dẫn tôi về nhà nàng, tiếp tục kể chuyện Cù Cưa.

Trong nhà nàng cũng sẵn rượu. Nàng mở chai Mao Đài thết tôi. Thứ Mao Đài trong bình sứ, bọc nhiễu đỏ. nghe nói người ta phải đặt mua tận Bắc Kinh mới có để biếu nàng. Quý lắm.

Tôi lên giường với nàng lúc nào không hay. Rượu làm cho tôi mất khả năng ngạc nhiên. Tôi chỉ thấy một cơn vui dâng lên, tràn ngập. Trên giường nàng không hiền dịu, mà là con hổ cái. Mồ hôi đầm đìa, tôi anh dũng vật lộn với con hổ. Cho đến khi nàng vắt kiệt tôi, biến tôi thành cọng dọc mùng mềm nhũn trong bát canh bung, tôi mới được thả ra.

Chúng tôi nằm bên nhau, thở rốc.

- Bây giờ thì anh về. - nàng đứng lên - Anh ở khách sạn hử?

Tôi hiểu. Nàng không muốn tôi ở lại. Không thể. Nàng là người đứng đầu thị trấn. Một thứ lãnh tụ địa phương. Mà lãnh tụ thì phải đạo đức. Không tì vết.

- Anh cầm lấy đèn pin mà về.

Nàng nói, với một chút ân cần.

Đèn pin trong tay, tôi lảo đảo bước ra đêm đen. Ngôi nhà hai tầng của nàng là một khối sáng trong bóng tối. Dưới chân nó, sau nhà, là một con suối. Tôi không nhìn thấy nó, nhưng nghe tiếng nước chảy rì rầm. Một ngôi nhà to. Trong đó có một con hổ cái.

Thị trấn im lìm trong đêm. Cuối cùng rồi tôi cũng lần mò tìm được khách sạn. Hình như nó là cái duy nhất. Đúng như lời cụ Cần, một cái nhà trọ, với những căn phòng trống và những chiếc giường trải chiếu ẩm. Tôi vừa đặt mình xuống thì những con rệp hung hãn đã ào ào xông tới.

Ngày thứ hai

Tôi đến nhà cụ Cần khi còn tối đất. Tôi tin chắc người già dậy sớm. Quả nhiên cụ Cần đã ở ngoài vườn, đang dọn cỏ mấy luống rau và bắt sâu. Cụ ngạc nhiên:

- Tối qua sao anh không về? Ngủ đâu?

- Cháu ngủ khách sạn.

Cụ đưa bàn tay khum khum lên vành tai.

- Ai đưa anh đến đấy?

Tôi lúng túng:

- Cháu tự tìm.

Cụ nhìn vào mặt tôi:

- Rệp cắn không ngủ được, phải không?

Tôi tránh cái nhìn soi mói của cụ.

- Vâng.

Cụ Cần mỉm cười.

- Anh đã gặp "Con Nặc Nô"?

- Dạ, đã.

- Vào nhà uống nước.

Tôi theo cụ vào nhà.

Khác cụ Trưởng Giám, cụ Cần tuy không còn cụ bà, con cái đều ở xa, nhưng nhà cửa ngăn nắp, vườn tược gọn gàng. Chúng tôi uống trà. Trà búp. Cái ấm chu sa đối ẩm, hai cái chén, cái nào cũng sạch bong.

- Lão Trưởng Giám chê tôi nhát, phải không?

Tôi uống thật chậm để chọn chữ:

- Cụ là người biết nhìn trước ngó sau, cụ Trưởng bảo thế.

Cụ Cần cười:

- Anh cứ nói toạc ra là lão bảo tôi sợ. Chẳng phải mình tôi, cả xóm này sợ. Thoạt kỳ thuỷ, dân chưa đông thì khác, người nọ bảo người kia, mọi người trông nhau mà ăn ở sao cho phải đạo. Sau, mỗi ngày mỗi đổi, tôn ti trật tự thành hình, không sợ cũng không được. Chẳng hiểu có phải vì đông dân thêm mà sinh ra thế không? Ý tôi muốn nói: trước kia chưa có dân, chỉ có xóm giềng với nhau thì dễ, chứ có dân rồi thì ắt phải có quan, có quan rồi phải có lính, có lính rồi phải có phạt, dân có việc phải trình báo, phải xin xỏ, phải vi thiềng. Tôn ti trật tự nghĩa là thế...

Tôi không hiểu cụ khen hay cụ chê. Giọng cụ đều đều.

- Nhưng còn bầu bán thì sao?

- Có chứ, có cả. Bầu là cho có cái tiếng, thế thôi, người ta sắp đặt trước cả rồi, dân chỉ còn có việc nhất trí giơ tay.

Có lẽ cụ Cần đã nghĩ lại. Cụ vẫn ý tứ, tránh những chữ mạnh, nhưng tôi hiểu cụ muốn nói gì.

- Cháu dạo qua một ngày, thấy buôn bán tấp nập, phố xá đông vui... Thị trấn phát triển, tương lai lắm. Cô chủ tịch thân đưa cháu đi tham quan mấy cơ sở sản xuất, thương nghiệp, dịch vụ...

Cụ Cần nhếch mép. Mấy cái răng cửa hàm trên không còn, cái nhếch mép của cụ không ra cười mỉa, không ra mếu.

- Tin "Con Nặc Nô" có mà đổ thóc giống ra mà ăn.

Lần đầu tiên tôi thấy cụ nói không giữ ý.

- Cháu thấy cô ấy làm việc tích cực lắm.

- Anh là người qua đường, sao biết được - cụ trề môi - Chúng tôi còn nhầm nữa là. "Con Nặc Nô" là đứa mồ côi, chính dân chúng tôi nuôi nó từ tấm bé. Gọi là con mồ côi cũng là do quen miệng, chứ cũng không đúng. Nó là con hoang, không cha không mẹ. Chính cô con dâu lão Trưởng Giám nhặt được nó ở đầu ngõ, bọc trong mớ giẻ. Không biết con trốn chúa lộn chồng nào nỡ vứt đứa con rứt ruột đẻ ra như thế? Nó lớn lên, cả xóm này đùm bọc nó. Mới nghĩ rằng tre già măng mọc, nay nó trưởng thành, nó là người đứng đầu ở đây thì dân được nhờ, ăn cây nào rào cây ấy. Hoá không phải. Ăn cây táo nó rào cây soan đâu.

- Tức là cô ấy rồi được bầu làm chủ tịch?

- Bầu chứ. Nó hoạt động thanh niên, phụ nữ, cái gì cũng tốt. Trên mới cơ cấu nó làm chủ tịch. Tính ra nó chỉ dưới cơ anh bí thư. Nhưng anh này lành, bị nó giắt cạp quần, bảo sao nghe vậy. Chúng tôi tin nó. Ai ai có thể biết trước sự đời cơ chứ? - Cụ thở dài đánh sượt - Lúc bé nó ngoan lắm, ai cũng yêu.

Cụ ngậm ngùi.

- Con này mà nói thì khéo vô cùng, kiến trong lỗ phải bò ra... Phàm cái gì từ miệng nó phát ra đều hay cả, cứ ngọt như mía lùi. Nhưng khốn nạn, hay thật đấy, cơ mà rốt cuộc chỉ hay cho nó, chứ không hay cho mình... Anh thấy dân chúng tôi có vẻ phởn phơ là anh mới thấy cái bề ngoài. Tiếng ta hay lắm. Anh có hiểu tại sao có hai chữ "dân gian" không? Phàm đã có quan thì dân phải gian mới sống được. Không gian chỉ có chết. Ấy là nói riêng với anh. Chớ viết lên báo.

Cô cháu gái của cụ hẳn được hưởng gien di truyền của ông ngoại. Trong nhóm Phá Cách cô là người cẩn thận nhất trong chữ nghĩa.

- Tôi nói thế đã nhiều rồi. Nói để anh biết, biết rồi thì để bụng. Lạng quạng chết có ngày.

Cụ rủ rỉ, giọng tin cậy. Tôi rất muốn mà không dám giở sổ tay ra ghi. Sang tuần trà thứ hai, cụ bảo:

- Anh về đây được "Con Nặc Nô" dẫn đi tham quan, dẫn đi chiêu đãi, tốt thôi. Nhưng phải coi chừng, chớ có hứa gì hết. Nó chiều anh là có ý của nó. Có khi anh còn được nó tặng quà cũng nên...

Tôi giật mình.

- Nó cho chẳng lẽ không lấy, hì hì... - không nhận thấy phản ứng của tôi, cụ nhẩn nha tiếp tục - Lấy rồi thì há miệng mắc quai.

- Thì sao?

- Anh mà không viết bài ca tụng nó, tức là ca tụng cái thị trấn Tân Sinh này này, không phải cái thị trấn trước mặt anh đâu, mà là cái thị trấn dưới-sự-lãnh-đạo-của-nó, thì anh sẽ thành kẻ thù của nó, có dịp là nó xơi tái anh tắp lự, hì hì… Anh phải biết: nó quan hệ rộng lắm. Nó với tới anh chẳng khó gì.

Tôi nhớ đến cái giường nhà nàng, nhớ những giọt mồ hôi của tôi nhỏ xuống đệm, nhớ hơi thở nóng rẫy, tiếng rên rỉ, cái miệng xinh xinh mở to với dãy răng cửa không đều nhe ra trắng nhởn trong cơn cực khoái. Sống lưng tôi ớn lạnh.

- Đã có chuyện xảy ra rồi đấy. Cháu tôi nó có giới thiệu một ông nhà văn về đây, ông biết nhà văn Ngô Toản chứ?

- Cụ ấy nổi tiếng, ai mà không biết.

- Vậy, ông cụ chừng nghe thiên hạ đồn đại về "Con Nặc Nô", có ý muốn gặp mặt nó, chẳng hiểu cụ có ý định viết chuyện nó hay chỉ vì tò mò. Chính tôi dẫn ông cụ tới gặp nó. Lại cũng chính cháu tôi viết thư giới thiệu, như nó giới thiệu anh. Cho nên gặp anh tôi mới ngại. "Con Nặc Nô" tiếp ông cụ nồng nhiệt lắm, tặng ông cụ cả xấp bài báo người ta viết về nó, cả những bài nó viết nữa. Nó cũng dẫn ông cụ đi tham quan các cơ sở, như dẫn anh ấy, cũng chiêu đãi ông cụ, như chiêu đãi anh ấy, cũng dẫn ông ấy về nhà…

Tôi toát mồ hôi.

- Sau, mãi chẳng thấy ông cụ viết bài ca ngợi nó, thế là nó tương lên báo, báo tỉnh thôi, không phải báo Trung ương, chắc anh không đọc nên không biết. Nó chê ông ấy hết lời, bịa chuyện ông cụ xin yết kiến nó mấy lần, năn nỉ mãi nó mới tiếp, nó kể nó thay mặt dân chúng tiếp đãi, tặng quà ông ấy những gì, như thế nào, vậy mà ông cụ chẳng viết một dòng về thị trấn như ông cụ hứa, như dân chúng mong mỏi…

Không, tôi hy vọng, tôi chắc "Nặc Nô" sẽ không bao giờ nói đến món quà cho tôi đêm qua, dù tôi không viết dòng nào về cái thị trấn rắc rối này.

Từ biệt cụ Cần, tôi đi tìm "Con Nặc Nô". Người ta chỉ tôi đến nhà trẻ của thị trấn. Đó là một ngôi nhà quét vôi hồng, nằm giữa phố chính. Trong đầu tôi ong ong những lời hai ông già nói về nàng. Tôi không mấy tin những gì họ nói là sự thật. Không phải lần đầu tôi gặp thói ghen ăn tức ở nơi những người kém may mắn trong đời. Nàng dễ thương đấy chứ. Với tôi, nàng hồn nhiên, nàng thực thà.

Đứng trước nhà trẻ, tôi còn đang ngập ngừng không biết nên gõ cửa hay tìm nút chuông bấm thì nghe bên trong có tiếng quát tháo. Rồi cánh cửa mở tung, một cô gái lao ra, đâm sầm vào tôi. Mặt cô đỏ bừng, nhoè nhoẹt nước mắt.

Tôi ngó vào.

- Vào đây, vào đây anh! - thấy tôi, nàng vồn vã - Giới thiệu với anh, mấy em nuôi dạy trẻ điển hình tiên tiến ở thị trấn chúng em. Còn anh đây là đồng chí nhà báo ở trung ương về lấy tài liệu.

Mấy cô nuôi dạy trẻ lí nhí đứng trước mặt nàng ấp úng chào tôi. Mặt họ nhợt nhạt, vẻ sợ hãi, mắt ướt. Không hiểu chuyện gì đang xảy ra. Điều rõ ràng là họ không phải người quát tháo.

Nàng dẫn tôi ra sân. Đàn trẻ ăn cháo sáng. Thấy nàng chúng đồng loạt ngừng ăn: "Chúng cháu chào cô ạ!".

- Các cháu ăn có no không? - nàng véo von.

- Thưa cô có ạ! - lũ trẻ đồng thanh kêu lên.

- Cháo có ngon không?

- Thưa cô có ạ!

Chúng không chào tôi. Chúng không nhìn đến tôi. Chúng không thấy tôi. Tôi chẳng là cái gì ở đây. Người ta không dạy chúng chào khách. Có lẽ trừ những khách có chức vụ mà người ta đã dặn trước.

Nàng ẵm một đứa lên, thơm đánh chụt. Nàng chìa nó cho tôi.

- Anh xem, con bé có xinh không?

Tôi chưa kịp đón lấy nó thì con bé đã giãy ra khỏi tay nàng, tụt xuống đất, chạy lại chỗ cô giáo đang cầm thìa. Nó không cần ai khen. Nó cần cháo.

Nàng nháy mắt với tôi:

- Nhà trẻ này là niềm tự hào của thị trấn em đấy. Đã có nhiều báo viết về nó.

- Thế thì tốt. Nếu có nhiều báo viết rồi thì anh chẳng cần phải viết nữa.

- Viết chứ. Thêm một bài, càng hay. Nhất là bài của anh.

Nàng vuốt ve lòng tự ái của tôi. Nhưng tôi không cảm động. Tôi đồ rằng nàng chưa từng đọc tôi.

- Để em đưa anh một báo cáo về nhà trẻ. Coi như anh đã đến, đã quan sát, đã phỏng vấn. Cứ dựa theo báo cáo mà viết là xong.

- Anh cần báo cáo về mọi mặt. Không phải chỉ nhà trẻ.

- Tham thế! - nàng nguýt yêu - Để em lệnh cho cậu thư ký chuẩn bị cho anh. Bây giờ ta tiếp tục tham quan thực địa những gì nhà báo muốn biết nhá.

Chúng tôi đi dọc phố chính. Nàng than thở:

- Tất bật cả ngày không hết việc, anh thấy đấy. Mấy con nuôi dạy trẻ anh vừa gặp ấy là một lũ mất dạy.

- Em vừa nói họ là điển hình tiên tiến cơ mà.

- Thì phải đôn chúng nó lên mà đoạt cờ luân lưu của tỉnh chứ - mặt nàng ửng đỏ - Nhưng tức không chịu được. Bảo một đằng, chúng nó làm một nẻo. Chỉ giỏi đòi hỏi.

- Họ đòi hỏi gì vậy?

- Chúng nó đòi may quần áo mới cho lũ trẻ con. Anh chưa nhìn thấy lũ trẻ mặc quần áo đẹp đâu. Mẫu do em vẽ. Tuyệt cú mèo. Nhà trẻ Hoa Hồng ở Hà Nội chẳng ăn đứt. Nhưng quần áo đẹp ấy là để dành cho ngày lễ ngày hội thôi, để chưng ra thôi. Giết ai ra tiền mà ngày nào cũng cho lũ trẻ diện bảnh? Mấy con quái ấy láo lắm, chúng nó bảo ảnh chụp nhà trẻ đã được đưa lên báo rồi, mọi người đọc báo đã thấy thế rồi thì phải đồng loạt cho lũ trẻ mặc hàng ngày, kẻo mang tiếng lừa bịp.

- Họ có lý.

- Lý cái nỗi gì, em hỏi anh? Anh tưởng người ta không biết mình bịp à? Người ta biết quá đi chứ. Ở chỗ người ta, người ta cũng làm y như vậy. Báo của anh cũng thế. Anh đưa lên báo những mặt tích cực của đời sống hay đưa mặt tiêu cực? Trên muốn thế, dưới cũng muốn thế.

- Ờ...

- Như thế không phải bịp mà là làm công tác tuyên truyền. Tuyên truyền thì phải có mục đích. Tuyên truyền cho nhau, tức thị động viên nhau, có gì xấu? Khi tỉnh muốn thị trấn mình khoe thành tích nuôi con khoẻ dạy con ngoan với phái đoàn tỉnh bạn đến tham quan, nói ví thử như thế, thì mình phải làm sao cho tỉnh vừa lòng, lũ trẻ phải mặc quần áo đẹp, bữa ăn phải ngon...

Lập luận của nàng khó cãi lại. Vừa lý giải vừa biện bạch, rất thấu tình đạt lý. Nếu sự lừa dối được tiến hành trong sự đồng thuận của kẻ bịp bợm với người bị bịp bợm thì sự lừa dối lẫn nhau còn có nghĩa gì. Nó trở thành một trò chơi với những luật lệ được cả hai bên tham gia thừa nhận.

Nàng giật tay áo tôi:

- Anh nghĩ cái gì thế? Anh không đồng ý à? Cũng có lúc bọn em phải để bọn trẻ ăn mặc khác, lam lũ, nhem nhuốc. Ấy là khi có phái đoàn quốc tế đến xem để họ giúp mình lập dự án xoá đói giảm nghèo ấy mà. Lúc ấy mà cho trẻ con diện bảnh thì có mà ăn cám.

Nàng cười khanh khách:

- Thị trấn là một nước nhỏ mà anh. Nó có chính trị của nó.

Nhìn thấy một đám đông tụ họp ở đằng xa, nàng chau mày:

- Cái gì thế kia không biết? Anh chờ em ở uỷ ban nhé! Rồi em lại đưa anh đi ăn.

Tôi sẽ đi ăn một mình. Tôi không thích ăn không của người khác. Tôi biết nàng không trả tiền hai bữa ăn hôm trước. Tôi có hai con mắt sau gáy để biết rằng hai ông chủ buộc lòng phải chiều nàng để thết đãi một thằng cha căng chú kiết nào đó, và họ không được phép tính tiền.

Tôi không về uỷ ban trước. Tôi đứng lại chờ nàng. Từ xa, tôi thấy nàng đến trước đám đông. Quanh nàng là mấy người hoa chân múa tay sừng sộ và những người đi theo mấy người ấy. Có vẻ họ phản đối cái gì đó, thỉnh cầu cái gì đó. Những người sừng sộ phản đối, những người đi theo thỉnh cầu. Số người thỉnh cầu đông hơn số người phản đối.

Nàng quay lại chỗ tôi đứng.

- Anh đợi em à?

Đi sát nàng, nhưng sau một bước là hai anh công an. Tôi nghe nàng dặn:

- Làm một báo cáo ngay về vụ này. Không thể để chúng nó chống đối có tổ chức như vậy được. Nguy lắm. Phải có bàn tay địch khuấy động chúng nó mới dám thế.

- Đúng vậy - một anh công an đứng tuổi nói - Để yên không xong, chúng nó là thế, được đằng chân lân đằng đầu.

- Lập ngay hồ sơ mấy thằng cầm đầu cho chị. Phải dằn mặt chúng nó, bằng cách nào tốt nhất thì làm.

- Rõ, thưa chị - anh công an trẻ nói.

Trên đường về uỷ ban nàng giải thích:

- Chúng nó chống lại mức thuế do nhà nước quy định, chống luôn phần phụ thu của thị trấn. Anh thấy em có vất không?

- Vất thật.

- Không phải lúc nào chúng nó cũng dám chống đâu. Chống hàng ngày như thế có mà chết. Chẳng qua chúng nó thấy dân tỉnh bên kéo đàn kéo lũ lên tận Trung ương khiếu nại thuế nông nghiệp cao quá, kiện cán bộ giải toả đất ăn chặn tiền đền bù, thanh toán không thích đáng. Là do mấy ông thanh tra trót đại hứa hươu hứa vượn rằng sẽ giải quyết. Dân bên này mới học đòi.. Hoạ này là hoạ dây chuyền. Phải kiên quyết bóp chết ngay lập tức, từ trong trứng.

"Con Nặc Nô" có đầy đủ tư chất một chính trị gia, tôi nghĩ. Nàng còn đi xa. Nàng biết cai trị. Nàng biết trấn áp.

Đêm ấy, tôi ở lại nhà nàng. Tôi không đủ sức kháng cự bất cứ mệnh lệnh nào của nàng. Mặc đầu lòng đã dặn lòng là thôi, không đi ăn với nàng nữa, nhưng tôi vẫn ngoan ngoãn đi theo nàng để khen món chân gấu hầm rượu bách thảo là tuyệt diệu, dê rừng nướng vỉ là không chê vào đâu được…

Chúng tôi lại nằm với nhau trên cái giường quen thuộc. Đêm ở vùng thượng du lạnh. Trong chăn ấm tôi ôm tấm thân nóng hổi của nàng vào lòng. Nàng quặp chặt lấy tôi. Chúng tôi lại vật lộn. Trong cơn mê, tôi rên lên:

- Em yêu của anh! Em tuyệt vời của anh.

Nàng cũng rên cùng với tôi, nhưng không nói gì lúc ấy. Nàng không đuổi tôi về như đêm trước. Nhưng tang tảng sáng, nàng đánh thức tôi dậy:

- Bây giờ anh phải đi. Nhớ rẽ vào con đường nhỏ bên tay phải ấy, chỗ không có nhà cửa gì hết.

Nàng pha trà cho tôi uống, chờ tôi tỉnh ngủ.

- Lúc chúng mình gần nhau, anh nói cái gì ấy nhỉ?

- Anh gọi em: em yêu của anh!

Nàng nhìn vào mắt tôi, cái nhìn lạnh lẽo:

- Đừng bao giờ gọi như thế nhá! Em là em, mà anh là anh, chẳng ai là của ai hết. Quên nhanh đi nhá!

- Gọi thế thì có sao? Chúng mình đã là của nhau mà…

- Một lúc thôi. Một giây lát. - nàng đứng lên - Một cuộc trao đổi sòng phẳng của hai đồng minh giai đoạn, đồng chí ạ.

Bước ra cửa, tôi toan ôm lấy nàng lần nữa thì nàng gạt phắt.

Ngày thứ ba

Tai hoạ nào cũng đến một cách bất ngờ.

Trời đổ mưa to. Hôm sau, tôi đội vải mưa lướt thướt ôm chồng tài liệu mà cậu thư ký uỷ ban trao cho, chạy về nhà cụ Cần. Tôi kiếm một chỗ ngồi không bị dột, đọc chăm chú, biết rằng những báo cáo có chữ ký của nàng là cái nằm trong trò chơi đã được các bên tham gia đồng thuận. Muốn hay không, tôi cũng là người tham gia trò chơi rồi, tôi phải tuân thủ luật chơi. Ông chủ nhiệm của tôi là người nghiêm khắc, ông ấy không tha thứ nếu tôi vi phạm cái luật bất thành văn nọ của cả hệ thống.

Nhưng cụ Cần lại không chịu nghĩ thế. Cụ là người đứng đắn. Cụ không thích tham gia cái trò chơi ấy. Tôi hiểu ra điều đó khi cụ bỏ đi cả ngày sau khi đã nấu cơm cho tôi ăn trưa một mình. Buổi chiều cụ trở về, cụ Trưởng Giám đi cùng.

Tôi ngỡ ngàng. Tôi cứ tưởng hai người không ưa nhau. Tôi nhầm, không ưa thì không ưa, họ cùng chung một phe trong cuộc đấu tranh với "Con Nặc Nô".

Hai cụ trao cho tôi một tập giấy.

- Đây là đơn của dân chúng tôi tố cáo những sai phạm của chính quyền thị trấn. Chúng tôi nhờ anh chuyển tận tay cấp trên. Oan ức nhiều lắm, dân không biết kêu vào đâu. Anh thấy làm thế nào là tốt thì làm giùm. Trước nay chúng tôi gửi đơn đi thì nó bao giờ cũng quay lại chỗ cũ, chính những người chúng tôi kiện lại nhận được để quật lại chúng tôi.

Chúng tôi có một bữa tiệc chia tay do cụ Cần tổ chức.

Trong tiếng mưa rơi sầm sập, trong ánh sáng vàng vọt của ngọn đèn dầu, tôi lắng lặng nghe hai cụ kể thêm về Cù Cưa. Tôi không biết nói gì với hai cụ. Khác với trò chơi của "Con Nặc Nô" và đồng bọn, hai cụ, và tất nhiên, những người dân cùng với hai cụ, cũng có trò chơi của họ. Tôi đang chơi trò chơi kia, làm sao có thể chơi trò này cùng một lúc?

Tôi miễn cưỡng nhận sự uỷ thác của hai ông già. Tôi đã giở qua để biết trong đó có gì. Hệt như mình được xem bản âm một tấm hình mà mình quen nhìn bản dương. Tôi tự nhủ sẽ cố tìm ai đó là người sẽ xem xét những lá đơn này bằng con mắt khác. Việc này lành ít dữ nhiều. Nhưng tôi sẽ tìm. Có điều tôi chẳng tin sẽ gặp được những người can đảm dám rời bỏ trò chơi mà họ đang chơi.

Bữa tiệc kéo dài tới khuya. Cụ Trưởng Giám quyết định ngủ lại nhà cụ Cần. Cụ cũng có một mình, ngủ đâu chẳng được.

Chúng tôi đang mải chuyện thì trong tiếng mưa có tiếng ầm ì từ xa vọng lại. Như tiếng cối xay thóc. Như tiếng sấm rền. Chưa biết là cái gì thì nó đã biến thành một tiếng ồn kinh thiên động địa.

Cụ Cần không nghe thấy, nhưng nhìn nét mặt hốt hoảng của cụ Trưởng Giám thì cụ hiểu có cái gì đó bất thường đang xảy ra.

- Cái gì vậy, cái gì vậy? - cụ đứng phắt lên.

- Nguyên xem nào - cụ Trưởng Giám thần mặt ra, lắng nghe - Thôi chết rồi, vỡ đập, các ông ơi!

- Xóm mình ở đất cao, có vỡ đập cũng không sao đâu. - cụ Cần nói.

Tôi nhớ cụ có nói về một cái đập ngăn nước cho hồ chứa phục vụ dự án thuỷ điện ở thượng nguồn. Tạm thời người ta dùng để nuôi cá. "Con Nặc Nô" có phần hùn với các quan đầu tỉnh trong công trình này. Vụ đắp đập làm cho nhiều làng ở dưới nguồn bất bình vì thiếu nước. Người ta nói thế nào rồi cũng có ngày đập bị phá.

- Nhà "Con Nặc Nô" ở ngay bên bờ suối. - cụ Trưởng Giám bỗng cuống quýt - Nước cuốn băng nhà nó mất.

Cả hai cụ xăng xái đập nứa, châm lửa. Cả hai, mỗi người một bó, đội mưa đi phăng phăng về hướng con suối. Trong cơn hốt hoảng hai cụ không nhớ đến tôi. Tôi khoác vội áo mưa, lẽo đẽo theo họ. Không thể hình dung được hai con người vừa mới hết lời nguyền rủa "Con Nặc Nô", giờ lại hớt hải đi cứu nàng.

Nhà cụ Cần ở trên chỗ đất cao nhất của thị trấn. Chúng tôi ra khỏi nhà thì đã thấy có rất nhiều đuốc đi về cùng một hướng. Nước mưa rơi và đuốc xèo xèo.

- Tôi đã bảo con bé: không được làm nhà gần suối như thế, nó không thèm nghe tôi.

Cụ Trưởng Giám cằn nhằn, cụ đi lật đật, chốc chốc lại vấp phải những mô đất.

- Ai mà bảo được nó. Nó cứ tưởng nó là giỏi, nó là nhất. Bây giờ thì biết thân nhá! - cụ Cần nói.

- Lạy trời cho nó tai qua nạn khỏi. - cụ Trưởng Giám thì thầm.

- Cái nhà thì chắc chắn sập rồi. - cụ Cần nói - Nước đổ về mạnh như thế, đến lô cốt cũng phải bung. Không biết nó có chạy kịp không?

- Chạy mà không kịp thì chắc chết quá.

Khi chúng tôi đến được gần nhà nàng thì quanh đấy đã có cả một rừng đuốc nhấp nhô. Mưa đã ngớt.

Ngoài nhà nàng ở bên suối, không nhà nào làm ở chỗ nguy hiểm ấy cả. Dân cả thị trấn túm tụm ở mé nước.Con suối nhỏ bé đã trở thành dòng sông hung hãn. Trên mặt nước nhấp nhô những gốc cây bật rễ.

Người ta ồn ào:

- Nhà sập hẳn rồi. Nhưng chưa trôi hẳn. Có ai dám ra đó xem còn người không?

- Ai dám ra bây giờ? Nhìn kìa, nước cuồn cuộn thế kia.

- Có ai mang theo thừng không? Buộc vào mình mà bơi ra đấy xem.

- Thừng có đây, cơ mà ngắn lắm.

Nói thì nói chứ chẳng ai dám ra. Trong ánh đuốc bập bùng tôi nhìn thấy một mảng tường trắng trắng. Mái nhà đã rơi xuống nước, không còn dấu tích. Nhưng cái mảng tường kia thì không nhúc nhích, nước không đủ sức cuốn nó đi, hoặc nó còn bám được vào nền nhờ một cái cột có cốt thép. Có lẽ đó là mảng tường phòng ngủ, nơi tôi đã qua đêm.

- Kia, ở chỗ cái cây đổ có cái gì như hình người kia kìa.

- Đâu? Đâu?

- Kia thây.

- Cái áo chứ người đâu mà người.

- Không phải cái áo, người thật. Không nhìn thấy tóc vật vờ kia à?

Đám đông chú mục nhìn rồi đồng loạt kêu lên.

- Đúng! Người thật rồi.

- Chỗ ấy thì ra được đấy. Có ai chịu ra không?

- May chăng người còn sống.

Một người đàn ông lực lưỡng chẳng nói chẳng rằng quăng bó đuốc xuống đất, buộc sợi thừng quanh bụng, lao ra. Thấy thừng ngắn, những chàng trai nắm lấy tay nhau làm thành một chuỗi người cho sợi thừng dài thêm.

- Cô chủ tịch! - người đàn ông kêu lên từ xa.

Chống chọi với dòng nước hung hãn, ông ta cố gỡ người mắc vào cành cây. Gỡ được rồi ông ta bơi ngược trở lại với sự giúp sức của những cánh tay nối dài.

- Liệu còn sống không? - người ta nhao nhao hỏi vọng ra.

- Không biết nữa. - người đàn ông đáp - Lạnh ngắt rồi.

- Nhanh lên. Có khi còn kịp.

Nàng được đưa lên bờ. Đưa tay gần mũi thấy không còn thở. Người đàn ông vác nàng lên vai chạy mấy vòng rồi đặt xuống. Không thấy ộc nước ra. Những bó đuốc quây lại làm thành một vòng lửa sưởi ấm cho nàng.

Những phút dài vô tận trôi qua. Nàng không tỉnh lại.

- Xong rồi.

- Vô phương.

Nàng nằm đấy, lạnh giá và hững hờ. Giống như lúc nàng bảo tôi:

- Em là em, mà anh là anh, chẳng ai là của ai hết. Quên nhanh đi nhá!

- Hức! Hức!

Bên cạnh tôi cụ Trưởng Giám bật khóc. Tiếng nức nở của cụ lan nhanh trong đám đông. Những người đàn bà khóc theo cụ. Những người đàn ông mím môi, không nói gì, mặt lầm lì.

Một người nào đó tiến đến bên nàng, lấy cái khăn tay phủ lên mặt nàng. Tôi thấy cay cay nơi sống mũi. Thế là vĩnh viễn tôi không còn thấy mặt nàng nữa, gương mặt lúc nồng nàn lúc lạnh nhạt, như một dấu hỏi cho câu trả lời không bao giờ có.

Cụ Cần ôm lấy cụ Trưởng Giám dìu đi:

- Thôi cụ, nó đã chết rồi, có khóc có thương cũng vô ích. Chúng ta đã có lúc yêu mến nó lắm chứ, có phải lúc nào cũng ghét bỏ nó đâu. Hai ông già bám vào vai nhau mà đi. Tôi cầm bó đuốc đi sau, giơ cao cho hai cụ thấy đường. Tôi nghe cụ Trưởng Giám nói với cụ Cần trong tiếng nức nở:

- Tôi khóc là vì tôi đã không kịp làm một việc cho cháu.

- Việc gì cơ? Hả cụ? Việc gì?

Cụ Trưởng Giám lặng đi một lát.

Rồi nói:

- Tôi chưa kịp nói với nó rằng nhà văn Ngô Toản chính là cha đẻ của nó. Cụ ấy cũng sau chuyến đi về đây mới biết. Cụ ấy cậy tôi nói cho nó biết. Không kịp nữa rồi.

2006

CÁI BÓNG

1.

Tôi đang cặm cụi lau nhà thì Hách đến. Mặt đỏ gay, anh dừng ở cửa, ngần ngại nhìn sàn gạch đã được tôi lau đến bóng láng, rồi kêu lên:

- Cậu biết tin gì chưa? Thật hết sức bất ngờ. Không thể nào tưởng tượng nổi.

- Vào nhà đã. Mà chuyện gì vậy?

Hách cúi xuống lúi húi cởi giày. Tôi ngượng với bạn vì sự bất tiện. Vợ tôi kiên quyết bắt mọi người, bất kể là ai, một khi đặt chân vào lãnh thổ hai chục thước vuông của chúng tôi thì nhất thiết phải bỏ giày dép. Chuyện đó trước kia không sao, mọi người đều đi dép, nhưng nay khác, nhiều người đã bỏ dép. Đôi giày da thời bây giờ có giá trị biểu thị tầm vóc, cấp bậc của chủ nó, cũng như cái cặp da.

Tôi cất giẻ lau, rửa tay, pha trà. Chờ cho chủ khách yên vị, Hách mới thông báo:

- Thằng Thường chết rồi!

Tôi sững sờ, trân trân nhìn Hách.

Thường là bạn chung của hai chúng tôi. Bạn từ thời mặc quần

hổng đít, từ thời đổ nước vào hang bắt dế, chơi chuồn chuồn cắn rốn, rồi là bạn cùng lớp, cùng trường. Chỉ đến tuổi trưởng thành, cuộc đời mới tách ba thằng ra, đặt mỗi đứa vào một con đường, cho mỗi đứa một số phận.

- Nó bị sao?

- Nhồi máu cơ tim.

- Bao giờ?

- Hôm qua.

Mọi người đều chết, không trước thì sau. Luật trời nó vậy. Nhưng tin Thường chết làm tôi vẫn choáng váng.

Trong ba chúng tôi, Thường khoẻ mạnh hơn cả, tuy hơi gày. Người ta nói: gày là thầy cơm, xem ra có phần đúng. Thường dẻo dai hơn hai chúng tôi, ngay cả trong thời cả nước thiếu ăn và anh luôn bị đói. Có những người như thế, nhìn họ ta không bao giờ có ý nghĩ rằng họ sẽ chết vào một lúc nào đó, cứ như thể họ là một cái gì đó bất biến, một cái gì đó vĩnh hằng. Năm tháng làm cho hình hài mọi người biến đổi, riêng anh thì không. Vẫn gày nhẳng và khô đét, không bệnh không tật, không đau không ốm, không già đi, y như một vật cũ kỹ trong nhà từ đời nào đời nào chẳng còn ai để ý đến chuyện nó có hay không có.

- Chúng mình cùng đi đưa chứ? - Hách nói.

- Tất nhiên rồi.

- Cần một vòng hoa.

- Ờ... - tôi vẫn chưa thoát khỏi cảm giác sững sờ - Phải có chứ.

- Mình sẽ đưa ô tô đến đón vợ chồng cậu.

- Ờ... Thế thì tiện lắm.

- Không thể tưởng tượng được. - Hách lúc lắc đầu - Đùng một cái, nó chết. Mà nó thì dù không khoẻ như vâm nhưng cũng chẳng yếu bao giờ...

- Nhồi máu cơ tim là một bệnh sang, ít nhất thì cũng với cậu ấy - tôi thở dài.

Hách chăm chăm nhìn tôi. Áng chừng anh muốn thấy một ẩn ý trong câu nói. Nhưng tôi nói không ẩn ý, tôi chỉ buột miệng phát ra cái chợt đến trong đầu.

Trong ba chúng tôi, Hách thành đạt hơn cả. Anh có học vị tiến sĩ, nổi tiếng như cồn, là chuyên viên cao cấp về kinh tế, còn làm cố vấn cho các vị đứng đầu quốc gia. Vợ anh đẹp nhất trong ba bà vợ chúng tôi. Các con anh giỏi giang nhất trong đám con cái chúng tôi. Có thể nói trong cái mơ ước của các cụ nhà mình từ xưa: "ô tô, nhà lầu, vợ đẹp, con khôn" thì Hách có đủ, thiếu mỗi cái nhà lầu. Nhà lầu thuộc về chúng tôi: tôi có một căn hộ tầng năm, Thường ở tầng ba, trong hai chung cư cách nhau khá xa. Hách có một biệt thự to đùng, nhưng không có lầu, ở ngoại thành. Vợ Hách có tật ở chân, không thích leo thang gác.

- Cậu bảo bà nhà cậu lo cái vòng hoa nhá?

- Được thôi. Băng nên thế nào?

- Đề tên hai thằng mình. Vô cùng thương tiếc.

- Ờ, một vòng to hơn bình thường chứ?

- Một vòng vừa phải là đủ.

- Thế cũng được.

- Chi cho vòng hoa chừng bao nhiêu thì vừa, theo cậu?

Tôi ngần ngừ, rồi nói một con số.

Hách móc ví lấy mấy tờ bạc có giá trị nhiều hơn con số đó, đặt lên bàn. Rồi không nhìn đến chúng, anh lấy cái gạt tàn thuỷ tinh sứt sẹo đè lên.

Tôi nhìn chúng, biết trước vợ tôi sẽ dùng chúng thế nào. Nàng biết mua hoa ở đâu rẻ nhất và sẽ không dùng hết số tiền này. Chuyện Hách bỏ tiền mua vòng hoa là chuyện bình thường, xưa nay vẫn thế. Đó là cách xử sự không thay đổi của Hách mỗi khi hai gia đình cùng đi ăn tiệm hoặc đưa các con của cả hai nhà đi chơi. Hách rất biết vợ chồng tôi phải dè xẻn thế nào trong chi tiêu sao cho vừa xoẳn với ngân sách eo hẹp.

Đối với chúng tôi, đám cưới và đám ma là hai tai nạn đáng sợ. Chúng bao giờ cũng xuất hiện bất ngờ, chẳng theo kế hoạch nào. May mắn nếu các vụ hiếu hỉ xảy ra trong giới đồng sự, đồng liêu - lúc ấy đã có công đoàn đứng ra lo liệu. Cái tổ chức vô tích sự nọ tỏ ra hữu ích trong trường hợp này Nó sẽ nhân danh chúng tôi mà mừng mà phúng, mỗi thành viên chỉ cần đóng góp chút đỉnh coi như xong.

Tin dữ làm cho tôi nhớ đến những kỷ niệm xa lắc.

- Trong ba thằng mình, Thường là đứa sáng dạ nhất - Hách nói, cái nhìn xa xăm - Tớ hằng ước được bằng nó.

- Nó nhất tuốt, môn nào cũng đầu bảng - tôi gật, tiếp tục đắm mình trong ký ức - Tính cả trường, nó là đứa thông minh cực, đứng trên tất cả.

- Tụi mình toàn phải cóp nó.

- Nó không khoảnh, muốn cóp bao nhiêu cũng được...

- Tội nghiệp vợ nó với mấy đứa con còn dại...

2.

Nhác trông thấy Hách, thủ trưởng của Thường bước đến đưa hai tay ra nắm tay anh:

- Hề hề... Không ngờ lại gặp anh ở đây - ông thì thào, âm sắc vui vẻ, hoàn toàn không thích hợp với không khí tang lễ - Anh có họ, hay là...

Thì ra hai người quen nhau, hay họ biết nhau trong mối quan hệ nào đó, thứ bậc hoặc công việc, với mọi dây mơ rễ má của nó, trong đó không có tôi.

Hách thấy cần phải giới thiệu tôi:

- Hai chúng tôi là bạn học của anh Thường…

Thủ trưởng của Thường nhìn tôi từ đầu đến chân, rồi chìa tay:

- Đồng chí… công tác ở đâu nhỉ? Tôi chưa được gặp.

Tôi lí nhí trả lời, biết thừa ông chỉ hỏi để mà hỏi, không cần nghe.

- Hân hạnh - ông nói - Cảm ơn đồng chí đã tới dự tang lễ.

Quay ngay sang Hách, ông vồn vã:

- Hôm nào anh sang bên tôi nhá, mình trao đổi một số vấn đề. Tôi đã đọc bài báo vừa rồi của anh về tái cơ cấu. Sắc, sắc lắm. Phải công nhận là rất tuyệt.

Ông quàng vai Hách dìu đi. Tôi đứng lại, nhìn họ bước xa dần. Ông nghiêng đầu rì rầm vào tai Hách.

Tôi đứng lại. Tôi là người biết điều - khi người ta gọi mình bằng "đồng chí" có nghĩa là người ta muốn mình biết giữa họ với mình có một khoảng cách không nên bước qua.

Các thầy giáo tiên đoán cho Thường một tương lai xán lạn. Các bậc cha mẹ lấy anh làm gương, bắt chúng tôi noi theo. Tên của anh, được viết nắn nót bằng chữ gô-tích, nằm lì trên bảng danh dự, hết lớp dưới lên lớp trên.

Bây giờ anh nằm đấy, trong cái không gian khiêm tốn nhất mà con người có thể sở hữu khi rời bỏ tất cả lo toan, ham hố. Sắc mặt có màu vàng ngả xanh, trông giống một tượng sáp, anh thờ ơ với tất cả.

Tôi nghe loáng thoáng tiếng Hách: "Không, hoàn toàn không phải là như vậy. Trong sự tái cơ cấu, khi ta phải nói nới rộng quyền tự quản cho cơ sở, ấy là ta thú nhận sự bất lực của lãnh đạo…" Thủ trưởng của Thường xua xua tay: " Tôi không có ý nói thế, về cơ bản chúng ta nhất trí…" Hách: "Đồng ý, nhưng nói nhiều đến sức mua, mức sống… là mị dân. Phải sáng tạo, nhưng không được chệch hướng…"

Rồi cũng đến lúc xe tang chuyển bánh. Vợ con Thường đi sau, tay bám chặt các gò mấu có thể bám víu của cái xe tang già lão với những sứt sẹo đúng với tuổi của nó. Tiếng hờ ai oán của vợ Thường với mấy đứa nhỏ làm tôi nao lòng. Theo sau họ là mấy bà bạn gia đình. Họ vừa đi vừa xì xào về giá cả ở chợ: "Rõ mình cầm cả nắm tiền, mà loáng cái đã hết, làn thì vẫn nhẹ tênh...". "Chả hiểu các ông ở trên tính sao, chứ cứ cái đà này thì dân chỉ có chết..." Tiếng một người đàn ông: " Chậm tiến nhất là thằng Lương, các bà ạ. Trong khi thằng Thịt, con Cá, cả đến thím Rau cũng được đề bạt rầm rầm..."

Hách và thủ trưởng của Thường đi sau họ, vẫn sôi nổi với đề tài dang dở. "Không có cái mô hình sẵn nào cho ta sao chép đâu - giọng Hách - Ta có con đường riêng của ta, thứ xã hội chủ nghĩa đặc thù của riêng ta.." Tiếng thủ trưởng của Thường: "Cho tôi mượn tập ấy ít ngày để tham khảo..."

Chân bước máy móc, tôi thả hồn về quá khứ: Thường ngồi ở bàn trên, lưng thẳng đuỗn, hai tay đặt ngay ngắn theo đúng cách thầy dạy. Hách ngồi bên cạnh tôi, người cúi gập, tay trái khuỳnh khuỳnh che mảnh giấy Thường vừa quẳng cho, cắm cúi chép lia lịa cho kịp giờ trả bài. Không thể nhớ Hách đã chép bài của Thường bao nhiêu lần trong đời học trò.

Bầu trời xà xuống thấp từ lúc nào không biết. Mưa bắt đầu lắc rắc. Xe tang dừng lại. Người đi đưa lần lượt từ biệt vợ Thường để ra về. Những người còn lại leo lên chiếc xe ca vẫn chầm chậm theo sau.

Thủ trưởng của Thường muốn kéo Hách lên xe mình để tiếp tục câu chuyện, nhưng anh từ chối:

- Tôi còn anh chị bạn.

- Cái thằng đến vất vả - trong xe, Hách nói với tôi - Đến lúc xuống mồ còn gặp mưa. Hạ huyệt xong là ta về, hả?

- Đâu có thế được. Mình phải ở đó với vợ con Thường cho đến hết chứ.

- Chỉ sợ kéo dài quá. Mình còn có cái hẹn không thể bỏ. Mà thôi, đến đó hẳng hay.

Anh ngả người trên tựa, mắt lim dim. Gương mặt béo tốt, hồng hào của anh tràn đầy kính chiếu hậu.

Tôi lại như nhìn thấy Thường, nước da xanh xao, thân hình gầy gò, dáng đi tất tả, đôi mắt trũng sâu. Hình như lúc nào anh cũng băn khoăn về một chuyện gì đó, như thể anh luôn canh cánh bên lòng về chuyện có ai đó không hài lòng về anh trong một việc nào đó. Tôi chưa khi nào bắt gặp Thường trong giây phút nhàn hạ.

Đi trước xe Hách là xe của thủ trưởng Thường. Tôi được nghe nhiều lời khen ngợi ông như một người đứng đầu cơ quan cấp bộ có tài. Những báo cáo của ông, người ta nói, bao giờ cũng xuất sắc, đầy ý kiến sáng tạo. Ông là người gần gụi các cán bộ khoa học, nhất là cán bộ trẻ. Ông biết lắng nghe cấp dưới. Ông được lòng cấp trên. Bên cạnh ông, cắp cặp theo ông, bao giờ cũng có người thư ký cần mẫn, với gương mặt cam chịu - đó là Thường của chúng tôi.

Thường cho biết thủ trưởng của anh không bao giờ quên anh mỗi kỳ xét lương, xét thưởng. Ông luôn nhắc nhở tài vụ cho anh trợ cấp khó khăn, thỉnh thoảng ông còn trích quà biếu của các địa phương cho anh một phần mang về nhà.

- Thủ trưởng mình rất được - Thường nói - Ông ấy biết thương người.

- Ông ấy giỏi, người ta nói vậy - tôi nói.

- Cũng tương đối - Thường trả lời, giọng không quả quyết.

Hách cũng là người tốt với bạn. Anh biết gia cảnh của bạn, thỉnh thoảng lại giấm giúi cho Thường ít tiền. Đi họp ở nước ngoài về anh không quên mang cho Thường khi thì cái xích xe đạp, khi thì cái líp, có lần vào mùa hè anh chịu khó xách cho Thường cả một cái quạt tai voi biết quay đi quay lại. Ít nhất thì những cử chỉ đó cũng chứng tỏ tình bạn trong anh không chết, kể cả khi anh làm to. Tôi cho rằng ngoài tình bạn thời thơ ấu ra, anh còn không quên những mảnh giấy con con bay từ bàn trên xuống bàn dưới trong thuở học trò.

Nhưng nói thế để ám chỉ Hách nên người nhờ quay cóp thì không đúng. Anh có người cha mà hai chúng tôi đều không có. Ưu điểm lớn nhất của cha Hách là nghèo. Vì nghèo, ông đành lòng rời bỏ cái làng chiêm khê mùa thối, lang bạt tứ xứ. Bước chân lận đận của ông dừng lại ở mỏ than Vàng Danh. Ai có thể biết trước cuộc đời nhọc nhằn của người phu mỏ lại có thể đưa ông đến vị thế chủ tịch uỷ ban cách mạng một huyện chỉ nhờ vào thành tích là người đầu tiên cắm cờ Việt Minh lên nhà chủ mỏ khi có người mà ông không nhớ là ai giúi nó vào tay ông vào một ngày Tháng Tám năm 1945. Nhờ thế mà Hách mới có được lý lịch thành phần công nhân, giai cấp lãnh đạo cách mạng. Đến khi có chủ trương nâng đỡ con em thành phần nòng cốt trong việc cho đi đào tạo ở nước ngoài thì Hách được chọn khi còn chưa tốt nghiệp phổ thông. Anh hưởng phần bánh cách mạng dành cho như là lẽ tự nhiên. Từ nước ngoài trở về, với bằng tốt nghiệp loại ưu, Hách được cơ cấu vào guồng máy lãnh đạo ngành công nghiệp với tư cách nhà khoa học xuất thân giai cấp vô sản.

Thường học giỏi là thế, nhưng anh lại hoàn toàn không may - cha anh làm chưởng bạ trong làng, nhà lại có hơn mẫu ruộng do các cụ để lại, cho cấy rẽ. Thoát được cái hoạ bị đấu trong cải cách ruộng đất đã là phúc, là nhờ ông có tham gia Việt Minh thời tiền khởi nghĩa. Nhưng cái phúc ấy cũng chỉ lớn đến thế thôi. Chật vật lắm Thường mới thi vào được đại học sư phạm. Tốt nghiệp rồi, anh cũng không được làm thầy giáo vì cái lý lịch oái oăm nhiều đen ít đỏ nọ. Nhưng rồi sau mọi cái rủi, rốt cuộc anh cũng gặp cái may - nhờ văn hay chữ tốt anh được giới thiệu làm thư ký uỷ ban huyện, từ đó anh lên tỉnh, cũng vẫn công việc ấy, làm cho ông trưởng ty nông nghiệp, rồi lên đến chức thư ký cho ông chủ tịch tỉnh. Đến khi ông chủ tịch về hưu mới giới thiệu anh làm thư ký cho ông em vợ, chính là ông thủ trưởng bây giờ, coi như đỉnh cao nhất anh đạt được trên hoạn lộ.

Tôi nhìn lên quan tài trong đó có bạn tôi nằm. Nó lúc lắc khe khẽ khi xe lăn bánh trên những ổ gà và nghĩ về đường đời không suôn sẻ của Thường. May cho anh, giờ đây anh chẳng còn sợ cái rủi nào, cũng chẳng cần đến cái may nào nữa.

Tiếng khóc của vợ Thường lại cất lên ảo não khi xe tang dừng lại ở cổng nghĩa trang. Trời mưa nặng hạt hơn. Thủ trưởng của Thường bước xuống xe, theo sau là anh lái xe giương ô che cho ông.

Khi Hách và tôi đến gần ông, tôi nhận thấy, lần đầu tiên từ khi ở nhà tang lễ, đôi mắt buồn bã đầy nuối tiếc của ông hướng về chỗ đám phu đòn hạ quan tài xuống. Ông đến bên vợ Thường, đặt một tay lên vai chị, tay kia đưa khăn lên thấm nước mắt. Tôi cũng thấy mắt mình cay cay, nhưng không có giọt nước mắt nào chảy ra. Mới biết thương bạn thì thương lắm, mà nước mắt đã cạn.

Một người đeo kính trắng, tuồng như cùng cơ quan với Thường, được cử phụ trách tang lễ, lật đật bước trên mặt đất lép nhép ra đầu huyệt. Quan tài được nhẹ nhàng đưa từ trên xe xuống. Những người lo việc mai táng ở nghĩa trang lầm lì đỡ lấy nó, đặt xuống bên cạnh cái huyệt đào sẵn. Vợ Thường lả đi trong tay hai bà bạn. Mấy đứa con anh vừa quệt nước mắt vừa ngơ ngác nhìn xuống mặt nước mưa đã dềnh lên trong huyệt.

Người thay mặt cơ quan phụ trách tang lễ là thư ký công đoàn. Ông ta lau mãi cặp kính lão, lúng túng không biết nên đọc bài điếu văn soạn sẵn vào lúc này hay đợi hạ huyệt xong. Trong lúc ông lúng túng, người của nghĩa trang đã nhanh chóng thả quan tài xuống huyệt bằng mấy sợi chão được luồn xuống bên dưới từ lúc nào. Trong khi họ dùng xẻng hất những tảng đất ướt và nặng lên nắp áo quan, ông thư ký công đoàn vuốt nước mưa trên mặt, lau cặp kính lần nữa, rồi nhìn vào trang giấy lúc này chữ đã nhoè, e hèm một tiếng, rồi lên giọng đọc to lời tiễn biệt chế sẵn cho mọi đám tang cán bộ: "Đồng chí mất đi là một tổn thất không thể đền bù… Mãi mãi ghi nhớ công lao đóng góp…Một con người suốt đời tận tuỵ với công tác cách mạng… Chúng tôi học tập anh, tấm gương sáng… ".

Thủ trưởng của Thường nhăn mặt, xem đồng hồ tay.

- Điếu văn gì mà lòng thòng! - Hách đứng bên tôi lầm bẩm.

- Nhân loại không bao giờ từ bỏ thói quen nói tốt cho người đã khuất - tôi nói khẽ.

- Ý cậu muốn nói: với người sống thì người ta không có thói quen ấy?

Tôi nhún vai, không đáp.

Thư ký công đoàn kết thúc công việc được giao phó. Ông ngạc nhiên nhìn nấm đất mọc lên trước mặt trong khi ông cắm cúi đọc điếu văn. Vợ Thường nhoài ra khỏi tay hai bà bạn, gieo mình xuống nấm đất nhão nhoét, lăn lộn. Chẳng mấy chốc cả người chị cũng biến thành bùn đất. Mấy đứa con lại ré lên.

Tôi lại thấy cay mắt, nhưng cũng như trước, không giọt nước mắt nào chảy ra. Trong phút ấy tôi ghét mình thậm tệ.

- Chúng mình về thôi - Hách nói.

Tôi muốn nói lời từ biệt với vợ con Thường nhưng không thể. Vợ tôi khóc dấm dứt.

- Về thôi - tôi nói - Mình sẽ đến thăm vợ con Thường sau.

- Nhớ rủ mình - Chúng ta cùng đi.

Trên xe, Hách nói:

- Điếu văn tệ quá! Toàn công thức. Nếu là Thường, cậu ấy sẽ viết khác, hay hơn nhiều.

- Nào có ai tự viết điếu văn cho mình?

- Ấy là nói vậy - Hách thở dài - Là mình nhớ đến những bài văn cậu ấy viết thuở chúng mình còn ngồi ghế nhà trường.

Tôi nhìn Hách, hơi ngạc nhiên. Hầu như những người thành đạt như anh chẳng bao giờ nhắc lại quá khứ một thuở học trò. Cứ như thể họ ra đời đã là những người uyên bác, kiến thức đầy mình.

3.

Một năm sau, Hách cho tôi biết thủ trưởng của Thường đã về hưu, nhưng không phải hưu non - ông cũng đã gần đến tuổi hưu theo chế độ

- Trông ông ta còn sung sức lắm - tôi nói.

- Nghỉ như thế là sớm hai năm - Hách nói - Nhưng tính thâm niên công tác của ông ấy thì không bị coi là hưu non. Với ông ấy, đó là một quyết định sáng suốt.

- Ông ấy còn có thể lên cao hơn nữa mà.

- Chuyện quan trường cậu chẳng bao giờ để ý, cậu không hiểu.

- Là sao?

- Tinh ý một chút cậu sẽ thấy Thường chết đi là lập tức ông ấy mất hết mọi nét xuất sắc.

Tôi nhíu mày:

- Nghĩa là cái chết của Thường có liên quan gì tới việc ông ấy về hưu?

Hách nhìn vào mắt tôi:

- Cậu ngốc thật hay giả vờ ngốc?

- Cứ cho là mình ngốc thật đi.

Hách buồn rầu lắc đầu:

- Chúng ta đều nhầm khi coi thường bạn mình. Chúng ta coi Thường suốt đời chỉ là cái bóng của kẻ khác. Nhưng cậu ấy có giá trị hơn thế…

- Cậu ấy có bao giờ được là chính mình đâu?

Hách im lặng, suy tư. Rồi nói:

- Mỗi vật ở trước nguồn sáng bao giờ cũng có cái bóng của nó. Khi vật không còn thì bóng cũng mất theo, đúng không?

- Thì sao?

- Tức là chẳng bao giờ có hiện tượng ngược lại.

- Ý cậu muốn nói gì?

Hách nhìn thẳng vào mắt tôi:

- Cậu hiểu thừa, mà cứ làm như không hiểu. Cái chết của Thường cho chúng ta thấy một mặt khác của cuộc đời - cái bóng mất là vật mất theo. Trường hợp Thường không phải là duy nhất. Rất nhiều người chúng ta tưởng nhầm là giỏi giang thực ra là đều nhờ những cái bóng.

1998

CÁI CHẾT
CỦA NGƯỜI TÙ GIÀ

Kính tặng hương hồn bạn tù Nguyễn Thái Bút

1.

Người Tù Già nằm bất động.

Lão nằm và nhìn lên bầu trời xám xịt qua song cửa.

Nhìn đăm đăm và nghĩ miên man.

Những ý nghĩ đứt quãng, trôi nổi, bồng bềnh, lẫn lộn. Trùm lên những ý nghĩ vẩn vơ ấy là một màu buồn u tối. Đầu đông ở thung lũng là thế. Thời tiết thay đổi từng giờ. Mặt trời không cất mình lên nổi nơi sương mù giăng mắc giữa ban ngày. Những vạt rừng ngàn năm nhấp nhô đậm nhạt trong thứ nửa mù nửa mưa bao quanh trại tù như một vành khăn xô rách rưới. Không phải vô lý mà người ta thích đặt trại tù trong những thung lũng, lão nghĩ. Họ khôn lắm. Không phải chỉ để ngăn tù trốn đâu. Mà để ngăn cả ý nghĩ vượt ngục của tù nữa, nếu như nó dám nảy ra.

Người Tù Già buồn.

Lão biết lão chẳng còn sống bao lâu. Dấu hiệu đầu tiên của cái chết mà lão biết được là đôi chân không còn nghe theo lão. Lão mất hết cảm giác về chúng. Chúng rời bỏ lão một cách chậm chạp, không sao ngăn nổi. Bắt đầu là hai bàn chân, hôm qua, rồi tới đầu gối, sáng nay, và bây giờ - tới hông. Cả cái mùi khăn khẳn dính chặt vào khứu giác, không biết nó xuất phát từ đâu, có phải đấy là mùi của chính lão?

Lão biết lần ngã bệnh này của lão không như những lần trước, trong suốt đời tù đẳng đẵng. Mười một năm rồi chứ ít à? Trong mười một năm ấy lão đã vượt qua cái chết không phải một lần. Nhưng lần này thì không, lão biết. Không qua được. Không ăn thua. Thân thể lão đã cạn khả năng sống sót để chờ thêm một năm, hoặc hai năm, như lão từng chờ nhiều lần, để được xét tha sau một lệnh. Lệnh, là gọi tắt một kỳ hạn của cái gọi là "tập trung cải tạo". Một lệnh là ba năm. Hết ba năm này là ba năm khác. Cứ thế mà diễn.

Mà chắc gì lão được tha cơ chứ?

Cái chết toàn năng, cái khốn nạn bất khả kháng, như hốc miệng đen ngòm của một con trăn khổng lồ đang nuốt dần cơ thể lão, từng phút một. Rất chậm, nhưng không dừng một giây.

Lão sợ. Lão không muốn chết một tí nào. Lão muốn sống. Chao ôi, lão muốn sống lắm lắm. Chưa khi nào lão muốn sống bằng lúc này.

Đấy, ngay bây giờ đây này, lão đang muốn kêu, muốn gào lên, muốn thét lên, bằng hết giọng, để thiên hạ nghe thấy mà chạy đến, để thiên hạ xúm lại kéo lão ra khỏi cái hốc khủng khiếp đen ngòm kia. Nhưng lão không kêu được. Từ cuống họng lão chỉ phát ra những tiếng ú ớ mà, lạ thay, lão lại nghe rất rõ. Đôi tai nghễnh ngãng nhiều năm bỗng trở lên thính lạ thường. Tưởng chừng cái sống còn lại trong người lão chỉ tập trung nơi thính giác. Nó, và chỉ có nó, nối liền lão với thế giới bên ngoài.

Nói lão muốn gọi thiên hạ là nói thế thôi, chứ lão biết cả cái thế giới bên ngoài kia chẳng thèm nhòm nhõ gì đến lão. Đối với cái thiên hạ ấy, lão chẳng là cái gì. Bạn tù không đến thăm lão. Họ mệt lử sau một ngày lao động, lết được về tới phòng là nằm vật ra, còn sức nào để nghĩ tới lão. Trừ Cựu Tỉnh Trưởng, một người tù già, còn già hơn lão nữa, ở ngay đây, trong trạm xá, thỉnh thoảng mới lệt xệt từng bước đến bên giường ngó lão một cái. Lũ bệnh nhân cùng trạm xá với lão kia, ở ngay bên lão, thì chẳng nói làm gì - còn khuya cái lũ ấy mới nói với lão một lời. Chúng chẳng bệnh tật gì, chúng được nằm trạm xá vì chúng có tiền cống cho thằng Y Tá, cho ông Y Sĩ[16]. Giờ đây chúng túm tụm trên cái giường gần giường lão, đang sát phạt nhau trong canh bạc mới mở. Lão nghe rõ mồn một thằng nào cười hô hố, thằng nào đang ngửa cổ reo tướng lên, thằng nào vừa vỗ đùi trong khoái trá, thằng nào vừa văng một câu chửi đổng trong cơn bực bội.

Y Tá cũng ngồi trong đám bạc. Mặt bì bì, mắt trắng dã, môi mỏng mím chặt, hắn vật quân bài xuống chiếu cái đét và ngửa cổ lên văng một tràng chửi tục. Không cần nhìn, lão cũng biết nước bọt hắn văng tung toé. Hắn không thể nói mà không văng nước bọt.

Y Tá vốn là một bác sĩ khoa phụ sản bệnh viện tỉnh, trước nữa là Y Tá huyện, được trên cho bổ túc lên y sĩ, rồi bổ túc lên bác sĩ. Hắn là tù có án - năm năm vì tội cưỡng dâm bệnh nhân.

Người Tù Già đón hắn từ lúc hắn vừa bước xuống ô tô ca của trại tỉnh chở tù lên trại trung ương. Người cùng một tỉnh, gặp nhau ở trong tù thì mừng, là lẽ thường. Chẳng gì cũng đồng hương đồng khói với nhau, chứ trước kia lão đâu có quen hắn. Như mọi nông dân, có bao giờ lão đi bệnh viện. Người nông dân nghe đến bệnh viện là hãi rồi, như chết đến nơi rồi, không chết đến nơi thì chẳng ai tới bệnh viện làm gì. Nhưng cái chính là lão sợ tốn. Ốm đau đã có lá lẩu trong vườn, nặng hơn thì tìm đến ông lang ngoài chợ, ra khỏi nhà một bước là một bước tiền.

Hắn được phân vào toán đan lát của lão. Lão mừng húm. Lão rủ hắn ăn chung. Chia sẻ với hắn từng viên thuốc lào. Ở ngoài, nghe nói hắn béo lắm. Lên trại, hắn xuống cân vù vù. Gầy tong teo. Đi

---

[16] *Trong tù, người được phân công trông trạm xá được gọi là y tá trại, dù trước khi bị tù có là bác sĩ. Y sĩ là người của công an trại giam, dù trong chuyên môn chỉ là y tá.*

xiêu vẹo. Hắn quên sạch mọi thứ trên đời, trừ những cái có thể bỏ vào mồm. Đi làm ngoài trại mắt hắn láo liên lục bới từng khóm cây bụi cỏ kiếm con cào cào, con châu chấu. Hôm nào vớ được con thần lằn, hôm đó hắn như sống lại. Người ta quen thấy hắn vật vờ ngoài sân, hết rẽ vào nhà này lại nhà kia để kiếm miếng ăn. Một trong những cách kiếm ăn lương thiện nhất, ít bị khinh bỉ nhất, là tẩm quất thuê cho lũ "đầu gấu", lũ "sĩ quan[17]".

Cuộc đời đầy những bất ngờ. Tay "y tá trại", trước kia là bác sĩ một bệnh viện trung ương bị kết án chung thân vì tội dùng thạch tín đầu độc vợ giữ chức y tá đã nhiều năm, nhờ có nhiều quan hệ với các quan chức lớn nên luôn được giảm án, đùng một cái được tha trước hạn. Cái chân y tá trại béo bở có một số ứng viên sáng giá - đó là mấy tù nhân bác sĩ, người đi tù vì tham ô, kẻ vì buôn lậu. Trời xui đất khiến thế nào, hắn được Ban giám thị chọn. Tính về thành phần xuất thân hắn ăn đứt bọn kia, hắn không phải chỉ là nông dân nói chung, hắn là cố nông tính về thành phần, quân chủ lực của cách mạng. Một bước, hắn lên quan, dù là quan trong trại tù.

Làm y tá trong tù bảnh lắm. Muốn nghỉ lao động một ngày, hoặc vài ngày, trong đời tù triền miên lao động và lao động, những người tù khốn khổ, không trừ một ai, đều phải cầu cạnh y tá. Tuỳ theo cống vật họ dâng mà y tá gia ân cho họ nhiều hay ít - từ một hai ngày nghỉ lao động cho đến nằm trạm xá để theo dõi và điều trị.

Nhà bếp, liên minh thần thánh của trạm xá, bao giờ cũng dành cho Y Tá phần béo bở, ngày thường cũng như ngày ăn "tươi", trong mối quan hệ hai bên cùng có lợi. Hắn mau chóng lên cân trở lại. Trơn lông đỏ da. Rồi béo hú. Hắn thích kể chuyện những người đàn bà đã qua tay hắn, như những chiến công, và thề sẽ trả thù con mụ bệnh nhân bị cưỡng hiếp đã làm đơn tố cáo hắn.

Người Tù Già không trông cậy ở Y Tá một sự chiếu cố nào. Lão

---

[17] *"Sĩ quan" hay "đầu gấu" (tiếng lóng), chỉ những tù nhân loại anh chị trong đám lưu manh.*

biết có trông cậy cũng vô ích. Ở trong tù mà nói chuyện ân tình là lạc điệu, là ngu. Lão chỉ ân hận một chút - ấy là lão đã không đủ khôn ngoan để nghĩ tới chuyện đút lót Y tá ngay từ hôm đầu nằm trạm xá, như những người tù khác.

- Ở đời chẳng có gì tự nhiên có, chẳng có gì tự nhiên mất - Y Tá triết lý - Không hiểu điều sơ đẳng ấy thì ô hô, có mà ăn cám.

Người Tù Già không nghĩ tới đút lót là có cái lý của lão. Lão có cái gì để mà đút cơ chứ? Trên răng dưới cát-tút, lão là thế. Lão không thuộc loại người giận đời hoặc đám kẻ sĩ dở hơi đã vào tù rồi vẫn còn cương, không chịu cúi đầu trước bọn cán bộ, đừng nói gì tới Y Tá hay trật tự. Nếu có cái để đút thì lão cũng đút rồi. Nhưng Y Tá lại nghĩ khác - ừ thì lão không có tiền thật, lão nghèo rớt mồng tơi, đúng, nhưng lão có thể xin, có thể vay chứ. Vẫn còn những bạn tù tốt sẵn lòng giúp lão lúc hiểm nghèo cơ mà. Vay trước trả sau là chuyện thường tình. Cho nên Y Tá mới giận. Lão già cứ ì thần cụ ra, cứ như thể Y Tá là đồng hương của lão thì hắn phải có trách nhiệm săn sóc lão. Đừng hòng. Còn khuya nhé!

Y Tá đoán sai - lão hành xử như thế, không kể chuyện lão không có tiền, cái chính là vì lão coi thường bệnh. Lão xem trận ốm bất ngờ như một sự bất tiện hơn là một bệnh. Lão tin ở đặc tính sống dai của người tù. Đó là một sinh vật kỳ lạ - sống không mảy may tiện nghi, thiếu thốn đủ đường, mắc đủ mọi bệnh, thế mà vẫn sống nhăn, như để phô bày một hiện tượng kỳ lạ của nhân loại. Lão không hề nghĩ đến cái chết khi lão khai ốm. Thậm chí lão còn cho là Y Tá nhầm khi cho lão đi nằm trạm xá. Kiết lỵ là cái quái gì cơ chứ? Lão đã chứng kiến một lần tù chết hàng loạt trong một trận dịch kiết lỵ. Kinh lắm. Chôn không kịp. Nhưng dịch là dịch, chứ cái kiết lị bình thường, kiết lỵ hàng ngày, có làm thằng chó nào chết đâu? Lần này lão có đau bụng thật, đau quặn, khó chịu lắm, nhưng cũng chỉ như những lần khác, không hơn. Đến bữa lão vẫn "bụp" đến nơi đến chốn, ngoài suất cơm trại còn ngốn cả mấy chét to rau má mới thấy lưng lửng dạ.

Lão chỉ bắt đầu lo, bắt đầu ân hận đã không đút lót Y Tá khi thấy cái bệnh tưởng chừng vớ vẩn ấy ngày một nặng. Lão thấy những cơn đau quặn dữ dội đến lạ lùng ở bụng dưới. Mót liên tục. Không nhịn được. Mỗi lần đi cầu sức lực của lão như trôi ra theo đám phân lầy nhầy máu.

Y Tá cũng coi thường bệnh của lão. Khi thấy bệnh nặng thêm thì hắn cho lão ăn cháo với muối. Muối là lành nhất, không gì lành bằng. Với phương pháp điều trị này, bệnh nhân nào rồi cũng khỏi. Trừ những bệnh nhân đã đến cõi. Khi thấy lão đi nhiều quá, mệt quá, thì y cho thêm mấy viên Berberin. Trong nhà tù Berberin[18] là thần dược cho các bệnh đường tiêu hoá.

Nhưng Berberin không ăn thua. Uống vào như không uống.

Người Tù Già thầm trách Y Tá trại nhẫn tâm. Hắn cho lão nằm trạm xá để làm gì, nếu như hắn không muốn chữa cho lão khỏi?

Lão không biết rằng Y Tá chẳng tốt mà cũng chẳng xấu với lão. Y Tá chỉ làm việc phải làm mà thôi. Đó là lệnh của Ban Giám thị: "Phải giảm tỷ lệ tử vong xuống!"

Số là từ đầu năm tù ở mấy trại trung ương bỗng lăn ra chết như ruồi trong một trận dịch kiết ly. Đến nỗi ông Bộ trưởng phải ra một chỉ thị đặc biệt để chặn đứng tai hoạ. Không phải bỗng nhiên ông quan tâm tới số phận tù. Sự quan tâm bắt đầu từ việc đứa cháu họ mẹ vợ ông Tổng bí thư đảng, làm công an một trại, đến thăm kể cho bà nghe chuyện cảnh tù chết la liệt như thế nào. Anh ta muốn bà nói giúp một tiếng để anh ta được chuyển ngành. Là Phật tử thuần thành, bà lựa lời khuyên ông con rể chớ để sự thể như thế mà luỵ đến đời con cháu.

Ông Tổng bí thư, tác giả nhiều cuốn sách về chủ nghĩa duy vật, về tính nhân văn xã hội chủ nghĩa, cười giễu cái sự tin nhảm của bà lão. Ông không tin Trời, không tin Chúa, không tin Phật. Ông chỉ tin ở sức mạnh của cái Đảng dưới quyền ông. Có nó, ông muốn làm gì cũng được. Nó bách chiến bách thắng.

---

[18] *Thuốc chế tạo bằng cỏ sữa.*

Ông Bộ trưởng Công an và ông Cục trưởng Cục quản lý trại giam được ông Tổng bí thư triệu lên.

- Đường lối của Đảng ta là trị bệnh cứu người - Tổng bí thư căn dặn - Trấn áp bọn phản cách mạng thì không thể nương nhẹ. Đó là chuyên chính. Nhưng khi chúng nó đã là người tù thì phải coi chúng nó như người bệnh, phải chăm nom cho chúng nó khỏi bệnh, để chúng nó còn sống mà trở thành công dân lương thiện. Các đồng chí làm ăn thế nào để đến nỗi tù chết nhiều đến thế? Tôi chỉ thị các đồng chí phát động ngay một đợt thi đua trong các trại giam để giảm lập tức tỷ lệ tử vong xuống. Tôi nhắc lại, ta phải nhân đạo, ngay cả với kẻ thù … Các đồng chí phải quán triệt đường lối ấy.

Hai ông cấp dưới trở về, nói với cấp dưới nữa, rồi cấp dưới nữa lại nói với cấp dưới nữa. Khi nhắc lại lời ông, họ ngước mắt lên trời:

- Thánh thật! Ngồi một chỗ mà cái gì Cụ cũng biết, biết hết. Vớ vẩn với Cụ, toi có ngày!

2.

Người Tù Già lắng nghe. Từ xa vẳng lại tiếng gõ chí chạt, đều đều. Cái gì thế nhỉ? A, đúng rồi - đó tiếng dao thớt. Hớn hở và hối hả. Rộn rã. Tưng bừng. Tiếng dao thớt này nghe vui lắm, phấn khởi lắm. Chắc chắn phải là tiếng băm thịt, chặt xương. Không phải tiếng băm rau, không phải. Nhà bếp cái gì cũng băm, cho nó nhanh. Có lần lão đã lầm - hôm đó nhà bếp băm bí đỏ. Nhưng tiếng băm bí đỏ có khác với băm thịt. Để ý thì thấy. Nó cũng phầm phập, nhưng không khô, không gọn. Và uể oải. Chậm chạp.

Chao ôi! Lão muốn vỗ trán mà reo lên vì phát hiện, nhưng tay lão yếu quá, nó chỉ còn có thể vỗ được trong ý nghĩ. Có vậy mà lão không nghĩ ra, có khốn nạn không kia chứ. Cái đầu chết tiệt. Hôm nay Mồng Hai Tháng Chín mà! Là ngày Quốc khánh mà! Phải có "tươi" lớn chứ.

Lão buồn xìu. Lão hiểu rằng lão đã mất hết ý thức về thời gian. Lão không còn phân biệt được hôm qua với hôm kia. Lão chỉ còn biết được hôm nay. Lão chỉ còn biết cái hiện tại, cái bây giờ. Ngày lại ngày trong đời tù giống hệt nhau. Thế là lẫn. Lão nhớ ra ngày Quốc khánh nhờ nhớ được cái lần trại "ăn tươi" trước đó - ngày Quốc tế Lao động Mồng Một Tháng Năm. Giữa hai ngày lễ đó chẳng có lễ nào khác.

Lão mơ màng hình dung ra những miếng thịt kho tàu màu cánh gián đẹp như được đánh véc ni, nồi hầm xương bò nhuếnh nhoáng hằng hà sa số những sao nhỏ sao to trên mặt nước béo ngậy.

Thảo nào, từ buổi sáng lão đã mơ màng nghe tiếng quạ kêu. Cái giống đến là tài, chúng ngửi được mùi xác chết cách xa cả chục cây số. Thế mà lúc ấy lão đã nghĩ dại - lão nghĩ lũ quạ đánh hơi thấy mùi lão. Lão loáng thoáng nghe có người bảo giống quạ biết ở đâu đó có súc vật chết, hoặc người chết. Chim lợn còn thính hơn. Nó còn đánh hơi được cả người sắp chết. Là bởi người sắp chết cũng bốc mùi. Cái mùi ấy mũi người không thấy được.

Lão nhếch mép. Không ai có thể bảo đó là lão cười, bởi cái nhếch mép của lão không thành. Lão đang sung sướng trong lòng. Không phải lũ quạ đánh hơi thấy mùi lão. Chúng nó đánh hơi thấy con lợn hay con bò bị làm thịt dưới kia, chỗ nhà bếp. Lão hình dung bữa tươi sắp được hưởng. Miếng mỡ căng phồng khi cắn vào mới ngon làm sao! Là lão nhớ đến miếng mỡ ở ngoài kia kia, ở cái cuộc sống bên kia bốn bức tường nhà tù kia, chứ ở đây có bao giờ được một miếng như thế. Nhưng mỡ thì ở đâu cũng vẫn là mỡ. Nước mỡ ứa ra sẽ làm cho miệng lão hết khô, lưỡi lão hết sưng tấy. Nó giống như nước mưa nhỏ xuống đất cằn.

Thịt cũng thế. Nó làm cho người ốm khỏe ra, làm cho người già trẻ lại. Chỉ mới nghĩ tới nó lão đã tỉnh hẳn, đã quên bằng nhưng ý nghĩ đen tối về cái chết.

Lão nhớ bữa "ăn tươi" cuối cùng xảy ra hôm nào. Thông thường một tháng tù được "ăn tươi" một lần. Nhưng đã ba tháng rồi chẳng được một bữa tươi nào sất. Ban giám thị cắt ăn tươi toàn trại vì một vụ trốn tù táo bạo - năm tên tù xổng cùng một lúc vào ban đêm. Ban giám thị cho rằng nhiều người biết sự chuẩn bị của vụ trốn, nhưng không chịu tố cáo.

Lão gượng quay đầu nhìn sang giường bên, nơi những con bạc đang mải mê sát phạt. Lão đã thấy chúng mà cả với nhau về giá cả bữa tươi lớn, đặc biệt, sắp tới.

- Thịt!

Đôi mắt mờ đục của lão sáng lên. Chúng thậm chí còn động đậy trong hai hốc sâu của cái sau này gọi là đầu lâu.

Cái chết giật mình. Nó đang say sưa nuốt dần con mồi, nó đã nuốt tới đầu gối, tới hông. Con mồi đã chịu thua, ngoan ngoãn và yên phận. Vậy mà đùng một cái, cái con mồi mềm oặt, đã hết sức sống, bỗng giãy giụa, đẩy nó ra bằng sức mạnh không ngờ. Cái chết ngừng nuốt, nhẹ nhàng tạm nhả miếng mồi.

Y Tá vừa trang bài vừa bực bội vừa nhìn sang giường Người Tù Già.

- Mẹ kiếp, chưa chết hử? - hắn hấm hứ - Đã bảo, đừng có rên! Sốt cả ruột!

Cái đầu của Người Tù Già lắc lư khe khẽ. A, lão còn lắc đầu được kìa, Y Tá nghĩ. Lão cãi đấy. Rằng lão vẫn còn sống, lão chưa chết. Chao ôi, cái giống tù sống dai khiếp! Một bệnh nhân như thế ở ngoài đời thì đã xong từ lâu. Từ hôm kia. Hoặc kéo được tới hôm qua là cùng. Mạch gần như không còn, hơi thở mong manh. Từ giường bệnh của lão bốc lên mùi tanh tưởi. Hồi còn ở bệnh viện - hắn lúc đó là bác sĩ chứ không phải là Y Tá như trong cái trại khốn kiếp này - hắn không bao giờ đứng lâu trong phòng bệnh nhân. Hắn lướt qua các giường bệnh một lượt, hỏi han qua loa, rồi đi thẳng. Cuộc chạy việt dã qua các giường bệnh kết thúc bằng việc rửa ráy không với mục đích sát trùng mà chỉ cốt xua tan uế khí của phòng bệnh dính vào da thịt. Thế mà ở đây, hắn phải chịu đựng cái cực hình đó. Phòng dành cho Y Tá và phòng bệnh nhân thông với nhau, mùi hôi thối và tanh tưởi của phòng bệnh nhân nồng nặc. Tối đến, người ta khóa tuốt tuột cả hắn lẫn con bệnh của hắn trong trạm xá. Ít nhất thì cánh cửa liếp cũng ngăn được một phần cái mùi kinh tởm ấy.

Hắn từng biết ơn Người Tù Già đã giúp hắn khi hắn mới tới trại. Lúc đó hắn khốn khổ lắm. Lúc đó hắn nghĩ rồi đây hắn sẽ phải trả ơn lão. Thế rồi hắn quên bẵng. Trí nhớ của hắn không giữ lại ý nghĩ xa xỉ đó. Hắn đã học được cách sống theo luật rừng, không phải ở đây, mà từ ngoài kia. Rừng thuộc về kẻ mạnh. Kẻ nào không học được cách sống ấy, kẻ đó tiêu. Hắn cho Người Tù Già được nằm trạm xá không phải như một cử chỉ trả ơn. Hắn thấy mặt lão đã bạc ra vì bệnh. Theo lệ thường người sắp chết phải được đi qua trạm xá để đến nhà xác.

Người Tù Già lại rên rỉ. Y Tá rời mắt khỏi mấy quân bài, nguýt lão:

- Gì?

- N..ư..ơ..ó..c! - Người Tù Già cố gắng mấp máy cặp môi nứt nẻ.

- Để người ta xong ván bài đã nào. Đang đen bỏ mẹ đây này - Y Tá quát - Đừng có ám quẻ!

- N..ư..ơ..ó..c!

- Mẹ kiếp! Uống đéo gì mà uống lắm thế? Này, "anh giề", đây bảo cho mà biết: phàm càng uống nhiều thì càng chóng chết đấy!

Nghe đến tiếng "chết" Người Tù Già co rúm lại. Đó là nói phóng đại lên, chứ lão không còn có thể co rúm thêm được. Bộ mặt lão méo xệch, đôi mắt láo liên, thất thần. Cái tiếng "chết" thốt ra từ miệng bác sĩ là bản án tử hình đọc cho bệnh nhân.

- Sợ hử? - Y Tá liếc xéo gương mặt méo xệch của lão, vừa lắc lư toàn thân vừa xoi bài - Đừng có sợ. Thằng đéo nào rồi chẳng chết. "Anh giề" chết, tôi chết, nó chết, các ông chết, chúng nó cũng chết. Chết sạch. Kẻ trước người sau, vậy thôi. Đéo có đứa nào thoát.

Y Tá ngửa mặt lên cái trần nhà xạm đen, dấu vết của những bữa sột sệt, cười hô hố.

3.

Khi nhà bếp gánh cơm đến trạm xá, thì đám bài lá giải tán.

Sĩ Quan nhún chân nhảy xuống đất, khệnh khạng bước ra khoảng trống trong phòng khám. Hắn chống nạnh nhìn quanh, hai cánh mũi phập phồng, ngực áo phanh ra phô hình con rắn quấn người đàn bà cởi truồng, và ở bên trên là một trái tim bị tên xuyên thủng. Người đàn bà giãy giụa trong vòng xiết của con rắn khi hắn cử động. .

Khẩu phần ăn của Y tá ở nhà bếp, quân số của hắn ở đó. Hắn bưng bát được lĩnh riêng từ nhà bếp lên, lướt qua đám bệnh nhân đang đứng vòng trong vòng ngoài quanh mấy xoong thức ăn sắp được chia, khẽ dặn Sĩ Quan:

- Chia xong, vào ăn với tao!

- Có cay chứ?

- Nhoè!

Đấy là hai đứa nói về rượu. Y Tá đã loay hoay pha chế chất cay, vừa pha vừa huýt sáo. Đó là một hỗn hợp gồm cồn éthylène, mật mía, những viên polyvitamine màu vàng. Từ lâu, Y Tá sát trùng ngoài da cho bệnh nhân bằng nước sôi để nguội, để dành cồn cho những cuộc nhậu nhẹt. Hội của hắn gồm vài Sĩ Quan cổ cánh, Trật tự và Thông tin.

Từ giường của Người Tù Già phát ra một tiếng rên to. Sĩ Quan quay lại, bắt gặp cái nhìn lạnh lẽo của Người Tù Già. Ấy là hắn có cảm giác như vậy chứ chưa chắc đã là sự thật. Hắn thấy đôi mắt kẻ hấp hối đang hướng về phía đám đông ồn ào chia thịt bỗng quay về phía hắn.

Sĩ Quan giật mình trước cái nhìn ấy. Chuyện hắn bao giờ cũng chiếm phần hơn trong những bữa tươi là chuyện đương nhiên. Những người tù buộc phải chia cho hắn phần hơn - nhiều hơn, ngon hơn. Hắn đã gặp những cái nhìn không thiện cảm, nhưng chưa bao giờ hắn gặp một cái nhìn gườm gườm lạnh lẽo như thế.

Hắn tiến về phía Người Tù Già.

- "Anh giề"[19] không bằng lòng hử? - hắn hất hàm hỏi, nhưng không sẵng.

Người Tù Già không trả lời. Từ đôi môi xám xịt của lão phát ra một tiếng hừ, giống một tiếng rên. Lão không nói được nữa rồi.

Sĩ Quan nhẹ nhàng hỏi lại lần nữa, một thái độ không thường có ở hắn:

- Vậy "anh giề" muốn gì nào? Cân nhá? Hay quay mặt đặt tên?

Người Tù Già vẫn không nói, đôi mắt gắn chặt vào mặt Sĩ Quan. Cái nhìn ấy làm hắn bối rối. Đó là điều chưa từng xảy ra với hắn. Vào tù, qua nhiều trại, hắn không sợ một ai. Hắn tự tin vì hắn có những quả đấm thành thục. Ngày trước, hắn là võ sĩ quyền Anh hạng ruồi, từng lên vũ đài và giật giải vô địch đôi ba lần. Rơi xuống đáy vực xã hội hắn học thêm võ giang hồ. Trong môn võ không môn phái ấy cái đầu tiên cần có là máu liều. Máu ấy hắn không thiếu. Nhưng hôm nay hắn cảm thấy một nỗi sợ hãi mơ hồ. Y Tá bảo lão già chẳng còn mấy nả. Lão già kia, với cái nhìn lạnh lẽo ấy, dám trả thù lắm, dám báo oán lắm, một khi lão thành ma. Đánh nhau với người thì được, đánh nhau với ma làm sao?!

Sĩ Quan đã định bụng nhận phần thịt của mình xong sẽ vào phòng Y Tá với các sĩ quan khác đang đợi hắn. Nhưng hắn thấy bữa tươi này cần được chia công bằng. Nếu hắn có mặt, không đứa nào dám hó hé giở trò bịp bợm. Người Tù Già sẽ được hưởng phần thịt xứng đáng.

- Quay mặt đặt tên nhá?

Hắn hỏi lại lần nữa, giọng hạ hẳn xuống, dịu dàng. Cái đầu lưa thưa tóc của người hấp hối khẽ cử động. Hắn hiểu là Người Tù Già gật đầu.

---

[19] Già

Theo hiệu lệnh câm lặng của hắn, người tù gầy như một bộ xương biết đi liếm đầu bút chì rồi ngồi xổm xuống viết tên những người tù trong trạm xá vào mặt sau vỏ bao thuốc lá đặt trên đầu gối. Người đó viết xong thì một người tù khác cầm tờ giấy lên, quay mặt đi xướng tên người được lĩnh phần, trong khi đích thân Sĩ Quan cầm một cái thìa gõ không theo một thứ tự nào vào từng bát đã được chia. Tên ai được xướng lên trúng vào bát nào thì người có tên nhận bát đó.

Sĩ Quan tự tay bưng bát thịt đến bên giường Người Tù Già, đặt xuống bên cạnh ông

- "Anh giề" ơi, phần của ông anh đây, - hắn nói bằng giọng ngọt ngào và vụng về - tôi bỏ thêm vào cho ông một miếng phần của tôi nữa đấy, đấy miếng này này. Thế nào, "anh giề" bằng lòng chứ? Phần của "anh giề" không lẫn miếng sụn miếng xương nào đâu, "anh giề" ăn cho khỏe!

Đầu của Người Tù Già đụng đậy, Sĩ Quan hiểu là lão gật, lão hài lòng.

Rồi hạ giọng, hắn ghé sát vào tai lão thì thầm:

- Nói dại, "anh giề" có chết đi thì chớ quên phù hộ thằng này nhé! Chớ quên rằng thằng này đã tử tế với ông anh.

Hắn bưng bát thịt của hắn quay vào phòng trong, ở đó Y Tá đang trịnh trọng rót thứ nước thánh do hắn chế tạo vào mấy cái chén nhỏ trước những cặp mắt hau háu của lũ bạn.

4.

Mấy anh tù tự giác đi làm về rẽ qua trạm xá xin thuốc đỏ[20] vừa hút thuốc lá cuốn vừa lắng nghe Y Tá kể về những phút cuối cùng của ông lão:

- Cái bát để bên cạnh, ngay chỗ này này. "Anh giề" nhà mình

---

[20] Mercurochrome, trị bách bệnh ngoài da trong trại giam.

thấy cái bát là cố gượng quay đầu lại nhìn. Bữa tươi "dầm²¹", thịt rang mặn thơm đéo chịu được. Nhưng đến lúc ấy thì "anh giề" hết ngồi lên được nữa rồi. Chân lão liệt từ đêm. Chết ấy à, chúng mày phải biết, bao giờ cũng phải từ chân lên đầu, ngược lại là không có. Tớ nghe tiếng "anh giề" ú ớ mãi. Chắc lão muốn gọi đứa nào đỡ lão ngồi lên, nhưng lưỡi lão cứng rồi...

Người Tù Già nằm trên giường, im lặng. Mặt lão xám lại trong vẻ bất cần, trong một vẻ trịnh trọng không nguyên cớ. Trên người lão là tấm chăn rách của trại, phủ ngay ngắn, tấm chăn sợi Nam Định không biết đã được dùng cho bao nhiêu kiếp tù.

- Lão ú ớ một hồi, rồi im. Mẹ kiếp, tớ lại ngỡ "anh giề" rên. Mấy hôm nay lão rên suốt ấy mà. Nhưng tớ mặc. Cứ thấy rên mà chạy lại, có mà chạy cả đêm. Ấy vậy, tớ mặc cho lão rên, định bụng ăn xong sẽ cho lão một ống dầu long não. Đã đến nước ấy trời cũng không cứu nổi, dầu long não cứu thế đéo nào được. Nhưng lệ trong nghề tớ là thế, chúng mày ạ - gì thì gì cũng phải cho người hấp hối một mũi tiêm làm phúc. Người không biết thì bảo nó là thuốc hồi dương. Long não chỉ làm cho cái xác sắp chết ấm lên một tẹo thôi. Ra cái vẻ còn nước còn tát ấy mà, chứ ăn thua đếch gì...

- Thế là "anh giề" đi luôn?

Y tá khịt mũi ra chiều khinh bỉ:

- Đi là thế đéo nào? Cái giống tù là sống dai nhất hạng.

Cựu Tỉnh Trưởng lệt xệt đến bên giường người chết. Lão gầy tong teo, già nhất trong những người tù già trong toàn trại, mặt nhăn nheo như một quả bưởi héo, nổi tiếng có học nhất trong cộng đồng tù, nhưng ít lời đến nỗi tưởng như câm. Không biết vì lý do gì, nhưng lão cũng được Ban giám thị cho nằm trạm xá từ đời y tá trước. Cái sự được ở trạm xá lâu như thế làm cho lão trở thành có giá, biết đâu tổ con chuồn chuồn, người ta nghĩ, có khi lão có họ hàng hang hốc với ông kềnh nào trong các quan ở Cục hay ở Bộ chưa biết chừng.

---

²¹ Dầm = nhiều (tiếng lóng).

Y Tá hằn học nhìn Cựu Tỉnh Trưởng. Hắn coi Cựu Tỉnh Trưởng là kẻ làm mất đi một suất trạm xá, suất ấy hắn có thể "chác" với những người tù khác, nhưng gã e dè không dám xử tệ với Cựu Tỉnh Trưởng. Trong trại, Cựu Tỉnh Trưởng từng là bạn thiết của Người Tù Già từ những năm cả hai còn chưa phải nằm trạm xá. Người ta thường bắt gặp họ im lặng ngồi bên nhau sưởi nắng.

Đứng bên người chết, Cựu Tỉnh Trưởng nghiêng đầu ngắm nghía bạn mình như thể ngắm một bức tranh.

- Này, "anh giề" tần ngần làm gì ở đấy đấy? - Y Tá nói với Cựu Tỉnh Trưởng bằng giọng nhẹ nhàng - "Anh giề" rồi cũng thế thôi. Chẳng lâu nữa đâu.

Cựu Tỉnh Trưởng không nghe thấy câu nói của Y Tá, hoặc làm bộ không nghe thấy, tỉ mẩn xếp lại cái chăn phủ xác chết cho ngay ngắn.

- Thế mà tớ vừa tiêm cho "anh giề" một phát long não là "anh giề" hồi lại liền. - Y Tá quay lại với câu chuyện - Cứ như thuốc tiên ấy. Vừa hồi lại "anh giề" đã cuống lên, ú ớ một chập nữa, mà ú ớ rõ to nhá! Tớ đồ rằng "anh giề" muốn lạy van tớ cứu lão...

- Có khi ông ấy muốn trối trăng điều gì... - Cựu Tỉnh Trưởng nói khẽ, như nói một mình.

- Anh bảo sao? Trối trăng à? "Anh giề" ấy thì có cái đéo gì mà trối với trăng chứ. Đừng nói leo! Ra ngoài kia! - Sĩ Quan quát - Tôi bảo anh ra ngoài kia.

Cựu Tỉnh Trưởng lẳng lặng trôi ra ngoài trạm xá như một cái bóng. Lão ngồi bệt xuống đất bên bức vách, úp mặt vào hai bàn tay. Đôi vai gày của lão rung lên từng chập.

- Mặc lão - Y Tá can Sĩ Quan, kể tiếp - Ăn xong, tớ mới ra xem "anh giề" của tớ thế nào rồi, thì cha mẹ ơi, lão đã chống tay trái nhỏm dậy, tay phải cầm đôi đũa...

- Thánh thật! - một người tù bình luận - Lão nằm liệt từ hôm qua rồi mà.

- Thế mà "anh giề" lại tỉnh, lại nhấc được tay, mới thánh chứ. Từ trước đến nay, các cậu biết, tớ mà đã phán thằng nào tớ chịu, không chữa được nữa, thì y như rằng thằng ấy ngỏm củ tỏi. Đã tưởng lần này mình sai bét.

- "Anh giề" ghê thật. Chết đi sống lại mấy lần rồi đấy.

- Đéo phải. Tớ không sai. Tớ vẫn đúng. Tớ thấy "anh giề" giơ đôi đũa về phía bát thịt, bàn tay "anh giề" run run, cuối cùng rồi đôi đũa cũng chạm được vào thành bát nghe đánh cóc một cái. Nhưng chỉ đến đấy thôi. Đến lúc "anh giề" run run gắp được một miếng thì hức, "anh giề" nấc lên một tiếng, cả người hắn ta giật lên....

- Xong phim?

- Xong! - Y tá xác nhận.

- Không kêu thêm một tiếng nào?

- Không. "Anh giề" ngã vật ra, đầu ngoẹo sang một bên. - Y Tá nói - Đéo mẹ, tớ mà đã phán là trúng phóc. Có điều "anh giề" sống dai khủng khiếp. Người khác thì đã ngỏm củ tỏi từ lâu…

- Gắp miếng thịt lên mà không ăn được, cái số con người ta sao mà khốn nạn! - một người chép miệng, lắc đầu - Đúng là nhất ẩm nhất trác giai do tiền định.

- Có cái gì khốn nạn hơn là số phận con người?!!

Người ngồi bên đế thêm và đưa cái điếu cày lên.

- Thế là đéo cần lệnh tha nữa.

Tiếng rít thuốc vang giòn giã.

5.

Người Tù Già được chôn chiều hôm đó.

Không người viếng, không tiếng khóc, không vòng hoa. Đám ma tù là thế.

Khi buổi điểm danh lần thứ hai trong ngày kết thúc, tù đã được lùa vào trong các phòng giam, cửa đã được khóa lại, thì mọi thủ tục cho sự ra đi vĩnh viễn của Người Tù Già bắt đầu. Các bậc chức việc từ khu nhà Ban giám thị ở ngoài trại lục tục mang hồ sơ đến, lấy dấu tay xác chết, đối chiếu mặt xác chết với ảnh trong hồ sơ, lần lượt ký tên vào biên bản tử vong.

Xong, lệnh mai táng mới được phát.

Tổ mai táng gồm bốn người lẻo khoẻo hì hục đặt Người Tù Già nằm vào chiếc áo quan chật chội do đội mộc đóng bằng sáu tấm ván tiết kiệm, mỏng tang và nứt nẻ, rồi đóng nắp lại. Tiếng đinh đóng lên ván thiên kêu chan chát. Cái tiếng chan chát ấy chui vào trong các phòng làm cho những người tù lặng đi đúng một phút, như thể họ mặc niệm bạn tù vừa qua đời. Sau đúng một phút ấy, phòng nào phòng nấy lại ồn ào như tổ ong.

Luồn hai sợi chão vào đáy, bốn người nọ gánh Người Tù Già ra nghĩa địa.

Theo mệnh lệnh của Sĩ Quan, được phát ra với vẻ mặt nghiêm trang, đội mai táng đặt cái bát sắt tráng men cóc gặm đựng suất thịt của Người Tù Già vào quan tài, bên cạnh ông lão. Bình thường, không ai để phí của giời như thế. Bát thịt - tức là cả cái bát, cả thịt bên trong - sẽ thuộc về một người nào đó, hoặc là bạn thân của kẻ xấu số, hoặc một tên "vét đĩa" đáng thương. Hàng ngũ sĩ quan và "đầu gấu" không bao giờ đụng đến đồ của người chết. Mệnh lệnh của Sĩ Quan làm mọi người ngạc nhiên. Chưa bao giờ Sĩ Quan ra một mệnh lệnh tương tự. Không ai biết rằng hắn tin Người Tù Già chết vào chính Ngọ sẽ thiêng lắm. Nếu linh hồn Người Tù Già biết hắn đối tốt với ông ta, hắn sẽ được đền đáp.

Trong trại không có đội mai táng chuyên nghiệp. Không kể những trận dịch, không phải ngày nào cũng có tù chết. Thành thử gọi là đội cho bảnh, chứ khi nào có người chết thì cán bộ mới gọi người đi chôn. Những người được phân công nhiều lần nghiễm nhiên họp thành đội. Mỗi lần đi chôn tù chết, đội được bồi dưỡng một yến sắn, cho dù công việc không vất vả. Đó là mấy người được

Ban giám thị đặc biệt tín nhiệm. Tín nhiệm ở đây có nghĩa là người làm việc ấy không lợi dụng cơ hội để trốn trại. Theo quy định, khi đưa tù đi chôn phải có lính gác đi kèm, nhưng với những người được tín nhiệm thì đôi khi lính áp giải phó mặc họ làm, làm xong tự về. Người lính áp giải hôm nay cũng vậy. Đi khỏi trại một quãng anh ta phẩy tay cho bốn người khiêng áo quan đi, còn tự mình rẽ vào xóm dân ở gần đấy để tán gái, hoặc để mua bán đổi chác.

Khi đám ma ra khỏi cổng trại thì ánh mặt trời đọng trong thung lũng bắt đầu nhạt. Mùa đông, trong lòng chảo lọt thỏm giữa vòng vây của những ngọn núi cao núi thấp ban đêm lạnh thấu xương, nhưng ban ngày thì oi bức. Thứ khí hậu khắc nghiệt này làm cho người ta bao giờ cũng ở trong tâm trạng bực dọc. Những người tù nghe thấy những người coi tù văng tục, không phải một lần:

- Mẹ kiếp, ở cái nơi này mình với thằng tù có khác chó gì nhau!

Tu Sĩ đi đòn trước thở hồng hộc. Lúc đi qua cổng trại, hắn lao ào ào, kéo cả bốn người phải lao theo. Hắn đặc biệt dị ứng với cái cổng trại. Cứ mỗi khi đi qua vòm cổng là hắn đi thật nhanh, dường như nó đè nặng lên hắn, rằng nó mới là biểu tượng của sự giam giữ đích thực, mới là nhà tù, chứ không phải phòng giam nơi hắn ở, không phải khu trại có tường xây bao bọc và dây thép gai bịt bùng mắc trên.

- Này Cha, từ từ chứ nào. Đéo gì mà như ma đuổi thế?

Tên Giết Người càu nhàu. Hắn bao giờ cũng giữ được dáng nhàn tản. Nhàn tản làm, Nhàn tản ăn. Tưởng chừng khi hắn giết người đàn bà ở cái ga hẻo lánh để cướp có một cái tay nải không biết trong có gì, hắn cũng ung dung như thế - rút búa ra, nhằm cẩn thận, rồi bổ một nhát duy nhất. Người nghe hình dung ra cảnh giết người đúng như vậy khi hắn bình thản kể lại trường hợp phạm tội, vừa kể vừa nhấm nháp từng ngụm trà nóng bỏng.

Tu Sĩ bao giờ cũng nghe lời Tên Giết Người, không dám cãi lại. Và tránh xa hắn lúc nào có thể tránh xa. Tu Sĩ sợ hắn, có vẻ là như thế. Hoặc ít nhất thì cũng rất nể hắn, như Nhà Báo kết luận. Tu Sĩ bị bắt trong một lần giảng đạo "chui", trong một bản miền núi. Tội giảng đạo "chui" bị "quả tớm[22]" đại loại cũng như tội buôn lậu bị bắt với đầy đủ tang chứng, không thể tha. Khác nhau ở chỗ, tên buôn lậu được đưa ra toà xử, có án, còn người giảng đạo chui thì bị "boọp", tức là "tập trung cải tạo", thứ tù không biết ngày nào về.

Nhà Báo, cùng đòn khiêng với Tu Sĩ, thở dài. Trong lòng, hắn không ưa Tu Sĩ, không ưa cái gọi là đức "khiêm nhường chịu luỵ" của Tu Sĩ. Hắn là kẻ vô thần. Trong đầu hắn chỉ có chủ nghĩa duy vật, kết quả của một nền giáo dục duy nhất hắn được hưởng. Hắn coi khinh cái cách lý giải mọi sự đời kiểu "Một sợi tóc rơi xuống cũng không ngoài ý Chúa" của tín đồ Thiên Chúa giáo.

Vào tù Nhà Báo mới có dịp thấu hiểu cái xã hội trong đó hắn phải sống sở dĩ cứ nhơn nhơn tồn tại chính là nhờ thứ "khiêm nhường chịu luỵ" ấy, nơi thay vào Chúa là Đảng và Nhà nước. Nhưng cái lý thuyết lởm khởm nọ một khi đã chui sâu vào đầu hắn thì cứ ở lì đấy để bắt hắn suy nghĩ theo cách nó biện giải sự đời. Hắn không thể hiểu được vì sao con người rất mực hiền lành như Tu Sĩ lại có thể rơi vào sự khốn khó này? Ở thì chính quyền vô thần không ưa bất cứ tôn giáo nào, nhưng ngoài mặt nó tỏ ra không ngăn cấm tự do tín ngưỡng, nó đâu có tiêu diệt đạo nào. Nó chỉ tìm đủ cách không cho các tôn giáo tranh giành địa vị kẻ cai trị tinh thần với nó mà thôi. Hắn khác, hắn có tội thật, vì hắn đã dám vượt rào phát biểu những ý nghĩ phạm thượng với những người luôn khuyến khích hắn sử dụng quyền dân chủ để xây dựng đất nước. Chính những người đó đưa hắn đi tù.

Tu Sĩ ít nói, hắn giấu giếm làm dấu thánh, giấu giếm đọc kinh vào ban đêm, khi mọi người ngủ say. Những người tù Thiên Chúa giáo kính trọng hắn. Một lời của Tu Sĩ nói ra được họ coi như một lời của bề trên mà họ phải nghe theo. Qua lời kể của họ, Nhà Báo biết rằng chỉ còn thiếu một chức thánh nữa là Tu Sĩ thành linh mục. Có lẽ vì thế mà những người ngoại giáo trêu chọc gọi Tu Sĩ bằng Cha. Tu Sĩ cam chịu mọi sự trêu chọc và trên gương mặt bất động

---

[22] *Quả tang (tiếng lóng).*

của hắn tỏa ra một ánh hạnh phúc, hoặc chí ít cũng là niềm vui, từ sự cam chịu đó.

- Này Cha, Cha có nghiệm thấy người chết nặng hơn người sống không? - Nhà Báo bâng quơ hỏi Tu Sĩ - Nói ví thử như lão này, gầy như cá mắm, thế mà bây giờ thì nặng chình chịch.

- Cái đó không có lý - Tu Sĩ trả lời - Trọng lượng con người ta lúc sống thế nào thì lúc chết thế vậy.

- Vậy thì trong trường hợp này phải có hai thứ trọng lượng, thưa Cha: trọng lượng tuyệt đối và trọng lượng cảm tính. Chính cái chết đã sinh ra cảm giác người chết nặng hơn lúc còn sống

Nhà Báo nói và ngẩng đầu nhìn bầu trời hoàng hôn sơn cước, thứ hoàng hôn cô tịch màu lam ngả sang màu tím. Sương mù trong thung lũng không bao giờ đọng lại dưới lòng chảo lúc hoàng hôn. Chỉ lúc ấy không khí mới có màu hổ phách trong vắt. Mải nhìn trời, hắn vấp phải hòn đá trồi lên trên mặt đường làm cho cái quan tài nhao đi cùng với cái vấp của hắn, và từ trong áo quan vẳng ra một tiếng nấc, hoặc một tiếng ợ.

- Cha mẹ ơi, ông ấy còn sống!

Tên Cắp Vặt, trẻ tuổi nhất trong đội mai táng quăng vội cây đòn, nhảy phắt sang một bên. Mặt hắn trắng bệch. Cái quan tài giộng xuống đường đánh cái kịch, đổ nghiêng. Nghe rõ tiếng xác chết va lục cục mấy lần vào thành áo quan.

6.

Bốn người tù bắt đầu đào huyệt. Trên nghĩa địa tù không có lấy một ngọn gió. Tu Sĩ bắt mệt nhanh hơn ba người còn lại. Mồ hôi chảy thành dòng trên mặt hắn, mặc dầu khi nắng tắt thì cái lạnh cũng bắt đầu ào ạt dâng lên.

Nhà Báo trầm tư xúc từng xẻng một.

- Cha không cần phải vội - Nhà Báo nhìn Tu Sĩ chăm chú đào - Nghĩa địa không phải bến ô tô. Đã đến đây rồi không ai bị lỡ chuyến hết.

Tu Sĩ đưa cánh tay quệt mồ hôi trên trán. Trong tầm mắt của hắn là một vùng nhấp nhô mả lớn mả bé, mả cũ mả mới. Khi Tu Sĩ được đưa tới đây, ba năm trước, nghĩa địa tù chỉ là một mảnh vườn đầy cỏ gà, cỏ xước và những bụi chó đẻ.

- Làm nhanh rồi còn về - Tu Sĩ nói.

- Tôi không vội, thưa Cha - Nhà Báo nói - Tôi không có nhà để mà về. Ở đây, giữa thiên nhiên, tôi thanh thản. Tôi muốn kéo dài thời gian thanh thản này.

- Thôi đi mày - Tên Giết Người gắt - đừng tán dóc. Tao với mày lại sắp được một bữa sắn nhoè, thanh thản là cái đéo gì.

Nhà Báo nhổ bọt vào lòng bàn tay để cầm cán xẻng cho đỡ rát, lẳng lặng xục lưỡi xẻng vào đất bán sơn địa lổn nhổn sỏi vụn và đá son.

- Mày không thấy lão Cựu Tỉnh Trưởng à? Mặt lão bệch ra rồi. Chẳng còn được mấy nả đâu. Lão sẽ đi trước. Sau mới đến lượt thằng Ngựa Điên.

Tên Giết Người thích gọi Nhà Báo bằng "mày" để nhấn mạnh tính chất bình đẳng giữa hắn và Nhà Báo, thứ bình đẳng chỉ nhờ nhà tù mà có. Ở ngoài đời hắn chưa từng gặp một nhà báo nào, đừng nói tới chuyện được ngồi ăn cùng, được vỗ vai, được văng tục, được mày tao chi tớ thoải mái với một thằng trí thức như thế.

Nhà Báo trong thâm tâm không thừa nhận sự bình đẳng ấy, hắn cảm thấy khó chịu, hắn còn buồn nữa, gọi là tủi thân thì đúng hơn, nhưng hắn không phản đối. Trong tù cần phải biết chấp nhận mọi điều bất bình thường, phải biết coi tất tật mọi sự là lẽ đương nhiên

Nhà Báo lắc đầu:

- Cựu Tỉnh Trưởng còn trụ được lâu.

- Cuộc nào, tao bảo nội trong tuần này là hắn xong phim - Tên Giết Người hất hàm - Hai suất cơm, chịu không?

- Đừng cuộc - Tu Sĩ khuyên Nhà Báo - Ông ấy nói đúng đấy.

- Tại sao?

- Tôi đã nhìn thấy bóng Thần Chết trên mặt ông Cựu Tỉnh Trưởng.

- Thế còn anh Ngựa Điên? Cha bảo sao? - Nhà Báo hỏi lại.

- Anh ấy thì đúng là còn lâu.

Tên Giết Người cười lớn. Hắn không biết kết luận thành lời những ý nghĩ, nhất là những cảm xúc của hắn.

Ngựa Điên là kẻ mà Tên Giết Người ghét cay ghét đắng. Bởi vì sự có mặt của Ngựa Điên làm lu mờ rất nhiều danh tiếng của hắn. Cái tên Ngựa Điên sở dĩ có là do những cái răng cửa dài hơn bình thường và cặp mắt long sòng sọc của người tù mang án chung thân vì tội giết người. Những người tù kính trọng Ngựa Điên vì hắn giết người chỉ để trả thù cho người cha bị bức tử trong cải cách ruộng đất. Tên quan toà xử cha hắn ta về sau giàu sụ, nhưng Ngựa Điên hạ sát kẻ thù xong chỉ cắt cái thủ cấp của hắn rồi ra về, tịnh không động đến một chút gì gọi là của cải. Đặt thủ cấp kẻ thù lên ban thờ cha xong, hắn xách con mã tấu lên đồn Công an đầu thú.

Dọc đường, Tên Cắp Vặt im lặng, không tham gia chuyện người lớn. Bé người, nhưng hắn có thâm niên tù cao nhất so với các bạn trong đội mai táng. Hắn vào tù từ lúc còn bị cưỡng bức học trường Phổ thông Công nông nghiệp, thực ra là một hình thức giam giữ thiếu niên hư hỏng. Hắn bị đưa lên trại sau khi ngủ với một cô giáo ở trường làm cho cô ta có mang.

Cái huyệt được đào xong.

Nhà Báo ngồi lên cán xẻng, bên cạnh quan tài Người Tù Già, nhàn nhã đánh diêm châm điếu thuốc. Mấy người kia cũng hút, kể cả Tu Sĩ. Bốn làn khói khét lẹt bay lên trên nền núi xa đã sẫm hơn trên nền trời về tối. Hoàng hôn ở đây bắt đầu sớm nhưng trôi đi rất chậm. Trời mỗi lúc mỗi lạnh.

Tên Giết Người bấm Tên Cắp Vặt, hai đứa lảng ra xa. Ở đó

chúng thì thào với nhau, thỉnh thoảng lại liếc về phía Tu Sĩ và Nhà Báo.

Nhà Báo, bằng con mắt nghề nghiệp, đoán chúng đang bàn chuyện gì đen tối. Hắn theo dõi hai đứa theo thói quen, vì tò mò, chứ mọi âm mưu, mọi thủ đoạn của những người bạn tù đủ mọi loại, đối với hắn chẳng có nghĩa lý gì. Hắn đứng trên, đứng xa mọi sự, dửng dưng với mọi sự. Với bộ lạc tù, hắn được coi là vô hại. Một người dửng dưng với sự đời không bao giờ làm ăng-ten[23].

Tên Giết Người quay lại bên huyệt, lạnh lùng nói:

- Thưa Cha, xin Cha vui lòng đi ra đàng kia… Một lát thôi. Và quay mặt đi cho con nhờ.

Tu Sĩ không nói không rằng đi ra xa, ở đó hắn đứng yên như tượng, nhìn lên trời.

- Còn mày nữa, Nhà Báo, mày cũng ra đàng kia. Và quay mặt đi.

- Các anh định làm gì vậy? - Tu Sĩ quay mặt lại, hỏi.

- Cái đó không liên quan đến Cha. Đi xa nữa đi.

Tu Sĩ lẳng lặng bước xa thêm. Hắn ngắm nghía những đám mây bay chậm trên đỉnh núi cao nhất, lấp lánh màu sắc xà cừ. Những màu sắc thay đổi rất nhanh. Tu Sĩ bất giác nhớ đến những hoàng hôn biển ở quê mình và thở dài. Cuộc đời bên ngoài tù ngục vẫn cứ là đẹp, dù hắn đã sẵn sàng chịu đựng mọi khốn khó Chúa trao cho để thử thách đức tin của hắn.

Nhà Báo cười gượng gạo:

- Tao thì xem được chứ? Vì tò mò thôi.

- Tùy! Nếu mày muốn - Tên Giết Người buông sõng và cầm lấy cái xẻng.

Đôi vai Tu Sĩ giật lên khi nghe tiếng két kéo dài của tấm ván

---

[23] *Chỉ điểm (tiếng lóng).*

thiên được cậy lên.

- Mày tin là ở trong áo bông? - Tên Giết Người hỏi.

- Người ta bảo thế - Tên Cắp Vặt đáp khẽ.

Tên Giết Người ra lệnh:

- Được. Bây giờ dựng hắn ta dậy.

Tên Cắp Vặt lùi lại, mặt tái mét.

- Em sợ!

- Đồ hèn! - Tên Giết Người cười và nhổ bọt - Quá hèn.

Tên Cắp Vặt xua tay:

- Chớ! Chớ nhổ bọt.

- Thì sao?

- Người ta kiêng.

Tên Giết Người ném cho Tên Cắp Vặt một cái lườm bỏng rẫy rồi xoạc cẳng đứng trên đầu áo quan nhìn xuống. Hắn thấy sắc mặt Người Tù Già không xám ngoét như lúc nhập quan, mà bỗng có chút hồng. Cái đó có thể do ánh sáng của mặt trời đã lặn phản chiếu từ đám mây trên trời cao mà ra. Tên Giết Người nhớ đến chuyện một người tù đã đem chôn mà sống lại, vùng ra được khỏi huyệt lần về trại. Hắn cúi hẳn xuống, tát vào má Người Tù Già mấy cái xem lão có phản ứng gì không, nhưng lão nằm yên.

- Đừng, ông - Tên Cắp Vặt nói, giọng van vỉ - Đừng làm thế.

Đáp lại, Tên Giết Người cười khẩy. Hắn nắm lấy hai vai xác chết, giật mạnh. Xác chết bật dậy, đứng dựa vào ngực Tên Giết Người. Hắn, một tay đỡ xác chết cho nó khỏi đổ, tay kia lục lọi quần áo người chết.

Nhà Báo nhìn thấy cằm của Người Tù Già tựa vào vai Tên Giết Người, trên gương mặt bất động của xác chết đôi mắt hé mở, lờ đờ.

- Chẳng có chó gì hết - Tên Giết Người càu nhàu - Mày nói thế nào ấy...

- Hay là ở trong áo bông? - Tên Cắp Vặt lí nhí.

- Đưa tao con dao.

Tên Cắp Vặt đưa cho Tên Giết Người con dao to bằng đốt ngón tay làm bằng sắt đai thùng. Roạt, roạt. Tên Giết Người rạch mấy đường làm cho bông gòn trong áo bay loạn lên trong gió.

- Đéo có chó gì hết - hắn cầu nhàu.

- Có khi ông ấy giấu trong quần lót, ông ạ - Tên Cắp Vặt lùi ra xa, mặt xám không kém gì mặt xác chết - Ông "loại"²⁴ kỹ xem.

- Lại đây, thằng vô tích sự!

Nghe hắn gọi, Tên Cắp Vặt không những không đến gần mà còn lùi thêm vài bước.

- Lại đây! - Tên Giết Người gắt - Sao mày nhát thế?

Nhưng vô hiệu, Tên Cắp Vặt trợn tròn mắt, cái nhìn dán chặt vào bộ mặt bất động của xác chết.

Nhà Báo nhếch mép, nhưng không cười. Cảnh tượng ấy chẳng thích hợp với nụ cười nào.

- Thôi, mày - Nhà Báo phẩy tay - Chôn lão đi, rồi còn về.

Ngoái cổ lại, hắn nhìn thấy Tên Giết Người và Người Tù Già vẫn đứng tựa vào nhau. Hệt như Tên Giết Người đang vuốt ve Người Tù Già và đang thủ thỉ chuyện gì đó với lão.

- Họ vẫn chưa xong hả? - không quay mặt lại, Tu Sĩ hỏi vọng Nhà Báo.

- Chưa.

Cảnh tượng Tên Giết Người lục soát xác chết làm cho Nhà Báo thấy trong lòng mình sôi lên một nỗi giận dữ khó hiểu.

Và chẳng biết làm gì với nó, hắn bước mấy bước về phía Tu Sĩ.

- Này Cha - hắn nói - Cha tin là có Chúa?

---

²⁴ Lục lợi, tiếng lóng.

- Tôi hằng tin ở Người - Tu Sĩ đáp, mặt hết sức nghiêm trang.

- Vậy thì Chúa ở đâu?

- Chúa ở khắp mọi nơi. Chúa thông biết mọi sự.

- Cả ở đây nữa chứ thưa Cha, - Nhà Báo mai mỉa - Trong cái chốn chúng ta đang ở này này?

- Trong cả chốn này.

- Thật sao?

- Và cả trong ta - Tu Sĩ nhấc tay làm dấu

- Và Chúa công bằng? - Nhà Báo gặng.

Tu Sĩ vẫn nghiêm trang:

- Không ai công bằng hơn Chúa.

Nhà Báo bỗng phá lên cười. Tiếng cười ngạo nghễ của hắn bay xa, đập vào vách núi rồi lại vẳng lại "ha..ha..ha..ha.. ha …a..a…"!

Khi tiếng cười yếu dần rơi xuống ở đâu đó trong những lùm cây đã biến thành những khối đen, Nhà Báo nghe tiếng một vật nặng đập vào gỗ. Hắn đoán Tên Giết Người đã xong việc, vừa ném Người Tù Già trở lại áo quan.

- Cho mày! - Nhà Báo nghe thấy Tên Giết Người nói.

- Không. Cháu cảm ơn ông.

- Sao? Mày chê ít à?

- Không! Cháu không lấy đâu.

- Mày sợ hả?

Tên Cắp Vặt lắp bắp:

- Cháu thấy… cháu thấy…

- Thấy cái gì?

-… Ông ấy lườm cháu. Tại cháu đầu têu…

Tên Giết Người ngửa mặt lên trời mà cười to.

- Mày không lấy, tao lấy. Tao cóc sợ con khỉ khô nào hết.

Rồi chợt nghĩ ra điều gì, hắn cúi xuống nhặt cái bát sắt tráng men mà thịt ở trong đã đổ tung toé ra áo quan khi nó bị rơi xuống trên đường.

- Hoài của, cái bát còn tốt - Tên Giết Người ngắm nghía cái bát rồi nói - Cho mày đấy.

- Không! - Tên Cắp Vặt rền rĩ - Không. Cháu không lấy đâu. Tiền cháu còn không lấy nữa là cái bát.

- Thế thì tao cho mày một cái bạt tai - Tên Giết Người quát - Có lấy không? Này đây!

Vang lên một tiếng bốp, rồi tiếng Tên Cắp Vặt nấc lên, không rõ vì đau hay vì sợ.

Tên Giết Người đóng nắp áo quan. Hắn cũng chẳng buồn đóng đinh. Tấm ván thiên xô sang một bên, để lộ nửa mặt người chết, khi bốn người lặng lẽ thòng dây chão vào dưới áo quan để thả nó xuống lỗ huyệt đen ngòm. Chẳng nói chẳng rằng, họ xúc đất đổ xuống huyệt cho đến khi nó được lấp đầy. Tu Sĩ là người cuối cùng còn làm việc sau khi ba người kia đã ngồi nghỉ.

Khi nấm mồ đã được Tu Sĩ đắp xong lùm lùm cho ra vẻ một nấm mồ, Tên Cắp Vặt đứng dậy, chạy hộc tốc về phía con suối ở đầu kia của nghĩa địa, từ đó hắn lặc lè vác một tảng đá đi về phía ba người đứng đợi. Tảng đá nặng làm hắn thở dốc. Hắn liếc nhìn Nhà Báo và Tu Sĩ rồi nhẹ nhàng đặt tảng đá xuống đầu nấm mồ. Đoạn lấy tay vun đất chung quanh cho cao thêm.

"Món hối lộ của một lương tâm khiếp đảm", Nhà Báo nghĩ thầm.

Bốn người tù ra về.

Ngày hết.

Khi họ xuống con suối gần đấy rửa chân tay, Nhà Báo cà khịa với Tu Sĩ:

- Nếu có Chúa và Chúa là công bằng thì ít nhất Chúa cũng phải để cho ông lão tội nghiệp nọ ăn xong bữa tươi hôm nay đã... Chúa toàn năng trong trường hợp này còn nhẫn tâm hơn cả người thế tục.

- Lạy Chúa tôi lòng lành! - Tu Sĩ sợ hãi kêu lên.

- Ít nhất thì Chúa cũng phải làm một điều gì đó cho con người bất hạnh ấy chứ, phải không? Nếu không, Chúa sao còn là Chúa?

Tu Sĩ rùng mình trước lời nói báng bổ của Nhà Báo, lẳng lặng ngước mắt lên trời, thành kính làm dấu thánh.

- Caeli enarrant gloriam Dei[25]!

Bầu trời đêm chết lặng trước mắt hắn. Những tầng trời sáng danh Chúa.

Tu Sĩ lẩm bẩm và thở dài não nuột.

1979

---

[25] *Những tầng trời hát ca sáng danh Chúa.*

CHUYỆN Ở TỈNH LỴ

Thư ký toà soạn ngồi ủ rũ sau bàn làm việc, ngước cặp mắt đục ngầu nhìn tôi:

- Số nầy mình lại thiếu bài đấy, ông ơi! Ông coi có chi lấp vô đó không?

Giọng khàn khàn, mặt hẳn dấu một đêm mất ngủ, anh gượng nở một nụ cười, nhưng không thành. Trong tấm áo sơ mi màu cháo lòng và cái quần kaki nhiều tuổi, cả hai đều thùng thình, trông anh thật thảm hại. Bên trên thân hình thấp bé và cái cổ ngắn là cái đầu to quá khổ, ở đó những vết nhăn trên trán và hai đường pháp lệnh hằn sâu nơi khoé miệng làm cho anh có dáng một thầy ký già thời trước.

Tôi cố làm ra vẻ không dửng dưng trước nỗi đau khổ của anh:

- Gì vậy, lại bị cúp hả? Mấy bài?

Mùa hè, mới bảnh mắt mà căn phòng đã nóng hầm hập. Trên đầu, cái quạt trần Marelli già lão kêu kèn kẹt. Nước trà đặc vừa pha bốc hơi trên những chén sứ Hải Dương.

- Một bài thôi. Mấy bài có mà chết.

- Mất lập trường?

Anh nhún vai:

- Đại khái thế. Còn vì cái gì nữa?

Chẳng có gì đáng ngạc nhiên trước việc ai đó trong chúng tôi mất lập trường. Ở tờ báo của chúng tôi, mà ở tờ báo nào cũng thế, cái sự mất này xảy ra thường.

- Một bài, cả ảnh, thì có gì khó.

- Nhưng đề tài nào đây? Khốn nạn là ở chỗ ấy cơ, ông ơi.

Toàn bộ con người anh toát ra vẻ mỏi mệt, trông mà thương.

Tôi không coi việc tờ báo bị cắt bài là chuyện quan trọng. Cái tai nạn này, nói cho đúng, không xảy ra cho mỗi số báo, nhưng một khi đã xảy ra, nó có dáng dấp một biến cố. Mọi người đều bị chấn động.

Tôi thì không. Tôi không gắn bó với tờ báo. Không phải bởi tình yêu nghề nghiệp mà tôi đến với nó, số phận dun dủi đưa tôi tới đó. Thêm vào đấy, tôi biết rất rõ rằng mọi tai họa đều nhẹ khi nó không phải của riêng ai, mà thuộc về một đám người do tình cờ có chung một chỗ ở hoặc một chỗ làm, gọi là tập thể.

Tội nghiệp cho thư ký toà soạn - nỗi bất hạnh bao giờ cũng đến vào phút chót, cũng nhè vào đầu anh, chứ không phải vào đầu ông chủ nhiệm chẳng hạn, đúng vào lúc phải giao "bông" lần chót cho nhà in.

- Chán mớ đời! - anh ngả người trên ghế, nhắm mắt lại, giọng não nuột.

- Ông tính sao? - tôi hỏi.

- Đang nghĩ, mà chưa ra - anh gãi đầu, đáp.

Mới đầu giờ làm việc mà anh gọi tôi qua phòng anh uống trà là tôi biết ngay có chuyện chẳng lành. Hai chúng tôi hiếm khi trà lá với nhau. Cái trà đạo thuần Việt này một thời rất thịnh hành ở các cơ quan - một thứ giải lao hiền lành, vô thưởng vô phạt, không hại cho ai, chỉ làm mất thời giờ của nhà nước. Mà thời giờ là cái mà nhà nước không quý. Khi một người đã ở trong biên chế, anh ta làm được việc hay không làm được việc không phải là điều quan trọng. Nếu anh ta làm việc không ra gì thì người ta phê bình, cảnh cáo, tệ hơn nữa thì thi hành kỷ luật, thuyên chuyển công tác, nhưng đuổi việc thì không.

Giữa tôi và thư ký toà soạn xích mích không, thành kiến không, nhưng thân nhau cũng không nốt. Ra khỏi quân đội sau khi hoà bình lập lại, anh là chính uỷ trung đoàn, tôi ở cấp đại đội. Sự khác biệt này, có vẻ không đáng kể trong tình đồng chí, nhưng nó lại tạo ra một cái hố không dễ vượt qua.

Tôi khuyên anh:

- Nghĩ ngợi làm quái gì, ông xem còn bài dự trữ nào thì cho đại vào.

Anh khổ sở lắc đầu:

- Bới đâu ra? Nhẵn như chùi.

Trước khi báo ra, theo lệ, anh phải trình nó, đã "mi" tử tế, lên nguyên tổng bí thư đảng, người đẻ ra tờ báo xuất bản bằng tiếng nước ngoài của chúng tôi. Ngay từ những số đầu tiên, nhân vật ngũ đoản, hói đầu, lùn tịt, mà chân dung chễm chệ trong mỗi nhà, đã xắn tay áo duyệt từng bài, từng ảnh. Bài nào không ưng, ông xổ toẹt không thương tiếc. "Báo của ta dành cho độc giả ngoại quốc, phải đặc biệt cẩn thận, không được để sót một lỗi nhỏ. Thế giới người ta nhìn vào, chớ để người ta khinh mình", ông căn dặn chúng tôi, không phải chỉ một lần, bằng giọng cha trẻ của dân tộc.

Cái lệ ấy được giữ mãi, kể cả khi ông mất ghế tổng bí thư vì một sai lầm không phải do một mình ông gây ra. Bây giờ ông chỉ còn một chức vị hữu danh vô thực, nhưng lệ cũ vẫn được giữ. Chẳng ai giành của ông cái việc duyệt bài cho một tờ báo. Chuyện khó tin mà có thực. Đời nào tổng bí thư thèm duyệt bài cho một tờ báo, dù đó là báo đảng, nhưng đó là sự thật, tôi không bịa chuyện. Ở nước ta trên là Trời, dưới là tổng bí thư. Sở dĩ ông trời con của chúng tôi chiếu cố đến việc vặt là vì ông thích làm gương cho cán bộ cấp dưới. "Phàm là cán bộ thì phải "thực sự cầu thị", cái gì cũng phải nắm vững, không để cái gì tuột qua mắt mình", ông cao giọng dạy cấp dưới.

Ai chẳng biết để kiểm tra nội dung tư tưởng các sản phẩm văn hoá đã có Ban tuyên giáo Trung ương và các ban ngành chuyên môn khác, kể cả các cục vụ tương đương trong Bộ Công an. Mà tất cả đám này cũng chỉ ngó tới các bài báo trong trường hợp đặc biệt, khi có người phát hiện những sai sót nghiêm trọng. Cái việc vặt ấy đã có cán bộ tại chỗ phụ trách: nào chủ nhiệm, nào tổng biên tập, nào thư ký toà soạn, nào bí thư chi bộ, rồi các chi uỷ viên, đảng viên, các phần tử tích cực sắp được kết nạp Đảng, và chính người viết bài, nghĩa là tất tần tật mọi người, không trừ một ai. Một sự tự kiểm duyệt hoàn hảo.

Tôi mách nước:

- Hay là cho đi một ảnh phong cảnh? Hoặc một trang biếm hoạ?

- Tớ chả dại - thư ký toà soạn quầy quả phẩy tay như xua ruồi - Ông còn nhớ vụ cái tranh vui bên tờ Lao Động không? Cái đó dễ ăn đòn lắm. Chết có ngày. Cần một bài, ông ạ, một bài thôi, càng vô thưởng vô phạt càng tốt.

- Còn mấy ngày?

- Ít là ba, nhiều là bốn.

- Hừm, căng đấy. - tôi lầu bầu.

- Chứ lại không căng à?

Tôi cười ranh mãnh:

- Thì ông cứ nói thẳng ra xem nào. Ý ông muốn tôi làm chứ gì?

Anh hì hì:

- Ông tính, còn ai vào đấy chứ?

Phần lớn phóng viên, biên tập viên lúc này vắng mặt. Vả lại, thư ký toà soạn thừa hiểu dù có mặt họ cũng không đủ tháo vát để lấp cái chỗ trống huếch trống hoác kia một cách chắc chắn, để không bị trên xổ toẹt lần nữa. Tôi đã đôi lần cứu nguy cho tờ báo trong trường hợp tương tự, anh tin ở tôi.

Suy nghĩ một lát, tôi nói:

- Thôi được, tôi đi vậy. Nhưng lần này đi gần thôi đấy nhé.

- Ông đi xa có mà chết tôi à?

Mặt anh tươi hẳn. Về chuyện tôi chọn nơi nào anh không bao giờ có ý kiến. Mặc tôi muốn đi đâu thì đi, miễn phải có bài. Và đúng hạn.

Rút trong ngăn kéo bàn một gói Điện Biên bao bạc nguyên vẹn, thư ký toà soạn đẩy nó về phía tôi. Đấy là phần thưởng cho sự đồng ý của tôi. Vào thời gian này thuốc lá hiếm, phải là cấp lãnh đạo mới có tiêu chuẩn phân phối Điện Biên bao bạc. Chúng tôi, biên tập viên và phóng viên, chỉ được mua Tam Đảo thôi, mà nhiều khi Tam Đảo cũng chẳng có, người ta thay vào thuốc lá vụn của nhà máy Thăng Long. Tôi xứng đáng được thưởng, chắc anh nghĩ thế.

Ở toà soạn các tờ báo, không riêng ở chỗ chúng tôi, mọi người lười đi địa phương lắm. Lương phóng viên, được tính như làm việc trí óc, rất thấp so với công nhân làm lao động chân tay. Công tác phí thì chẳng được bao nhiêu, giá sinh hoạt ở các tỉnh lại đắt đỏ do thiếu hàng bao cấp, không khéo giật gấu vá vai là lỗ vốn. Phóng viên đùn đẩy nhau đi công tác là chuyện hàng ngày.

Tôi khác. Tôi được coi là con dao pha trong nhiều lĩnh vực, lại dễ tính, cho nên thư ký toà soạn quen đẩy tôi vào những việc anh em khác ngại, không muốn làm.

Không ai biết rằng tôi thích được đi xa. Đi là dịp tốt cho sự bồi bổ kiến thức, làm lợi cho mình, mà lại được nhà nước trả tiền, còn gì tốt bằng? Và cái chính là tôi ngán đến tận cổ những cuộc kiểm điểm nội bộ thường kỳ, những buổi nghe "trên" thông báo chính sách, giải thích đường lối, những đợt học tập chính trị không ngừng. Tất cả những thứ lởm khởm đó làm cho bầu không khí thành phố đã vốn ngột ngạt lại càng thêm ngột ngạt.

Nhưng tôi không bao giờ tôi để lộ ý thích của mình. Sách của tôi là thế này: muốn được đi nhiều, đi những chuyến xa xôi, tốn kém, thì phải biết giấu cái thích của mình đi. Phải làm ra vẻ ngần ngại, phải viện lý do này nọ đã, phải ỡng ẹo từ chối cái đã, để cho người ta phải năm lần bảy lượt nói khó với mình cái đã, rồi mới giả bộ bị thuyết phục bởi những lý do mà họ đưa ra, để rồi sau hết mới chịu, ừ, đi thì đi.

Lạ thế đấy, nhưng mà đúng là thế đấy, trong cái xã hội kỳ cục của chúng tôi, mình muốn cái gì thì y như rằng cứ phải giấu, cứ phải làm ra vẻ không thích, thì mới được toại nguyện.

Khi nói chuyện với thư ký toà soạn, trong bụng tôi đã chọn Thái Bình. Nó có thừa những cái thú vị để viết. Riêng mảng nghệ thuật dân gian như chèo, múa rối cạn, múa rối nước, nghề chạm bạc, nghề đan lát, các trò chơi, hội hè, đình đám..., muốn bao nhiêu bài cũng có. Vả lại, tôi thích đi nông thôn hơn tới các thành phố. Đối với tôi nông thôn mãi mãi là một cái gì khó hiểu, nó gợi tò mò, nó đòi phải giải đoán. Tôi không tài nào hiểu nổi vì lẽ gì người quê tôi, hiền lành một cục, đang sống với nhau yên lành là thế, bỗng dưng hoá điên cả lũ hồi cải cách ruộng đất, nhà nọ tố nhà kia, con cái tố bố mẹ. Lại có cô gái ngẩn ngơ, điếc lác, xưng xưng vạch mặt ông chủ tịch xã hiếp mình mấy chục lần, kể vanh vách từng lần một. Đến sửa sai, thì khóc rưng rức: "Con cắn cỏ con xin lỗi ông, chứ thứ con có nằm ngửa ra mời cũng chẳng ma nào nó rờ". Những tác phẩm viết về đề tài nông thôn tiến lên xã hội chủ nghĩa của mấy nhà văn hay chữ và khôn lỏi, được giới phê bình kém hay chữ nhưng khôn lỏi không kém, tán dương ầm ĩ, không thuyết phục được tôi. Chúng giống những phác hoạ vụng về của thợ vẽ phố chợ, không phải cuộc đời.

Từ Hà Nội đến Thái Bình gần lắm. Chỉ việc ngồi tàu hoả một mạch đến Nam Định, rồi đáp ô tô qua sông Hồng ở bến đò Tân Đệ là đã sang đất Thái Bình.

Nghĩ thế nào, vào phút chót tôi lại đổi ý, không ra ga Hàng Cỏ lấy vé đi tàu hoả nữa mà đạp xe ra Phà Đen, mua vé ca-nô xuôi sông Hồng. Phương tiện di chuyển bằng đường sông chậm rề rề. Chỉ được cái rẻ. Nhưng đắt rẻ đã có nhà nước thanh toán, rỗi hơi mà tiết kiệm cho ngân sách. Tôi chọn cái phương tiện ẩm ương này bởi lẽ nhà thơ Quang Dũng, vừa từ châu thổ sông Hồng về, nói với tôi rằng đi ca-nô trong mùa hè thú đáo để - mát hơn tàu hoả nhiều, lại tha hồ ngắm cảnh.

Đúng là ca-nô có cái hay của nó - lòng ca-nô thênh thang, ghế ngồi rộng rãi, lại có cả một khoảng trống lớn ở giữa, có thể trải vải nhựa ra mà nằm. Khi tôi tìm được chỗ ngồi thì dưới chân tôi đã có mấy người ngủ mê mệt.

Nhưng bến ca-nô thì không thể sánh với sân ga được. Nằm ngay bên mặt đê, bến là cái sườn đê đổ xuống sông. Cái xe đạp, cộng với ba-lô cột chặt trên đèo hàng, tất cả ở trên vai, tôi phải cố gắng rê từng bước trên triền đê để không bị lăn lông lốc xuống cái dốc dựng đứng. Sau một lúc đi ngang như cua, thở phì phò như bễ lò rèn, rốt cuộc rồi tôi cũng trôi được xuống lòng cái ca-nô đang bình thản đung đưa trên mặt nước màu gạch của phù sa đậm đặc.

Ca-nô cũng có cái khó chịu của nó. Trước hết là những mùi khó ngửi. Không thể kể ở đây có bao nhiêu mùi: mùi khói cay xè của động cơ đi-den, mùi phân và nước giải lợn, mùi hôi từ những bu gà, mùi quần áo người không bao giờ biết đến xà phòng… May, khi ca-nô bắt đầu chạy thì gió sông Hồng cũng bắt đầu lồng lộng thổi vào, mang theo hương phù sa nồng ấm. Nhưng gió chỉ thổi từng đợt, khi gió vừa ngừng là những mùi khó chịu lại chồm lên, xộc vào mũi.

Không khí ẩm bị mặt trời thiêu đốt tạo ra ảo giác như thể những tháp chuông giáo đường ở nơi chân trời bị mất trọng lượng, chúng hiện lên không rõ nét, khẽ rung rinh bên trên những dải làng mạc màu lục nhạt của tranh thuốc nước. Những con thuyền đi ngược chiều trôi vùn vụt, không một tiếng động, như thể chúng là hình ảnh trong mơ. Gió quạt hơi ẩm vào mặt, gây buồn ngủ. Giấc ngủ luôn bị đứt quãng bởi giọng ténor của anh ét ca-nô, một thanh niên loắt choắt và đen nhẻm, réo rắt xướng tên bến. Những cái tên nôm na thật dân dã, những cái tên sang trọng sặc mùi Hán Việt, tên nào được anh ta xướng lên nghe cũng thấy thú vị.

Ca-nô không phải ô tô, nó không rẽ vào bến. Trên đường đi của nó, ca-nô bỗng kéo vài hồi còi hiệu, đột ngột giảm tốc độ. Lúc ấy tiếng máy trở thành ngập ngừng một lát, rồi tắt hẳn. Ấy là nó đến bến, chờ những con đò bé nhỏ từ bờ sông bơi ra "màn xế". Những con đò im lặng vùn vụt bay trên mặt sông, áp vào mạn ca-nô, lắc lư đi theo nền văn minh cơ giới một quãng, vừa đủ thời gian cho khách lên khách xuống, cùng với thúng mủng, gồng gánh và bao tải. Khách đi ca-nô không phải mua vé trước, ở các bến quê không có trạm bán vé, lên ca-nô cứ việc kiếm chỗ ngồi, anh ét khắc tới thu tiền.

Mỗi lần những con đò áp mạn là mỗi lần tôi tỉnh giấc.

Tiếng rao hàng trên những bến sông không ngân nga như những tiếng rao hàng ở phố. Nó bốc cao, the thé, dữ tợn và cộc cằn. Những người bán rong trên sông thường là đàn bà. Mà thường là đàn bà không nhỏ nhắn. Ấn tượng này gây ra bởi một chị chàng cao lớn vận đồ đen từ con đò đầu tiên áp mạn, có lẽ thế. Vừa nhảy lên ca-nô, chưa hạ thúng hàng trên đầu xuống, chị ta đã quát lớn "Dày giòòò!". Gương mặt xạm nắng, xương xấu của chị gợi hình dung về một tẩu tẩu Lương Sơn Bạc. Khách đi ca-nô hiếm khi mua quà. Mỗi người đã mang theo cơm nắm muối vừng, hoặc mấy khúc sắn. Tôi mua của tẩu tẩu một cặp bánh dày nhỏ kẹp một lát giò lụa mỏng.

Ngồi bên cạnh tôi là một người vận bộ đại cán bạc màu, đeo xà-cột vải bạt - một người nhà nước ở cấp huyện. Khi ca-nô bắt đầu chạy, anh ta giở báo Nhân dân ra đọc, nhưng chỉ được vài phút là đã ngáy ầm ầm, đầu ngật ra đàng sau. Mãi đến khi mặt trời đứng bóng, anh ta mới choàng tỉnh. Giật mình vì ngủ quên, anh ta vén tay áo xem đồng hồ, rồi tức tốc moi bánh mì trong xà-cột ra ăn. Cái bánh mì bị mổ bụng, chắc có kẹp thịt hoặc ruốc. Hành động của người nhà nước lập tức được đám dân chúng bắt chước. Họ đồng loạt giở thức ăn mang theo ra, mời mọc nhau ỏm tỏi. Cả ca-nô lập tức ồn ào. Tôi lấy cặp bánh dày của tôi ra, ăn cùng họ.

Mấy người đàn bà ngồi dưới sàn, quần áo lôi thôi lốc thốc, ngồi giãi thải trên sàn gỗ đen xì dầu mỡ, ăn xong trước tôi, bắt đầu cuộc chuyện văn bất tận. Tôi lại thiêm thiếp ngủ trong những đợt gió thoảng và tiếng ca-nô rì rầm. Trong sự đổi chỗ của tiếng máy nổ đùng đục và các thứ mùi, tôi loáng thoáng nghe họ kháo nhau về một tai nạn ô tô nào đó:

- Ông ấy chết tức thì, cả một cái hậu xe tông vào, bà tính, sống sao được...

- Xổ ruột ra hả?

- Không, vưỡn còn nguyên, cấm có chảy tí máu nào. Dưng mà chết.

- Tội nghiệp, ông ấy tốt tính lắm, ở tỉnh ai cũng biết ông ấy, bác sĩ trẻ mà mát tay đáo để...

- Con cháu út bà chị dâu em đau ruột, không gặp được ông ấy thì xanh cỏ rồi, may ơi là may. Cháu nó khỏi rồi, ông ấy còn đến tận nhà thăm...

- Thế cái ông giám đốc ấy, sau có sao không?

- Sao ông sao trên trời. Giám đốc đâu phải là dân đen...

- Có vậy.

Mãi chiều tối ca-nô mới tới bến.

Gọi là bến cho sang, chứ trên con đê chỉ có một quán nước xiêu vẹo, với một ngọn đèn Hoa Kỳ toả ánh sáng vàng vọt trong hoàng hôn vắng lặng. Từ bến ca-nô vào thị xã chỉ vài bước chân.

Hành khách vừa leo được lên bờ đê thì một đàn trẻ con chực sẵn ùa tới. Chúng không xin, mà lặng lẽ chìa những bàn tay gầy guộc về phía họ. Những cặp mắt trong veo chứa chan hy vọng rõi vào từng mặt, đoán xem người khách này hay người khách kia sẽ cho hay không cho. Hành khách, phần lớn có vẻ ngoài không khác những đứa trẻ ăn xin bao nhiêu, bối rối tránh những cặp mắt dò xét, lật đật bước qua chúng. Vài người dừng lại, móc túi tìm tiền lẻ. Chủ quán, một người đàn ông hung dữ, từ trong quán xồng xộc bước ra, tay vung cái roi mây:

- Chết giờ! Đi ngay tắp lự, ông cho chúng bay mấy roi thấy ông bà ông vải bây giờ.

Như một đàn chim sẻ hoảng hốt, lũ trẻ ré lên, chạy tán loạn.

Tôi lang thang trong cái thị xã nhỏ bé, rất điển hình của các tỉnh lỵ, miền xuôi cũng như miền ngược, có một cửa hàng mậu dịch ăn uống duy nhất, và nhiều đến ngạc nhiên những hiệu cắt tóc và hiệu vá quần áo. Tôi chui vào trong tấm liếp chống nắng ở một cửa hiệu sách và bắt gặp qua tấm kính mờ mịt một Victor Hugo mốc meo bên cạnh một Tolstoi quăn queo. Bụi phủ đầy Mác và Lênin. Đi đến mỏi chân, tôi quay lại cửa hàng mậu dịch, ăn một bát phở không người lái[26] mầu nước gạo, uống một cốc xi-rô nhạt thếch màu cháo tiết, rồi lững thững đạp xe đi tìm nhà trọ.

Nhà trọ mà tôi tìm được thuộc loại rẻ tiền, chỉ có hai phòng, mỗi phòng sáu giường. Chủ nhà trọ là một ông già gầy còm, nghễnh ngãng. Cái nhìn ngước trên cặp kính lão gọng sừng không giấu giếm theo dõi tôi, cho tới khi tôi nằm lên cái phản ọp ẹp, trên trải một manh chiếu với màu sắc rất đáng ngờ. Chắc hẳn đây là một nhà trọ kiểu mẫu, trong số rất ít những nhà trọ tư nhân còn sót lại của thời tạm chiếm, chỉ ở tỉnh lẻ mới có. Riêng cái việc ông chủ lật xuôi lật ngược đọc giấy tờ tuỳ thân của tôi tới mười lăm phút, có khi còn hơn thế, con người này có được chính quyền tín nhiệm cũng đáng. Từ chỗ nằm của tôi một khẩu hiệu kẻ chữ đen trên giấy vàng đập vào mắt: "Không nói, không nghe, không thấy". Mệt mỏi, tôi ngủ ngay lập tức, thực hiện "ba không" một cách nghiêm chỉnh.

Sáng hôm sau tôi oằn lưng đạp xe về phía biển, đến Đồng Sâm, ngôi làng trù phú nhất tỉnh. Làng này nổi tiếng không những trong tỉnh, mà cả miền Bắc. Làng của những người thợ bạc, thợ làm đồ kim hoàn, có lịch sử lâu đời, không biết đã bao nhiêu thế kỷ. Các bậc chức sắc trong làng tuồng như đã quen với sự đến thăm của các nhà báo, tiếp tôi vừa đủ vồn vã, vừa đủ thân mật, chứ không suồng sã. Bí thư xã, một người đen đủi, ít lời, trong bộ quân phục bạc phếch, rít điếu thuốc cho đến tụt vào nõ, rồi ngửa mặt lên trời mà nhả khói:

- Đồng chí định ở chỗ chúng tôi mấy ngày? Chỉ viết về nghề bạc

---

[26] *Phở không có thịt.*

thôi à? Nghề bạc của chúng tôi truyền thống lắm, nhiều đồng chí đã đến, trung ương có, địa phương có, nhà báo, nhà văn, đủ cả. Hay là đồng chí muốn tìm hiểu thêm về phong trào dân quân? Đồng Sâm chúng tôi sắp được Bộ Tổng tặng cờ Ba Nhất đấy...

Cuộc sống cho tôi cái mẫn cảm cần thiết. Qua những câu hỏi kín đáo tôi hiểu ông bí thư mặt đen, lưng hơi còng còng kia muốn thăm dò tôi muốn gì. Tôi đã đến một số địa phương khá giả, được coi là ăn nên làm ra. Ở những nơi này người ta không thích đám nhà báo tò mò, thóc mách, đám này tới chỉ tổ rách việc. Tôi cố ý để cho ông bí thư hiểu tôi chỉ là một nhà báo công chức, tôi hài lòng với những báo cáo viết sẵn do cán bộ văn phòng của ông cung cấp, tôi sẽ chỉ đặt cho họ những câu hỏi vô thưởng vô phạt. Ông chủ tịch cục mịch và hồn hậu thết tôi một bữa thịnh soạn, có thịt thủ và rượu lậu. Nói tóm lại, tôi tính sẽ làm xong trong một ngày công việc thu thập tài liệu cho bài phóng sự lấp chỗ trống.

Có những làng nổi tiếng chỉ bởi một nghề, như làng Đồng Sâm này. Có thể nói ở khắp nước, nơi nào có cửa hàng vàng bạc là ở đó ta gặp người Đồng Sâm. Dường như Trời dành riêng sự khéo tay trong nghề chạm trổ trên kim loại cho người làng này, chứ chẳng cho làng nào khác. Thời chưa cách mạng, người Đồng Sâm thường làm chủ hiệu, có thuê thợ thì cũng thuê người trong họ ngoài làng, không thuê người ngoài. Rất hiếm khi có người Đồng Sâm nhận thợ không cùng quê. Bây giờ, thời xã hội chủ nghĩa, không ai được làm chủ nữa, nhà nước nắm độc quyền kinh doanh vàng bạc, các chủ hiệu đều là cán bộ nhà nước. Trong các cửa hàng vàng bạc quốc doanh, vẫn người Đồng Sâm đấy, nhưng là công nhân theo ngạch bậc xí nghiệp quốc doanh. Mặc dầu vậy, ở cái gốc của nghề tổ, với tư cách làng chuyên một nghề, chủ nghĩa xã hội không làm cho Đồng Sâm mất đi vị thế một làng giàu. Đi sâu vào làng này, tôi có cảm giác như đi trong những phố nhỏ ngoại thị Hà Nội - nhà ngói san sát, đường giữa các xóm lát gạch hoặc tráng xi-măng, trẻ con trong nhà mẫu giáo ăn vận bảnh không kém con cái viên chức nhà nước trong các trường Mầm Non của thủ đô.

Bằng cách nào người ta giữ được sự giàu có ấy là câu hỏi không nên đặt ra. Ở Đồng Sâm có hai hợp tác xã, một nông nghiệp, một thủ công nghiệp. Công điểm của người làm nghề chạm bạc cao hơn hẳn người làm nông nghiệp, nhưng không có sự chênh lệch trong thu nhập mỗi gia đình. Họ có mức sống sàn sàn nhau.

- Vào hợp tác xã nông nghiệp cả để mà chết à? - anh nông dân chủ nhà, với gương mặt chất phác đặc biệt của dân vùng châu thổ sông Hồng cười vào mặt tôi - Phải phân công phân nhiệm trong mỗi nhà, ai làm cái gì. Đau đầu lắm. Nhưng phải thế mới được. Phải đi bằng hai chân, như Đảng dạy, mới có đường sống, đồng chí nhà báo ạ.

Không thể hiểu nổi anh nông dân này: anh ta ca ngợi Đảng, hay đang giễu Đảng?

Còn đi bằng hai chân là nghĩa thế này: phải làm cách nào đó để được no, được ấm, thậm chí được sống sung túc, trong điều kiện ông Đảng, ông nhà nước vẫn hài lòng. Nói thì dễ - đi bằng hai chân -, chứ trong thực tế làm chuyện đó khó lắm. Hai hợp tác xã - một nông nghiệp, một thủ công nghiệp - trong một làng phải thông đồng với nhau một cách tài tình lắm, một cách hài hoà lắm, như trong một dàn giao hưởng, với một chỉ huy có tài, phải biết tạo ra những báo cáo tuyệt hay và những số sách kế toán đâu ra đó, với kỹ năng của diễn viên rạp xiếc. Tất cả những cái đó là khó hiểu, không phải đối với một mình tôi. Người nông dân hiểu đảng cầm quyền hơn hẳn giới trí thức. Họ hiểu: Đảng không quá ngu để biết anh nông dân bịp mình, nhưng phải bịp sao cho khéo, rồi sau đó kết thúc mỗi màn bịp bằng một bài đồng ca vinh danh Đảng sáng suốt, Đảng anh minh, là xong.

Người ta biết lắm: trong thời kỳ trị vì của hai đời tổng bí thư, hai con người khác nhau, không bỏ lỡ dịp chê bai nhau, thế nhưng cả hai đều nhất quán trong đường lối: bằng mọi giá phải lùa dân vào các hợp tác xã, để thực hiện cho bằng được bình đẳng xã hội. Nghèo cũng được, nhưng bình đẳng. Lãnh tụ tối cao nhắc đi nhắc lại: "Không sợ thiếu, chỉ sợ không công bằng". Người nông dân nhất nhất tuân theo huấn lệnh của các lãnh tụ đảng, với vẻ mặt hồn nhiên, tin cậy, nhưng sau lưng các vị, họ làm ngược lại. Mọi người đều sợ thiếu. Mọi thứ có thể mua được đều được mua tuốt để tích trữ. Anh chủ nhà một đêm của tôi khoe anh có cả chục chậu men Trung Quốc. "Không có thứ ấy, mừng đám cưới bằng cái gì bây giờ?".

Ta có thể đặt thêm một câu hỏi: vì sao người ở các địa phương khác lại không đua được với người Đồng Sâm về nghề kim hoàn? Chắc hẳn trong nghề này cũng có lắm điều bí mật cha truyền con nối. Tất nhiên rồi, người Đồng Sâm trả lời. Bí mật nghề nghiệp bao giờ chả có, ở đâu chả có. Nhưng đó là cách giải thích không mấy thuyết phục. Đảng không thích những cái bí mật ấy. Dưới sự lãnh đạo của Đảng mọi sự đều làm được: từ hố xí hai ngăn cho đến bom nguyên tử. Bởi vì còn sự độc quyền nghề nghiệp của những phường hội, thì còn có những lĩnh vực tay đảng không với tới. Thế mà đảng phải chịu làng Đồng Sâm, mới lạ.

Tôi không thích viết những sự việc không nhân vật. Không có nhân vật thì mọi sản phẩm văn chương - từ bài báo cho tới truyện ngắn - đều tẻ nhạt. May, Đồng Sâm có những nhân vật thú vị. Trong hai ngày ở Đồng Sâm tôi được nghe vô số chuyện đời ở nông thôn của những người ruột để ngoài da, hoặc những người không thấy cần phải đeo mặt nạ với tôi. Như anh chủ nhà một đêm của tôi chẳng hạn. Anh là cốt cán của uỷ ban xã, chuyên lo việc cơm nước tiếp khách cho uỷ ban. Một người khiêm tốn, biết vị trí của mình, nghĩa là không biết gì về công việc của lãnh đạo. Nhưng anh không đừng được để không nêu những thắc mắc:

- Tại sao nhà nước lại không muốn có người giàu, hở đồng chí nhà báo? Người ta giàu thì mặc kệ người ta chứ, có chết ai đâu? Rỗi hơi mà ganh với nhau. Giàu nghèo có số cả. Mà cũng giàu có gì cho cam, dân chúng tôi ấy. Toàn giật đầu cá vá đầu tôm thôi. Thành ra có tí của để ra cũng cứ phải giấu. Còn hơn mèo giấu cứt.

Hoặc:

- Thời nào thì cũng thế. Quyền đi đôi với lợi. Dễ tôi vào Đảng để ăn rau lợn cho hàng xóm ăn gà à? Có mà điên.

Thế nhưng than phiền thì than phiền, anh nông dân của tôi không bất bình với mọi sự cấm đoán của Đảng. Anh coi đó là số phận. Anh ru con bằng hai câu lẩy Kiều:

Bắt phanh trần phải phanh trần

Cho may-ô mới được phần may-ô...

Có lẽ những phóng viên thạo nghề đánh bóng mạ kền từng tới đây làm phóng sự đã làm cho ông già nghệ nhân cao tuổi nhất Đồng Sâm khó chịu. Ông nhăn mặt khi thấy tôi loay hoay chọn một góc đẹp để chụp ông.

- Này bác, tươi lên một tí nào - tôi nói.

Ông già hấm hứ:

- Cái mặt tôi có vậy thôi, chụp làm quái gì. Ra mà chụp mấy cô xinh xinh kia kìa! Ông nhà báo nào về đây cũng chụp mấy cô ấy đấy!

Tôi nhìn theo tay ông chỉ. Mấy cô xinh thật. Trong những bộ cánh diện, màu sắc tươi tắn, được khoác vào cho các nhà báo chụp ảnh, cô nào cô ấy tươi hơn hớn, gái Hà Nội không ăn đứt. Khốn nỗi, các cô chỉ là thợ học việc, được giao làm những sản phẩm hàng loạt. Các cô lại không có hai bàn tay nhàu nát những nếp nhăn tuyệt đẹp của ông già nghệ nhân. Hai bàn tay ấy, với làn da xạm và cứng như giấy bao xi măng, cần mẫn và điêu luyện, ngày lại ngày làm ra vô số kể những tuyệt phẩm trang trí, trông mà mê.

Đến khi tôi dí sát ống kính vào hai bàn tay của ông thì ông già gắt lên:

- Ông này làm cái gì vậy?

Tội nghiệp cho tôi, ông già không biết rằng tôi rất muốn thể hiện cái đẹp của hai bàn tay ấy. Tôi lại không có một ống kính chuyên dụng.

Xong việc, tôi đến phòng bưu điện huyện để gọi về Hà Nội.

Thư ký toà soạn đặt một số câu hỏi, bao giờ cũng thừa, bao giờ cũng tràn đầy những lời động viên quen thuộc, rồi giục:

- Tuyệt lắm. Ông về ngay đi.

Tôi nói tôi cần tìm hiểu thêm một số tình hình địa phương, ở đây có nhiều chuyện thú vị, tôi sẽ ở lại vài ngày rồi về. Rất có thể sẽ có thêm bài đấy. Ở đầu dây đằng kia, thư ký toà soạn cằn nhằn, nhưng vui vẻ giục tôi về cho mau. Tôi cười thầm, cúp máy giữa câu. Thỉnh thoảng cũng phải làm cao một tí người ta mới nể.

Thế là tôi lại có thời giờ để lang thang lần nữa trong cái tỉnh lỵ của vùng châu thổ. Hoá ra ở cái tỉnh nhỏ bé này cũng có một quán cà phê không đến nỗi nào, do một người Hà Nội tản cư từ cái thời toàn quốc kháng chiến xa lơ xa lắc lập ra. Thoạt đầu, trong cuộc tiêu thổ kháng chiến, tỉnh lỵ bỏ hoang, quán cà phê của ông tọa lạc tại thị trấn Đống Năm nổi tiếng một thời, hết chiến tranh nó mới được chuyển về tỉnh.

Ông chủ quán, tóc bù xù như một nghệ sĩ, là người mau miệng. Ngồi ngay xuống trước mặt khách, bất kể khách có muốn hay không, ông ta than van về nỗi buồn tỉnh lẻ, rằng ở đây chán đến nẫu người đi được, rằng nếu không tại cái số, thì lẽ ra ông đã về Hà Nội ngay từ khi hoà bình lập lại kia, chứ ở lại cái xó này làm quái gì. Khốn từ ngày "bùng nổ", những đứa con cứ sòn sòn ra đời, đứa nọ sau đứa kia một năm, giờ cả thảy đã ngót một chục, biết làm sao?

Tôi nhâm nhi ly cà phê, lơ đãng nghe những mẩu tâm sự vụn của chủ quán. Cùng nghe với tôi, cũng lơ đãng như thế, là một con mèo Xiêm lông xù. Nó nằm trên đùi ông chủ, mắt lim dim, với vẻ bất cần đời. Những con ruồi béo mập bay vù vù. Trong cái quán thông thống không có lấy một ngọn gió. Ngồi uống cà phê mà nghe mồ hôi chảy thành dòng bên trong áo sơ mi.

Buổi chiều, trên đường ra bến để đáp ca-nô đêm về Hà Nội, tôi mới sực nhớ là phải tới thăm anh bạn thân thời học trò, nghe nói bây giờ làm bác sĩ ở ngay thị xã. Cái nóng đã làm cho đầu tôi mụ mẫm. Tôi quên bẵng dự định đó. Anh bạn này là người đã trình bày bìa sách cho tác phẩm đầu tay của tôi, một vở kịch có cái tên khá kêu là "Lối Thoát".

Tôi viết kịch chứ không viết văn xuôi là do tình cờ. Nó xảy ra do cuộc gặp gỡ với một ông nhà văn, nổi tiếng ở Liên khu IV kháng chiến nhờ mấy vở kịch loại xoàng, như sau này tôi đánh giá. Hồi đó, tôi đang học tại trường Nguyễn Thượng Hiền từ Ninh Bình tản cư vào. Nhà trường vốn yêu văn hoá, mời ông nhà văn tới diễn thuyết. Được gặp một nhà văn bằng xương bằng thịt, lũ học trò chúng tôi rất háo hức. Vui chuyện, tôi mới tò mò hỏi ông về bếp núc nghề văn. Ông nhà văn còm nhom vỗ vai tôi, nhìn vào mắt tôi mà cười nhạt: "Ha, chú mày cũng muốn viết văn đấy hả? Không dễ đâu. ông tướng ạ. Viết văn không phải là luộc rau, hay nấu cơm. Để làm được việc đó cần phải có tài. Khốn nỗi, lại không thể kiếm tài như kiếm củi được". Các cô bạn học của tôi nghe thấy câu trả lời ấy cười ré lên. Ngày hôm ấy tôi tự hứa với mình sẽ phải viết một cái gì đó ra trò để cho nhà văn cao ngạo kia biết tay.

Giấu mọi người, tôi cặm cụi viết, ngoài vườn, trong xó bếp. Vở kịch rồi cũng xong. Giám đốc một nhà xuất bản còn sót lại của thời cộng hoà đầu tiên tản cư về phố Rừng Thông ở thị xã Thanh Hoá bị san bằng trong thời tiêu thổ kháng chiến tiếp tôi. Tôi nói đây là tác phẩm của anh tôi, một thương binh nằm trên bệnh viện quân y Bái Thượng, giao cho tôi đưa ông. Ông ta hờ hững nhận bản thảo, hẹn tôi tháng sau đến. Tôi chờ từng ngày cho hết một tháng. Gặp tôi, lần này ông vồ vập, nói sẽ in, trả nhuận bút hẳn hoi.

Vở kịch được nhiều đoàn diễn, đã thế lại có tiếng vang hơn hẳn những vở của ông nhà văn kênh kiệu.

Thái, anh bạn mà tôi đang nói tới, họa sĩ tờ báo tường lớp Bảy A, nhiệt tình giúp tôi vẽ bìa. Thái còn là nhà phê bình đầu tiên của tôi. Tôi chịu ơn anh nhiều về những ý kiến giúp tôi hoàn thành vở kịch. Trong thời học trò của chúng tôi Thái thường được điểm cao về môn văn. Khi nhận bản thảo kèm theo bìa sách đã vẽ sẵn, ông giám đốc nhà xuất bản gật gù khen người vẽ có tài, hẹn sẽ đặt anh vẽ. Nhưng rồi chẳng bao giờ ông ta dùng tới cái tài của Thái cả. Nhà xuất bản không có nhiều sách để in, độc giả thì dễ tính, ông giám đốc tự trình bày các ấn phẩm của mình bằng màu chế từ hai loại thuốc sốt rét quinacrine và thuốc ghẻ lở mercurochrome.

Tôi tìm được nhà Thái không mấy khó khăn. Thị xã vẻn vẹn hơn chục phố, mỗi phố dài chưa nổi trăm mét, với vài cột điện xiêu vẹo. Những ngôi nhà tỉnh ly, phần lớn còn lợp rạ, nhưng cũng được đánh số bên chẵn bên lẻ hẳn hoi, y như ở Hà Nội vậy.

Nhà Thái là một ngôi nhà nhỏ, tường xây, cửa đóng im ỉm, nằm trong một mảnh vườn tí xíu, cỏ xước, cỏ mần trầu mọc đầy mấy luống rau xơ xác.

Tìm mãi không thấy chuông đâu, chuông bấm không, chuông giật cũng không, tôi đành gọi ông bạn theo cách nhà quê vậy, nghĩa là cứ đứng ở đấy, ngay ở cổng, mà hò đò sông cái:

- Thái ơ...i! Thái ờ. . i...!

Sau một lát yên lặng, có dễ tới năm phút, bỗng từ trong nhà bay ra một tràng tiếng khóc đứt quãng. Rồi cánh cửa bật mở, một bà lão tất tưởi lao ra.

Bà lão còm cõi đi chân đất, nước mắt giàn giụa, lúng túng hồi lâu mới mở được hai cánh cổng. Vừa lập cập mở khoá, bà vừa kể lể:

- Ối anh ơi! Anh bây giờ mới đến, thì em nó đã mất rồi...Ối anh ơi là anh ơi! Sao anh chẳng đến sớm với em?

Tôi nhận ra bà, mẹ Thái. Bà ôm chầm lấy tôi. Những giọt nước mắt lã chã rơi xuống ngực áo tôi.

Cái cách bà hờ tôi như thể tôi đã chết rồi, làm tôi lạnh toát cả người.

Tôi ôm lấy mẹ bạn. Bên dưới bàn tay tôi xương bả vai bà gồ lên, không còn chút thịt nào. Tôi không gặp bà kể từ ngày tôi xa bạn tôi. Mà chúng tôi xa nhau cũng đã hơn chục năm rồi. Khi bà từ trong nhà bước ra, tôi không nhận ra, giờ đây cũng phải định thần mới tìm thấy những nét quen ngày trước. Bà úp mặt vào ngực tôi, dựa hẳn vào người tôi, nhẹ bỗng.

- Sao? Bác bảo sao?

Bà lão nắm lấy áo tôi, lôi tuột vào nhà.

Trên ban thờ, Thái nhìn xuống tôi bằng cặp mắt hiền từ, có vẻ lơ đãng.

Những bức ảnh thờ bao giờ cũng thế, cái nhìn của người chết bao giờ cũng hiền từ, bao giờ cũng trầm tĩnh, cũng đầy vẻ suy ngẫm, mặc dầu khi còn sống chưa chắc họ đã là như thế.

Nhưng với Thái thì cái nhìn đúng là của anh. Anh hiền, như chúng ta thường nói, như đất. Anh sẵn sàng giúp đỡ mọi người, hay nói cho đúng hơn, sẵn sàng hầu bạn bè. Khi có ai cần tới anh, chẳng bao giờ anh từ chối.

Tôi nhớ những buổi chiều lộng gió bên dòng sông Chu xanh ngắt, tôi và Thái ngồi dưới vệ đê với hai cái cần câu bằng cật nứa. Cá sông rất ít cắn, chúng tôi tâm sự với nhau đủ điều dưới con mắt canh chừng của ông lão hành khất, một thời là ông đồ nho. Ông đồ ăn mày sống trong một cái điếm canh đê mốc thếch. Bao giờ cũng vậy, thấy chúng tôi ra sông là ông vạch cái chiếu nát thay cánh cửa ngó ra. Ông biết, nếu chúng tôi gặp may thể nào chúng tôi cũng dành cho ông mấy con bống nhỏ, hoặc mấy con cá bò loang lổ. Ông có thừa thời giờ để câu, nhưng ông không câu, ông không có cái cần câu nào, dù với lưỡi câu thẳng của Khương Tử Nha[27]. Ông đã thôi chờ thời, nếu trước kia ông đã chờ. Ông đã đánh mất cái thời của ông, vĩnh viễn. Ông đã quá già để mà chờ đợi.

Tôi đứng trước bức chân dung Thái, đăm đăm nhìn anh, nhớ tới cái thời đã xa lơ xa lắc của chúng tôi. Trong ảnh, anh vận vét-tông, thắt cà-vạt, đứng đắn, chững chạc, ra dáng một ông bác sĩ, cho dù là bác sĩ tỉnh lẻ. Trước kia, anh là một chàng trai mặt quắt, đen đủi, xấu xí.

Bà mẹ Thái đã thôi khóc, nhón chân lấy một nén nhang trên ban

---

[27] *Khương Thái Công, tức Khương Thượng, sống vào đầu thời nhà Chu, còn gọi là Khương Tử Nha, tích ghi là câu cá chờ thời, sau gặp Chu Văn Vương, giúp Chu Võ Vương diệt nhà Thương.*

thờ, run rẩy đưa cho tôi. Tôi đánh diêm, châm ba nén nhang. Khi tôi chắp tay dâng nhang cho bạn tôi, bà đứng sau lưng tôi, thấp bé và lặng lẽ, như một cái bóng. Tôi nghe sau mình tiếng nức nở khe khẽ, như tiếng vỗ cánh của một con chim non. Khói nhang nhè nhẹ quẩn quanh chân dung người đã khuất.

Tôi chợt nhớ câu nói của Thái trong một chiều đi câu:

- Cậu tính, người ta chết rồi, liệu có còn gì không?

- Chết là hết, còn gì.

- Còn chứ. Linh hồn con người không mất ngay một lúc cùng với thể xác. Người theo Ấn Độ giáo tin như thế. Họ đưa ra những chứng cớ khẳng định điều đó. Rằng linh hồn vẫn tồn tại sau khi con người chết đi...

Liệu có một cuộc đời thứ hai cho bạn tôi không?

Cuộc đời Thái là một cuộc đời không ra gì. Mẹ anh, một cán bộ phụ nữ của những ngày cách mạng, trở thành hội trưởng một tổ chức phụ nữ tỉnh hay thị xã gì đó của tỉnh này. Đến khi chiến tranh bùng nổ, Thái Bình mất đất, bà lật đật dắt hai đứa con chạy vào Thanh Hoá. Không tiền, không của cải, bà chỉ biết làm một công việc thuộc về buôn bán mà bất cứ người nông dân nào cũng biết, nhưng không phải ai cũng làm, là hàng xáo. Đêm đêm bà và hai đứa con - một trai một gái - lăn lưng ra xay thóc, giã gạo, giần sàng để hôm sau mang ra chợ bán.

Rồi tai hoạ ập đến. Một hôm, giữa trưa, nghe ồn ào ngoài ngõ, tôi chạy ra thì thấy mẹ bạn tôi, hai tay bị trói trước bụng, đi giữa một toán dân quân mặt đỏ gay. Mái tóc xổ tung, bà lếch thếch đi giữa hai hàng dân làng tò mò, vừa đi vừa giơ hai tay bị trói lên mà gào "Ới Cụ Hồ ơi, Cụ ở trên trông xuống mà xem tôi đi theo Cụ bây giờ tôi bị người ta hành hạ thế này đây, ới Cụ Hồ ơi!". Mẹ tôi cũng chạy ra, xông đến trước đám dân quân: "Bà ấy tội tình gì mà các anh trói bà ấy thế kia?". Đám dân quân sừng sộ xông lại. Chúng tôi hoảng hồn, lôi mẹ tôi về nhà. Lúc bấy giờ là vào khoảng giữa năm 1953, Liên khu 4 đang phát động cuộc giảm tô giảm tức.

Khắp nơi, chỗ nào cũng có những cuộc bắt bớ, đấu tố. Đêm đêm loa vang vang kêu gọi nông dân vùng lên đánh đổ cường hào gian ác.

Buổi tối, tôi đến nhà Thái. Hai anh em bạn tôi đang ăn khoai dưới ánh trăng. Trong nhà không có ánh lửa.

- Người ta bảo bà cụ mình là gian thương - Thái nói - Họ giam bà cụ trong chuồng trâu.

"Gian thương" là tên chính quyền đặt cho những người buôn lậu giữa vùng quân Pháp đóng, gọi là vùng tạm bị chiếm, và vùng kháng chiến, gọi là vùng tự do. Những người buôn lậu ngày ấy rất đông đúc. Họ buôn thuốc tây, đá lửa, kính mát và trăm thứ bà dằn khác. Và tất nhiên, họ trốn thuế. Nhưng bà cụ Thái làm hàng xáo, đâu có ở trong diện ấy.

Được coi là gian thương còn may. Sau lại có tin người ta phát hiện bà có chân trong Quốc dân đảng nữa mới khiếp. Đó là lời buộc tội nặng nhất, đáng sợ nhất. Vào thời ấy, người ta muốn giết ai thì chỉ việc đổ cho người ấy là Quốc dân đảng, hay Đại Việt, là xong. Đến nỗi, cụ thân sinh một anh bạn tôi chúng tôi, nhà giáo, chẳng hiểu sao cũng bị bắt, bị buộc tội là đảng viên Quốc dân đảng. Ông treo cổ trong một cái chuồng bò thay nhà giam, để lại bức thư tuyệt mệnh:"Tôi hoàn toàn vô tội. Tôi trung thành với Đảng. Tại sao Đảng đối với tôi thế này? Hồ Chí Minh muôn năm!"

Bà mẹ Thái rồi cũng được thả ra sau một tuần, nhờ sự đấu lý mềm mỏng nhưng kiên nhẫn của mẹ tôi và "các bà tản cư" với chính quyền xã.

Từ đó bà như người mất hồn. Công việc trong tay bà trước kia chạy veo veo, bây giờ thì đuểnh đoảng, lúc sai chỗ này, lúc hỏng chỗ khác. Thế là mọi việc đổ lên đôi vai cô bé, em Thái. Lại quang gánh lên vai, như mẹ, từ tờ mờ sáng con bé cắm cúi đi các chợ mua mua bán bán, đêm đêm lủi thủi giã gạo, giần sàng, nuôi bà mẹ lẩn thẩn với ông anh đi học. Con bé cứ quắt lại, không tài nào phổng phao lên được trong tuổi dậy thì.

- Sao lại ra thế này hở bác? - tôi hỏi bà cụ.

Bà nhìn tôi chằm chằm, cái nhìn mơ hồ, chú mục đấy mà không thấy. Cuối cùng, câu hỏi của tôi rồi cũng luồn được vào vùng ý thức của bà.

Đôi môi nát những nếp nhăn run run, mấp máy:

- Anh bảo sao?

- Thái vì sao mà chết? Bệnh gì?

Bà cười mếu máo, nhe hàm răng khấp khểnh cái còn cái mất:

- Có bệnh gì đâu, anh!. Em nó khoẻ lắm. - bà nắn cánh tay tôi - Nó khoẻ có dễ còn hơn anh đấy. Trước hôm em nó mất, nó còn lộn cho tôi cả cái vườn đằng trước đấy. Nó tính trồng cà, đền cơm, với rau đay nữa, bảo để mẹ nấu canh cua ăn cho mát ruột. Bây giờ cỏ mọc um tùm. Tôi mặc. Còn ai nữa mà làm?

Bà nấc lên. Rồi chợt nhớ ra phải hỏi thăm tôi một câu:

- Anh được mấy cháu rồi?

- Thưa bác, hai. Một trai, một gái. Vợ Thái đâu?

- Nào đã có. Khốn nạn, tôi giục nhiều rồi, dưng mà em nó kén. Đám này chê đẹp quá, lấy về để mà mọc sừng à, đám kia chê xấu quá, đi bên cạnh ngượng mặt. Mãi mới ưng được một đám. Con bé không xinh, nhưng hiền hậu, tốt nết, ngoan ơi là ngoan. Thế mà đùng một cái... con tôi chết! Ối con ơi là con ơi!

Bà lại khóc oà, người đung đưa như lên đồng. Vừa lúc Nga, cô em gái bạn tôi, từ nhà chồng về thăm mẹ. Cũng như mẹ cô, nhìn thấy tôi là cô bổ đến, ôm chầm lấy tôi, gào lên những tràng thảm thiết. Tôi nhìn Nga, cảm thấy lòng quặn đau nỗi buồn mênh mông trước cảnh vật đổi sao dời. Cô gái mỏng mày hay hạt ngày xưa bây giờ là một người đàn bà xồ xề, gương mặt thanh tú trở thành hốc hác, với làn da bủng beo.

Đến khi đã bình tĩnh lại, cô mới thổn thức kể cho tôi nghe về cái chết của anh trai. Thì ra đó chính là cái chết mà trong cơn gà gật trên ca-nô tôi đã được nghe.

Đầu đuôi là thế này.

Hôm ấy, Thái được ông bác sĩ giám đốc bệnh viện tỉnh rủ đi một huyện xa để thăm một bệnh nhân, hình như có bà con với ông ta. Từ ngày được Bộ cấp cho một cái com-măng-ca để đi công tác, ông giám đốc rất chăm đi thăm bệnh nhân ở các huyện xa thị xã. Lần này, ông đặc biệt muốn có Thái đi cùng, không rõ vì đó là một ca khó chẩn đoán, hay vì ông muốn chưng diện với bà con, bởi Thái là bác sĩ có tiếng trong tỉnh, bệnh nhân nào được bác sĩ Thái khám cho là vinh dự.

Khi trở về, ông giám đốc bảo Thái xuống xe để đánh xi-nhan cho ông ta cho xe vào ga-ra. Tai nạn xảy ra vào phút đó. Lẽ ra, khi xe đã lùi gần tới, phải đạp phanh thì ông ta lại nhấn ga. Cái xe chồm lên tông cả hậu xe vào bạn tôi, ép anh vào tường. Khi được đưa vào phòng cấp cứu, Thái vẫn còn sống. Anh chỉ còn nói được một câu:

- Mẹ ơi, con thương mẹ quá!

Bà hộc tốc chạy vào thăm con, ngất ngay tại chỗ. Người ta tiến hành cấp cứu bà ngay bên giường người con trai hấp hối.

Thái chết đúng vào đêm trước ngày anh cưới vợ. Cô dâu và họ nhà gái ngồi chật một xe ca từ Hải Phòng về để tổ chức đám cưới thì lại phải dự đám ma. Cô dâu chưa kịp mặc áo cưới đã phải mặc áo tang.

Nga dẫn tôi ra thăm mộ Thái. Trên ngôi mộ mới cỏ bắt đầu mọc lưa thưa. Rải rác bên những búi cỏ là những viên sỏi trắng.

Tôi thắp nhang cho Thái, trong khi Nga tỉ mẩn ngồi xếp lại những viên sỏi.

- Trẻ trâu chúng nó phá quá! Chị Hương, vợ anh Thái, không quay lại Hải Phòng cùng với nhà gái mà ở lại đây cả tháng với mẹ em. Không biết chị ấy đi kiếm sỏi ở đâu tha về để xếp thành tên hai người, nhưng chỉ được vài bữa là trẻ trâu lại xoá sạch. Chẳng hiểu chúng nó lấy sỏi để làm gì, đánh rải gianh hay để ném nhau?

Tôi nghĩ: không phải trẻ trâu, thời gian sẽ xoá đi tất cả.

Cuộc đời là vậy. Tất cả rồi như vậy. Như vậy trong sự hiện hữu của ta, như vậy trong sự lãng quên những người khác, từng hiện hữu như ta.

- Tại sao hôm sau đã cưới mà Thái còn đi với ông giám đốc làm gì?

- Em cũng không hiểu. Ở nhà đã lo đủ cả: trang hoàng phòng cô dâu chú rể, tiệc mặn, tiệc ngọt mẹ em đã nhờ người ta, đâu vào đấy rồi. Nói vậy, chứ cũng còn khối việc phải để mắt đến, phải kiểm tra lại...Lẽ ra, anh em nên có mặt.

- Anh ấy cả nể?

- Cũng không hẳn thế. Anh còn nhớ vụ mẹ em bị bắt trói không?

- Nhớ.

- Từ hồi ấy tính tình anh em thay đổi hẳn. Thỉnh thoảng anh ấy lại nổi cơn bướng, cả với mẹ em anh ấy cũng thế...Anh ấy hay tư lự, ít nói lắm, nhưng em rất sợ khi anh ấy nổi khùng. Người hiền thì hay cục.

- Anh ấy có nổi khùng lần nào ở bệnh viện không?

- Không. Anh Thái em có tiếng là hiền lành.

- Anh ấy nể ông giám đốc lắm à?

- Cũng phải nể chứ. Với lại tính anh ấy thế - không muốn mất lòng một ai.

Ở mọi nơi, tôi đều gặp cái sợ, được che giấu bằng một từ dễ nghe hơn - nể nang.

- Ông giám đốc rồi sau có việc gì không?

- Ông ấy được chuyển lên Hà Nội, làm phó giám đốc một bệnh viện lớn.

- Tại sao lại như thế nhỉ? Ít nhất thì ông ta cũng phải chịu một hình thức kỷ luật nào chứ? Cứ thế mà xong được à?

Nga nhìn ra xa, thở dài:

- Ông ta, nói cho công bằng, đâu có cố ý...

- Thì cũng là khuyết điểm nặng chứ? Phải có hình thức kỷ luật nào chứ?

- Tai nạn thôi, anh ạ. Gia đình em cũng không khiếu nại. Ông ta không phải người xấu. Anh Thái em mất rồi, người ta mới biết bằng lái ông ấy cũng chẳng có, được cậu tài xế dạy cho mấy bữa là ngồi lên lái bừa. Người như ông ấy, vừa làm giám đốc bệnh viện, vừa có chân trong tỉnh uỷ, lấy bằng lúc nào mà chẳng được, không cần thi cũng có bằng. Nhưng ông ấy chủ quan, cho rằng chẳng công an nào hỏi mình.

- Không ai đặt vấn đề kỷ luật với ông ta cả?

- Không. Trong tỉnh uỷ cũng có người khuyên mẹ em khởi tố đấy, mẹ em không nghe. Đàng nào thì anh Thái cũng mất rồi...Mình thiệt, còn với người khác thì đây lại là cơ hội để hất cẳng nhau.

Mặt trời xuống, đỏ như máu. Mấy con chuồn chuồn lửa bay lượn trên đầu chúng tôi. Cái nóng ban ngày được gom lại vào cuối ngày dường như cố bùng lên lần chót làm không khí loãng hẳn ra.

- Cô được mấy cháu rồi? - tôi hỏi Nga.

- Ba. Hai trai, một gái.

- Chú ấy làm nghề gì?

- Thợ chữa máy, anh ạ.

- Lương lậu khá không?

- Lương thì nói làm gì, anh! Bổng mới là chính. Sống cũng tạm được. Anh có biết câu: "trâu đen ăn cỏ, trâu đỏ ăn gà không"?

- Biết.

- Nhưng dễ hư hỏng lắm, anh ơi. Nông dân có cái máy cày, họ

sợ hỏng lắm, họ có biết máy móc gì đâu...Họ chiều thợ máy như chiều vong. Không phải chỉ có gà, còn rượu nữa. Nghiện chẳng mấy chốc đâu.

Nga ở lại nhà mẹ làm cơm đãi tôi. Người chồng dắt con đến, mặt đỏ phừng phừng. Thị xã nhỏ, nhà có khách thì hàng xóm cũng biết. Trong bữa, anh ta uống như hũ chìm. Lại còn luôn miệng giục tôi:

- Kìa, ông anh, đưa cay nữa đi chứ! Mấy khi anh lại nhà...

Nga cúi mặt xuống, thở dài.

Ba đứa trẻ gắp luôn tay, chúng không để lỡ dịp được ăn những món ngon trong bữa cơm thịnh soạn, không phải ngày nào cũng có.

Mẹ Thái ăn chậm chạp trong im lặng. Bà lão nhai trệu trạo bằng mấy cái răng hàm còn lại, răng cửa đã mất hết. Tôi có cảm giác bà lão nghe thấy tất cả, hiểu rõ tất cả những gì đang diễn ra quanh mình, và tất cả những cái đó không còn làm bà buồn hay vui nữa, tất cả chỉ là nguyên liệu cho bộ máy suy ngẫm câm nín vẫn tiếp tục làm việc theo quán tính. Ngoài sự suy ngẫm, bà không còn sức để làm gì hết, kể cả đưa ra một lời khuyên ông con rể đang trôi tuột vào biển say.

Đêm đến, bà lão buông màn cho tôi trên cái giường của người con trai không còn nữa. Từ bộ giát, manh chiếu, cho tới cái màn, bốc lên mùi ẩm mốc lưu cữu. Tôi nghe tiếng bà lão thổn thức trong mơ, bên kia vách.

Sáng ngày ra bà thì thầm bảo tôi:

- Này, cái Nga nhà tôi ăn tiền của lão giám đốc đấy. Lão ấy lén lút đưa tiền cho cái Nga để ỉm vụ này đi. Con Nga thẻ thọt với tôi: "Thôi, mẹ ạ. Đằng nào thì người nhà mình cũng chết rồi. Người ta có đi tù thì anh con cũng chẳng sống lại được nào". Thời buổi bây giờ thế đấy. Nó thương anh chẳng bằng thương tiền...

- Thế bác bảo sao?

- Thì còn bảo sao nữa? Nó nói phải. Nhà nó nghèo. Người ta lại có nhiều tay chân. Cũng phải giữ cho chồng nó thí.

Trở về Hà Nội ngày hôm sau, tôi viết quàng quấy cho xong, như cách rũ nợ, bài báo về nghề chạm bạc cổ truyền. Những nhân vật thú vị ở Đồng Sâm nằm liệt trong sổ tay của tôi.

Tôi hoàn toàn không hài lòng về bài báo. Nó chỉ là cái để lấp chỗ trống. Nhưng thư ký toà soạn hài lòng: bài báo không chê vào đâu được, đứng về mặt lập trường. Chắc chắn nó sẽ không bị "trên" gạt bỏ. Số báo của chúng tôi sẽ ra đúng hạn.

Cái chết của Thái trở thành nỗi ám ảnh trong tôi. Tôi không nghĩ được về điều gì khác. Tôi nghĩ thể nào tôi cũng phải viết về cái chết của bạn.

Câu chuyện tôi vừa kể là một sự việc. Tuỳ theo cách ta nhìn, sự việc mang hình dạng này hoặc hình dạng khác. Và cách lý giải nó cũng khác. Rõ ràng có một tai nạn đã xảy ra. Nhưng có một cái gì hơn là một tai nạn nằm ở đó. Một cái gì không ngẫu nhiên, hoặc không hoàn toàn ngẫu nhiên.

Nửa năm sau, tôi bắt đầu viết truyện ngắn về cái chết của bạn mình. Có vẻ đó là một truyện dễ viết - chất liệu đã có sẵn, đầy đủ, mà là chất liệu không tồi. Ấy thế mà cặm cụi viết tới lần thứ ba rồi, truyện vẫn cứ tẻ ngắt. Tôi vứt đấy cả năm, rồi viết lại. Không phải một lần. Truyện ngắn vẫn không thành. Cho đến lúc tôi hiểu ra rằng nó không thể thành được chừng nào tôi còn có mưu toan giải thích cái chết của bạn mình.

Đàng sau cái chết định mệnh thấp thoáng bóng dáng của một cái gì đó tồi tệ hơn. Cái gì đó ấy đã gây ra bi kịch.

Thái sợ, tôi nghĩ. Nếu không sợ, bạn tôi đã dám từ chối chuyến đi định mệnh. Tôi biết tính bạn. Anh chỉ bắt đầu biết sợ từ khi nhìn thấy sức mạnh vô tình của bạo lực bắt nguồn từ ngu xuẩn.

Nhưng không phải nguyên nhân chỉ có thế. Không đơn thuần là thế.

Tôi tìm cách giải thích cội nguồn những bi kịch tương tự, chúng rất nhiều trong những năm ấy, nhưng không tìm ra. Hoặc tìm ra quá nhiều. Không có cách giải thích nào làm tôi thoả mãn. Tôi mơ hồ cảm thấy mình sai lầm ở chỗ nào đó, trong cả cách nhìn lẫn trong cách lý giải sự việc. Cái chết của Thái là một sự việc thoạt trông thì đơn giản, nhưng quan sát kỹ thì thấy nó là một sự kiện đa diện, đa tầng, và không thể có một kết luận đơn giản.

Rốt cuộc, tôi quyết định chỉ kể lại câu chuyện. Như là một ghi chép về một chuyến đi đáng nhớ trong đời làm báo. Rất có thể nó sẽ có ích cho ai đó với tư cách chất liệu. Hoặc một bức tranh ghép vụng về, trong đó người ta có thể thấy thấp thoáng bóng dáng một thời đại.

Tôi cảm thấy mình bất lực. Tôi không thể làm kỹ sư tâm hồn, như các vị làm công tác tuyên giáo thường tâng bốc những người làm nghề cầm bút. Mà nói gì kỹ sư, đến thợ tâm hồn cũng không xong.

Tôi không nghĩ rằng câu chuyện được viết ra lần này sẽ tốt hơn. Nhưng không viết thì tiếc.

Vì không biết cách viết tốt hơn, tôi viết đúng những gì tôi đã thấy.

Hà Nội 1963

CÕI ÂM

1.

Tôi tốt nghiệp đại học tài chính đúng lúc kinh tế Pháp xuống dốc. Kiếm việc lúc bấy giờ khó ơi là khó, nhớ lại mà rùng mình. Đã tưởng một khi cầm được mảnh bằng trong tay ắt đời phải phơi phới lên hương, thế mà rốt cuộc lũ sinh viên vừa ra trường vẫn phải chạy đôn chạy đáo để xin một việc làm bất kỳ mà không được, khốn nạn là thế. Tôi nộp đơn vào ngành bưu điện là ngành tréo cẳng ngỗng nhất hạng đối với chuyên môn của mình vì chẳng còn đường nào khác. Những người trên thông thiên văn dưới thông địa lý bảo: đó chính là nơi duy nhất tôi có cơ may được nhận.

Đơn gửi đi rồi, tôi dài cổ chờ. Một tháng. Rồi hai tháng. Đùng một cái, giữa tháng thứ ba, đang lui cui rửa chén ăn lương giờ cho một quán ăn Tàu, tôi nhận được giấy làm việc ở Sermages thuộc vùng Basse Normandie. Mừng khôn tả. Thiếu nỗi phát điên.

Sermages là một thị trấn nghèo, với hơn chục ngàn dân, bé tẹo và già lão, nhà cửa ọp ẹp, mốc thếch, ở ven đô còn sót lại một cổng đá hộc đầy hoa phong lữ, một cái hào sâu tối om dưới bóng những gốc tiêu huyền rậm rạp, một pháo đài đổ nát không biết từ thế kỷ nào… Rất thích hợp với những ông già chờ chết, nhưng không phải với tôi.

Đồng nghiệp trong sở ăn vận chững chạc, nói năng điềm đạm,

có điều rất chi hờ hững với thằng tôi lính mới cứ như thể tôi đã ở
bên họ từ khươm mươi niên nào. Nói tóm lại, đó là dân Ăng Lê
bên này biển Manche, những robots cổ cồn chính hiệu. Thôi thì
đành tự thân vận động, được đến đâu hay đến đó, trời sinh voi trời
sinh cỏ. Tôi lấy tạm một phòng hẹp gần sở, trả theo tuần, trong
một nhà trọ tồi tàn, có rệp, được mỗn cái giá cũng phải chăng. Từ
từ rồi sẽ kiếm cho mình một căn hộ, hoặc một ngôi nhà nhỏ, tôi
tính thế. Đã đến lúc phải sống cho ra sống. Chẳng gì bây giờ mình
cũng là một viên chức, dù là viên chức quèn. Sermages đâu phải
nơi phồn hoa đô hội, giá nhà thuê không thể quá đắt. Vĩnh biệt
những chambres de bonnes[28] áp mái ở Paris, mùa hè như trong lò
bánh mì, mùa đông tha hồ diện áo ấm trong nhà, nơi trú ngụ của
bộ lạc sinh viên nghèo.

   Tìm nhà ở đây tưởng dễ, hoá không phải. Lang thang đến vẹt
gót giày trong cái tỉnh lỵ bằng cái giọng đái, nói ngoa theo cách
người xưa, thế mà hai tháng qua cái vèo vẫn chưa kiếm được chỗ
nào ưng ý. Nhà ở cũng như đàn bà, người mình ưng thì không ưng
mình, người ưng mình thì mình lại không ưng.

   May cho tôi gặp được Ngoạn.

   Ngoạn cho biết: ngoài anh và tôi ra, ở chốn đèo heo hút gió này
không có một người Việt nào khác. Giúp tôi là nghĩa vụ người đến
trước, anh vỗ vai tôi đồm độp, nói bằng giọng đàn anh che chở.
Được ăn nhiều thịt hươu thịt vượn từ tấm bé trước khi vượt biên
đến xứ này, tôi nghe vậy biết vậy, chứ chẳng mấy tin.

   Thấp, đen, cục mịch, với một sợi lông dài mọc ra từ một nốt
ruồi trên má, Ngoạn giữ nguyên dáng dấp một ông phó cối vùng
đồng bằng Bắc bộ đầu thế kỷ trước, mặc dầu anh đã ở Pháp hai
mươi năm. Ngoạn làm nghề sửa chữa vặt trong nhà, người Pháp
gọi là plombier. Một thằng không bằng cấp, lại vợ đầm (tốn hơn vợ
ta nhiều), hai con nhỏ (tốn hơn con ta nhiều), làm plombier là tốt
nhất, anh bảo thế. Plombier là thợ đặt đường ống, theo nghĩa
nguyên thuỷ, nhưng plombier làm tuốt tuột mọi việc linh tinh lang

---

[28] *Phòng cho các cô sen, bồi bếp.*

tang như mở khoá hóc, đặt hố xí, sửa chữa cửa rả, chạy dây điện ngầm...

- Giờ công việc oải lắm, cậu ơi. Kinh tế mà đã xuống thì kiếm tiền bằng nghề chó nào cũng vất - Ngoạn tâm sự trong một quán cà phê, nơi mọi ghế ngoài vỉa hè đều xếp quay mặt ra đường, rất Paris - Cậu ngồi bàn giấy, trông thì bảnh, cơ mà chông chênh lắm... Mất việc lúc nào không biết. Ngay cả với nhân viên nhà nước.

Tôi buồn rầu hình dung cái viễn cảnh ấy. Dễ như Ngoạn nói lắm.

- Mất việc thì đi làm với tớ – thấy tôi thở dài, Ngoạn an ủi - Nghề tớ không sang, khó thì khó, vẫn còn có đồng ra đồng vào...

- Anh Ngoạn ạ, gặp anh tôi thật may.

- May cái con khỉ. Này, đừng gọi tớ là Ngoạn, phải gọi là Nô Ăng, theo cách bọn Tây gọi, chứ không thì đến con vợ tớ nó cũng không hiểu. Bọn Tây không phát âm được vần ng, chúng nó đổi béng cái tên của tớ thành Noan. Cho tiện. Được nghe cậu gọi tớ bằng tên cúng cơm, thấy đã con ráy.

Tôi kể nông nổi đi tìm nhà. Anh gật gù, suy nghĩ.

Một tuần sau anh gọi điện cho tôi biết đã tìm được một căn nhà ngoại ô.

- Mình xem mấy cái, ưng được cái này. Một đôi thì vừa xinh. Một mình thì quá rộng. Ở lâu được, không phải kiếm chỗ khác.

- Nhà nhiều phòng?

- To đùng.

- Tôi chưa định lấy vợ. Nhà to thì tiền to, hãi lắm.

- Đã biết là bao nhiêu mà rộn. Rẻ rề hà.

Tôi chờ Ngoạn cho tôi biết tiền nhà, nhưng anh không vội nói ra.

Anh miêu tả căn nhà, bảo:

- Không sang, được cái rẻ.

Anh xướng lên giá thuê. Tôi trợn mắt.

Làm sao Ngoạn có thể tìm được ngôi nhà với giá hời đến thế?

- Làm plombier chẳng khác gì làm anh cắt tóc, tha hồ nghe, đủ chuyện tào lao thiên tôn. - Ngoạn nhẩn nha giải thích - Chủ nhà nào cũng thế, cũng hay tâm sự vụn trong lúc ngó nghiêng mình làm việc. Nhất là các ông bà già. Mình nói có ông bạn cần nhà, thế là người nọ mách, người kia mách, chỉ còn có việc nhấc điện thoại mà hỏi. Giỏi gì đâu.

Những ngôi nhà tôi đã xem cái nào cũng đắt, giá thuê nếu không gấp ba trung bình thì cũng gấp đôi. Tiếc nỗi, từ căn nhà ngoại ô này đi bộ đến sở tính ra mất gần một tiếng, gặp xe buýt thì cũng phải hai mươi phút. Xe buýt ở đây thưa, nửa giờ một chuyến, lại hay đỗ vặt.

Nhà sẵn đồ đạc, nhiều nữa là khác. Đến nỗi Ngoạn định sẻ cho tôi một ít đồ dùng ở nhà anh, rốt cuộc chẳng phải mang đến thứ gì.

Đưa cho tôi chìa khoá, ông già chủ nhà dặn:

- Mọi thứ ở đây ông cứ việc dùng. Điều kiện duy nhất là đồ đạc trong nhà xin ông đâu để nguyên đó, đừng xê dịch. Nếu ông không chịu thì coi như vụ này không thành.

Tôi chấp nhận điều kiện ấy ngay lập tức, như bất cứ người thuê nhà gặp giá rẻ nào. Thế này là tốt quá rồi, khỏi phải lang thang các siêu thị, rẽ vào các cửa hàng đồ cũ, tha lỉnh kỉnh trăm thứ bà rằn về nhà.

2.

Thế mà rồi tôi quên bẳng lời hứa.

Ở được vài hôm, thấy cái giường đặt ở vị trí đối diện lò sưởi là không phải lối, tôi quyết định dịch nó ra bên cửa sổ, vừa có nhiều khí trời, vừa nhiều ánh sáng, đi làm về có thể nằm ườn ra đọc sách mà không cần phải bật điện. Cái tivi cổ lỗ, thuộc thế hệ tivi màu đầu tiên, to như một tủ lạnh, cũng cần đẩy qua bên phải một chút, xoay lại vị trí để cái màn hình đã bạc phếch không bị phản quang do ánh sáng từ cửa sổ chiếu vào.

Một đêm, chợt thức giấc, tôi thấy có bóng người ngồi thu lu trong chiếc ghế bành đặt bên lò sưởi. Nửa tỉnh nửa mê, tôi nhận ra đó là một người đàn ông đứng tuổi vận áo choàng đen, đội mũ phớt. Tôi nổi da gà. Tôi ở một mình, cửa đóng then cài, làm sao có người vào được?

Trong ánh sáng mờ mờ của sao trời chiếu qua cửa sổ tôi thấy người đó không có vẻ một tên trộm. Trộm gì mà bình thản đến thế trong căn nhà nó đột nhập?

Những gì tôi đọc được thì trong tình huống như thế này cách xử sự khôn ngoan nhất là vờ ngủ say. Người vờ ngủ say, cả trong nghĩa đen lẫn nghĩa bóng, trong mọi mối quan hệ cá nhân cũng như quan hệ xã hội, người sống theo nguyên tắc ba không – không biết, không nghe, không thấy – bao giờ cũng tìm được lối thoát an toàn.

Mắt hé mở, tôi nhìn thấy tên trộm yên vị một lúc lâu trong bóng tối. Ngồi chán, hắn đứng lên, đi đi lại lại, dáng suy nghĩ, đầu hơi cúi, bàn tay phải đưa lên gãi cằm. Rồi đến bên lò sưởi, hắn nhấc từng thứ trên đó lên mà ngắm nghía. Đầu tiên, hắn ngó nghiêng quan sát kỹ tượng cô vũ nữ pha lê với cánh tay trần bị gãy đã được gắn lại bằng keo trong, rồi đến cái bloc lịch bằng gỗ mà thời gian chết cứng với ngày tháng không đổi, thứ lịch không có năm nên không thể biết được nó dừng lại từ năm nào... Trên lò sưởi là cả một lô một lốc đồ không tên, không biết có tự bao giờ, không hiểu được dùng vào việc gì, tất cả chen chúc nhau trên một diện tích bé nhỏ. Cái nào cũng được tên trộm nhấc lên xem xét với vẻ trìu mến. Đáng ngạc nhiên là hắn không bỏ bất cứ thứ gì vào túi. Xem xong cái nào hắn lại nhẹ nhàng đặt vào chỗ cũ. Cái đáng giá nhất trong số những đồ vật ấy là cái ví của tôi, thì hắn thậm chí không thèm cầm lên.

Sau đó tên trộm đi một vòng căn nhà. Rồi lặng lẽ nhìn về phía giường tôi bằng cái nhìn không mấy thiện cảm, tôi không nhìn rõ nhưng cảm thấy thế bởi điệu bộ lầm lì của hắn.

- Hừ.

Hắn phát ra một tiếng duy nhất kể từ lúc tôi thấy hắn.

Thế rồi hắn bắt đầu cúi xuống. đẩy cái tivi trở lại chỗ cũ. Sau cái tivi là cái ghế bành. Công việc rõ ràng nặng nhọc, tôi nghe hắn thở phì phò. Xong cái ghế, hắn tiến về phía chỗ tôi nằm. Một bầu không khí lạnh lẽo trùm lên tôi, càng lúc càng lạnh hơn, cùng với bước chân nhẹ như bước chân mèo của hắn. Trong khi hắn cố gắng đẩy, tôi có cảm giác thân hình hắn phình to dần, to mãi, trùm lên cả cái giường đang nhích đi từng chút một. Trong bóng đêm dày đặc ở chỗ tôi nằm, cặp mắt hắn gắn chặt vào mặt tôi.

Tôi hét lên, chồm dậy, giơ tay vớ công tắc đầu giường.

Đèn bật sáng. Tên trộm biến mất. Tôi run rẩy, mãi mới xỏ chân được vào dép, nhìn quanh căn phòng trống rỗng. Thở hổn hển, người lạnh toát vì sợ, tôi quỳ xuống, ngó vào gầm giường. Chẳng có quái gì hết.

Tôi đi sang phòng ăn, vào bếp, vào phòng ngủ vẫn để trống từ khi tôi dọn đến. Không có gì hết. Kiểm tra lại mọi khoá cửa thấy vẫn y nguyên.

Tôi ngồi phịch xuống giường, toàn thân ướt đẫm mồ hôi lạnh.

3.

Tôi không kể cho Ngoạn nghe chuyện xảy ra. Tôi ngượng. Khi một người đàn ông sợ ma, thiên hạ sẽ nhìn hắn như con nít.

Câu chuyện ban đêm tôi vừa kể không phải đến đấy là hết. Sau lần ấy là những lần khác.

Bây giờ tôi đã biết đích xác tên trộm là ai - một hồn ma. Ma thật sự. Các nhà bác học đeo kính trắng trong các phòng thí nghiệm giải thích hiện tượng hồn ma theo đủ mọi cách, thậm chí với những sở cứ có vẻ khoa học, tôi đã đọc. Nhưng tôi là thằng thực tiễn – tôi thừa nhận cái tôi thấy, giải thích cách gì cũng bằng thừa.

Khốn nạn cho tôi là ở chỗ, sau khi thừa nhận sự hiện hữu của con ma nọ, tôi chẳng biết phải làm gì nó? Đánh nhau với nó thì không được rồi – ai cũng biết ma chỉ là cái bóng. Chỉ còn nước bỏ ngôi nhà này mà đi? Để rồi bắt đầu lại, một lần nữa, cuộc lùng kiếm chỗ ở mới, rất mất thời giờ, chỉ nghĩ đến đã phát ớn?

Hồn ma nọ còn hiện về vài lần nữa, lần nào cũng như lần nào, với những cử chỉ lặp lại. Hắn rõ ràng chẳng có ý làm khó cho tôi. Hắn lẳng lặng làm công việc hắn muốn làm, và chỉ có thế. Như tôi đã kể, hắn hiền lành cầm các đồ vật lên ngắm nghía, hì hục đẩy các đồ bị xê dịch về chỗ cũ, một cách bực dọc và hoàn toàn vô tích sự – hôm sau tôi vẫn thấy chúng ở nguyên chỗ. Hắn có vẻ một hồn ma đứng đắn. Mọi cử chỉ của hắn đều khoan thai, chững chạc.

Thôi thì thây kệ, tôi nghĩ, mặc cho hắn làm cái việc hắn muốn. Xét cho cùng, sự hiện diện của hắn đâu có gây ra điều gì tệ hại cho tôi? Nếu hồn ma không đủ sức đẩy đồ vật thì hắn có thể làm được gì với tôi, một thằng người trên sáu chục kí lô?

Có điều sau mấy lần quan sát hắn đánh vật với mấy thứ bị tôi dịch chuyển, tôi đâm ra ái ngại cho hắn. Hắn quá vất vả. Mà hoài công. Nếu là tôi, tôi sẽ vứt ngay cái công việc vô tích sự và mất sức ấy. Hì hục như thế để làm gì?

Còn tôi, tại sao tôi không thể giúp hắn một chút? Gì thì gì, để hắn khốn khổ thế là không nên. Làm người phải có lương tâm chứ. Nghĩ rồi, tôi làm liền, tức là đẩy trả lại mấy đồ vật về chỗ mà hắn muốn.

Đêm đến, hồn ma nghiêng ngó ngắm nghía cái tivi, cái ghế bành, cái giường. Hắn phát hiện ra sự thay đổi vị trí. Hắn tỏ vẻ hài lòng. Thay vì kiếm lại những đồ vật trên lò sưởi, hắn đi bách bộ trong phòng. Trông dáng đi của hắn, nhẹ nhàng chứ không uể oải, hơi nhún nhẩy nữa là khác, tôi biết hắn vui. Hình như hắn còn huýt sáo miệng nữa.

Cuối cùng, xoa hai tay vào nhau, hắn quyết định đi về phía tôi nằm.

- Này ông bạn!

Tôi nghe hắn dừng lại ở chân giường.

- Đừng có giả vờ, tôi biết thừa…

- Hừm, - tôi ọ ẹ - Tôi ngủ hay tôi thức thì mắc mớ gì tới ông?

- Ông bạn này – hắn định đặt tay lên vai tôi, nhưng nghĩ sao, hắn rụt tay lại - Dậy đi!

- Hừm - tôi lại nói.

Lạ một cái là tôi không cảm thấy sợ như lần đầu thấy hắn. Nhìn vóc dáng hắn thì thấy hắn đã ở tuổi về già. Hắn có vẻ hiền lành, không phải là loại trẻ để có thể nghịch ngợm vô trách nhiệm.

- Ông bạn tốt hơn là tôi nghĩ đấy.

- Hừm – tôi đáp, vẫn nằm yên chỗ.

- Này - hắn gọi tôi - ông bạn có cà phê không?

- Cà phê hử, có đấy – tôi che miệng ngáp, vẫn giả giọng ngái ngủ.

- Tuyệt! – hắn nói, lại xoa hai tay vào nhau, vẻ hài lòng.

- Capuccino, được không? – tôi hỏi hắn một cách không nhiệt tình.

- Capuccino? – hắn hỏi lại.

- Có hộp capuccino hoà tan đấy. Ở trong tủ…

Hắn nhún vai:

- Capuccino hoà tan? Ồ, không, tôi không khoái loại ấy.

- Nhưng tôi không có thứ nào khác.

- Cả đời tôi chỉ uống expresso. Không dễ gì mà bỏ một thói quen lâu ngày như thế.

Đúng là một hồn ma Pháp. Hồn ma Anh sẽ không đòi cà phê, mà trà sữa.

- Ờ, thói quen là thứ không dễ bỏ - tôi lầu bầu - Nhưng đào đâu ra expresso bây giờ? Phải ra tận ga mới có một quán cà phê đêm, ông ơi. Mà là cà phê Thổ, loãng toẹt.

- Đi uống cà phê vào giờ này ấy à? Có mà điên. Nhà có cà phê bột không?

- Có. Tôi mới mua, hàng hạ giá. Pha kiểu Thổ ư?

Hắn lắc đầu:

- Không. Tôi không thích. Trong nhà có máy pha expresso, ông không biết à?

- Không.

- Có đấy. Để tôi chỉ cho ông bạn. Hoá ra ông là một thằng lười - hắn càu nhàu - Ở trong nhà ngần ấy thời gian mà không thèm biết có thứ gì, ở đâu…

- Cái đó đúng, tôi vốn lười.

- Dậy đi!

Tôi uể oải ngồi dậy. Trong phòng tối om. Tôi sờ soạng tìm công tắc điện. Hồn ma giơ tay ngăn:

- Đừng bật đèn. Tôi không thích ánh sáng. Thắp nến đi, nếu ông muốn. Ông biết nến ở đâu chứ?

- Không.

Hắn cười hí hí, hoặc tôi có cảm giác như thế. Tôi nghe thấy tiếng của tôi phát ra, chứ tiếng của hắn thì không. Tưởng chừng nghĩa của câu nói phát ra từ miệng hắn đi thẳng vào nhận thức của tôi, thứ lời nói không mảy may làm rung động không khí.

Hắn dẫn tôi vào căn phòng nhỏ, thứ phòng chứa đồ, mà tôi

chưa hề ngó tới vì sự ngổn ngang trăm thứ bà rằn trong đó. Hắn chỉ cho tôi chỗ để mấy hộp nến. Rồi hắn chỉ tiếp cho tôi lấy ra trong hộc một cái tủ xiêu vẹo, một cái máy pha cà phê Krups nằm bên dưới đủ thứ đồ tập tàng. Thứ máy cổ lỗ sĩ này chẳng còn ai dùng, áp suất hơi của nó quá thấp.

Tôi vào bếp, bật ga, đun nước. Hắn uống cà phê, còn tôi sẽ uống trà đen. Uống cà phê lúc này có mà thức đến sáng.

Hắn đứng gần tôi, ngay bên cạnh. Tôi rất muốn nhìn xem mặt hắn thế nào, mà ngại. Biết chỗ để nến rồi tôi cũng không muốn thắp lên là vì thế. Tôi sợ nhìn thấy một cái đầu lâu với hai hố mắt sâu hoắm như những hồn ma trong phim kinh dị của Mỹ. Những hồn ma Mỹ thường giống nhau, chắc hẳn do người Mỹ tiết kiệm, phim nọ dùng lẫn chế vật của phim kia. Một cái đầu lâu dưới vành mũ sùm sụp chắc hẳn rất gớm ghiếc. Hình như hắn dễ coi hơn, dưới vành mũ là một cái mặt chứ không phải một cái đầu lâu, tôi nhác thấy nó trong một thoáng, do vô tình, lúc chúng tôi đi song hàng.

Hắn hài lòng thưởng thức ly expresso. Hắn uống chậm, từng hớp nhỏ. Với tư cách chủ nhà, tôi hài lòng thấy khách hài lòng. Chúng tôi ngồi cách nhau mấy bước, hắn – trong ghế bành, tôi – trên ghế tựa.

- Ông bạn, e hèm, biết nói thế nào nhỉ, ừm…

- Sao?

Hắn gãi đầu:

- Tức là, tôi muốn nói, ông là người, hì hì … kể ra… cũng được đấy!

- Ông quá khen.

Hồn ma gật gù:

- Trước hết, tôi phải cảm ơn ông.

- Ơn huệ gì!

- Ơn chứ. Rốt cuộc, rồi ông đã chiều theo ý tôi trong việc trả lại mấy thứ nọ về chỗ cũ. Tính tôi thế: tôi không thể nào chịu được khi thấy đồ đạc bị di chuyển khỏi chỗ mà tôi đã chọn cho chúng.

- Có thể đó là một tính tốt. Ít nhất thì nó cũng là một cái quyền mà người ngoài không nên xâm phạm.

Hắn cười.

- Tôi không nghĩ rằng ông làm việc tốt cho tôi nhờ lý trí mách bảo. Ông hiểu chứ? Hừm, biết nói thế nào nhỉ, ở ông ấy, trong việc làm tốt đối với tôi có sự dự phần của tấm lòng, nhờ vào khả năng biết cảm thông với tha nhân, hay nói cách khác, khả năng tìm ra cách hành xử phải đạo do biết đặt mình vào vị trí kẻ khác….

Lời khen của hắn làm tôi bối rối. Tôi ngượng.

- Đó chẳng qua là sự lui bước của tôi trước sự kiên trì đáng nể của ông thôi. Hoặc là sự thoả hiệp với tình thế bất khả kháng…

Hắn nhún vai:

- Ông khiêm tốn. Điều đó có lợi cho ông. Nhờ khả năng đáng quý ấy ông vượt qua được cảm giác sợ…

- Tôi chưa hiểu ý ông.

- Có gì mà không hiểu. Ông thú nhận đi, lần đầu ông thấy tôi ông đã sợ tôi, sợ muốn chết…

Hắn dùng thời quá khứ khi nói rằng tôi đã sợ hắn. Quả thật bây giờ, không hiểu sao, cảm giác ấy không còn. Tự nhiên, tôi không thấy sợ hắn nữa.

Nghĩ cũng lạ, thoạt đầu tôi còn hơi sợ một tí, giờ thì không sợ chút nào. Tôi lý luận: nếu không phải một vật thể, cái bóng ngồi trước mặt tôi kia chỉ là một khái niệm. Sợ một khái niệm là dở hơi. Ma, với tôi, và với rất nhiều người, chỉ là một khái niệm. Còn hơn thế, một khái niệm rất đỗi mù mờ.

- Vâng, tôi đã sợ ông. – tôi gật đầu - Đúng thế. Nhưng khi thấy ông quá vất vả xử lý mối mâu thuẫn giữa hai ý muốn của tôi và của ông, thì tôi đâm ra ái ngại.

- Hay thật!

- Khi tôi ái ngại thì cảm giác sợ hãi biến dần. Rồi hết. Ở đời, ông ạ, xét cho cùng, có lắm cái đáng sợ hơn nhiều…

- Chính xác - hắn gật gù.

- Có thể còn có một nguyên do khác. Ông không biết chứ tôi đã từng sợ, sợ nhiều thứ, sợ bóng sợ gió, sợ tất cả, sợ lắm lắm.

- Mon Dieu, Trời ạ.

- Không phải mình tôi, cả thế hệ chúng tôi sợ, còn hơn thế, cả một giống nòi tôi sợ, ông hình dung nổi không: cả-một-giống-nòi? Không hả? Chúng tôi được huấn luyện từ tấm bé để mà sợ. Kết cục là chúng tôi không phải chỉ sợ cái đáng sợ, chúng tôi còn sợ cả những cái chẳng có gì đáng sợ nữa. Trong ngôi nhà của mình, chúng tôi đi lại len lén. Trong thành phố của mình, trong nhà của mình chúng tôi nói chuyện với nhau bằng giọng thì thào, nhìn trước nhìn sau, chúng tôi theo dõi những câu nói của chính mình, lúc nào cũng e phạm phải điều gì cấm kỵ, và lo lắng nhỡ điều đó bị phát giác, bị bẩm báo…

- Khiếp. Đến thế kia ư?

- Hì hì, tôi biết mà, ông mù tịt về cái đó, ai không nếm trải nỗi sợ ấy người đó chắc chắn không hiểu nổi. Cả ông nữa, ông cũng không phải ngoại lệ, cho dù ông có là… - tôi định nói "cho dù có là ma", nhưng kịp kìm lại - Tuy nhiên, cái gì cũng có giới hạn. Khi sợ quá nhiều và quá lâu, người ta ắt trở thành dạn dĩ, chẳng sớm thì muộn…

Nhìn hơi nước lởn vởn trên miệng tách cà phê của hắn, tôi nhắc:

- Ông uống đi kẻo nguội.

- Tôi đang uống đây. – hắn nói và cúi xuống nhắp một ngụm – Phải thú thực với ông: khi thấy ông sợ tôi, tôi cũng khoái. Đến khi ông không sợ nữa, thì, ông biết không, tôi hơi buồn một chút. Con người ta bao giờ cũng khoái được thấy người khác sợ mình. Ông nói tiếp về cái sợ của các ông đi.

Hắn nói "con người ta" ngon lành, như thể hắn không phải là ma.

- À, cái sợ... Nó khủng khiếp một cách âm thầm. Tức là, người ta sợ đấy, mà bề ngoài thì như không. Tôi biết có người chỉ nói hớ có một câu xét cho cùng là vô thưởng vô phạt, vậy mà anh ta sợ đến phát khùng, anh ta cứ đinh ninh rồi sẽ phải trả giá đắt cho câu nói hớ ấy, anh ta dỏng tai nghe ngóng mọi phản ứng, cho đến khi biết chắc rằng chẳng ai nghe thấy nó hết...

- Sợ là một xúc cảm tồi tệ. Tệ hơn bất cứ cảm xúc nào - hắn trầm ngâm - Nó hạ thấp con người.

- Đúng thế. Điều khả dĩ có thể an ủi ta là kẻ bắt người sợ mình xét cho cùng lại chính là kẻ cũng sợ... một kẻ khác chẳng hạn. Thật vớ vẩn, phải không ông?

Tôi triết lý vụn, rồi cười cái triết lý của mình. Hắn gật gù cười theo.

- Ông có thể kể cho tôi nghe đôi điều về cái mà chúng tôi gọi là cõi âm của ông không? – cà phê kích thích tôi, hay là cái gì khác: nỗi buồn man mác chợt đến trong đêm, hay nỗi chán ngán một cái gì không biết và còn hơn thế, không hiểu – Với tôi, câu trả lời của ông hẳn sẽ rất thú vị.

- Ông nói ông lười cả tò mò cơ mà.

- Tôi vẫn lười, cả trong sự tò mò này. Nếu ông không muốn kể, tôi sẽ chẳng vật nài. Tôi không tò mò đến cùng. Tôi chỉ tò mò nhân tiện mà thôi.

Hắn có vẻ suy nghĩ. Trong bóng tối tôi vẫn chưa thấy mặt hắn. Nửa trên bị vành mũ che khuất, còn nửa dưới thì lẫn vào màu đêm.

- Chẳng có gì đặc biệt đâu ông ơi. – hắn nói sau một ngụm cà phê – Nó, cõi âm, chỉ là cái âm bản của sự sống mà ông biết. Các ông sống, còn chúng tôi sống lại cái sự sống đã qua. Những cư dân của cõi âm không bao giờ biết đến cái gọi là tương lai. Đối với chúng tôi tất cả đều là quá khứ. Chúng tôi sống trong cái khuôn của thời hiện tại-quá khứ nơi mỗi người.

- Tại sao lại như thế?

Hắn cười hích hích:

- Tại sao, tại sao? Ông cứ như một đứa trẻ vậy.

- Nhưng mà tại sao chứ?

- Tại vì chúng tôi đã có tất cả những gì chúng tôi từng có, từ điểm khởi đầu cho tới chỗ kết thúc. Chúng tôi chỉ tồn tại bên trong biên cương của cái khoảng ấy mà thôi.

- Thế thì chán quá nhỉ?

Hắn có vẻ phật ý:

- Không chán hơn nơi người sống đâu. Ông không gặp những người còn sống phây phây mà cuộc đời lại gắn chặt với quá khứ đến nỗi gỡ không ra à?

- Ờ, cái đó quả có thật. Chẳng hạn như lão tổng thống quá cố của chúng tôi, những năm cuối đời lão ta chẳng biết làm gì khác ngoài việc vỗ ngực khoe những việc lão làm…Mà có tốt đẹp gì cho cam.

- Tôi biết lão - hắn ngắt lời – Ở cõi âm chúng tôi di chuyển nhanh lắm, như chớp ấy, hoặc nói theo cách bây giờ, nhanh hơn ánh sáng, ông không tưởng tượng nổi đâu. Nhưng tôi không khoái chơi với lũ ngợm vua quan ấy. Tôi tởm. Có một thằng cha lúc nào cũng lảm nhảm "Bóp chết từ trong trứng! Cho tuốt vào nhà đá! Bắn bỏ!", hắn la hét suốt. Khốn nạn, có hồn ma nào buồn nghe hắn đâu. Tuy nhiên, về một mặt nào đó, chúng tôi giống nhau, đáng chán là thế … Tuy chúng tôi không sống bằng quá khứ như hắn, nhưng tựu trung mọi hồn ma đều là những kẻ sống trong quá khứ…

- Thế còn cháo lú? – tôi rụt rè hỏi - Chuyện đó thế nào?

- Cháo lú? – hắn hỏi lại – À, tôi hiểu rồi. Ông muốn nói cái món súp miễn phí ở đầu đường vào cõi âm.

Tôi ngạc nhiên:

- Vào cõi âm cũng phải đi qua một cái ngưỡng, tựa hồ biên giới giữa các quốc gia sao?

Hắn nhìn tôi, tủm tỉm:

- Đại khái vậy. Nhưng cõi âm là một quốc gia đặc biệt, ở đấy không có bất cứ sự phân biệt nào trong mọi nhóm dân cư của nó, không màu da, không chủng tộc, không giàu nghèo, không có sự phân biệt giữa VIP và dân thường. Đi vào đó không phải trình hộ chiếu có dán visa…

- Có phải ăn cháo lú xong thì linh hồn sẽ quên sạch mọi sự đời?

- Không một thứ thuốc an thần nào có thể sánh với nó, cái cháo lú ấy - hắn nói với giọng pha chút khoe khoang - Ông tưởng chỉ ở cõi âm mới có cháo lú sao? Ở cõi dương cũng có đấy. Nó được trộn lẫn vào các bài báo, các làn sóng phát thanh, các chương trình truyền hình, các cuốn sách…

- Ồ, cái đó thì tôi biết quá đi chứ!

- Ở cõi dương cháo lú còn có một chút lừa mà người tỉnh táo biết được, ở cõi âm người ta không lừa ai. Ai chả biết rằng cuộc đời nào cũng vậy, chẳng nhiều vui thú, ăn một đĩa cháo lú là sẽ quên sạch mọi ưu sầu. Nó chẳng qua là thứ cháo thí cho những linh hồn đau khổ. Chao ôi, ông không tưởng tượng nổi đâu. Các linh hồn xô đẩy, chen lấn, tranh nhau thứ cháo cho không đó. Cảnh tượng phải nói là khủng khiếp. Thậm chí họ còn xô đẩy nhau để được nhận suất phát chẩn ấy, nhà bếp múc luôn tay không kịp…

- Còn ông?

- Không. Tôi không ăn.

- Tức là, không bắt buộc?

- Đâu có. Bắt buộc chứ. Nó là cái lệ cho tất cả. Linh hồn nào cũng phải ăn.

- Nhưng bằng cách nào ông không…

- Dương sao âm vậy, ông ơi, đã không muốn thì cũng có cách để tránh. Mấy anh chàng trông coi vụ phát chẩn cũng như những công chức, họ chắp tay sau lưng đứng nhìn, thỉnh thoảng la hét vài tiếng lấy lệ. Chỉ cần láu cá một chút, lăng xăng thay đổi chỗ xếp hàng, làm ra vẻ mình đã húp rồi... Bọn lãnh tụ, vua quan mà tôi nói ấy, sở dĩ còn nhớ quá khứ là vì chúng vẫn giữ nguyên thói trí trá khi còn sống.

- Hay nhỉ? Tôi hiểu. Vì không ăn, ông nhớ được tất cả?

Hắn gật đầu. Im lặng một lát, hắn tiếp:

- Ờ… Tôi giả vờ húp vội húp vàng cho xong, rồi lừa lúc thiên hạ không để ý thì quay mặt đi mà nhổ ra.

- Nhưng ông vừa nói: thứ cháo đó tốt. Nó có mục đích nhân đạo.

- Ông nói "nhân đạo"? Những kẻ chế ra cháo lú, ở cõi dương cũng như ở cõi âm đều nghĩ chúng nhân đạo cả, chúng làm tốt cho mọi người. Ông hãy hình dung một con người không nhớ gì hết, không còn phân biệt tốt xấu hay dở, không biết mình là ai…

- Ừ, thế thì chán thật.

- Tôi không húp vì tôi còn mấy việc dang dở. Tính tôi thế, làm cái gì chưa xong thì trong lòng bứt rứt vô cùng. Chẳng hạn như cái tượng vũ nữ ba lê này. Tôi rất thích nó. Đặt nó lên đĩa hát đang quay, trông nó sống lắm, cứ như nó đang múa thật. Một hôm tôi vô ý đánh rơi, làm nó gãy một tay. Tôi đã thử gắn lại bằng mọi thứ keo, chẳng cái nào cho hiệu quả ưng ý. Ông nhìn kỹ thì thấy cái tay gãy tôi gắn hơi lệch.

- Ông muốn làm nốt những việc ấy?

- Phải. Nhưng tôi nhầm.

- Ông không gắn lại được?

Hắn buồn bã thở dài:

- Nhầm là nhầm thế này. Đã vào trong cõi âm rồi thì mọi việc trần thế là xong tuốt, chẳng còn cái gì làm tiếp, làm thêm, được nữa. Chỉ có thể nhớ lại thôi. Nhưng nhớ tuốt tuồn tuột quá khứ, cái gì cũng nhớ, thì ngán lắm. Những bước gian truân mình đã nếm trải nay lại trở về với nó lần nữa, rồi lần nữa, như một cuốn phim phải xem đi xem lại… Hay một cuộc tình đã xa, nay tự nhiên phải nhớ lại, chẳng cần ai nhắc cũng nhớ, với đầy đủ chi tiết, và hàng trăm lần y như nhau… Ối giời, mệt vô cùng. Người tình của mình thì đã húp sạch sành sanh đĩa súp lú, gặp mình, nàng ngơ ngác: "Ủa, ông là ai"?

Một đêm khác, tôi hỏi hắn:

- Ông bạn này, một con ma, xin lỗi, tôi muốn nói một linh hồn, có thể phù hộ cho một con người không?

- Ông định lợi dụng tôi đấy hử? - hắn chặn ngang, cao giọng - Ông định nhờ tôi cái gì đây? Một dãy số loto độc đắc? Một áp phe có lợi?

- Không, ông hiểu nhầm tôi rồi – tôi vội vã cải chính - Tôi không có ý ấy. Tôi chỉ tò mò thôi.

- Ông tò mò hơi nhiều – hắn hấm hứ.

- Chả là tôi muốn kiểm chứng điều thiên hạ tin - đành phải phân trần với hắn - Ông không thấy những người đến với Chúa, với Phật cùng mọi thứ thần thánh trong mọi thứ đền thờ không phải chỉ để tỏ lòng ngưỡng mộ, sùng kính hay sao? Ông không biết rằng họ đến đấy chỉ để mua bán sao? Họ mặc cả với tất tần tật các thứ đấng thiêng liêng: nếu tôi được hưởng ân huệ của các vị, tôi hứa sẽ cúng các vị cái này cái kia. Cái này hay cái kia ấy bao giờ cũng phải tương xứng, một cách tượng trưng thôi, với ân huệ mà họ chờ đợi được hưởng… Ân huệ to thì vật hiến tế phải to.

- Tôi biết chứ – hắn nhún vai - Nói đến cái lũ khốn nạn ấy làm gì!… Bậy! Bậy hết. Lũ ấy nghĩ về thần thánh của chúng, hệt như thần thánh là những chủ tiệm ở chợ trời, có thể mặc cả thoải mái.

- Cũng có người nhờ cầu khẩn mà được đấy.

- Đó là sự trùng hợp của những ngẫu nhiên. Người chết rồi, linh hồn, hay là ma, không trừ cả thần thánh, cũng y như tôi đây này, chẳng có sức lực gì hết, họ chẳng làm nổi cái gì hết. Ông thấy rồi đấy, chỉ đẩy một cái ghế dịch đi một li mà tôi cũng không làm nổi...

Lời thú nhận của con ma thực thà, lại na ná một dạng báng bổ.

- Tôi hiểu rồi, vì thế ông chỉ còn cách ngắm nghía các đồ vật xưa cũ cho hết ngày, à quên, hết đêm, phải không?

- Tôi còn biết làm cái gì khác hở ông bạn thân mến? - hắn nhún vai trước câu hỏi, theo hắn là dớ dẫn – Nó là cái nghiệp của tôi. Đồng thời, khốn nạn cho tôi, cũng lại là thú vui của tôi.

Nghe giọng hắn thì biết hắn lại bực mình. Lý luận gì mà lăng nhăng, cù nhầy, chắc hắn nghĩ thế.

- Ông không thấy những người sống cũng có cái thú vui ấy ư? – hắn nói tiếp, không phải hắn hỏi - Có một thằng cha ở gần đây này, tôi không quen hắn, nhưng tôi quen bố hắn. Hắn viết được độc một cuốn sách, đưa ra những ý tưởng điên rồ, lạ tai lạ mắt, bằng cách chửi khắp thiên hạ, gây ra được một sự ồn ào, hắn lấy làm khoái lắm. Nói cho đúng, người khen thì ít, người chê thì nhiều. Thiên hạ bình phẩm thế nào hắn tuyệt nhiên không biết, không thèm biết. Thấy người ta chửi nhiều, hắn càng đinh ninh hắn là nhà tư tưởng lớn. Là nhà tư tưởng lớn thì tất nhiên không phải ai cũng hiểu. Thiên hạ càng chửi nhiều hắn càng thích. Hắn cần cái đó – càng bị chửi nhiều thì càng nổi tiếng, một thứ quảng cáo không công cho hắn mà. Lâu không thấy có ai chửi thì hắn buồn xo. Cả ngày hắn bận bịu với việc cắt những dòng tán dương hắn trong những bức thư độc giả gửi cho hắn để dán vào một cuốn vở dày cộp, ký tên vào những cuốn sách, bìa cứng hẳn hoi, để gửi cho những người hắn có thể gửi mà không bị trả lại. Hoặc kỳ cạch gõ những lời giáo huấn cho những độc giả dở hơi ngưỡng mộ hắn.

- Hay nhỉ?

- Đêm nào hắn cũng hí hoáy làm công việc đó, đến nỗi một ông bạn tôi nhầm, tưởng hắn cũng là ma như mình, mới hiện ra bắt quen. Chỉ đến khi thấy hắn hét lên, lăn đùng ra bất tỉnh nhân sự, ông bạn tôi mới biết hắn là người sống…

Con ma cười ha hả, tay liên tục vỗ đùi, nhưng không thành tiếng.

4.

Rốt cuộc rồi tôi cũng phải thú thật với Ngoạn về hồn ma nọ sau mấy lần anh nhận xét về sức khoẻ sa sút của tôi.

- Sắc mặt cậu xấu lắm. Xanh, má hóp. Sao vậy?

- Dạo này tôi kém ngủ.

- Phải tìm ra nguyên nhân mà giải quyết.

Chúng tôi đã trở thành thân tình hơn kể từ sau khi anh kiếm chỗ ở cho tôi. Mỗi khi có công việc nặng, cần người phụ, vào những ngày nghỉ cuối tuần anh gọi tôi giúp anh. Gọi là giúp chứ công việc xong anh thanh toán đàng hoàng. Anh hơn tuổi tôi, anh tự cho phép anh gọi tôi bằng "cậu". Chị Jeanette, vợ anh, và hai cháu thì toa moa với tôi, như người trong nhà.

Đúng là tôi có ít ngủ thật. Những buổi trò chuyện với hồn ma thường kéo dài. Chứ âm khí âm khiếc quái gì đâu. Cũng không thể đổ lỗi cho hồn ma được. Hắn đâu có đòi nói chuyện với tôi. Những hôm bận công việc ở sở, về đến nhà, tôi ăn xong là lăn ra ngủ, hắn cũng chẳng đánh thức. Nửa đêm tỉnh dậy, thấy hắn thì chúng tôi cũng chỉ chào nhau một tiếng như hai người láng giềng lịch sự. Tôi mới là kẻ chủ động gợi chuyện, trong khi hắn lại là kẻ ít lời. Những câu chuyện với hắn, mỗi khi có, đều thú vị.

Nghe tôi kể, anh hỏi:

- Hắn không làm gì cậu thật?

- Không.

Ngoạn mở to mắt.

- Không doạ nạt?

Tôi lắc.

- Không.

- Hắn có làm gì khác không?

Câu hỏi làm tôi phải suy nghĩ. Hắn còn làm gì nữa nhỉ? Không, hắn chỉ chuyện vãn, thế thôi.

- Hoàn toàn không!

- Hoàn toàn không?

Tôi lại lắc.

- Vô lý.

Ngoạn ra chiều suy nghĩ.

- Cậu phải tìm một cái nhà khác - anh bảo - Ở đấy nguy hiểm. Âm dương cách biệt, người là người, ma là ma, ở lẫn với nhau không được.

- Tôi nghĩ không cần thiết - tôi nói - Hắn chẳng làm gì hại tôi.

- Cẩn tắc vô áy náy. Không sao, tôi lại tìm nhà cho cậu lần nữa.

Anh quyết định ngủ lại nhà tôi một đêm xem hư thực ra sao.

Nửa đêm, con ma đến, chẳng tỏ vẻ ngạc nhiên thấy có người lạ mặt ở trên giường tôi. Ngoạn nằm im thin thít.

Sáng ngày ra anh bảo tôi:

- Nói không biết cậu có tin không, hoá ra tôi đã gặp con ma này.

- Bao giờ?

- Lâu rồi. Dễ trên chục năm trước. Hồi mới lập gia đình, tụi tôi nghèo lắm. Đêm đến tôi luôn lượn lờ trong khu nhà giàu - họ thường vứt đồ cũ ra hè. Để kiếm cái dùng, vậy đấy. Có nhiều thứ người ta vứt không phải cũ hẳn, nhưng ở đây thế, cứ dọn đến nhà mới là người ta thay tất tật. Cũng có khi là đồ dùng của người vừa chết, thân nhân không muốn giữ lại, không phải họ tin nhảm, mà vì không thích để nhìn thấy những đồ vật của người thân đã qua đời, nhiều thứ còn mới nguyên, mà có cũ đôi chút thì cũng còn tốt chán đối với mình. Đi nhặt mấy thứ đồ bỏ ấy không ai đi ban ngày, xấu hổ chết được...

- Anh đã gặp con ma này trong những lần đi kiếm đồ Tây quăng?

- Đúng hắn, với cái mũ phớt sùm sụp, với dáng dấp ấy, như đêm qua tôi thấy. Không lẫn được. Tôi không nghĩ hắn là ma.

- Hồi đó hắn còn là người sống.

- Có thể lắm.

- Hắn chắc cũng đã nhận ra anh, nếu gặp?

- Hừm, biết đâu đấy, chúng tôi chạm trán luôn, nhưng cố tránh không nhìn mặt nhau. Dân đi nhặt đồ đều thế. Họ không bao giờ chào nhau, gặp vài lần cũng cứ lờ đi, không coi nhau là đã quen... Thậm chí vớ được thứ đồ tốt một mình không khuân nổi cũng không dám nhờ nhau, cứ đứng canh đấy cho tới khi vắng người mới chạy đi tìm cabin điện thoại báo cho người nhà biết để ra khiêng cùng...

- Anh có thấy hắn nhặt gì không?

- Không. Hắn cứ lượn lờ quanh đám đồ bỏ, tôi chưa thấy hắn nhặt thứ gì. Con ma này phải trị mới được.

5.

Con ma cũng nhận ra Ngoạn.

Hắn bảo tôi, cười hì hì:

- Ông Nô Ăng. Tôi biết ông ấy quá mà. Tôi giả vờ không nhận ra ông ấy thôi. Chúng tôi gặp nhau luôn. Tôi hồi ấy là một anh ký quèn ở sở hoả xa. Ông biết cái ga Sermages rồi. Gọi là ga cho nó oách, chứ ga ghiếc cái quái gì một khối bê tông xám xịt chỉ nhỉnh hơn trạm biến thế một chút. Ông Nô Ăng bạo gan đấy. Có điều ông kể cho ông ta nghe về tôi làm gì?

- Có cần phải giữ bí mật về ông không?

Hắn lắc đầu:

- Không. Không cần. Tôi là cái có đấy mà không đấy. Nói cách khác, tôi là cái vừa hiện hữu vừa không hiện hữu. Nói về tôi hay không nói về tôi thì cũng thế mà thôi. Chỉ người sống mới có bí mật. Ở chỗ chúng tôi mọi linh hồn đều như cởi truồng trong một cái lồng kính, linh hồn này biết hết về linh hồn kia…

- Chán quá nhỉ?!

Hắn cười hích hích.

- Nhưng các linh hồn thường chỉ biết về những gì linh hồn khác đã làm khi họ còn ở cõi dương… Và chỉ ở những linh hồn không húp hết đĩa cháo vô vị.

- Ông bảo: các linh hồn chỉ lặp lại những gì họ làm khi còn sống?

- Là tôi nói: họ chỉ lặp lại thói quen. Những gì họ làm trong cõi âm các linh hồn có thể biết mà cũng có thể không biết, tựa như ở cõi dương vậy - người này không thể biết tất tần tật về người kia. Đôi khi linh hồn cũng làm một cái gì đó chứ, nhưng nó chỉ làm được cái ấy nếu như khi còn sống nó từng làm. Linh hồn, ông bạn ạ, chỉ là cái bóng mờ của quá khứ. Nó khoái lắm nếu có ai tưởng nó có khả năng hành động. May cho các ông, những người sống. Chứ không à? Cứ thử nghĩ mà xem, nếu những thằng đều chết rồi vẫn tiếp tục đều được với người sống, thì sao?

Tôi hoàn toàn đồng ý với hắn:

- May thật!

- Ông không nên kể về tôi với ông Nô Ăng.

- Ông đã nhắc tôi rồi.

- Ông ấy là người tốt, nhưng ông ấy không vượt qua được định kiến: một con ma là một con ma. Ma là cái người ta không hiểu được. Khi không hiểu được thì người ta nghĩ nó xấu xa, nó không tốt.

- Tôi không nghĩ ông bạn tôi tồi đến thế. Ông ấy chỉ lo cho tôi thôi...

- Ông ấy hiểu lầm do không hiểu biết. Nhưng lại tưởng mình biết hết. Trong thực tế, cái ông ấy tưởng mình biết lại là cái hiểu lầm mượn của người khác...

- Ông có những ý nghĩ hay đáo để.

Hắn cười khà khà. Cảm giác là thế, chứ không có tiếng.

- Ông khác, ông không có định kiến. Một ưu điểm đấy. Ông lại còn biết thông cảm nữa...

Hắn nói tiếp, đượm chút buồn rầu:

-... dù là thông cảm với một con ma...

6.

Ngoạn nói anh sẽ mời một đội bắt ma thiện nguyện để tống con ma khỏi nhà tôi.

Tôi phản đối kịch liệt.

Tôi phản đối vì, xét cho cùng, con ma chẳng làm điều gì xấu cho tôi. Ngược lại, nó còn là một bạn chuyện thú vị. Hà cớ tôi lại xử xấu với nó? Nhưng Ngoạn khăng khăng: phải diệt nó. Đó là một người cứng đầu, đã nghĩ ra cái gì là phải làm cho bằng được.

Đội bắt ma thiện nguyện tha các thứ đồ đạc lỉnh kỉnh của họ đến nhà tôi vào một chủ nhật. Họ lăng xăng đi lại, còn tôi thì ngồi yên trong ghế bành, nơi con ma thường ngồi, với bộ mặt nặng chịch. Ba người trong đội bắt ma – một mục sư về hưu, hai sinh viên trẻ gầy nhẳng, cả ba đeo kính cận loại nặng. Với các máy móc đo từ trường, nhiệt độ, đều là loại cực nhạy, họ rà soát mọi ngóc ngách, gầm giường, gầm bàn, gầm ghế, gầm tủ, với vẻ mặt nghiêm trang của sứ giả nhà trời đi xuống địa ngục. Kim trên những mặt đồng hồ đặt giữa nhà lắc lư lờ đờ.

- Con ma này ban ngày không ở đây. – ông mục sư trầm ngâm – Ta sẽ túm được nó ban đêm.

Tôi giật mình. Đúng là tôi chỉ gặp con ma vào ban đêm.

Đội bắt ma rất mẫn cán. Hôm sau cả ba lại đến cùng một lúc sau bữa ăn tối và lập tức bắt tay vào việc. Họ ngồi trầm ngâm trước những mặt đồng hồ, mắt dán chặt vào những cái kim. Tôi chán ngán theo dõi công việc của họ.

Đúng 12 giờ đêm, những cái kim bắt đầu chuyển động, lúc đầu chậm, sau nhanh dần, rồi lắc loạn xạ. Ông mục sư phán:

- Nó đến đấy.

Trống ngực đánh thình thịch, tôi thầm lo cho ông bạn ma của tôi. Ngoạn ngồi bên tôi, theo dõi nét mặt tôi bằng cái nhìn dò xét.

Nhưng khi ông mục sư giơ cao thánh giá đi về góc, theo kim chỉ của một cái máy đặt nằm, thì những cái kim đồng hồ lại lờ đờ trở về chỗ cũ. Ông mục sư lắc đầu:

- Con ma này khôn ra phết.

- Nó lẩn tài lắm. – anh sinh viên cao kều cúi xuống thì thào với anh bạn thấp hơn.

- Khôn mấy thì khôn, rồi ta cũng sẽ tóm được nó. – mục sư vác mặt lên, nói bằng giọng quả quyết.

Đúng vào lúc ấy tôi nghe thấy giọng nói của con ma bên tai:

- Ông bạn của ông tệ thật, ông ta dẫn mấy tay này đến đây làm gì cơ chứ?

- Tôi xin lỗi, tôi đâu có muốn thế - tôi lẩm bẩm trả lời, cốt để Ngoạn khỏi nghe tiếng.

- Ông có thấy ông Nô Ăng nhà ông là đa sự không?

Tôi gật đầu.

- Có điều họ chẳng làm gì được tôi đâu – con ma nói.

- Thật không?

- Ông đừng lo cho tôi.

- Tôi vẫn lo đấy – tôi thì thào -Thật không sao chứ?

- Thật. Không ai có thể bắt được cái không có.

Tôi thở ra.

Ngoạn ngờ vực nhìn vào mặt tôi. Anh kêu lên với ông mục sư đang cảnh giác nhìn quanh trong phòng:

- Con ma đang ở đây này.

- Đâu? Nó đâu?

Ông mục sư quên bằng mình là người bắt ma, nghĩa là mình phải thấy được con ma trước những người khác.

Ngoạn chỉ vào tôi:

- Nó ở bên ông bạn tôi đây này.

Tôi cãi:

- Tôi đây, chứ ma nào.

Ba nhân vật bắt ma xô lại phía tôi. Họ quăng một cái lưới bằng sợi gai hôi hám lên người tôi. Ông mục sư đổ cả bình nước thánh lên đầu tôi. Hẳn ông ta nghĩ nước thánh với liều lượng càng lớn thì hiệu quả càng cao. Rốt cuộc tôi bị ướt như chuột lột, toàn thân bị trói chặt trong tấm lưới gai, còn con ma thì chẳng thấy đâu.

7.

Sau cái lần bắt ma bất thành ấy, đội bắt ma đi thẳng. Trong những trường hợp như thế bao giờ cũng có những lý do được đưa ra để bào chữa, kiểu như "trên chủ trương đúng, dưới thực hiện sai"; "trên bảo, dưới không nghe", theo cách nói quen thuộc ở nước tôi.

Con ma sau đó xuất hiện ít hơn, không phải vì sợ cái gì, mà vì hắn bận bịu chuyện gì đó. Cuối cùng rồi hắn cũng bật mí điều bí mật của hắn:

- Ông có tin ở thuyết luân hồi không?

- Tôi chẳng có bằng cớ gì để tin. Một expresso nhá?

- Không, cảm ơn. Hôm nay tôi phải đi ngay.

- Hồn ma cũng biết bận?

- Không. Hồn ma không bao giờ bận. Nhưng nó cũng có lịch các việc phải làm. Ông có muốn đi chơi một lần với tôi không?

Tôi ngần ngừ.

- Ông sợ?

- Không. Nhưng đi đâu bây giờ?

- Cứ đi với tôi. Ông sẽ không hối tiếc đâu.

Chúng tôi đi.

Về sau này, nhớ lại chuyến đi chơi ban đêm với ông bạn ma, tôi thấy ông ta chẳng hề có ý lừa tôi – chuyến đi thực thú vị.

Dắt tôi vùn vụt đi qua biên giới hai cõi âm dương không có lính biên phòng mặt lạnh, không có cửa hải quan với những cái nhìn soi mói, qua chỗ các âm hồn bách tính tụ tập húp cháo lú, tây ta lẫn lộn, đen trắng không phân biệt, ông ta đưa tôi tới một thành phố lúc nhúc những hồn ma là hồn ma. Tôi không nhớ là ở đó có cửa hàng cửa hiệu gì không, nhưng tôi gặp khá nhiều hồn ma quen. Có người chết đã lâu, có người mới chết. Họ hoàn toàn không nhận ra tôi. Thậm chí viên cai ngục nổi tiếng ác độc thời tôi ở tù dưới quyền hắn còn nhoẻn cười rất thân thiện với tôi. Trong tay hắn vẫn có cây roi bằng da xoắn, cũng nổi tiếng không kém gì hắn. Cây roi da ấy, những người tù lưu niên kể, đã lập công xuất sắc: ít nhất cũng có ba người tù chết vì nó. Nhưng hắn vẫn giữ nguyên dáng đi ngày trước, cái đầu hơi cúi, cặp mắt láo liên soi mói, cái roi trong tay đập đập vào cẳng chân, sẵn sàng vung lên để quất vào ai đó. Ở một chỗ khác, tôi gặp tên lừa đảo có hạng đã từng lừa không ít người, trong đó có tôi, bằng những lời đường mật về những món lãi kếch xù, nếu chung vốn với hắn. Hắn bị một ông quan mà hắn lừa bắn chết, nghe nói là chết oan, đúng vào lúc hắn mang tiền lãi đến nộp cho ông ta. Hắn cũng không nhận ra tôi, chực sán lại để rỉ tai tôi về một kế hoạch thu lợi cực lớn. Thấy tôi bơ hắn đi, hắn cũng chẳng giận, lại sán đến người khác, xin lỗi, tôi muốn nói: một hồn ma khác.

Ông bạn ma của tôi dẫn tôi tới một chỗ có mấy vị được gọi là lãnh tụ mà tôi quen mặt vì những bức chân dung được treo trên tường ở quê tôi. Tôi đồ rằng những vị này cũng gian như ông bạn tôi, không chịu húp cháo lú, hoặc húp rất ít, vì thế họ mới có thể quần tam tụ ngũ bên nhau. Nhưng cái giống lãnh tụ nọ là để sống trong thế giới của những kẻ tuân phục, những kẻ rạp mình trước họ, chứ cả một đống lãnh tụ ở cùng một chỗ với nhau thì ngán lắm. Tất cả bọn họ đều ra lệnh cùng một lúc, mà không biết ra lệnh gì, cho ai, chẳng anh nào chịu nghe anh nào, kể cả anh lãnh tụ bị bắn chết cùng với bà vợ, ngực còn toác hoác vết đạn, vẫn tiếp tục vung tay về phía trước, trong dáng điệu của nhà hùng biện trước đám đông há hốc mồm nghe huấn thị.

- Ê, anh kia, lại đây!

Vị lãnh tụ quen thuộc của tôi ngồi ủ rũ trên một bệ đá hoa cương thời cổ La Mã, giữa một đám đông chính khách com lê com táo chỉnh tề lăng xăng đi lại. Ông vẫn trong bộ quần áo bình dân cố hữu, như một lão nông. Hồi còn sống, ông nổi bật trong các chính khách quốc tế nhờ bộ quần áo này. Trong những cuộc họp long trọng ông là ngôi sao sáng. Tiên phong đạo cốt, ông đi những bước nhẹ nhàng trên trần thế, ban phát bên phải bên trái đủ thứ lộc lớn lộc bé, bằng hiện vật cũng như vinh quang. Bây giờ ông ta giống một anh nhà quê ra tỉnh. Trong đống lãnh tụ xênh xang ông có một vị trí kém cỏi mà giờ đây người ta ưa dùng chữ khiêm tốn thay vào. Chợt nhận ra tôi là đồng hương, ông ta vồ lấy tôi, nắm tay tôi kéo lại gần để ân cần hỏi han về đời sống của nhân dân. Cứ như thể thiếu ông trên đời mọi người sẽ khốn khổ lắm, côi cút lắm. Không hiểu sao, lúc ấy tôi lại xúc động đến luống cuống, lễ phép chắp tay trả lời ông như một thần dân ngoan ngoãn. Tôi thưa rằng tôi xa nước lâu rồi, lại chưa về thăm nhà lần nào, tôi không thể báo cáo với ông điều gì có giá trị. Ông bạn ma lập tức túm lấy tôi, lôi xềnh xệch đi chỗ khác:

- Tại sao ông lại làm thế?

- Thế là thế nào?

Ông bạn ma cằn nhằn:

- Thằng cha ấy là cái quái gì mà trước mặt hắn, nói ông tha lỗi, ông lại phải khúm núm? Ông không thấy rằng hắn chẳng hề quan tâm tới nhân dân nhân diếc gì hết sao? Hắn chẳng cần biết ông là ai, đang ở đâu, làm gì, hắn chỉ lặp lại một thói quen thâm căn cố đế mà thôi. Ố là là, ông này hay thật đấy! Rõ vớ vẩn.

Tôi ngượng ngùng:

- Hề hề, tôi cũng không ngờ những thói quen lại sống lâu đến thế.

- Thế thì khi xuống đây ông đừng có theo gương tôi, nhớ mà húp hết khẩu phần cháo lú của mình. Xem ra nó có ích cho ông đấy.

Giọng ông ta nửa giận dỗi, nửa khinh miệt.

Ông ta còn dẫn tôi đi nhiều nơi, cho tôi thấy nhiều điều thú vị khác, viết ra phải một cuốn sách. Tôi thì lại không biết viết văn, tôi viết thì sẽ rất dây cà ra dây muống, toàn những "thì" "là" "mà", làm khổ người đọc. Điều đáng tiếc là ông ta không đưa tôi đến nơi tôi có thể gặp những người thân trong gia đình. Ông ta bảo cái đó không phải mục đích của chuyến đi.

- Ông nói đến thuyết luân hồi là có ý nghĩa gì? – trên đường về tôi hỏi ông ta.

- Là tôi sẽ chia tay với ông, để sống một kiếp khác.

- Tức là luân hồi là có thật?

Ông ta nhún vai:

- Tôi cũng không biết nữa. Tôi chỉ biết tôi rất có thể phải xực hết một khẩu phần cháo lú, lần này khó mà tránh được, lần này kiểm tra sẽ gắt gao lắm, nghe nói chẳng ai thoát. Tôi sẽ đi khỏi cõi này. Đi đâu, tôi không biết. Có lẽ là để sống kiếp khác. Ăn cháo lú rồi, tôi sẽ không biết ông là ai, người ta bảo vậy, ông cũng không thể nhận ra tôi...

- Nhưng những vị Lạt Ma ở Tây Tạng đầu thai trong kiếp sau vẫn nhớ chuyện kiếp trước đấy thôi. Người ta thuật lại chuyện đó không phải một lần trong những cuốn sách đứng đắn.

- Ồ, cái đó thì tôi chịu, thật thế hay không, tôi không biết. Có thể, đó là vì những vị Lạt Ma là những người đặc biệt. Những bậc chân tu. Những vị thánh. Tôi không dám nói họ có thể là những tay đại láu cá.

Tôi tỉnh dậy trên giường. Vạt nắng sớm lọt qua cửa sổ chảy lênh láng trên sàn.

Có nghĩa là suốt đêm qua tôi chẳng hề đi đâu. Nhưng cảm giác thực của cuộc du hành với ông bạn ma còn nguyên, hệt như trong sách của Bồ Tùng Linh.

Khác ở chỗ hồn ma của Pháp không giống hồn ma của Tàu, nó chẳng làm hại gì tôi. Mà cũng có thể những hồn ma Tàu trong Liêu Trai đều là đàn bà, còn đây là một hồn ma đàn ông.

Tôi thì lại không phải một tên đồng ái.

8.

Từ đó tôi không bao giờ gặp lại ông bạn ma nữa. Chắc hẳn ông ta đã đầu thai vào một nhà nào đó và đang bĩnh ra tã.

Tôi cũng hơi ân hận một tí. Chơi với nhau bằng ấy thời gian mà chẳng biết tên họ ông bạn là gì. Hình như ông ta mang cái họ rất phổ biến là Dupont mà tôi thấy được ghi trên một món đồ. Chiết tự ra, Dupont có nghĩa là từ chỗ cây cầu, ở nơi gần cầu. Dòng họ Dupont có từ những thế kỷ xa xưa, cũng như dòng họ Dubois với nghĩa từ khu rừng, ở miền rừng. Nước Pháp có vô số cầu, cầu qua sông, cầu qua suối, ai biết được những người thuộc dòng họ này đến từ cái cầu nào. Trên lò sưởi không có cái ảnh nào của ông ta, mà tôi thì vì sợ nên không dám nhìn vào mặt hồn ma, thế là chẳng biết mặt ngang mũi dọc ông bạn mình ra sao.

Ngoạn rồi cũng ít đến tôi. Anh bận nhiều việc, tôi đồ thế.

- Này, cậu phải cẩn thận mà giữ lấy chỗ làm – anh dặn tôi – Cái nghề khốn nạn của tôi vậy mà bây giờ thiên hạ cũng tranh nhau xông vào. Tôi phải liên tục hạ giá để giữ khách. May mà họ đã quen mình. Hai đứa con càng lớn càng phải chi nhiều, đủ thứ. Sống như thế này vất vả quá. Chết có khi còn sướng hơn…

Những lời than thở về cuộc sống không thể gọi là chuyện giữa hai kẻ tha hương. Ở với bà vợ đầm lâu ngày, anh dường như không nhớ gì tới đất nước. Nó xa xôi.

- Tôi bây giờ có muốn giúp cậu cũng chẳng được – anh nói.

Tôi rất biết ơn Ngoạn đã giúp tôi nhiều khi còn chân ướt chân ráo đến Sermages, nhưng đúng là chúng tôi không biết nói gì với nhau nữa – chúng tôi không còn những đề tài chung để mà trò chuyện. Cũng phải thôi. Ngoạn là một con người bình thường đúng nghĩa, tức là người chẳng quan tâm tới cái gì khác ngoài cuộc sống hằng ngày của gia đình mình. Những vấn đề chính trị xa lạ với anh. Đối với Ngoạn thế giới nào cũng cũ, tức là thế giới nào cũng thế mà thôi cho một kiếp người với tất cả những lo toan tầm thường của nó. Còn tôi thì dù muốn dù không vẫn cứ vướng vào ba cái chuyện chính trị, như nhiều đồng hương đa sự.

Khi nghe tôi nói chuyện về tình hình đất nước, hoặc tình hình thế giới, Ngoạn thường ngáp vặt, lúc đầu còn lịch sự giấu giếm, sau thì cố ý cho tôi biết mà chuyển sang chuyện khác. Khi không còn đề tài chung để nói chuyện, người ta rất dễ xa nhau. Có người nói anh dạo này hay ốm vặt, nhưng tôi cũng ngại gọi điện hỏi thăm. Tôi ngại những cuộc điện đàm theo phận sự.

Một đêm tôi đi dự sinh nhật một bạn đồng nghiệp về, thấy ở

bên đường gần nhà tôi người ta vứt lỏng chỏng đồ bỏ có nhiều thứ còn tốt, mới dừng lại xem. Ở đây người ta vứt đồ theo ngày, khu này thứ bảy, khu kia chủ nhật. Tôi chọn được một cây đèn bàn có chân bằng đồng, một thứ đồ cổ, kiểu cây đèn thần trong Nghìn Lẻ Một Đêm. Đã toan kẹp nó vào nách mang về, thì chợt thấy một dáng quen quen đang lúi húi gần đấy.

Trong ánh đèn đường mờ mờ tôi nhận ra cái bóng ấy: Ngoạn. Dễ là anh lắm, với cái áo khoác tàng tàng, dáng đứng hơi gù. Nhưng tôi không dám chắc trăm phần trăm là anh. Thoáng bắt gặp ánh mắt của tôi, người ấy quay ngoắt.

"Dân đi nhặt đồ đều thế. Do ngượng ngùng, họ không bao giờ chào nhau, gặp vài lần rồi cũng cứ lờ đi, không coi nhau là đã quen..."

Ngoạn có lần nói với tôi như thế. Nhưng đó là những người gặp nhau lần này lần khác trong những chuyến đi nhặt đồ, chứ không phải là những người quen nhau như tôi với anh.

Khi thấy tôi chăm chú nhìn, cái bóng càng lúng túng.

- Anh Ngoạn hử? – tôi gọi khẽ.

Cái bóng đứng sững khi nghe tiếng gọi. Nhưng không đáp lại, dù bằng một cái gật đầu.

- Tôi đây mà – tôi nói.

Cái bóng vẫn nín lặng.

Tôi rùng mình vì một ý nghĩ chợt đến. Hay là, nói dại, Ngoạn không còn nữa, mà chưa ai kịp báo tin cho tôi? Anh đã trở thành một con ma. Như Dupont.

Tôi dụi mắt để nhìn cho kỹ hơn. Chẳng lẽ tôi nhầm?

Đến lúc ấy thì cái bóng mà tôi ngờ là Ngoạn liếc trộm tôi rất nhanh, rồi quầy quả bỏ đi. Nói nó lướt đi thì đúng hơn, bởi vì vừa thấy nó đấy đã chẳng thấy đâu. Nó tan biến. Trong màn đêm mờ mờ ánh đèn đường và khói sương.

Ngày mai thế nào tôi cũng phải gọi điện cho Ngoạn. Không, tôi chắc mình nhìn nhầm. Cũng có thể không phải là Ngoạn. Dám thế lắm. Nếu là anh, chắc chắn anh sẽ gọi tôi. Chúng tôi đâu có phải là những người xa lạ đến nỗi phải tránh mặt nhau khi làm cái chuyện có vẻ đáng xấu hổ này. Cũng không thể là hồn ma của Ngoạn được. Nếu anh chết, chị Jeanette ắt đã gọi điện cho tôi – ít nhất thì vào lúc anh qua đời chị phải nhớ rằng anh từ đâu đến và ở Sermages có một người cũng đến từ quê hương anh. Nhưng cũng có thể Jeanette đã quên không báo cho tôi biết trong cơn bối rối. Hoặc ngày mai chị mới báo. Hoặc chị không tìm ra số địa chỉ.

Tôi xua đuổi ý nghĩ rằng Ngoạn đã chết. Nhưng ý nghĩ ấy cứ bám chặt lấy tôi. Sinh hữu hạn tử bất kỳ mà. Ai nói trước được? Anh xuất hiện trước mắt tôi lờ mờ như một bóng ma, nhất định không nhận tôi, nói với tôi một câu. Hoặc giả tôi nhầm, bóng ma ấy lại là Ngoạn thật, còn sống? Mừng rồi lại buồn – sao mà mình tệ thế, đến nỗi không phân biệt nổi người sống với hồn ma?

Tôi bùi ngùi nhìn vào bóng đêm đã mất dấu bạn mình mà thở dài. Tôi hình dung ra anh trong cái cõi âm đáng ngán – hẳn từ nay anh sẽ phải sống, như cái ông Dupont nọ, quẩn quanh trong giới hạn chật hẹp của một kiếp người từ sinh tới tử, để rồi lặp lại trong suốt đời âm của mình những thói quen cố hữu của đời dương?

Tôi cầm lấy cây đèn, không nhìn về phía cái bóng vừa biến mất, quay gót về nhà.

2005.

CON BÒ HÀ LAN

Trại Nhân Hậu sắp có một con bò Hà Lan!

Tin này, có vẻ không dính dáng gì đến cuộc sống của những người tù, nhưng lại rất gợi tò mò, do trung úy Bân, biệt danh "Bân mẹ chồng", phát ra. Con người thấp bé, mặt mũi cau có, có một ưu điểm nổi bật trong đám quản giáo: đã nói là không xạo. Mà "Bân mẹ chồng" chỉ báo cho mấy đồ đệ tự giác thôi, cho nên nó có dáng tin mật, tin nội bộ. Thứ tin này, trong cảnh đời tù nhàm chán, quan trọng hay không quan trọng chưa biết, lập tức được tù truyền tai nhau. Nhưng rồi nó tắt ngấm như bất cứ tin nào không mau chóng trở thành hiện thực. Người ta sắp quên hẳn nó thì trung uý Thùy, phó giám thị, lại cho nó sống dậy bằng một thông báo đột ngột trên loa phóng thanh vào một buổi sáng, trịnh trọng như thể thông báo về một đợt xét tha.

Rằng: Nhân Hậu đã được trên phân cho một-con-bò-Hà-Lan.

Một tiếng ồ kéo dài trên sân trại trong buổi điểm danh trước giờ lao động.

Mà ngạc nhiên là phải: có gì lạ, nếu trại sẽ có thêm một con bò trong số bò hiện có? Con bò là con bò, cho dù có là bò Tây, bò Tàu, bò Pháp hay bò Thổ Nhĩ Kỳ. Ắt phải có cái gì đó quan trọng lắm đi kèm với nó. Không thì người ta thông báo cho tù biết làm gì? Có mà rỗi hơi.

Nhưng đây là một con bò khác thường - một-con-bò-Hà-Lan.

Những nhà bình luận thời sự, bao giờ cũng có mặt, và bao giờ cũng rất sẵn, ở bất cứ trại giam nào, đặt ra nhiều dự đoán và nhiều câu hỏi. Có khả năng đây là sự khởi đầu cho sự chuyển đổi từ sản xuất nông nghiệp sang chăn nuôi? Các đội màu đội lúa sẽ giải tán? Như vậy sẽ tốt lên hay xấu đi cho cuộc sống của người tù?

Bất luận thế nào, nó vẫn là một sự kiện đặc biệt, một sự kiện tầm cỡ. Chẳng thế mà tất cả các quan chức trại: từ Ban giám thị cho tới các quản giáo, các "bộ đội"[29], vốn lầm lì, kênh kiệu là thế, trong một ngày bỗng biến thành những con người vui vẻ, hồ hởi, như thể người của nước Phật.

Thấy Ban giám thị vui thì tù, được lịch sự gọi là trại viên, cũng vui theo. Không thể nào không vui được khi thấy những bộ mặt thường xuyên quàu quạu, bỗng hơn hớn lên với những nụ cười tươi tắn. Ở cái chốn "trâu gõ mõ, chó leo thang, mèo làm chủ tịch[30]", xa cách những thị tứ nhỏ bé nhất của miền núi, cái sự kiện ít nhiều vui vẻ này làm cho hai loại người rất cách biệt nhau - người coi tù và người ở tù - bỗng thấy trong họ vẫn còn tồn tại một cái gì chung.

Các ông quản giáo, sau khi được Ban giám thị giải thích, hào hứng giải thích lại cho tù nhân trong các đội dưới quyền. Rằng: sở dĩ Ban vui mừng báo cho toàn trại tin này là có ý nghĩa đấy. Con bò trại ta sắp được nhận, trước hết, và quan trọng hơn hết, là thứ bò đặc biệt, hoàn toàn không phải bò thường. Nó là bò Hà Lan gốc, tức thị thuộc giống bò tốt nhất thế giới, không còn giống nào tốt hơn. Rằng: đây là quà của Bác Phi Đen Cát Tơ Rô tặng Bác Hồ. Các vị lãnh tụ đã tặng quà nhau thì quà tặng phải đâu ra đó, giá trị phải rất giá trị, ý nghĩa phải ra ý nghĩa. Những con gửi tặng là những con được chọn lọc rất cẩn thận trong đàn bò nước bạn. Mà cũng chỉ có năm đôi cho toàn ngành nông nghiệp nước ta thôi đấy, đừng có tưởng bở. Giống Hà Lan thuần chủng giờ hiếm lắm.

Bác Hồ cân nhắc kỹ rồi mới quyết định cho Cục Quản lý Trại

---

[29] *Những quân nhân không thuộc công an, làm nhiệm vụ canh gác trại giam.*
[30] *Mèo ở đây chỉ người Mèo, không phải con mèo.*

giam một đôi. Đó là sự khích lệ thành quả cải tạo tư tưởng bằng lao động cho các công dân mất nết mà ngành Công an đã thực hiện trong hai kế hoạch năm năm. Nhân Hậu được Cục xét cho một con, con kia Cục phân cho Nhân Hoà, là hai trại xuất sắc trong toàn Cục. Ta được con đực. Nhân Hoà được con cái. Rồi đây Nhân Hoà phải chở con cái đến tận Nhân Hậu cho con của ta nó nhảy. Vinh dự vậy là lớn lắm.

- Ra thế!

Những người tù xuýt xoa.

Các quản giáo được thể, càng bốc:

- Cái giống bò này to khủng khiếp. Bằng con voi loại nhỏ. Nặng cả tấn. Nước ta tịnh không có giống bò nào to như thế. Sữa ấy à, cứ gọi là như suối – từ hai trăm đến bốn trăm lít ngày có dư...

- Chà, cánh ta rồi tha hồ uống sữa - những người tù kêu lên, nuốt nước bọt.

- Ấy là nói con cái. Con đực mới là át chủ. Không có nó thì đừng nói đến giống má. Con ta nhảy, con Nhân Hoà đẻ, lứa đầu của họ, lứa sau của ta - các quản giáo bốc thêm nữa - Ăn đều chia sòng. Con cái chúng nó lớn lên ta lại mang đi xin giống, cũng giống thuần Hà Lan của các nông trường được Bác cho. Cứ thế mà nhân ra. Chẳng bao lâu trên đồng cỏ của ta sẽ có một đàn bò Hà Lan lúc nhúc...

Một viễn cảnh tuyệt vời. Mới biết ở đời không nên coi thường các vật nhỏ - hạnh phúc có thể bắt đầu từ một con bò.

Trước khi vào chuyện, tưởng cũng cần nói đôi lời về trại Nhân Hậu.

Được thành lập từ cuối thập niên 50, Nhân Hậu thuộc loại sinh sau đẻ muộn trong vô số trại giam trên miền Bắc xã hội chủ nghĩa. Nó nổi tiếng là trại nhanh chóng phát triển vượt bậc từ vô vàn khó khăn, trong khí thế một người làm việc bằng hai, biến không thành có. Từ một thung lũng hoang dại đầy thú dữ và rắn rết, một nhà tù ra nhà tù đã mọc lên, cơ ngơi bề thế, khang trang: một trại chính chứa hơn một ngàn tù và hai phân trại, mỗi trại khoảng năm trăm. Dưới sự lãnh đạo tài tình và sáng suốt của Ban giám thị, được thấm nhuần chính sách cải tạo lao động trị bệnh cứu người của Đảng, những người tù đã hăng say bạt núi san rừng, làm cho Nhân Hậu trở thành một trại vừa tiên tiến vừa gương mẫu trong toàn ngành.

Nhân Hậu được đánh giá cao đến như thế hoàn toàn không phải vì cảm tình riêng của Cục dành cho Ban giám thị trại vốn sởi lởi với khách, ai tới thăm cũng được chiêu đãi đến nơi đến chốn. Cũng không phải vì Nhân Hậu luôn mời được nhiều nhà báo đến thăm có quà cáp mang về đã viết những lời có cánh về nó. Thật vậy, trong số các trại giam rải rác khắp nước, Nhân Hậu có năng suất nông nghiệp cao nhất, chăn nuôi tốt nhất, bổ túc văn hóa giỏi nhất. Còn hơn thế, trong ba năm liền Nhân Hậu không xảy ra vụ trốn trại nào. Đây mới là thành tích hàng đầu, tiêu chuẩn cao nhất trong mọi tiêu chuẩn thi đua của ngành.

Những người tù có thâm niên cao, đã từng qua nhiều trại, lời bình của họ dĩ nhiên có trọng lượng, cũng xác nhận: trại Nhân Hậu có chế độ nuôi tù no nhất, tù ở đây an tâm cải tạo nhất.

Về chế độ ăn uống Nhân Hậu có thua chỉ thua một Hoa Lơ. Hoa Lơ là biệt hiệu của Hỏa Lò Hà Nội. Tại sao Hỏa Lò lại biến thành Hoa Lơ thì không ai giải thích được. Một chữ Hoa thay cho chữ Hoả đã nói lên tất cả. Hoa tất nhiên là phải đẹp. Hoả thì phải nóng. Ngoài cái nóng chảy mỡ ra, thử hỏi trại nào có thể sánh được với Hoa Lơ? Nhà xây, đèn điện, nước máy, tiện nghi phải nói là "cực kỳ". Hơn nữa, Hoa Lơ là trại Trung ương, ở giữa thủ đô, trái tim của cả nước, quan trên trông xuống người ta trông vào, mọi cái phải oách hơn mọi nơi khác là lẽ đương nhiên. Trước hết, suất cơm tù ở Hoa Lơ đầy đặn hơn, tù Hoa Lơ được tắm rửa nhiều hơn. Và quan trọng hơn cả là Hoa Lơ thuận tàu xe, tù được "tắc[31]" thường xuyên, hơn đứt mọi trại. Đến nỗi, tù ngoa ngôn rằng Hoa Lơ là

_____

[31] *Tiếp tế, thăm nuôi (tiếng lóng).*

Thiên Đường của tù. Nhân Hậu kém Hoa Lơ là kém ở mấy điểm đó thôi. Chứ so với các trại khác Nhân Hậu là nhất. Người tù nào được chuyển tới Nhân Hậu đều thấy như được nhích tới gần Thiên đường một bước. Người nào đang ở Nhân Hậu mà bị chuyển đi nơi khác đều phiền não, đều cảm thấy mình bị rơi xuống gần Hoả ngục cũng một bước.

Con bò Hà Lan tới Nhân Hậu trong cảnh trống giong cờ mở.

Cái xe tải duy nhất của trại, vừa dùng để chở tù khi chuyển trại, vừa dùng để chở sản vật tù làm ra đi bán, được cọ rửa sạch như li như lau từ một tuần trước, chở con bò từ Trung ương về. Món quà Cục cho quý đến nỗi chỉ có công chở nó về thôi mà mặt anh lái xe cũng vác lên, như thể vừa lập chiến công huy hoàng.

Cả trại được nghỉ lao động một ngày để chào đón món quà quý của Bác Hồ. Con bò Hà Lan, được mấy người tù khoẻ mạnh tiền hô hậu ủng, quát tháo om xòm, từ thùng xe bước từng bước bướng bỉnh. Nó lơ láo nhìn quanh, rụt rè vài giây, rồi lao phốc xuống sân trong tiếng vỗ tay đôm đốp và tiếng hò reo rầm rĩ của cả cán bộ lẫn tù nhân. Phó giám thị, trung uý Thùy, thậm chí còn rút mu soa chấm lên mắt. Mà đấy là ông "Thùy sắt thép", người đã đá mấy cú liền vào cái xác cứng đơ của một trại viên để bắt nó đứng dậy đi lao động vào một ngày rét căm căm, đến nỗi mặt nước trong hồ chứa đóng băng, tưởng anh này giả vờ ốm để trốn lao động.

Đúng là một con bò quý.

Quý từ cái vóc dáng quý đi. To lớn, bằng hoặc xấp xỉ bằng con voi thiếu niên, với bộ lông đen trắng loang lổ, hai hông phẳng lì, nó đứng lù lù một đống giữa đám đông ngất ngây chiêm ngưỡng. Nếu có ai khe khắt cho ra một nhận xét xấu nào về nó thì cũng chỉ có một mà thôi - con bò tự cao tự đại quá đáng, không có lấy chút khiêm tốn nào. Nó đứng đấy, lừng lững, đường bệ, đưa cái nhìn khinh khỉnh quan sát những người ra đón, không phân biệt quan hay tù. Cả hình hài nó toát ra một vẻ hách dịch không giấu giếm của giống nòi thượng đẳng nhìn xuống chủng tộc thấp hèn.

Những người tù đứng lặng, ngắm con bò khổng lồ. So với bò trại nó phải lực lưỡng bằng ba, mà cũng có thể bằng bốn. Mà nói đến những con bò trại làm gì. Than ôi, cái giống bò mạt hạng, khốn khổ, của chúng ta, ăn mấy thì ăn vẫn bụng óng đít vòn, chân đi run rẩy, đẩy mạnh một cái đã xiêu vẹo, thiếu điều chổng kềnh. Nhận xét này có thể hơi quá, nhưng sự thật là như vậy, bởi vì đàn bò trại Nhân Hậu đông tới hai chục con rặt một thứ ấy, không có con nào ra hồn. Hình như chỉ ở vùng này giống bò ta mới đổ đốn ra như thế, chứ ở nơi khác nghe nói cũng không đến nỗi.

Nước ở vùng này nổi tiếng độc, chẳng cứ súc vật gày mòn, đến người cũng tịt đẻ. Cho nên người Kinh mới không ở, đi cả ngày đường mới gặp hai ba xóm nhỏ, không ra của người Nùng, cũng không ra của người Tày. Nhân Hậu lại nằm ở cuối ngõ cụt của chốn thâm sơn cùng cốc, trong một thung lũng lòng chảo, bốn bề toàn núi cao suối sâu. Đến nỗi tù chưa có anh nào kịp trốn trại thì đã có ông quản giáo lén bỏ đơn vị rông tuốt về xuôi, kỷ luật thì kỷ luật chứ không ở.

Chuyện rừng thiêng nước độc đối với tù là chuyện thường. Có mà điên mới lập trại tù ở nơi khí hậu tốt, có thể xây biệt thự nghỉ mát. Được cái tù là loại người không bao giờ quan tâm chuyện đẻ đái, tịt đẻ họ cũng chẳng sợ, biết ngày nào về mà lo chuyện mai sau? Tù chỉ lấy miếng ăn làm trọng, cho nên không có cái nhìn khe khắt với đất. Đất nào chả là đất, miễn trồng được cây. Bù lại, ở đây sắn đặc biệt tốt, củ lớn như củ mài, sàn sàn bằng bắp tay cả, có điều ăn nhiều thì say. Ban giám thị chỉ khắc nghiệt ở lời nói, chứ đối với tù không đến nỗi tệ, cho tù ăn tương đối thoải mái sắn do họ làm ra, nên hàm anh nào anh nấy cứ bạnh ra như mang rắn hổ.

Dần Mọt Gông, người có thâm niên tù hai chục năm, nhìn con vật to lù lù hồi lâu rồi nhổ toẹt một bãi:

- Ông trông nó mà xem, đúng là cái giống Tây. Coi người bằng nửa con mắt.

Tôi thấy nhận xét của Dần Mọt Gông là hơi quá. Tôi đứng gần con bò Hà Lan, tôi thấy nó rất rõ. Nó nhìn tôi quả có khinh khỉnh thật, nhưng bằng cả con mắt.

- Tôi thấy khác: nó có cái nhìn bình đẳng với tất cả mọi người, không phân biệt tù hay Ban giám thị.

Dần Mọt Gông lúc lắc cái đầu bù xù:

- Rồi cái trại này sẽ khổ với nó.

Ông nói bằng giọng của nhà tiên tri.

Con bò được dắt đi. Nó khệnh khạng thả bước một theo chân Quảng Vixi, một phạm cán³². Anh này được tự giác từ lâu do cải tạo tốt, cựu sinh viên thời tiền khởi nghĩa, bị "tập trung cải tạo" vì tội "giao du với người nước ngoài". Tội danh này không được ghi trong Hiến Pháp hay trong các bộ luật, chỉ được thực hiện theo một chỉ thị của ông thủ tướng mà chân dung được treo trong mọi nhà bên cạnh chân dung Cụ Chủ tịch và đồng chí Tổng bí thư.

Quảng Vixi có một tình bạn đặc biệt với chúng tôi, tức là với tôi và Dần Mọt Gông. Anh không bao giờ lên mặt phạm cán, không bao giờ phô cái sự gần gụi với Đảng để ăn hiếp bạn tù, không làm "ăng ten"³³.

- Tôi vừa viết thư cho các con tôi, cấm chúng nó không được học tiếng Anh, tiếng Pháp. Cả tiếng Nga, tiếng Tàu cũng cấm. Không biết bất cứ tiếng gì là hơn. Tôi mà không biết tiếng Anh thì đâu đến nỗi...

- Chí phải – Dần Mọt Gông gật đầu – Các cụ cấm có sai: ngu si hưởng thái bình.

Quảng Vixi tình cờ gặp một nhân viên sứ quán Ai Cập lạc đường, anh dẫn anh chàng tội nghiệp về tận nhà anh ta. Để cảm ơn, anh Ai Cập mời anh ở lại dùng bữa. Họ trở thành bạn. Sau mấy lần liên hoan vui vẻ giữa những con người của một địa cầu không biên giới, Quảng Vixi rơi vào tù.

---

³² *Cán bộ phạm tội, phân biệt với dân thường phạm tội.*
³³ *Ăng-ten (Chỉ điểm), tiếng lóng.*

Trong tù, anh cựu đảng viên cộng sản ra sức cải tạo, nghĩa là chăm chỉ lao động, không cưỡng lệnh cán bộ, cán bộ bảo gì nghe nấy. Đi với cán bộ thấp hơn mình, anh co ro cóm róm, để giấu đi khổ người cao ngổng. Qua những lời tâm sự, tôi hiểu anh. Trong anh có sự đinh ninh rằng rồi ra sẽ có lúc đảng của anh sẽ nghĩ lại cho anh, ngày một ngày hai anh sẽ được trở về cơ quan để tiếp tục công tác, cống hiến cho sự nghiệp vẻ vang – xây dựng chủ nghĩa xã hội, anh sẽ được sống bên vợ con. Cái ngày một ngày hai đó kéo dài tới năm thứ sáu, nhưng hy vọng của anh vẫn nguyên vẹn như khi mới vào tù.

Dần Mọt Gông khuyên anh:

- Đã vào đây rồi, không nên nghĩ tới ngày đó. Đùng một cái nó đến thì hơn.

- Bác không nên nói thế - anh cãi lại - Phải tin tưởng: Đảng bao giờ cũng sáng suốt...

Dần Mọt Gông đưa mắt cho tôi. Trong ánh mắt của ông là nụ cười vô hình không có ác ý.

Quảng Vixi không phải nói với chúng tôi mà nói với một cái tai nào đó đang lắng nghe. Mặc dầu quanh chúng tôi chẳng có một bóng người. Anh ta lúc nào cũng sợ cái tai vô hình mà anh không thể thấy, nhưng biết chắc nó có, nó đang rình mò ở đâu đấy, rất gần.

Khi Quảng Vixi được Ban giám thị trao cho nhiệm vụ chăn dắt con bò Hà Lan, Dần Mọt Gông gàn anh:

- Từ chối đi. Chớ dây vào cái con ấy, chết có ngày!

Nhưng Quảng Vixi không nghe. Anh đỡ bằng hai tay bất cứ ân huệ nào mà Ban giám thị, trong mắt anh là người thay mặt đảng, ban xuống. Vả lại, anh một lòng tin tưởng "Bân mẹ chồng". Ông ta phụ trách tự giác, mà trong đám tự giác anh được ông ta cưng nhất. "Bân mẹ chồng" bề ngoài kèn kẹt với tù, ai mới gặp cũng khiếp, nhưng những người ở lâu đều biết trong đám quản giáo, trung uý Bân là người nhân hậu hơn hết những cán bộ trại.

Từ hôm ấy Quảng Vixi mất mặt. Anh suốt ngày ở bên con bò, chỉ hết giờ mới về nhà giam, đặt mình xuống là ngủ như chết.

Chúng tôi ít khi thấy con bò. Sáng ngày ra Quảng Vixi được cán bộ mở cửa cho xuất trại một mình, sớm nhất - anh đưa con bò quý đi chăn ở bên suối Ngọc, nơi đồng cỏ tươi tốt.

Lời tiên tri của Dần Mọt Gông chẳng bao lâu sau đã nghiệm.

Một hôm, tôi đang lui cui chọn gỗ tấm cho chuyến xe tải chở về Cục thì thấy Quảng Vixi lủi thủi dắt bò trên con đường về trại, theo sau là một "bộ đội". Anh đi, mặt cúi gầm, như người có lỗi. Thường tự giác chỉ đi một mình. Nếu có "bộ đội" vác súng đi kèm thì ắt có vấn đề. "Bộ đội" chỉ đi kèm với tự giác khi tự giác phạm kỷ luật, bị áp giải. Mẫn cán như Quảng Vixi mà vi phạm kỷ luật thì còn giời đất gì nữa.

Nhưng rồi không có chuyện gì xảy ra trong ngày hôm đó. Buổi tối Quảng Vixi về phòng giam, chứ không bị điệu đi cùm. Về đến phòng giam, như bất cứ bao giờ, Quảng Vixi nằm vật xuống, mắt nhắm nghiền. Nhưng anh không ngáy vang như mọi bữa, mà trằn trọc đến khuya. Tôi tính hỏi chuyện anh, nhưng Dần Mọt Gông lừ mắt, ra hiệu đừng hỏi.

Sáng hôm sau Dần Mọt Gông giải thích:

- Tôi đã bảo rồi, nhưng anh ta có chịu nghe đâu. Con bò này sui lắm. Suýt vào kỷ luật đấy...

- Mà tại sao chứ?

- Anh ta quấn con bò lắm. Nó cũng thế, cũng quấn anh ta. Phàm đã nuôi con vật thì phải đặt cho nó cái tên để mà gọi. Anh ta mới đặt tên nó là Phi Đen. Chẳng may ông Thùy bất thình lình ra Suối Ngọc kiểm tra xem anh ta chăn dắt ra sao, mới nghe thấy Quảng gọi nó: "Phi Đen! Phi Đen!" Ông ta tức tốc về cơ quan, lệnh cho "bộ đội" giải ngay Quảng Vixi tới văn phòng...

- Thì có sao, nếu đặt tên nó là Phi Đen?

- Nhưng ông Thùy lại nghĩ khác. Ông ấy quát um: "Cái tư tưởng phản động trong con người anh gột rửa quá một kế hoạch 5 năm rồi mà chưa sạch. Chứng nào vẫn tật nấy. Vào đây mà vẫn còn giở trò xỏ xiên, xúc phạm lãnh tụ, dám cả gan gọi con bò bằng Phi Đen! Kỷ luật 15 ngày, chuyển sang đội nông nghiệp!"

Mấy hôm sau chúng tôi mới biết các chi tiết tai vạ xảy ra với anh như thế nào.

Quảng Vixi sợ méo mặt, vò đầu bứt tai trần tình với ban giám thị rằng anh không hề có ý xấu, anh một lòng kính trọng Bác Phi Đen Cát Tơ Rô, rằng ở bên Tây yêu ai người ta mới lấy tên người ấy đặt cho con cái hoặc con vật nuôi trong nhà... Lại càng chết! Ông Thùy đập bàn đánh chát: "Thế nuôi con chó anh cũng lấy tên lãnh tụ tối cao của ta đặt cho nó phỏng? Anh có biết như thế rồi sao không? Rũ tù! Rũ tù!" "Bân mẹ chồng" cũng có mặt, nhưng lặng thinh. Ông ấy thương quân mình lắm, bản vị lắm, khốn không có lý luận, không dám bênh, đành ngậm hột thị. May cho Quảng Vixi, vừa lúc ông Thông giám thị về. Ông ấy can ông Thùy: "Ông ạ, tôi cũng nghe nói bên Tây người ta có lệ thế đấy. Ra cái điều rằng quý. Cái nhà anh Quảng, tôi nghĩ, là sơ ý thôi. Này, anh Quảng, tôi truyền đời báo danh cho anh biết: từ rầy chớ cậy cái Tây học mà ăn nói linh tinh lang tang. Không có cách mạng thì cái Tây học của anh cũng chỉ giúp được anh làm tay sai đế quốc thôi. Tây là Tây, ta là ta, không có phép lẫn lộn. Thôi, tha cho anh cái kỷ luật. Từ sau nhớ mà rút kinh nghiệm

Từ hôm ấy, Quảng Vixi buồn thiu. Không còn đâu nét hào hứng ban đầu trên mặt. Nhờ ông giám thị anh được tha kỷ luật, nhưng lời dọa chuyển sang đội nông nghiệp vẫn còn đó. Cái ấy mới đáng sợ. Một ông chủ tịch tỉnh bị hạ tầng công tác xuống làm chủ tịch xã cũng không đau bằng anh tù đang được đi tự giác bị chuyển vào đội quản chế.

Nhưng cái xui liên quan tới con bò Hà Lan chưa phải đến đấy là hết. Ngược lại, mới chỉ là bắt đầu.

Ông Thùy không phải bỗng dưng nổi hứng ra suối Ngọc xem Quảng Vixi chăn bò. Mà là có ý. Ông ấy ra suối Ngọc cốt để coi nên dẫn khách của Bộ tới tham quan trại ra bãi chăn con Hà Lan, hay là dắt nó về sân cơ quan cho khách coi? Dắt như thế không hay, có vẻ dàn cảnh. Để tự nhiên vẫn hơn. Vì thế Quảng Vixi mới bị ông ta bắt quả tang gọi con bò bằng Phi Đen.

Đội mộc chúng tôi được trao trách nhiệm đóng mấy cái giường mới cho nhà khách. Trong số đó có một cái rất cầu kỳ, như thể cho vợ chồng mới cưới. Sau mới biết là giường dành cho ông bộ trưởng. Một đội nông nghiệp được điều đến để làm cỏ sân cơ quan, gánh đất tôn chỗ trũng, san bằng, gọt xén, trồng hoa trên đường vào trụ sở, nơi có phòng làm việc của giám thị và phòng khách.

Đúng vào lúc Ban đang tíu tít bận rộn chuẩn bị đón khách thì tai hoạ thứ hai cho Quảng Vixi xảy ra: con bò Hà Lan lăn ra ốm. Đang khoẻ mạnh, nó bỏ ăn, bụng chướng lên.

Mặt Quảng Vixi méo xệch.

May, đúng vào lúc nước sôi lửa bỏng, có điện báo khách hoãn chuyến thăm Nhân Hậu. Cả ban giám thị thở phào.

Y tá trại được lệnh ra ngay chuồng bò. Anh ta cuống quít bỏ cả đám bệnh nhân đang chờ khám, chờ tiêm thuốc, thay băng, nhét vội đồ lề vào túi cứu thương rồi học tốc bốc gan phóng thẳng.

Ra đến cổng trại anh ta mới sực nhớ, quay lại vội xin cán bộ phụ trách đội tự giác cho Dần Mọt Gông đi cùng. Tiếng là xin người đi phụ, chứ anh ta muốn có Dần Mọt Gông bên cạnh để hỏi ý kiến khi khó khăn. Dần Mọt Gông nổi tiếng là người uyên bác trong mọi lĩnh vực đời sống hàng ngày, từng làm nhiều việc gây kinh ngạc trong trại. Một lần ông đã bó xương cho con trâu của lò mật bị sa hố, con trâu lành ngay tức khắc. Biết đâu ông chẳng cứu nguy được cho anh.

Khi bị gọi ra chuồng bò y tá trại đã biết mình phải đối mặt không phải với một bệnh nhân bị kiết ly mà một con bò đau bụng. Ở khắp một vùng rộng lớn này bới không ra một mống thú y sĩ, biết nhờ ai cố vấn? Mà đối với cán bộ trại giam thì bệnh của bò với bệnh của người là như nhau, phàm bác sĩ thì phải biết cách chữa.

Quyết định đưa Dần Mọt Gông đi cùng của y tá trại là sáng suốt. Trong số tù lâu năm có một tuýp người như thế - cái gì họ cũng biết, việc khó mấy họ cũng tìm ra cách giải quyết. Chỉ có thể giải thích hiện tượng đó như thế này: trong cuộc sống cực khổ, thiếu thốn đủ thứ, những người tù kỳ cựu phải vật lộn hàng ngày để sống sót, nhờ đó họ trở thành những con người cực kỳ khôn ngoan, cực kỳ khéo léo. Gặp những hoàn cảnh quẩn bí đến mức tưởng chừng không thể vượt qua, họ có những sáng kiến tháo gỡ mà những đầu óc bình thường không thể nghĩ ra. Dần Mọt Gông là nhân vật xuất sắc nhất trong bọn họ.

Ở ngoài xã hội y tá trại của chúng tôi là bác sĩ khoa ngoại, vào tù vì một vụ tham ô tập thể. Theo một quy định khó hiểu của ngành quản lý trại giam, dù ở ngoài anh có bằng bác sĩ, ở trong trại anh chỉ được gọi bằng y tá. Ngoài việc mổ xẻ, anh y tá của chúng tôi chẳng biết làm gì hết, khờ lắm.

Y tá trại rất hiểu: nhờ Dần Mọt Gông là phải trả giá. Ông già sẵn sàng giúp đỡ bạn tù, nhưng với các bậc chức sắc thông tin, trật tự hoặc y tế, ông không cho không cái gì.Trong hoàn cảnh nước sôi lửa bỏng như thế này y tá trại sẵn sàng trả giá. Y tá trại tuy khờ, nhưng không khờ đến mức không hiểu rằng nếu anh không chữa nổi con bò Hà Lan thì anh có thể mất biến cái chức vụ ngon lành. Trong trại còn có một bác sĩ phạm tội đầu độc vợ vừa được chuyển lên. Anh này sẽ lập tức thay thế anh một khi anh không hoàn thành nhiệm vụ.

Hôm đó tôi đang sửa lại mái chuồng bò bị dột nên có mặt ngay từ đầu cuộc hội chẩn của anh y tá trại với viên y sĩ cơ quan. Nhìn thấy tôi từ xa Dần Mọt Gông nháy mắt. Tôi hiểu cái nháy mắt của ông bạn già: "Trúng "quả" rồi!" Xin hiểu rằng cái "quả" ở trong tù không lớn. Y tá trại sẽ phải cảm ơn ông chí ít cũng vài phong thuốc lào kèm theo mấy buổi nghỉ ốm "vô tư" vào những lúc ông lên cơn buồn chán, không thiết đi lao động.

Xúm xít chung quanh con bò ốm là những bộ mặt lo âu của mấy

cán bộ từ trên Ban giám thị chạy đến.

Quảng Vixi mặt dài thượt, ngồi bó gối bên cái đầu to tướng của con bò, thỉnh thoảng lại âu yếm đưa tay vuốt nhẹ cái má lông lá của nó. Con bò ốm không phải tại anh, nhưng anh không dám nhìn ai trong những người có mặt, như thể chính anh gây ra lỗi. "Bân mẹ chồng" đứng sau lưng anh như thần hộ mệnh không mang kiếm, chẳng nói chẳng rằng, chỉ có đôi mắt lộ vẻ lo lắng.

Hai viên thầy thuốc của nhà tù và trại giam bàn cãi một lúc lâu, không sao ngã ngũ được về nguyên nhân con bò bỏ ăn. Những người ngoại đạo đối với y học dán mắt vào mặt họ, cố hiểu những từ chuyên môn và những tên thuốc.

Suốt thời gian ấy, Dần Mọt Gông chỉ đứng ngoài, vẻ đăm chiêu, gật gù cái đầu to. Mãi rồi ông mới len vào, ngồi xổm bên cạnh con vật, sờ sờ nắn nắn bụng nó. Con bò liếc nhìn ông già tò mò bằng con mắt bất cần đời.

Anh y tá trại khẽ hỏi Dần Mọt Gông:

- Bác nghĩ nó là cái gì?

Dần Mọt Gông nín lặng. Ông đang bận suy nghĩ.

- Có phải ngộ độc không? – y tá trại giật tay áo ông - Anh Quảng nói nó đang ăn uống bình thường, bỗng dưng bỏ ăn...

Dần Mọt Gông vốn tinh ý. Ông lắng nghe hai người bàn luận, biết y tá trại chẩn đoán con bò bị ngộ độc, còn y sĩ cơ quan thì lại cho rằng có nhiều dấu hiệu rối loạn tiêu hoá. Ông nói nước đôi:

- Dễ thế lắm. Rừng nào cũng đủ loại cỏ, lành có, độc có... Mà cũng có thể chỉ là đường tiêu hoá do trái nắng trở giời sinh vấn đề.

Y tá trại thấy cần phải giới thiệu về Dần Mọt Gông:

- Thưa Ban, anh này biết nhiều về thuốc lá, tức là, tôi muốn nói, thuốc dân tộc...

- Tôi biết y sĩ cơ quan gật đầu - Anh Dần, anh thấy bệnh nó thế nào?

- Cũng không có gì đáng ngại cho lắm, thưa Ban[34]. Không phải nan y - ông đứng lên, phủi hai tay, lễ phép trả lời, ném nhanh cái nhìn trấn an cho anh y tá trại - Nó là bò ngoại quốc đến nước ta, dễ bị ngã nước lắm, gọi là thuỷ thổ bất phục. Nếu có ngộ độc cũng không nặng, mắt còn tinh thế kia là không nặng. Trước hết, phải chữa cho hết cái chứng đầy hơi... Nhưng phải có thuốc.

Anh y tá trại thở dài:

- Thuốc gì bây giờ? Nó to kềnh to càng thế kia thì bao nhiêu thuốc cho vừa?

Anh ta biết trại có bao nhiêu thuốc chữa bệnh đường tiêu hoá cho cả cán bộ lẫn cho tù.

Viên y sĩ cơ quan hất hàm:

- Anh liệu chữa được nó không?

Dần Mọt Gông gãi đầu. Ông có cái tật ấy, mỗi khi suy nghĩ hoặc muốn tỏ ra mình đang suy nghĩ.

- Dạ, chắc có thể được.

- Chắc là thế nào? Chắc chắn chứ?

- Dạ, thưa Ban, ai dám nói chắc trăm phần trăm? Trong cái sự chữa bệnh, phúc tổ là trước hết, sau mới đến lộc thầy.

Viên y sĩ chỉ đáng tuổi con Dần Mọt Gông, nhưng Dần Mọt Gông bao giờ cũng cung kính thưa gửi với anh ta. Mà chẳng cứ ông, người tù nào cũng thế, tránh voi chẳng xấu mặt nào. Cái đó làm cho những "ông cán bộ" sướng. Ở chốn này họ chẳng được gì hơn sự lên mặt với đồng loại. Tôi không tin rằng thói quen xách mé với người cao tuổi sẽ không theo viên y sĩ non choẹt này về nhà, và bố mẹ anh ta hẳn sẽ nhiều lúc phải rầu lòng vì đứa con rứt ruột đẻ ra.

Viên y sĩ phán:

---

[34] *Cách tù nhân xưng hô với người trong cơ quan công an trại.*

- Được. Tôi cho phép anh chữa.

Một nụ cười thoảng qua mặt Dần Mọt Gông.

- Thưa Ban, bệnh này từng gặp ở trâu hoặc bò ta, nhưng đây là bò Tây...

- Anh nói chữa được mà...

- Tôi đâu có dám nói chắc, thưa Ban.

Trên mặt Dần Mọt Gông xuất hiện một nét ngang bướng, nó làm cho viên y sĩ thấy cần phải xuống nước.

- Anh phải cố chữa cho nó, nghe chửa? Quà của Bác, không phải chuyện chơi. Danh dự của trại ta đấy.

- Nhưng, như tôi vừa thưa với Ban, phải có thuốc...

- Hỏi thật anh, anh định chữa mẹo? Hay thuốc lá?

- Thuốc lá chứ, thưa Ban. Bệnh này không chữa mẹo được.

- Anh có thuốc sẵn không?

- Không, làm sao có sẵn được, thưa Ban. Phải đi kiếm mới có.

- Tôi sẽ xin Ban cho anh đi kiếm.

Giám thị Thông đến từ lúc nào, chăm chú theo dõi câu chuyện, gật đầu:

- Cho anh ấy đi.

Tù đồn rằng giám thị Thông trước làm mõ làng, đã cao tuổi, chuẩn bị về hưu. Ông ta ba phải, quan năm cũng ừ quan tư cũng gật, nhờ thế mà được lòng cả cấp trên lẫn cấp dưới.

- Thưa Ban, bệnh không nặng, nhưng để lâu dễ sinh chuyện... Đi kiếm lá trong rừng này không dễ, khi có khi không. Xin Ban cho thêm một người đi cùng...

Y tá trại nói:

- Để tôi đi với bác.

Dần Mọt Gông nguýt anh ta:

- Anh ấy à? Không được. Rừng chi chít cây cỏ rậm rạp, anh không biết gì về Đông dược, lại cận thị, làm sao tìm ra lá thuốc?

Viên y sĩ cơ quan bảo:

- Tôi sẽ xin Ban cho anh thêm một người. Anh xin ai?

Dần Mọt Gông gãi đầu, ra chiều suy nghĩ, nhìn quanh rồi chỉ lên mái:

- Tôi xin anh này.

Viên y sĩ công an lúng túng. Anh ta đã đôi lần đề nghị cho Dần Mọt Gông đi làm việc cho anh ta, không cần có "bộ đội" áp giải, nhưng đứng ra bảo lãnh cho tôi thì chưa bao giờ. Nói chung, trại không khe khắt đối với tù chính trị đã ở lâu - tù chính trị thường không trốn. Tôi có thâm niên 8 năm, thái độ cải tạo được ghi nhận không tốt cũng không xấu.

Thái độ của viên y sĩ làm Dần Mọt Gông sa xầm mặt. Ông quay sang phía giám thị:

- Chết nỗi, trong trại ngoài anh ấy là người còn biết võ vẽ về lá thuốc chẳng còn ai khác, thưa Ban.

"Bân mẹ chồng" nói:

- Cho anh ta đi được. Đồng thời, thử thách luôn. Ý kiến tôi vậy đấy, ông Thông có đồng ý không?

Giám thị vẫy tôi:

- Anh kia, xuống. Cho anh đi lấy thuốc với anh Dần. Anh Dần chịu trách nhiệm với tôi về anh ấy đấy nhá! Anh ấy mà vi phạm kỷ luật là tôi cứ anh tôi tróc.

Dần Mọt Gông được thể, xoa xoa hai tay:

- Thưa Ban, Ban yên tâm. Nhân tiện, xin Ban cho mấy chữ để nhà bếp xuất cho chúng tôi cái ăn. Đi thế này, nhanh cũng đến chiều tối mới về được.

- Anh muốn cái gì nào?

- Xin Ban bảo nhà bếp cho bốn vắt cơm nắm, một ít cá khô...

- Cơm, được rồi. Cá, mấy con?

Dần Mọt Gông gãi đầu:

- Thưa Ban, đa đa ích thiện ạ.

Chúng tôi được bốn nắm cơm tướng, kèm bốn con cá khô bản bằng bàn tay, coi như có một bữa tươi "cực".

- Này, bác Dần, liệu có chữa được nó không đấy? Chứ chuyện này nguy hiểm lắm - tôi nói khi chúng tôi rời trại - Cầm bằng vuốt râu cọp.

- Yên trí lớn đi. Chữa nó dễ như trở bàn tay. Có gì đâu, con bò tham ăn, cạp lung tung, gặp thứ cỏ khó tiêu, bị chướng bụng, đầy hơi, thế thôi. Thuốc thì vừa nãy vào bếp tôi đã thó được đây rồi.

Ông giở cạp quần, lôi ra một củ gừng to tướng.

Việc đầu tiên của chúng tôi là phóng thẳng ra suối Ngọc. Thường đi làm theo đội, quản giáo chỉ cho chúng tôi tắm suối chừng mươi phút, hoặc hơn tí chút. Trong mươi phút ấy phải làm sao vừa tắm gội, vừa giặt quần áo, có khi chẳng kịp giặt nữa, cứ để nguyên trang phục mà lội ào xuống suối mà kỳ cọ, rồi để nguyên quần áo ướt trên mình mà về trại.

Hôm nay chúng tôi cứ việc nhẩn nha đằm mình trong nước mát. Tôi nằm ườn trên một tảng đá, gối đầu lên một tảng cao hơn, mặc cho lũ cá đen trũi có vây hồng rỉa ghét. Thứ cá này rất dạn, chúng lăn xả vào rỉa lấy rỉa để, đầu chúng thúc vào người như thụi. Không hiểu sao cánh lâm sản không bắt thứ cá này đem kho bán trong trại. Họ bảo nó độc.

- Nó độc thật đấy. Chất độc của nó thấm vào gan, ăn vào nhẹ thì nôn oẹ, nặng thì ngỏm - Dần Mọt Gông bảo.

Bên trên chúng tôi là bầu trời mênh mông, những vầng mây phiêu lãng.

- Ở quê tôi, trời cũng nhiều mây như thế này...

Tôi lim dim tận hưởng cái thú tự do, nghe lào phào bên tai tiếng Dần Mọt Gông tâm sự.

- Thế à?

- Nhưng sông thì lớn lắm.

- Thế à?

- Ở khúc làng tôi có nhiều ba ba, những người bán ba ba ngồi ngay ở bến đò, mặc cả trước với khách bằng một cái que...

- Tại sao lại bằng một cái que?

- Tại vì ba ba to nhỏ đủ cỡ, khách muốn ăn cỡ ba ba có mai to bằng nào thì họ bẻ que tới cỡ đó, đến lúc ấy mới lặn xuống bắt lên.

- Có nghĩa là họ coi ba ba sông như gà trong chuồng nhà?

- Chứ sao!

Tắm chán chê, chúng tôi mới lững thững đi vào rừng chơi. Mà đúng là chơi thật, vì có còn phải làm gì nữa đâu. Lâu lắm mới có dịp để chơi như thế. Dần Mọt Gông đã nhân dịp mà ra giá, thì phải tiêu cho xứng đáng cái giá đạt được.

Tôi tin ở Dần Mọt Gông. Ông là người không bao giờ sai lời, không biết mà nói rằng biết, không làm được mà nói rằng làm được. Có hôm vui miệng ông kể hồi năm 45 ông cũng tham gia cuộc Tổng khởi nghĩa Tháng Tám, đã một thời làm chủ nhiệm Việt Minh huyện. Nhưng sau đó ông làm gì, rồi tại sao lại bị bắt tù thì ông không kể nữa, tôi cũng không hỏi. Những người tù chính trị thường bị bắt vì một cái cớ ba lăng nhăng nhất, nói ra chẳng ai tin, cho nên người ta không nói. Có người còn ngượng, không muốn nói với ai rằng mình oan, cho là như thế chỉ tổ giảm giá trị mình trong con mắt bạn tù. Về tính cách con người, Dần Mọt Gông là hình ảnh đối xứng của một cán bộ tuyên huấn, người chủ trương nói dối là một nghệ thuật và anh ta là nghệ sĩ trong cái nghệ thuật ấy.

Ở tù lâu cuồng cẳng, chúng tôi đi một mạch cả chục cây số. Rừng quanh trại Nhân Hậu không phải rừng già, mà cũng không phải rừng trồng, phần lớn là đồi cỏ tranh lúp xúp, chen lẫn vào đó là những vạt rừng không thể định tính với đủ mọi thứ cây linh tinh, cành khẳng khiu, rũ rượi dây leo.

- Muốn vào rừng lớn phải đi xa nữa. - Dần Mọt Gông nói - Những khu rừng gần đây lâm sản phạt hết rồi. Tôi đi đã nhiều trại, trại nào cũng thế, lúc mới lập ra thì chung quanh là rừng cả. Tù đến trại hôm trước, hôm sau đã bị xua đi đốt rừng, phát đồi, lấy đất trồng sắn. Trại ổn định rồi thì đến lượt bọn lâm sản đốn cây, xẻ gỗ, đóng bàn đóng tủ cho Cục, cho Bộ, đem bán cho mậu dịch. Rừng quang dần, mỗi năm một lùi xa khỏi trại. Nền văn minh cải tạo đi đến đâu thì hết rừng đến đấy. Thú rừng không còn đất sống bỏ đi hết. Ông có thấy trại nào có đội trồng rừng không?...

Chúng tôi dừng lại, nhóm lửa nướng sắn, nướng cá khô. Cơm nắm bẻ ra, ăn một bữa khoái khẩu. Ăn xong còn dọn chỗ làm một giấc thẳng cẳng. Tỉnh giấc, Dần Mọt Gông rủ tôi vào một cánh rừng thưa kiếm ít lá thuốc "để phòng xa khi anh em trong trại cần đến".

Mọi người vẫn xúm quanh con bò khi chúng tôi trở về khi trời gần tối. Như một thầy thuốc chính hiệu, Dần Mọt Gông đi quanh con bò một vòng ra cái điều "quan hình sát sắc", banh mắt nó ra xem rồi phán:

- Chúng tôi còn phải chế thuốc. Sáng mai chữa. Không sao đâu. Còn xa ruột.

Thùy "sắt thép" hỏi:

- Chế trong phòng được không?

Viên trung uý không muốn cho chúng tôi được ở thêm một đêm bên ngoài phòng giam cửa đóng then cài. Vả lại, để cho tù ngủ qua đêm bên ngoài phòng giam phải có phép Ban giám thị, dù cán bộ trực trại cũng không được tự tiện.

- Dạ, được. Nhưng xin Ban cho phép chúng tôi đốt lửa. Làm

thuốc Nam lích kích lắm, thưa Ban. Có vị phải qua cửu chưng cửu sái, rồi lại còn phải khử hoả độc xong mới dùng được...

- Được. Tôi cho phép. Nhưng phải cẩn thận hoả hoạn.

Tối hôm đó cả phòng giam được tự do "nhặm xà" và "sột sệt"[35].

Thấy Dần Mọt Gông quá ung dung tự tại, tôi đâm lo:

- Bác Dần, coi chừng không chữa được nó thì mình toi đấy.

- Có cái quái gì mà rộn chứ. Trò trẻ ấy mà.

Ông nướng cả củ gừng, xắt nhỏ như miến, trộn với than bột cho đen xì đen xịt, đoạn bọc vào mảnh giấy dó phong thuốc lào Vĩnh Bảo, cất dưới gối.

Suốt đêm ấy chỉ có "bộ đội" ngó vào cửa sổ kiểm tra trật tự phòng giam. Nếu một anh tù đã được phép nổi lửa thì chính anh ta phải kiểm soát các bạn tù để anh ta không bị vạ lây.

Bảnh mắt, "Bân mẹ chồng" đã vào mở khoá cho hai chúng tôi ra. Con bò vẫn nằm đúng tư thế hôm trước, thở nặng nhọc. Màn đã được vắt lên, lấy chỗ cho người ra vào. Mùi khói lá xoan từ đống rấm đuổi muỗi lan toả, đắng ngắt. Sự kiện con bò được nằm màn sinh ra khối lời đàm tiếu. Nhưng rồi những người tù cũng hiểu ra: họ không thể so mình với con bò được. Họ là tù, được đưa tới đây để cải tạo, còn nó thì không. Người tù được về nhà, đứa con sinh ra mang lý lịch con phản động chống chế độ. Con bò cho giống tốt, anh ta cho giống xấu.

Con bò nhìn những người đi lại trước mặt bằng con mắt hờ hững. Dần Mọt Gông xin ít mỡ lợn trát đầy vào mu bàn tay phải cho tới tận trên cổ tay, rồi sai tôi giữ chặt hai chân con bò. Tôi chưa kịp thực hiện lệnh của ông thì cả hai viên y sĩ đã xông vào. Tôi chỉ phải nắm hờ hai cẳng chân lạnh ngắt của nó, bụng nghĩ nó mà giãy một cái thì cả ba sẽ văng ra tắp lự là cái chắc.

Giám thị Thông đã có mặt, vỗ vai Dần Mọt Gông:

---

[35] *Nhặm xà (uống trà); sột sệt (đun nấu thức ăn), tiếng lóng.*

- Thế nào, chắc ăn chứ?

- Thưa, Ban cứ yên tâm.

Nhanh như cắt, trong khi mọi người chưa biết ông sẽ làm gì, Dần Mọt Gông đã lấy gói thuốc đặt vào lòng bàn tay phải, nắm lại và thọc cả nắm tay vào lỗ đít con vật. Nhờ có mỡ trơn, con bò chỉ hơi rùng mình một cái nhẹ. Dần Mọt Gông rút tay ra, đứng thẳng lên:

- Xong rồi!

Ông đi ra suối Ngọc rửa tay, rồi ngồi xuống bên con bò, rít thuốc lào xòng xọc.

Một lát sau, con bò bỗng đánh rắm thối um. Tôi nghe tiếng y tá sĩ trại reo to:

- Nó ỉa rồi kìa!

- Nhiều lắm! Nhưng tháo tỏng - Quảng Vixi kêu lên.

Dần Mọt Gông nháy mắt với tôi, nhếch mép cười.

Hôm đó tù ốm ở trạm xá bị ăn cháo muộn đến hai tiếng. Theo lệnh Ban Thùy, nồi cháo dành cho họ phải chuyển ngay lập tức cho con bò Hà Lan ăn trước.

Giám thị trại hài lòng. Dần Mọt Gông được lệnh tới gặp ông ta. Phần thưởng cho Dần Mọt Gông đã nằm trên bàn - một Điện Biên bao bạc. Ông kì kèo thêm cho tôi một bao Tam Đảo, nói rằng công tôi kiếm lá thuốc cũng vất vả, đáng được thưởng. Tôi cự ông:

- Ông xin họ làm quái gì.

Ông bảo:

- Mình đòi đấy chứ. Tiền công mà chỉ có như thế, rẻ thối. Anh đừng có quân tử Tàu. Có đóng góp thì phải có thù lao, mới là chủ nghĩa xã hội chứ, họ chẳng thường nói thế sao? Mà suy rộng ra, họ lấy của mình là nhiều, chứ mình lấy được của họ là mấy...

Rồi ngửa mặt lên trời mà cười.

Chuyện con bò đến đây cũng chưa kết thúc. To xác là thế, bên ngoài lực lưỡng là thế, mà yếu lắm, cái giống bò Hà Lan ấy.

Sau vụ đầy hơi, lại đến vụ sâu quảng.

Ở hông bên phải con bò đột nhiên xuất hiện một cái lỗ sâu hoắm, từ đó những con rời trắng như được tẩy bằng nước Javel ngọ ngoạy chui ra. Quảng Vixi bắt liên tục không hết. Hỏi Dần Mọt Gông, thì ông nói: "Đốt một mảnh đĩa hát, tán ra lấy tro, dịt vào khắc khỏi". Nhưng ở cái trại này giết ai ra đĩa hát? Trên cơ quan, là nơi có mọi thứ đĩa, chỉ trừ đĩa hát. "Thế thì dùng thuốc trừ sâu vậy, nhưng phải cẩn thận, ít một thôi", Dần Mọt Gông khuyên. Rắc thuốc trừ sâu thì hết rời nhưng nước vàng cứ ri rỉ chảy ra. Cho tới khi anh y sĩ trại phải dốc hết số thuốc kháng sinh ít ỏi của trạm xá trét vào cái lỗ sâu hun hút ấy mấy ngày liền mụn sâu quảng mới lành. Sau vụ này Quảng Vixi đã dài ngoẵng lại dài ngoẵng thêm, quần áo thùng thình, trông như bù nhìn ruộng dưa.

Dần Mọt Gông bảo anh:

- Chăn con Phi Đen thế đủ rồi. Nên chia tay với cái giống ngu ấy đi thôi. Con này còn sinh chuyện còn chán, chưa hết đâu, nói cho anh biết.

Giữa chúng tôi với nhau, và với cả con bò Hà Lan, nó vẫn mang tên Phi Đen. Mặc dầu Ban giám thị đặt tên cho nó là Khoang, lúc vắng người Quảng Vixi vẫn tiếp tục gọi nó bằng cái tên xúc phạm lãnh tụ. Gọi khẽ thôi, nhưng con vật hiểu. Nó đến với anh, ngoan ngoãn như một con chó con.

Nghe Dần Mọt Gông, Quảng Vixi thở dài. Anh không bao giờ phản đối ông. Trong thâm tâm anh biết ông già rất tốt với anh. Ông nói đúng, con bò còn sinh chuyện nhiều, anh sẽ còn khổ với nó. Ngoài tình cảm quyến luyến với con vật thường gặp ở bất cứ người nào với một sinh vật khác giống sau một thời gian chung sống, trong anh vẫn le lói hy vọng nhờ công việc trông nom con bò, anh sẽ được mau về với vợ con. Mà muốn được mau về với vợ con thì không gì bằng lập công.

Anh suy nghĩ mấy đêm liền rồi rụt rè trình bày lên Ban giám thị rằng đối với con bò lớn như thế, một người chăn dù có mẫn cán đến mấy cũng không đủ. Ai cũng có thể thấy rằng một người không thể cùng một lúc ở đằng trước, đằng sau, bên phải, bên trái, một đụn thịt to tướng như thế được. Mà giống mòng vàng, tức một thứ ruồi trâu rất quái ác, kẻ duy nhất gây ra sâu quảng cho bò, ở vùng này có nhiều. Chúng bay với tốc độ siêu thanh, tấn công nhanh, rút nhanh, bám con mồi dai hơn đỉa. Nếu không được bảo vệ tốt, con bò sẽ còn bị sâu quảng nhiều lần nữa.

Nghe anh trình bày, thiếu tá giám thị gật gù, cho lập luận của anh có lý. Quảng được cấp hai người phụ, một người trông bên phải, một người trông bên trái con bò. Còn người đi đằng sau, ông giám thị coi là không cần thiết.

Được ba người chăm nom, con bò ngày một mỡ màng, béo mượt. Mỗi lần con bò đi qua chỗ tù làm việc là mỗi lần nó gây ra một trận cười. Không thể không cười được trước cảnh Quảng Vixi cao ngỏng đi trước, nắm sợi thừng dắt con bò khổng lồ, hai bên hai anh tù thấp bé chạy tới chạy lui vung vẩy như múa hai cái chổi bằng nan nứa tước mỏng, khi hò hét xua đuổi, khi mím môi trợn mắt đập lấy đập để những con mòng to bằng con ong đất bay vù vù bên trên con bò.

Đúng vào lúc mọi việc trong trại diễn ra trôi chảy nhất thì phái đoàn của Bộ về thăm.

Cả trại nhốn nháo hẳn lên. Lần này, không phải chỉ riêng khu cơ quan, mà ngay trại tù cũng phải tổng vệ sinh, từ trong ra ngoài, từ ngoài vào trong, cứ gọi là sạch bong. Nhà bếp được phát quần áo mới, tạp dề trắng trước bụng, không khác gì nhân viên mậu dịch. Những cái chảo gang cóc cáy được đánh đến bóng loáng. Chỉ có lũ rệp là hoàn toàn vô sự, vì người ta không thấy cần phải phun thuốc trừ sâu, biết chắc rằng phái đoàn sẽ không ngồi hoặc ngả lưng trên giường tầng của tù nhân.

Phái đoàn đến vào một ngày đẹp trời. Không mưa. Không âm u. Thậm chí buổi trưa còn có nắng.

Tù vẫn đi làm như thường. Khi phái đoàn ra đồng thăm nền sản xuất nông nghiệp của trại thì tù được chống cuốc hồi lâu để vỗ tay hoan hô mà không bị quản giáo thúc giục. Mỗi đội đã được lệnh chọn một phạm nhân cải tạo tốt, ăn nói trôi chảy, để phát biểu ý kiến khi phái đoàn hỏi đến. Nhưng phái đoàn chỉ đi lướt qua, không hỏi han gì cả. Chắc họ đã đi tham quan nhiều trại, trại nào thấy cũng giống trại nào, cho nên không hỏi nữa. Buổi chiều, một số phạm nhân được về trại sớm, tắm rửa sạch sẽ, mặc quần áo mới, rồi lũ lượt kéo nhau lên cơ quan chầu, chờ các nhà báo hỏi chuyện. Có cả một nhà văn cũng đi trong đoàn. Ông này có tiếng lắm. Tôi đã được đọc tác phẩm của ông ta khi chưa đi tù. Ông ta cũng gặp vài anh có tiểu sử thú vị, hỏi nhiều, ghi chép không rời tay. Ông cho họ biết những câu chuyện của họ sẽ được nằm vào cuốn tiểu thuyết sẽ ra đời về hệ thống cải tạo xã hội chủ nghĩa cực kỳ nhân bản đối với những phần tử phạm pháp.

Dần Mọt Gông nhìn quang cảnh tấp nập ấy bằng cặp mắt nheo nheo, giễu cợt.

Tôi hỏi ông:

- Bao giờ thì họ đi?

- Chắc đến mai là cùng. Giống này không ở lâu đâu.

Tôi hỏi thế vì lo lắng. Vào phút chót, trước khi phái đoàn tới, đội mộc được lệnh cử mấy người, trong đó có tôi, lên làm chuồng xí cho khách. Thì ra mải chuẩn bị đón khách, Ban giám thị quên phứt rằng khách cũng là người, và họ không thể không làm cái sự bài tiết mà mọi động vật đều phải làm.

Chúng tôi hối hả dựng một khung nhà (tạm nhưng phải chắc), móc lên vài đôi kèo, gác mấy cái đòn tay, phủ tranh cho kín. Nhưng thưng vách cho đàng hoàng, đẹp đẽ thật khó. Ván xẻ đã xuất hết cho cửa hàng đồ gỗ của tỉnh, không còn một tấm. Đành phải lấy tranh mà thưng. Mà sửa tới sửa lui, tranh vẫn lòm xòm.

Thiếu tá Thông nhìn mấy bức vách, gầm lên:

- Các anh định nát ai đấy? Thế này mà gọi là nhà vệ sinh à? Một cái chuồng lợn.

Chúng tôi nói chúng tôi đã làm hết cách. Không có vật liệu thích hợp thì không thể làm hơn được. Nếu ông lệnh cho đội xẻ làm đêm thì sáng sớm chúng tôi có thể lấy ván họ xẻ được để thưng vách. Nhưng ông ta không chịu, bảo như thế lấy đâu ra thời giờ sửa chữa nếu làm xong rồi mà vẫn không ra làm sao. Trong khi chúng tôi loay hoay đặt cái thùng xí và giải quyết đường tiêu nước giải dưới sự chỉ đạo trực tiếp của ông thì ông nảy ra sáng kiến:

- Đến kho cơ quan lấy vải ra mà bao. Vừa sạch, lại vừa đẹp.

Cuối cùng rồi cái nhà vệ sinh cũng xong. Nó giống như nhà rạp đám cưới với vách bằng vải màu xanh hoà bình.

Không biết công trình của chúng tôi có được ngài bộ trưởng chiếu cố không, và chiếu cố được mấy lần, nhưng đến trại Nhân Hậu rõ ràng ngài được hưởng một trong tứ khoái ở mức độ cao.

Những phạm nhân cải tạo tốt cũng được ngài bộ trưởng khích lệ:

- Các anh đã cải tạo tốt rồi, lại càng phải cải tạo tốt hơn nữa, cải tạo chắc hơn nữa, mới đúng tinh thần cải tạo xã hội chủ nghĩa, có phải không nào? Đảng và chính phủ coi các anh như con cái, cái này Bác đã nói nhiều rồi, Bác cho các anh đi cải tạo cũng chỉ mong các anh trở thành công dân tốt, chuyện này các anh cũng được nghe giảng nhiều rồi, chẳng qua các anh nhất thời có khuyết điểm, có khuyết điểm thì sửa chữa khuyết điểm, có phải không nào? Năm ngón tay có ngón dài ngón ngắn, không phải ai cũng như ai, hôm nay mình chưa tốt thì mai mình tốt, có phải không nào? Con hư thì phải dạy, yêu cho vọt, ghét cho chơi, Bác và Đảng đâu có ghét bỏ các anh, có phải không nào? Nhưng Đảng có trừng trị các anh cũng là giơ cao đánh sẽ thôi, có phải không nào? Đảng dạy các anh nên người rồi, Đảng sẽ giải quyết cho các anh trở về xum họp với gia đình...

Lũ phạm nhân đứng như tượng, thậm chí không dám ngước nhìn ngài bộ trưởng. Nói xong, ngài lập tức quay đi, mặt lạnh như tiền, như thể chưa từng nhìn thấy họ.

Mấy anh tù cải tạo tốt lắc đầu:

- Giá mà lão ấy cho lấy một phong thuốc lào! Đằng này "trều", một miếng "mều"[36] cũng không, đéo có gì hết...

Phái đoàn đi rồi thì đâu lại hoàn đó. Cỏ lại mọc trên đường vào trại. Các đội nông nghiệp tiếp tục bán mặt cho đất, bán lưng cho trời.

Tù tính: phái đoàn đến vào cuối tháng 5. Bữa tươi đặc biệt vào ngày Quốc tế lao động đã ở sau lưng. Từ nay cho tới bữa tươi gần nhất - ngày Quốc Khánh 2.9 - còn ba tháng nữa, dài lắm.

Cuộc sống của người tù là thế. Người tù thèm đủ thứ, nhưng nhất hạng là thèm thịt. Theo thông lệ, một tháng tù được ăn thịt một lần, nếu không bị thay bằng thứ khác, đậu phụ hay cá khô. Ngoài ra, còn có một số bữa tươi khác, được ăn thịt nhiều hơn, gắn với Tết âm lịch, với những ngày lễ lớn như Quốc Khánh, Ngày quốc tế lao động 1.5. Nói chung, trong những bữa tươi thường kỳ mỗi suất được vài miếng xắt quân cờ, bản bằng hai ngón tay. Thịt hiếm đến nỗi mỗi lần có thịt là mỗi lần những giá trị tinh thần được viện đến. Chỉ những người tù đạo cao đức trọng mới được tập thể trao trách nhiệm chia thịt. Nhà bếp thái không đều tay, nên khi chia, người chia ngoài tinh thần chí công vô tư còn phải vận dụng kinh nghiệm cả đời người để chọn trong cả đống xương, sụn, bì, nạc, mỡ... lộn xộn những miếng tương đương để chia thành các phần tương đối bằng nhau. Đó là việc rất khó. Cho nên còn phải bày ra cái trò "quay mặt đặt tên" để bổ sung. Tức là, khi thịt đã chia xong tương đối đều vào các bát, thì một người cầm danh sách đội tù lên, quay mặt đi xướng tên từng người theo thứ tự bất kỳ sau mỗi tiếng gõ vào một cái bát nào đó. Gõ vào tên ai là phần người ấy, một thứ xổ số để tìm lẽ công bằng.

Được cái, những người tù chính trị không đến nỗi quá quắt trong chuyện chia chác, không đến nỗi vì một miếng thịt mà để xảy

---

[36] *Trều (không có), mều (thịt), tiếng lóng.*

ra đổ máu. Tôi nói tù chính trị là nói gượng, có thể sẽ bị chỉ trích là nói sai. Bởi vì nhà nước Cộng hoà xã hội chủ nghĩa Việt Nam trước nay không bao giờ công nhận ở Việt Nam có tù chính trị. Sự phân chia hai loại chính trị và hình sự chỉ có trong các trại giam, mà cũng chỉ về mặt hình thức - tù chính trị mang số lẻ, tù hình sự mang số chẵn. Theo cách nhìn của tôi, trừ vài người đúng là chính trị, nghĩa là có ghét nhà nước hẳn hoi và có ý định chống lại nó, hoặc đã chống lại một cách khá ngớ ngẩn, tất cả số còn lại đều là tù ất ơ, chẳng chính trị mà cũng chẳng hình sự. Không thể gọi một ông nông dân nát rượu, khi đã lướt khướt coi giời bằng vung, dám vạch quần ra: "Bác thằng nào chứ Bác thế đéo nào được thằng này, có mà Bác cái đầu b... tao", là tù chính trị được, dù ông ta đã ở tới "lệnh tập trung"thứ ba.

"Có ăn thì xin ăn rau, Đừng có ăn thịt mà đau dạ dày", Dần Mọt Gông nói, và ông giữ lời, không bao giờ quan tâm tới các bữa tươi có "mều". Những bữa như thế, ông bình tĩnh ngồi rung đùi đánh cờ.

Mùa hè năm ấy, trời đặc biệt nóng. Trong thung lũng lòng chảo tịnh không có một ngọn gió. Mồ hôi cứ vã ra, quần áo lúc nào cũng ướt như vừa nhúng nước. Lao động bình thường đã vất vả, trong cái nóng kinh khủng của miền núi nó trở thành cực hình. Chỉ có Quảng Vixi và hai anh phụ việc là nhàn. Cả ngày họ chỉ quanh quẩn bên con Phi Đen, tính công điểm bằng số lượng mòng bị hạ sát. Khi trời nóng quá, họ có thể đưa con bò vào chỗ râm, cắt một người canh, còn hai người kia làm một giấc thẳng cẳng.

Đúng vào lúc cái nóng lên tới cực điểm của nó thì nổ ra sự kiện động trời: con Phi Đen đang béo khoẻ là thế bỗng lăn đùng ra chết tốt.

Một buổi sáng Quảng Vixi và hai anh phụ ra đến chuồng thì thấy con bò đã nằm nghiêng, bốn chân cứng đơ, chết từ lúc nào. Cả ba ù té chạy về trại báo cáo, đúng vào giờ điểm danh sáng. Cả Ban giám thị nháo nhác, bỏ luôn buổi điểm danh để chạy ra chuồng bò, mặc dầu ai cũng biết rằng với một con bò đã chết rồi, không thể nào làm cho nó sống lại.

Dần Mọt Gông và tôi, với tư cách những người biết thuốc Nam, cũng được Ban Thùy ngoắc tay gọi đi. Viên trung uý vẫn còn hy vọng tin Quảng Vixi đưa về là hoảng báo, có khi con bò vẫn chưa chết hẳn cũng nên.

Nhưng nó chết thật.

Chẳng cần phải hiểu biết nhiều về thú y học mới có thể kết luận về sự qua đời của con bò Hà Lan. Mắt nó trợn trừng, bất động, giống như một hòn bi ve khổng lồ đã mờ đục vì xây xát.

Dần Mọt Gông sờ chân nó, nắn bụng nó, rồi lắc đầu:

- Bụng còn ấm, nhưng chân lạnh toát. Nó phải chết được mấy tiếng đồng hồ rồi. Chịu.

Nhà pháp y nội hoá của chúng tôi phán. Tôi nghĩ: cho dù nó vừa mới tắt thở cũng chẳng có cách nào làm hô hấp nhân tạo cho con vật to đùng thế kia được. Bên cạnh nó chúng tôi đúng là dân nước Liliput[37].

- Anh có biết nó bị bệnh gì không? - y tá trại ngồi xổm trước mõm con vật, nhìn chằm chằm vào con mắt đục của nó.

- Thưa Ban, khó mà biết được khi chẳng thấy nó bệnh tật gì.

- Rắn độc cắn chăng?

- Có lẽ vậy.

"Bân mẹ chồng" gắt:

- Sao anh dám cả quyết là rắn cắn? Rắn cắn thì phải có vết chứ? Vết đâu?

- Thưa Ban, là tôi thấy có tia máu đen ở lòng trắng con mắt nó, tôi đoán vậy, chứ lông nó đầy thế này, tôi làm sao thấy được vết cắn. Mà đây là nó mới bị ban đêm, nếu bị ban ngày anh Quảng đã

---

[37] *Nước của những người tí hon, theo tiểu thuyết của nhà văn Jonathan Swift.*

biết...

- Nhưng biết sớm thì chữa được chứ?

Dần Mọt Gông thưa:

- Dạ, khi được khi không. Tuỳ theo rắn nào, tuỳ theo vết cắn nằm ở đâu.

- Anh nói chán bỏ mẹ. Thế thì còn chữa với chạy gì?

Viên y sĩ công an nói:

- Anh ấy nói đúng đấy, vết cắn càng gần hệ thần kinh trung ương càng mau chết... Tôi đã bảo nhà anh Quảng trồng chung quanh chuồng bò mấy bụi sả, mà anh ta cứ nay lần mai lữa.

"Bân mẹ chồng" đánh trống lảng:

- Tôi đã xin ông Thông cho anh Quảng làm cái lán bên cạnh chuồng bò mà ngủ, nhưng ông Thông không cho. Có người ngủ canh nó thì đâu đến nỗi... Bây giờ biết ăn nói thế nào với Cục?

Viên y sĩ chống tay vào đầu gối, nặng nhọc đứng lên:

- Nếu là rắn độc cắn thì thịt nó có dễ còn ăn được. Thôi, giải tán.

Ban giám thị họp đột xuất. Theo nguyên tắc, cần phải khám nghiệm thú y để có kết luận về cái chết của con bò. Không thể ăn thịt con vật chết mà không biết nó chết vì bệnh gì. Nhưng, như trên tôi đã nói, lấy đâu ra thú y sĩ trong cái vùng xa lắc xa lơ này. Đành phải lấy biểu quyết: thịt con bò ăn được hay không ăn được? Đại đa số đứng về phía ăn được. Con bò mỡ màng thế kia mà đem chôn ư? Có mà điên.

Tin nhà bếp được lệnh mang rìu, dao ra xả thịt con bò Hà Lan bay về trại gọi nên một cơn phấn hứng hết sức cuồng nhiệt trong đám tù hình sự. Họ reo hò rầm trời. Trung uý Thùy nghe tiếng reo hò, chạy ra sân, thổi còi toét toét rầm rĩ, lệnh cho chỉnh đốn đội ngũ, bắt cả trại đi làm hết. Nếu đám tù hình sự biết nén lại niềm vui thì có khi cả trại đã được nghỉ lao động hôm ấy, không phải để tỏ nỗi đau buồn trước sự ra đi đột ngột của con bò quý, món quà của Bác, niềm vinh dự của Nhân Hậu, mà vì tâm trạng bàng hoàng của Ban giám thị.

Tôi hỏi Dần Mọt Gông:

- Liệu có phải nó bị bệnh thán không bác?

- Không.

- Thế thì nó bị bệnh gì?

- Cái này khó đoán lắm. Cũng không hẳn do rắn cắn. Theo tôi nghĩ, nhiều phần là do lam sơn chướng khí. Bọn Tây sang ta cũng hay lăn đùng ra chết mà không biết do bệnh gì. Người mình thì không. Trời sinh ra vậy. Nếu cứ động một tí là ốm đau, là chết, thì tôi hỏi ông: dân cải tạo mình liệu còn được mấy mống, với chế độ ăn ở thế này?

Quảng và hai anh phụ chăn bị gọi đi hỏi cung cho đến tối rồi được về phòng lấy chăn chiếu đi cùm. Khi con bò chết không rõ nguyên nhân thì cái nguyên nhân gần, dễ thấy nhất, là sự vô trách nhiệm của người chăn dắt. Tôi gặp Quảng ở cửa phòng giam. Anh rơm rớm nước mắt, khẽ gật đầu chào tôi.

Chiều hôm ấy trại được một bữa "mều" hoàn toàn không chờ đợi. Bộ lòng vĩ đại của con bò vĩ đại được đem nấu lõng bõng với ca la thầu thành một món tả pí lù không ra kho mà cũng không ra canh, báo hại các bậc đạo cao đức trọng phải vất vả vớt phần cái ra trước, chia cái xong mới chia nước.

Những người tù biết ơn nói lót với nhà bếp chia cho ba con người đau khổ ba suất "mều" đặc biệt. "Bân mẹ chồng" trông nom khu kỷ luật biết vậy, nhưng giả vờ không biết.

Trước khi ăn, tôi hỏi Dần Mọt Gông:

- Liệu ăn có làm sao không bác?

- Làm sao là làm sao? Anh sợ chết lắm à? Chết được bây giờ là sướng đấy. Khốn lại không chết cho, mới khổ.

Chúng tôi ăn ngon lành bữa lòng bò, không một ai chết.

Thấy tù ăn không sao, nhà bếp cơ quan mới xuống bếp trại chọn những miếng thịt ngon nhất mang về.

Cả công an, cả tù ăn mấy bữa mới hết thịt và xương của con bò đã đến từ bên kia đại dương, quà của Bác Phi Đen tặng Bác Hồ.

2001

DÂN MÌNH
THẬT TÌNH CẢM

L ễ mừng thượng thọ Cụ Thượng Đức sẽ được tổ chức đúng
vào rằm tháng bảy này. Hội đồng hương xã Hương Phấn
đã ra quyết nghị.

Lễ sẽ làm ở hai nơi – ở thủ đô và ở quê. Lễ chính ở thủ đô, ở quê
là lễ vọng. Dân làng sẽ được xem truyền hình trực tiếp lễ chính,
được nghe Cụ phủ dụ qua tivi. Ông Bành, chủ tịch hội đồng
hương, vênh mặt tuyên bố với đại diện xã. Ông Chuộc chủ tịch uỷ
ban cũng là người trong họ, hộc tốc bốc gan đáp tàu ra ngay thủ đô
để trực tiếp bàn với ông Bành việc tổ chức ở quê sao cho bảnh. Hai
người gặp nhau ở một nhà hàng sang, bàn mọi chi tiết mất một
buổi tối, rồi chia tay trong hể hả. Không hể hả sao được khi người
làng mình, người họ mình, có được quyền cao chức trọng như Cụ?

Cụ là người có công to nhất với làng. Vinh danh Cụ không lúc
nào bằng lúc này, khi Cụ tròn bảy mươi. Thời bây giờ, tuổi thọ
trung bình cao, không mấy ai mừng thượng thọ vào dịp thất tuần
nữa, nhưng mình cứ làm theo lệ cổ là hơn. Hai lãnh đạo gật gù
nhất trí. Không làm bây giờ thì đợi mười năm nữa à?

Thứ nhất, phải làm trong lúc Cụ vừa được lưu lại cương vị cao
nhất nước, bỏ qua hạn tuổi theo quy định của nhà nước. Quan
trọng hơn là phải làm trong lúc Cụ còn tại vị, tức là còn có thể tiếp
tục gia ân điều gì đó cho làng. Cụ, duy nhất có Cụ, mới có khả

năng tổ chức, sắp xếp đưa một phần ba dân xã ra thủ đô, để rồi người nọ cài cắm người kia thành cán bộ hết, từ cấp thấp đến cấp cao. Ơ hay, còn không phải à, ngay giữa trái tim của cả nước mà dân Hương Phấn có thể họp xóm thì thử hỏi làng nào, xã nào có thể làm được như thế?

Thật vậy, ở thủ đô có vô khối hội đồng hương, nhưng đều là đồng hương tỉnh. Chỉ duy nhất có một hội đồng hương xã là của Hương Phấn.

Thứ hai, nhân sự kiện này mà rửa mặt cho làng. Tục truyền rằng thời xưa vua Lê bị quân Minh rượt đuổi chạy qua An Cựu, dân làng đã không chứa chấp lại còn xua đuổi. Ngài giận lắm. Kịp khi thắng giặc rồi đi ngang, nhớ lại chuyện cũ, tức khí lên ngài mới truyền tả hữu đổi tên An Cựu thành Ăn Cứt. Các quan văn băn khoăn - vua tính thẳng ruột ngựa, quen ăn nói theo cách dân dã, nhưng giờ quân khởi nghĩa đã có triều chính, đặt tên quá nôm na như vậy rõ ràng không tiện. Bèn lựa lời can gián, xin ngài ngự đổi Ăn Cứt thành Hưởng Phân, tức là giữ nguyên nghĩa đen nhưng nghe không tục. Ngài cười lớn, phán: ừ, thế cũng được. Nhiều đời bô lão đã khăn gói quả mướp vào kinh chạy vạy xin những triều sau cho đổi tên mà không được. Mãi đến đời Tự Đức, nhà vua yêu văn chương tao nhã, sau khi suy nghĩ lung mới dụ xuống cho đổi Hưởng Phân thành Hương Phấn. Nay là lúc phải xướng to lên cái tên Hương Phấn để cho thiên hạ ghi lòng tạc dạ, kẻo nhiều đứa xấu bụng hễ có dịp là lại nhắc chuyện xưa.

Ấy thế nhưng mấy ngày sau, khi hai bên đã a lô cho nhau hằng ngày hằng giờ về mọi chi tiết cho lễ mừng ở cả hai nơi, thì tình hình lại xoay ra thế khác. Nghe ông Bành lên trình về việc chuẩn bị, Cụ bất ngờ ngãng ra:

- Được, tốt. Nhưng ta đã nghĩ lại. Các người biết một mà không biết hai. Chính trị là lôi thôi lắm. Làm việc gì cũng phải ngó trước ngó sau. Như đánh cờ ấy, phải tính trước nhiều bước. Sai một bước là hỏng con mẹ nó ngay một ván. Cây càng cao gió lay càng dữ. Làng biết công ta, muốn làm thượng thọ cho ta, ta vui lắm chứ. Nhưng để ta nghĩ cái đã: nên hay không nên trong lúc này?

Ông Bành mặt đánh chữ nãi, ngước cặp mắt hấp háy nhìn cụ:

- Dạ, nhờ Cụ dạy, chứ lũ chúng con đầu óc nông cạn, không tính xa được. Có điều, con vẫn nghĩ…

Cụ nhăn mặt:

- Anh nghĩ sao?

- Con nghĩ: Cụ ở ngôi cao, hỏi đứa nào dám phá lễ? Chúng nó không biết sợ là gì ư? Tưởng Cụ không biết cách cho chúng nó học máu ra hay sao? Mà làm thượng thọ Cụ là dân biết ơn Cụ, dân làm, mắc mớ gì đến đứa nào?

Cụ đang ăn dở quả cam, nhè hạt, nhổ xuống sàn:

- Là nhà anh nghĩ nông thôi. Sơ hở một chút là lũ nhãi ranh lập tức bới bèo ra bọ, huyên truyền rằng ta đây khoe mình. Bây giờ gọi là thời dân chủ, thằng cùng đinh cũng ăn nói vung xích chó, chẳng còn biết kiêng nể là gì.

Ông Bành nói như mếu:

- Khốn mọi việc chúng con đã sắp xếp đâu vào đấy cả, thưa Cụ: rạp dựng làm sao, kiểu gì, cờ quạt, chiêng trống, cỗ bàn thế nào, tất tần tật mọi thứ. Bên truyền hình cũng đã phân công ai quay phim, ai đạo diễn. Giờ mà đổi thì khó cho chúng con lắm.

Cụ nhăn trán, ngẫm nghĩ một giây, phán:

- Ta biết, ta biết. Cơ mà làm thượng thọ cho ta lúc này e không hay, chuyện nhạy cảm - làm càng to càng rách việc. Ngay mấy anh lão thành có quá khứ chiến đấu vẻ vang, thành tích đầy mình, về hưu rồi mà còn không dám làm thượng thọ, huống chi ta chưa hề bắn phát súng nào. Anh không biết chứ những đứa thối mồm vẫn tung lời đồn thổi nói ta địa phương chủ nghĩa, cài cắm con cháu nội ngoại, đồng hương đồng khói khắp nơi…

Ông Bành gãi đầu thẽ thọt:

- Vậy, thưa cụ, hay là… ta cứ làm, nhưng vừa phải thôi.

- Ta nghĩ đã. Làm gì, làm thế nào đều phải nghĩ cho chín. Phải có kế. Phải tìm ra cách gì đó thật rắc rối – làm mà lại ra không làm.

Ông Bành hớp mắt lia lịa, dấu hiệu của sự suy nghĩ lung.

- Vậy, thưa Cụ, hay là... ta bãi cái truyền hình?

Cụ gãi cằm:

- Bãi! Nhưng chớ quên khoản bồi dưỡng anh đã hứa với người ta. Bận này còn bận sau. Thông tin tuyên truyền là ngành quan trọng bậc nhất. Chớ có làm chúng nó mất lòng.

Ông Bành thở ra:

- Dạ. Con hiểu ạ, nghĩa rằng mình vẫn làm, nhưng tránh tiếng om sòm. Chi cho bên truyền hình cũng không bao nhiêu đâu ạ, thưa Cụ, chúng con lo được. Họ cũng chẳng dám đòi hỏi. Họ chỉ buồn nỗi không được vinh dự đưa hình ảnh lễ của ta lên truyền hình thôi. Cái an ủi phí, theo lệ, con hiểu mình phải làm, không thể bỏ.

- Ờ, nghĩ được chu đáo thế là tốt.

- Dạ.

Ông Bành chắp hai tay, đầu cúi thấp, xin cáo lui.

Cụ đã quyết thì đành chịu, chứ trong bụng, ông lo lắm. Ý Cụ là thế, nhưng khi mọi người đã bắt tay vào việc tổ chức, huỷ ngang xương thế này thì mọi hệ quả vẫn cứ là rơi xuống đầu ông.

Ông về nhà, nằm vắt tay lên trán, nghĩ mưu.

Nghĩ mãi không ra, lại vùng dậy, tìm mấy ông trong hội đồng hương cùng bàn. Ý kiến nhiều, nhưng mâu thuẫn nhau, không kế nào được coi là vẹn toàn.

Chính Cụ lại là người gỡ rối. Cụ cho người tìm ông Bành, nhắn:

- Nhà anh hãy loan tin: toàn đảng toàn dân Hương Phấn nhất trí cao muốn làm thượng thọ thất tuần cho Cụ, nhưng khi trình lên thì Cụ kiên quyết không cho, nói thế nào cũng không cho. Đồng thời phải đưa tin ấy đến tai các ngành các cấp, nhắc họ dịp vinh danh

Cụ vào ngày này. Người ta chắc chắn phải tới chúc thọ Cụ. Khi ấy người Hương Phấn sẽ đi lẫn vào đấy mà chúc thọ. Như thế là làm mà không làm, không làm mà làm. Còn ở quê thì cứ kế hoạch đã bàn. Chuyện địa phương, không ai chú ý.

Ông Bành vỗ đùi đánh đét:

- Cụ nhà mình thánh thật. Thế mới là kế: làm mà không làm, không làm mà làm!

Quả nhiên, sáng hôm rằm tháng bảy, ô tô đã nườm nượp đến đỗ trước cửa nhà Cụ. Công An phải dẹp đường, cấm người đi bộ được vào phố. Báo hại người Hương Phấn nào không có ô tô phải đứng từ xa hướng về dinh Cụ mà bái vọng.

Mãi đến tối, khách khứa đã về hết, ông Bành mới vào được dinh.

Cụ ngồi ở xa-lông, gật gù bảo:

- Thấy chưa, anh Bành? Thế nào là mưu cao, thế nào là kế sâu? Nông cạn như các anh dễ hỏng việc lắm. Từ việc nhỏ cho tới việc lớn đều phải tính toán, phải nặn óc cho ra được mưu kế. Bài học cho các anh đấy.

Ông Bành cười tươi, gật lấy gật để:

- Cụ dạy chí phải. Nhưng hỏi có mấy ai ra được cái kế như Cụ: làm mà không làm, không làm mà làm. Thánh thật!

Cụ hài lòng ra mặt:

- Qua việc trên dưới đều đồng lòng đến chúc thọ ta mới thấy: dân mình thật tình cảm! Ta cảm động lắm!

Ông Bành nhìn lên thấy Cụ rơm rớm nước mắt.

ĐÊM MÙA XUÂN

1.

Tổ địa chất tiếp tục lên đường vào sáng mai.

Họ chỉ ở lại bản một ngày, giặt giũ quần áo và nghỉ cho lại sức. Trường, cán bộ kỹ thuật của tổ, nằm bò trên sàn suốt buổi tối để lên bản đồ vùng đã thăm dò và viết báo cáo thường kỳ.

Bên ngoài trời ấm và có trăng. Trong nhà thì hoàn toàn yên lặng.

Mironov, chuyên gia Liên Xô, dựa cột ngồi dãi thải, nhả khói thuốc. Khói thuốc chậm chạp quẩn quanh bên trên chiếc đèn bão đầy muội, mãi không tan. Ngọn lửa vàng run bần bật trong chao, thỉnh thoảng lại nổ lép bép.

Người đàn ông chủ nhà đi săn từ chập tối. Người vợ và những đứa con đã ngủ.

Ở nhà bên, đám hát lượn mới bắt đầu. Công nhân của tổ tụ tập cả bên ấy.

- Họ đang hát gì đấy, đồng chí Trường? - Mironov hỏi.

Trường ngừng tay, lắng nghe. Một người con gái hát, giọng cao và ấm. Anh không nhớ ra ngay đó là bài "Xuân thâng":

Xuân thâng ca sức bioóc chẳng phoong khai. Lầm dua mùi

bioóc hòm hoan ớ hoan...

- À, họ hát về mùa xuân đấy - Trường trả lời.

- Kể cũng hay, dân tộc nào cũng có những bài ca về mùa xuân - Mironov mỉm cười, ném đầu mẩu thuốc lá vào những mẩu than đang lụi trong bếp - Mà có bao nhiêu vùng đất thì có bấy nhiêu mùa xuân khác nhau. Ở Moskva chúng tôi mùa xuân chỉ thực sự bắt đầu vào tháng ba, tháng tư... - anh trầm ngâm- Tuyết tan dần, trời ấm hơn, nhưng có khi đến tận tháng năm tuyết vẫn còn rơi. Anh dịch cho tôi nghe họ hát về mùa xuân ở đây thế nào?

- "Xuân tới, muôn hoa đua nở" - Trường dịch -"Gió đưa hương hoa đi khắp nơi..."

- Nếu không có hoa thì mùa xuân cũng vẫn cứ đẹp, phải không? Với bất cứ ai - Mironov trầm ngâm - Mùa xuân hứa hẹn những điều bất ngờ trong suốt một năm.

- Đúng thế. - Trường tán thưởng -Nó là thời khắc khởi đầu cho những hy vọng mới.

Có ai đó rón rén lên thang.

Trường nhìn ra phía cánh cửa khép hờ. Ngọn đèn bão nằm giữa tầm nhìn làm anh lóa mắt. Vài giây sau, anh mới nhận ra người bước vào - một ông già và một đứa bé.

Ông già cao lớn, lực lưỡng, vai lủng lẳng một túi thổ cẩm màu chàm. Đứa bé trên mười tuổi líu ríu theo sau.

Hai người yên lặng ngồi xuống trước mặt Trường.

- Anh cán bộ đi tìm đá lạ, phải không? - ông già cất lời.

Trường nghĩ đó là một cách nói thay câu chào.

- Vâng, thưa cụ.

- Thấy uỷ ban nó bầu thế - ông già vuốt chòm râu thưa đã có nhiều sợi bạc, giọng trầm và đục- Tôi lại chỗ các anh xem có thật thế không.

- Thật mà.

- Tốt.

Trường chờ câu tiếp theo. Anh vẫn chưa hiểu mục đích cuộc viếng thăm.

Thằng bé ngước nhìn ông nó, rồi cất tiếng, phá vỡ sự im lặng kéo dài:

- Ông em có cái này mang đến cho anh đấy.

Ông già lừ mắt. Nó im bặt.

Không vội vã, ông già thò tay vào túi đeo bên hông, lấy ra một cục đá màu đen, đặt nó lên trên bản báo cáo viết dở của Trường.

- Có phải anh đi tìm những thứ đá lạ như cái hòn này không?

Trường nhấc cục đá, chăm chú xem xét.

- Nó lạ, phải không? - ông già nói - Không phải đá thường.

- Chúng cháu đi tìm chính những thứ này đây.

Anh đưa cục đá cho Mironov.

- Ti-tan ilmenit!

Mắt Mironov vụt sáng, anh nén một tiếng kêu kinh ngạc.

- Thật sao?- Trường hỏi.

- Đồng chí hỏi xem ông già thấy nó ở đâu?

Trường dịch câu hỏi của Mironov.

- Nó quý hả, cán bộ? - ông già nghiêng đầu, nheo mắt quan sát nét mặt Mironov - Không xa đâu, mà có nhiều nhiều lố.

Mironov lục trong ba lô lấy kính lúp. Anh soi đi soi lại cục đá rồi đưa tất cả cho Trường:

- Anh xem này: đây là TiO_2FeO. Đích thị nó. Thấy không, chỗ sứt này có hình trôn ốc. Thành phần ti-tan cao. Chúng ta đã thấy vùng này có nhiều từ thiết, apatit, rutin. Theo hiện tượng cộng sinh thì ở đây ắt phải có ít nhiều titan. Không ngờ lại có ilmenit. Có thể có cả một vỉa cũng nên.

- Đoàn 5 đã phát hiện cát titan magnetit ở đầu những con suối đổ ra mấy nhánh sông Hồng, ở ngọn sông Cả cũng có... -Trường nói- Nhưng không phải ilmenit.

Ông già chú mục theo dõi cuộc trò chuyện của hai người. Họ mải chuyện, quên mất sự có mặt của ông. Cái đó làm ông không vui.

- Ửm, mà đá này dùng làm gì chớ, cán bộ?

- Đây là một kim loại hiếm, cụ ạ - Trường nói - Không phải ở đâu cũng có.

- Hiếm à? Mà nó dùng làm gì chứ?

Trường nghĩ cách giải thích:

- Nó được dùng trong nhiều việc: làm nguyên liệu cho việc chế tạo các vật dụng hàng ngày, làm vỏ máy bay, bọc tên lửa, làm cả vỏ những con tàu vũ trụ bay ra ngoài không gian, lên tận những vì sao xa tít tắp trên kia...

Ông già lắng nghe và ngạc nhiên nhìn theo anh ra bầu trời tím. Ở đó có những vì sao nhỏ bé bất động.

"Chúng ta lang thang trên những mỏ vàng với những bộ áo quần tơi tả..."

Mironov bất giác nhớ đến câu thơ của một cán bộ địa chất Việt Nam đọc tặng anh trong một buổi liên hoan. Bài thơ được tác giả dịch ra tiếng Nga một cách rất lủng củng, làm anh buồn cười, nhưng anh hiểu được và nhớ mãi ý thơ trong đó, nó nói rất chuẩn về cuộc sống của người làm việc trong ngành địa chất.

- Làm tàu bay hử? - ông già lẩm bẩm - Hầy, thích nhiều lố.

- Vâng, làm máy bay. Và cả tàu vũ trụ nữa - Trường tiếp - Ngày mai cụ đưa chúng cháu tới chỗ cụ tìm ra cục đá này nhá! Chúng cháu phải đến đấy xem. Có thể có mỏ ở đấy hoặc gần đấy.

- Được vớ. Nhưng xa đẩy.

Ông già tỏ ra phấn chấn trước giá trị của hòn đá ông mang lại. Chắc hẳn nó rất quý. Nhìn hai gương mặt bừng sáng kia thì biết.

- Mai tôi bận đi huyện. Cháu tôi sẽ dẫn các anh.

- Em biết chỗ vớ - thằng bé nhìn ông với vẻ biết ơn - Sáng mai em dẫn các anh đi.

Ông già vỗ vào đầu cháu:

- Thằng này thích nhảy lắm lố. Tôi đi đâu nó đi đấy mà. Cái giống nhà tôi, ngồi một chỗ ngứa chân lắm.

- Ở tuổi cụ mà vẫn đi lại được như thế là nhất rồi. Người khác thì đã nghỉ ngơi - Trường nói - Cháu còn ông ngoại, cụ chỉ mê cây cảnh thôi.

- Tôi còn làm được giao thông cho xã mà - ông già tự hào - Thằng này lớn lên, tôi cũng cho nó làm giao thông. Nó cũng chân chạy.

2.

- Em không muốn làm giao thông đâu - thằng bé thì thầm với Trường trong khi ông nó bận kiếm lửa đốt điếu thuốc sâu kèn - Chán lắm. Em muốn làm như các anh cơ.

- Ờ, tốt. Nhưng làm địa chất như bọn anh thì vất vả lắm lố - Trường vỗ vai nó, nhại cách nói của người thiểu số - Nhưng bù lại, em sẽ được đi khắp đất nước.

Thằng bé cười thành tiếng. Ông già quay mặt lại:

- Cháu nó nói cái gì thế?

- Dạ, không có gì - Trường dối - Nó thích làm địa chất.

Ông già lườm cháu:

- Mày chỉ thích nhảy. Muốn bỏ ông mà đi hử?

- Cháu không bỏ ông. Cháu đi công tác rồi cháu về mà.

Ông già nhìn những chiếc ba-lô xếp thành một hàng dọc ở góc nhà.

- Ờ thì mày không bỏ ông, mày chỉ đi khỏi đây thôi. Ông già rồi, còn mỗi mình cháu. Hư lắm.

Ông quay lại với Trường và Mironov:

- Bố mẹ nó chết hết - ông già thở dài - Bố nó đi bộ đội, chết trận ở Hoà Bình. Mẹ nó đi dân công, chết bom ở Cao Bằng.

- Cụ năm nay bao nhiêu tuổi trời? - Trường hỏi.

- Bảy chục vớ.

- Cụ còn trẻ - Mironov nói - Cụ sẽ sống ngoài trăm tuổi. Cụ rất khỏe mạnh.

- Ấy dà, đáng lẽ các con phải chôn tôi. Tôi còn sống, mà chúng nó chết. Buồn lắm lố.

- Chiến tranh là thứ đáng nguyền rủa! - Mironov nói khẽ - Mong sao không bao giờ chúng ta còn phải thấy nó. Những kẻ gây ra chiến tranh là những kẻ thù của nhân loại.

Một tiếng súng xa dội lên trong thung lũng. Khi tiếng súng tắt, tiếng vang của nó vẫn còn chảy ào ạt trong rừng già.

Một tràng cười giòn giã bên nhà sàn gần đấy vọng sang. Cuộc hát lượn trong đêm thứ hai đang ở cao trào.

- Anh ta bắn tài lắm lố, cái anh chủ nhà này này - ông già nói - Trước anh ta cũng bộ đội đấy. Ngày mai các anh sẽ được ăn thịt nai.

- Tiếc quá, mai đội chúng cháu chuyển đi rồi - Trường rút một điếu thuốc lá và đánh diêm mời ông già - Chỉ để lại vài người đi cùng cháu của cụ đến chỗ cụ tìm thấy đá này thôi.

Ông già đứng dậy:

- Tôi về. Sương xuống nhiều rồi.

Rồi như chợt nghĩ ra điều gì, ông già lưỡng lự một thoáng:

- Tôi tìm được đá quý thì cán bộ trả công tôi chứ?

Trường nhìn ông già. Anh không hiểu ông nói thật hay nói đùa.

- Ông cụ nói gì đấy? - Mironov hỏi - Nói chung, anh nên dịch tất cả cho tôi nghe, được không?

- Dĩ nhiên - Trường nhìn vẻ sốt ruột của Mironov, mỉm cười - Tôi sẽ dịch đầy đủ mọi điều cần dịch.

Ông già nhìn vẻ ngơ ngác của Trường, mỉm cười ranh mãnh:

- Tôi tìm được đá quý, có phải không nào? Tôi không làm không công vó.

- Cụ muốn chúng cháu trả công cụ như thế nào ạ? - Trường bối rối - Tổ địa chất thế nào cũng đề nghị uỷ ban tuyên dương cụ.

- Tôi không có thích giấy khen đâu - ông già nói - bằng khen, giấy khen tôi có cả đống, chẳng để làm gì. Tôi muốn cán bộ trả công tôi kia.

- Dạ.

Trường đáp mà băn khoăn. Việc này không có trong nội quy công tác, cũng chưa có tiền lệ trong việc làm của đội địa chất.

Ông già lại hỏi:

- Bao giờ nhà nước khai cái mỏ?

- Cái đó cháu không biết được. Có thể là vài năm, năm năm, mười năm...

- Mười năm thì lâu quá.

- Ông ấy nói gì? - Mironov tưởng Trường dịch không đúng.

- Cán bộ ơi, giá mà tôi được làm ở cái mỏ ấy! - ông già nói, giọng tiếc rẻ - Tôi già mất rồi.

Cả ba im lặng. Trường tìm câu an ủi ông già nhưng không tìm ra.

- Này, cán bộ: tàu bay cũng phải mua vé như ô tô phải không?

- Vâng.

- Vậy bao giờ chính phủ lấy đá này làm tàu bay thì cán bộ nói với chính phủ cho tôi cái vé. Tôi muốn đi tàu bay bay tít trên kia xem cái bản của tôi nó thế nào. Một cái vé thôi.

Trường dịch. Mironov nghe.

- Sao lại không nhỉ? - Mironov tư lự.

- Sao lại không nhỉ? - Mironov nhắc lại và mắt anh vụt sáng - Này Trường ơi, anh lấy một mảnh giấy đi, chúng ta sẽ viết cho ông cụ một tấm giấy chứng nhận.

- Chứng nhận gì cơ? - Trường ngạc nhiên.

- Phải, giấy chứng nhận - Mironov nói, mắt vụt sáng - Cụ ngồi xuống đây cái đã nào.

Ông già nhìn Mironov với vẻ tò mò, từ từ ngồi xuống, mắt không rời người chuyên gia trẻ tuổi với bộ râu ngô lâu ngày không cạo.

- Viết đi, Trường - Mironov nói to.

Trường lấy một quyển vở mới tinh kê lên đùi và thận trọng xé ra một tờ.

Mironov hút mấy hơi thuốc liền, mắt nheo lại, suy nghĩ.

Rồi bắt đầu đọc.

«Chúng tôi ký tên dưới đây là Lê Trường, cán bộ kỹ thuật địa chất Việt-nam và Sergey Pavlovich Mironov, chuyên gia Liên Xô, đã tới thăm dò địa chất tại vùng này, chứng nhận cụ...»

- Xin cụ cho biết tên họ.

Mironov hỏi bằng giọng nghiêm trang. Trường dịch lại, cũng nghiêm trang như thế.

- Tên tôi á? Là Nông văn Tính - ông già đáp.

Trường cúi xuống, cắm cúi viết:

-... Cụ Nông Văn Tính là người đầu tiên đã phát hiện quặng titan ilmenit ở đây. Trong tương lai, khi mỏ được khai thác thì nhà máy titan ilmenit tại địa phương và nhà máy liên hợp chế tạo máy bay, tên lửa dân dụng và tàu vũ trụ của nước Việt Nam Dân chủ Cộng hoà sẽ có trách nhiệm tưởng thưởng công lao của cụ bằng cách cấp cho cụ một chuyến bay trực thăng để cụ được ngắm cảnh quê hương từ trên cao. Còn hơn nữa, nếu cụ muốn, hai cơ sở sản xuất nói trên sẽ lo cho cụ được bay đi xem các danh lam thắng cảnh, các công trình xây dựng to lớn trong cả nước...

Giấy chứng nhận này được làm tại..., ngày...

Ký tên:

Lê Trường. Sergey Pavlovitch Mironov.

Hai người trịnh trọng đặt bút ký vào tờ giấy rồi cũng trịnh trọng như thế họ trao nó cho ông già.

Ông già đỡ lấy tờ giấy, đặt sát bên bầu thuỷ tinh của chiếc đèn bão để đọc lại, nhưng không đọc được. Đèn gần hết dầu, ngọn lửa run rẩy, bập bùng, mắt ông lão lại kém. Thằng cháu quỳ xuống bên cạnh ông nó, cầm tờ giấy lên mà ê a như đọc bài học thuộc lòng.

Ông già chăm chú nghe, đầu hơi cúi. Nghe xong, ông ngẫm nghĩ một lát rồi nói:

- Cán bộ viết thêm vào đây cho tôi: nếu lúc ấy tôi không còn sống thì cháu tôi là Nông Văn Thắng sẽ được hưởng tấm vé thay tôi.

Trường lấy lại tờ giấy, nắn nót viết thêm ở dưới, đúng từng lời yêu cầu của ông già.

Ông già đỡ tờ giấy, gấp lại làm tư, bỏ vào trong túi thổ cẩm.

Mironov đến bên ông, cầm tay ông, lắc mạnh:

- Xin cảm ơn cụ! Xin chúc mừng cụ!

Thằng bé giật giật cánh tay áo Trường. Nó hỏi khẽ:

- Em sẽ được đi máy bay với ông em chứ?

- Tất nhiên, vé ấy là cho cả chuyến bay, cho em và cho những người mà ông em muốn cho đi cùng. Em rồi sẽ được đi cả trên tàu vũ trụ nữa ấy chứ- Trường đáp và nhìn vào mắt nó, anh nhìn thấy một tia sáng long lanh.

- Tôi chưa chắc gì sống được đến ngày ấy - ông già thở dài.

- Không, cụ sẽ sống rất lâu - Mironov nói một cách quả quyết khi họ tiễn hai ông cháu xuống thang - Cụ sẽ sống ít nhất một trăm hai mươi sáu tuổi.

Trường hỏi Mironov:

- Tại sao lại một trăm hai mươi sáu tuổi?

Mironov ngẩng lên nhìn trời đêm, cười lớn:

- Một con số tự bật ra. Một hy vọng ập đến, bất ngờ. Chúng ta đều sống bằng hy vọng, không phải thế sao?

Hai người quay vào. Ngọn lửa leo lét trong chiếc đèn bão cháy bùng lên một lần cuối rồi tắt phụt. Đêm tối ở bên ngoài ùa vào làm cho ngôi nhà tràn ngập một thứ ánh sáng xanh tím mờ mờ.

Trường cảm thấy như mình đang ở trong một giấc mơ. Giấc mơ ấy anh sẽ không quên khi tỉnh dậy mà sẽ nhớ nó mãi, có thể là suốt đời.

- Anh em ta vẫn còn hát kìa - Mironov vỗ vai anh - Họ còn hát đến bao giờ?

- Họ sẽ hát cho tới khi gà gáy - Trường nói - Bây giờ họ đang hát về tình yêu, về những cuộc gặp gỡ không thể nào biết trước.

- Thực lạ. Người ta không bao giờ viết bài hát cho những cuộc gặp gỡ không phải của trai gái. Thí dụ như cuộc gặp gỡ với ông già vừa rồi.

- Đó là một sự hiểu nhầm về cuộc sống - Trường đáp - Rồi cũng có người làm những bài hát về những cuộc gặp gỡ như thế chứ. Nhưng này, Mironov, anh có tin chắc rồi ông già sẽ được tấm vé máy bay không? Không hiểu vì sao, tôi thì tôi tin.

- Tôi cũng thế, tôi cũng tin, như anh - Mironov nói và lại nhìn ra ngoài cửa sổ - Tin được như thế là một hạnh phúc.

- Hãy nói cho tôi biết vì sao anh nghĩ ra chuyện viết giấy chứng nhận cho ông cụ? - Trường đặt câu hỏi, không phải cho Mironov mà cho chính mình - Đối với tôi, cái đó hệt như trong truyện cổ tích.

Mironov không trả lời. Anh châm tiếp một điếu thuốc và rít một hơi dài trong bóng tối.

Nghe rõ tiếng hát của một người con gái bay ra từ nhà bên, tiếng gió rì rào trên những ngọn cây làm rơi xuống mái gồi những giọt sương nặng, chắc và trong vắt.

- Vì sao ư? - Mironov thì thầm.

Rồi nói tiếp:

- Chính tôi cũng không biết. Có lẽ tại mùa xuân. Anh chẳng nói nó là thời khắc khởi đầu cho những hy vọng mới trong suốt một năm là gì.

5-1961

ĐÔI MẮT MÀU ĐÊM

1.

Người lính, ba lô trĩu vai, cắm cúi đi trong đêm. Một mình.

Anh đi, suy nghĩ miên man. Những ý nghĩ rối rắm, mung lung, chẳng cái gì ăn nhập với cái gì. Mỗi khi dòng chảy của chúng đột nhiên đứt quãng, khi đầu anh hoàn toàn trống rỗng, anh nghe rõ hơi thở của phì phò nóng hổi nơi môi trên, và, như tiếng bước chân của người khác, tiếng dép của anh đều đều đạp trên mặt đường - soạt, soạt… soạt, soạt…

Cứ thế, không ngừng.

Con đường đá răm luồn lách trong những vạt rừng già, ẩm ướt và tăm tối ngay giữa ban ngày. Nó uốn khúc vắt qua những đồi những núi nhấp nhô và rừng nguyên sinh rậm rạp. Ban đêm, trong những khu rừng ấy sương mù đặc và nặng bốc lên hạ xuống làm thành một thứ mưa không ra mưa. Thỉnh thoảng những giọt vừa kịp đọng của thứ mưa sương ấy lại từ tán lá âm thầm rơi xuống thảm cỏ ướt sũng lá mục.

Anh lính thầm trách mình khờ. Lẽ ra, như người ta, trước khi chiều xuống anh phải tìm một đơn vị bộ đội nào đó, hoặc một trạm thu dung nào đó, để tá túc một đêm. Thời kháng chiến, ở đâu chả tìm được nơi có bộ đội. Người ta sẽ xếp cho anh một chỗ ngủ, và chưa chừng sẽ có một bữa ngon lành sáng hôm sau. Nhưng anh lại cứ nhất quyết đi cơ, mặc những lời gàn quấy của những người ở trạm giao liên cuối cùng anh vừa rời bỏ.

Chao ôi, chỉ tại anh bốc đồng khoái trá với một ý nghĩ chợt đến - một chuyến đi vào ba mươi Tết, đi xuyên khoảng thời gian mang mốc phân cách, đi từ năm này sang năm khác. Như một thách thức lãng mạn, như một cử chỉ bướng bỉnh. Xét cho cùng, nó là một hành động dở hơi, chẳng có ích gì, kể cả cho chính anh.

Giá phải trả là giờ đây anh sẽ cứ phải đi mãi thế này, suốt đêm, không nghỉ, không ngủ. Cứ thế đi. Anh đã trót đi mất rồi. Thế là sẽ chẳng có một chỗ để ngả lưng, dù chỉ vài giờ, trong đêm lạnh.

Anh bắt đầu ân hận với quyết định gàn dở của mình từ khi bắt gặp cái tĩnh mịch đặc biệt của con đường dằng dặc, khi ánh mặt trời vàng ệch cuối cùng tắt hẳn trên đỉnh núi cao nhất.

Vào lúc này mới đi tìm một chỗ trú chân thì đã quá muộn. Dọc đường anh chỉ gặp, rất thưa thớt, những hàng quán cửa đóng then cài im ỉm hoặc trống huếch trống hoác.

Người lính đã mỏi chân lắm khi leo lên tới đỉnh một con dốc. Trong vòng chục cây số anh vừa đi qua không có lấy một ngôi nhà. Đang thất thểu lê từng bước đổ dốc, anh bỗng thấy trước mặt, trong sương mù trắng đục, một ánh lửa thấp thoáng. Sương mù mỗi lúc một dày đặc, thành thử ánh lửa cứ chập chờn, le lói, khi xa khi gần. Có thể nó ở ngay chân dốc, mà cũng có thể rất xa.

Thôi được, mình sẽ tới đó, sẽ lẳng lặng ngồi xuống hè ngôi nhà nọ, ở đầu hồi, ở chái, ở chỗ nào cũng được, có điều mình phải thật nhẹ nhàng, không làm kinh động chủ nhà, anh tự nhủ. Có nhà là có hơi ấm, là tốt rồi - mình có thể dựa vào vách mà chợp mắt một lúc, chỉ một lúc thôi.

Đêm trừ tịch, chẳng ai muốn đón ai vào nhà mình, người lính biết điều đó lắm. Người trong nhà cũng chẳng tưởng tượng trong đêm cuối cùng của một năm lại có kẻ điên khùng lang thang trên đường, như anh.

Anh là người lính. Là người xông nhà không ai chờ đợi - phúc không, lộc không, thọ cũng không nốt - ai có thể nói chắc điều gì sẽ đến với kẻ ngày mai ra trận?

2.

Hoá ra ánh lửa không phải phát ra từ một ngôi nhà nhỏ kiêm quán hàng ở ven đường, như những ngôi nhà anh thường gặp. Nó le lói sâu tít tắp trong rừng, thoáng hiện thoáng mất qua cành lá rậm rịt. Người lính chặc lưỡi, quyết định rẽ vào. Một con đường mòn, rất hẹp, hai bên um tùm lau lách dẫn anh tới ánh lửa ấy. Nhưng anh đi mãi, đi mãi vẫn không thấy nó đâu. Cái trò chơi của lửa đêm anh đã biết, thấy nó đấy, tưởng là rất gần, hoá rất xa.

Cuối cùng rồi anh cũng tới được chỗ ánh lửa. Nó hắt ra từ bên trong một ngôi nhà sàn. Anh không nhìn rõ ngôi nhà, nhưng đã nghe tiếng gió thổi u u trong những miệng bắng nước làm bằng thân vầu. Người ta thường đặt những bắng nước ở ngay dưới chân thang dẫn lên nhà sàn. Những cái bắng rỗng, anh nghĩ. Nếu trong bắng đầy nước, tiếng kêu sẽ không như thế. Không thấy tiếng trâu thở phì phò, tiếng lợn ủn ỉn bên dưới. Yên lặng hoàn toàn.

Như thế này thì còn biết ngả lưng vào đâu cơ chứ? Nhà sàn vốn không hè, không chái. Sương xuống nhiều, bên dưới chỗ nào cũng ướt nhoẹt.

Anh đã thấm mệt. Chẳng biết bây giờ là mấy giờ - anh không có đồng hồ - nhưng chắc đã rất khuya. Người trong nhà, nếu họ có ở đấy, thì đã ngủ say. Ngoài tiếng u u của những bắng nước, anh nghe tiếng kẽo kẹt của cái "xe cọn" già lão đâu đó quay đều đặn, rất gần, và tiếng nước dào dạt đổ xuống máng.

Người lính còn đang phân vân chưa biết tính sao thì ánh lửa trong nhà bỗng lay động, nó di chuyển chầm chậm về phía đầu thang.

- Anh bộ đội hả?

Tiếng một cô gái. Làm sao cô ta có thể nhìn thấy mình trong

đêm tối thế này? Làm sao cô ta có thể đoán biết mình là bộ đội chứ không phải một khách bộ hành lạc lối?

- Chào cô - anh đằng hắng rồi lên tiếng - Tôi thấy ánh lửa từ xa…

Anh định nói vì sao anh tới đây, nhưng rồi anh nín lặng. Giải thích thế nào cho cái sự có mặt dớ dẩn này?

- Khuya rồi lố, anh bộ đội à! - cô gái nói bằng giọng vui vẻ - Lên đi, đừng có ngại.

Người lính ngần ngừ một giây rồi xốc ba lô, thận trọng đặt chân lên bậc thang. Những thanh gỗ kêu lên khe khẽ dưới mỗi bước chân.

Cô gái nhấc cao thêm đĩa đèn để soi đường cho anh. Nhưng không có ánh đèn còn hơn, bị loá mắt anh không nhìn thấy gì dưới chân mình.

Khi người lính đã bước hẳn vào trong nhà, cô gái mới đặt đĩa đèn xuống sàn.

Người lính giật mình.

Cô gái mới xinh đẹp làm sao!

Gương mặt trắng, hơi xanh; đôi mắt đen láy mở to, chúng xa nhau một khoảng cách nhiều hơn bình thường; món tóc mai đen nhánh buông lơi xuống má; tất cả những cái đó làm cho vẻ chất phác của cô trở thành hơi man dại, khác người. Anh cảm thấy bàng hoàng trước sắc đẹp ấy. Nó lôi cuốn lạ thường.

Thấy người lính chăm chú nhìn mình, cô gái bèn lẽn cúi mặt, làm bộ bận khêu bấc.

Anh cũng lúng túng cúi xuống nhìn cái đĩa đèn. Ở quê anh không có thứ đầu cọ đen kịt vừa toả sáng vừa bốc khói ngùn ngụt thế kia. Anh say sưa ngắm cô, dù anh biết cái nhìn của mình thật suồng sã.

- Anh có mệt không, anh bộ đội?

Anh mỉm cười. Thay cho câu trả lời, anh chỉ gật đầu. Anh không nói nên lời. Anh cảm thấy trong lòng một niềm vui khó tả. Cuộc gặp gỡ bất ngờ làm anh bàng hoàng. Mới trước đó ít phút anh còn loay hoay tìm một chỗ nghỉ cho đôi chân mỏi nhừ, anh thực sự không muốn làm phiền chủ nhà, thế mà đùng một cái tình thế bỗng thay đổi, anh bỗng được hưởng cái anh không hề chờ đợi - một sự đón tiếp thật ấm áp, chân tình. Giọng nói hơi líu lo, như tiếng chim, âm sắc đặc biệt của người miền núi, rất hồn nhiên, vui vẻ, chứng tỏ cô cũng mừng thấy anh đến.

- Anh có đói không anh? Hả, anh nói sao? - cô hỏi - Có xôi trong gùi kia, em lấy anh ăn nhé? Đừng làm khách.

- Để anh nghỉ một lát đã. - anh vào giọng với cô, cũng rất thân mật, tự nhiên, như họ từng quen biết - Mọi người trong nhà đi đâu vắng?

- Không có ai đi đâu lố. Em ở một mình thôi.

- Vậy sao?

Người lính nhìn quanh. Trong ánh sáng mờ mờ và luôn lay động của đĩa đèn, anh thấy trong góc nhà chăn đệm vẫn xếp ngay ngắn. Nghĩa là cô gái chưa ngủ. Mà trời thì đã khuya quá rồi.

- Anh có lạnh không?

Nghe hỏi anh mới nhận ra là trong nhà sàn lạnh thật. Cái lạnh bắt đầu ngấm vào da thịt khi thân thể nóng bừng được nghỉ ngơi. Bếp lửa thì tắt ngấm.

- Anh nhóm lửa đi!

Cô gái nhanh nhảu đặt mấy cành khô vào bếp ở giữa nhà cho anh. Người lính lúi húi châm lửa. Một lúc lâu sau lửa mới bén. Củi không nỏ, châm rất khó. Bếp toả khói mù mịt.

- Sao anh không ở nhà đêm nay?

- Anh thích thế. Chẳng ai lại không ở nhà để đi trong đêm như đêm nay. Vì thế anh đi. Cả ngày. Cả đêm.

Cô gái cười tươi. Đôi mắt ướt, đậm màu đêm, loáng lên trong ánh lửa lay động.

- A lúi, anh lạ lắm. Buồn cười nữa.

- Thế à?

- Chứ còn gì. Bây giờ em lấy cơm anh ăn nhá?

- Ừ.

- Rồi em sửa soạn cho anh ngủ. Đi cả ngày chắc anh mệt lắm?

Người lính đau đáu nhìn cô. Anh như bị thôi miên. Anh ngây ngất trước gương mặt chất phác sáng ngời của cô. Sao lại có người đẹp đến thế?!

- Anh hết mệt rồi. - người lính nói - Anh cứ nghĩ rằng anh sẽ phải đi suốt đêm cơ đấy.

- Sao thế?

- Thì anh biết ngủ nhờ ở đâu? Gặp được em thật là may.

Cô gái lấy que cời cho lửa bùng lên.

- Em cũng may. Đêm nay em không phải ở một mình.

Cô đứng lên, với tay lên gùi treo trên cột, lấy nắm cơm nếp đưa cho anh.

- Anh ăn nhạt vậy. Nhà hết sạch thức ăn. Muối cũng không còn một hạt.

- Anh có mang theo muối đây. Anh để lại cho em một ít nhá?

- Rồi anh lấy gì ăn?

Nắm cơm lạnh, có những mảng khô cứng. "Ăn thế này mà chịu được, chán chết - anh nghĩ - Không hiểu sao người ta có thể quen được một thứ cơm nếp để khô như thế?" Nhưng rồi anh cũng ăn hết được nắm cơm ấy, để chiều lòng cô gái hơn vì đói. Trên đường anh đã ăn lương khô mang theo.

- Anh có nhớ nhà không anh? - cô gái bó gối nhìn anh nhặt nốt mấy hạt cơm dính trên bàn tay bỏ vào miệng - Anh cứ đi suốt thế à?

- Nhớ chứ sao không. Việc phải đi thì đi.

- Việc cần lắm à?

- Cần chứ.

- Việc gì cần thế? - cô gái hỏi, rồi bụm miệng, kêu lên - A lúi, không được hỏi thế. Bí mật mà.

Người lính tủm tỉm cười. Anh nhìn cô như người anh lớn nhìn cô em gái bé bỏng, nghịch ngợm.

Cô gái cứ nhìn anh mà cười mãi không thôi. Anh cũng cười, vô nghĩa như cô. Khi cả hai cùng cười vô nghĩa anh thấy mọi vật quanh anh tươi sáng hẳn lên, và trong tâm hồn anh có một trạng thái nhẹ nhõm chưa từng thấy. Anh như bay bổng lên trong một khoảng không kỳ lạ, giống như trong một giấc mơ.

Anh vụt tỉnh khi nghe cô gái nói:

- Em dọn chỗ cho anh ngủ nhé? Anh đi rửa tay chân đi. Nước ở đầu thang ấy.

Nước lạnh làm anh rùng mình. Bầu trời đen kịt. Anh không nhìn thấy nó. Có thể đó là do ngôi nhà nằm dưới những cây cổ thụ mà tán lá của chúng đã che khuất tất cả.

Trong nhà, cô gái đã trải đệm cho anh. Tấm chăn bông đặt ngay ngắn ở bên gối.

Người lính ngồi xuống bên bếp. Lửa thôi cháy, nhưng than hồng rất đượm. Ánh sáng của than làm cho mặt cô gái hồng hẳn lên, đôi mắt càng long lanh.

- Còn em, em nằm đâu?

- Em không ngủ. Em chán ngủ lắm. Em ngủ suốt ấy mà. Ngủ thì có gì thú vị đâu.

- Nhưng ai cũng phải ngủ. Để lấy lại sức chứ.

- Không phải thế đâu. Khi ngủ nhiều, nhiều thật nhiều, người ta sẽ chán. Chán lắm ấy, anh không biết nó chán đến thế nào đâu, anh không biết được.

- Nếu em thức, còn anh ngủ, thì còn ra làm sao?

- Ngủ đi. Anh thức không nên đâu.

Anh đứng lên. Cô gái nhìn anh không rời. Anh cũng nhìn sâu vào mắt cô, đôi mắt như không có lòng trắng, sâu thẳm, như bầu trời trong đêm nay.

Đôi mắt đen ấy cuốn hút anh với một sức mạnh không sao cưỡng nổi. Từng chút một, rất chậm, anh nhích lại gần. Rồi ôm choàng lấy cô, anh thận trọng đặt lên đôi mắt quyến rũ một cái hôn thật nhẹ. Cô không chống lại, để mặc anh muốn làm gì thì làm. Miệng cô hé mở trong một nụ cười ngơ ngác. Chỉ tới khi môi anh chạm vào môi cô, cô mới hơi vùng ra, như sửng sốt, vì không quen, chứ không phải vì không bằng lòng. Anh ôm lấy cô, bế bổng cô lên. Trong tay anh cô gái nhẹ bỗng, như không có trọng lượng. Môi cô mềm và ướt. Anh ngửi thấy hương thảo nguyên trên da mặt cô. Hơi thở của cô như có mùi lạc tiên thoang thoảng, thứ cây mọc ven mọi con đường.

Người lính đặt cô nằm xuống nơi cô dọn cho anh nằm.

Rồi vừa ôm chặt cô bằng một tay anh vừa dùng tay kia tung tấm chăn phủ lên hai người.

- Đừng, anh!

- Tại sao lại đừng? - anh thì thầm, hổn hển.

- Hại cho anh lắm lố. - cô ôm chặt anh, một tay đặt lên ngực anh như muốn đẩy anh ra, nhưng là bàn tay ngập ngừng - Hại đấy! Đừng, anh ơi!

- Không, anh không sợ...

Cô đột nhiên mềm nhũn trong tay anh. Một phút sau, họ quấn chặt lấy nhau không rời. Trong tột cùng hạnh phúc.

3.

Người lính tỉnh dậy vì một tia nắng lọt qua cửa sổ chiếu vào mặt. Anh sửng sốt - không phải là ngôi nhà sàn đêm qua, không có người con gái ở bên cạnh.

Anh còn nhớ, rất rõ, với cảm giác hạnh phúc, khi cô vuốt ve anh như dìu anh vào giấc ngủ sâu, thanh bình. Anh nhớ hơi thở đều đặn của cô ở bên anh, ngực cô phập phồng dưới tay anh.

Một người con gái mặc áo blu trắng mừng rỡ kêu lên:

- Đồng chí ấy tỉnh lại rồi!

Mấy người khác, cũng trong áo blu trắng, mũ vải trắng, đang bận bịu ở cuối phòng nghe tiếng kêu của cô vội vã đi tới.

- Đây là đâu? - anh nắm lấy tay cô y tá, hỏi bằng giọng yếu ớt đến nỗi chính anh không nhận ra - Cô ấy đâu?

- Đây là trạm quân y. Đồng chí hỏi ai kia? - cô gái ngạc nhiên nhìn anh - Cô nào?

Anh cũng ngơ ngác nhìn cô:

- Cô gái cho tôi ngủ nhờ ấy. Mà trước hết, xin cô nói cho tôi biết: tại sao tôi lại ở đây?

Một người đứng tuổi, ống nghe đeo trước ngực, ngồi xuống bên anh, vạch mi mắt anh, bắt anh thè lưỡi ra để quan sát, chắc là một bác sĩ. Ông ta điềm đạm nói với y tá:

- Anh ấy chưa tỉnh hẳn đâu. Cô cho thuốc tiếp tục theo đơn.

Cô y tá nhìn anh. Vậy mà cô tưởng anh đã tỉnh.

Theo sau bác sĩ là mấy người trẻ. Họ vây quanh giường anh, chăm chú nghe bác sĩ nói, quan sát anh không rời.

- Trường hợp tiêu biểu của sốt rét ác tính, không có gì lạ - người đứng tuổi giải thích - Các anh nhớ lấy: bệnh nhân dường như tỉnh lại sau những cơn sốt cao và hôn mê, tức là có vẻ tỉnh nhưng lại không nhận ra thực tại, hoặc tiếp nhận thực tại một cách lệch lạc.

- Tức là cơn mê còn kéo dài? Tác động của accès pernicieux lên não bộ, thưa thầy? Liệu nó có để lại di chứng xấu cho hệ thần kinh?

- Không. Không thấy có di chứng xấu cho hoạt động của vỏ não... Ít nhất thì cũng chưa có trường hợp nào như thế được ghi nhận ở những bệnh nhân nặng nhưng sống sót.

- Như ca này, nếu như lúc ấy chúng ta không có Quinoforme? Thì có thể dùng cái gì thay thế, thưa thầy? - một thanh niên hỏi ông ta.

- Mọi thứ thuốc có chứa quinine, liều rất cao - ông ta nói – Chúng ta không có thuốc nào khác[38]. Còn biệt dược có tên May Mắn thì chẳng bao giờ loài người chế tạo được.

- Tức là có những ca nặng chỉ có thể nhờ Trời, thưa thầy?

- Đúng thế.

Bác sĩ rời giường anh để tới những giường khác. Những người học trò líu ríu theo chân ông.

Người lính rụt rè nhắc lại câu hỏi khi cô y tá đỡ anh ngồi dậy để uống thuốc:

- Tôi tỉnh rồi, tôi tỉnh thật rồi mà. Cô làm ơn cho tôi biết đi: tại sao tôi ở đây?

- Anh bị sốt cao, bất tỉnh - cô ta nhỏ nhẹ kể - Họ cáng anh lại đây, may mà họ biết ở đây có trạm quân y...

- Họ là ai? Có phải là một cô gái?

- Không phải - cô y tá lắc đầu - Một người đàn ông, già rồi. Và em trai ông ta.

- Lúc họ cáng tôi đến, cô có đấy không?

---

[38] *Vào năm 1946-1947, ở các trạm quân y không có thuốc nào khác để chữa bệnh sốt rét do muỗi Anopheles minimus truyền từ người này qua người khác.*

Cô y tá nhoẻn cười. Cô khá xinh. Da trắng hồng. Có một cái răng khểnh. Một lúm đồng tiền. Một cô gái rất đồng bằng.

- Lúc ấy em trực. Anh có biết anh mê man bao nhiêu ngày rồi không?

Người lính lắc đầu. Anh không nhớ gì hết sau đêm ấy. Có một màn sương bao phủ những gì vừa xảy ra với anh. Anh láng máng nhớ tới cảm giác đung đưa, tiếng khóc thổn thức của ai đó, hình như của cô gái có đôi mắt đen tuyền. Cái mà anh nhớ rõ là đêm Ba Mươi Tết, trong rừng sâu, trên ngôi nhà sàn.

- Người ta cõng anh tới trưa Mồng Một. Hôm nay Mồng Bốn. Coi như hết Tết. Anh thiệt quá.

- Coi như hết Tết! - anh máy móc nhắc lại - Cô có biết người cõng tôi tới đây là ai không?

Cô y tá lắc đầu.

- Không. Một ông già. Ông ta giao cho trạm cả ba lô của anh. Anh tỉnh rồi, xem có thiếu gì không? Chắc không thiếu gì đâu. Người ở đây thực thà lắm.

Người lính suy nghĩ. Rồi ngần ngừ, anh hỏi tiếp:

- Ông ấy có nói tìm thấy tôi ở đâu không?

Cô y tá gật đầu:

- Có.

- Ở đâu?

- Ông ta nói: con gái ông ta báo cho ông ta biết lúc tảng sáng Mồng Một. Rằng ông phải đến ngay để cứu một anh bộ đội.

- Đến đâu?

- Chỗ con gái ông ấy.

- Con gái ông ấy?

- Phải.

- Cô ấy không đi cùng?

Cô y tá nhoẻn cười.

- Làm sao cô ấy đến được?

- Tại sao lại không đến được?

Cô y tá nhìn anh, ngạc nhiên một thoáng:

- Cô ấy có phải người sống đâu. Ông già tin nhảm. Ông ấy bảo ông ấy tìm được anh đang sốt mê man là nhờ hồn con gái ông ấy về báo mộng.

- Nhưng… - anh chồm về phía cô - Tôi, tôi…

- Gượm, em kể cho mà nghe. Con gái ông ấy chết đã ba tháng rồi. Khi cô ấy chết, bố mẹ cô ấy để cho cô ấy ở một nhà riêng, có chia của hẳn hoi, tức là có chăn chiếu, nồi niêu… đủ cả, như lúc còn sống. Tục lệ của họ thế.

Người lính rùng mình.

- Anh biết không, ở vùng này khi có người chết thì người ta bổ đôi một thân cây, bỏ xác chết vào trong, lấy nhựa trám trét kín, rồi dựng ở góc nhà sàn chia cho người chết...

- Thế ư?

- Nghe nói vậy, chứ mắt em chưa thấy. Khiếp chết đi được.

Người lính vốn không tin chuyện ma quỷ. Nhưng câu chuyện cô y tá kể lại làm cho anh bất giác nhớ đến ngôi nhà sàn. Nó trống tuềnh trống toàng, không có một chút bừa bộn ắt phải có, như ở mọi nhà. Khi lửa bếp sáng lên, anh có thấy một cái gì đó giống như một cây gỗ tròn dựng trong góc tối. Chẳng lẽ tất cả chỉ là một giấc mơ trong cơn sốt?

Anh nhắm mắt lại, hình dung gương mặt cô gái trong đêm, khi đĩa đèn đã tắt, than hồng đã lụi. Trong bóng tối gần như hoàn toàn đôi mắt đen của cô vẫn lấp lánh một cách kỳ lạ. Nhưng đó đôi mắt ấy không phải, và không thể là đôi mắt ác.

Trong đôi mắt ấy, khi cô nhìn anh, chan chứa tình yêu.

4.

Người kể lại câu chuyện này cho các bạn tù là một ông già câm. Vóc dáng cao lớn, thẳng thớm, gương mặt hiền hậu, tính tình hoà nhã, ông được mọi tù nhân yêu mến. Đặc biệt là những đứa trẻ. Chúng yêu ông như ông ruột.

Những người biết ông ngoài đời kể rằng ông đã tham gia hai cuộc chiến tranh dài, đánh "dư trăm trận", bằng chứng là trên người ông đầy sẹo, dấu vết của những cuộc chiến đã qua. Gần hết cuộc đời ông ở trong quân ngũ. Theo họ kể, ông hoàn toàn vô tội. Ông bị bắt vì rơi vào vị thế nhân chứng cho sự lộng hành của một nhà lãnh đạo quốc gia, khi ông là người bảo vệ ông ta. Nhà lãnh đạo càng về già thì căn bệnh bách hại cuồng trong ông ta càng nặng. Ông ta đích thân ra lệnh bắt người bảo vệ ông để trừ hậu hoạn. Thế là ông trở thành tù không có án. May mà ông đã không ra lệnh thủ tiêu người mà ông còn dành lại một chút cảm tình. Người ta không xử ông, nhưng cũng không thả ông. Với những "phần tử nguy hại cho an ninh xã hội", người ta có quyền làm như thế. Vợ con ông không bị bắt, nhưng trở thành con tin để buộc ông im lặng.

Sau nhiều năm biệt giam ông trở thành người câm mất trí, lúc khóc lúc cười, xé quần xé áo, nói cách khác là dở điên dở dại. Sau khi yên tâm rằng ông vô hại người ta cho ra ở trại chung.

Câu chuyện trên được viết lại theo lời kể rất vắn tắt của người tù bị coi là mất trí ấy. Tôi thêm vào đấy những chi tiết tưởng tượng dựa trên những gì tôi từng trải qua trên những nẻo đường kháng chiến.

Những câu chuyện hoang đường bao giờ cũng là sản phẩm của một trí tưởng tượng phong phú, hoặc một trí nhớ bệnh hoạn. Ông già câm nằm bên đã kể câu chuyện này cho tôi nghe, bằng giọng thì thầm vào một đêm trừ tịch ở một trại giam giữa rừng Việt Bắc.

Trong những đêm như đêm này, người tù nào cũng không ngủ, người nhớ nhà, người thả hồn về quá khứ. Cũng là lúc những hồi ức trong cuộc đời "ở ngoài kia" được tái hiện trong những truyện kể. Tôi tin nó là chuyện thật. Ông già không bịa.

Theo lời ông kể thì chuyện xảy ra với một người bạn. Tôi đồ rằng nó là chuyện xảy ra với chính ông.

Khi tôi hỏi ông: với tư cách một người duy vật - ông từng là đảng viên cộng sản - ông có tin rằng con người có linh hồn không, thì ông không trả lời.

Đã quen tính ông, tôi không gặng.

Sau đây là câu trả lời của ông vào một lúc khác, khi chỉ có hai chúng tôi với nhau vào một buổi chiều. Chúng tôi ngồi ở một góc vắng trong sân trại. Hoàng hôn tắt dần trên đỉnh núi xa xa.

- Linh hồn? Tôi không nghĩ rằng có, nhưng tôi cũng không dám quả quyết rằng không - ông nói - Nếu linh hồn có thì ở đâu ta cũng có thể gặp nó. Hoặc ít nhất thì cũng thấy được nó khi một số điều kiện được thoả mãn, thí dụ những buổi mưa thâm tối trời, không trăng không sao, hoặc trong những ngôi nhà hoang không người ở, những khúc sông có xoáy nước dữ dội, có nhiều người chết đuối…như ta thường được nghe trong những chuyện ma.

Tôi nói tôi không tin ở sự tồn tại của linh hồn. Người ta chết là hết. Chẳng có gì còn lại sau khi sự sống không còn trong thân xác. Khoa học thực nghiệm không thừa nhận sự tồn tại của cái gọi là linh hồn.

- Tôi cũng từng thiên về cách anh nghĩ. - ông già nói - Nếu có linh hồn thì thế giới của chúng ta đã tốt hơn nhiều.

- Tại sao?

- Tại vì các linh hồn sẽ không thể chịu được sự chứng kiến những gì mà khi sống chúng đã phải chịu. Chúng sẽ giúp ta loại khỏi đời sống những tên khốn nạn, những tên đê tiện, những con quỷ mang hình người.

- Nhưng còn câu chuyện kia?

- Có thể có nhiều cách giải thích. Rằng đó là hình ảnh được ghi lại từ giấc mơ hỗn độn do cơn sốt rét ác tính gây nên. Chẳng hạn, anh bộ đội ngất đi trên đường vì sốt cao. Cô con gái trên nhà sàn là có thật, trong cơn sốt mê man anh ta chỉ nhớ láng máng về những gì xảy ra. thực hư lẫn lộn…

- Có lý - tôi nói.

Ông im lặng. Tôi nhắc:

- Sau đó có bao giờ anh bộ đội gặp lại người con gái đó không, trong những giấc mơ chẳng hạn?

- Không. Không một lần nào. Nhưng từ sau câu chuyện ấy anh ta thấy có một cái gì đó như là linh tính, rất lạ, nó báo trước cho anh ta những hiểm nguy.

- Nghĩa là bác vẫn tin rằng chuyện xảy ra với anh bộ đội là có thật?

Ông già im lặng hồi lâu.

- Với anh, tôi không dấu - tôi tin.

- Bác tin?

Ông không gật đầu. Nhưng cũng không lắc.

- Linh hồn là một cái gì đó ta không hiểu - ông già nói – Nó chẳng cần chứng tỏ sự hiện hữu của mình với bất kỳ ai. Vì thế nhiều người không bao giờ thấy. Hiếm có người gặp ma. Phần lớn chuyện ma mà ta được nghe là chuyện báo oán. Đó là những linh hồn bị nhục mạ, bị hà hiếp, bị đối xử tàn tệ, quay lại dương thế để thực hiện cuộc trả thù, đòi lẽ công bằng… Là thứ ma có người gặp. Nhưng với anh bộ đội, linh hồn đã hiện ra không phải như vậy.

- Nó giống một cuộc gặp gỡ trong đời thường…

- Và là một cuộc gặp gỡ đẹp chỉ có trong mơ. Linh hồn cô gái trong câu chuyện tôi kể có lẽ là cái đẹp bị mất sớm. Nó lẽ ra phải được tồn tại, cho tình yêu chẳng hạn. Hãy nhìn dương thế của chúng ta mà xem. Thật đáng tởm. Có biết bao nhiêu đứa khốn nạn trong đó? Còn cô gái mà anh bộ đội gặp trong đêm ấy, là ma đấy, nhưng hoàn toàn không thế. Cô ấy chỉ mang lại hạnh phúc.

Tôi gật đầu.

- Cô ấy cho mà chẳng đòi gì cả...

Ông già nói.

ĐÔI TẤT NGOẠI

Có lần, trong bữa ăn tối với bè bạn, nhà văn Nga Anton Tchekhov nói: "Các ông kêu viết khó ư? Không hề! Nếu có cái khó thì đó là khi ngồi trước trang giấy anh định viết cái gì, để làm gì? Tôi ấy à, tôi có thể viết ngay một truyện ngắn về lọ mực trên bàn kia, nếu tôi muốn. Vâng, về cái lọ mực ở trước mặt các vị kia kìa".

Tôi thuật lại không đúng câu chữ, nhưng tôi nhớ và rất thú giai thoại ấy. Lọ mực, hay bất cứ vật nào khác, chỉ là cái cớ cho sự sáng tạo vốn nằm sẵn trong ký ức nhà văn. Tchekhov viết dễ là nhờ vốn sống phong phú và trí tưởng tượng dồi dào.

Chuyện lọ mực của Tchekhov làm tôi nhớ tới những đồ vật tầm thường từng ở với tôi một thời gian rồi biệt tăm biệt tích, nhưng kỷ niệm về chúng thì cứ còn mãi. Chúng nhắc ta nhớ đến một khúc nhôi nào đó trong đời.

Thí dụ, tôi có kỷ niệm về một đôi tất. Nó là vật tầm thường. Nhưng với tôi, nó đáng nhớ. Như một biểu tượng cho một thời.

Đầu đuôi là thế này:

Năm 1963 ngành đóng tàu Ba Lan cho hạ thuỷ một con tàu có độ dẫn nước 15.000 tấn, tức là một tàu chở hàng loại nhỏ, có khả năng cập các bến cảng nông.

Không biết ông Gomulka, tổng bí thư Đảng cộng sản Ba Lan hồi ấy, hay một ông bí thư nhà máy đóng tàu nào đó ở thành phố

Gdansk, đã nảy ra ý nghĩ đặt cho con tàu mới đóng cái tên Hà Nội. Tác giả cái tên ấy hẳn không ngờ mình đã tặng ngành tuyên giáo Việt Nam một cơ hội bằng vàng.

Nhân dịp con tàu cập bến Hải Phòng, các báo thủ đô đều chạy tít lớn trên trang nhất, với hình một cô gái Việt bé nhỏ mặc áo dài đập chai sâm banh vào mạn tàu trong lễ xuống đà của nó.

Tờ báo của chúng tôi không thể kém các đồng nghiệp. Nó là tờ báo duy nhất xuất bản bằng các thứ tiếng nước ngoài, được chính nguyên tổng bí thư đảng khai sinh. Ông vẫn chú mục theo dõi nó ngay cả khi đã mất chức vì một tội ác mà người ta gọi cho sang là một sai lầm.

Chủ nhiệm gọi tôi vào phòng. Ông trịnh trọng trao cho tôi thực hiện phóng sự về sự kiện trọng đại này.

- Phải hết sức cẩn thận trong giao tiếp. "Tỏ tình thân, giữ khoảng cách" - ông nghiêm trang dặn tôi bằng phương châm kiểu Tàu "Liệu đấy, kẻo rắc rối".

Rắc rối nghĩa là thế nào, chỉ những người từng sống ở Việt Nam thời kỳ đó mới hiểu. Xểnh chân xểnh tay không sao, chứ xểnh miệng là lôi thôi lắm. Nhẹ thì phê bình kiểm thảo, chuyển công tác. Nặng, có thể đi tù.

Ngày ấy, những năm 60 thế kỷ trước, nội bộ cái gọi là phe xã hội chủ nghĩa rất lủng củng. Trung Quốc xa xả chửi Liên Xô là "đồ xét lại", Liên Xô nhiếc Trung Quốc là "lũ giáo điều". Trong từ vựng cộng sản, "giáo điều" và "xét lại" đều xấu, kiểu như tim la và lậu trong cách nói dân dã.

Vì lẽ gì hai nước lớn ném cứt vào mặt nhau như thế chỉ có "trên", tức là các vị cầm cân nảy mực trong đảng cầm quyền mới biết, chứ dân chúng thì mù tịt. Thậm chí cánh nhà báo thóc mách cũng chỉ biết lơ tơ mơ rằng hai bên có mâu thuẫn gì đó về lý thuyết cộng sản, chứ dưới tấm chăn lý thuyết ấy còn có cái gì nữa thì cũng chỉ là đoán mò. Thậm chí chuyện hai bên nổi điên nã súng vào nhau ở hai bờ sông Ussuri chúng tôi cũng không biết.

Chân lý được phát hành theo đại lý. Bộ Chính trị phổ biến tin tức có giới hạn cho Trung ương, Trung ương cắt bớt rồi phát xuống tỉnh, tỉnh cắt thêm ít nữa, cho xuống huyện. Càng xuống thấp sự thật càng teo tóp. Những người thọc mạch nhất nếu có biết gì hơn khẩu phần tinh thần được phân phối cũng chỉ dám xì xào về một mảnh nào đó mà thôi. Chớ có dại mà đến gần đám cháy.

Ở Hải Phòng, nhà văn bạn tôi, thận trọng dặn:

- Nhớ phải lấy giấy giới thiệu của thành uỷ, uỷ ban, cả công an nữa. Cho nó chắc! Cảng là cảng, mà cũng là biên giới, lên tàu nước ngoài là dễ rách việc lắm đấy.

Tôi sợ giấy tờ như tổ tiên chúng ta sợ sấm sét. Tôi ngán các thứ giấy tờ lắm lắm.

Cùng đi với tôi có Văn Sinh, phóng viên nhiếp ảnh. Tôi xin Văn Sinh đi cùng là để phòng ngừa bất trắc. Lên tàu Ba Lan, đồng nghĩa với bước chân vào lãnh thổ một nước không phải là "mác-xít-lê-nin-nít chân chính", có Văn Sinh đi cùng, tôi yên tâm. Anh là nhân chứng có giá khi hữu sự. Xuất thân thợ ảnh phố huyện, là công nhân theo cách hiểu của các chính trị gia nội hoá, anh là người thuộc giai cấp lãnh đạo cách mạng. Ngoài chức phó bí thư chi bộ, phó chủ tịch công đoàn, anh còn là chiến sĩ thi đua toàn ngành văn hoá. Đảng không tin anh còn tin ai?

Trời nắng như đổ lửa. Phố xá râm ran tiếng ve sầu.

Chúng tôi trình giấy tờ ở cổng cảng. Vào. Đi bộ một lát, thấy con tàu Hà Nội chình ình trước mặt. Bên trên, mấy thuỷ thủ cởi trần trùng trục, đỏ như tôm luộc, đang làm việc.

Đã tưởng qua cổng cảng rồi, trình giấy rồi, thì cứ thế lên tàu, hoá không phải. Ở bốt gác đặt dưới cầu tàu, chúng tôi lại phải trình giấy lần nữa. Anh lính gác lật ngang lật dọc hai cái thẻ nhà báo rồi đủng đỉnh gõ kẻng. Đốc gác đủng đỉnh ra, cầm giấy mang đi.

Chúng tôi khô cong dưới trời nắng. Cuối cùng, rồi đốc gác xuất hiện, lười biếng phẩy tay: "Đi đi. Khi ra sẽ nhận lại giấy tờ".

Khi đi tới cảng tôi đã hình dung trong đầu kế hoạch làm việc: gặp các sếp của con tàu, trình bày mục đích xong, thì ra ngoài cảng ăn trưa, chiều lên tàu làm việc tiếp. Chờ xét giấy mất cả tiếng đồng hồ - thế là lỡ bữa.

Thuyền trưởng Kazimierz, chắc chắn là một tên "xét lại", may thay, lại là người hiếu khách. Cao lớn, ngộc nghệch, tươi bưởi, sau cái bắt tay chặt, anh gọi nhà bếp mang bia và cá vobla[39] lên đãi chúng tôi. Cùng tiếp khách với thuyền trưởng còn có vài sĩ quan trên tàu.

Cuộc tiếp xúc không có gì căng thẳng giữa hai bên xét lại và mác-xít lê-nin-nít chân chính. Văn Sinh lúc đầu còn nghiêm trang đúng cách, nhất nhất tuân theo lời dặn của cấp trên, nhưng bia Pilzen đã nhanh chóng xoá đi rào cản vô hình của cuộc đấu tranh một mất một còn giữa hai đường lối cộng sản.

Tối hôm ấy chúng tôi lại được một bữa thịnh soạn nữa, lần này với đông đủ sĩ quan, thuỷ thủ. Ngoài hai đứa tôi ra, khách lên tàu còn có các quan chức trung ương và địa phương đến chào mừng con tàu mang tên Hà Nội.

Bếp trưởng tiếp khách bằng những món Ba Lan truyền thống. Trên bàn có đủ loại rượu không phải xã hội chủ nghĩa, mua ở các bến không xã hội chủ nghĩa.

Văn Sinh quên bẵng tinh thần cảnh giác. Đây là lần đầu tiên anh được dự một bữa ăn với người nước ngoài. Những buổi chiêu đãi quốc tế ở Hà Nội chỉ có các bậc chức sắc đi dự, Văn Sinh ngồi nhà. Anh thuộc loại người ra đời để được sai phái. Người ta hào phóng khoác lên cổ anh vài vòng nguyệt quế để che khuất cái ách anh mang.

Sau vài ly vodka Văn Sinh đã chân nam đá chân chiêu, nhưng vẫn bấm máy liên tục. Anh không buồn theo dõi nét mặt của tôi. Khi người ta uống rượu và cười nói ầm ầm thì chắc chắn không phải chuyện chính trị rồi. Thêm vài ly rượu mạnh nữa, anh ợ to,

---

[39] *Cá khô, một món nhắm phổ biến ở vùng biển Baltic.*

cười ngớ ngẩn, thuyền trưởng phải dìu anh đi nằm.

Thuyền phó Woicek kéo tôi về chỗ anh. Là người mê văn chương, tốt nghiệp đại học báo chí xong, anh thi tiếp vào đại học hàng hải để có cơ hội lang thang trên thế giới. Cả buổi tối và gần hết đêm chúng tôi say sưa nói chuyện với nhau về văn học Ba Lan, về Mickiewicz, Miloscz, Senkiewicz...

Tôi hỏi anh về đời sống của dân Ba Lan.

- Chúng ta cùng một lò mà - Woicek thở dài - Đâu thì cũng thế. Cuộc sống của dân Đông Âu xem ra dễ chịu hơn nhiều...

- Âu và Á là hai thứ không giống nhau.

- Không phải. Chúng ta chỉ khác nhau ở cấp độ - Vocicek phản đối - Cái giống nhau là chúng ta đều không có quyền lựa chọn xã hội ta muốn sống.

- Ấy là anh mới thấy Hải Phòng thôi đấy

- Hải Phòng của anh không giống bến cảng. Nó giống nhà trừng giới. Dân ở đây lảng tránh chúng tôi. Họ không được phép tiếp xúc với người nước ngoài.

- Họ nói với anh như thế?

- Chẳng cần nghe họ nói ra, liếc qua cũng thấy.

Đó là sự thực hiện nghiêm chỉnh mệnh lệnh nghiêm khắc của ông thủ tướng: cấm tiệt, không được phép giao thiệp với người nước ngoài. Ông không ra văn bản chính thức, nó bất tiện, mà bằng chỉ thị mật, lưu hành nội bộ.

Chúng tôi trò chuyện tới sáng.

Lúc chia tay Woicek mở tủ bắt tôi lấy bằng được một thứ gì đó của anh làm kỷ niệm , dù tôi khăng khăng từ chối.

Chiều lòng anh, tôi chọn đôi tất. Tôi không thể mang ra khỏi tàu bất cứ vật gì khác cái tôi có. Nếu tôi bị phát hiện mang vật gì không phải của tôi ra khỏi đây thì phiền lắm. Nhẹ thì bị buộc tội buôn lậu, nặng thì... có trời biết sẽ là cái gì - tội liên hệ với gián điệp của bọn xét lại cũng nên.

Các bạn đừng cười. Thật thế, mọi sự đều có thể xảy ra dưới bầu trời đỏ.

Để cẩn thận, tôi đi đôi tất mới ra ngoài đôi đang dùng, nhưng đi vào giày thì chật, đành tháo đôi cũ ra, quẳng nó qua cửa húp lô xuống sông. Quẳng đi cũng tiếc - đôi tất vẫn còn mới, sản phẩm của nhà máy dệt kim Đông Xuân vừa được mua trong một lần bắt thăm ở cơ quan.

Tôi quên chưa tả đôi tất Woicek cho. Nó là sự hòa trộn tuyệt vời những đường nét mang hai màu đen và xanh lam, rất trang nhã.

Đôi tất rất được lòng vợ tôi. Nó không những đẹp mà còn bền. Những đêm đông có nó đi vào chân thật tuyệt. Đến khi mậu dịch có bán giày da Mông Cổ, tôi mua được một đôi, vợ tôi cũng không cho tôi đi đôi tất tư bản, sợ nó rách.

Tôi bị bắt cóc giữa đường vào một ngày đông năm 1976, trời rét ngọt. May, trên người có áo bông, dưới chân có đôi tất Woicek cho trong giày.

Ở Hỏa Lò, trước khi đưa tôi vào xà lim, người ta khám xét rất kỹ: bắt tôi cởi trần truồng, bắt há mồm, chổng mông, dòm vào mọi chỗ, cả đôi tất cũng phải lột ra để họ nắn xem trong có gì.

Viên cán bộ chấp pháp, một người đàn ông gày còm, có dáng một thầy ký thời thuộc Pháp, chỉ sực nhớ đến đôi tất lạ mắt nhiều ngày sau.

Một hôm, khi được mở cửa xà lim ra cái sân bé tí tẹo lấy quần áo phơi vào, tôi thấy mất đôi tất. Hỏi, thì viên quản giáo trông khu xà lim 1 (Một), nơi tôi bị giam, bảo: "Không mất đâu mà sợ!"

Nhưng mất là mất, là không thấy nó nữa, nhưng sợ thì không sợ. Cái thân mình còn chẳng giữ được, nữa là đồ vật.

Hai hôm sau, người ta áp giải tôi ra "đi cung" (hỏi cung), tôi thấy đôi tất bị mất nằm trên bàn.

Sau các câu hỏi bao giờ cũng vô duyên, viên chấp pháp chỉ đôi tất trên bàn:

- Đôi tất ni là của anh?

- Vâng, của tôi. Tôi nghĩ nó đã mất.

- Không, nó không mất. Nó đây nè.

Thì ra họ thu của tôi. Viên chấp pháp giờ mới sực nhớ ra thứ mà y đã bỏ qua không chú ý trong khi khám xét tôi, hẳn thế.

- Nè, anh mua nó ở mô nhỉ?

- Tôi không có thói quen nhớ các cửa hàng - tôi thản nhiên - cũng không bao giờ nhớ mình mua cái gì giá bao nhiêu.

Viên chấp pháp nhấc đôi tất lên, chăm chú ngắm nghía. Y cận thị, phải đưa nó vào sát mặt để nhìn ngó, đến nỗi tôi nghĩ y muốn ngửi nó.

- Đôi tất đẹp thiệt, tui chưa thấy một đôi như rứa bao giờ.

- Tôi cũng ưng cái cách phối màu - tôi nói - Tươi, mà không sặc sỡ.

- Tui không hỏi anh nó đẹp hay không đẹp - y đổi giọng - Tui là tui muốn hỏi anh mua nó ở mô?

- Tôi đã nói là tôi không nhớ các cửa hàng mà. Nhất là ở chợ trời. Có cửa hàng mậu dịch nào bán của này? - tôi hiểu y muốn dẫn câu chuyện tới đâu - Tất không phải hàng bán theo phiếu. Loại hàng này chỉ phân phối về cho các cơ quan. Mà còn phải bắt thăm mới được mua đấy.

- Vậy tui mới hỏi. Tui cũng như anh, tôi biết thứ nào bán theo tem, thứ nào bán phân phối chớ - y ngó chòng chọc vào mắt tôi - Tui ngờ cái ni là quà của bọn xét lại Liên Xô cho anh…

Tôi bật cười:

- Bọn xét lại Liên Xô có tặng tôi thì cũng phải tặng cái gì ra hồn chứ. Ai lại cho một đôi tất? Mà tôi đã ở Liên Xô, tất bên ấy tốt, nhưng phối màu thì dở, không được như thế này đâu.

- Anh nói rứa mà nghe được. Chừ tui mới được nghe một câu chê Liên Xô từ miệng các anh đó.

Vào thời gian đó, nếu muốn đổ cho ai một cái tội gì đó thì tội xét lại là hợp mốt nhất. Trong cơn cuồng mác xít - lê-nin-nít theo đàn anh Trung Quốc người ta bỏ tù cả một anh chàng sinh viên Ukraina vì dám yêu gái bản địa, một anh cán bộ ngoại giao dám chè chén với người của lãnh sự quán Ai Cập, một nhà văn hiền lành chỉ vì thân với một nhà văn "phản động"... Trong sự phô trương tinh thần bảo hoàng hơn vua, chính quyền các địa phương bủa lưới bắt vô số kể những công dân chẳng có tội gì cả. Nhiều người trong số này rồi nằm xuống la liệt trong các bãi tha ma bên cạnh nhà tù.

Cổ nhân nói: một mất mười ngờ. Nhưng với nhà cầm quyền xã hội chủ nghĩa thì khác. Họ chẳng mất gì, hoặc nói cho khách quan, chưa mất gì, nhưng ngờ thì vẫn cứ ngờ, ngờ bất cứ ai, trong bất cứ việc gì. Trong sự ngờ vực này, thói suy diễn được thả lỏng tối đa.

Khi không thể nặn ra được một lời thú nhận ở tôi, viên chấp pháp mẫn cán đánh trống lảng bằng câu chuyện vui, rằng có tên gián điệp bị bắt vì mang một cái ví da không giống ai. Cái ví là ám hiệu để nhận nhau với một tên gián điệp khác trong một đường dây.

- Nhưng che mắt ai, chớ không thể che mắt công an Việt Nam ngàn mắt ngàn tay - y cười hích hích - Bọn ấy rồi bị bắt hớt, không sót đứa mô.

Tôi hiểu y ám chỉ gì. Y đã có tuổi, dù chưa già, nhưng vẫn giữ được những nét trẻ thơ dễ mến.

Mà đúng, công an ngàn mắt ngàn tay, tự ví mình với đức Phật, không bỏ sót một chi tiết nào ở người bị bắt, kể cả một đôi tất.

- Ờ, thí dụ như cái đôi tất có màu lạ này, nó cũng có thể dùng làm ám hiệu đấy nhỉ? - tôi nói vui - Tôi đi thường, mà chẳng có đứa nào nhận tôi cả.

- Là tui nói vậy. Thôi, cho anh cầm về.

Y đứng lên, chán ngán. Công việc mà y hình dung không diễn ra như ý muốn. Dù sao thì cũng hết một buổi làm việc.

Đôi tất ở với tôi suốt mùa đông lạnh giá năm 1967. Những mùa đông sau tôi ít dám dùng, vì sợ nó chóng hỏng.

Vào năm tù thứ 8, vợ tôi mang lên trại Phong Quang giáp giới Trung Quốc, một đôi giày vải. Đôi giày da tôi đã "chác" (đổi) cho một anh tù được tha lấy đôi dép lốp thuận tiện hơn cho đời tù.

Nhìn đôi chân nứt nẻ của ông bạn tù, người được mệnh danh là "Giăng Van-giăng gọi bằng Cụ" vì thành tích ở liền tù tì trong các nhà tù 30 năm, tôi đem đôi giày vải biếu ông. Nhân tiện tôi biếu ông luôn đôi tất. Ông nhận giày, nhưng không nhận tất. "Ông đã nhường giày cho tôi, tất phải giữ lấy mà dùng, phòng khi trời quá lạnh". Mùa đông năm ấy lạnh thật, lạnh đến nỗi có hai người tù chết cóng, cán bộ vào thúc đi làm, đá cho mấy đá cũng không dậy, hoá ra đã về với ông bà ông vải rồi. Thế mà "Giăng Van-giăng gọi bằng Cụ" vẫn không đi giày, chỉ quấn xà-cạp kiêm tất được chế tạo từ một cái quần rách. Trách ông thì ông bảo: "Để đến mùa đông nào khác, khi sức tôi không còn có thể chịu đựng được nữa, tôi sẽ dùng. Mình án cao su, biết bao giờ ra khỏi đây mà phí phạm!"

Tôi ra tù một năm sau đó. "Giăng Van-giăng gọi bằng Cụ" vẫn còn đó. Không biết rồi khi nào ông dùng đến đôi giày vải nọ.

Đôi tất tôi mang về nhà.

Vợ tôi trổ tài khâu vá, mạng lại những chỗ rách, nhưng nó đã quá cũ, nhiều chỗ đã mủn, sau khi làm xong thì nó bé hẳn lại, chỉ vừa chân vợ tôi thôi. Khi trời quá lạnh vợ tôi lại nhường cho con út, nó đi hơi rộng, nhưng có còn hơn không.

Câu chuyện đôi tất ngoại đến đây là hết. Âu cũng là một chút mua vui cho các bạn trong mấy ngày cuối tuần.

ĐƯỜNG SỐ 4

Người lái xe bực mình. Ai đời mấy người khách đi nhờ từ lúc lên xe chỉ một mực im lặng. Cứ như thể họ nín thở vậy. Mà anh thì muốn họ nói. Nói chuyện gì cũng được, miễn là có. Miễn anh được nghe tiếng họ và không phải cảm thấy chỉ có mình anh trên chiếc xe tải cũ kỹ. Đường thì dài.

Người đi nhờ xe nào cũng thế: lên xe, họ im lặng. Kiểu như họ có điều e ngại – một câu nói không đúng chỗ, một câu hỏi thừa hoặc vô duyên, làm mất đi cái may mắn vừa có được.

Mấy người mới lẩm cẩm làm sao, e ngại mới vô ích làm sao – có người lái xe nào đã cho họ lên lại bỏ họ giữa đường?

Buổi sáng hôm ấy khi người lái xe vừa đỗ lại rẽ vào quán nước mua bao diêm thì đã có mấy người hấp tấp chạy đến, vây quanh anh. Họ là những người lỡ chuyến xe khách sáng nay. Và chẳng ai muốn ngủ lại trong quán trọ giữa đường đợi chuyến sáng hôm sau.

Người lái xe bối rối.

Trước những cái nhìn cầu khẩn đang dõi vào mặt anh, anh không cất nổi lời từ chối. Họ đã thấy những bao tải muối mới xếp đến tầng thứ hai trên thùng xe trống rỗng. Ngồi lên đấy được quá mà, rộng chán. Mặt anh nghệt ra, tránh mắt họ. Anh không biết có cách nào giúp họ - xe của anh không được phép chở khách. Mà họ cũng biết điều đó.

Nhìn thấy cảnh mấy người lúng túng, anh công an trẻ măng, ria mép mới lún phún, bỏ đồn bước ra. Anh lặng lặng đòi xem giấy tờ của mấy người còn lại sau những người đã thất vọng bỏ đi...

Người lái xe bỏ vào quán nước, uống rất chậm một bát chè tươi.

Khi anh quay ra thì anh công an nghiêm trang đề nghị anh cho bốn người lên xe: hai cô gái, một người đàn ông và một anh bộ đội. Để cẩn thận, anh công an viết mấy chữ vào một mảnh giấy, đưa cho anh lái xe. Anh lái xe gấp mảnh giấy bỏ vào túi ngực. Với mảnh giấy này anh tin sẽ không bị làm khó dọc đường.

Trong khi anh công an lúi húi viết, những người được đi nhờ vội vã trèo lên thùng xe.

Người cuối cùng gặp may là một bà lão. Bà tất tả chạy đến, níu áo anh công an, bắt anh ta đọc một bức điện. Anh công an còn đang ngần ngừ thì người lái xe đã kéo bà lão lên ngồi cạnh mình.

Xe vừa chạy bà lập tức ngủ, đầu ngoẹo về một bên.

Qua Na Sầm.

Trận mưa đêm trước làm cho rừng trẻ hẳn lại. Nước mưa còn đọng từng giọt lớn trên lá cây xanh thẫm ở những cành vươn ra bên đường. Những cành cây quất mạnh vào kính chắn gió, ném những giọt nước nhỏ mát rượi vào mặt người lái xe. Rừng và núi sáng hẳn lên sau trận mưa, như thể có ai đó, một người tính cẩn thận, đã rửa từng chiếc lá một.

Một đàn bướm rung cánh trên những bụi cây xa, dùng dằng mãi không chịu bay đi. Đến gần người lái xe mới biết đó là những bụi lá trắng.

Con đường đá răm qua cơn mưa lấp lánh dưới ánh mặt trời biến thành con sông nhỏ trôi nhanh dưới gầm xe. Gió phả vào mặt người lái xe mang theo mùi đất ẩm, mùi lá mục và mùi hoa dại.

Một tiếng kêu ngạc nhiên khe khẽ bay lên từ thùng xe. Người lái xe xoay kính chiếu hậu cho đến khi bắt gặp một cặp mắt to đen láy.

Bên đường, xa xa, một người con gái, không phải, một người đàn bà, địu con, vừa đi vừa đọc sách. Khi ô tô đến gần, người đàn bà nép vào vệ đường, đầu đứa bé nhô lên khỏi vai gầy của mẹ. Thằng bé giơ bàn tay nhỏ vẫy vẫy.

Cặp mắt đen cười trong gương rồi quay về phía sau khi xe đi qua hai mẹ con. Một cô giáo, người lái xe nghĩ, chắc lần đầu lên đây nhận việc. Phải là một cô giáo miền xuôi mới ngạc nhiên thấy người dân tộc thiểu số đọc sách.

Người lái xe không nghe tiếng cô giáo, nhưng hình như cô nói liến thoắng điều gì đó với mấy bạn đồng hành. Anh loay hoay với cái kính chiếu hậu để nhìn thấy đủ mặt khách đi nhờ.

Họ sắp nói chuyện rồi, anh mỉm cười.

Ở chỗ cặp mắt đen láy anh thấy cái trán bóng của người đàn ông và mái tóc dài của một người con gái, người khác chứ không phải cô giáo.

Người đàn ông có vẻ một cán bộ hành chính, một cán bộ huyện chẳng hạn, anh nghĩ nhưng không chắc mình đoán đúng. Anh ta ngồi, đầu hơi cúi bên cạnh anh bộ đội không còn trẻ. Gió lùa qua cửa ca bin, qua lưới thép ngăn cách với thùng xe làm rối tung mái tóc người con gái.

Trước kia, ở chỗ lưới thép là một tấm kính. Trên đoạn đường gần Điện Biên Phủ, người lái xe bị bom phạt đứt mảng trán, óc phọt ra ngoài, cả thân trên đổ xuống tay lái. Kính trước vỡ toang, hơi bom thổi bung tấm kính sau trông ra thùng xe.

Xe dừng đột ngột làm người lái phụ đâm bổ về phía trước, đầu toé máu. Anh nghe máy vẫn nổ đều đều như được người lái kéo cần số về mo. Anh hì hục lôi cái xác nặng nề của bạn sang chỗ mình, ngồi vào sau tay lái, cho xe tiếp tục vọt đi.

Bom vẫn rơi, nhưng anh không còn nghe tiếng nổ, chỉ thấy những cột đất bay vọt lên quanh chiếc xe nghiêng ngả trên con đường toang hoác.

Chiến tranh hết, anh lái phụ nọ trở thành lái chính cho tới ngày được nhận xe mới cùng với chức vụ tổ trưởng một tổ vận tải. Khi bàn giao xe cho chủ mới, anh cứ tần ngần đi quanh nó, sờ mó mọi chỗ, vuốt ve mãi cái vô lăng bị mất một mảng nhựa để lòi cốt sắt han rỉ, rồi nhẩn nha kể sự tích của nó cho anh kia nghe.

Chủ mới, là người lái chiếc xe bây giờ, lắng nghe, nhưng dửng dưng nhìn nó. Xe đã qua đại tu, những chỗ bẹp, những lỗ thủng do bom đạn đã được vá víu cẩn thận nhưng tinh mắt thì vẫn nhận ra chúng dưới nước sơn mới. Chẳng cần ngồi vào tay lái anh cũng hiểu tình trạng chiếc xe là thế nào. Không người lái xe nào hào hứng nhận một chiếc xe cũ. Nhưng anh không có quyền đòi hỏi. Người ta phân cho anh xe nào anh phải nhận xe ấy.

Anh thở dài. Rồi cũng phải quen với nó thôi. Rồi cũng sẽ quen với nó thôi.

Chiếc xe không đến nỗi quá tệ - động cơ còn ngon, vào cầu ra cầu vẫn trơn tru, phải tội cánh cửa bên trái không sao đóng chặt được, trên đường nó liên tục lặp đi lặp lại mấy tiếng "tành tành - tành tành tành - tành tành" như những nốt nhạc vô duyên. Riết rồi anh cũng quen với nó. Những lúc vui anh còn lẩm nhẩm hoà theo: "tình tang – tình tang tang – tình tang".

- Chà, thế mà Bố Củng rồi kìa!

Anh bộ đội nói to, cố ý cho người lái xe nghe được. Người lái xe hiểu lời khen thổi phồng – từ Na Sầm tới Bố Củng đâu có xa gì.

Anh bộ đội dán mắt vào tấm lưới thép, nhìn chằm chằm ra phía trước. Cái nhìn háo hức như của người xa quê đã lâu nay trở về.

Chen vào anh bộ đội là cặp mắt đen láy của cô giáo:

- Thế bao giờ mới tới Đông Khê, Thất Khê hở anh?

- Đông Khê còn xa. Phải qua Thất Khê rồi mới đến Đông Khê, cô ạ – anh bộ đội nói - Cô mới đến vùng này à?

Cô giáo gật đầu.

- Ở đây tôi thuộc từng cây số - anh bộ đội nhìn vào mắt người con gái – Hồi trước đơn vị tôi chiến đấu ở đây. Lúc ấy tôi mới vào bộ đội. Từ năm 49 kìa.

Người con gái nghe chăm chú.

- Chắc cô lên đây dạy học?

Cô giáo gật đầu.

Người lái xe vui thấy mình đoán đúng.

- Thế thì chắc cô đã đọc về chiến dịch biên giới?

- Dạ có, em có đọc.

Anh bộ đội trầm ngâm:

- Nói thật với cô, tôi không tin sách lắm. Nó chẳng nói hết được những chuyện đã xảy ra. Nhà văn nghe chuyện rồi viết, cô ạ, họ không thể biết nó để miêu tả rõ ràng như người trực tiếp tham gia.

Cô giáo không nói gì.

- Đi cùng đơn vị chúng tôi hồi ấy cũng có một ông nhà văn đi theo đấy. Ông ta được chiều như chiều vong. Bộ đội lúc bấy giờ thiếu thốn lắm, đừng nói ăn, đến súng đạn cũng chẳng đủ. Chúng tôi đánh xong rồi, Tây lốc nhốc ra hàng rồi, ông nhà văn mới lò dò ra. Là ở chỗ chúng mình vừa đi qua đấy.

- Thế a?

- Bố Cửng khó. Đánh, hai bên choảng nhau mấy đợt, dữ lắm…

Xe lên dốc. Anh bộ đội mất dạng trong kính chiếu hậu. Anh bị trôi đi và người lái xe chỉ còn nghe loáng thoáng giọng hào hứng miêu tả trận đánh.

Bà lão ngả đầu vào vai người lái xe. Anh nhích ra cho khỏi vướng tay lái, đầu bà lão nghiêng theo, đè nặng lên vai anh, nhưng anh để vậy cho bà lão ngủ.

Nhìn lên kính chiếu hậu, anh thấy mấy mái đầu chụm lại, cánh tay anh bộ đội thỉnh thoảng lại vung lên. Có vẻ anh làm động tác ném lựu đạn. Chắc đã là một đồn nào khác, không phải Bố Cửng mà họ vừa bỏ lại.

- Chiếm được đồn rồi, mới thấy khát khô họng… - xe xuống dốc và người lái xe lại được nghe tiếp câu chuyện – Cả ngày hò hét, chẳng có giọt nước nào… Một cậu nhảy xuống hầm, thấy cái thùng để đấy, mới xỉa một nhát lê xem trong là cái gì – rượu phun ra ào ào…Tây nó đựng rượu trong những cái thùng to, các vị ạ, chúng nó uống rượu như ta uống nước lã…

- Khiếp cái giống, rượu mà nốc thế thua là phải! – người đàn ông chêm một câu bình phẩm để chứng tỏ mình có mặt.

- Đang cơn khát, cậu ta mới nằm thẳng cẳng cho rượu tung toé vào mặt, vào miệng. Tay ấy, tôi biết, cái khoản rượu là nhất hạng, quý khốc thần sầu, không ai bằng. Cu cậu sướng, cứ tì tì, nốc mãi…

- Vô kỷ luật đến thế là cùng! – người đàn ông lắc đầu – Bộ đội gì của ấy.

- Bộ đội thì cũng có người nọ người kia, ông ơi – anh bộ đội nói, giọng có vẻ khó chịu - Người ta đi bộ đội có phải để uống rượu đâu. Đi bộ đội chín phần chết một phần sống đấy, ông ạ.

Người đàn ông đáp, có ý phân trần:

- Nào tôi có phê phán gì đâu. Vấn đề ở đây, tôi muốn nhấn mạnh, là kỷ luật chiến trường…

Anh bộ đội xịu mặt, tiếp tục câu chuyện bỏ dở.

- Quân ta rút lúc nào cũng không hay, cái cậu ấy. Say bí tỉ, không còn biết trời biết đất là gì. Mà là loại ba say không chai đấy nhá! Lúc ấy nhốn nháo lắm, lệnh rút là rút, thương binh thì cõng, tử sĩ thì kéo, không ai để ý người còn người thiếu. Mới lại lúc ấy còn ai mò xuống hầm làm gì cơ chứ.

- Rồi sao, anh? – cô giáo hỏi.

- Còn sao nữa. Tây chiếm lại đồn. Cu cậu vẫn nằm đó, ngáy khò khò. Hì hì. Tây đánh thức mãi mới tỉnh…

- Chết thật! – cô giáo cười nắc nẻ.

Người con gái ngồi bên góp chuyện:

- Sướng nhỉ? Bao nhiêu là rượu! Hôm cưới em mậu dịch bán cho mỗn ba chai theo tiêu chuẩn, mà lại là rượu cà phê.

- Cưới mà chỉ có ba chai thì ai uống ai đừng? – anh bộ đội ngạc nhiên.

Người con gái bụm miệng:

- Chỉ trông vào mậu dịch có mà chết. Còn có rượu lậu chứ. Cưới em hai họ cứ gọi là say bét nhè.

Ông cán bộ huyện, theo anh lái xe đoán, hứ một tiếng:

- Ở đâu mà lắm rượu lậu thế? Không bị bắt à?

- Có mà bắt! – cô gái cười, cái răng vàng lấp lánh – Bắt hết thì bắt cả huyện. Nhà em là xã đội phó đấy, vẫn cứ nấu như thường.

Ông cán bộ huyện cao giọng:

- Chết thật, thế thì còn gì là kỷ cương. Làm cán bộ phải gương mẫu chứ. Đảng viên đi trước làng nước theo sau...

Xe lên dốc. Tiếng động cơ át đi câu nói tiếp theo của ông cán bộ huyện.

- Thế rồi cái anh bộ đội nát rượu ấy có bị gì không? – cô giáo hỏi.

- Bị chứ. Tây mà nó tha à? Nó tẩn cho một trận thừa sống thiếu chết. May, rượu nốc đẫy, người nóng bừng bừng, cậu ta mới cởi hết quần áo quẳng đi, trên người chỉ còn mỗn cái quần đùi. Một mực khai là dân công. Tây khờ lắm. Tin. Ờ, mày không phải bộ đội, nó bảo, mày là dân công. Dân công thì đi theo chúng tao, vác đạn.

- Rồi anh ấy có trốn được không?

- Chứ ở lại với Tây à? Cậu ta rồi cũng thoát được về với đơn vị. Lẽ ra bị kỷ luật đấy, nhưng đại đội trưởng nghe chuyện buồn cười quá, tuyên bố tha. Cũng là tính thêm vào đấy chiến công của cậu ta - phá được một ụ súng, nói phét là trăm linh năm, nhưng anh em biết, làm quái gì có trăm linh năm, đồn ấy chỉ có mấy khẩu đui-xết (mười hai li bẩy) thôi.

Câu chuyện của anh bộ đội làm người lái xe nhớ đến những năm kháng chiến, khi anh còn là người lính ở miền đông Nam Bộ. Ở đó anh cũng như anh bộ đội kia, cũng thuộc từng thôn làng, từng đoạn đường. Ở quê anh cũng thế, những con đường, những cánh đồng cũng có chuyện của chúng, cũng được kể lại với giọng tự hào thế này.

Tập kết ra Bắc, anh mới học nghề lái xe. Lịch sử con đường số 4 anh biết lơ mơ. Mỗi cột cây số, mỗi quả núi, mỗi cánh rừng, mỗi vách đá ven đường đều gắn liền với những sự tích mà anh không biết.

- Em không biết gì cả. Lúc ấy em còn bé quá!

Người lái xe nghe rõ câu nói của cô giáo trẻ.

Anh nhớ đến những đồng đội đã không còn. Cho đến nay, anh không nghĩ về họ với cảm giác tiếc rẻ trong lòng: "Giá chúng nó còn sống!" Với anh, trong tâm tưởng họ vẫn sống. Họ chỉ vắng mặt ít lâu, chỉ xa anh ít lâu, rồi họ sẽ trở về. Nhưng giờ đây, trong lúc này, câu chuyện của người lính đi nhờ trong thùng xe kia, với cô giáo trẻ đang dỏng tai nghe anh ta kia, nó làm anh nghĩ tới những người bạn đã chết của mình với cảm giác quá khứ thực đã qua, họ đã chết thật, và không gì có thể làm cho họ sống lại.

"Thế là chúng mày không bao giờ được biết có những đứa bé lớn lên thèm khát cuộc sống của chúng mình ngày xưa! – người lái xe miên man nghĩ – Nhưng tao chắc chẳng có đứa nào trong chúng ta mong cho những đứa bé ấy phải sống như chúng ta đã sống. Cuộc sống của chúng ta là cuộc sống không đáng có. Chiến tranh là cái không đáng có. Chiến tranh giết chết những con người đáng lẽ được sống".

- Thế hồi kháng chiến chín năm cô giáo ở đâu? – anh bộ đội hỏi.

- Em ở Hà Nội.

Khi xe bỏ dốc, tiếng máy dịu đi, người lái xe mới nghe được câu tiếp theo:

- Trước kia gia đình em cũng có thời gian tản cư ra vùng kháng chiến…

Không ai nói gì. Mọi người đều hiểu điều cô không nói tiếp.

- Bây giờ cô lên trên này công tác? – anh bộ đội lúng túng, như thể anh là người gây ra cái yên lặng vừa qua – Các cô các chị lên vùng cao công tác thật là quý hoá. Trên này thiếu giáo viên lắm.

Câu nói khách sáo không làm giảm đi bầu không khí nặng nề.

- Anh là người trên này sao?

Cô gái đeo xà cột hỏi. Từ lúc ông cán bộ huyện nói điều gay gắt về rượu lậu, cô không muốn nói gì nữa, cô giận.

- Tôi là dân Quảng Uyên.

- Em ở dưới Quảng Uyên một tí, ở ngay đèo Mã Phục – người con gái nói – Anh cũng người dân tộc à?

- Tôi người Nùng.

Người lái xe thấy đôi mắt đen của cô giáo đưa đi đưa lại trong gương, vẻ ngạc nhiên không dứt.

Anh muốn nhìn cô mãi trong tư thế này. Nó làm anh nhớ tới người con gái mà anh chỉ có thể thấy lại khi nhìn vào bức ảnh anh mang theo trong hành trang ra Bắc.

Ngày anh ra đi hai người không hứa hẹn gì với nhau. Cô tặng anh bức ảnh với một hàng chữ ngắn ngủi ở mặt sau. Thỉnh thoảng anh đọc lại hàng chữ ấy, lúc thì thấy nó thân yêu, lúc lại thấy nó hờ hững.

- Anh chả phải người Nùng – cô gái cười, nói – Anh là người Kinh. Nghe anh nói chẳng thấy Nùng tẹo nào.

- Nói dối làm gì. Nùng thật mà.

Cô gái nhổm lên, giọng thách đố, dây xà cột tuột khỏi vai.

- Chả phải. Thế… người Nùng gọi quả đu đủ là gì nào?

- Là ma ca cố chứ còn là cái gì.

Anh bộ đội đáp, mặt xịu.

- Ma ca cố, ma ca cố… - cô gái không thôi cười – Thế mà anh bảo anh người Nùng. Người Nùng đâu có gọi thế.

- Nùng cũng năm bảy thứ Nùng chứ. Thế cô người gì?

- Cũng Nùng lố.

Cô cười ngặt nghẽo.

Lần này anh bộ đội giận thật. Anh liến thoắng nói với cô bằng tiếng Nùng của anh. Cô đáp lại bằng tiếng Nùng của cô. Họ hiểu nhau tuốt.

Xe qua đèo. Không khí dịu xuống giữa hai người. Họ cười với nhau hồn nhiên. Cô giáo ngẩn nghe họ đối đáp. Trước đó cô nghĩ cả hai đều là người Kinh. Trước khi lên đường cô mường tượng ra những người ở mạn ngược, họ khác kia, không giống hai người này. Cô không ngờ lúc này mình đang ngồi bên họ. Người lái xe đoán cô nghĩ thế khi nhìn vào đôi mắt mở to của cô.

Anh bộ đội chuyển qua tiếng Kinh lúc nào không biết. Anh kể chuyện một trận đánh khác.

- Mình tưởng chỗ ấy là đất. Mới nhảy đại xuống, thế nào lại rặt cỏ dại mọc um tùm trên đống đá, còn xơi mới đến đất, ngã ngửa một cái chết điếng...

Người lái xe nghe chuyện, quên bẵng cái bực bội khi ngồi vào ca bin. Đáng lẽ hôm nay là ngày nghỉ đầu tiên của anh bù cho mấy chủ nhật tháng trước phải làm. Anh đã báo cho mấy người bạn ở Hà Nội rằng anh sẽ về bù khú với họ, đã hình dung mấy bữa nhậu có khô bò, gà xé phay… với mấy chai rượu ngô anh giấu kỹ dưới gầm ghế. Thế mà rồi lại phải đi. Lúc nào cũng đột xuất và đột xuất. Mà đột xuất gì cơ chứ – vẻn vẹn mấy bao tải muối vét kho.

Xe lại đi vào đoạn đường xấu, xóc nảy người. Cánh cửa trái lại ca bài ca muôn thuở "tành tành – tành tành tành – tành tành".

Cô gái đeo xà cột hoá ra là một cán bộ phụ nữ huyện. Hoá ra cô cũng có chuyện về đường số 4 để mà kể.

Cô từng đi dân công theo bộ đội đánh Đông Khê. "Lúc ấy em bé lắm, gầy lắm, chị ạ - cô nói với cô giáo – Như con mèo ấy". Anh bộ đội hỏi tên những đơn vị mà cô biết hoặc còn nhớ, thỉnh thoảng lại "a" lên một tiếng, cứ như thể họ nhận ra nhau là người quen khi nhắc tới một phiên hiệu nào đó.

Cô cán bộ phụ nữ nói nhanh, cười giòn, hay chêm vào câu nói hai chữ "tưởng bở" vô nghĩa không biết học được khi nào. "Dân công đi rầm rập, chết cũng nhiều lố. Chiến lợi phẩm nhiều, gánh kìn kìn, như đi hội ấy. Tây trắng Tây đen bị giải đi hàng xâu, lũ lượt, tưởng bở, lốc nhốc hàng đàn. Sao mà chúng nó lắm râu thế không biết, lông cũng lắm, như khỉ ấy, tưởng bở!

Anh bộ đội cười tít mắt.

Đường xấu làm bà lão tỉnh giấc, ngơ ngác nhìn ra con đường phía trước, rồi ý tứ ngồi dịch ra để khỏi vướng tay lái. Nhưng cái cánh cửa rung bần bật làm bà sợ. Bà sợ một lúc nào đó nó sẽ bung ra và bà sẽ văng xuống đường.

Anh bộ đội nói với cô giáo: "Cô lên cái chốn khỉ ho, cò gáy, trâu gõ mõ, chó leo thang, mèo làm chủ tịch này là dũng cảm lắm đấy".

Cô giáo cười, nhưng người lái xe biết đàng sau nụ cười cố gắng là nỗi lo lắng được che giấu.

- Mèo sao làm chủ tịch được, anh ơi?

Anh bộ đội cười to:

- Là nói người Mèo cơ, cô ạ, không phải con mèo.

Có tiếng đập khe khẽ vào tấm lưới thép. Thoạt đầu, người lái xe tưởng đó là do đường xóc, nhưng rồi anh nghe rõ đó tiếng đập của một bàn tay ngập ngừng.

Người lái xe không quay lại. Xe đang ở một khúc ngoặt bên thung lũng sâu hun hút.

Đàng sau anh, cô giáo thì thầm:

- Anh lái ơi, anh lái…

Tiếp theo là giọng khẩn khoản của anh bộ đội:

- Đồng chí chiếu cố tụi tôi tí nhá…

Người lái xe không ngoảnh lại:

- Chiếu cố gì cơ?

- Hai cô muốn được thăm nghĩa trang liệt sĩ. Nhân tiện, có nhang mang theo. Cô này có người chị đi dân công hy sinh ở đây…

Giọng ngập ngừng, anh bộ đội nói thay hai người con gái, nhưng lại ngại người lái xe cho rằng mình dựa vào các cô để nói lời nhờ vả, anh nói thêm:

- Tôi cũng có đánh ở đây đấy, đồng chí ạ. Đánh Bông Lau không phải chỉ có một trận, chúng nó giữ chặt lắm. Có mấy cậu bạn tôi hy sinh…

Người lái xe nhìn đồng hồ cây số. Cứ thế này xe anh sẽ đến chậm. Các xe khác đi sớm, anh vét kho, đi sau rốt. Lại còn lằng nhằng với mấy người đi nhờ nữa.

Nhưng khi nhìn thấy cổng nghĩa trang quét vôi trắng hiện ra trên sườn đồi trước mặt, anh nhấn ga cho xe đi mau hơn rồi kéo phanh tay cho nó dừng hẳn trước những bậc lên xuống.

Không ngoảnh lại anh cũng biết mấy người ở đàng sau thở phào.

Anh vớ cái khăn tay đen nhẻm lau mặt, đỡ bà lão bước xuống.

Bây giờ anh mới nhìn rõ những người bạn đồng hành của mình. Cô giáo có nước da trắng, ở đôi gò má của khuôn mặt bầu bĩnh có những tia máu hồng li ti. Nếu cô không có nước da trắng như thế, cô có thể là một cô gái miệt vườn quê anh. Anh bộ đội trông nhỏ đi. Nhiều lần lưng anh bộ đội che lấp mọi người trong gương làm người lái xe có cảm giác anh cao lớn. Còn cô gái Nùng thì đẹp hơn trước rất nhiều vì đôi mắt long lanh dưới vành chiếc khăn chàm vừa quấn vội lên đầu.

Họ leo lên đồi. Bà lão đi từng bước nặng nhọc theo hai cô gái cố ý đi chậm lại đợi bà.

Cô giáo bước rất nhẹ, như sợ làm thức giấc những người nằm dưới mộ. Nghĩa trang lặng lẽ đến nỗi tiếng gió làm những ngọn cỏ lau đập vào nhau nghe cũng rõ. Người lái xe nghe những tiếng xào xạc và nhớ đến một khúc hát anh được nghe trong những ngày đầu tiên chạy trên đường này: « Thất khê ề ê, Vệ quốc quân xông pha à a... Vẳng nghe thấy tiếng súng trong sương mù...» Anh không nhớ bài hát đó. Anh chỉ nhớ vài câu.

Anh bộ đội dừng lại lần thứ hai ở mỗi tấm bia liệt sĩ, lẩm nhẩm đọc những hàng chữ khắc chìm vào xi-măng và tô bằng mực đen. Người lái xe đến gần và đọc theo anh bộ đội:

Cung Văn Trăng

Trần Văn Phúc

Sầm Văn Pèng

Ở cái bia tiếp theo trong số những tấm bia có tên người, chỉ có vẻn vẹn một hàng chữ "Liệt sĩ Điền".

Anh bộ đội tần ngần trước những hàng mộ chí. Anh không tìm thấy những tên quen. Dưới những nấm mồ không tên kia, ai là bạn anh ?

Người lái xe nhìn những tấm bia nằm yên lặng, buồn rầu nghĩ đến những nấm mồ bạn bè anh trong Nam.

Bà lão lấy mấy thẻ hương cô gái Nùng mang theo. Người lái xe thường gặp những bao hương giấy đỏ loại này ở chợ Đồng Xuân, ở những gánh hàng rong góc phố hàng Đường Hà Nội, bao giờ cũng đặt bên những bông hoa không có lá. Bà lão mượn người lái xe bao diêm và nhờ cô giáo châm. Khi bà lão xòe những que hương thành hình nan quạt và vẫy tay làm tắt ngọn lửa, một làn khói đặc và nặng chậm chạp bay lên. Một ngọn gió đón lấy, làm nó tan ra thành một làn khói mờ và mỏng.

Không biết có phải vì khói tạt vào mặt không, nhưng anh lái xe thấy cay nơi mắt.

Bà lão chia những thẻ hương ra và lần lượt cắm trên những nấm mộ liệt sĩ. Khi bà lùi lại, đưa hai tay lên vái thì mọi người đã theo chân cô giáo đứng về phía sau.

Người lái xe yên lặng nhìn mọi người. Anh thấy một giọt nước mắt nhỏ xíu lăn trên má cô giáo.

Sau lưng anh, cô giáo thì thầm hỏi cô bạn đường:

- Chị có thấy mộ người chị không?

Không thấy cô người Nùng trả lời.

Ông cán bộ huyện bảo:

- Tôi xuống đây được rồi. Đi bộ chỉ một quãng.

Người lái xe không nói gì. Họ chia tay không lưu luyến.

*

Xe đến một con dốc tiếp theo, bà lão nói với người lái xe:

- Tôi được cả thảy ba cháu trai, thì hai cháu hy sinh trong kháng chiến. Cháu thứ ba công tác trên này. Nó vừa đánh điện cho tôi lên coi vợ nó ốm. Vợ nó có mang được năm tháng. Tội nghiệp cháu, nó yếu lắm, sẩy hai lần rồi, bác ạ. Tôi khấn các anh bộ đội phù hộ cho cháu. Sống khôn chết thiêng, phải không bác?

Anh lái xe gật gật đầu để bà lão hiểu anh cũng nghĩ như bà..

Khi xe lên gần hết dốc, người lái xe bỗng ngửi thấy một mùi thơm nhẹ phảng phất. Không phải mùi hoa rừng. Đó là mùi hương trầm. Mùi hương do bà lão vừa châm. Một trận gió lớn chợt đến đã đưa làn khói thơm ấy từ nghĩa trang bay đi và đuổi kịp chiếc xe.

Bà lão cũng ngửi thấy mùi hương. Người lái xe thấy cánh mũi

bà lão phập phồng. Rồi bà rùng mình, chớp chớp mắt và từ từ ngả đầu vào thành sau. Có lẽ bà lão sắp ngủ. Người lái xe hãm bớt tốc độ cho bà lão đỡ bị xóc. Một lát sau, anh biết anh lầm. Bà lão không ngủ, tuy mắt bà nhắm nghiền.

Xe chạy từ từ xuống dốc. Môi bà lão khẽ động đậy và người lái xe nghe thấy bà lẩm bẩm khấn những liệt sĩ trên đèo phù hộ cho con bà.

Đường số Bốn chạy dài trước mặt...

(In trên tuần báo « Văn học » của Hội Nhà văn – Số 151 – ra ngày Thứ Sáu 16-6-1961, được sửa lại theo bản thảo vừa tìm thấy)

GIA ĐÌNH

Gã ngồi bó gối một mình ở phía sau sân trại, nơi chẳng có một ai, bất động như một pho tượng đất màu chàm.

Những người tù khác, vào giờ nghỉ sau bữa cơm chiều, không có thói quen như gã. Họ, hoặc lang thang từng nhóm nhỏ ở sân trước, hoặc tụ tập bên hông nhà giam, nơi lát nữa họ sẽ bị tống vào. Chẳng ai buồn để ý đến gã. Cảnh hoàng hôn trong một khoảng lòng chảo giữa trùng điệp núi non, ngày lại ngày vẫn thế, có gì mà ngắm.

Đã thành lệ, kể từ khi tới trại này, cơm chiều xong là gã ra ngồi đúng một chỗ ấy. Nhìn cái cung cách gã ngồi , người không biết gã có thể nghĩ gã đang thiền. Tôi biết gã chẳng thiền thiếc gì hết. Thậm chí gã còn chẳng biết thiền là cái quái gì nữa kia. Gã buồn. Và chỉ có thế.

Trong tù, buồn là lẽ thường. Một quyền tự do cuối cùng của người tù. Không ở đâu tù bị cấm buồn cả.

Mùa hè ở vùng núi Việt Bắc những đám mây hoàng hôn bay rất chậm. Chúng không bay mà gắn chặt vào nền trời như một họa tiết tầm thường của một bức tranh tự nhiên chủ nghĩa. Một cách từ từ, không thấy được, những đám mây biến mầu theo vạt nắng cuối cùng đang nhạt nhòa, teo tóp ở phương xa tít tắp.

- Hắn ra dại rồi!

Những người tù đã từng ở cùng với gã nói thế. Những người không biết gã thì nói:

- Ra dại gì, khôn như rận.

Những người thường mua bán đổi chác với gã, biết tính gã riết róng thế nào khi mà cả. Con người câm lặng, cậy răng không được một lời, mỗi khi có tù mới lên trại là tỉnh như sáo. Thấy ai có đồ mới, đồ tốt, áo hoặc quần, là gã gạ mua gạ đổi. Mua được rồi, đổi được rồi, gặp cái tốt hơn, đẹp hơn, là gã lại tối mắt, gạ đổi tiếp. Tất nhiên đổi như thế thì phải các thêm chút đỉnh, tính ra chẳng có lợi gì, nhưng gã đã thích thì phải đổi bằng được. Rồi gã tích cóp tất tật những đồ tập tàng ấy trong một cái hòm, thỉnh thoảng gặp hôm nắng ráo thì đem phơi rồi gấp lại cẩn thận, bỏ vào hòm, khoá lại.

- Không biết hắn ta gom của làm gì? Chờ đến ngày được tha thì mang về chắc? - người ta đặt câu hỏi, rồi tự trả lời - Rõ khùng.

Trong đám "số lẻ"[1], gã không phải là một nhân vật đặc biệt. Tầm thước, lưng hơi gù, với bộ mặt xương xẩu, lưỡng quyền cao, gã giống người miền núi hơn người miền xuôi. Nếu có một đặc điểm thì đó là sự ở bẩn. Gã ít tắm, ít thay quần áo. Người gã bốc mùi. Không ai muốn chơi với gã.

Tiếng là ít lời, nhưng thỉnh thoảng gã la cà đến tôi. Ấy là khi gã có một thắc mắc không biết hỏi ai:

- Ông này, trẻ nó cứ vượt quá tuổi 16 là chiều cao chững lại, phải không?

- Không hẳn thế. Ở tuổi ấy trẻ không cao nhanh như trước, nhưng vẫn còn cao thêm.

- Vậy hả? Thằng cháu lớn nhà tôi năm nay mười tám rồi đấy.

Ấy là gã băn khoăn về cái quần hay cái áo gã vừa mua. Không phải cho gã, mà cho mấy đứa con gã.

Chuyện gia đình của gã đầu đuôi thế này.

_____

[1] _Tù chính trị (tiếng lóng)_

Một tối khuya, không phải ở trại này, mà ở trại khác, nơi chúng tôi vừa rời bỏ nửa năm trước, khi những người tù trong phòng giam đã ngáy vang, gã mới lồm cồm bò sang chiếu tôi:

- Ta làm một ken chứ, ông?

Tôi nhổm dậy. Khi một người tù rủ người tù khác cùng ăn hoặc cùng hút, anh ta là người bao. Thuốc lào ở trại giam bao giờ cũng là của hiếm. Chẳng ai chối từ khi có người mời.

Tôi hút. Gã hút. Chúng tôi cùng lơ mơ.

Rồi gã thì thào:

- Này, ông ạ, lại sắp chuyển trại đấy.

Tôi lờ đờ nhìn gã:

- Ai bảo?

- Cánh tự giác. Trên Ban đang sắp hồ sơ. Mới sáng nay thôi. Rộn rịp lắm.

- Tôi không nghe nói gì.

- Xì, ông có nghe ai đâu mà thấy.

- Hả?

- Tù đồn ầm lên kìa. Tù mà đã đồn thì thường là đúng đấy, ông ạ.

Tôi dửng dưng:

- Thì đã sao ! Trại nào chẳng là trại. Ở đâu chẳng là tù.

- Thì cũng phải biết trước mà chuẩn bị chứ.

- Mà chuẩn bị cái gì kia?

Gã nguýt tôi, lầm lầm bò về chỗ.

Tôi ở tù đã tới năm thứ tám, gã năm thứ mười hai. Trong tám năm tôi chuyển trại năm lần. Hai lần chuyển trại đầu tôi còn cảm thấy lo lắng, còn cảm thấy bồn chồn. Những lần sau tôi mặc, muốn ra sao thì ra. Như lời trong bài hát "Que sera, sera"[1].

Tâm lý người tù nói chung không thế. Khi ở đã yên chỗ, anh ta chẳng muốn một sự thay đổi nào hết, cho dù cái trại mà anh ta sẽ tới có khi còn dễ chịu hơn cái trại anh ta đang ở. Điều đáng lo, hay nói cho đúng, điều đáng bực mình, là mỗi lần chuyển trại, bao giờ cũng đột ngột, người tù thường bị mất cái gì đó trong những đồ vật mà nội quy cấm giữ, từ những vật nguy hiểm có thể dùng cho cuộc trốn trại như cái cưa sắt, cái giũa, cho tới những vật vô hại như con dao tự tạo để vót tăm hoặc cắt móng tay. Tôi cũng có vài thứ cấm cần phải giấu, nhưng tôi đã tập được cách giấu chúng hàng ngày, chuyển trại có đột ngột mấy cũng chẳng mất.

Hôm sau, quả như gã nói, tin một số tù sẽ bị chuyển đi đã lan ra toàn trại.

Những người tù vẫn đi lao động như thường lệ, nhưng nhìn họ trên sân trại trong giờ điểm danh sáng tôi thấy mặt họ đổi khác. Cái nhìn của họ chăm chú hơn, dáo dác hơn, thậm chí họ không giấu được vẻ bận khoăn, lo lắng. Trong giờ lao động vắng hẳn những tiếng cười, những câu pha trò, vốn rất cần thiết cho đời tù, thiếu chúng thì cảnh giam cầm hết năm này qua năm khác sẽ trở thành không chịu đựng nổi.

Cái tâm trạng bồn chồn trong gã phải là gấp đôi, gấp ba người khác. Cái sự tan đàn xẻ nghé của gia đình gã, gồm gã và hai thằng "con", làm gã suy nghĩ đến nẫu lòng.

Tôi phải ra ngoài lề câu chuyện một chút để giải thích thế nào là một gia đình trong cái xã hội tù của chúng tôi. Thật ra, chẳng có gia đình nào hết, theo nghĩa đen. Nghĩa là hiếm khi nào có một gia đình, tức là cả nhà, vào tù. Thảng hoặc có trường hợp hai cha con bị kết án tù trong cùng một vụ, nhưng người ta chẳng bao giờ cho họ ở chung, thế nào cũng bị xé lẻ, mỗi người một trại. Gia đình mà tôi nói đây là một thứ thế phẩm, chỉ xuất hiện trong sự thiếu thốn tình cảm đặc biệt của những con người bị tách rời khỏi đời sống

---

[1] *Lời một bài hát Pháp "Muốn ra sao thì ra".*

bình thường. Những con người này, một cách vô thức, tự tìm đến nhau, hai hoặc ba người, có khi đông hơn. Trong cảnh sống tách biệt với xã hội, họ cảm thấy hạnh phúc được làm thành viên của một gia đình thật.

Thường cứ hết ngày là gia đình gã tụ họp. Trong bữa cơm chiều, hai đứa con gã từ khu nhà "số chẵn" bưng cơm chạy sang với bố. Đó là hai thằng nhóc còi cọc, đen đùi, không rõ bị "tập trung cải tạo" vì tội gì, chỉ biết cả hai thuộc tầng lớp "lính vét", tức lưu manh hạng bét.

Hôm ấy, sau cái ngày mà tin chuyển trại được lan ra toàn trại, ba bố con châu đầu trong bữa ăn, mặt mũi rầu rầu. Gã "chác" được mấy con trạch kho, hy vọng hai đứa con gã vui được bữa tươi, nhưng chẳng đứa nào cho gã một nụ cười.

- Các thứ tao chuẩn bị cho chúng bay đây, nhớ mang về. Hai bộ quần áo này, mới cả đấy, mỗi đứa một bộ. Nếu phúc tổ hai đứa được ở cùng nhau thì thằng lớn trông thằng bé. Đói cho sạch, rách cho thơm. Sáng dậy phải đánh răng, rửa mặt cho tử tế, nghe không?

Hai đứa con chớp mắt liên hồi.

- Ăn đi, mặc tao! - gã vung tay đưa cái bát men ra xa, từ chối con trạch to nhất mà thằng mắt lé, thằng lớn, gắp trả lại cho người bố - Bụng dạ tao kém, quá một thí là Tào Tháo đuổi. Chúng bay ăn đi. Tội nghiệp, không có tao rồi khổ đấy, các con ạ.

- Bố !

Thằng bé, mặt rỗ, nhõng nhẽo kêu lên. Bố nó vừa động tới đề tài mà cả ba lảng tránh từ đầu bữa, nước mắt nó đã vòng quanh, giọng ướt nhèo.

- Sư mày, đừng có ngủ nhè chè thiu. Tao dặn chúng bay phải sẵn sàng, thế thôi. Người ta đồn, chứ chưa chắc đã có gì. Bố con mình, ơn trời, biết đâu lại vẫn được ở với nhau. Có điều tao cứ phải sắp sẵn, kẻo đùng một cái trở tay không kịp.

- Bố lên xin Ban, cho bố ở với chúng con.

Thằng bé đưa tay lên quệt ngang, cả mắt lẫn miệng.

- Chuyện Nhà nước, kêu với xin cái gì ? Mà đã biết ai ở, ai đi.

- Nếu chuyển cả "số chẵn" lẫn "số lẻ" thì có khi bố con mình vẫn gần nhau được, bố ạ - thằng lớn nói, nhưng đó là giọng tự trấn tĩnh của đứa trẻ muốn tỏ ra mình người lớn, chẳng có bao nhiêu quả quyết - Người ta nói hồ sơ trên Ban soạn đến cả một com-măng-ca chở mới hết. Có dễ chuyển cả trại đấy, nghe nói để trại này cho tù trong Nam ra.

- Ông ấy còn bảo nay mai sẽ có đợt tha lớn - thằng bé nói.

- Xì, có mà đến tết Công Gô - gã gắt - Chớ hi vọng để rồi thất vọng.

- Bố ơi…

- Gì? Bố chỉ dặn chúng bay: liệu mà lo lấy thân.

Thằng bé đặt bát xuống. Môi dưới trề ra, miệng méo xệch, nó nấc lên.

Gã, giọng nghẹn ngào:

- Nhớ lấy, các con ạ, chẳng ai lo cho chúng bay như bố đâu. Chúng bay có ra trước thì lên thăm bố một thí.

Tôi vội quay mặt đi khi thấy gã liếc nhìn tôi. Trong tù nhà nào nhà nấy thông thống, nếu như ta coi một manh chiếu cá nhân là một nhà, không kể khi tù đông, chiếu trải chờm lên nhau. Việc người ta mình không muốn biết cũng thành biết.

Ở trại nào cũng có những gia đình như gia đình gã. Không nhiều lắm, nhưng không hiếm. Sự hình thành những gia đình như thế hoàn toàn do ngẫu nhiên. Như trong một dung dịch đã đạt tới mức đậm đặc nào đó, một tinh thể lang thang trên đường vô định ngẫu nhiên gặp một tinh thể khác, hai cái bám vào nhau, rồi trên đường đi chúng gặp tinh thể thứ ba, cũng đang lang thang như chúng, nhập vào, và thế là sự kết tủa bắt đầu.

Tôi biết gã từ khi gã ở một trại miền trung du chuyển tới. Người ta kể: gã bị đi cải tạo vì một tội hỡi ơi, đâu như gã dám gọi lãnh tụ tối cao bằng hắn ta hay bằng thằng chi đó trong một câu chuyện ba hoa chích choè giữa chợ thì phải. Cộng vào đó, hồi kháng chiến chín năm hắn lại đi dân vệ. Tức là đã có một tội sẵn để cộng thêm. Chẳng bao giờ gã hé răng với ai chuyện vì sao gã vào tù. Cũng chẳng phải gã muốn giấu. Chẳng qua trong tù không ai có thói quen kể những chuyện như vậy. Gã không phải là người duy nhất bị đi tù vì một tội hỡi ơi. Những người như thế có mà ối, người ta nói thế, và họ nói không sai. Nói ra cái sự hỡi ôi ấy chẳng bõ người ta cười.

Trong trại gã chẳng chơi với ai. Mọi người cũng không ưa tính khí lạnh nhạt của gã. Nếu gã là một người tù có máu mặt, chắc gã sẽ bị buộc tội cao ngạo, khinh khỉnh. Nhưng gã không phải thứ đó. Địa vị của gã trong làng tù không hơn loại "vét đĩa" là bao nhiêu.

Tôi là người duy nhất được gã dành cho một chút cảm tình. Thỉnh thoảng chạm trán nhau gã còn cho tôi một nụ cười thay lời chào. Hẳn trong lòng gã vẫn còn lại một chút kính trọng của người nông dân dành cho kẻ sĩ.

Nhưng tính nết gã thay đổi hẳn sau khi gã có gia đình. Gã trở nên xởi lởi. Với mọi người, gã chào hỏi, gã mỉm cười, gã giúp đỡ khi có ai cần được giúp đỡ.

Trại Tân Lập là một trại xôi đỗ, tù chính trị được giam chung với tù hình sự, tuy trong những nhà giam khác nhau. Cái sự chung đụng như thế không phải ở trại nào cũng có. Tù chính trị ở đây phần đông là người nông thôn, trước kia có thời gian đi lính ngắn hoặc dài, bảo chính đoàn có, bảo an có, dân vệ có, mấy ông chánh trương trùm trưởng từ các xứ đạo miền biển, cộng thêm mấy ông hội tề ấm ớ. Lạc vào số này là dăm ông công chức chính quyền cũ, vài thanh niên tác giả của mấy bài thơ dạng vè, hoặc trong ăn nói có điều thất thố. Tất tật những người này, xét cho cùng, chẳng chính trị chính em gì sất. Tù chính trị đích thực không có, theo cách nhìn của tôi. Tuy là người lớn, đám tù được gọi là chính trị này toàn tiêu thời giờ vào những chuyện ngồi lê đôi mách, đến nỗi nghe lỏm chuyện các vị đám tù hình sự phải kêu lên:"Thế mà là "số lẻ" cơ đấy! Như đàn bà".

Đang thời chiến tranh, tù phải đi sơ tán ra rừng từ sáng sớm, làm công việc đan tranh. Đan cho ai không biết, hay là để bán, nhưng tù cứ đan và đan, ngày này qua ngày khác, tháng này qua tháng khác. Tranh thành phẩm được chất lên xe tải kìn kìn chở đi. Đồn rằng để xây dựng các trại mới.

Giờ nghỉ trưa, các ông cán bộ châu đầu tán gẫu, thì đám "số lẻ" với "số chẵn"[1] thuộc các đội đi sơ tán cũng trà trộn với nhau mà tán gẫu như họ.

Gã nhặt được thằng út của gã trong giờ giải lao một buổi trưa. Hôm ấy, gã gặp may. Gã tóm được gần chỗ làm cả một ổ nhái, nếu có thể gọi những con nhái quần cư trong một hố nước giữa rừng là một ổ. Đang say sưa tận hưởng những đùi nhái vàng thơm phức thì gã bắt gặp giữa đám lá rừng một cặp mắt gắn chặt vào miệng gã.

Gã vẫy tay. Từ trong bụi rậm bước ra một thằng bé gày còm, xanh lướt.

- Lại đây ! - gã gọi.

Thằng bé lẳng lặng nhìn gã, khịt mũi mấy cái, rồi rụt rè tiến lại gần đống lửa.

- Này, ăn đi.

Gã đưa cho nó một con. Thằng bé vồ lấy, ngồi xổm xuống bên gã, nhai ngấu nghiến.

- Con nữa nhá ?

Nó nhanh nhảu gật đầu.

- Mày người đâu?

---

[1] *Tù hình sự (tiếng lóng).*

Nó lí nhí:

- Con ở Nam Định.

Gã gật gù:

- Vậy là cùng quê với tao. "Tắc" đều chứ ?

Nó lắc.

- Bố mẹ đâu ?

- Chết hết rồi. - nó nói khẽ.

Gã nhìn nó, thở dài. Xâu nhái bất động trong tay gã. Thằng bé rụt rè nhích lại gần, rụt rè tuốt thêm con nữa.

Cũng như thằng bé, gã chẳng còn ai. Gã ở tù đến năm thứ ba thì vợ chết do thương hàn. Gã ở tù đến năm thứ bảy thì đứa con trai chết đuối. Gã ở tù đến năm thứ chín thì đứa con gái lớn chết nốt, không rõ bệnh gì. Thỉnh thoảng lắm gã cũng nghĩ tới cái xã hội ở ngoài kia, nơi gã còn họ hàng, thân thuộc, bầu bạn.

Gã buồn. Có được tha gã cũng chẳng biết đi đâu. Ngôi nhà của gã đã bị ông anh dỡ đi để làm thêm hai chái nhà ông ấy. Đất thổ cư ông anh bán cho hàng xóm, bảo để lấy tiền nuôi đứa con gái út còn sống. Ông ta không "tắc"[1] cho gã lấy một lần. Đứa con gái út cũng chẳng ngó ngàng tới gã, chẳng đi thăm gã lấy một lần. Khi gã vào tù nó còn quá nhỏ, có lẽ nó không còn nhớ mặt bố. May mà ông anh gã hiếm hoi thương nó như con ruột, người ta kể vậy. Ông anh không chờ gã trở về. Ông muốn gã không có mặt trên đời. Vì có thằng em là gã, lý lịch ông không được trong sạch. Tóm lại, gã không còn đâu để mà về, không còn ai để mà thương nhớ.

Những chi tiết này về sau tôi một mới biết, trong một lần gã quá buồn, chỉ còn mình tôi là người chịu chuyện để cho gã trút bầu tâm sự.

Thằng bé trở thành con nuôi gã từ đó.

---

[1] *Tiếp tế, thăm nuôi (tiếng lóng).*

"Thằng bé này vậy mà tốt bụng, ông ạ" - gã nhận xét. Khi gã tỏ ý muốn nhận nó làm con nuôi thì nó ra điều kiện: nếu gã nhận nó thì phải nhận thêm thằng em kết nghĩa của nó, ốm o như một con mèo hen. Thằng bé này cũng là một tên dạt vòm như nó sau vụ bố mẹ bỏ nhau, mỗi người lập một gia đình mới. Trở thành nhân khẩu thừa ở cả nhà bố lẫn nhà mẹ, thằng bé đi theo bọn "cắc cùng kinh", bọn "bè ngắn", "bè dài"[1].

Ấy là, như tôi đã nói, tự gã ra kể tôi mới biết. Chứ tôi không tò mò. Trong tù tò mò bị coi là một thói quen xấu Kẻ tò mò dễ bị ngờ là ăng-ten.

- Hai thằng này tiếng là "số chẵn" mà ngoan, ông ạ. Nhất là thằng nhớn. Lắm lúc tôi nghĩ: đây là ông trời bù cho tôi đây. Thằng cả nhà tôi nếu còn sống thì vừa bằng nó.

Quan sát từ bên ngoài các gia đình thế phẩm, tôi thấy trong gia đình nào cũng vậy, các thành viên của chúng đều phải dùng đến một cố gắng nào đó để tạo ra cái bề ngoài thân ái, vì cố gắng đó, những mối quan hệ trở nên không thật, ta vẫn thấy tính chất giả tạo, tính chất gượng ép của chúng. Nhưng gia đình gã khác. Cách đối xử của gã với hai đứa con rất thoải mái, hai đứa trẻ đối với gã cũng vậy. Cứ như thể do một tình cờ ba bố con ruột nhà gã được gặp nhau, được sống bên nhau.

Gã chăm bẫm hai đứa lắm. Gã nhịn ăn nhịn mặc sắm sửa cho chúng đủ thứ. Chủ nhật, tù được tắm ở các bể nước trong trại, gã tha cả hai đứa ra, kỳ cọ cho đến sạch bong. Cả hai đứa dưới mắt gã chẳng hề là hai tên "số chẵn", hai tên ăn cắp vặt. Chúng cũng chưa một lần tỏ ra là những tên ăn cắp, mặc dầu những người tù "số lẻ" rất cảnh giác mỗi khi hai đứa bước vào phòng, ít nhất thì cũng trong thời gian đầu hình thành cái gia đình trái khoáy này. Trước đó, không có sự lộn xộn như vậy. Người bên "số lẻ" lập gia đình với người "số lẻ", bên "số chẵn" với người bên "số chẵn". Những "sĩ quan", chỉ bên "số chẵn" mới có, cho rằng quan hệ với bọn "số

---

[1] Ăn cắp trên xe lửa, tàu chợ, tàu đường dài (tiếng lóng).

lẻ" chẳng mang lại điều gì tốt đẹp. Quan hệ với "số lẻ" dễ bị Ban Giám thị chú ý. Người ta không muốn đám "số chẵn" dù sao vẫn còn là "bạn của nhân dân" bị ảnh hưởng tư tưởng lũ "kẻ thù của nhân dân".

Cái buổi sáng chuyển trại tôi đang nói tới diễn ra không đột ngột.

Sau những ngày tù mù không biết ai ở ai đi, từ đêm trước người ta đã biết được chính xác: tất cả tù "số lẻ" sẽ bị chuyển đi hết, chỉ một số có tên trong đợt tha sắp tới mới ở lại. Nhưng cũng chỉ biết trước được vừa đúng một đêm thôi, nhờ cánh "tự giác"[1] nghe ngóng được nói lại.

Người quan tâm hơn cả tới chuyện kẻ ở người đi, dĩ nhiên là gã. Gã phờ phạc, hốc hác hẳn đi, như người lâm bệnh. Ít hơn gã, nhưng cũng rất quan tâm, là mấy anh "số lẻ" chuyên mua bán đổi chác. Những nhà buôn trời sinh này không hề đau khổ khi rơi vào tù. Ở đây, cũng như ở bất cứ đâu, miễn có nhiều người sống chung, là họ như cá trong nước - họ thản nhiên sống, tung tăng đi lại, mua mua bán bán, trong cái môi trường tuyệt vời cho nền thương mại tư nhân, là cái không thể có ở bên ngoài nhà tù. Sự chuyển trại làm họ lo lắng. Không thể không đau xót cho những khoản nợ chắc chắn không còn có thể đòi. Các con nợ, thường ở bên "số chẵn", không giấu vẻ vui mừng - chuyến này có mà đòi ông Thiên Lôi! Tù hình sự bất đắc dĩ mới phải vay nợ, mua chịu. Dân giang hồ nhìn cái sự mua bán đổi chác trong tù bằng con mắt khinh bỉ.

Hầu như cả trại thức suốt đêm. Không ai ngủ được. Nằm ở chiếu bên, gã vắt tay lên trán, nhìn chòng chọc lên mái nhà, không nói một lời. Từ nhà giam bên cạnh vẳng đến tiếng ghi-ta bập bùng. Mấy người "số lẻ" có thú trà lá nổi lửa. Ngày mai đi khỏi đây rồi, họ không cần giữ nội quy nữa. Lính gác ngó vào thấy họ tụ tập

---

[1] *Tù được tin tưởng không trốn trại, được đi làm ngoài trại không có lính áp giải.*

quanh bàn trà cũng mặc. Lửa đóm in bóng họ lên tường.

Tôi thiếp đi được một lúc. Tỉnh dậy, tôi thấy gã ngồi bất động.

- Mấy giờ rồi? - tôi hỏi.

Gã không trả lời.

- Sắp sáng rồi, hả?

Gã lặng im.

Tôi không ngủ lại được nữa.

Trời vừa tang tảng có tiếng xe tải nổ máy xa xa, từ phía khu Ban giám thị. Tiếng xe lớn dần. Giờ chuyển trại mà người ta không hề chờ đợi với đủ mọi âu lo đã đến. Tù lục tục dậy. Thì ra những người mà tôi tưởng vẫn ngủ yên, suốt đêm chỉ lơ mơ . Đồ đạc đã được sắp xếp đâu vào đấy. Khi cán bộ quản giáo mở cửa thì ai nấy đã trong tư thế sẵn sàng.

Viên quản giáo nói lớn:

- Sắp xếp đồ đoàn! Chuyển trại!

Những người tù nhao nhao:

- Báo cáo ông quản giáo! Đi đâu ạ?

- Trại mới có tốt bằng trại ta đây không ạ?

- Đang ở yên, lại chuyển đi. Chán mớ đời.

Viên quản giáo quát:

- Có câm cái miệng không nào? Đồ đoàn lên vai. Xếp hàng trật tự vào!

Chẳng còn gì để mà sắp xếp - đồ đạc của người tù có nhiều nhặn gì cho cam.

Xếp hàng hai, chúng tôi co ro bước ra khỏi cửa. Trời mới chỉ hơi rạng, còn nhọ mặt người. Buổi sáng ở miền núi thường lạnh, như thể trời vào đông, mặc dầu chưa sang thu.

Viên quản giáo và mấy người lính đứng hai bên cửa phòng, lẩm nhẩm đếm tù. Tôi đặc biệt không ưa viên quản giáo này. Hắn còn trẻ, mới ngoài hai mươi, khá điển trai, quần áo lúc nào cũng phẳng phiu, mặt lúc nào cũng vác lên, vẻ ông cụ non. Khi nói chuyện với những người tù già, kể cả những người bằng tuổi ông nội hắn, hắn không bao giờ nhìn thẳng vào mặt họ, mà nhìn đi chỗ khác, như thể không phải hắn đang đối thoại với họ, mà là trong lúc này đầu óc hắn còn đang bận với những điều quan trọng, hắn chiếu cố nghe họ bằng một tai. Ấy là chưa kể cái thói quen chung của đám quản giáo, tù già đến mấy cũng gọi bằng "anh", nghe chướng không chịu được.

Tay nải khoác vai, ông bố tội nghiệp của cái gia đình tan vỡ đi bên tôi, mặt hoá đá. Gã cố tình không nhìn về phía mấy ngôi nhà giam tù hình sự, nơi những khung cửa đen ngòm đã thấy lố nhố mặt người - đó là đám hình sự dậy sớm để xem cuộc chuyển trại, một trò vui không phải trả tiền.

Khi đám tù "số lẻ" đã đứng bên hai chiếc xe tải sẽ chở họ đi, tôi nghe những người tù có thâm niên cao, mặt trang nghiêm, trao đổi với nhau bằng giọng thì thào về cái trại mà họ đoán sẽ bị chuyển đến. Trong đời tù họ đã đi qua nhiều trại, họ có kinh nghiệm hơn hẳn tù thường về những cuộc di chuyển, căn cứ những động thái không rõ rệt của cán bộ trại, những lời bình luận của đám tự giác. Trong cuộc sống ở trại giam giữa rừng, giữa những người coi tù và những người tù có một điểm chung: cả hai đều , vì hoàn cảnh bắt buộc mới phải sống ở nơi khỉ ho cò gáy thế này. Cho nên, nếu vì tình thương mà một tay quản giáo khuyên một tay tự giác phải chuẩn bị quần áo ấm thì chắc chắn cuộc di chuyển sẽ nhằm phía Bắc, nơi có nhiều sương muối và gió bấc.

Chúng tôi ra tới bên hai xe tải thì ở đó đã có mặt bá quan văn võ từ Ban Giám thị trở xuống, với những chồng hồ sơ cầm tay, những thùng hồ sơ khóa trái. Mấy anh tài và ét, cũng là công an cả, nhưng không phải công an coi tù, đứng cách ra một quãng, hút thuốc lá, với vẻ mặt thờ ơ.

Đúng vào lúc điểm danh lần cuối trước khi cho tù lên xe thì một sự kiện không ngờ đã xảy ra.

Từ phía nhà giam tù hình sự, một tiếng gào lạc giọng bay ra:

- "Bô.ô.ô.ố.ố...ơ.ơ.i!". "Bô.ô.ô.ố.ố...ơ.ơ.i! Bô ô ố!".

Đó là tiếng của đứa con út của gã, cái con mèo hen của gã.

Rồi tiếng gào thứ hai, trầm hơn một chút, của thằng lớn, nhưng thảm thiết không kém:

- "Bô.ô.ô.ố.ố...ơ.ơ.i!", "Bô.ô.ô.ố.ố...ơ.ơ.i!".

Như để tiếp sức cho hai đứa con gã, bất thình lình cả mấy nhà giam những người tù "số chẵn" nhất loạt gào lên:

- "Bô.ô.ô.ố.ố...ơ.ơ.i!"

- "Bô.ô.ô.ố.ố...ơ.ơ.i!"

- "Bô.ô.ô.ố.ố...ơ.ơ.i!"

Cái tiếng gào não nuột thoát ra từ bằng ấy cổ họng cùng một lúc làm tôi lạnh toát cả người.

Đứng bên tôi, mặt người cha của cái gia đình vá víu tái nhợt, toàn thân gã run bắn, như trong cơn sốt rét. Gã, vẫn như khi vừa ra khỏi phòng giam, cố không nhìn về phía nhà giam tù hình sự, nơi có những đứa con mà gã sắp phải chia lìa. Từng thớ thịt của gã đang rung lên từng cơn theo tiếng gào từ phía những nhà giam "số chẵn" bay ra.

Thế rồi, không thể chống nổi chính mình, gã tuột phăng cái tay nải trên vai, lao đi như một mũi tên bứt khỏi dây cung, chạy một mạch về phía những tiếng gọi. Viên quản giáo trẻ hoảng hốt lao theo. Chạy sau anh ta là mấy người lính gác, nhưng họ không sao đuổi kịp gã trên quãng đường không quá trăm mét trên sân trại.

Tôi thấy gã lao thẳng tới một khung cửa sổ rồi dán chặt vào đấy - chắc gã luồn hai tay vào trong để ôm choàng hai đứa con.

Tôi nhìn thấy những người đuổi theo vây quanh gã, dùng sức lôi gã ra, nhưng gã bám cứng, không sao gỡ nổi.

Đoạn, viên quản giáo trẻ đứng thẳng lên, phẩy tay với những người kia, ra chiều thôi, không cần lôi gã ra nữa, mặc gã làm gì thì làm. Rồi hắn ta cúi xuống, nói với gã điều gì đó.

Đến lúc ấy mấy người lính gác mới rời khung cửa, lững thững vác súng đi ngược lại.

Viên giám thị già, có gương mặt khắc khổ và nghiêm nghị của một viên kế toán, giận dữ đi về phía viên quản giáo. Hai người gặp nhau ở gần nhà giam, chụm đầu bàn tán. Rồi cả hai lẳng lặng quay lại phía xe tải.

Đáp lại cái nhìn dò hỏi của tôi, viên quản giáo trẻ nói khẽ:

- Để cho anh ta chia tay với hai thằng bé một lát.

Tôi ngạc nhiên nhìn hắn, nhưng hắn quay đi. Giọng hắn không giống thường ngày. Trong một thoáng, tôi thấy mắt hắn hơi ướt. Mà cũng có thể tôi nhìn nhầm.

Viết thêm: Chuyến chuyển trại hôm ấy bị chậm lại gần nửa giờ. Cuối cùng, gã tự rời khung cửa sổ, lảo đảo quay lại với chúng tôi. Không một người lính nào đi theo gã. Viên quản giáo trẻ dìu gã lên xe, nhặt cái tay nải đặt vào lòng gã. Khi xe nổ máy, viên quản giáo trẻ thận trọng nhìn quanh rồi vỗ nhẹ mấy cái vào vai gã trong một cử chỉ an ủi.

Hồ Dzếnh

Nhà văn Thanh Châu có một giang sơn riêng – một gác xép bằng gỗ ghép giống hệt gác xép của hoạ sĩ Bùi Xuân Phái", mà chúng tôi gọi đùa là "ông Giê Su ở phố Hàng Thuốc Bắc"..

Một thời nhiều nhà có thứ gác xép như thế. Nó tăng diện tích ở không nhiều, nhưng tạo ra một mảng riêng tư. Gác xép của Thanh Châu được dành riêng cho ông làm việc và tiếp bạn, người nhà không hề lai vãng. Để lên cái gác xép ấy tôi phải leo một cái thang dựng ngược, bám cứng vào hai thành lung lay của nó mà từng bước nhích lên rồi chui mới qua một lỗ vuông hẹp.

Từ khi nhà nước cách mạng về tiếp quản Hà Nội, Thanh Châu biến mất khỏi văn đàn. Đề tài, bút pháp thuộc dòng lãng mạn nay đã không hợp thời, lại còn nguy hiểm. Nó bị coi là nọc độc. Tác giả Tà Áo Lụa, Bóng Người Ngày Xưa… giờ đây ngồi lặng lẽ nơi mảnh đất tự tạo bên cái bàn trà nhỏ đã lên màu cánh gián và bộ ấm chén gan gà tí tẹo.

Người thường xuyên có mặt trên gác xép của Thanh Châu là Kim Lân, cây bút số một về chuyện nhà quê. Người thứ hai là Bùi Xuân Phái. Gầy còm, xanh xao, với gương mặt rất giống Chúa Cứu Thế, tự xưng "nhát gan bậc nhất Hà Thành", hễ gặp quá ba khách đến trước là anh lịch sự bắt tay mỗi người một cái rồi ù té.

Từ cái lỗ vuông ấy, vào một ngày không còn nhớ, nhô lên một

mái đầu chải ngược, đường ngôi rõ ràng, một khuôn mặt xạm đen với nụ cười phô những cái răng dài.

- Hồ Dzếnh đấy! - Thanh Châu nói khẽ với tôi.

Tôi không quên được hình ảnh ấy – nó gắn chết vào trí nhớ.

Con người lộc ngộc, xương to, thịt ít, ngồi xuống bên tôi:

- Vũ Thư Hiên?

Thanh Châu gật.

Chắc hẳn Thanh Châu, hoặc Kim Lân đã nhắc đến tên tôi nhân đụng tới thế sự văn chương. Và còn một lẽ nữa - trong các khách của Thanh Châu tôi ít tuổi nhất.

Chả là hồi ấy dư luận đang ồn lên với bài "Giương cao ngọn cờ tính Đảng, chống chủ nghĩa xét lại hiện đại trong văn nghệ" của Tố Hữu. Nó hứa hẹn một trận đánh, rất có thể sẽ là một vụ "Nhân Văn - Giai Phẩm" thứ hai, Tôi được nêu tên cùng với truyện ngắn Đêm Mất Ngủ. Cùng với tôi còn có Nguyên Ngọc và Ngô Ngọc Bội. Là may. Chứ một mình thì nguy to.

Lời phê phán của nhà thơ lãnh tụ lần này không gây ra đám cháy lớn. Tuy nhiên, sau bài báo đó các ông tổng biên tập, các thư ký toà soạn liền cầm kính lúp soi từng chữ trong mỗi vần thơ, mỗi câu văn. Mấy truyện ngắn hiền lành của tôi gửi đến đều bị trả lại. Hỏi vì sao thì các vị cầm trịch nhe răng cười.

Trong hoạ có phúc. Tôi không được in thì lại được tiếp chuyện các bậc đàn anh nhiều hơn.

Kim Lân phát mạnh vào vai tôi: "Mặc mẹ nó! Được Tố Hữu đập, coi như "lúy" công nhận ông có chiếu trong làng văn. Hay chứ không dở". Nói thế, Kim Lân phải tin tôi lắm. Câu ấy mà đến tai Tố Hữu thì lôi thôi to. Được Kim Lân tin, tôi sướng âm ỉ. Hiền lành một cục, thận trọng cũng một cục, thế mà rồi có lúc anh cũng bị nện cho một trận với truyện ngắn "Con chó xấu xí". Người ta nói tác giả ví văn nghệ sĩ trung thành với đảng như con chó ghẻ xấu xí nọ, nó gắng sức giữ nhà cho chủ, thế mà vừa trơn lông đỏ da là chủ vật ra làm thịt. Một truyện ngắn hay, giọng văn mộc mạc, khó có thể tìm được một câu được hiểu là móc máy. Kim Lân cười buồn: "Cái bọn phê bình có cần chó gì nghệ thuật. Nghề của bọn ấy là bới. Cứ thằng nào viết văn không nổi là y như rằng nó quay ra làm phê bình". Nguyễn Tuân trăn trối trước: "Này, đừng có chôn tôi bên cạnh một thằng phê bình đấy nhá!". Nói cho công bằng, những nhà phê bình đôi khi cũng có ích ra phết. Không có họ độc giả không hiểu hết ý của tác giả, họ vạch ra mới thấy. Không kể những trường hợp các phê bình gia bịa ra những cái tác giả không chủ tâm. Như Văn Ngan Tướng Công của Vũ Tú Nam chẳng hạn.

Hồ Dzếnh nắm chặt tay tôi, bóp bóp vài cái. Ấy là anh khen đấy, Thanh Châu giải thích. Anh ý nhị nhìn tôi, cười tủm tỉm. Sau mới biết Hồ Dzếnh ít khi tỏ thái độ khen chê. Anh là người kín kẽ. Thanh Châu nói về Hồ Dzếnh: "Của hiếm trong văn học. Bút pháp của ông ấy tôi muốn học cũng không được – là văn đấy, mà cũng là thơ đấy".

Không nổi tiếng như Nguyễn Tuân, nhưng Thanh Châu vẫn cứ là một bô lão trong nghề, được nhiều cây bút trẻ trọng vọng. Họ đến với anh, thành kính như vụng trộm hành hương về một quá khứ đã bị chôn.

Thanh Châu bỏ bút đã đành, nhưng Kim Lân, trẻ hơn Thanh Châu cả chục tuổi, hoạ hoằn mới cho ra một truyện ngắn. Vì "ngứa nghề" (chữ của Kim Lân), chứ không phải vì nhuận bút. Nhuận bút bấy giờ còm cõi lắm. Đã thế lại chỉ có vài tờ báo nhận đăng thơ, hoặc truyện ngắn. Người muốn trở thành nhà thơ, nhà văn lại quá nhiều. Thiên hạ muốn cái tiếng cái danh, chứ nhuận bút họ không màng. Ấy là chưa kể họ còn phải nghiến răng móc túi cho những bữa chiêu đãi các vị chức sắc ở các thứ tòa soạn

Trong số khách văn của Thanh Châu, Hồ Dzếnh là một nhân vật đặc biệt. Đặc biệt ở chỗ anh lặng lẽ đến, lặng lẽ leo lên, rồi trầm ngâm nhấm nháp trà quạu, không nói không rằng. Lối viết của anh, chẳng khác gì của Thanh Châu, đã không còn đắc dụng. Viết văn giờ là công tác phục vụ cách mạng, phục vụ công nông binh, là trách nhiệm và sự nghiệp của nhà văn. Viết cái gì, viết thế nào, đã có đảng cầm tay chỉ việc. Mặc dầu không dính dáng gì với đám phản động "Nhân Văn - Giai Phẩm", nhưng anh vẫn bị người ta nhìn bằng cặp mắt nghi ngờ - bọn văn nghệ sĩ cũ không thể tin – lũ ấy kém mười lăm phút đầy phản động. Để yên thân, thỉnh thoảng anh cũng có một bài thơ nhạt nhẽo trên tờ Lao Động. Anh không bao giờ nhắc đến chúng.

Tôi đọc Hồ Dzếnh rất sớm, lúc mới lên mười. Cha tôi thường mang về cho tôi những cuốn Sách Hồng cho trẻ con, mỗi cuốn là một chuyện cổ tích. Chúng được kể với giọng dí dỏm, dễ hiểu, lôi cuốn. Lại có cả một cuốn sách thơ cho trẻ con, không nhớ là của ai, trong đó có hai câu còn đọng lại lâu trong trí nhớ:

Hôm qua trời đổ mưa rào,
Mặt trời sợ ướt lẩn vào đám mây.

Cuốn sách đầu tiên, đích thực sách, mà tôi được đọc, là Chân Trời Cũ.

Một ngày, mẹ tôi mua Chân Trời Cũ về. Bà đọc chăm chú, có lúc thừ người ra, lấy tay dụi mắt – bà khóc thầm.

Chờ cho mẹ đọc xong, quên nó rồi, đi vắng rồi, tôi mới dám lấy nó ra từ trong giỏ kim chỉ của bà. Lệ trong nhà là thế, trẻ con không được đọc sách người lớn.

Tôi không biết nói về cảm giác của tôi là thế nào khi đọc Chân Trời Cũ. Một nỗi xúc động bất ngờ trong tâm hồn trẻ thơ chăng? Có thể không phải thế, hoặc không rõ ràng là thế. Những câu chuyện bình dị về những kiếp người, được viết bằng thứ tiếng Việt chân chất, không uốn éo, không màu mè, gợi nhớ những gì tôi đã biết, đã thấy trong cuộc sống bé bỏng của mình. Chúng để lại trong tôi ấn tượng mạnh chưa từng có.

- Anh là người thầy đầu tiên dạy tôi yêu văn – tôi nói với Hồ Dzếnh - Còn hơn thế, anh làm cho tôi hiểu tiếng Việt của ta đẹp đến là nhường nào.

Nghe tôi, Hồ Dzếnh cười bẽn lẽn. Tôi dùng đúng chữ phải dùng

– anh bẽn lẽn thật sự. Mặt anh đỏ lên, mắt anh chớp chớp, anh lúng túng trước lời khen. Những con người lớn thật sự bao giờ cũng mang trong mình một đứa trẻ.

- Anh hiểu tôi rồi đấy – anh khẽ nói với tôi, như nói một mình – Tình yêu đối với văn chương không bắt đầu bằng cái gì khác ngoài tình yêu ngôn ngữ. Chuyện để kể thì ai mà chẳng có. Nhưng để viết nó ra, cho nó có hình hài, cho nó sống dậy, cho nó đi lại, trò chuyện được với mọi người thì ngôn ngữ là cái quan trọng hàng đầu. Và duy nhất. Nó quyến rũ mình, nó hút hồn mình, nó rủ rê mình, và sau hết, xúi giục mình cầm lấy cây bút.

Tôi được nghe lời tâm sự này vào một đêm khuya ở ngôi nhà nhỏ của anh, số 80 Hòa Mã, khi Hà Nội đã ngủ yên.

- Tiếng Việt là âm nhạc, anh ạ. Thoạt kỳ thuỷ, những câu văn xuất hiện như một dòng nhạc. Nó ngân nga mãi trong đầu trước khi mình cả gan đặt bút lên trang giấy trắng những chữ đầu tiên. Nó là một cái gì đó mơ hồ, ta chưa thể hình dung, một cái gì rất mơ hồ, như mây như gió, ta không nắm bắt được nó, không làm chủ được nó, không sai khiến được nó, cái ấy cứ cục cựa không thôi ở trong đầu, đòi được thoát ra. Ta như bị bức bách phải cho nó đi xuống trang giấy, thành một vần thơ, hoặc một câu văn. Sau đó thì vần thơ ấy, câu văn ấy, sẽ tự kéo theo nó những chữ khác, những câu khác. Và cứ thế, một bài thơ, hay một truyện ngắn ra đời.

Tôi trích ở đây một đoạn trong Chân Trời Cũ tả người khách tha hương ngồi bên bến đò vắng tanh vắng ngắt trong chiều tà. Giờ nắm cơm ra nhai trệu trạo, đoạn đứng lên bắc loa miệng gọi đò: "Tồ ui!" Trời đã ngả màu tím. Khách không tin còn đò. Nhưng rồi con đò ở bờ bên kia cũng rời bến sang với khách. Đêm ấy khách được ngủ đỗ trong nhà cô lái đò tốt bụng.

"Mấy tiếng tù và khuya rúc lên, bay vào gian nhà vắng. Lắng biết mọi người đã ngủ yên cả, vị thần tử của giang sơn Trung Hoa vắt chân chữ ngũ, khe khẽ ngâm một bài thơ cổ, qua nỗi xúc động đột nhiên tụ lại trong người:

Uỵt loọc, vú thày sướng mủn thín,
Coóng phống, dì phố, tui sàu mìn,
Cú chấu sèng ngồi Hồn Sán sì.
Dề pun, chống séng tâu hác sin.
(Nguyệt lạc, ô đề, sương mãn thiên
Giang phong, ngư hỏa, đối sầu miên,
Cô Tô thành ngoại Hàn San tự,
Dạ bán, chung thanh đáo khách thuyền)[1]

Ngay lúc ấy, từ gian buồng bên, nổi lên mấy tiếng gì như chuột rúc. Lữ khách, thấy đứt mạch cảm hứng, càu nhàu trong bóng tối:

- Ấy dà! Cẩm tố xỉ a! (Chà! Lắm chuột thế!)

Nhưng đó không phải tiếng chuột rúc. Đó là tiếng người con gái chở đò ban tối cười qua hai làn môi khép kín.

Cuốn Chân Trời Cũ văn gồm nhiều truyện ngắn, theo ghi chú của tác giả thì nó được viết vào tháng Giêng năm 1940, xuất bản lần đầu năm 1942. Nó được tái bản nhiều lần về sau này. Tôi rất nhớ hai câu kết của truyện ngắn Ngày Gặp Gỡ:

"Người khách sang sông chiều muộn ấy về sau này là cha tôi. Và cô lái đò, là mẹ tôi".

Không hiểu sao mà câu sau cùng này lại biến mất trong lần tái bản sau cùng. Mà tôi cho rằng đó là câu khép chuyện hay nhất. Nó mới giản dị làm sao! Mới đẹp làm sao!

Tôi có lần viết ở đâu đó: "Tôi có hai người thầy: Hồ Dzếnh chỉ cho tôi thấy cái đẹp trong ngôn ngữ giản dị; Nguyễn Tuân, ngược lại, dạy tôi cách sử dụng những từ cầu kỳ đúng chỗ để tăng sức mạnh của câu văn. Cả hai cho tôi hiểu tiếng Việt là âm nhạc, đích thực là âm nhạc, với những tiết tấu riêng, với sự xen kẽ của những toàn hài và cung chướng để đưa người đọc đi xa hơn, cùng với liên tưởng bất giác để bay xa, vượt lên trên những con chữ".

---

[1] Bài thơ Phong kiều dạ bạc của Trương Kế, đời Đường.

Hồi ấy, còn nhỏ, tôi chưa gặp thơ Hồ Dzếnh. Lớn lên, đọc anh tôi mới hiểu ra tiếng Việt, tiếng mẹ đẻ theo nghĩa đen, đã ảnh hưởng tới anh mạnh đến thế nào.

Trời đẹp như trời mới tráng gương
 Chim ca ánh sáng rộn ven tường
 Có ai bên cửa ngồi hong tóc
 Cho chảy lan thành một suối hương.

Một khúc khác:

Em cứ hẹn nhưng em đừng đến nhé!
Để lòng buồn tôi dạo khắp trong sân,
 Ngó trên tay thuốc lá cháy lụi dần...
 Tôi nói khẽ, gớm, làm sao nhớ thế!
...

 Em cứ hẹn nhưng em đừng đến nhé!
 Tôi sẽ trách - cố nhiên! - nhưng rất nhẹ;
 Nếu trót đi, em hãy gắng quay về,
 Tình mất vui khi đã vẹn câu thề,
 Đời chỉ đẹp những khi còn dang dở.
 Thư viết đừng xong, thuyền trôi chớ đỗ,
 Cho nghìn sau... lơ lửng... với nghìn xưa....
 Trời không nắng cũng không mưa,
 Chỉ hiu hiu rét cho vừa nhớ nhung.
 Chiều buồn như mối sầu chung
 Lòng im nghe thoảng tơ trùng chốn xa
 Đâu hình tầu chậm quên ga
 Bâng khuâng gió nhớ về qua lá dày

Hay bài thơ Chiều đã được Dương Thiệu Tước phổ nhạc mà nhiều người thuộc nhưng không biết, hay quên, là những vần thơ của Hồ Dzếnh:

Trên đường về nhớ đầy
 Chiều chậm đưa chân ngày
 Tiếng buồn vang trong mây
 Chim rừng quên cất cánh

Gió say tình ngây ngây
Có phải sầu vạn cổ
Chất trong hồn chiều nay?
Tôi là người lữ khách
Màu chiều khó làm khuây
Ngỡ lòng mình là rừng
Ngỡ hồn mình là mây
Nhớ nhà châm điếu thuốc
Khói huyền bay lên cây...

Tôi không rành lý luận văn học. Tôi cũng không có ý định nghiên cứu về văn Hồ Dzếnh. Cái đó không phải việc của tôi – tôi không có cả tài năng lẫn hứng thú. Tôi có đọc một số bài nghiên cứu về Hồ Dzếnh. Trong những bài này có khá đủ dữ kiện để người đọc biết về Hồ Dzếnh với tư cách một văn tài. Nhưng tôi còn muốn nhiều hơn – một chân dung Hồ Dzếnh, con người và cuộc đời.

Sau khi được làm quen với Hồ Dzếnh, tôi tìm đọc lại vài tác phẩm của anh. Ngôn ngữ trong những tác phẩm ấy tất nhiên khác với ngôn ngữ hiện đại. Nhưng nó không lỗi thời. Cái đẹp vẫn còn đó nhờ sức mạnh của ngôn từ giản dị.

Năm 1986 Hồ Dzếnh vào Sài Gòn. Lần gặp gỡ này tôi được gần anh nhiều hơn những buổi tối ngắn ngủi ở ngôi nhà phố Hòa Mã. Ngắn ngủi là vì muốn nghe chuyện anh lắm tôi cũng không thể ngồi quá khuya, khi chị bắt đầu đi ra đi vào, có ý nhắc đã đến giờ anh đi ngủ.

Ở Sài Gòn hôm nào anh cũng đến rủ tôi đi ăn sáng. Bắt đầu bằng một bát phở ở một quán theo anh là rất tuyệt ở chân cầu chữ Y, đoạn đi tiếp, uống cà phê ở một quán khác, gần nhà hàng Bát Đạt trên đường Trần Hưng Đạo, nó cũng tuyệt không kém. Một người bạn sành ăn sành uống đã cho anh lời khuyên, nó được anh nắn nót ghi vào mảnh giấy nhét trong túi ngực.

Tôi chở anh đi bằng xe Honda 67. Chúng tôi phóng vèo vèo trên phố xá. Ngồi sau, anh ôm cứng tôi, luôn cục cựa, hết quay phải lại quay trái. Không biết trong những chuyến cưỡi ngựa xem hoa ngày ấy có làm anh nhớ đến Cô Gái Bình Xuyên năm 1945 hay không. Nó là tác phẩm lần đầu và cũng là lần duy nhất Hồ Dzếnh rời miền ký ức thân quen để bay lên những tầng trời tưởng tượng. Một thư sinh Bắc Kỳ lạc bước vào Hòn Ngọc Viễn Đông gặp một nữ tướng cướp. Chàng yêu nàng. Nàng yêu chàng. Một hôm nàng đi cướp, bị bắn. Xót nàng, băng bó cho nàng xong chàng mới ôm nàng trong lòng, mới thủ thỉ bảo nàng hãy ở nhà, chàng sẽ đi làm công việc nguy hiểm ấy thay nàng. Nữ tướng cướp nghe chàng, cười rũ. Nàng ép đầu chàng vào ngực mà bảo: công việc ấy không phải của anh mà, anh hãy cầm số tiền này rồi về Bắc đi. Nơi này, việc này không phải dành cho anh.

- Tôi không giàu tưởng tượng – nhắc đến Cô Gái Bình Xuyên, anh cười mình – Cái gì dính với tôi, với những kỷ niệm trong đầu thì tôi viết được, hễ bịa là y như rằng hỏng, anh ạ.

- Ờ, Cô Gái Bình Xuyên không quá tồi, nhưng với anh, tôi nghĩ nó là một thất bại.

Tôi nói toạc, không sợ anh giận. Chúng tôi quen nói với nhau thật thà, không kiêng nể.

- Nghề của ta thế đấy. Cái mình viết đã thả ra là không cách nào đuổi theo để bắt nó về. Vì vậy mà viết xong tôi thường để đấy rất lâu rồi mới cho in.

- Nghĩa là anh còn nhiều bản thảo đắp chiếu?

Hồ Dzếnh cười, tránh câu trả lời.

Hồ Dzếnh viết thận trọng. Nhưng chỉ chừng ấy tác phẩm đã được anh thả ra cũng đủ làm phong phú thêm nền văn học mà ta quen gọi là tiền chiến. Những gì anh viết còn cho ta thấy được một hiện tượng khác - ấy là một người nước ngoài hoàn toàn có thể sáng tác bằng tiếng Việt không khác gì người Việt.

Nghe nói người Hoa khuyến khích con trai Hoa lấy vợ Việt nhưng ngăn cấm con gái Hoa lấy chồng Việt. Chuyện này có thật - người ta làm thế là để bảo vệ nòi giống, và cả mở rộng nòi giống nữa. Chẳng thế mà những người Tàu tha hương giữ gìn tiếng Hoa lắm lắm, cho dù có lưu lạc đến tận đẩu tận đâu trên địa cầu. Hơn bất cứ cộng đồng di dân nào, người Hoa coi mất ngôn ngữ là mất gốc. Tiếng bản địa đối với họ vĩnh viễn là ngôn ngữ thứ hai, chỉ đủ dùng trong giao tiếp là được, không cần hơn. Thời tôi, nhiều người Hoa thuộc thế hệ thứ ba thứ tư vẫn không nói sõi tiếng nơi mình sinh sống. Trường hợp Hồ Dzếnh là hãn hữu. Mặc đầu theo phong tục của người Hoa, anh ắt phải học và rành tiếng Hoa hơn tiếng Việt. Anh sáng tác được bằng tiếng Việt ắt hẳn do anh có mẹ người Việt, và tiếng mẹ đẻ của anh đã chiếm lĩnh toàn bộ tâm hồn anh.

Cuộc gặp gỡ nhiều ngày với Hồ Dzếnh ở Sài Gòn cho tôi hiểu anh thêm. Chúng tôi có đủ thời gian cho những chuyện tâm tình.

Cũng trong cuộc gặp gỡ này tôi mới biết trong sâu thẳm tâm hồn, Hồ Dzếnh có một vết thương khó lành và không đáng có. Dù anh đã có một chỗ đứng trong văn đàn Việt Nam, anh vẫn luôn cảm thấy có sự phân biệt: anh là nhà văn, nhưng là nhà văn người Tàu, hoặc tử tế hơn: nhà văn gốc Hoa.

Mặc đầu người Hoa đến Việt Nam đã ăn đời ở kiếp trên đất này, đã chôn nhiều thế hệ cha ông ở đây, đã được người bản địa hiền hoà mở rộng vòng tay đón nhận, coi như người trong gia đình lớn các tộc người cùng sống chung với nhau trên một mảnh đất, nhưng đã xảy ra không ít cảnh đau lòng.

Sử sách còn ghi trận quân Tây Sơn tàn sát một vạn sinh linh người Hoa ở cù lao Phố vào thế kỷ 18. Trong cơn thịnh nộ: "Đánh cho để dài tóc/ Đánh cho để đen răng/ Đánh cho nó ngựa xe tan tác/ Đánh cho nó mảnh giáp không còn/ Đánh cho nó biết nước Nam anh hùng có chủ", đến đàn bà trẻ con người Hoa cũng không thoát khỏi ngọn giáo lưỡi gươm thù hận.

Theo thống kê không mấy chính xác, năm 1978 và đầu năm 1979 đã có hai vạn rưởi người Hoa vượt biên giới phía bắc để trở về Trung Quốc. Nhà nước Trung Hoa đỏ đặt tên cho nó là "nạn kiều". Tất cả bắt đầu bằng một tờ truyền đơn giả mạo tựa hồ của chính quyền Trung Quốc kêu gọi người Hoa mau mau trở về tổ quốc để tránh một cuộc "tắm máu" sắp xảy tới. Tờ truyền đơn do một tên vô danh tiểu tốt ở Quảng Ninh học tiếng Trung ở Nam Ninh (Trung Quốc) thảo ra, dưới sự khuyến khích của tên quan thầy nắm công tác tổ chức ở trung ương. Tác giả tờ truyền đơn về sau leo lên một trong những chức vị cao nhất trong hệ thống nhà nước. Công lao được ghi nhận của y là đã xua đuổi được hàng vạn người Hoa ra khỏi Việt Nam mà không tốn một viên đạn. Tôi không viết tên chúng ra đây – chúng không đáng được nhắc đến.

Thế là những con người, chứ không phải những con vật, đã ăn đời ở kiếp trên đất nước ta bồng bế nhau, dắt díu nhau, bỏ ruộng, bỏ vườn, bỏ nhà cửa, bỏ mồ mả cha ông chạy về cái đất nước mà tổ tiên họ đã bỏ đi để tới đất này. Ở mảnh đất bỏ đi ấy, những địa danh chỉ được mơ hồ biết đến, được nhớ tới, trong những truyền thuyết và những chuyện kể về đêm của những ông già bà cả. Giờ đây họ mếu máo chạy về một chân trời xám xịt đầy một màu máu của đủ thứ cách mạng long trời lở đất, hết cái này đến cái khác, mà họ được nghe từ những đồng bào sống sót trốn qua biên giới.

Tổng số người Hoa rời khỏi Việt Nam từ Bắc chí Nam trong thời kỳ này lên tới gần một triệu trong số gần hai triệu người Hoa sinh sống ở Việt Nam, theo một con số thống kê.

Kim Lân, theo tôi quan sát, là bạn thân nhất của Hồ Dzếnh, Nhưng hình như có những tâm sự chua xót Hồ Dzếnh chưa hề nói với bạn. Không phải anh có điều gì phải giấu giếm. Chỉ là anh không muốn nói, không muốn kể, những chuyện đau lòng.

Tôi may mắn hơn. Tôi được nghe anh kể những gì đã xảy ra với anh trong năm 1978:

"Tờ truyền đơn ấy có tác động kinh khủng. Người ta tin nó là thật. Họ chép lại, trao tay nhau, rồi lời đồn loang xa. Thế là người Hoa ùn ùn kéo đi. Có gì trong nhà mang ra bán cho bằng hết, bán rẻ như cho, lùng sục mua vàng. Nhẫn một chỉ, nửa chỉ, vài đồng cân, mua hết, không cân kẹo, không phân biệt thật giả, dắt tất tật vào lưng quần. Lưng đeo ba lô, vai khoác tay nải, họ dắt díu nhau lên đường. Nước mắt lưng tròng, họ hối hả đi, thất thểu đi. Thảm lắm, Tội nghiệp nhất là những gia đình Hoa Việt - chồng đi, vợ ở lại, vợ đi, chồng ở lại. Những đứa con mếu máo chia tay nhau, đứa đi đứa ở, xảy đàn tan nghé. Tôi có anh bạn bác sĩ đông y người Hoa, vợ Việt, hai đứa con, một trai một gái. Anh chồng mang theo con trai, vợ ở lại với con gái. Bao nhiêu là nước mắt. Chia tay họ, tôi khóc ròng".

- Còn anh thì sao? – tôi hỏi.

- Tôi không đi.

- Tất nhiên, anh còn đang ngồi đây với tôi mà.

Hồ Dzếnh thở dài:

- Tôi không thể đi. Nơi này là quê hương tôi, là đất nước tôi, là tình yêu của tôi. Tôi không thể bỏ.

- Những người ra đi không lôi kéo anh?

- Có chứ. Người ta đến nhà rủ tôi đi cùng. Hằng ngày. Người ta thương tôi, lo sợ cho tôi.

- Còn chính quyền?

- Chính quyền?

- Người ta có làm khó anh nhiều không?

- Có đấy. Họ đến nhà, giục gia đình tôi đi. Không phải một lần. Tôi lánh mặt. Họ hỏi vợ tôi: "Bao giờ ông bà mới chịu đi?"

- Chị trả lời thế nào?

- Nhà tôi bảo: "Tôi không biết. Thuyền theo lái, gái theo chồng, câu ấy chẳng lẽ các ông không biết. Trong nhà ông nhà tôi là người quyết định, không phải tôi. Các ông đi mà hỏi ông ấy!"

- Ông ấy không chịu giáp mặt chúng tôi. Chúng tôi biết – ông ấy đang ở trong nhà.

- Ông ấy đi từ sớm, lúc tôi còn ngủ. Thức dậy đã không thấy ông ấy đâu. Chắc ông ấy không ngủ được, dậy xong là đi. Các ông thử tìm ở mấy quán cà phê xem có ông ấy có đấy không?

" Rồi họ cũng tóm được tôi – anh tiếp – Bảo tôi đi theo. Đi thì đi. Ngồi lên command-car, hai người của chính quyền ngồi hai bên. Như sợ tôi chạy. Công an, tôi nghĩ. Họ đưa mình đi đâu đây? Xe rẽ vào Hỏa Lò, anh ạ. Cái Maison Centrale này người Hà Nội có ai không biết. Tôi tự hỏi: "Mình làm gì mà họ bắt cơ chứ"? Xe đỗ lại trong một cái sân rộng.

Tôi hình dung cái sân Hỏa Lò sạch bong với mấy dàn nho queo quắt. Tôi đã đứng đây khi đi thăm cha tôi vào thời thuộc Pháp. Tôi cũng đã đứng đây chờ được đưa vào xà lim, thời cách mạng.

"Theo chân họ, tôi bước vào một căn phòng trống huếch trống hoác, ở tường hậu có một cái bàn giấy. Lấy thêm ghế, phân ngồi chủ khách. Chủ ngồi trong. Tôi ngồi ngoài. Mời uống trà. Thuốc lá sang, Thăng Long bao bạc hẳn hoi. Chuyện trên trời dưới đất. Sau hết, mới vào đề:

- Anh nhất định không chịu?

- Tại sao tôi lại phải đi?

- Người Hoa đi cả, anh ở lại làm gì?

- Nhà tôi ở đây, vợ con tôi ở đây, đi đâu? Việc gì tôi phải đi? tôi nói.

Họ nhìn nhau, cười. Cứ như họ nghe một câu trả lời ngớ ngẩn của người điên. Tôi bặm môi lại, không nói thêm câu nào nữa. Nói làm gì? Có nói họ cũng chẳng hiểu. Với họ, tâm hồn con người là thứ vớ vẩn, họ không thể hiểu, không thèm hiểu. Rồi họ đứng lên, ra hiệu cho tôi đi theo".

Anh im lặng, nhớ lại.

- Họ đưa anh đi đâu?

"Qua một cửa lớn làm bằng nhiều song sắt. Rồi một cửa nhỏ, cũng bằng song sắt. Nó dẫn vào một hành lang mờ mờ tối, hai bên là những cánh cửa sơn xám có then cài với những cái khóa bằng đồng".

Tôi thảng thốt:

- Đó là khu xà lim 1. Tôi từng ở đấy. Họ giam anh?

Hồ Dzếnh trầm ngâm. Rồi cười buồn:

"Lúc ấy tôi cũng nghĩ thế - mình sẽ bị giam ở đây. Nhưng không, họ không giam tôi.

Một anh có vẻ là cấp trên trong hai người mở nắp cái ô nhỏ bên trên cánh cửa, kiễng chân nhòm vào, rồi ra hiệu cho tôi nhòm theo. Cái lỗ quan sát ấy tôi biết qua sách. Người Pháp gọi nó là le judas. Tôi không phải kiễng chân, tôi cao hơn anh ta, Nhòm vào, tôi giật bắn mình - bên trong là một cái xác trần truồng, gày đét. Nghe động, cái xác hé mắt. Hoá ra là một người sống. Tất nhiên, anh ta không nhìn thấy tôi, cái lỗ ấy chỉ cho anh ta thấy hai con mắt. May, không phải một người quen. Tiếp theo, họ mở thêm vài cái ô như thế nữa, vẫy tôi lại, nhưng tôi lắc"

– Rồi sao?

"Họ đưa tôi về nhà, cũng trên chiếc command-car ấy. Trên xe, chúng tôi không ai nói với ai câu nào. Chỉ khi mở cửa xe cho tôi xuống, người công an cấp trên mới đặt tay lên vai tôi: "Anh thấy rồi đấy – anh muốn về Tàu hay muốn ở lại trong cái chỗ anh vừa thấy?"

Câu chuyện Hồ Dzếnh kể làm tôi bàng hoàng.

Lại thêm một cái không thể ngờ có thể xảy ra trong cuộc cách mạng mà tôi đi theo từ thuở thiếu thời. Những người mà tôi từng gọi là đồng chí bên trong cái vỏ bọc cách mạng đã hành xử tàn nhẫn đến thế đấy, với một nhà văn không hề chống lại họ.

Đoạn hồi ức này không có tham vọng nào hơn là thêm vài chuyện vặt vào những gì nhiều người đã viết về Hồ Dzếnh.

Lần gặp anh ở Sài Gòn là lần cuối. Sau đó chúng tôi cũng không có thư từ, điện thoại cho nhau. Tin nhắn cuối cùng anh gửi cho tôi là bài viết thay cáo phó trên tờ Văn Nghệ,

*

Tháng 8 năm 1991, tôi ở Warszawa.

Một buổi chiều, sau khi uống cà phê ở quán U Szwejka trên quảng trường Konstytucji, tôi thả bộ tới đường Marszałkowska thì một chiếc taxi trờ tới. Ắt hẳn anh lái nghĩ tôi là một du khách đang lớ ngớ tìm đường.

Ngạc nhiên làm sao, vừa ngồi vào xe, tôi thấy bên mình một tờ báo tiếng Việt.

Một hàng tít lớn đập vào mắt: "Nhà văn Hồ Dzếnh không còn nữa".

Xem ngày tháng thì thấy tờ báo mới ra hôm qua. Chắc hẳn người khách trước tôi là người Việt vừa đi từ phi trường Okiecie vào thành phố đã bỏ lại.

Tôi bàng hoàng. Tôi ít khi nghĩ tới cái chết, cho chính mình, cũng như cho những người tôi biết. Sự sống vốn chẳng là vô hạn với bất cứ ai – biết là thế, nhưng bất ngờ vẫn cứ là bất ngờ. Thậm chí trong hành trang của tôi vẫn còn đấy cái đồng hồ quả quít cổ mặt sứ tôi mua ở chợ đen Donbass để gửi cho Hồ Dzếnh. Có lần nào đó anh nói với tôi anh thích đồng hồ quả quít hơn đồng hồ đeo tay. Nó gợi nhớ cái đồng hồ của cha anh - vật còn lại lâu hơn mọi thứ khác sau khi cha anh qua đời và mẹ anh phải bán đi tất cả.

Tôi nhoài lên ghế trên, hấp tấp nói lại địa chỉ. Thay vì về nhà, tôi bảo anh tài xế đưa tôi đến chỗ khác. Ở thương vụ Việt Nam tôi có thể nhờ gửi tin nhắn bằng telex nhanh nhất về cho con rể.

Các con tôi đã có mặt trong tang lễ, thay tôi tiễn đưa nhà văn mà tôi yêu mến đến nơi an nghỉ cuối cùng.

Thêm một lần, tôi tin ở tâm linh. Nó có thật hay không có thật tôi không biết. Bằng sự tình cờ hi hữu, Hồ Dzếnh gửi cho tôi lời nhắn cuối cùng:

"Tôi đi đây. Chào nhé!".

2016

Những tác phẩm đã xuất bản của Hồ Dzếnh:
- Quê Ngoại (thơ, gồm những bài góp nhặt từ năm 1935 đến 1942,
xuất bản năm 1943);
- Hoa Xuân Đất Việt (thơ);
- Chân Trời Cũ (tập truyện ngắn, xuất bản năm 1942 (nhà xuất bản
Hoa Tiên);
- Một Truyện Tình 15 Năm Về Trước (tiểu thuyết, ký bút hiệu Lưu
thị Hạnh (nhà xuất bản Hoa Tiên)
- Hai Mối Tình hay Tiếng Kêu Trong Máu (truyện dài, ký bút hiệu
Lưu thị Hạnh (nhà xuất bản Hợp Lực, 1968);
- Dĩ Vãng (tiểu thuyết)
- Những Vành Khăn Trắng (tiểu thuyết, ký bút hiệu Lưu thị Hạnh);
- Đường Kẽ Mãnh (truyện ngắn, Trung Bắc chủ nhật, số 187, 12-12-
1943);
- Nhà Nhiều Con (truyện ngắn, Trung Bắc chủ nhật, số 206, 11-6-
1944).
- và nhiều truyện ngắn khác đăng rải rác trong các giai phẩm xuất bản
thời tiền-chiến.

HAI BỨC CHÂN DUNG

1.

Chiến tranh kết thúc, thiếu tá Cường được chuyển ngành sang công an. Khi nhận lệnh ông băn khoăn lắm - nên xử sự thế nào đây? Về nguyên tắc, ông có quyền đề đạt nguyện vọng: xin phục viên hoặc chuyển sang ngành nào khác thích hợp. Chuyện làm ông buồn là ông phải ra đi, nhưng vẫn có người được giữ lại. Người đi rõ ràng là người bị cấp trên đánh giá thấp. Ông chiến đấu dũng cảm, không hề phạm kỷ luật, ông gương mẫu trong mọi việc, luôn được biểu dương, khen thưởng, trên biết cả, vậy ông bị đánh giá thấp ở điểm nào? Nghĩ chán rồi ông phủi tay: đi thì đi, trước sau cũng một lần, có ai ở mãi trong quân ngũ?

Trong thời gian chờ đợi giải quyết chính sách, ông như bơi giữa hai làn nước: chẳng biết rồi ra mình sẽ sống như thế nào, nên sống như thế nào? Đã bao năm ông coi đơn vị là nhà, đã quen quá rồi, đã thành nếp rồi, ở môi trường mới liệu có ổn không? Công an là thứ quân đội hạng hai, không phải là cái ông muốn chọn.

Đồng đội an ủi ông: "Vứt cái mặt chữ nãi đi. Bộ đội có thời, công an muôn thuở. Làm phó tóm bây giờ là nhất đấy. Coi như cậu trúng quả đậm!".

Không cần đến vài năm sau ông mới thấy họ nói đúng.

Ở ngành công an lên quân hàm tuy có chậm so với bên quân

đội, nhưng lên cái khác thì lại nhanh lắm. Cái khác đây là cái quyền. Đi kèm với cái quyền là cái lợi. Khi trên áo ông được gắn quân hàm trung tá thì mấy người bạn ở lại bộ đội đã lên đại tá. Ấy thế nhưng về mặt khác, mặt đời sống, thì đám đại tá kia còn lẽo đẽo lâu mới theo kịp ông.

Nói tóm lại, ông hài lòng với vị trí mới - giám thị một trại giam. Ông không còn luyến tiếc quân đội. Ngành công an được mệnh danh là thanh kiếm và lá chắn của Đảng. Đảng đương nhiên phải ưu tiên ưu đãi cái vật bảo vệ sinh mạng mình. Không ưu tiên ưu đãi mới lạ.

Vào thời gian câu chuyện được nói tới, trung tá Cường đã làm chủ một ngôi nhà một lầu một trệt, bốn phòng, có cả ga-ra, được hóa giá đàng hoàng. Ngôi nhà đẹp, xinh xắn, có gọi là biệt thự cũng không sai, nằm trong một mảnh vườn nhỏ xanh mướt cỏ Đại Hàn và rất nhiều cây cảnh. Tuy nhà không ở trung tâm, không phải mặt tiền, nhưng cũng không hẳn ở ngoại thành. Người ta gọi nó là vùng ven đô. Nếu như nhà mặt tiền ở khu buôn bán được coi là đất vàng, thì nhà ông cũng phải được coi là đất bạc. Trại giam nằm cách thành phố hai chục cây, ông có thể đi về một tuần vài lần, có xe Jeep đưa đón. Vợ ông có một Honda nữ, đời 68, của hóa giá, tuy cũ nhưng còn ngon lành, chỗ làm lại gần nhà, mọi sự đều thuận tiện.

Sau khi đã an cư, hai ông bà liền quyết định đón hai thân ông từ vùng chiêm khê mùa thối vào thành phố.

Việc chuyển hộ khẩu bình thường đã khó, chuyển hộ khẩu từ nông thôn ra thành phố còn khó hơn rất nhiều. Đành rằng công tác hộ khẩu do công an nắm, nhưng không phải người trong ngành thì xin xỏ dễ hơn người ngoài. Nó đòi hỏi nhiều thứ giấy tờ không phải ngay một lúc có thể kiếm ra.

Trung tá Cường gặp may. Trại do ông đảm trách có 3 K, tức 3 phân trại, số tù cả ngàn. Ông là thượng đế trong cái trại ấy, quyền sinh quyền sát trong tay. Ông coi lũ tù dưới quyền ông cai quản như một đàn bò. Không biết từ lúc nào ông hiểu ra rằng trong đàn bò ấy có nhiều con có thể vắt sữa. Sự khôn ngoan tự đến cùng với thời gian, nó phong phú thêm cùng với thời gian. Nhiều tên tù có dây mơ rễ má lằng nhằng với đủ mọi nhân vật ở mọi cấp mọi ngành, không họ hàng thì cũng chỗ thân quen, thế là người nọ mách người kia, người nọ dẫn người kia, tìm đến ông, nhờ cậy ông giúp đỡ cho thân nhân có được nhận xét tốt trong những dịp xét tha, xét giảm án nhân những lễ lớn, hoặc những đợt đặc xá. Ngay cả những việc lặt vặt như cho người tù nặng căn được làm việc công nhẹ trong trại họ cũng phải tìm đến ông. Xét cho cùng, ông có mất gì khi ghi nguệch ngoạc vài dòng nhận xét cải tạo tốt cho một tên tù? Tha nó hay giảm án cho nó là quyền của cấp cục cấp bộ, không phải của ông. Người ta nghĩ, và nghĩ đúng, rằng những nhận xét của ông phải có tác động không nhiều thì ít vào việc xét tha giảm. Họ đủ thông minh để hiểu rằng đã chạy thì không được bỏ sót cửa nào. Là một trong những cửa, khi việc thành, ông cũng được hậu tạ.

Cuộc đời là nợ đồng lần, ông được người ta chạy đến thì ông cũng phải chạy đi để lo việc của mình. Ông đưa của kia bà chìa của nọ, việc chạy hộ khẩu cho hai cụ tuy có mất thời giờ thật, nhưng ông bà đã chạy là phải xong.

Trong mọi việc ông đều bàn bạc với bà. Với các đối tác, bên ngoài cũng như bên trên, gặp ai, đưa cái gì, nhận cái gì, không có bà không xong. Xem ra đàn bà làm công tác đối ngoại mát tay hơn hẳn đàn ông. Bà đôn đáo, bà quán xuyến mọi việc, nhất là trong những trường hợp ông không thể chường mặt, cứ có bà là mọi sự êm xuôi. Mà bà đâu có được ai dạy bảo cách giao tiếp, cách đối nhân xử thế! Trong chiến tranh, bà chỉ là cô cấp dưỡng, hòa bình mới được đi học văn hóa bổ túc. Ấy thế mà qua có vài năm, nay đứng chân trưởng phòng tổ chức một công ty cung ứng vật liệu xây dựng bà làm việc ngon ơ, năm nào cũng lao động tiên tiến, chỉ còn thiếu nước được bình bầu chiến sĩ thi đua.

Bố mẹ mất sớm, bà lại vô sinh, không thể làm mẹ hiền thì bà phải được tiếng dâu thảo. Khi bố mẹ chồng vào ở với ông bà thì hai cụ được bà cung phụng hết chê. Bà cấm không cho hai cụ đụng tay đụng chân vào việc gì. Chỉ huy việc nhà là bà, lo sức khỏe cho hai cụ là bà, đưa các cụ vãn cảnh chùa này chùa nọ, thăm nhà này nhà kia cũng bà. Nấu nướng, quét dọn đã có con bé giúp việc. Lương hai vợ chồng ông trung tá không cao, nhưng lại có cái khác bù vào. Riêng khoản thiên hạ biết ơn quà cáp biếu xén không thôi đã bằng cả đống lương người khác. Nhìn hai cụ thân sinh béo tốt xúng xính trong bộ pi-gia-ma tơ tằm tha thẩn trong vườn, bà con trong họ ngoài làng vào thăm ai cũng xuýt xoa khen ngợi cái sự hiếu của ông bà trung tá.

Phú quý sinh lễ nghĩa, trung tá Cường kiếm thợ giỏi cho đóng một ban thờ thật lớn, thật sang, bằng gỗ tứ thiết mua rẻ của thủ trưởng lâm nghiệp có con trong trại. Đặt ban thờ vào nhà, nó chiếm hết bức tường hậu của phòng khách, còn to hơn cả ban thờ của lão địa chủ lớn nhất trong làng ông ngày xưa. Làng ông là làng truyền thống cách mạng, nhiều cán bộ lớn, tỉnh có, trung ương có, nhưng về khoản nhớ ơn tổ tiên, trả nghĩa cho bố mẹ mà được như ông thì đếm trên đầu ngón tay. Tiếc nỗi, cụ kị ông đều thuộc hạng bạch đinh, chẳng có hình tích để lại, thành thử trên cái ban thờ sơn son thếp vàng to đùng với rồng bay phượng múa kia chỉ lơ thơ mấy cái bài vị lủng củng bên những lư, những đỉnh, những bát hương, chân nến... Ngắm cái công trình mình bỏ rất nhiều tâm lực vào đấy, ông buồn.

Ông nghĩ, ông tính: phải đặt làm hai bức truyền thần thực đẹp họa hai cụ thân sinh ngay từ bây giờ, khi hai cụ còn sống. Ông muốn hai cụ thấy tận mắt mình được thờ phượng thế nào trên cái ban thờ sang trọng hằng ngày khói hương nghi ngút kia.

Việc này phải giao cho thằng thông tin trại, ông nghĩ. Nó có hoa tay.

- Thưa, Ban cho gọi?

Thông tin trại người tầm thước, không béo không gày, mắt sáng, miệng rộng, được ông giám thị chiếu cố, coi như một thứ tay chân. Anh ta đứng trước mặt ông, hai tay chắp trước bụng.

- Phải. Ngồi xuống đi.

Ông chậm rãi rót trà vào hai ly, rồi khoát tay, ra hiệu cho anh uống. Đó là cách ông cho người tù biết anh ta đang được ban ân huệ.

- Thưa, Ban cho gọi, chắc có việc?

- Phải – ông gật – Không có việc tôi gọi anh làm chó gì?

Trước khi đi tù, thông tin trại là họa sĩ kiêm điêu khắc gia. Anh bị bắt quả tang đang vẽ một cô gái cởi truồng, công an khám nhà còn phát hiện mấy chục bức tranh khỏa thân khác giấu dưới gầm giường. Do trước kia có dính tí ngụy quân, dù đã xuất ngũ từ mấy năm trước khi chiến tranh kết thúc, giờ mắc tội "văn hóa đồi trụy", anh vẫn bị bắt, vẫn bị xử nặng.

Ở ngoài nhà tù, anh là một họa sĩ làng nhàng, không nổi tiếng, vẽ nhiều nhưng tranh không bán được. Người buôn tranh nói thời mới tranh của anh không hợp thị hiếu, không đáp ứng nhu cầu thị trường.

Thế mà từ khi vào tù, đơn hàng được gửi đến tơi tới, anh làm không hết việc.

Chả là trong chiến tranh, khắp nơi - trong cơ quan ở rừng, trong nhà dân, chỉ có hình lãnh tụ tối cao được in màu trên giấy Đạo Lâm. Hoà bình rồi mới nổi lên phong trào sắm tranh tượng - tranh thì phải là tranh sơn dầu, khổ lớn, tượng thì phải là tượng đồng hoặc thạch cao giả đồng. Tượng lớn, tượng đài là đặc quyền của các bậc cây đa cây đề trong làng điêu khắc. Nhưng chỉ làm tượng thạch cao thôi anh cũng đã đủ mệt.

Anh tù hoạ sĩ không thể nhớ mình đã vẽ, đã nặn bao nhiêu Bác. Anh được ban giám thị miễn lao động để làm mỗi việc ấy. Vẽ Bác nhiều, nặn Bác nhiều, anh đâm ra thuộc lòng từng nếp nhăn nơi khóe mắt, từng sợi râu, từng đốt ngón tay của Bác.

Anh buồn rầu nghĩ rằng anh không thuộc mặt bố đẻ của mình đến thế.

- Thế nào, sức khỏe anh hồi này ra sao?

Anh lí nhí:

- Thưa Ban, vẫn nhì nhằng...

Anh cúi mặt, không nhìn lên đấng bề trên có bộ mặt hao hao giống anh bếp nhà anh hồi trước giải phóng. Nhưng anh bếp trông trắng trẻo hơn, mặt sáng sủa hơn.

- Sinh hoạt tốt, không thiếu thốn gì chứ?

- Thưa, không ạ. Được Ban chiếu cố thì thiếu thốn sao được.

Ông mỉm cười bề trên:

- Nếu thiếu, cứ đề đạt với ông cán bộ giáo dục, rồi Ban xét.

- Dạ, nhà cháu xin cảm ơn Ban.

Ban đây là ban giám thị. Trong mọi cách xưng hô, chỉ ở trại giam mới có từ này. Nó được cả tù lẫn cán bộ trại giam thừa nhận.

Cách xưng hô trong tù rất đa dạng. Một số tù nhân không chịu xưng "con" xưng "cháu" với cán bộ như đa số tù hình sự ít tuổi, họ liền chọn cách xưng "nhà cháu" kiểu nhà quê. Xưng hô theo cách đó vừa tỏ ra mình thuộc bề dưới, lại như cách họ hàng, vừa đủ lễ phép, lại không hạ mình quá đáng.

Tranh tượng anh làm ra theo đơn hàng, trại thu tiền. Theo nguyên tắc, phạm nhân phải làm lao động không công trong thời gian cải tạo. Cái mà người tù được cách mạng cho hưởng là sự lao động cải tạo để trở thành công dân tốt, chứ không phải sản phẩm làm ra. Thành quả lao động của anh ta sẽ được tính đến trong những đợt xét tha, xét giảm án. Anh hoạ sĩ tù thỉnh thoảng cũng được Ban giám thị giấm giúi cho ít phiếu lưu ký để mua hàng "căng-tin", gọi là "bồi dưỡng". Nhờ vậy, ở trong tù anh có đời sống khá giả, hơn hẳn tù thường.

- Cho anh bao Vinataba này. Mới ra, khá lắm đấy. Chẳng thua gì Ba Số. Hút đi, tự nhiên.

Anh đưa hai tay đỡ món quà.

- Dạ, nhà cháu xin cảm ơn Ban.

Ông nhìn anh tù chăm chú bóc bao thuốc, đoạn đưa cho anh cái bật lửa.

- Làm việc trong phòng thông tin có chật chội lắm không? – giọng ân cần, ông hỏi.

Anh tù ngước nhìn ông. Anh rất muốn biết ông giám thị định dẫn câu chuyện đi đâu.

- Thưa Ban, kể ra có được chỗ rộng hơn thì tốt hơn – anh châm điếu thuốc, từ tốn rít một hơi, lễ phép đáp - Nhưng nước ta còn nghèo…

- Hiểu được như thế là tốt - ông giám thị hài lòng - Có tiến bộ.

- Dạ, nhà cháu hiểu ạ - anh nở nụ cười méo mó – Đã đi cải tạo, nhà cháu đâu dám vòi vĩnh. Chẳng lẽ lại xin Ban một xưởng họa.

Ông quan sát anh tù, ân cần:

- Nếu thấy chật thì cứ mạnh dạn đề nghị nhá. Rồi Ban xét, đừng ngại. Ban bao giờ cũng tạo điều kiện tốt nhất cho anh...

- Dạ! Nhà cháu cảm ơn Ban nhiều lắm.

Người tù biết mình là ai. Anh chẳng vui thú gì được gọi lên văn phòng. Mỗi lần được gọi lên là y như rằng có chuyện. Lại được đãi trà nữa thì không phải chuyện thường. Nếu chỉ là một chân dung Bác như mọi lần thì không phải ông trực tiếp ra lệnh, mà là cán bộ giáo dục.

Ông giám thị không vội cho anh biết ông gọi anh lên có việc gì. Ông có cách của ông. Là bắt thằng tù phải chờ. Bắt nó nhìn vào mắt ông để đoán già đoán non cái đã. Rồi mới nói vào việc. Thằng tù sẽ thấy việc ông nói là quan trọng. Nó phải căng người ra mà nghe.

Anh thông tin nóng ruột. Anh chỉ muốn cuộc đối thoại chóng kết thúc để anh được trở về cái phòng thông tin bề bộn, tuềnh toàng và chật hẹp của mình. Nó là ước mơ không phải người tù nào cũng có được. Nay nó là giang sơn của anh, nơi anh có thể tự huyễn hoặc rằng anh vẫn còn cái tự do được là mình.

- Dạ, có vậy thôi ạ? - anh làm vẻ nhấp nhổm đứng lên – Nhà cháu đội ơn Ban quan tâm ạ.

Ông giám thị lúc này mới phác một cử chỉ ngăn lại:

- Ngồi đã. Hôm nay tôi gọi anh lên đây là có việc.

- Dạ.

Anh ngồi xuống, hai tay thu vào lòng.

Im lặng một lát, bắt anh phải chờ đợi thêm nữa, ông giám thị mới nghiêm trang hỏi:

- Anh nói tôi nghe: tranh của bọn họa sĩ các anh khác với tranh của bọn truyền thần thế nào?

Anh tù ngớ người. Anh không hiểu mục đích câu hỏi. Chẳng lẽ ông giám thị một trại giam giờ đây phát rồ, muốn tìm hiểu chuyện văn hoá nghệ thuật, là cái xa lạ với công việc của ông? - Thưa Ban, có khác ạ. Họa sĩ vẽ tranh thì gọi là sáng tác. Tức là anh ta nghĩ ra một đề tài nào đó, rồi đưa nó lên khung vải, cho nó một hình hài. Cái đó là nghệ thuật, là lĩnh vực của nghệ sĩ. Còn người vẽ truyền thần thì chỉ làm công việc sao chép, miễn sao cho giống. Đó là lĩnh vực của người thợ, của sự khéo tay.

- Hừ, vẽ chuyện - còn phân biệt sáng tác với lại sao chép, bày đặt anh này sĩ, anh kia thợ. Cũng là vẽ cả, khác gì. Như anh đấy, anh có nhìn thấy Bác bao giờ đâu, thế mà anh vẫn họa được chân dung Bác. Thợ truyền thần cũng theo ảnh Bác mà họa, có khi còn khéo hơn cả anh nữa, nói cho anh biết.

Ông có đọc báo. Ông từng xem triển lãm. Ông biết tranh sơn dầu đắt hơn tranh truyền thần rất nhiều. Từ đó suy ra: thằng họa sĩ có giá hơn thằng truyền thần. Nhưng trước mặt ông là một thằng tù, dù nó là hoạ sĩ. Cần phải hạ giá nó trước đã, không cho phép nó làm cao.

Anh tù thì lại chột dạ: "Hay là trong bức chân dung vừa giao cho khách tuần trước có lỗi? Nó còn đẹp hơn những bức trước là đằng khác, màu sắc tươi sáng hơn". Một lần anh đã bị khách trả lại hàng chỉ vì trong bức chân dung giao cho họ mắt của Bác không có hai đồng tử như trong một bức tranh nào đó, cũng là của anh, mà họ nêu ra như mẫu mực.

Đó là một bài học. Người ta đặt hàng, người ta trả tiền, người ta có quyền đòi anh phải làm hàng phải theo ý họ.

Khốn nạn, là cái máu nghề nghiệp làm khổ anh. Anh không thể nào vẽ bức nào cũng y hệt bức nào. Từ đó anh rút kinh nghiệm: thôi thì mặc, trên mỗi con ngươi của Bác, bất kể gương mặt ở tư thế nào, anh sẽ tương vào đó hai đốm sáng thần thánh cho vừa lòng kẻ sùng bái.

Anh dằn lòng tiếp tục trình bày:

- Dạ, thợ truyền thần thường dùng mực tàu vẽ trên giấy theo ảnh mà khách hàng đưa cho. Họ sao và phóng các bức chân dung ra thành khổ to để treo trên tường hoặc bày trên ban thờ. Đôi khi họ còn phải thêm vào đấy những thứ không có trong ảnh theo yêu cầu của khách, chẳng hạn thay quần áo thường bằng áo the, hoặc giả đặt người trong ảnh ngồi trên ghế bành cổ, đủ mười đầu ngón tay mười đầu ngón chân.

Ông giám thị hờ hững:

- Ờ, thế hoạ Bác thì sao?

- Dạ, họa chân dung Bác trong tranh sơn dầu thì không được thêm bớt. Có chăng chỉ là gia giảm chút đỉnh cách sử dụng màu. Hoặc thay cái phông đàng sau. Hoặc tô thêm hồng đôi má. Bớt đi những tàn nhang...

- Nghĩa là khác thì có khác, nhưng tựu trung vẫn giống nhau. Cả hai, anh hoạ sĩ với anh truyền thần, đều sống bằng nghề vẽ, là đồng nghiệp, sinh hoạt trong cùng một công đoàn...

Anh tù nuốt một tiếng thở dài:

- Dạ.

Ông giám thị đột ngột hỏi:

- À, này: anh có bộ quần áo nào không đóng dấu cải tạo không nhỉ?

Chuyện này coi mòi lôi thôi đây, anh tù giật mình. Nhà nước còn nghèo, không đủ tiền cho tù được cấp đồng loạt quần áo tù, người tù được phép dùng quần áo thường dùng của mình, nhưng phải có hai chữ CT, tức là Cải Tạo, thật to, đóng ở lưng áo, bằng hắc ín. Anh giật mình: "Làm sao mà có thằng biết mình có bộ quần áo không đóng dấu để báo cáo?"

Chỉ còn chưa đến một năm là anh hết hạn tù. Tội của anh không đáng gọi là tội. Thời đã khác, nghe nói bây giờ họa sĩ đã được phép vẽ tranh khỏa thân. Nếu đúng như thế thì anh không có tội. Anh muốn ra khỏi nhà tù với bộ cánh đàng hoàng. Quả thật anh có mua một bộ quần áo không có hai chữ nhục nhã đã được tẩy sạch ở một tay tổ mua bán đổi chác trong trại. Anh giấu kín nó dưới gầm tủ đồ nghề, lẫn trong đống giẻ lau trong góc phòng. Chỗ ấy dù có tổng kiểm soát toàn trại, cán bộ cũng không thèm sờ đến. Từ nhiều tháng nay anh đã vẽ ra trong trí tưởng tượng một ngày về trong bộ cánh đàng hoàng.

Anh làm bộ sửng sốt:

- Sao lại có đứa báo cáo láo đến thế? Xin Ban chớ tin. Được Ban chiếu cố cho làm việc nhàn hạ như nhà cháu, tất nhiên có nhiều đứa ghen ăn tức ở...

Anh sửng sốt khi ông trung tá đứng lên, nhìn vào mắt anh:

- Thế này nhá, nếu chưa có thì kiếm ngay lấy một bộ. Ngày mai hay ngày kia tôi sẽ gọi anh lên, tôi cho anh đi với tôi ra thành phố.

2.

Thành phố ùa vào anh như một cơn lốc. Phố xá đông đúc, người đi lại tấp nập, xe cộ ào ào, còi bóp inh ỏi. Quán xá ghế xếp lấn ra vỉa hè, đầy khách ăn khách uống.

Đã vài lần anh viện lý do chọn sơn để xin được ra thành phố có áp giải, nhưng lần nào cũng bị từ chối. Lần này lại được chính ông giám thị tự lái đưa đi.

Ông cho xe chạy qua các phố lớn, rồi rẽ vào một hàng kem, cho anh được ngồi lẫn với những người không phải tù, được nhẩn nha ăn kem, uống cà phê, rồi mới đưa anh về nhà.

Anh cảm thấy khó xử. Anh băn khoăn. Được đi chơi thành phố là một ân huệ cực lớn, nhưng kèm theo ân huệ này, ắt hẳn ông sẽ đòi anh một sự đền đáp.

Anh chỉ hiểu ra khi trong bữa cơm gia đình có mặt hai cụ thân sinh áo quần chỉnh tề.

- Tôi muốn anh hoạ cho hai cụ nhà tôi – ông giám thị cuối cùng nói ra điều ông muốn – Trông hai cụ thế này được chưa?

Thì ra sự đền đáp là như thế.

Anh họa sĩ ngắm hai cụ hồi lâu rồi rụt rè thưa:

- Báo cáo Ban, ý Ban muốn làm hai bức chân dung, phải không ạ?

- Phải.

- Ban định làm tranh khổ lớn để treo ở phòng khách?

- Không. Tôi muốn có hai bức tranh thờ, phòng khi các cụ nằm xuống thì đã có sẵn... Tranh vẽ cách gì cũng được, miễn đẹp.

- Thế thì, theo ý nhà cháu - anh thẽ thọt – Ban nên thuê thợ truyền thần. Họ chuyên nghiệp, họ quen việc. Chỉ thợ truyền thần mới làm đúng được như ý Ban muốn. Nhà cháu, xin thưa thật, không thạo việc này, e rằng…

- E làm sao?

Anh họa sĩ cố tìm lời giải thích:

- Thưa Ban, người làm nghề nào cũng có cái quen tay của họ, có cái thuật của họ, người khác nghề không làm được. Tranh truyền thần, thưa Ban, khác với tranh hội hoạ…

Ông cau mặt:

- Hử, đã nói rồi, mà anh cố tình không hiểu. Hay là anh cho rằng chỉ có các anh biết vẽ, còn họ thì không?

- Dạ, hoạ sĩ phải lấy ký hoạ, làm phác thảo rồi mới dựng chân dung - anh vội vã nói - Còn thợ truyền thần thì chỉ cần có tấm ảnh trước mặt là xong. Họ quen làm ảnh thờ. Thậm chí chỉ cần có một bộ mặt, phần còn lại như mũ cối, mũ tai bèo, quân hiệu, quân hàm họ sẽ thêm vào sau… Vâng, làm tranh truyền thần các liệt sĩ không có ảnh chụp khi còn trong quân ngũ là như vậy.

- Anh nói lạ. Người ta không còn ảnh nào khác thì đành chịu. Chứ hai cụ nhà tôi đang sống nhăn. Nói để anh biết, người chết rồi còn có ảnh thì chỉ cần chụp lại rồi phóng to, đâu cần đến thợ truyền thần.

Anh họa sĩ thở dài. Với ông này không thể nói lời từ chối.

- Thưa Ban, nếu Ban đã quyết... Nhưng nhà cháu đâu có được ở đây để làm phác thảo.

Ông giám thị gật đầu:

- Phải. Tôi nghĩ trước cả rồi. Đưa anh ra đây sẽ có đứa thối mồm báo cáo tôi ưu đãi anh thái quá. Chiều nay anh ở đây vẽ phác, hay gọi là cái gì nhỉ, ờ… làm ký hoạ, như anh nói. Tôi sẽ cho hai cụ đi chụp ảnh sau. Hình như ở nhà vẫn còn hai ảnh làm giấy chứng minh đấy…

- Dạ - anh nuốt nước bọt.

- Ở trại, anh cứ theo ký hoạ, theo ảnh mà làm, khổ to bằng nào tôi nói sau. Nhưng gì thì gì, nó phải là tranh thờ. Anh hiểu chứ?

- Dạ.

- Nhớ làm kin kín, đừng cho đứa nào biết, ngoài ông giáo dục.

Ông ấy thì không sao.

Thấy anh băn khoăn, ông hiền từ bảo:

- Cứ mạnh dạn làm. Tôi sẽ đãi ngộ thích đáng.

Anh tù họa sĩ hiểu rằng lệnh đã ra. Việc của anh là chấp hành.

Yêu cầu của ông giám thị không cao, nhưng lại khó thực hiện. Bởi vì hai cụ, tiếc thay, không được đẹp lão cho lắm. Cụ ông chẳng may bị hư một mắt do mảnh bom thời kháng chiến chống Pháp, phải đeo kính đen suốt ngày như thầy bói. Cụ bà thì không hiểu sao bị rụng hết tóc đến nỗi đầu trọc lốc, tứ thời sùm sụp chiếc khăn len, chỉ để hở bộ mặt đen sạm, nhăn nhúm. Nếu vẽ cho thật giống thì không đẹp. Mà nếu vẽ cho thật đẹp thì không giống.

Ông trung tá cho anh đem về hai bức ảnh khổ 3x4. Từ hai nhân vật trong ảnh, xấu như ma lem, anh hì hục vẽ hai bức truyền thần bằng chì màu. Với anh đó là một công việc khổ sai. Ở trường Mỹ thuật anh không được học cách vẽ truyền thần. Tuy nhiên, anh cũng tìm được cho mình một chút an ủi như khi anh nhận đơn hàng vẽ các lãnh tụ chưa tối cao – một anh cựu hương sư, một anh cựu ký ga, cả hai đều không đẹp giai, cũng chẳng đẹp lão. Ít nhất thì vẽ họ cũng là sự thay đổi không khí.

Hai bức vẽ mất hơn một tuần thì xong. Con mắt hỏng trong bức ảnh cụ ông đã được thay bằng con mắt thật, với ánh lấp lánh không hề có. Mái tóc cụ bà được tạo lại óng mượt như mái tóc thiếu nữ.

Ông giám thị ngắm nghía hai bức tranh một lúc. Anh thông tin lo lắng theo dõi nét mặt ông. Thượng đế trại suy nghĩ rồi phán:

- Ờ, thế này là cái gì nhỉ..., hừm, là tranh chân dung, chứ không phải truyền thần. Trông cũng tạm được. Nhưng anh không hiểu ý tôi rồi, chán quá. Ảnh thờ là phải đủ cả tay cả chân mới được...

Anh họa sĩ chống chế:

- Thưa Ban, bây giờ người ta lấy chân dung bán thân làm ảnh thờ nhiều lắm ạ.

- Hừ, anh nói lạ - ông giám thị lắc đầu - Đấy là vì người ta không còn ảnh nào khác, thì chịu vậy.

- Dạ, để nhà cháu làm lại – anh thở dài kín đáo.

- Tốt - ông giám thị độ lượng gật - Hai bức này cũng không bỏ đi. Để đấy cho tôi. Lần này làm sơn dầu.

- Dạ. Xin Ban cho mua thêm màu sơn.

- Cái đó không khó. Anh sẽ đi với tôi để mua. Tha hồ chọn. Mà thôi, cứ kê ra, chỉ chỗ nào có, sẽ có người đi mua cho anh. Kẻo cho anh đi nhiều lần, thiên hạ nói ra nói vào.

Anh thông tin nghĩ tới những khó khăn anh sẽ gặp. Ở trong trại không có lấy một cái ghế bành nào, đừng nói tới ghế bành cổ, có chạm trổ. Trong mình đời anh đã được ngồi trên chiếc ghế cổ một lần, hồi anh còn rất nhỏ. Anh nhớ cảm giác mát rượi của gỗ, màu đen bóng của nó, nhưng những chi tiết thì anh quên. Anh lớn lên giữa những xa lông cẩm lai, xô-pha bọc vải, bàn ghế véc-ni bóng loáng. Trí tưởng tượng của anh không sao tái hiện hoặc tạo ra được một chiếc ghế bành cổ. Đành phải nhờ mấy người bạn tù chụp lại cho anh một bức truyền thần của gia đình họ. Làm được chuyện này không dễ, bởi nó phụ thuộc vào những lần thăm nuôi, những mối liên hệ có thể nhờ vả, và cả sự cho phép của cán bộ giáo dục khi xét đồ thăm nuôi.

Rồi anh cũng hoàn thành hai bức truyền thần, lần thứ hai. Trong hai bức này cả cụ ông lẫn cụ bà mặc áo the, ngồi chễm chệ trên hai chiếc ghế bành kiểu cổ, tay vịn bóng loáng, chạm hai đầu rồng. Bức truyền thần tổ phụ của một người bạn tù đã giúp anh vượt khó.

Ông trung tá hài lòng ra mặt:

- Được, được đấy! Anh này có hoa tay. Khéo!

Ông thưởng cho anh một bao Ba Số. Và hai gói trà Thăng Long hảo hạng, ướp sen:

- Hút thuốc ta không nóng họng. Nhưng Ba Số thơm hơn. Chiêu

bằng trà này quên chết! Tôi sẽ cho anh mấy phiếu lưu ký nữa. Sướng nhá!

Anh họa sĩ sướng thật. Anh cảm thấy thoát được một gánh nặng khi nhìn ông giám thị cuộn hai bức tranh mang đi.

Vài ngày sau anh lại bị ông giám thị gọi lên.

- Tôi nghĩ lại rồi. Tôi thích hai bức truyền thần anh vừa họa. Nhà tôi cũng thích. Hai cụ thì khen sao khéo thế, trông ảnh rồi vẽ ra, mà như tạc. - ông cười toác, chẳng còn chút gì của vẻ nghiêm nghị ngày thường - Nhưng xem kỹ lại thì thấy hai bức này vẫn có chỗ chưa được, anh ạ. Không, không phải tại anh. Mà tại tôi. Cụ ông nhà tôi có cái Huy chương kháng chiến mà tôi quên khuấy, không bảo anh vẽ vào. Quan huyện ngày xưa có bài ngà, bây giờ mình có huân chương huy chương, không vẽ cũng hoài. Anh thấy thế nào?

- Dạ! - anh họa sĩ mệt rũ - Xin Ban cứ chỉ thị.

Ông giám thị suy nghĩ lung. Ông chưa quyết ngay.

- Thế này: anh vẽ thêm cái huy chương vào được chứ? Có chút xíu ấy mà.

Anh họa sĩ muốn mếu:

- Thưa Ban, khó đấy. Cái giống sơn dầu nó vậy, thưa Ban. Thôi thì để cháu làm bộ khác...

Suy nghĩ một lát, ông nói:

- Hay là thế này, anh vẽ thêm hai bức nữa. Lần này có cả huy chương cho hai cụ...

- Cả hai ạ?

- Phải. Cụ bà lẽ ra cũng đã có huân chương rồi đấy, còn vướng cái xác nhận. Trên đòi thêm giấy tờ, đòi thẩm tra thêm. Quan liêu bỏ mẹ. Cụ hồi trước hoạt động du kích, cụ dữ lắm đấy. Cái bận bọn Tây đổ bộ lên vùng duyên hải quê tôi, cụ bắn tỉa được khối. Một thằng Tây bị thương, thế nào mà nó lại rúc ngay vào bể

chượp, đến khi bán hết nước mắm mới biết có nó ở trong. Kinh!
Nhưng rồi chẳng thấy ai bị làm sao. Những chuyện ấy có ông nhà
văn ghi lại cả, in thành sách hẳn hoi. Trừ cái chuyện thằng Tây chui
vào bể chượp rồi chết trong ấy.

Ông trầm ngâm:

- Đó là những trang sử vô cùng hào hùng của dân tộc ta. Anh ở
phía bên kia, anh thấy thế nào? Tự hào quá đi chứ, phải không?
Bây giờ đất nước liền một dải, tự hào là tự hào chung, anh cũng có
phần. Anh cải tạo tốt, đến khi Đảng, chính phủ xét cho anh về, anh
làm việc có thành tích, rồi cũng có huân chương huy chương như
thường...

- Thưa Ban, hai cụ nhà thành tích như vậy, phải có huân chương
cao mới đáng. Ta có vẽ trước cũng được. Coi như ta đi trước một
bước ạ - anh họa sĩ xuýt xoa nhắc lại lời quen của cán bộ trong
nhiều việc: "đi trước một bước" - Thưa, Ban lệnh bao giờ phải xong
ạ?

- Cứ nhẩn nha làm. Không vội. - ông độ lượng - Quý hồ tinh bất
quý hồ nhanh. Quý là ở chỗ chất lượng cao. Trên bao giờ cũng
trọng chất lượng, cho nên mới nói sản xuất phải nhanh, nhiều, tốt,
rẻ. Có nghĩa là phải nhanh, phải nhiều, nhưng cũng phải tốt, phải
rẻ...

3.

- Hai bức sơn dầu sau thế nào? Ông ta hài lòng chứ? - tôi hỏi.

Hai đứa chúng tôi nằm ườn trên cát, mặc cho những con sóng
tha hồ la liếm thân mình.

Trên cao, mặt trời chói lọi. Những đám mây bông xốp lững lờ.
Biển trải dài tít tắp nơi đường ranh giới không rõ nét trong nắng
chiều giữa lồng lộng trời cao và bao la biển rộng.

- Còn phải nói. Hài lòng lắm lắm! – bạn tôi nói, môi bĩu ra –
Tấm tắc khen.

- Cậu cũng hài lòng?

- Hài lòng cái con khỉ?

- Tức là không đẹp?

- Làm gì có cái đẹp ở nơi con người bị bó buộc làm ra những cái mà tâm hồn nó chống lại?!

- Nhưng rồi cậu cũng được thưởng hậu hĩ chứ?

- Chắc vậy. Nếu ông ta kịp thưởng.

Tôi lật mình lại, nhưng không thấy mặt anh dưới tờ báo.

- Sao? Ông ta đột tử?

- Không phải.

- Vậy thì vì cái gì?

- Bị kỷ luật, đuổi khỏi ngành. Bà vợ cũng vậy. Mất chức, mất cả biên chế. Mà cậu có biết không: chung quy chỉ tại hai bức tranh sơn dầu tớ vẽ.

- ???

Anh lột tờ báo ra. Mắt anh nheo lại vì nắng. Tôi đưa chai xá xị cho anh. Anh cạn một hơi.

- Hai bức tranh tội vạ gì?

Anh cười:

- Cái xảy nảy cái ung. Từ hai bức tranh thờ ấy cả một cuộc chiến bùng nổ. Nhiều cuộc đời ra nước. Nhiều cuộc đời lên hương...

- Cậu kể đi!

- Câu chuyện bắt đầu bằng một bữa tiệc -anh nhấn nha dẫn tích - Ông giám thị hài lòng với hai bức tranh đến nỗi không thể không đem chúng ra khoe với thiên hạ. Ông ta làm một bữa giỗ rất to, rất linh đình. Giỗ ai, không biết! Có thể ông ta bịa nó ra cũng nên. Ngoài các bạn đồng sự ngang cấp của hai vợ chồng, còn có nhiều vị tai to mặt lớn khác cũng đến dự. Tác giả của hai bức chân dung tất nhiên không được mời - hắn còn ở trong tù. Sở dĩ tớ được biết về bữa ăn giỗ và đầu đuôi câu chuyện là do tay cán bộ chấp pháp của Bộ nói ra khi hắn ta hỏi cung tớ.

- Cậu hết hạn tù rồi mà. Còn cung kẹo gì?

- Là tớ có dính dáng gì vào đấy. Tớ là tác giả hai cái tranh ấy mà. Nhưng người ta hỏi tớ không phải như tội phạm, mà với tư cách nhân chứng. Thì có sao tớ nói vậy. Xét cho cùng tớ cũng có lỗi. Nhưng người ta không bắt lỗi ấy. Khi nhận lệnh của tay giám thị, tớ có biết mặt ngang mũi dọc các thứ huân chương huy chương của phía bên kia bao giờ đâu. Nhưng đã hứa thì phải làm - hai cụ phải có huân chương trên ngực. Cho nó oách.

- Cậu làm thế nào để vẽ nếu không biết mặt các huân chương?

- Tớ tìm được trong một số báo ảnh một bà già nào đó có đeo huân chương trên ngực, đâu như là một Bà Mẹ Việt Nam Anh Hùng thì phải. Cũng chẳng hiểu bà ta là ai: một bà mẹ anh hùng của nước Việt Nam, hay là một bà mẹ sinh ra nước Việt Nam anh hùng? Nói tóm lại, tớ gắn luôn cái huân chương của bà ta vào ngực áo cụ bà. Cụ ông thì một cái khác, quân công thì phải. Từ một ảnh khác, thấy trong tờ Quân đội Nhân dân. Hạng mấy tớ không nhớ.

- Thế thì cậu giết người ta rồi!

Anh tiếp tục bằng giọng vui vẻ:

- Tớ chỉ biết làm sao cho đẹp, cho vừa lòng tay giám thị. Thoạt trông thấy hai bức tranh vừa hoàn thành, phơi phới gam màu tươi sáng, được lên khung sẵn sàng, ông ta không nói gì, nhưng nhìn mặt ông ta tớ biết, sướng rơn. Chuyện về sau thế nào, tớ không rõ. Tay chấp pháp hỏi tớ về hai bức tranh, tớ nhận liền. Vẽ tranh theo lệnh giám thị chứ có phải tớ tự làm ra đâu. Thiên Lôi chỉ đâu đánh đấy, thằng tù nào dám cưỡng lệnh giám thị? Tay chấp pháp cũng hiểu, chẳng vặn vẹo gì. Chỉ hỏi thêm chuyện từ ngày nhập trại tớ đã vẽ bao nhiêu chân dung, nặn bao nhiêu tượng lãnh tụ, được bồi dưỡng như thế nào, cụ thể là bao nhiêu? Tớ đoán họ muốn biết cái gì. Thì ra tiền thu được ban giám thị cho vào quỹ đen, chẳng có số sách nào hết.

- Tay ấy có hỏi cậu về vụ huân chương không?

- Có chứ. Cái ấy mới là chính. Hắn ta hỏi: "Có phải ông giám thị bảo anh vẽ huân chương trên ngực hai cụ già không?" Tớ bảo phải. Hắn không hỏi thêm. Nhưng tớ biết tỏng vì sao hắn ta quan tâm tới hai cái huân chương đó. Hắn cần tớ xác nhận sự việc, thật vắn tắt, có hoặc không, không lằng nhằng.

- Cậu gật?

Anh nhún vai:

- Tất nhiên. Tớ làm theo đơn đặt hàng mà.

- Vì hai cái huân chương trên tranh mà họ kỷ luật tay giám thị?

- Họa vô đơn chí - từ hai bức tranh họ khui ra một lô một lốc những vụ khác. Tuốt tuột. Chẳng hạn, ngôi nhà là kết quả việc tham gia chạy tha cho con trai một ông to dính vào vụ giết người. Vụ này tay giám thị ở khâu yếu nhất, những tay ở cấp cao hơn cũng nhúng chàm. Nó là vụ to nhất so với nhiều vụ khác. Giậu đổ thì bìm leo, chính những đồng chí đồng liêu của tay giám thị tố cáo nhiều nhất. Rồi người ta phát hiện chân trưởng phòng tổ chức của bà vợ cũng do đổi chác mà có. Hai tấm bằng bổ túc văn hóa cũng là của giả nốt. Vân vân và vân vân... Bà này ăn hối lộ như ranh. Thiên hạ đưa ra chứng cớ rành rành. Mà chẳng phải chỉ hai vợ chồng nhà này biết kiếm chác. Tất cả đều kiếm chác. Nó là một bệnh dịch. Bây giờ có đốt đuốc đi tìm cũng không moi ra được một ông quan thanh liêm. Nếu có, phải là một tên dở hơi. Một thằng khùng. Chỉ có thể tìm thấy những người thanh liêm trong dân chúng. Bởi vì chỉ có họ là không ăn của đút. Của đút là thức ăn của nhà quan.

Tôi chặn lại:

- Thôi, đừng triết lý nữa. Kể tiếp đi: tay giám thị và bà vợ bị đưa ra tòa?

Anh bĩu môi:

- Cậu ngây thơ hay giả vờ ngây thơ? Những vụ như thế mà cũng đưa ra tòa thì lấy đâu ra tòa mà xử? Cả trăm tòa cho một tỉnh cũng chẳng đủ. Với lại, người ta cũng chiếu cố công lao xây dựng chế độ của cả hai vợ chồng, cả hai đều có thâm niên chiến đấu, có tuổi Đảng cao. Người ta phải bảo vệ bộ mặt chế độ, bảo vệ những kẻ bảo vệ chế độ chứ. Họ chỉ phải kiểm điểm, chịu kỷ luật nội bộ.

- Kỷ luật thế nào?

- Phải nghiêm khắc kiểm điểm, bị lột hết chức vụ, đuổi khỏi biên chế….

- Trở về quê làm ruộng?

Anh cười ha hả:

- Làm gì có chuyện ấy. Họ vẫn ở nguyên chỗ, là nói về sự cư trú. Cái nhà có thể lấy lại, bị tịch thu, nhưng muốn làm điều đó thì phải có quyết định của toà án, bằng văn bản. Mà người ta đã không muốn công khai chuyện này thì làm gì có toà. Hộ khẩu của họ thì không thể tước bỏ rồi, cho dù họ bị kỷ luật. Cái chuyện giấy tờ bao giờ cũng lằng nhằng, rối rắm lắm.

- Khó hiểu thật.

- Có gì mà khó hiểu. Mọi sự không thể tưởng tượng nổi vẫn có thể diễn ra dưới bầu trời đỏ. Mọi sự, cậu hiểu không? Mình có đến thăm ông cựu giám thị một lần. Dù sao thì mình cũng có chút ân tình với lão. Lão vui vẻ tiếp mình, mặt tỉnh khô, đầy tự tin. Còn nói: các anh ấy đang tính bố trí cho mình một công tác mới. Các anh ấy là các anh nào, thật hay hư, cao hay thấp, mình làm sao biết. Nhưng nếu nay mai mình lại gặp lão trong một cương vị khác, có thể còn to hơn trước, mình cũng chẳng ngạc nhiên.

Họa sĩ đứng lên, chạy ào về phía một con sóng lớn, cao và rộng, đang chạy vào bờ. Trong tiếng sóng ào ào, anh hét lên bảo tôi:

- Giá mà tất cả chúng nó phải trở về đúng cái chỗ đích thực mà cuộc đời bình thường đặt vào.

- Hả? - tôi khum bàn tay lên vành tai, hét lại - Thì sao?

Anh cười sằng sặc, còn hét to hơn:

- Trái đất này sẽ sạch hơn nhiều.

HOA CÚC DẠI

(Tặng Thu Hoà truyện ngắn anh viết trong tù
mà em giấu mang về được trong một lần đi thăm anh).

Trên đất nước ta có vô vàn xóm thôn, vùng đất, với tên gọi tượng trưng cho ước mơ về một cuộc sống thanh bình: Thái Ninh, Yên Hoà, Bình Cư, An Lạc... Từ bất cứ đâu, chỉ cần lên đường đi một đoạn không dài cho lắm là bạn đã bắt gặp một cái tên được đặt theo cách đó rồi. Mà đất nào mang tên như thế cũng rất hợp với nó, nghĩa là rất thanh bình, rất hiền hoà. Phong cảnh cũng lôi cuốn ta với tất cả dáng vẻ nên thơ của nó - những đàn cò là lướt nơi chân trời, cánh bướm chập chờn trên hoa dại, gió xào xạc nơi mái tranh và những hàng tre đầu ngõ... Và còn gì nữa? Có dễ là hương cau thoang thoảng về đêm.

Cái thôn Bình Cát mà tôi nói tới ở đây là một thôn như thế.

Nó bé tí bé tẹo, nằm heo hút bên con đường lát đá răm chạy xuyên rừng bạt ngàn. Là nơi tụ hội của hơn chục mái nhà lợp cọ núp dưới tán lá rậm rạp của rừng già. Là nơi có những hàng rào thưa xiêu vẹo bằng nứa tép ken với thân sắn khô chạy quanh những mảnh vườn méo mó, với những lối mòn ngoằn ngoèo qua suối, qua đồi, dẫn ta đi đâu đi đâu có trời biết. Những lối mòn như thế có thể đưa ta ra một con đường cái quan không người đi của một thời nào xa lắc phủ đầy cỏ may và cỏ mần trầu. Mà cũng có khi nó dắt ta tới một thôn khác, nhỏ hơn hoặc lớn hơn nó chút đỉnh, ở đó cũng có gà cục tác và lợn ủn ỉn... Hoặc tới một chuồng dê bỏ hoang không còn mái, nơi có một bãi rộng chi chít hoa lau, rồi cụt lủn ở đó như đường đi của người đãng trí. Trên con đường ấy thể nào cũng có những bãi phân trâu khô xác, những con chó lười biếng tha thẩn một mình hoặc nằm ngủ trên vạt cỏ.

Tóm lại, Bình Cát giống hệt nhiều thôn xóm của người miền xuôi định cư nơi mạn ngược, ở đó dân cư trở nên ít lời đến nỗi thoạt gặp ta dễ hiểu nhầm họ không mến khách.

Người mắc bệnh xê dịch có chung một nhận xét là dân cư những thôn xóm nọ thường là những người nghiện chè tươi thâm căn cố đế. Chẳng biết họ trồng giống trà gì, trên đất gì, hãm nó thế nào, nhưng bát chè tươi của họ bao giờ cũng sánh một màu vàng của tơ tằm. Thứ chè tươi này rất chát, rất có hậu, uống vào ngọt mãi trong họng, tóm lại là tuyệt ngon, nhưng khá nguy hiểm nếu uống vào lúc trống dạ - nó sẽ gây ra một cơn say sóng dữ dội trên đất liền.

Tôi nằm lại ở Bình Cát đúng hai tuần lễ.

Cái sự nằm lại bất ưng giữa đường là do một cơn sốt rét gây ra. Nó hoàn toàn ngẫu nhiên, để rồi làm cho tôi đâm mê cái thôn tí hin này. Chắc hẳn nó là một mảnh đất văng ra từ một làng nào đó ở mãi tít hạ lưu sông Hồng, nơi mấy nhánh của nó có những bến đò mang nhiều sự tích thi vị nếu ta được nghe những ông lái đò hoặc những cô lái đò kể lúc sang ngang: Trà Thượng, Cựa Gà, Bồng Tiên... Vào một năm đói kém, cái mảnh bị văng ra ấy - mấy gia đình nghèo nhưng có gan - đã gồng gánh lên đường và một ông Tả Ao nào đó trong bọn họ đã chọn đất này để ở lại. Họ phát nương, làm rẫy, làm nhà, và thế là một thôn hình thành, mang tên mảnh đất quê hương mà họ bỏ lại đằng sau.

- Dễ vậy - chủ nhà, một ông sơn tràng quắc thước, da đồng, cho rằng nguồn gốc thôn này theo tôi đoán là có lý - Cơ mà chẳng ai còn nhớ từ thuở nào các cụ tổ ngày xưa đã đến đây. Thành được một cái thôn đâu phải ngày một ngày hai. Thoạt kỳ thuỷ, tôi chắc chỉ có vài nóc nhà thôi, thế rồi có người đi qua, nhỡ độ đường, mới rẽ vào ngủ đỗ, khi đôi ba ngày, lúc nửa tháng, đoạn, mến cảnh, mến người, mới dọn đến ở hẳn, ghép thêm vào, mới thành ra cái thôn bây giờ.

Ông nói quê ông ở Ninh Bình, nhưng chưa về đó lần nào. Có nghĩa cái quê của ông chỉ là cái quê hoài niệm, một cái tên để kể lại cho con cháu, chứ chính ông cũng không chắc mình nhớ đúng. Ngôi nhà này hiển nhiên do các phó mộc từ miền xuôi dựng - vẫn một kiểu truyền thống thượng thu hạ thếch, cột cái cột quân, với những chữ tượng hình khắc trên thượng lương đánh dấu ngày làm xong. Trong nhà đầy đồ gỗ quý. Thay vì cái giường giát quen thuộc của miền xuôi là bộ ghế ngựa với phản sưa rất dày. Ông chủ nhà có một người con đi bộ đội. Ông nghe nói anh đang ở mặt trận đồng bằng, có dễ ở ngay vùng quê của các cụ tổ cũng nên. Bà vợ mất từ lâu, ông ở một mình trong ngôi nhà vắng.

Tôi lên cơn sốt rét giữa đường để rồi rơi vào ngôi nhà này trong tình trạng không còn tỉnh táo - nhìn thấy mấy mái tranh từ xa, tôi cố lết tới ngôi nhà đầu tiên, kịp đẩy được cánh cửa khép hờ của nó là đổ vật xuống, bất tỉnh. Ông chủ nhà đỡ tôi dậy, dìu tôi đặt lên giường, lấy ba tấm chăn sui đắp lên tấm thân nóng rực và run cầm cập của tôi, rồi đun cho tôi một siêu thuốc. Thuốc của ông làm từ những thứ lá lẩu nào không biết, đắng kinh khủng. Vừa uống vào là bụng đau như bị đánh, ruột gan cồn cào, tiếp đến là một cơn nôn thốc nôn tháo, nôn ra mật xanh mật vàng. Thế mà rồi người nhẹ hẳn, mới lạ. Cơn sốt rét quái ác nọ lui dần sau vài thang thuốc ấy. Nó lui, nhưng cũng làm tôi lử lả.

Gió rung tán lá rào rào không làm giảm cái nóng trong lòng chảo rừng già. Tôi quấn chăn ngồi trong nhà uống chè tươi với ông chủ. Mùa hè ở vùng núi cho ta một cảm giác kỳ cục - cứ như thể ta cố nhớ ra một cái gì mà lại không rõ nó là cái gì. Muốn chạy ra suối ngâm một lát cho đã, nhưng lại lười và ngại bẩn.

Khúc suối gần nhà nước chảy ri rỉ, vừa cạn vừa lắm rêu. Lũ trâu trong thôn thường xuống đằm mình ở đấy. Chúng gườm gườm nhìn những người bước xuống rửa chân tay. Để biểu lộ thái độ khó chịu chúng đập mạnh cằm xuống nước làm cho nước bắn tung toé lên người họ. Khi thấy có bực bội với lũ người ù lì nọ cũng bằng thừa, chúng buồn rầu nhắm mắt lại, hít một hơi dài rồi ngụp đầu trong nước mát, thở ra những bọt nước lớn. Có thể tắm khoan khoái dưới máng nước lần bắc từ trên núi xuống, trong vắt và mát rượi, nhưng phải đi một quãng hơi xa, tới tận cuối thôn, nơi có cái cối giã gạo bằng sức nước uể oải nện thình thịch suốt ngày đêm.

Trong thời gian nằm lại ở Bình Cát tôi kịp làm quen với hầu hết các gia đình ở đây. Họ kéo đến thăm tôi, một người khách hiếm hoi, để có dịp hỏi chuyện và kể chuyện. Chẳng ai tự nhiên đến để nằm lại lâu như tôi cả.

Người đến thăm tôi nhiều hơn cả là cụ Mộc - một ông già trên bảy mươi, tướng ngũ đoản, tóc đen nhánh, răng chưa rụng cái nào. Tướng ấy trường thọ, sách tướng viết thế. Cụ Mộc lại hay triết lý về cái chết. Tôi là đệ tử của thuyết duy vật duy nhất được học từ những triết gia về sau mới biết là nửa mùa, cố giảng giải cho cụ nghe về mối quan hệ vật chất-tinh thần, vật chất có trước tinh thần có sau, vân vân và vân vân.

Cụ Mộc lẳng lặng nghe, ranh mãnh nheo mắt quan sát tôi, rồi phán:

- Thế mà có nó đấy, cái linh hồn mà anh bảo là không có ấy. Chính mắt tôi thấy mà.

Tôi cười trừ, không cãi. Chuyện tồn tại của linh hồn là chuyện muôn thuở, người nói có, người bảo không. Chủ nghĩa duy vật mà chúng tôi phải học thì gạt phắt. Cụ Mộc vì lẽ gì đó cần có nó, thế tất nó phải có.

Để đáp lễ, khi nhúc nhắc đi được, tôi sang nhà cụ chơi. Nhà không xa, chỉ cách một khoảnh vườn rộng, tuềnh toàng. Nó đủ chỗ cho một ông già cô đơn với hai sinh vật được chế tạo hàng loạt là Mực và Mướp. Cả con chó lẫn con mèo đều không có một đặc điểm nào khả dĩ phân biệt hai đứa với đồng loại. Trong bữa cơm, cụ ngồi giữa, hai con vật chầu hai bên. Mực tỏ ra đứng đắn hơn

Mướp. Mỗi khi nó thấy Mướp nũng nịu cọ đầu vào đùi chủ thì nó gừ một tiếng, tỏ ý không bằng lòng.

Ông chủ nhà tôi không ưa cách cư xử của cụ Mộc với chúng:

- Cứ như thể chúng nó là con đẻ không bằng. Đời thuở nhà ai mà người một miếng thì Mực một miếng, Mướp một miếng. Thật vậy. Lại còn gắp bỏ vào đĩa hẳn hoi nữa chứ. Lẩm cẩm đâu mà lẩm cẩm thế không biết.

Tôi không nghĩ cụ Mộc lẩm cẩm. Tôi đoan chắc rằng đó là hai con vật hạnh phúc nhất mà tôi từng biết. Có nhiều con vật được chủ cho ăn ngon hơn, được có chỗ nằm êm ái hơn, nhưng không thể có con vật nào được chủ thương yêu như vậy. Nhân tiện cũng phải nói thêm rằng Mướp ăn được cả rau cải, và Mực biết uống chè tươi.

Người gần gụi thứ hai của tôi là cái Tý Chuột, con gái bà hàng xóm ít lời. Tý Chuột tất nhiên tuổi Tý, theo cách đặt tên truyền thống, cho khỏi quên. Chuột là tiếng gọi yêu thêm vào, chỉ tính cách, chứ cô bé chỉ giống con chuột nhắt ở đôi mắt đen lánh và rất hoạt, còn cử chỉ thì gợi liên tưởng về một con thỏ con. Tý Chuột lên chín, hay chạy sang chơi với tôi, ngồi dựa vào tôi, ngước cặp mắt có hàng mi dài và đen nhìn tôi, mỉm cười vô cớ, và im lặng. Tôi kiếm một đọt cọ xanh rờn về tết cho Tý Chuột một con châu chấu voi khổng lồ, đính cho nó đôi mắt tròn vo bằng hai hạt quả dại không biết tên là quả gì. Tý Chuột thích lắm, vồ lấy nó, ấp vào ngực, ngước nhìn tôi, cái nhìn biết ơn.

Hôm sau, tôi còn chưa tỉnh giấc, Tý Chuột đã rón rén bước vào nhà, đưa cho tôi món quà của em:

- Cho anh đấy! - Tý Chuột nói, mặt đỏ ửng.

Cần phải hiểu đúng món quà của trẻ con. Nó giá trị hơn quà của người lớn rất nhiều. Người lớn cho nhau quà thường kèm theo sự tính toán, không ít thì nhiều. Quà của trẻ con thì hoàn toàn không có cái đó. Tôi tin chắc Tý Chuột sẽ trở thành một cô gái tốt bụng. Người tốt là người không chỉ biết nhận, mà còn biết cho.

Tôi cài bông cúc dại lên quai ba lô. Tôi không thể cắm nó vào chỗ nào khác, trong nhà không có gì thay cho bình hoa. Bông cúc dại tươi được nửa ngày, rồi ủ rũ ngả đầu xuống, cuộn những cánh nhỏ bé lại. Tý Chuột mang về cho tôi một bông khác, cũng chỉ một bông thôi.

Con châu chấu voi của tôi được đậu trên vách nứa, ngay đầu giường Tý Chuột. Trong ánh nắng lọt qua vách nứa, nó sáng lên màu lục nhạt của ngọc bích.

*

Vào một buổi trưa, tôi đang thiu thiu ngủ sau những bát chè tươi thường lệ thì ở thôn Bình Cát xảy ra một sự kiện.

Giấc ngủ thiu thiu trong rừng trưa là một khoảnh khắc phân thân. Anh vẫn biết anh đang ở đâu, anh bực bội vì cái nóng hầm hập, đồng thời anh lại thấy mình ở một nơi khác hẳn trong một giấc mơ đứt quãng. Tôi thấy mình đang trên đường hành quân qua vùng đồi lúp xúp ở Ninh Bình, nơi man mác màu tím hoa sim với tiếng hát bay bổng "Ai đã đi, ai đã qua Chợ Bến, Chi Nê... Bông lau ngập ven đồi... đây đồi xưa, đây rừng xưa in bóng cô nàng, cô nàng ơi, nàng đi rẽ ngang..." Rồi lại thấy mình đang đung đưa trên một cầu mây mà bên dưới là con sông rừng trong suốt, lổn nhổn đá...

Tôi trượt chân, tôi rơi, tôi rơi... Rồi choàng tỉnh, mồ hôi đầm đìa. Tý Chuột cúi sát mặt tôi, giọng hoảng sợ:

- Anh ơi, dậy đi kìa, dậy đi!

Tôi khó khăn mới rũ mình khỏi giấc ngủ nặng chịch, gắng ngồi dậy.

Qua lời kể đứt quãng, không mạch lạc, bằng giọng láu táu, nhìn gương mặt tái mét vì sợ hãi, tôi hiểu Tý Chuột vừa trải qua một chấn động mạnh. Rồi tôi cũng hiểu ra điều Tý Chuột muốn tôi biết - trong khi cô bé chạy chơi ngoài đường thì bắt gặp một anh bộ đội nằm giữa nắng, mũ úp lên mặt. Tý Chuột đánh thức mãi, nhưng anh bộ đội không chịu dậy.

Tôi theo Tý Chuột ra đường.

Anh bộ đội nằm đó, trên vệ cỏ, bên một bụi cây gần bờ suối. Chắc hẳn trời nóng quá, anh xuống suối tắm, rồi vì mệt, anh quyết định nằm nghỉ trong bóng râm. Nhưng bóng râm lúc này đã lùi xa, còn anh bộ đội thì vẫn nằm đấy, giữa nắng chang chang.

Tôi ngồi xuống bên cạnh, lật cái mũ lá ra. Trên gương mặt xám ngoét bất động của người nằm đấy có một dòng kiến lửa nối đuôi nhau leo lên mép và hố mắt.

Tý Chuột túm chặt lấy tôi. Cái chết, có thể là lần đầu em thấy, làm em co rúm.

Tôi ở lại, sai Tý Chuột chạy về thôn báo cụ Mộc. Cụ là người cao tuổi nhất, cũng là người được trọng vọng nhất trong thôn.

Tôi ngồi bên anh bộ đội, tần ngần bắt những con kiến bò trên mặt anh, vứt chúng ra xa. Buổi trưa, con đường hàng tỉnh vắng ngắt. Một con chim tí xíu, đỏ như máu, kêu một tiếng thảng thốt, bay ngang mặt tôi. Xa xa, chày nước kẽo kẹt đều đều gieo những tiếng câm lặng vào không gian oi ả.

Cùng với cụ Mộc, rồi sau cụ, có đến nửa thôn Bình Cát kéo ra, làm thành một vòng tròn quanh xác anh bộ đội. Sau một hồi bàn tán, mọi người đồng ý với nhau sẽ làm ma cho anh. Trước mắt, hẵng đưa anh về nhà ông Bưởi gần nhất đã, mọi việc tính sau.

Nhưng cụ Mộc không bằng lòng:

- Đưa anh ấy về nhà tôi là tiện nhất - cụ bảo - Gỗ làm săng ván có sẵn, tôi đóng một loáng là xong. Để vậy tôi lo.

Trong cái ba lô gối đầu của anh bộ đội chỉ có vài vật dụng tối thiểu của bất cứ người lính nào - một tấm chăn mỏng đã rách, hai bộ quân phục với một quần lót, quyển nhật ký chép nhiều bài thơ và vài bài hát, một cuốn sách in giấy bản "Trung đội chiến đấu" của Cục Quân huấn, và dưới cùng là mấy mảnh vải dùng làm mụn vá và hai đoạn săm quai dép. Trong cuốn nhật ký chỉ có một cái tên, không có họ, không cả phiên hiệu đơn vị. Cái tên kêu rổn rảng đến nỗi tôi ngờ là bí danh chứ không phải tên, một thói quen thời thượng mà các chàng trai thích chọn cho mình khi đi vào cuộc chiến. Thế là không có cách nào báo cho ai biết về cái chết bất ngờ nọ.

Trong hai bộ quần áo có một bộ còn mới. Cụ Mộc tự tay tắm rửa cho anh bộ đội bằng nước hương nhu và lấy bộ quân phục còn mới mặc cho anh. Trong bộ quần áo không có chỗ nào rách, trông anh thật chững chạc.

Cụ Mộc quyết định dùng mấy tấm ván dựng ở góc nhà, chắc hẳn là thứ để dành cho chính mình, đóng cỗ quan tài cho anh bộ đội. Khi mấy anh phó mộc trẻ kéo đến làm giúp, cụ chọn một anh rồi xua hết:

- Đi kiếm ghế cho các cụ. Mình tôi làm được rồi.

Lát sau, xong việc cụ sai, họ ngồi chồm hổm quanh cái quan tài đã đóng xong, uống chè tươi hoặc nhai trầu, ngắm nghía cái công trình một mình cụ làm. Họ vuốt ve những mộng cụ vào khít khịt như miệng mím.

- Vàng tâm xanh - họ gõ gõ vào ván thiên, tấm tắc - Thiên địa hai tấc, thành tấc tám, cụ khéo quá, không sai một li.

Tôi ngồi một mình bên người đồng đội không quen biết. Một nỗi buồn đè lên vai tôi.

- Ngủ đi, anh bạn! - tôi cúi xuống, thì thầm với anh - Hãy ngủ yên. Anh đã làm hết phần việc của mình rồi.

Chiều xuống. Trong ánh hoàng hôn chập choạng tôi thấy Tý Chuột bước vào. Cô bé ôm một bó lớn hoa cúc dại trước ngực.

- Em hái cho anh bộ đội - Tý Chuột lí nhí nói, cái nhìn dò hỏi dừng trên mặt tôi - Được không, anh?

- Sao lại không? - tôi đáp, nghẹn ngào - Hay lắm, em ạ. Anh ấy sẽ vui.

Chúng tôi nhẹ nhàng từng bông cúc một lên ngực người quá cố, không để bông nào che khuất bông nào.

Cụ Mộc lặng lẽ mang đĩa đèn dầu trấu đến, đặt lên đầu phản, nơi anh bộ đội nằm. Bấc đèn vàng vọt rung rinh khe khẽ mỗi khi có gió thoảng vào nhà làm cho nét mặt vốn bất động của anh thay đổi, như thể anh đang ngủ, anh đang mơ thấy gì đó, và ngay lúc này đây anh sẽ cựa mình.

Trong ánh sáng yếu ớt của đĩa đèn tôi thấy một giọt lệ long lanh trên má Tý Chuột.

*

Anh bộ đội được an táng trên sườn đồi bên đường cái, từ đó đi thẳng xuống là nơi Tý Chuột tìm thấy anh.

Tôi là người người lính duy nhất có mặt ở đây khi anh bộ đội qua đời, mặc nhiên được coi là thân quyến của người quá cố. Đứng bên tôi là cụ Mộc, người lo toan mọi việc cho anh bộ đội không quen biết.

Sau khi hạ huyệt, từng người trong thôn Bình Cát đến bên tôi, nói hoặc không nói, nắm tay tôi thay lời chia buồn.

Ông chủ tịch cái xã có thôn Bình Cát nhập vào, người Tày, ôm lấy tôi:

- Chúng mình ở đây sẽ trông nom cái mả. Nhìn xem: cả thôn này đì đưa vớ. Chẳng có đám ma nào như thế đâu. Người ta thương nhiều nhiều lố...

Buổi sớm có gió mát. Trời cao. Mây bay chầm chậm. Những con từ quy đi lạc thời gian vẫn còn gọi nhau mấy tiếng cuối cùng.

Tôi ngồi lại bên ngôi mộ mới. Cùng ngồi với tôi còn có cụ Mộc, ông chủ nhà của tôi, và Tý Chuột. Mực cuộn tròn dưới chân chủ, còn Mướp thì ngủ yên trên tay Tý Chuột. Lát sau đã thấy những cánh bướm trắng đầu tiên thấp thoáng trên đường cái.

- Chết thế này là thiêng lắm đấy. Anh ấy sẽ phù hộ cho cả thôn - cụ Mộc âu yếm vỗ lên nấm đất. Thấy tôi không nói gì, cụ tiếp - Tôi biết anh không tin. Nhưng rồi có lúc anh sẽ tin đấy. Con người ta chết đi, không phải mất tăm mất tích đâu. Người mất rồi vẫn sống trong tâm ta, khi ta nhớ họ. Họ thành linh hồn, ở trong ta, và ở trong cõi khác.

- Cụ nói phải - ông chủ nhà tôi tiếp lời - Người thôn mình sẽ còn nhớ mãi anh ấy. Linh hồn anh ấy sẽ còn quanh quất ở đây, với ta.

Tôi nắm tay cụ Mộc:.

- Vâng, - tôi nói - Niềm tin rằng nó tồn tại nhắc người sống rằng cuộc đời không vĩnh cửu, và con người phải sống với nhau cho phải đạo, đừng làm những điều xấu xa.

Cụ Mộc kéo tôi đứng lên:

- Anh hiểu ý tôi đấy. Linh hồn, nó là thế. Nó linh thiêng cũng là ở chỗ ấy.

Đó là tất cả câu chuyện về thôn Bình Cát của tôi, nơi tôi chỉ ở có hai tuần lễ trong đời mình, nhưng rồi tôi nhớ nó mãi, như nhớ về một quê hương.

*

Có thể kể thêm gì vụ cái thôn nhỏ bé đã trở thành một tình yêu trong tôi? Về cô gái xinh xinh với đôi môi tươi nở phô hàm răng đều đặn và trắng muốt mà tôi vừa kịp bắt được cái nhìn thương mến thì đã phải ra đi? Hay về bà Bưởi, người đàn bà câm lặng với nụ cười hiền hậu ngồi hàng giờ ở bậu cửa cặm cụi vá những chỗ rách và đơm lại cho tôi những cúc áo lỏng lẻo hoặc đã mất trong hành trang ít ỏi của người lính?

Tôi tự hứa với mình sẽ trở lại Bình Cát khi nào hết chiến tranh. Nhưng tôi chỉ trở lại được cái thôn đầy ấn tượng ấy mười hai năm sau. Bên con đường hàng tỉnh đã được mở rộng gấp đôi, sườn đồi có anh bộ đội của tôi nằm nay đã là một nghĩa trang liệt sĩ với rất nhiều mộ chí. Tôi bỏ xe đạp ở dưới, leo lên thăm người anh em năm xưa. Bên những ngôi mộ câm lặng là rất nhiều cúc dại với những bông hoa bé nhỏ đung đưa theo gió. Những con ong rừng vụt vẫy cánh bỏ đi khi nghe tiếng chân người. Chúng lướt qua tôi như những bông hoa biết bay. Ngồi bên nấm mộ anh bộ đội ngày nào. tôi nhắm mắt lại nghe tiếng lá rừng từng đợt rung lên khi có gió, tưởng chừng tôi đang ở vùng biển của đồng bằng, nơi có những con sóng dạt dào từ khơi xa trườn tới, vuốt ve bờ cát.

Có một cô gái ôm chồng vở đứng lâu ở dưới đường nhìn lên. Khi cô đến gần, tôi nhận ra đôi mắt ướt đen lánh dưới hàng mi cong. Là cái Tý Chuột năm xưa đấy ư?

Cô gái đánh rơi chồng sách khi nhận ra tôi. Cô nắm chặt tay tôi, nước mắt chảy tuôn.

- Sao đến bây giờ anh mới quay lại hả anh? - cô gái thổn thức - Anh thật tệ.

Tý Chuột đưa tôi về nhà, nhưng không phải nhà cô, mà nhà cụ Mộc. Bà Bưởi mất, cụ Mộc đón cô bé mồ côi về nuôi. Giờ Tý Chuột đã là cô giáo ở trường tiểu học xã.

- Trời ạ! - cụ Mộc kêu lên khi thấy tôi theo sau Tý Chuột hiện ra nơi khung cửa - Đã tưởng anh chết rồi cơ đấy, hoá ra vẫn còn. Xã này bao nhiêu đứa đi, mà có mấy đứa trở về!

Cụ khác trước rất nhiều - tóc bạc trắng, da nhăn nheo, nhưng nụ cười hồ hởi thì vẫn như trước, chỉ thiếu hai răng cửa.

Cụ ôm chầm lấy tôi, chùi nước mắt vào vai tôi.

- Con nhìn thấy anh trên đồi mộ - Tý Chuột nói - Con mới leo lên…

- Đã kịp thăm mộ bạn rồi cơ à? Cơm nước gì chưa? Cơm đã, chiều rồi, xong ta nói chuyện. Bắt con hoa mơ làm thịt đi, Hồng Liên ơi. Cái giống để thì ít, ấp bóng thì nhiều ấy không để làm gì.

Tôi nhìn quanh - Hồng Liên nào ở đây nhỉ?

Cụ Mộc đập vào vai tôi:

- Nhà chỉ có hai ông cháu thôi. Bây giờ nó là cô giáo rồi, không gọi Tý Chuột nữa. Con gái đứa nào bây giờ cũng tự đặt lấy một cái tên mỹ miều, anh ạ. Giờ nó là Hồng Liên.

Hồng Liên cười bẽn lẽn, hai má đỏ ửng màu cánh sen. Sen đâu có mọc trên núi cao, rừng sâu - chỗ của nó là trong những đầm miền xuôi chứ. Có phải tên này được chọn từ trong nỗi nhớ truyền nối?

Lại cảnh năm xưa: cụ Mộc rót ra hai bát chè tươi, bưng một bát lên bằng hai tay. Hồng Liên xuống bếp vo gạo. Lát sau đã nghe tiếng lửa cháy phào phào.

Quang cảnh vừa giống vừa khác ngày tôi đến Bình Cát những năm đã xa. Trên ban thờ cụ bà, máy thu thanh bán dẫn véo von một điệu xuân tình nhàm chán. Không thấy con Mực cùng con Mướp. Thay vào chúng là một con Bốn Mắt mảnh khảnh, giống chó có nhiều ở vùng này, và một con mèo nhị thể mắt la mày lém. Chúng không gây được cảm tình ở tôi. Có lẽ tôi không công bằng - tôi luyến tiếc những cái đã qua, chúng đã thành tình, không chỉ là kỷ niệm.

Hồng Liên kiên trì tìm bằng được tung tích anh bộ đội.

Cuối cùng rồi cô đã tìm ra anh là ai chỉ với một bí danh còn lại trong cuốn nhật ký. Nhưng khi cô lần theo những đường dây rối rắm như búi tơ hồng ấy để tìm ra đơn vị anh thì nó đã sáp nhập vào một đơn vị lớn, rồi đơn vị lớn ấy lại sáp nhập vào một đơn vị khác, phiên hiệu cũng đã đổi khác, làm cho sự tìm kiếm trần ai ấy thêm đủ mọi rắc rối. Công việc đơn độc của cô được bè bạn biết, và cô có được sự hỗ trợ nhiệt tình. Những mẩu chuyện mà vài người bạn còn lại của anh sau chiến tranh đã cho cô và các bạn hình dung ra cuộc đời người lính đã vĩnh viễn nằm lại ở Bình Cát. Hoá ra anh là một chiến sĩ rất dũng cảm trong chiến đấu. Anh được đồng đội đặc biệt yêu mến.

Cái ba lô, cuốn nhật ký, mấy đồ vật còn lại của anh bộ đội rồi cũng được chuyển cho gia đình anh ở Hà Nội, nơi Hồng Liên được đón tiếp như người thân. Cô thực sự trở thành người của gia đình này.

Điều làm cho Hồng Liên bất bình là bộ máy quan liêu nhất định không công nhận anh bộ đội được chôn ở Bình Cát là liệt sĩ. "Họ nói - Hồng Liên kể, giọng giận dữ - anh ấy không chết trong chiến đấu thì không thể được coi là liệt sĩ. Đúng là một lũ ăn hại chưa từng biết mùi thuốc súng".

- Em ơi, bực mình làm gì - tôi an ủi - Chẳng có người lính nào khi đi chiến đấu muốn mình là liệt sĩ cả.

Cụ Mộc cười vang, ho sặc sụa.

Đêm đó tôi trằn trọc suốt, không sao nhắm mắt. Lúc đầu, tôi còn nghĩ có lẽ đó là do mấy bát chè tươi dữ dằn của cụ Mộc mà tôi đã biết, cộng với sự lạ nhà. Nhưng rồi tôi hiểu ra: tôi nhầm – tôi được nghe quá nhiều chuyện về tình người trong một cuộc tìm kiếm dường như vô vọng, trong có một ngày.

Tôi rồi cũng chợp đi được một lúc khi gần sáng. Nắng sớm lọt qua vách nứa chiếu vào mặt tôi làm tôi tỉnh giấc. Mở mắt, tôi ngạc nhiên nhìn thấy một con châu chấu khổng lồ đậu trên vách. Bên cạnh nó là một bông cúc dại còn đọng một hạt sương long lanh. Phải mấy giây sau tôi mới nhận ra con châu chấu năm nào tôi tết cho Tý Chuột. Thời gian đã làm mất đi màu xanh lá mạ của đọt cọ để thay vào màu vàng nhạt trong suốt. Ánh nắng chiếu vào con châu chấu và bông cúc dại làm cho khoảng không quanh chúng sáng hơn chỗ khác.

Đến lúc ấy tôi mới nhận ra ở khung cửa có một đôi mắt đen láy đang mỉm cười với tôi.

Trong phút đó tôi muốn có một phép màu biến cô giáo Hồng Liên trở lại thành cái Tý Chuột trước kia.

Để tôi có thể ôm chặt em trong lòng.

Để được hôn lên đôi má mũm mĩm và nồng ấm của em.

Để nói lời cảm ơn em đã nhớ đến tôi bằng nỗi nhớ mà bất cứ ai cũng khát khao được có.

1973

KẺ VÔ ƠN

1.

Nghe tôi nói đến "Hiếu nhà băng", thiếu tướng Thạc lộ vẻ ngạc nhiên:

- "Hiếu nhà băng" ở Zurich? Ông quen hắn à?

Tôi gật:

- Quen. Chưa lâu lắm. Ông cũng biết ông ấy?

- Biết. Từ hồi kháng chiến chống Pháp kìa. Lúc ấy hắn có biệt danh khác - "Hiếu tồ".

- Trái đất tròn thật - tôi nói - Tôi gặp ông Hiếu trong chuyến du lịch Ai Cập. Lâu rồi, dễ đến ba hoặc bốn năm. Quen loáng thoáng, mãi đến năm ngoái gặp lại nhau ở Genève mới có dịp tâm sự.

- Ông thấy hắn ta thế nào?

- Tính tình vui vẻ, cởi mở. Đúng là có hơi tồ một chút.

- Nghe nói bây giờ hắn giàu. Giàu lắm.

Ông thiếu tướng liếm đôi môi khô. Trong giọng ông có một chút khó chịu, hoặc một chút ghen tị, hoặc cả hai.

- Trông ông ấy bề ngoài thì cũng bình bình, vầy vậy, không có dáng người giàu - tôi thấy cần phải nói nhận xét của mình - Ăn vận xuềnh xoàng, xe không sang - một cái BMW đời cũ. Đại khái như mọi người bình thường. Nghe đâu trước khi về hưu ông ấy có làm việc ở một ngân hàng. Phó giám đốc hay là chuyên viên gì đấy.

- Giám đốc đấy, ông ạ. Làm đến chức ấy thằng chó nào mà không giàu chứ?

Ông Thạc ngậm ngùi:

- Cái số con người ta thật lạ, lên voi xuống chó khôn lường. Tôi biết rõ Hiếu Tô. Trước kia hắn ở đơn vị tôi.

Đến lượt tôi ngạc nhiên:

- Tức là ông ấy từng ở bộ đội?

- Cấp dưới của tôi. Hồi ông đến công tác chỗ tôi thì hắn không còn đấy nữa. Đào ngũ.

- Năm nào?

- Đầu 54.

- Ông Hiếu không nói với tôi về giai đoạn ấy.

Tôi với thiếu tướng Thạc quen nhau từ hồi ông làm trưởng phòng chính trị Bộ tư lệnh quân khu 3, tôi thì từ Việt Bắc về đấy lấy tài liệu tổng kết. Sau đó là tiếp quản thủ đô, rồi mấy đợt rèn cán chỉnh quân, chúng tôi gặp nhau thường. Người khác ở tuổi ông, có thâm niên quân đội như ông, thì đã lên trung tướng từ lâu.

Chuyện dân "tạch tạch xè" đi kháng chiến bị phân biệt đối xử trong việc thăng cấp là chuyện chẳng ai ngạc nhiên. Quen nhau lâu thế nhưng tình bạn giữa chúng tôi không thể gọi là thân, có lẽ tại tính tình không hợp, nhưng biết nhau hơn nửa thế kỷ mà vẫn giữ được quan hệ quen biết thì cũng coi như không đến nỗi xa cách.

Thiếu tướng Thạc sang Đức ở với con gái. Không hiểu qua ai mà biết địa chỉ của tôi, ông biên thư hỏi thăm. Có việc qua vùng ông ở, tôi rẽ vào. Ông mừng lắm, ôm chặt, vỗ lưng tôi đồm độp, mắt nhòa đi. Ông đang trong cơn cô đơn, tôi đoán. Tâm trạng này có ở bất cứ người lớn tuổi nào trong cuộc sống xa quê. Hỏi thì ông bảo ông sống tạm ổn, không có gì đáng phàn nàn.

Anh con rể người Đức là chuyên viên hãng Siemens, một hãng lớn. Cô vợ có cửa hàng hoa tươi, nhiều khách quen, xem ra có bề phát đạt. Ngoài ngôi nhà ở khang trang ở trung tâm Stuttgart, hai vợ chồng còn tậu được một nhà vườn. Ở nước Đức có cuộc sống như thế là loại trung bình khá.

Khi mới sang, ông bố vợ ở chung với các con. Ít lâu sau ông dọn ra nhà vườn. Ông bảo ở đây cũng đủ tiện nghi, lại được ở một mình, dễ chịu hơn. Chưa kể sáng sáng còn có việc làm - với cái cuốc, cái kéo tỉa cây, ông chăm sóc mấy giàn hoa leo, mấy luống rau thơm. Thỉnh thoảng, cuối tuần, hai vợ chồng dẫn mấy đứa cháu ngoại ra thăm ông.

Ông không biết một tiếng Đức nào, với ai ông cũng chỉ mỉm cười thay lời chào. Anh con rể gật đầu chào lại, nhưng không cười. Hai đứa cháu trai nghịch như quỷ sứ, vừa ra đến nhà vườn là chúi vào các trò chơi chúng mang theo.

- Cái giống Đức tính lạnh, ông ạ, không như người mình - ông nhận xét - Giao thiệp với dân Đức không dễ, chẳng biết trong bụng chúng nó nghĩ gì. Thằng rể tôi được cái lễ độ, bề ngoài thấy nó cũng có vẻ kính trọng bố vợ.

Ông tiếp tôi ở nhà vườn, xăng xái đi nấu cơm thết bạn.

Tôi thấy ông đi đứng còn nhanh nhẹn, lưng không gù, giọng sang sảng, duy có nước da mai mái, dấu ấn của bệnh sốt rét kinh niên, làm ông hơi xấu mã. Hàm dưới đưa ra, má hóp lại. Ở tuổi bảy mươi tám còn được thế là tốt rồi. Trong phong thái, ông vẫn giữ được chút gì đó của một thời chinh chiến, khi ông còn là một cấp quen ra lệnh. Bây giờ không ra lệnh được cho ai thì ông ra lệnh con béc-giê giống Đức lúc nào cũng quanh quẩn bên chủ. Nó to như con bê, nhưng hiền khô. Dưới sự chỉ huy của ông nó biết ăn cơm nguội rưới tí nước thịt, y như một con vàng hoặc con vện Việt Nam.

Tôi muốn hỏi ông sang Đức sống lẻ loi làm gì cho khổ, trong khi ở Việt Nam, dù bà mất rồi, nhưng còn có bạn bè, có họ hàng. Tuổi già sống cô độc ở xứ người nào có vui gì. Lương hưu cấp tướng giờ rất khá, hơn trước nhiều lắm, thừa đủ cho một cuộc sống của người già không còn nhiều đòi hỏi. Ông bảo nhà nước bây giờ chiều cán bộ hưu, nhất là đám có thâm niên cao, không muốn họ gây chuyện nay kiến nghị mai phản đối hoặc tệ hơn, a dua với bọn hơi mửng đòi dân chủ.

- Sang đây ông có gặp lại ông Hiếu không?

- Có. Mà không.

- Là thế nào?

- Tôi có trông thấy hắn ta, nhưng không gọi.

- Sao vậy? - tôi trợn mắt - Ông giận ông ấy? Giận cái chuyện đào ngũ ấy à? Chuyện từ đời tám hoánh mà đến giờ còn để bụng thì ông quẫn rồi đấy. Bọn mình gần đất xa trời cả rồi, mọi chuyện xửa xưa ông nghe tôi, cứ quăng tuốt đi, cho nhẹ mình. Ông âm lịch quá.

Ông Thạc nhún vai, môi dưới trề ra. Im lặng một lúc, ông thủng thẳng:

- Không phải tôi giận hắn cái chuyện ấy, chuyện ấy tôi không tính, bộ đội hồi ấy đào ngũ chẳng phải mình hắn... Hồi Cải cách ruộng đất bọn con cái địa chủ, phú nông, không trước thì sau, theo nhau chuồn bằng sạch. Không như chúng ta, đã đi với cách mạng là ta đi đến cùng. Chúng nó không thể kiên trì lập trường cách mạng là do bản chất giai cấp của chúng khác ta...

Tôi che miệng ngáp. Giời ạ, lại cái bài ca lập trường giai cấp cũ rích tưởng chừng không còn có thể nghe thấy ở bất cứ đâu, đùng một cái lại gặp nó giữa lòng nước Đức.

Từ lâu rồi, nhiều người thuộc thế hệ tôi đã hiểu ra, rằng cuộc cách mạng đầy chất lãng mạn, lẽ sống một thời trai trẻ của họ đã mất, thay vào đó là một xã hội mới, của riêng những kẻ đi sau về trước, xưng cách mạng chỉ để kiếm chác, còn lớp cựu trào chỉ là vỏ chanh đã vắt kiệt. Nhưng hiểu thì hiểu, cái lập trường cách mạng như của ông thiếu tướng không rời bỏ họ. Đó là cái còn sót lại của quá khứ mà họ phải bám lấy để mà sống. Với những kỷ niệm đã bạc màu, những giáo điều đã chết, và những hào quang không còn lấp lánh.

- Vậy thì vì cớ gì ông giận?

- Hắn là thằng vô ơn, ông ạ - ông thở dài. Tôi giận là giận cái sự vô ơn ấy thôi. Hắn chịu ơn tôi, nhưng khi gặp tôi, hắn lờ. Tôi chỉ cần được nhìn thấy hắn mừng rỡ khi gặp lại tôi thôi, thế là đủ, là được rồi. Nhưng không, nhìn thấy tôi, hắn lảng.

2.

- Tôi nhớ ông ấy chứ - ông Hiếu cười buồn nghe tôi kể chuyện gặp thiếu tướng Thạc - Trí nhớ tôi không đến nỗi tồi. Tôi có nhìn thấy ông ấy. Và tôi đã không gọi, đúng thế. Chuyện ông ấy kể cho ông nghe không sai, ông ấy có làm ơn cho tôi thật. Nhưng là một thứ ơn mà người mang ơn không muốn nhớ đến...

Chúng tôi ở trong một biệt thự nhỏ, xinh xắn, bên hồ Bodensee, còn có tên là hồ Konstanz. Con hồ này giáp giới ba nước Đức, Áo, Thụy Sĩ. Hồ rộng mênh mông, đứng thứ hai tính về diện tích so với các hồ thuộc vùng núi Alpes. Giá đất ở những nơi có địa thế đẹp ở ven hồ đắt khủng khiếp. Ở những địa điểm có thể xây khách sạn, nhà nghỉ phải nhiều tiền lắm lắm mới có được một biệt thự riêng.

Tôi ngạc nhiên khi vào bên trong ngôi biệt thự ấy - đất tiền là thế mà chẳng có vật gì sang trọng. Giữa phòng khách chình ình một cái chõng tre ta thường gặp trong một quán nước ở đồng bằng sông Hồng những năm xưa, trên đó lỏng chỏng một cái ấm giỏ và mấy cái bát sành. Ghế ngồi là những thân gỗ mộc xù xì, nhưng có đệm, hẳn để dành cho khách không quen ngồi ghế gỗ. Tôi đã gặp cách bài trí theo lối cổ ở nhiều nhà người Việt ly hương, với những hoành phi, câu đối sơn son thếp vàng, những sập gụ, tủ chè, tràng kỷ, cái nào cái nấy thuần bằng gỗ quý đặt làm từ trong nước chở sang. Cũng là nỗi nhớ quê hương, nhưng khác với nỗi nhớ của ông Hiếu, nó là nỗi nhớ trưởng giả hoặc bén hơi trưởng giả.

- Tại sao?

Ông Hiếu bắt đầu câu chuyện vào một đêm cả hai đều khó ngủ.

Chúng tôi ngồi bên nhau, an nhàn tựa lưng trên ghế dài đặt sát mép nước hồ. Ban đêm mặt hồ phẳng lặng như một tấm gương khổng lồ màu đen. Mặt nước nhấp nháy những đốm lửa nhỏ, ở chân trời, rất xa, nơi có quần thể đông đúc khách sạn và nhà hàng.

- Ông Thạc chưa kể cho ông nghe?

- Chưa. Ông kể đi.

Ông Hiếu im lặng một lúc lâu. Hình như ông do dự, ông không muốn kể, có thể là ông không muốn gợi lại một quá khứ muốn quên. Ông chỉ kể khi tôi phải thúc giục vài lần. Sau đây là câu chuyện tôi được nghe trong đêm ấy.

"Ông Thạc lúc bấy giờ là bí thư chi bộ, tôi là quần chúng. Chúng tôi đều là học sinh xuất thân. Lý lịch của chúng tôi đơn giản, chúng tôi vào bộ đội như là lẽ đương nhiên - thanh niên thời chiến thì phải cầm súng bảo vệ Tổ quốc.

Tôi với ông Thạc vừa là bạn, vừa có quan hệ cấp trên cấp dưới. Cái sự tôi ở trong diện cảm tình đảng, đang thời kỳ thẩm tra lý lịch để kết nạp cũng là do ông Thạc quan tâm nâng đỡ. Chứ tôi, nói thật với ông, chẳng thuộc diện được đảng chú ý. Về phần tôi, tôi cũng chẳng mặn mà gì cái sự vào đảng.

- Vào thời ấy mà không biết quý cái sự vào đảng thì, nói thế nào cho đúng nhỉ - tôi nói - hoặc ông rất cấp tiến, hoặc ông hâm.

- Tôi không cấp tiến, cũng chẳng hâm, ông ạ. Tôi lười - ông Hiếu cười khe khẽ - Người ta phấn đấu để được vào đảng, để được đề bạt, tôi thì không. Còn chiến tranh thì mình làm lính, hết chiến tranh thì thôi, chẳng lẽ ở bộ đội đến hết đời à? Trong đảng người ta nghĩ gì về tôi, tôi không biết, tôi không quan tâm. Mà họ nghĩ gì mới được chứ? Tôi ở đơn vị chiến đấu suốt từ ngày đầu kháng chiến cho tới khi quân khu lấy về phòng chính trị, dưới quyền ông Thạc. Tôi không thích làm lính ống quyển[1], nhưng quân lệnh như sơn, phải chấp hành.

- Ông có phạm kỷ luật gì trong thời gian ấy không?

- Không.

- Ông Thạc nói ông mang ơn ông ấy là ơn thế nào? - tôi rụt rè hỏi.

Ông Hiếu im lặng.

- Tôi đoán... ông phạm kỷ luật gì đó và ông ấy đã gỡ tội cho ông?

- Cái ơn còn lớn hơn. Tôi sẽ kể ông nghe.

Ông không kể ngay. Ông nhìn ra hồ. Khi có gió, mặt nước cũng lăn tăn một chút làm xao động những đốm lửa xa.

Tôi im lặng chờ.

3.

"Một hôm, ông Thạc gọi tôi ra chỗ vắng. Ông thì thào:

- Lâu nay cậu có tin tức gia đình không?

- Không. Cũng đến cả năm rồi, không có liên lạc. Chắc cũng chẳng có chuyện gì đâu, vùng tôi ít bị máy bay bắn phá - tôi nói - Ông cụ mình cũng bận. Làm chủ tịch xã, lại còn kiêm nhiều chức trên huyện nữa. Mình tính sau đợt chỉnh quân sẽ xin đi phép thăm các cụ.

Ông Thạc có vẻ lúng túng. Có vẻ ông ấy phải chọn lời. Mãi sau mới nói:

- Tớ nói chuyện này, nhưng cậu phải tuyệt đối bí mật.

---

[1] *Lính ống quyển = chỉ lính văn phòng, công văn đựng trong những ống nứa để lưu trữ và tránh bị ướt khi di chuyển.*

- Cậu biết tính mình, mình không phải đứa bép xép.

Ông chớp chớp mắt rồi ghé sát vào tai tôi, giọng trầm trọng:

- Ông cụ bà cụ cậu bị lên địa chủ phản động rồi...

Tôi chết điếng. Tôi không tin ở tai mình.

Lúc bấy giờ ở vùng chúng tôi đóng quân đã qua bước giảm tô giảm tức, đang đi vào cải cách ruộng đất, nhưng đơn vị chúng tôi chỉ học tập chủ trương chính sách để ủng hộ chứ không trực tiếp tham gia. Trong học tập tôi được biết cải cách ruộng đất do đảng lãnh đạo là một cuộc cách mạng long trời lở đất, là sự đổi đời ở nông thôn, giai cấp nông dân vùng lên đánh đổ bọn cường hào gian ác. Thế nhưng, tôi cũng như mọi người, cứ nghĩ rằng ở đây, hoặc ở đâu ở đâu kia, mới có những tên địa chủ tàn bạo, ác độc, chứ những quân quỷ sứ ấy không thể có ở quê mình, đừng nói gì trong nhà mình.

- Nghe đâu lại còn Việt Quốc hay Việt Cách gì đó nữa...

Tôi không còn nghe thấy gì nữa.

- Chắc cậu cũng chẳng biết hết những việc làm của ông cụ đâu... - tiếng ông Thạc văng vẳng bên tai tôi - nhưng chẳng có gì giấu được quần chúng được phát động...

- Làm sao có thể có chuyện như thế được - tôi đứng phắt dậy - Ông cụ bà cụ mình hiền như đất ấy mà.

- Địa phương gửi công văn hỏi về cậu đấy.

- Hỏi về mình?

- Phải. Tớ đã viết trả lời sau khi hội ý toàn chi bộ, bảo đảm cậu là cán bộ tốt.

- Chuyện ấy xảy ra khi nào?

Ông Thạc thở dài:

- Ba tuần rồi.

Tôi nhớ lại: có một cái gì đó không bình thường trong ánh mắt của các đảng viên khi gặp tôi. Dường như họ tránh nhìn tôi. Trong sinh hoạt cơ quan, mọi chuyện chỉ có đảng viên được biết, quần chúng chỉ có thể đoán rằng đang có chuyện gì đó, xấu hoặc tốt, căn cứ thái độ của họ.

- Sao cậu không cho mình biết?

- Nói sao được?! Nguyên tắc mà.

- Bây giờ cậu bảo mình phải làm gì?

Ông Thạc ra chiều suy nghĩ.

- Bây giờ cậu về nhà - lát sau, ông bảo - Đừng nói với ai cậu đi đâu, chuyện đó mặc tớ lo. Đây, tớ đã chuẩn bị sẵn cho cậu: công lệnh, bản sao công văn đơn vị gửi chi bộ địa phương. Cứ cầm theo, phòng xa, có khi dùng đến. Về đến nhà rồi, gặp được ông cụ bà cụ rồi thì trở lại ngay đơn vị. Đấy là tất cả những gì tớ có thể làm cho cậu".

Tôi nói:

- Ông Thạc đối với ông thật tốt.

- Tôi không nói ông ấy xấu - ông Hiếu đáp - Ông nghe nốt câu chuyện đã.

"Tôi lập tức lên đường. Đi suốt đêm. Suốt cả ngày hôm sau. Vừa đặt chân vào nhà, tôi lập tức bị bắt. Đám du kích ập đến, trói gô tôi lại. Chúng quát tháo, chúng chửi mắng, không cho tôi kịp mở miệng. Mà chúng nó là ai chứ? Toàn người quen kẻ thuộc cả, ông ạ, không hàng xóm láng giềng thì cũng người cùng thôn, cùng xã. Nghe chúng nói với nhau tôi mới biết mẹ tôi không chịu được hành hạ đã thắt cổ tự vẫn tuần trước, còn cha tôi sẽ bị bắn vào hôm sau. Tôi lặng đi. Tôi không khóc được. Nước mắt chưa chảy đã cạn. Mẹ tôi là một nửa cuộc sống của tôi. Ngay cả khi sống xa nhà tôi vẫn cảm thấy mẹ ở bên tôi. Cha tôi khác, tôi yêu cha, kính trọng cha, nhưng không gần gụi cha như gần gụi mẹ.

Tôi không tưởng tượng được cái tai họa giáng xuống gia đình tôi lại lớn đến như thế, lại kinh khủng đến như thế. Đau đớn nhất là cái sự tôi là bộ đội chẳng giúp được gì cho các cụ. Ngày nay ai cũng biết những khẩu hiệu "Người cày có ruộng," "Đánh đổ bọn cường hào ác bá, nông dân giành lấy chính quyền," "Nông dân là quân chủ lực của cách mạng"... chỉ là những lời lừa mị. Nhưng lúc ấy khác, lúc ấy chúng có một sức mạnh ghê gớm.

Nông dân ào ào đi theo đội cải cách, hô vang những khẩu hiệu sắt máu đến khản tiếng, đến rạc người. Có thể họ chân thành tin ở cuộc đổi đời mà đảng hứa hẹn, rồi đây họ sẽ trở thành những ông chủ bà chủ ở trong làng, họ sẽ có những gì mà những người sang trọng có. Điều tôi biết chắc là những con người khốn khổ kia rất hy vọng ở số quả thực sẽ được chia sau khi bọn nhà giàu trở thành kẻ có tội với cách mạng - một thúng thóc, cái mâm đồng, cái phản gỗ, có khi là cả cái tủ chè, cái sập gụ cũng nên...

Sáng hôm sau, tôi bị điệu ra trường đấu. Dân chúng cả mấy xã tề tựu ở sân trường học của xã. Tôi nghe tiếng loa thúc giục mọi người đi dự cuộc đấu "tên phản động đầu sỏ, tên cường hào gian ác, tên địa chủ có nợ máu với nhân dân" từ khi còn tối đất. Trường học này đầy ắp những kỷ niệm thời thơ ấu của tôi. Những người bạn học của tôi giờ đây sát khí đằng đằng lăm lăm súng trường mã tấu đứng ở vòng ngoài.

Tôi nhìn thấy cha tôi, bị trói giật cánh khuỷu, bị lôi đi xềnh xệch, bước chân lảo đảo, nhớt dãi chảy xuống ngực, giữa đám đông xỉa xói, gào thét, với những bộ mặt biến dạng, những đôi mắt đỏ ngầu, những cái miệng há to, giữa rừng cánh tay vung lên hạ xuống theo sau những khẩu hiệu đòi trả nợ máu...

- Kinh khủng! Hồi ấy tôi đang học ở Liên Xô nên không được chứng kiến những gì xảy ra, chỉ được nghe kể lại...

- May cho ông, ông gốc thành phố, chứ dân nông thôn chúng tôi hồi ấy chỉ cần hơi có máu mặt một tí là chết. Chẳng riêng gia đình tôi, người cùng cảnh ngộ nhiều vô số kể... Tôi nói hơi có máu mặt, tức là những người có của ăn của để, hoặc có dư chút ít ruộng đất. Ở nông thôn miền Bắc nước ta, ông biết đấy, đâu có nhiều địa chủ.

Gọi là địa chủ, chứ chẳng qua chỉ là những nông dân khá giả, do chăm chỉ làm ăn hoặc khéo thu vén mà hơn người. Hơn cũng chẳng nhiều nhặn gì, bất quá vài ba mẫu là cùng, mà lại là mẫu ta.

Ông Hiểu thở dài.

- Có cần kể cho ông nghe chi tiết cuộc đấu không?

Ông Hiểu đặt câu hỏi, rồi im lặng hồi lâu, như thể nhớ lại cảnh tượng hãi hùng mà ông không phải chỉ là người chứng kiến.

- Cuộc đấu kéo dài từ sáng tới trưa, tiếp theo là cuộc xử án chớp nhoáng. Tất cả diễn ra trong những tiếng hô khẩu hiệu không ngớt. Rồi cha tôi bị điệu ra trước bức tường của trường học, nơi vẫn còn cái khẩu hiệu do chính tay tôi viết năm 1945: "Hồ Chí Minh muôn năm! Việt Minh vạn tuế!" Cha tôi bị bắn ở đó. Trước khi bị bắn, cụ chằm chằm nhìn tôi, nước mắt đầm đìa. Có vẻ cha tôi muốn nói điều gì đó với tôi nhưng không thể nói được - trong miệng cụ là một búi giẻ bẩn thỉu, từ đó nhểu xuống đất những giọt dãi...

- Cụ "đi" có nhanh không?

- Không - ông lắc đầu - Lúc đầu thì hùng hổ lắm, nhưng đến lúc phải cầm súng bắn người thì hình như không ai muốn, hoặc người nào cũng không muốn mình là người bắn viên đạn chết người, thành thử những người được phân công hành quyết đều bắn trượt trong loạt đạn đầu. Đám "ông đội" "bà đội" phải hò hét, quát tháo liên hồi, giật lấy súng chỉ cách cho họ bắn họ mới bắn được. Có vài viên trúng, máu loang trên ngực cha tôi. Một "ông đội" mắt long sòng sọc chạy xổ đến bên cọc, rút súng lục, bắn thêm một phát vào thái dương cụ mới "đi".

4.

Chúng tôi ngồi bên nhau, im lặng.

- Về sau này, khi nhớ lại những phút hãi hùng đó tôi mới hiểu ra vì sao trước khi đưa những người gọi là địa chủ phản động ra đấu chính thức người ta phải bắt nông dân đấu lưng trước đã...

- Đấu lưng?

- Vâng, đấu lưng. Tức là người bị đấu phải quỳ, nhưng không quay mặt lại đám đông, còn những khổ chủ, những người được "đội" bồi dưỡng, gọi là "bắt rễ, xâu chuỗi" thì xỉa xói vào lưng người bị đấu mà kể nỗi khổ bị bóc lột... Ông hiểu rồi chứ, đó là vì nếu những người nông dân hiền lành nọ mà nhìn vào mặt người hôm qua còn là họ hàng, làng xóm, tối lửa tắt đèn có nhau thì họ không nỡ lòng nào bịa đặt ra những tội lỗi không có, không thốt nổi thành lời những điều vu oan giá họa bạc ác, bất nhân như đội dạy. Con người không phải dễ dàng trở thành quỷ. Phải dạy dỗ, phải huấn luyện, ông ạ. Và không phải bao giờ người ta cũng thành công. Có nhiều người thà chết chứ không chịu trở thành quỷ.

- Tôi tin có những người như thế.

- Đáng buồn là con người một khi đã thành quỷ rồi thì khó trở lại làm người lắm.

Ông Hiếu thở dài.

- Tôi có chú em họ, hồi cải cách ruộng đất còn nhỏ đã chạy lon ton theo đội học đấu tố, lớn lên vào đảng, rồi làm quan, ăn bẩn. Cho đến khi về hưu không bị sứt mẻ gì, gọi là hạ cánh an toàn. Giàu có lắm, nhưng bị người trong họ ngoài làng xa lánh. Cũng có người cực chẳng đã phải nhờ vả chú ấy việc này việc khác, nhưng trong thâm tâm họ đều khinh bỉ. Chú ấy phân trần với tôi: "Thời thế nó thế thì phải thế, ai cũng phải làm phải ăn, em cũng không thể khác, người ta không hiểu em, chứ em có lòng dạ nào làm hại bà con". "Nhưng họ khinh chú là phải chứ?" tôi hỏi. "Thì họ có cách nào khác, yêu em à?", chú ấy nói thế.

- Sau vụ ấy ông trốn vào thành?

Ông Hiếu tránh nhìn tôi.

- Vâng - ông nói khẽ - Tôi còn biết đi đâu?

- Tôi hiểu.

- Lúc ấy trong lòng tôi đầy mâu thuẫn. Tôi không muốn rời bỏ hàng ngũ kháng chiến. Nhưng tôi cũng không thể ở lại. Quên, chưa nói để ông biết, ông Thạc nhìn xa đã cấp cho tôi đủ giấy tờ cần thiết để tôi không bị lôi vào cuộc đấu tố cùng với gia đình. Đội cải cách đã cho phép tôi được trở lại đơn vị.

- Nhiều người ở trong hoàn cảnh ông đã không "dinh tê."

- Vâng, có người rồi còn trở thành cán bộ cấp cao nữa, tôi biết. Họ phải trả giá đắt cho sự thăng tiến ấy, bằng sự dối trá thường xuyên, bằng sự hàng phục tuyệt đối. Tôi không có đủ dũng khí, và sự nhẫn nhục nữa, để làm được như họ. Khi đã ở trong thành rồi, có nhiều lúc tôi lại muốn trở ra vùng kháng chiến. Có một sự giằng xé trong lòng như thế đấy, căng lắm".

Sương xuống làm tôi rùng mình. Cả một vùng hồ Bodenzee lặng lẽ như không lúc nào nó lặng lẽ như thế.

- "Ông có gia nhập quân đội Pháp không? Tôi muốn nói: ông rồi có bị bắt lính và phải cầm súng chiến đấu ở phía bên kia không?

- Không. Tôi trốn lính. Tôi không muốn cầm súng nữa, dù ở bên này hay ở bên kia. Nhưng cũng phải thú thực với ông: sau cái chết của cha tôi, cũng có lúc tôi có ý định đi với quân Pháp để đánh lại những kẻ đã mang lại thảm họa cho gia đình tôi. Tôi cũng căm thù lắm chứ. Nhưng tôi đã không làm điều đó nhờ một lời khuyên.

Chả là lúc mới về thành tôi ở nhờ trong một ngôi chùa. Khi biết ý định của tôi, sư cụ bảo: "Con tính sai rồi. Đi với cái Ác này để diệt cái Ác kia không được đâu. Chỉ có cái Thiện mới diệt được cái Ác thôi, con ạ." Tôi nghe lời sư cụ, nhưng thú thực với ông, tôi không tìm thấy cái Thiện ở đâu cả".

- Tìm ra cái Thiện thật khó – tôi nói - Thực hành nó cách nào là vấn đề.

- Vì không tìm ra nó, không biết thực hành nó cách nào như ông nói, tôi cố gắng làm một người dân bình thường. Nhưng đến năm

75 thì tôi hiểu - cái Ác đang thắng, nếu không làm được gì để chống nó thì chỉ còn cách tránh xa nó, tránh thật xa, xa chừng nào hay chừng ấy, có gọi là chạy trốn nó thì cũng đúng. Tuy chẳng có gì vinh quang trong sự chạy trốn ấy...

- Mà chạy trốn mãi sao được? - tôi đặt câu hỏi cho chính mình.

Chúng tôi đi ngủ. Đêm đã quá khuya.

Hôm sau, trong bữa điểm tâm, ông Hiếu đột ngột ra cho tôi một câu hỏi lạ tai:

- Ông có nghĩ rằng cải cách ruộng đất là một sai lầm như người ta thường nói không?

- Một sai lầm chứ. Đó là điều không thể chối cãi. Chính đảng cộng sản vốn không bao giờ chịu nhận mình sai, cũng đã phải thừa nhận. Để phải sửa sai ngay sau đó.

- Ông tin người ta nhận ra sai, và sửa sai?

Tôi có cảm giác ông Hiếu chỉ chờ tôi nói lời khẳng định để cười vào mũi tôi. Hẳn ông có cách nhìn khác đối với việc ấy.

- Họ có sửa sai - tôi nói - Nhưng có sửa đến nơi đến chốn hay không là chuyện khác. Và còn phải sửa dài dài. Trang sử cải cách ruộng đất cho đến nay vẫn chưa khép lại được. Nghe nói mới đây thành phố Hà Nội vừa quyết định đền bù cho những gia đình có người bị giết trong cải cách ruộng đất.

- Đền bù thế nào?

- Một hay hai triệu đồng gì đó cho mỗi người bị chết oan.

Ông Hiếu cười khe khẽ:

- Tức là khoảng trên dưới một trăm đô la, theo tỷ hối hiện tại.

- Khoảng ấy.

Ông Hiếu trầm ngâm nhìn vào ly cà phê.

- Tôi thì không nghĩ đó là một sai lầm. Nói cho đúng, bây giờ tôi mới nghĩ được như thế. Trước kia thì không. Một sai lầm được tính trước rằng kết quả nó sẽ là như thế nào không thể gọi là một sai lầm. Người ta chỉ buộc lòng gọi nó là sai lầm khi mưu toan của họ bị đổ bể.

- Cái gì làm cho ông nghĩ như thế?

- Ông nhớ lại xem. Ông sẽ thấy điều này: ở bất cứ quốc gia nào, để tiến hành cải cách ruộng đất người ta phải điều tra tình hình ruộng đất trước đã. Nhưng ở miền Bắc trước cải cách ruộng đất, ông thấy không, đã không có một cuộc điều tra nào hết.

Tôi giật mình. Ý nghĩ ấy chưa từng đến với tôi.

- Ông có lý - tôi thừa nhận - Hồi ấy tôi không thấy có một báo cáo nào như thế.

- Người ta tính trước những cái mà chúng ta không nghĩ tới. Người ta muốn thanh toán cho bằng hết những người đã ủng hộ cuộc kháng chiến trong thời kỳ cách mạng còn trứng nước để thay vào đó những người hoàn toàn mới, trong thực tế chưa từng đóng góp gì cho kháng chiến. Những người này sau khi hất cẳng được những người kia vốn có vị trí trong chính quyền kháng chiến sẽ là lâu la trung thành của nhà cầm quyền. Để làm gì? Để những kẻ được chia quả thực cướp được kia, những kẻ bỗng dưng có được địa vị ăn trên ngồi trốc kia, sẽ hết mình trung thành với họ.

Tôi ngẫm nghĩ về điều vừa được nghe. Trước đó ý nghĩ như thế chưa từng đến với tôi.

- Tôi muốn hỏi thêm ông một câu.

- Ông hỏi đi.

Tôi cố gắng diễn đạt để ông Hiếu hiểu đúng tôi nghĩ gì.

- Tôi nghĩ ông Thạc muốn ông được gặp mặt cụ nhà lần cuối là một ý nghĩ tốt. Ông không nghĩ thế sao?

Ông Hiếu cười khe khẽ. Tiếng cười đầy cay đắng.

- Một ý nghĩ tốt chứ, tôi thừa nhận. Ông ấy đã giúp tôi tỉnh ngộ khi được thấy tận mắt những gì xảy ra với gia đình tôi. Với tất cả quang cảnh tôi được chứng kiến. Tôi không phải là người không biết ơn. Tôi chịu ơn ông ấy, tôi nhớ ơn ông ấy. Nhưng trong lòng tôi không cảm được cái ơn ấy. Có thể tôi tham lam chăng, khi tôi cho rằng trong những ngày ấy tôi cần ở bạn mình một cái gì hơn thế.

- Tức là?

- Một cái gì đó chứng tỏ ông ấy đứng về phía tôi, kẻ chịu đựng một bi kịch không đáng có. Một cái gì đó chứng tỏ ông ấy không đứng về phía những tên đao phủ. Cái gì đó ấy sẽ an ủi tôi nhiều hơn, sẽ cho tôi thêm một chút niềm tin đã mất vào con người... Nhưng ông ấy đã chọn chỗ đứng mà tôi không muốn thấy – chỗ của đao phủ. Và khi tên đao phủ ban ơn thì nó không vì thế mà không còn là đao phủ.

5.

Ít lâu sau cuộc gặp gỡ với ông Hiếu, tôi lại gặp ông Thạc.

Ông vừa về Việt Nam tham dự cuộc họp mặt truyền thống của quân khu. Ông vui hẳn lên, khác với lần chúng tôi gặp nhau ở Stuttgart. Ông kể chuyện những đổi thay ở đất nước, chuyện Hà Nội khác trước đến không nhận ra, chuyện ông vừa được nhận thêm một huân chương vì những công trạng trong quá khứ...

- Ông đã gặp "Hiếu Nhà Băng" rồi hả? Hắn nói sao?

Tôi lúng túng:

- Ông ấy vẫn nhớ ông. Nhưng ông ấy không muốn gặp lại... Vì cuộc gặp lại ấy sẽ làm ông ấy nhớ đến những ngày ông ấy không muốn nhớ đến nữa.

- Cái thằng... Bây giờ mà không biết quên đi quá khứ, hướng tới tương lai là ngu, là xuẩn ngốc. Nó y như mấy thằng đang đòi dân chủ ấy, trong tụi nó có cả những thằng cánh ta ngày trước, tức là đã từng trong quân ngũ, chúng nó mắt nhắm tịt, ương như cua, không biết rằng nước ta bây giờ dân chủ lắm rồi, hơn hẳn ngày xưa rồi. Ngày xưa không có nhiều dân chủ là do hoàn cảnh, là chuyện bất khả kháng, chứ bây giờ khác, bây giờ đảng ta đã vững mạnh, có lực lượng quân đội, công an hùng hậu, thì đối với dân chúng cho hay chưa cho dân chủ, cho nhiều hay cho ít, là quyền của đảng. Đảng không keo xỉn trong chuyện ấy, vấn đề là phải có tính toán; cho cái gì trước cho cái gì sau, cho bao nhiêu thì vừa, cho vào lúc nào...

Tôi nhìn ông. Ông nói say sưa. Ông bốc. Trong ông ấn tượng của chuyến đi đầy tràn.

- Ông Hiếu gặp tôi, có gửi lời thăm ông.

- Thế hả? Nó chỉ gửi lời thăm thôi? Không nói thêm gì?

- Không.

Ông Thạc sa sầm mặt.

- Cái thằng vô ơn đến thế là cùng. Để lúc nào tôi kể ông nghe đầu đuôi chuyện tôi đã làm gì cho hắn... Bây giờ chúng mình kiếm cái gì chén đã. Chắc ông đi đường cũng đói bụng rồi.

Tôi vội vã chìa tay.

- Xin ông thứ lỗi, hôm nay tôi mắc một cái hẹn. Để bữa khác vậy.

Trong lòng bàn tay tôi là một vật mềm xèo, nhũn nhẽo.

- Ờ ờ... Tiếc quá! - ông Thạc nói - Còn bao nhiêu là chuyện muốn kể ông nghe.

- Tiếc quá!

Không nhìn vào mắt ông thiếu tướng cựu, tôi hấp tấp bước ra cửa.

2002

KHAI BÚT

Ông Hưởng rùng mình, tỉnh giấc.

Cái lò sưởi tự tạo đặt ở giữa nhà đã tắt. Trong bóng tối đậm đặc chỉ còn một điểm sáng mờ nơi cục than cuối cùng đang lụi. Ông ngạc nhiên: cái chân mễ thế mà cháy được suốt đêm cơ đấy. Buổi tối ông châm lò cả giờ nó không chịu bén; vậy mà cháy rồi thì than lại đượm lắm, rừng rực mãi. Ông vẫn nhận ra nó, gần như còn nguyên dạng nơi ánh hồng thoi thóp dưới lớp bụi xốp bệch bạc.

Mùa đông năm nay lạnh kinh người.

Lâu lắm mới có một tiết đông ghê gớm đến thế. Một màng băng rất mỏng đóng trên mặt nước. Đất rắn như tráng xi măng. Không khí khô rang. Trong nhà nhiệt độ chẳng khác gì ngoài trời, vận tất cả quần áo ấm vào rồi mà vẫn run cầm cập.

Mọi năm, hai ông bà thường quét lá bàng về sưởi. Chúng được nhét đầy các bồ, bao tải, chất thành đống ở góc nhà. Than tổ ong được phân theo phiếu tuy đượm thật, nhưng phải trả tiền. Lá bàng là của trời đất, có sức thì nhặt, khói lại có mùi đồng nội, hơn hẳn cái mùi khăn khắn của than vụn. Năm nay khác, lá bàng rụng hết từ lâu, vậy mà mùa đông quái ác chưa chịu qua.

Đến lúc ấy ông Hưởng mới quyết định chẻ đôi mễ. Để đi đến quyết định đó ông lưỡng lự mãi, đắn đo mãi. Bởi cái việc ấy, tuy còn con, nhưng lại đòi ở ông một cái gì đó giống như một chút dũng cảm, hay, đúng hơn, một chút nhẫn tâm.

Trong căn nhà nhỏ, những kỷ niệm về mẹ ông, người đàn bà goá tần tảo nuôi con từ thuở còn xuân cứ từ từ biến dần, từng thứ một. Bắt đầu là cái tủ chè khảm xà cừ, cái sập gụ chân quỳ, cái tràng kỷ hoàng đàn, rồi đến bức hoành phi tôn vinh dòng họ, đôi câu đối thếp vàng với bốn chữ thảo bay bướm "An Bần Lạc Đạo" của cha ông.

Những vật vô tri ấy đều có hồn. Chúng in dấu cuộc đời gian nan của hai mẹ con ông sau khi cha ông qua đời. Đôi mễ sở dĩ còn lại là bởi người mua hai tấm phản trắc bá kê trên chúng ngại chở theo. "Gỗ gì mà nặng thế không biết, ngang tứ thiết chứ chẳng chơi, - ông ta dặn với - bỏ lại thì tiếc lắm, nhưng xe hết chỗ rồi. Để lại ông kê cái gì thì kê. Các cụ xưa làm gì cũng kỹ, bây giờ đố đào đâu ra những của như thế!".

Không muốn kinh động bà vợ đang ngủ, ông Hưởng nhẹ nhàng vén mép chăn, trườn ra ngoài, hươ chân tìm đôi guốc. Đoạn, mặc áo bông vào, quấn khăn len cho kín cổ, cả hai thứ cùng xơ xác như nhau, ông len lỏi giữa đám đồ vật tạp nham chen chúc để ra sân. Khi cánh cửa sau mở ra với tiếng kẹt nhẹ thì bà Hưởng cũng tỉnh giấc. Bà vén màn hỏi vọng, giọng khản đặc:

- Ông làm gì mà dậy sớm vậy?

Ông ậm ừ rồi dò dẫm bước ra ngoài trời xám. Không khí lạnh tràn vào lồng ngực làm ông tỉnh hẳn. Đứng trước bức tường con kiến ngăn với nhà bên, ông khoan khoái nghe tiếng dòng nước thải của mình rơi xuống rãnh tối.

Từ bên kia bức tường, giọng cụ Vận bay sang:

- Cậu dậy rồi đá?

Cùng với tiếng ông lão hàng xóm, có tiếng nước lõng bõng. Thì ra cụ cũng mới dậy.

- Thưa, em dậy rồi.

- Lạnh quá thể, phải không cậu? - cụ Vận xuýt xoa.

- Dạ, lạnh lắm.

Ông hình dung ra cụ Vận trong cái áo bông chần lụa nâu to xù, râu tóc bạc phơ, đứng lom khom, một tay chống vào tường. Khi tiếng nước tiểu thôi rót xuống rãnh, ông nghe cụ than:

- Đêm trừ tịch mà rét căm căm thế này là điềm xấu đấy, cậu ạ.

Cụ Vận vẫn quen gọi ông bằng "cậu", cụ biết ông từ thuở ông còn là đứa bé mải đánh khăng đánh đáo. Nghe giọng, ông biết cụ đang nhìn trời. Ông cũng ngẩng nhìn những vì sao hấp hối trong ánh rạng. Chúng bé nhỏ, nhợt nhạt, và không nhấp nháy.

- Giờ cứ thế đấy, năm mới không bằng năm cũ. - ông Hưởng ngáp - Phú quý giật lùi, cụ ạ.

- Người có số thì nước có vận. Cái vận nước nó thế, biết sao giờ?

Nghe rõ cụ thở dài đánh sượt. Xa xa vắng lại một tiếng gà cô độc.

- Cụ cũng không ngủ được ạ?

- Tôi có tật thức về sáng. Thức rồi nằm dài ra đấy, cứ nghĩ vẩn vơ.

- Tuổi già là khó ngủ lắm. Em cũng vậy. Dỗ giấc cả giờ mà mắt vẫn chong chong. Nhất là đôi chân, cứ lạnh ngắt. Chân có ấm lên mới ngủ được, cụ ạ.

Tiếng cụ Vận ngáp to.

- Cậu sang tôi làm ấm trà, hử? Sắp sáng bạch rồi.

Ông Hưởng ngần ngừ:

- Mồng Một, cụ không kiêng ư?

- Số chó mực, kiêng làm khỉ gì. Sang nhá?

Số đen mà như cụ ai chả muốn, ông Hưởng nghĩ, cứ việc ngồi đấy mà ăn, mà tiêu. Hồi bà cụ còn sống, cửa hàng tạp hoá của vợ chồng cụ phát đạt, cụ bà tích được khối nhẫn vàng, giờ cụ ông chỉ việc móc ra từng cái bán đi mà tiêu.

May cho cụ, khi cách mạng tiến hành đợt cải tạo tư sản đầu tiên thì cụ chẳng còn gì. Cái cửa hàng tạp hoá có thể làm cho cụ bị hành thì đã dẹp sau khi cụ bà mất, từ mấy năm trước. Chứ không thì khó thoát. Cán bộ kiểm tra từng hộ có dính tới buôn bán, không bỏ sót nhà nào. Họ như ma xó, không gì có thể qua mắt họ.

- Cụ có gọi em mới dám sang - ông Hưởng đáp - Chứ em ngại. Xông nhà người ta, được không sao, mất phải vạ - chỉ tại cái lão xông nhà. Mồng Một nào em cũng nằm khàn, chẳng đi đâu...

- Vẽ. Sang nhá?

- Dạ.

Trong phố cổ, mọi nhà giống nhau ở chỗ đều là nhà ống. Chường ra đường phố là cái mặt tiền hẹp, nhà thì hun hút chạy vào trong. Từ ngày cách mạng về, phố cổ trở nên đông đúc bởi dân tứ xứ kéo đến - dân Sơn Tây, Hà Đông đến trước, theo sau là Thanh, Nghệ, đám này còn đông hơn. Cụ Vận bảo: "Xưa, kinh thành do dân bốn trấn xung quanh đây đổ về mà nên, gọi dân tứ chiếng tức là dân tứ trấn gọi trại đi đấy. Mấy lần tao loạn, dân gốc gác bạt đi hết, nhất là cái dận mới rồi, người Hà Nội thuần chẳng còn được bao nhiêu. Giờ là lúc ma mới bắt nạt ma cũ".

Ông Hưởng nghe, chỉ ừ hữ. Những nhận xét thoạt nghe tưởng chừng vô thưởng vô phạt có thể trở thành nguy hiểm những ai không biết giữ mồm giữ miệng. Anh cảnh sát khu vực gốc Nghệ An, người lùn tịt, mặt tròn, môi thâm, rất chăm đi kiểm tra hộ khẩu, khó chịu với cái lối bình phẩm của cụ, có lần đã đe: "Toàn một giọng phản động. Không nể cái tuổi già, choa cho va đi cải tạo từ khuya."

Nhưng nạt cụ không dễ. Chẳng gì cụ Vận cũng có con đi cách mạng. Anh con trai cụ từ Việt Bắc về, áo bốn túi[1], nghe nói thuộc

---

[1] *Áo được gọi là kiểu Tôn Trung Sơn, kín cổ. Lính trơn, cấp thấp, kiểu áo này*

loại có sừng có mỏ. Tiếc nỗi, anh bị sơ gan cổ trướng, nôm na là bị báng, ở với bố chưa được một năm thì lăn đùng ra chết. Người vợ xinh xắn, dân Thổ mừ, nõn nà còn hơn dân thành phố, chưa đoạn tang đã tái giá. Chồng mới làm quản lý thị trường, trai tân, bỏ lại cho cụ Vận đứa con gái câm.

Cụ Vận buồn lắm.

Căn nhà đông lên được một dạo lại vắng tanh vắng ngắt. Cụ bà mất đúng lúc Hiệp định Genève vừa được ký kết, không kịp gặp lại đứa con trai đằng đẵng đợi chờ.

Thấy nhà rộng, ít người, chính quyền một hai toan điều cán bộ mới về thành phố đến ở. Cụ Vận không chịu: "Tôi chẳng phải tư sản mại bản, tư sản dân tộc, tư sản cái chó gì ráo, các ông các bà chẳng có cách nào đưa tôi vào diện cải tạo nhà cửa được. Có mỗn mụn con tôi đã hiến cho kháng chiến rồi. Đấy, còn cái gian thờ nó đấy, các ông các bà cứ việc gỡ bát hương với các huân chương huy chương của nó đi rồi cho đứa khác vào ở".

Những nhà yếu bóng vía hơn răm rắp tuân lệnh chính quyền. Chẳng mấy chốc phố cổ lúc nhúc những người là người. Yên chỗ rồi, người mới đến ở tách hộ, lập sổ riêng. Có hộ khẩu đồng nghĩa với quyền làm chủ chỗ ở. Người chủ thật sự, có bằng khoán hẳn hoi, đến lúc ấy không có cách nào bẩy họ đi được. Dần dà, từng ít một, những ngôi nhà vốn đã hẹp chiều ngang giờ chia ra thành nhiều ngăn với một lối đi chung chỉ vừa cho một người đi bộ, cái xe đạp không dắt theo được, phải nắm lấy yên mà đẩy. Thế hệ thứ hai rồi thứ ba tiếp tục cơi lên, nói ra để có thêm dù là một chút diện tích, nhà cửa trở thành méo mó, nghiêng ngả, xộc xệch, chông chênh.

Ông Hưởng biết tính cách cụ Vận. Cụ cứng là cứng thế thôi, ngoài miệng thôi, đôi lúc thôi, chứ cũng là người biết xử sự. Cụ hiểu lắm - đã là dân thì phải gian, nếu không cổ nhân đã chẳng để lại hai chữ "dân gian". Có gian thì cũng phải ngoan, cho đúng chữ

chỉ có hai túi trên. Cấp cao mới có thêm hai túi dưới.

"gian ngoan".

"Khôn cũng chết, dại cũng chết, biết thì sống". Không biết tự bao giờ thiên hạ dạy nhau cách sống ấy. Biết ở đây có nghĩa là biết điều, biết lui tới. Với lại, cụ hiểu lắm: nhà cụ có người đi cách mạng thật, nhưng người cách mạng đã chết. Mà cách mạng thì cách mạng, chết là hết chuyện.

"Đừng có đùa với chính quyền", "Đùa với chính quyền chỉ có từ chết đến bị thương". Mấy người không giữ được điều bức bối trong lòng, để chúng phát ra miệng, bị báo cáo báo cầy, giờ sống lay lắt trong các trại cải tạo, báo hại gia đình phải bóp mồm bóp miệng đi tiếp tế năm này qua năm khác.

Đúng lúc ngôi nhà bị chú ý nhiều nhất, sức ép của chính quyền mạnh nhất, khó có cách từ chối, thì đùng một cái - cụ Vận tục huyền.

Đó là điều ông Hưởng không sao đoán trước. Tẩm ngẩm tầm ngầm mà đấm chết voi, cụ Vận mưu thế mà sâu. Không biết cụ thu xếp ra sao mà bà xôi chè ở cuối phố bất thình lình dọn đến ở với cụ. Mà không phải một mình, còn cả cô con gái. Tục huyền là do cụ Vận nói ra, chứ giữa hai người chẳng có cưới xin, giá thú gì sất.

Cục diện thay đổi - nhà một tầng, ba phòng, nay bốn người ở, hai vợ chồng già một phòng, phòng xép cho cô con gái bà xôi chè và đứa cháu nội, phòng thứ ba rộng nhất thì được dùng làm nơi thờ phụng, tiếp khách, kiêm kho chứa đồ tập tàng. Tính mét vuông so với các nhà khác trong phố, như thế vẫn còn rộng, nhưng nhà không thuộc diện nhà nước quản lý theo chính sách, phường quận cũng chẳng có cớ phân thêm người vào ở.

Thiên hạ tấm tắc: "Mưu thế mới là mưu chứ!".

Việc cụ Vận đột nhiên lấy vợ được xem như sự đối phó với chính quyền: "Không giá thú, không được chính quyền công nhận mà ngang nhiên ăn ở với nhau là coi thường luật lệ. Chuyện này quyết không thể làm ngơ".

Nhưng người ta dậm doạ thế thôi, theo cách bắn tiếng, chứ

chưa có hành động gì. Cụ Vận tuyên bố: "Nhà của tôi, tôi ở với ai là quyền của tôi. Lũ thối mồm muốn nói gì thì nói, mặc. Bảo bà ấy là người tôi cho ở nhờ cũng được. Bảo bà ấy ăn ở với tôi như vợ chồng cũng xong. Tôi già thì không có quyền lấy vợ à? Chẳng thằng nào con nào cấm được tôi. Tôi là tôi chấp hết".

Thiên hạ cười hi hí: "Giời ạ, cụ Vận thiếu một năm lên đầu tám, bà xôi chè đầu sáu có dư, còn ngủ nghê cái nỗi gì cơ chứ?" Anh công an khu vực hấm hứ: "Choa mà túm được "quả tớm" trai trên gái dưới là choa cho đi tù tắp lự; đừng tưởng hủ hoá mà qua mặt được choa. Cái giống đàn ông cắt đầu gối không còn giọt máu nào mới hết sạch cái khoản ấy".

Bà xôi chè cũng đã dậy, chắc hẳn bị cuộc đối thoại ở hai bên bức tường đánh thức. Ông Hưởng bước vào nhà, cao giọng vui vẻ:

- Chúc cụ với bà năm mới phát tài phát lộc bằng năm bằng mười năm ngoái!

Bà xôi chè chắp hai tay chúc lại:

- Chúng tôi cũng xin chúc lại cậu mợ năm mới được vạn sự như ý!

Cô con gái xúng xính áo hoa mới, quần ta-tăng đen nhánh, khép nép chắp hai tay đứng bên sập hầu trà.

Ông Hưởng không gọi cụ Vận và bà xôi chè là hai cụ. Bà có tên Siêng, nhưng dân phố cứ bà xôi chè mà gọi. Cùng trà ông, gọi bà bằng cụ nghe chướng tai lắm. Mà cụ Vận cũng không lấy làm khó chịu với cách gọi một đàng cụ một đàng bà như thế. Tuy nhiên, bà cũng theo cụ Vận gọi ông Hưởng bằng "cậu", có điều trong cách gọi ấy có âm sắc tôn kính của người bình dân thưa gửi với các "cậu" con nhà gia thế. Chẳng gì cụ thân sinh ra ông cũng là một ông phán, cho dù trong thời mới chức vụ cao nhất của ông Hưởng chỉ là tổ phó tổ dân phố. Cô Thanh gọi ông bằng "bác", là sự xác nhận ông đứng hàng trên mẹ cô. Cách xưng hô vậy là rạch ròi, phải phép. Cô Thanh không sắc nước, nhưng tươi nở, người hơi phổng phao quá khổ nên đã quá tuần cập kê mà chưa có ai rước.

- Thưa cậu xơi nước kẻo nguội - bà Siêng hai tay bưng chén trà mời ông Hưởng.

Nghề xôi chè của bà Siêng là nghề gia truyền. Gánh xôi chè của bà nổi tiếng cả khu phố cổ với đủ thứ chè đỗ xanh, đỗ đen, đỗ đãi, con ong, hoa cau, bánh trôi, bánh chay …, thứ gì cũng đạt đỉnh, không chê vào đâu được. Hai mẹ con thuê một cái chái hẹp, ra đụng vào chạm, vừa là nơi ở vừa là nơi làm hàng. Ông chồng mất sớm, từ cô Thanh mới sinh. Bà không đi bước nữa mà ở vậy cho đến khi thuận về với cụ Vận.

Từ cái chái rách đến một phòng ra phòng là một sự đổi đời. Được như thế, mẹ con bà phải mang ơn cách mạng. Không có cách mạng, chắc gì cụ Vận đã chịu kết duyên với bà. Điều ấy bà biết lắm.

Cụ Vận cũng thấy quyết định của mình thế mà đúng. Đang lọ mọ một thân già, mọi việc đều đến tay, nay có người đỡ đần, còn mong gì hơn? Bà tần tảo, bà chu đáo, bà không hề lợi dụng lòng tốt của cụ như thiên hạ xì xào. Cơm bưng nước rót, quần áo thay ra cứ vứt đấy, khắc mẹ con bà giặt giũ phơi phóng, sướng lắm.Cụ được chiều từng ly từng tí. Chẳng những chăm cụ, cô Thanh còn chăm đứa cháu gái mồ côi của cụ, như thể con mình. Suy ra, chính cụ cũng phải chịu ơn cách mạng nốt.

Của đáng tội, cụ Vận có mâu thuẫn gì với cách mạng đâu. Cụ chỉ bực mình với nó thôi.

- Nhiễu sự kinh khủng, cái thứ khỉ gió ấy - cụ hấm hứ - Mọi sự cứ lộn tùng phèo tuốt tuột, cậu thấy thế không? Cái gì cũng phải cải tạo, phải sửa đổi, phải uốn nắn. Tôi già cốc đế rồi cũng đỡ, chứ như cậu tuy cũng già, nhưng còn trẻ hơn tôi, thì khổ lắm. Khốn nạn nhất là cái họp. Cái gì cũng họp - sáng họp, chiều họp, tối họp. Làm dân thường mà đi họp còn hơn cả công chức đi làm ngày xưa. Chưa kể cái hoạ nay phê bình, mai kiểm thảo, góp ý kiến. Dạy cả người già y như dạy trẻ con. Coi người nào cũng là đồ vứt đi cả một lũ. Xăm xoi đến cả cái đầu cái tóc, cái quần cái áo. Ngày ngà đếch chịu được.

Cụ văng một tiếng tục đã quên.

Thời buổi gì mà mọi cái đều thiếu, từ bìa đậu cho chí lạng thịt, chai nước mắm. Cái gì cũng phiếu. Mua bằng tiền mà như đi xin. Đến khi người dân tự nghĩ ra cách này cách khác để cho cuộc sống dễ chịu hơn, tự làm ra cái nọ cái kia, đã không khen thì chớ, còn cấm đoán Mọi sự đều phải trong tay nhà nước, nhà nước làm, nhà nước quản lý. Cán bộ quát nạt trong các cuộc họp: "Làm ăn riêng rẽ là mảnh đất hằng ngày hằng giờ sinh ra chủ nghĩa tư bản".

Nhà nước kiên quyết bắt mọi người hành nghề kinh doanh, dịch vụ phải vào các tổ, các hợp tác xã. Hết chiến dịch này đến chiến dịch khác. Cứ như là đánh giặc. Ngay ở phố này ba ông cắt tóc, hai hiệu, một căng bạt trong ngõ, bị dồn thành một hiệu Thắng Lợi, khách vào phải xếp hàng. Hai hàng phở cũng nhập một thành phở Tân Tiến. Nghề xôi chè của bà Siêng không có người thứ hai, người ta không biết phải nhét bà vào tổ hợp nào. Xôi chè là thứ "chế biến từ lương thực", bị nhà nước đặc biệt quản lý, không nhét được vào đâu thì a lê hấp, cấm. Hai ông hàng phở chẳng nghĩ được cách nào hơn để giữ mức thu nhập trước, liền cài con cháu vào tổ hợp để ăn lương. Tân Tiến trông khang trang đấy mà thu không bù chi, lấy đâu ra lương? Đến phở mậu dịch còn không có thịt để bán, phải bán thứ phở suông gọi là không người lái, thì hàng phở tư làm sao khá hơn được. Có hơn là hơn cái nước dùng ngọt hơn phở mậu dịch do khéo chế biến mà thôi.

Đời sống mỗi lúc mỗi khó khăn cho mọi người, mọi nhà. Chỉ cách mạng là sướng - bắt được cả thiên hạ sống theo ý mình.

Đói ăn vụng, túng làm liều, ở khắp nơi trong thành phố, những hàng phở, hàng vằn thắn, hàng bún riêu, bún thang, bún ốc... liền mở chui. Hàng quán đặt trên gác xép, trong buồng sau, đồ đạc để y nguyên, hàng đâu mà hàng, có khám xét cũng thua. Khách rỉ tai nhau, biết mật hiệu mới vào được.

Bà Siêng cũng toan bắt chước làm chui, nhưng cụ Vận không cho. Làm thế trước sau rồi cũng bị phát hiện, rồi người ta cho lên bờ xuống ruộng chứ chẳng chơi. Lẽ đời vốn vậy - có quyền trong tay thì phải dùng nó, không thể để phí, không dùng được vào việc này thì dùng vào việc khác, không bằng cách này thì cách khác. Mẹ con bà Siêng sau mấy lần giấu cụ, quẩy gánh xôi chè đi bán vụng ở các phố vắng bị quản lý thị trường tịch thu, mất cả chì lẫn chài, đành bỏ nghề.

Nhưng để cụ Vận phải nuôi hai mẹ con, bà Siêng không muốn. Hai mẹ con quen sống tự lập, không chịu cảnh ăn nhờ ở đậu, bèn xin vào tổ đan len. Đó là nghề duy nhất dành cho đàn bà thành phố. Không biết nước bạn nào mà đặt hàng nhiều thế, khắp hang cùng ngõ hẻm, chỗ nào cũng thấy các bà các cô hai tay múa tít bên những cuộn len đủ màu. Nghề đan len được báo Nhân Dân vinh danh là ngành thủ công nghiệp đã góp phần to lớn cho sự nghiệp cách mạng.

Ấm nước trên lò đốt bằng than tổ ong bắt đầu reo.

Cụ Vận pha trà trong cái ấm đất gan gà đã sứt vòi. Nó già không kém gì cụ, ở với cụ đã lâu, chẳng còn nhớ từ bao giờ. Cụ bảo: "Nó trông vậy mà còn tốt chán. Ấm cũ, cao trà bám khắp thành, rót nước sôi vào hương trà vẫn bốc lên ngào ngạt. Ấm mới không thể sánh với nó".

- Mời cậu.

- Kính cụ.

Ông Hưởng đón chén trà bà Siêng đưa, cũng bằng hai tay. Cụ Vận vừa nhấm nháp ngụm trà vừa nghiêng đầu nghe ngóng:

- Quái, năm nay cấm pháo hay sao mà chỉ có vài tràng lẹt đẹt?

- Không có lệnh, cơ mà cũng như cấm, cụ ạ. Họp tổ, họp phố đều quyết: không đốt pháo, lãng phí, gây tai nạn… - bà Siêng ngồi ghé bên cụ, ghé vào tai cụ, nói - Lúc giao thừa có nghe đì đẹt, chắc lũ trẻ nghịch ngợm đốt pháo tép, cụ ngủ say, không nghe.

Ông Hưởng thở dài, nhớ đến những cái Tết đã xa:

- Tết mà không có pháo thì còn gì là Tết. Cụ nhớ không, ngày xưa ở phố ta Tết đến là vỉa hè ngập xác pháo toàn hồng?

Cụ Vận thần người ra:

- Nhớ chứ. Dưng mà nghĩ đi nghĩ lại, người ta cấm đốt pháo cũng phải - đã tốn tiền thì chó, trẻ con nghịch tinh ném vào nhau, khối đứa mù mắt…

- Em nghĩ: chẳng phải cái đúng nào cũng tốt - ông Hưởng nói - Có những cái đúng đấy, nhưng vô tích sự. Như việc họ toan điều người đến ở nhà ta ấy. Có vẻ đúng đấy chứ - người còn thừa chỗ, người không kiếm ra. Tôi nhân danh cách mạng kiếm chỗ ở cho dân, tôi san bằng mọi bất công.

- Thì họ vưỡn nói thế.

- Cướp đấy, cụ ạ. Cướp nói chữ. Thời buổi này ai dại cho thuê? Cho thuê là mất nhà.

- Nghe nói bây giờ người ta ăn của đút để cài người vào những nhà còn rộng đấy - cụ Vận nói - Có người muốn thuê nhà nói với tôi như vậy. Họ bảo thà đưa thẳng tiền cho chủ nhà còn hơn.

- Nhưng cụ không nghe, đúng không? Mà có nhà nào dại nghe họ đâu. Họ mới phải nhờ đến chính quyền. Nhờ thì phải đút. Nghĩ cũng tội.

Cụ Vận ngồi thần, nghe bằng một tai. Chuyện này sao cụ lại không biết..

- Người ta tính chán rồi, cụ ạ - ông Hưởng tiếp tục chứng minh điều cụ biết rồi - Đút thì mất một mớ đấy, bù lại được thuê vĩnh viễn. Lại đúng giá nhà nước quy định, rẻ như cho. Chủ nhà cho thuê rồi mới méo mặt, tiền cho thuê nhà không bù nổi tiền sửa chữa. Đến lúc ấy có quỳ xuống mà xin dâng, nhà nước cũng không nhận…

Cụ chặc lưỡi:

- Thì đúng thế.

- Cán bộ khôn, họ biết lắm - xếp hàng chờ dài cổ mới được phân căn hộ trong mấy cái nhà hộp mới xây ở ngoại ô. Khu ta đây tuy nhà cổ, nhưng ở giữa thành phố, đi làm đạp ba nhát là đến sở, hết giờ ba nhát về nhà, đỡ vất vả, đỡ cả cái khoản vá xăm lốp, chữa xe…

Cụ Vận chăm chú nghe. Giờ thì cụ hiểu trong lòng ông hàng xóm có điều bức bối.

- Cậu nói phải. Nhưng mà này …, bên cậu yên hẳn rồi chứ, hay là…?

Ông Hưởng thừ người.

- Nào có. Chưa đâu ạ, thưa cụ.

Cụ Vận gật gù:

- Phải cứng, cậu ạ. Cứ phải cứng mới được. Mềm nắn rắn buông. Không thì mai này hai cháu về ở đâu?

Ông Hưởng thở dài, thổ lộ:

- Người ta bám như đỉa, cụ ơi, hứa hẹn đủ điều, rằng chỉ ở tạm thôi, mai kia các cháu về rồi trả. Em thừa biết cái tạm ấy nghĩa là thế nào. Họ ở yên rồi, chạy được hộ khẩu riêng rồi, có mà Thiên Lôi đuổi.

Bà Siêng vào trong nhà từ lúc nào, nghe giọng giục giã:

- Dậy, dậy, Thái ồi, rửa mặt, chải đầu, rồi ra chúc Tết ông…

Cụ Vận buồn bã hướng về phía gian trong:

- Nó lớn phổng, mà chẳng có khôn, cậu ạ! Tội nghiệp cháu tôi…

Ông Hưởng an ủi:

- Cháu hiểu hết cả đấy… Lại tốt bụng nữa. Hôm nọ thấy nhà em quét ở cửa, cháu liền cầm chổi ra quét đỡ, ngoan lắm.

- Hiểu thì nó hiểu - cụ Vận lắc đầu - Chẳng biết rồi ra có nói được không?

- Cụ cả lo, biết đâu rồi chẳng chữa được. Bệnh quỷ khắc có thuốc tiên.

- Cậu uống đi kẻo nguội - cụ lái đề tài - Sáng nào tôi cũng dùng trà thanh tâm, tốt lắm. "Bán dạ tam bôi tửu, Bình minh sổ trản trà, Nhất nhật cứ như thử, Lương y bất đáo gia[1]", các cụ dạy cấm có sai. Già như tôi mà bệnh tật nữa thì chết còn sướng hơn.

Ông Hưởng gật gù:

- Sức khoẻ, thưa cụ, là thứ nhất. Thời buổi này ta còn có gì, ngoài nó?

- Lắm lúc tôi nghĩ: cháu nó không nói được mà lại hay. Không ai biết nó nghĩ gì. - cụ Vận cười cay đắng - Thời buổi này càng ít nói càng tốt. Nói nhiều mất lập trường nhiều. Hoạ giai do khẩu xuất[2].

Bà Siêng bưng bánh chưng ra.

Mùi hương trầm toả khắp phòng. Lác đác mấy tiếng pháo tét lẹt đẹt.

Ông Hưởng đứng lên, chắp hai tay lễ phép:

- Xin cụ và bà tự nhiên thưởng xuân. Em xin vô phép. Nhà em chắc cũng đã dậy.

- Ông về, gọi cả bà nhà sang đây đi.

Ông Hưởng ngần ngừ:

- Em tính lát nữa mới sang, nhưng cụ gọi, thành ra sang sớm quá. Chả là đầu năm em muốn xin cụ khai bút cho một chữ. Em đã mua một tờ hồng điều, lớn hơn tờ năm ngoái đấy ạ.

- Năm nay cậu muốn chữ gì đây?

- Dạ, tuỳ cụ. Năm ngoái cụ cho em chữ Tâm..

Đứa cháu gái cụ Vận mặt mũi sáng sủa, mắt trong veo, nũng nịu tựa vào người ông. Nếu không bị câm, nó là đứa bé hoàn hảo. Mẹ nó chẳng nhòm nhõ gì đến nó. Từ lúc lẫm chẫm biết đi, nó chỉ

---

[1] *Nửa đêm ba chén rượu, sáng sớm một tuần trà, mỗi ngày mỗi được thế, lương y không đến nhà!*

[2] *Họa từ miệng mà ra.*

biết có ông, cũng chẳng cảm thấy thiếu mẹ. Nó vòng tay ôm cổ ông thay lời chúc.

Cụ Vận âu yếm vuốt tóc cháu:

- Thanh tâm an lạc. Còn năm nay, ờ, chữ gì nào?

Ông Hưởng nhìn cụ, chờ đợi.

- Dạ, cụ biết nên cho em chữ gì.

- Để tôi nghĩ. - cụ Vận bóp trán.

Ông Hường đứng lên:

- Vậy xin cụ, em về lấy giấy. Rồi xin phép cụ cho nhà em cùng sang, luôn thể chúc Tết cụ với bà Siêng, cô Thanh và cháu Thái.

Cụ Vận vuốt râu:

- Vậy mà hay. Hai nhà ăn Tết chung đi. Gọi là Tết tập thể, hay là liên hoan đầu năm, theo cách nói bây giờ. À này, cậu xem nhà còn mực không? Cái thoi mực chữ Vạn của tôi, tốt ơi là tốt, chuột tha mất rồi…

- Chết thật! - ông Hưởng kêu lên.

- Chuột cũng đói mà - cụ Vận cười buồn - Chả là trong mực Tàu phải có ngưu bì[1], ông ạ, Không có thứ ấy không đúc được mực thành thỏi, mực cũng không ăn vào giấy.

- Em nhớ là còn ạ - ông Hưởng băn khoăn - Chứ mà không có nó thì giờ này đào đâu ra?

Ông bước rảo về nhà.

Từ trên ban thờ nghi ngút hương, cụ thân sinh ông trong áo vét, cà vạt, hiền từ nhìn xuống. Bức ảnh bán thân ấy có từ thời cụ còn sống, là bức ảnh cụ ưng ý nhất, theo lời mẹ ông kể lại. Ông không có bao nhiêu kỷ niệm về người cha mất sớm. Trong trí nhớ của ông lờ mờ bóng dáng một người đàn ông đẹp trai hào hoa, với mùi

---

[1] *Ngưu bì = keo da trâu.*

khói thuốc Camel, mùi nước hoa oải hương cụ dùng khi cạo râu. Chỉ có cụ Vận biết cụ thân sinh ông là người có Hán học. Thời thế đổi thay, cụ đi học chữ quốc ngữ, học tiếng Pháp, để trở thành một ông phán. Bên cạnh ông phán, bà phán với gương mặt hiền lành, cam chịu, giống người ở hơn bà vợ.

Ông mở hộp bích quy trên ban thờ. Trong hộp còn có vài kỷ vật của cha ông. Ông nhớ trong đó có thoi mực Tàu. Quả nhiên, nó còn đó, như mới. Ông không nhớ cha ông dùng đến thoi mực này khi nào, nhưng trong nhà ông vẫn còn những chữ thảo cụ viết khi còn trẻ. Nét bút phóng túng, ngang tàng, tài hoa.

Lấy giấy gói thỏi mực lại, ông bảo vợ:

- Cụ Vận mời sang ăn Tết chung bữa nay đấy.

- Đầu năm, liệu có tiện không? - bà ngần ngừ - Nhà nào có xuất nhà ấy.

- Thì mình mang cái bánh chưng nhà mình sang góp vào.

Khu phố tổ chức gói bánh tập thể, mỗi nhà đóng tiền mua một hai cặp, tuỳ theo số nhân khẩu, tuy phải góp phiếu lương thực, phiếu thịt. Lại được mua một gói mứt thập cẩm bọc giấy báo nhuộm phẩm hồng, to nhỏ khác nhau, theo bìa gia đình. Cũng theo bìa gia đình, mỗi hộ còn được mua một chai rượu chanh hoặc một chai rượu cà phê, cả hai đều là rượu khai vị, không cắt phiếu.

Bà băn khoăn:

- Không ăn hết chả lẽ mang về à? Nhà có mỗi một cặp cho ba ngày Tết thôi đấy. Ông thắp hương cho các cụ đã.

Ông nói:

- Bà thắp rồi à?

- Việc của ông mà.

- Bà thắp thay tôi đi. Thời này nam nữ bình quyền, khỏi câu nệ. Một nén thôi, Thắp nhiều tổ khói mù.

Bà nguýt ông:

- Ông đừng có báng bổ, ngày Tết ngày nhất...

Ông nhìn lên ban thờ, nghĩ đến cái ngày ông cũng sẽ ở trên ấy. Rồi nghĩ đến hai đứa con. Ba năm rồi chúng không có nhà, thỉnh thoảng mới gửi về mấy dòng thư ngắn ngủi, báo tin chúng mạnh khoẻ, lập nhiều thành tích.

Ông biết bà hay khóc thầm. Ông chẳng biết an ủi bà cách nào. Thời chiến, chúng nó là thanh niên, thích bay nhảy là lẽ thường. Mà chúng nó có không muốn đi cũng chẳng được. Nhà nước đã động viên là phải đi. Có trốn rồi cũng bị bắt lại. Chính sách hộ khẩu ngặt nghèo, ai dám chứa?

Ông nghe bà lẩm bẩm cầu xin tổ tiên phù hộ cho hai đứa tránh được mũi tên hòn đạn, được lành lặn trở về. Bà còn cầu cho chúng ra trận không bắn phải mấy đứa anh con ông bác chúng ở phía bên kia, chắc chắn cũng phải đi lính như con bà. Người anh duy nhất của bà đã đi Nam, cùng với vợ con.

Ông Hưởng nghe thấy, đến bên bà, hấm hứ: "Thế chúng nó bắn vào người khác thì được à?". Bà nín lặng.

Ông tin ở số mệnh. Nếu số chúng nó tốt, chúng nó sẽ trở về. Lại nhớ đến ông con trai cụ Vận. Ông này vui tính, khi còn sống hay kể về những ngày ông ở bộ đội, giọng tưng tửng: "Đứa nào sợ chết thường lại dễ chết, ông ạ. Ra trận là cứ phải nghĩ: ta đi, địch chưa chắc đã thấy; thấy chưa chắc đã bắn; bắn chưa chắc đã trúng; trúng chưa chắc đã chết!". Khi ông bà Hưởng mang giấy mực sang thì cụ Vận đang hì hục nâng cái chạn để rút cái nghiên đá kê dưới một chân mọt.

Mặt cụ lầm lầm. Bà Siêng cùng ghé vai, mặt chảy ra, vẻ biết lỗi.

Trong bếp có tiếng xèo xèo. Bà Siêng đánh trống lảng, chào ông bà Hưởng:

- Mời cậu mợ ngồi ạ. Cụ tôi xong ngay giờ. Cháu đang rán bánh chưng cho cụ, cụ thích mỗi món ấy thôi, bánh luộc cụ chỉ ăn một miếng gọi là.

Cụ Vận vẫn còn giận. Đời thuở nhà ai lại đi lấy nghiên mực mà kê chặn kia chứ? Bà này rõ cạn nghĩ. Cái nghiên này cụ dùng từ lúc còn để chỏm, cha cụ sắm nó khi cụ bắt đầu ê a tam thiên tự. Vào thời niên thiếu của cụ việc học chữ Nho chỉ còn lại trong những gia đình bị coi là hủ lậu, thiên hạ đã chuyển sang học chữ quốc ngữ hết cả.

Tục lệ không cho phép giận dữ trong ngày đầu năm. Cụ Vận gượng cười với mọi người xúm xít quanh cụ..

Cái nghiên được rửa sạch. Cụ đưa thoi mực đi vòng đầu tiên trong cái nghiên còn ướt nước. Khi mực đã quánh, cụ vẩy thêm vào đó vài giọt nước, mài tiếp.

Lấy cái bút lông đại trên ban thờ xuống, cụ vuốt đi vuốt lại, chấm chút mực, giặm một nét xổ trên tờ giấy bản dùng làm nháp.

- Mực tốt - cụ Vận ngắm nghía nét bút vừa hạ - Đầu năm tưởng rủi, hoá còn may.

Cả nhà vây quanh cụ. Đứa cháu câm dựa vào ông nội, bá cổ ông, bị ông khẽ gỡ ra. Con bé ngơ ngác, chưa bao giờ ông nội lại làm thế với nó.

- Có cái này chưa được như ý, cậu ạ - cầm tờ giấy soi lên ánh sáng, cụ đánh giá - Cậu xem đây, mặt giấy chỗ dày chỗ mỏng. Là do thợ không cẩn thận, hoặc kém tay nghề. Giấy dó Láng sở dĩ nổi tiếng là nhờ thợ giỏi tay xeo. Mà thôi, có nó là tốt rồi. Còn hơn giấy hồng nhà máy, thứ ấy chỉ dùng để viết khẩu hiệu.

Tờ giấy được trải ngay ngắn trên nền nhà. Cụ Vận nghiêm trang, chân chống chân quỳ trước nó, bàn tay cầm bút đưa đi đưa lại trong khoảng không bên trên, hình dung đường nào nét nào cây bút sẽ đi. Thận trọng chấm đầu bút lông vào cạnh nghiên, cụ giặm một nhát khẽ cho bớt mực, tay trái khẽ vén tay áo phải. Đoạn, bằng một động tác nhẹ nhàng mà dứt khoát, cụ phóng bút xuống tờ giấy, đi một đường đầu tiên đầy sức mạnh, tưởng chừng không thể có ở tuổi già.

- Năm mới, tôi tặng cậu chữ này.

Ông Hưởng nín thở dõi theo nét bút cụ Vận.

Đang bay bướm, nó dừng lại đột ngột.

Chữ Nhẫn.

Ông giật mình. Nét xổ cuối cùng gọn gàng là thế, bỗng nhoè nhoẹt.

Ông chợt nhận ra: một giọt nước mắt cụ Vận vừa rơi xuống.

Ờ thì nhẫn - ông nghĩ.

Nhưng còn phải nhẫn đến bao giờ?

Đến bao giờ, hở Trời?

LỜI XƯNG TỘI
LÚC NỬA ĐÊM

Khi linh mục già dò dẫm từng bước qua được những bậc thềm khấp khểnh của nhà kẻ liệt thì trời đã khuya lắm. Mấy vệt sáng vàng vọt của đèn dầu lọt qua khe cửa làm cho nó chìm thêm trong bóng tối mịt mùng. Trong đêm tối ông chỉ có thể cảm được chứ không thấy được rằng nơi ông tới là một thôn nhỏ đìu hiu với những mái tranh thấp thoáng dưới tán lá rừng rậm rạp.

Linh mục vươn người vặn mình cho đỡ mỏi, mấy đốt sống kêu lục cục. Chủ nhà dựng chiếc Honda dưới thềm, bước vội lên đỡ ông:

- Trình cha, xin cha cẩn thận chỗ bậu cửa.

Linh mục ừ hữ gật đầu. Ông mệt lử sau hai chục cây số ngồi ôm eo vượt con đường hết đèo lại suối lổn nhổn đá và rễ cây. Không hiểu sao người ta lại cứ phải tìm ông, trong khi cách đây vài thôn có một xứ đạo khác, tuy không lớn, với một linh mục trẻ?

Linh mục có quyền khước từ cuộc viếng kẻ liệt mà không ai có thể trách cứ. Ông đã quá già. "Cha lẫn rồi", cả xứ đạo ồn lên sau một lần ông đứng trên toà giảng lẩm bẩm hồi lâu những câu không ai hiểu, mặc cho đàn chiên ngẩn ngơ phía dưới.

Cha bận thông công với Đức Chúa Giê Su, bõ già giải thích.

Chẳng ai tin lời bõ. Bõ cũng già, có dễ còn già hơn cả cha. Bề trên vội cử một linh mục khác về thay chân ông. Cha trẻ này mới được truyền chức. Mọi việc bây giờ cha phó làm hết. Nói theo cách thế tục, Toà giám cho cha xứ về hưu.

Sau tiếng mở then hấp tấp, một người đàn bà rũ rượi, cây tọa đăng giơ cao trên đầu, hiện ra trong khung cửa.

- Con xin phép lạy cha.

Bà ta lùi lại một bước, lễ độ khuỵu một chân xuống khi nhìn mái tóc bạc phơ, gương mặt đầy nếp nhăn hằn sâu như những nét khắc trên gỗ và đôi mắt mờ đục của cha xứ.

"Lạy Chúa tôi, liệu một cha già thế kia có còn làm được phép xức dầu cho kẻ liệt nữa không?", cái nhìn của bà ta nói.

Sau lưng bà ta là mấy đứa trẻ mới lớn cao lộc ngộc. Chúng giương mắt nhìn linh mục, lí nhí chào ông. Chủ nhà kéo một cái ghế ba nan xiêu vẹo ra khỏi cái bàn đen đủi không cùng bộ với nó.

- Xin cha ngồi ngơi…

Linh mục để mặc cho chủ nhà đỡ ông ngồi xuống.

- Thưa cha dùng gì ạ? Trà hay cà phê?

- Vẽ, - ông xua tay - Ta nghỉ một lát rồi làm việc. Ta không khát.

- Xin cha cứ tự nhiên ạ. Đường thì xa, lại xóc nữa - ông chủ nhà phàn nàn - Đến con đây còn mệt nữa là…

Linh mục nhìn quanh. Bóng tối che khuất số đồ đạc hiếm hoi trong gian phòng nhỏ. Không khí có mùi ẩm mốc, mùi của cái nghèo.

- Việc sửa soạn cho kẻ liệt dọn mình về với Chúa là việc trọng - linh mục nói - Chớ chia trí cho việc khác.

Chủ nhà đưa mắt cho vợ. Người vợ bối rối nhìn lại chồng. Họ có vẻ băn khoăn.

- Đội ơn cha đã hạ cố đến với chúng con - chủ nhà cúi mặt nói -

E hèm…, chúng con sở dĩ phiền đến cha tuổi cao sức yếu, phải đi lại đêm hôm cực nhọc thế này là vì…, hèm…

Linh mục bảo:

- Có chuyện gì khó ông cứ cho ta hay. Đừng ngại.

Người vợ đỡ lời chồng, thẽ thọt:

- Chẳng giấu gì cha, chả là thế vầy: con có ông chú ruột…

- Người sắp sinh thì… - người chồng tiếp - Dạ, trình cha, người cứ một hai đòi gặp cha…

- Hừm.

- Có điều chú con… - người vợ nói - Người trước kia cũng là con chiên bổn đạo ta đấy ạ. Quê chúng con chả toàn tòng, thưa cha.

- Tức là?

- Thưa cha, - người chồng cúi mặt - hiềm nỗi chú con… người trót nghe theo kẻ vô thần nên đã bỏ đạo…

Linh mục nhắm mắt lại. Cả ba nín lặng.

- Chuyện ấy thường. - linh mục thấy cần phải nói một điều gì đó để phá đi bầu không khí nặng nề, và cũng là để an ủi vợ chồng chủ nhà - Thời Lucifer, người bỏ đạo không ít… Ông ấy còn tỉnh trí chứ?

Không thể làm lễ xức dầu cho kẻ ngoại đạo, cha xứ nghĩ. Oái oăm thật. Nếu người liệt đã hôn mê, ta có thể ban phước lành cho ông ta, cái đó thì không sao, cũng được, Chúa lòng lành chẳng hẹp với ai.

Người vợ thấy cha xứ hiền, không quở trách, trở nên bạo dạn hơn:

- Trình cha, còn, người còn tỉnh trí ạ - bà ta nhanh nhảu đáp với nụ cười như mếu - Ơn trên, người đã nghe chúng con, người xin giở lại đạo rồi...

Linh mục nói:

- Cũng lại chuyện thường thôi. Người bỏ vẫn bỏ. Người theo vẫn theo. Người giở lại đạo vẫn giở lại... Ông ấy đâu?

Ông nhìn quanh.

Người vợ bối rối:

- Trình cha, chúng con chưa kịp thưa với cha: chú con quên ráo kinh bổn rồi. Nói ra thật xấu hổ, cơ mà chúng con cứ trình thật thế vậy...

- Chuyện ấy không quan trọng - linh mục chống tay đứng lên - Hãy đưa ta đến với ông ấy. Ta biết phải làm gì.

Chủ nhà cầm cây tọa đăng, đi trước, linh mục theo sau. Họ đi qua gian trong, nơi mấy đứa con trai đã nằm lại chỗ của chúng. Cánh cửa kêu kèn kẹt mở ra một khoảng trời tối với những ngôi sao bất động.

Trong ánh đèn linh mục nhìn thấy mấy quả cà tím loáng sáng trên những luống rau dền. Hai bên lối đi nhiều cỏ may đến nỗi ông phải cẩn thận vén áo chùng lên tận đầu gối. Có mùi lá tre mục, mùi sương đêm tinh khiết. Mùa thu mát, nhưng ẩm ướt. Thời tiết trước khi vào đông bao giờ cũng vậy. Mình ở vùng này đã bao lâu rồi? - ông bâng khuâng tự hỏi - dễ đến ba mươi năm chứ không kém.

- Chú con không chịu ở trên nhà với chúng con, người kêu ồn - chủ nhà phân trần - Người đòi nằm một mình cho tĩnh. Chứ chúng con không muốn thế...

- Người già thường khó tính - linh mục nói

Mình cũng thế, ông nghĩ. Ông biết gần đây chính ông cũng trở nên khó tính khó nết. Ông khảnh ăn, không chịu được mùi hôi và mọi sự bề bộn, động một tí là bẳn gắt. Hẳn ông cũng làm phiền các thầy và bõ già không ít. Có điều họ chẳng nói ra thôi. Đôi lúc tỉnh, ông thấy mình hành mọi người một cách vô lý, nhưng đáp lại họ chỉ nhẫn nhục im lặng. Những lúc tỉnh ra ấy ông giận mình lắm. Ông tự hỏi: họ buộc phải chịu đựng ông vì trách nhiệm được giao phó? Hay chỉ vì lòng tôn kính với bảy chức thánh của ông, vì lòng biết ơn sự tận tụy nhiều năm của ông ở xứ đạo của họ?

Chủ nhà đẩy cửa vào ngôi nhà nhỏ cô độc ở cuối vườn. Gọi nó là lều thì đúng hơn, bởi vì nó rất hẹp và tuềnh toàng. Ánh toạ đăng soi tỏ cái giường tre, trên đó một thân hình còm nhom nhô lên dưới tấm chăn dạ rách, vật còn lại từ một thời chinh chiến.

Linh mục tưởng người nằm đấy chết rồi, ông đã đến muộn. Dưới ánh đèn vàng vọt, trên gương mặt xương xẩu, khắc khổ của ông ta hầu như không còn dấu hiệu của sự sống.

Chủ nhà cúi xuống nghe ngóng, rồi quay mặt lại:

- Người ngủ. Để con đánh thức.

Ông ta nắm lấy vai người bệnh, lay khẽ:

- Chú ơi, chú! Cha đến.

Linh mục chắp hai tay trước bụng, kiên nhẫn đợi.

Trong yên lặng, một con tắc kè bỗng kêu to ở đầu hồi làm ông giật mình.

Người bệnh khẽ rên một tiếng. Ông ta gượng mở mắt:

- Cha hử?

- Vâng, thưa chú, người đã đến ạ.

Linh mục đặt tay lên vai chủ nhà:

- Ông cứ lên đi, mặc chúng tôi.

- Nước! - người bệnh thều thào.

Chủ nhà cầm lấy phích nước trên cái bàn làm bằng một mảnh ván mộc kê trên đôi mễ xiên xẹo, rót chầm chậm vào cái chén sứt sẹo. Đoạn, mang đến bên phản, nâng đầu người bệnh, cho ông ta uống từng ngụm nhỏ. Mái tóc thưa, xơ xác của người bệnh rung rung khe khẽ cùng với nhịp chuyển động của yết hầu.

Linh mục chăm chú nhìn người bệnh, ân hận đã không đem theo một cậu giúp việc trong trường hợp này. Nhưng ông sực nhớ:

cái xe Honda ọp ẹp của chủ nhà chỉ có thể chở hai người.

Chủ nhà lễ phép đi giật lùi ra khỏi lều, khép cửa lại.

Người bệnh khó nhọc rút một tay ra khỏi chăn. Những ngón tay gày, cong queo vẫy linh mục lại gần hơn.

Linh mục đến bên giường, chăm chú nhìn vào khuôn mặt vàng nhợt và cứng đơ như được nặn bằng sáp. Cất giọng trịnh trọng, như ông vẫn thường làm trong nhưng trường hợp tương tự, ông nói câu thuộc lòng:

- Ta đã đến với con, hỡi con chiên lạc bầy muốn trở về trong Chúa!

Linh mục bỗng giật mình. Ông nhận thấy giọng ông vang vang trong túp lều yên lặng hoàn toàn không có hồn, như thể nó phát ra từ máy ghi âm. Tự nhiên ông thấy mình bối rối. Vì tia sáng phát ra từ mắt người bệnh, cái tia sáng đi cùng với nụ cười thoảng qua, hay bởi chính giọng không hồn của mình, ông không rõ?

- Con hãy nhận lấy tên thánh của con trước khi dọn mình xưng tội cùng Chúa - linh mục giơ cây thánh giá đeo trước ngực hướng về mặt người bệnh - Nhân danh Chúa trên Lời… ta đặt tên thánh cho con là Đôminicô để ghi lại giờ khắc con giở lại đạo trên đất đai của dòng Đa Minh.

Trong khi linh mục cố tập trung tư tưởng để làm phận sự trước cái nhìn chòng chọc của người bệnh thì người ấy lại vẫy ông:

- Này, linh mục…

Linh mục cúi xuống, lắng nghe tiếng thều thào từ đôi môi khô héo:

- Con muốn nói gì? Ta nghe đây.

- Xin cảm ơn ông đã đến với tôi - người bệnh nói - Cảm ơn.

Linh mục sững người, ông thấy có điều khác thường khi người bệnh không gọi ông bằng "cha" xưng "con". Người bệnh đoán được tâm trạng của linh mục.

- Ông đừng bực mình. Cách xưng hô không làm nên con người, cũng như cái áo không làm nên thày tu…

- Hử. Không sao, tôi không câu nệ…

- Cảm ơn ông. Ông đã đến với tôi, thế là tốt lắm rồi. Ông khỏi cần làm lễ.

- Hử?

- Vâng, ông khỏi cần làm lễ. Nó vô ích.

- ???

- Là vì tôi có tin ở Chúa của ông đâu.

Người bệnh cố diễn đạt ý mình cho mạch lạc, với giọng khao khao của thanh quản bị tổn thương.

- Vậy ông cho mời tôi đến đây làm gì? - linh mục lắp bắp.

Người bệnh nhìn quanh rồi đặt ngón tay trỏ lên miệng.

- Cái gì vậy? - linh mục lo lắng nhìn quanh.

- Ông chớ nói to, các cháu tôi nghe tiếng. Tôi không muốn chúng nghe câu chuyện giữa chúng ta.

- À! Tôi hiểu - linh mục gật đầu, rồi vào giọng với người bệnh như một đồng loã, ông thì thào - Được, tôi sẽ nói khẽ.

Người bệnh động đậy mấy ngón tay.

- Phiền ông đỡ tôi ngồi lên.

Linh mục vòng tay ra sau gáy người bệnh, đặt ông ta dựa lưng vào vách. Làm xong việc đó, ông thở dốc.

- Thế. Tốt rồi. Khi ngồi tôi dễ thở hơn, nói cũng dễ hơn.

- Ông không cần làm lễ? Thật vậy sao: không cần?

Người bệnh ái ngại quan sát linh mục bằng cặp mắt mệt mỏi:

- Ông cũng già quá, linh mục ạ. Ông ngồi xuống đây với tôi.

Linh mục ngồi ghé xuống mép phản.

- Sang năm tôi vừa đúng tám mươi hai.

- Nhiều quá rồi - người bệnh thở dài - Linh mục đừng giận, nhưng sau lưng các cháu tôi, tôi phải nói thẳng với ông điều tôi nghĩ. Tôi không thích dối trá.

- Hừm… Tôi hiểu - linh mục nói, giọng nhẹ nhàng, cố chứng tỏ ông không phật ý - Ông muốn chiều lòng các cháu?

- Đúng thế, ông ạ. Các cháu tin ở Chúa. Tôi thì không. Chúng sốt sắng muốn tôi giở lại đạo.

- Họ cũng nói với tôi như vậy.

- Chiều các cháu, tôi mới bảo chúng: chú chỉ chịu xưng tội chịu lễ với cha ít nhất cũng phải ngang tuổi chú. Hì hì…, tôi biết trong vùng này chỉ có một mình cha…

- Ông muốn chính tôi đến với ông?

- Cái đó có nguyên uỷ của nó, tôi sẽ nói vì sao. Tôi chỉ e ông không đến được. Tôi chờ ông. Nghe nói ông không còn làm mục vụ nữa.

- Nhưng tôi đã đến.

- Cảm ơn ông. Tôi muốn trước khi chết tôi có dịp tâm sự với người cùng một thế hệ. Các cháu tôi yêu tôi, nhưng chúng không hiểu tôi bao nhiêu. Tôi rất muốn được nói chuyện với người ít nhất cũng đã sống trên trái đất này bằng số năm mà tôi đã sống. Chỉ người đó mới hiểu được những lời tâm sự của tôi, kẻ sắp qua đời…

- Vậy là ông đã có người mà ông cần để đóng vở kịch của ông. Còn để tâm sự, tôi e rằng ông chọn lầm người. Một linh mục thì có gì để tâm sự với một người thế tục cơ chứ?

Linh mục nhấp chân, toan đứng dậy. Người bệnh nắm lấy tay ông, giữ lại. Nắm chắc. Như một cái kìm.

- Nghe tôi đây này, thật mà, ông lầm người rồi - linh mục gỡ tay ra, nhưng không được - Việc của linh mục là giảng đạo, nghe con chiên xưng tội và nhân danh Chúa giải tội cho họ. Còn tâm sự thì không. Không phải việc của linh mục.

- Sao lại thế? - người bệnh chống tay cố gắng để ngồi thẳng dậy, nhưng không được - Nghe lời tâm sự của kẻ sắp chết để hiểu người thế gian cũng là một việc nên làm lắm chứ...

Linh mục thở dài:

- Được, nếu ông muốn thế thì tôi sẽ ngồi đây với ông thêm một lát.

Đôi môi khô héo của người bệnh nhếch một nụ cười:

- Cảm ơn ông.

- Có gì mà ơn với huệ - linh mục phẩy tay - Tôi cho phép ông nói dối các cháu ông rằng ông đã được làm lễ xức dầu. Chúa cũng sẽ tha cho ông tội nói dối ấy, bởi vì nó vô hại... Xong, ông để tôi đi.

- Ông đừng đi. - người bệnh vật nài - Ông sẽ ở lại với tôi cho đến lúc tôi đi khỏi đây nhá? Đi khỏi thế gian ấy mà. Tôi biết: ông là người tốt. Một linh mục chân chính thì phải ở lại trước lời thỉnh cầu trước giờ lâm tử của một kẻ ngoại đạo, cho dù kẻ đó là tín đồ của Mahomet, của Thích ca Mầu ni, của chư thần Ấn giáo. Hoặc là kẻ vô thần chẳng tin ở cái gì hết.

- Ông tự tin quá đấy, nhưng trong chuyện này, ông có lý - linh mục nói - Tôi sẽ ở lại. Bao lâu cũng được. Tôi đã hết bận công kia việc nọ rồi.

Đôi môi khô héo của người bệnh nở một nụ cười rất hiền.

- Cảm ơn ông. "Điểu chi tương tử kỳ thanh tắc ai, nhân chi tương tử kỳ ngôn tắc thiện", con chim gần chết thì tiếng kêu ai oán, người ta gần chết thì nói lời lành, ông có nhớ câu ấy không? Chẳng lẽ lúc này tôi lại nói với ông những điều xấu xa hay ác độc?

Ông ta nói phải, linh mục nghĩ. Ai rồi cũng sẽ qua cái cầu ấy. Không biết rồi mình có cần gặp ai đó trong giờ lâm tử để trút bầu tâm sự không? Có lẽ mình cũng cần đấy, nhưng mình sẽ không nói ra, nói cho đúng, mình không dám nói ra. Xấu hổ lắm. Chẳng ai muốn bày ra chỗ yếu đuối của mình.

Như đọc được ý nghĩ của linh mục, bàn tay xương xẩu của người bệnh bóp nhẹ cổ tay ông. Linh mục mỉm cười. Ông thấy trong lòng vui vui. Ông nhớ đến một người bạn trong thời thơ ấu, với cái bóp tay đồng loã khi hai đứa trèo vào vườn nhà người hái trộm khế ngọt.

- Ông sẵn sàng nghe tôi nói chứ, linh mục?

- Ông cứ nói đi, tôi đã ở lại thì tôi sẽ nghe ông.

Người bệnh im lặng một lát, có vẻ ông ta muốn sắp xếp lại những ý nghĩ lộn xộn trong đầu trước khi nói ra. Đêm yên tĩnh lạ thường. Nghe rõ những giọt sương nặng từ mái lá rơi xuống lộp độp.

- Tôi xin lỗi đã làm ông buồn.

- Không, tôi không buồn. Có gì mà buồn?

- Tôi không tin có Chúa, bởi vì nếu có Chúa thì tại sao trái đất của chúng ta lại như thế này? Chúa có quyền lực vô biên cơ mà. Tại sao Chúa lại sinh ra đau khổ bên cạnh hạnh phúc? Người nghèo bên cạnh người giầu? Người xấu bên cạnh người tốt? Và sự đểu cáng làm đau đớn những tâm hồn thánh thiện?

- Chúa đặt ra những thử thách cho con người để nó khẳng định mình, tự hoàn thiện mình - ông nói - Chỉ có một nơi ngự trị toàn sự tốt lành, ấy là Thiên đàng, nước Chúa.

- Nhưng nó ở xa lắm. Mãi đời sau kia - người bệnh cười méo mó - Đạo Phật cũng có một cái tương tự là niết bàn - nirvana. Linh mục có bao giờ nghĩ về sự vô lý này không? Với quyền lực vô biên, tại sao Chúa không dựng nước thiên đàng ở ngay đây, trên mặt đất nhày nhụa mà chúng ta đang sống? Phải, tại nơi mà hàng triệu sinh mạng chết đi trong những cuộc chiến tranh chẳng ích lợi gì cho họ, hoặc sống quằn quại dưới gót sắt của những bạo chúa, hoặc đi ra pháp trường bởi những lời xúi giục của đám chính trị gia lưu manh? Tại nơi có những giống nòi tự xưng thượng đẳng để đẩy những giống nòi khác vào chỗ diệt vong, nơi có hằng hà sa số nhà tù để giam đến chết những con người lương thiện thích sống bằng suy nghĩ của mình chứ không thích sống để nghe lệnh của kẻ cai trị?

Linh mục thấy mệt. Chẳng lẽ con người này lại dùng những phút cuối cùng của đời mình vào cái việc bàn luận chính trị chán ngắt?

Như đoán được linh mục nghĩ gì, người bệnh lắc đầu:

- Tôi hiểu, ông chán. Ông chẳng lạ gì điều tôi vừa nói. Ông biết quá đi ấy chứ. Nhưng tôi dám chắc chẳng bao giờ ông trả lời được câu hỏi đó, bởi vì ở các chủng viện người ta cũng chẳng bao giờ dám động đến nó. Các ông, những linh mục, các ông chỉ là những ông thủ từ làm công việc canh đền, nói thế ông đừng giận. Trong đầu các ông chỉ có kiến thức của những con vẹt. Trước những câu hỏi như thế các ông thủ từ của mọi thứ đền lập tức chạy vội đến chỗ ẩn náu tiện lợi gọi là đức tin, và thế là xong. Tin và đừng có bàn cãi. Amen!

- Lạy Chúa tôi lòng lành chẳng cùng! Trước khi chết ông muốn phỉ báng đạo Chúa sao? Có phải vì ý muốn đó mà ông mời tôi tới đây? - linh mục tuyệt vọng kêu lên - Ông nghĩ tôi là ai? Kẻ thù của ông chăng? Kẻ gây ra đau khổ cho ông chăng?

Đến lượt người bệnh thở dài. Đó là tiếng thở dài chán ngán. Như luồng hơi cuối cùng trong bể lò rèn trôi ra khi người phụ rèn dừng tay.

- Linh mục ạ, vậy mà nhìn ông tôi nghĩ học vấn và tuổi đời đã làm cho ông tỉnh táo nhiều hơn đấy, và ông sẽ là người đối thoại tốt trong đêm chót cuộc đời tôi. Tại sao ông lại lảng tránh những câu hỏi tự chúng nảy ra trong đầu chúng ta, chứ không phải chỉ trong đầu tôi? Sau bằng ấy năm ta sống trên trái đất này? Chao ôi, linh mục ơi linh mục! Tôi chẳng còn dịp nào khác đâu. Tôi cũng chẳng còn ai để nói ra những gì chất chứa trong lòng. Tôi đâu có định gây sự với ông. Lúc này tôi chỉ còn có ông để mà tâm sự thôi.

Tôi xin thề rằng tôi không hề có thù riêng với Chúa của ông.

- Thế thì ông báng bổ đạo Chúa làm gì? - linh mục bực bội, nhưng ông lại nghe thấy giọng mình rền rĩ - Sự xúc phạm tới Chúa của tôi chính là sự xúc phạm tới tôi, bởi vì tôi, phần xác cùng là phần hồn, đều thuộc về Chúa.

Ông phản bác người bệnh, nhưng lại cảm thấy những lời phản bác ấy là để cho chính ông. Cứ mỗi phút trôi qua ông lại thấy gần hơn với con người khốn khổ sắp lìa bỏ cõi đời. Ông tự phân tích tình cảm của mình và hiểu rằng cái làm ông không thể chối bỏ cuộc gặp gỡ này, bây giờ đã trở thành cuộc đối thoại, chính là vì ngay từ phút đầu tiên ông đã cảm thấy rằng con người này thực sự cởi mở cõi lòng với ông, một người hoàn toàn xa lạ, nhưng tin cậy ông trước khi ông tin cậy ông ta. Ngay cả những con chiên ngoan đạo khi xưng tội với ông thường không có sự cởi mở thực tâm từ đáy lòng như thế.

Người bệnh lẩm bẩm điều gì, linh mục nghe không rõ. Để nghe rõ hơn ông phải ghé sát vào mặt ông ta.

- Cuộc đời bao giờ cũng rối rắm hơn ta tưởng - người bệnh nói khẽ, đôi môi mấp máy, rõ ràng không chỉ để nói với linh mục - Hình như để cho cuộc sống dễ chịu hơn, hoặc để giải thích cuộc đời một cách giản đơn hơn, con người nào cũng cần đến Chúa…

- Giê-su, lạy Chúa tôi, ông lại báng bổ nữa rồi đấy, chẳng lẽ ông chỉ nhìn thấy nơi Chúa một vật dụng tiện lợi? - linh mục thất vọng kêu lên.

- Không phải Chúa Trời hay Chúa Giê-su đâu linh mục. - người bệnh nói, linh mục nghe trong giọng nói của ông ta có tiếng cười - Tôi nói về một Chúa chung chung cơ, Chúa với tư cách niềm tin ấy, Chúa không phải của riêng đạo nào, với tư cách Đấng tối cao ở khắp mọi nơi, thông biết mọi sự.

- Hừm.

- Nếu Chúa không có sẵn, linh mục ạ, thì chính con người cần đến Chúa sẽ tự mình tạo ra Chúa cho nhu cầu của nó - người bệnh nói, như thể đã lấy lại được giọng bình thường - Khi đã có Chúa trong tay, bất kể là Chúa nào - Chúa tìm thấy, Chúa tạo ra, Chúa vay mượn, Chúa mua sắm, Chúa nhập cảng, tuốt tuột, không phân biệt, tức thì nó lấy ngay Chúa mà nó sở hữu, Chúa của riêng nó, của phe phái nó, tròng vào cổ đồng loại, làm cái ưu thế của nó để đứng trên đồng loại, để được cảm thấy mình cao sang hơn đồng loại, chung cuộc là để thống trị đồng loại...

Linh mục im lặng. Ông biết nói gì với những lời lảm nhảm ấy. Điều làm ông ngạc nhiên là bên trong những lời đầy báng bổ của người bệnh, có cái gì đó rất thật thà. Và không phải không có lý.

- Linh mục, ông vẫn còn ngồi bên tôi đấy chứ? - người bệnh lặng đi một lúc, bỗng kêu lên, thảng thốt.

- Tôi đây - linh mục vội vã nói khi người bệnh làm một cử chỉ cố gắng để chồm dậy - tôi vẫn ngồi ngay bên cạnh ông đây mà.

Người bệnh thở ra một hơi dài.

- Vậy mà tôi thấy ông bị trôi ra xa đến nỗi tôi muốn với tới ông mà không được.

Linh mục đụng mấy ngón tay lên mí mắt nhắm nghiền của người bệnh. Cặp mắt mở ra, nhìn mà không thấy. Linh mục nghĩ có lẽ ông ta đang hấp hối.

Nhưng rồi người bệnh lại bừng tỉnh, cặp mắt lại trở nên có thần.

- Linh mục có gặp một người chết sống lại bao giờ không?

- Không, ông ạ.

- Tôi đã gặp hai người rồi đấy, họ chết hẳn rồi, cũng tin chắc như thế, nhưng rồi họ sống lại. Tôi hỏi họ thấy gì ở phút họ qua đời thì họ nói....

- Họ nói sao?

- Họ kể rằng lúc họ trút hơi thở cuối cùng, họ biết hết. Lúc đó, trí óc họ minh mẫn lạ thường, như thể chưa bao giờ họ minh mẫn như thế.

- Có thể lắm.

- Họ còn kể rằng người họ nhẹ như một sợi bông vậy, và họ rơi vào một bầu trời xanh kỳ lạ, mầu xanh trong cuộc đời họ chưa từng gặp. Cả hai người hỏi mà tôi hỏi đều kể giống nhau.

- Tín đồ Thiên Chúa giáo không tin điều đó - linh mục nói, bất giác rùng mình - từ trái đất mà đi chỉ có hai ngả: một là bị quỷ dữ kéo xuống địa ngục, hai là được các thánh thiên thần rước lên thiên đàng.

- Ông lại nói như sách rồi, linh mục ơi - đôi môi khô héo của người bệnh đụng đậy, như thế ông ta cười - Ông chớ tin Kinh Thánh. Đến cả Chúa Ki-Tô không phải bao giờ cũng thực thà. Trong Kinh tuần giảng bảy ngày có kể chuyện Đức Chúa Giê-su muốn hạ nhục bọn lái buôn thành Giê-ru-sa-lem đã vờ không rửa tay trước khi ngồi vào bàn tiệc. Để cho chúng có cớ cười nhạo ông, khinh bỉ ông không biết phép lịch sự. Là để tạo ra dịp mắng chúng chuyện sơn hào hải vị được bày ra trên bàn tiệc chẳng phải do chúng làm ra, bằng chính những bàn tay sạch sẽ đã được rửa trước khi ăn. Giả vờ, thưa linh mục, cũng là một dạng dối trá, tuy nhẹ hơn. Xin ông đừng giả vờ bác tôi, khi trong lòng ông, ông lắng nghe tôi, bởi vì ông hiểu tôi đang nói thật và điều tôi nói đáng để nghe.

Linh mục giật mình. Người bệnh như nhìn thấy ông trần truồng đứng trước ông ta và ông cảm thấy hổ thẹn.

- Ông cũng đã nhìn thấy màu xanh ấy rồi chăng?

- Đúng, tôi đã thấy nó. Mới vài phút trước đây thôi. Đó là một màu xanh hết sức lạ lùng, màu xanh trời, thiên thanh, chứ không phải xanh nước biển, trong vắt và sâu vô cùng tận. Nó đẹp vô cùng quyến rũ, đẹp đến nỗi không sao dứt ra nổi, tưởng chừng cứ nhìn thêm vào nó một lát thôi là ta sẽ trôi tuột vào trong đó, vào cõi mà lý trí bảo ta rằng đó là cõi vĩnh hằng.

Linh mục bối rối im lặng:

- Ông nằm yên một lát chăng? Nói nhiều, ông mệt đấy.

- Ồ không, không sao, tôi đã mệt cả cuộc đời rồi, có mệt thêm một chút cũng chẳng hại gì... - người bệnh khẽ lắc đầu, hoặc linh mục cảm thấy thế - tôi mệt vì bị dối trá, tôi mệt vì tôi dối trá người khác... Tôi còn mệt cả vì tôi tự dối mình nữa, linh mục ạ. Con người nào mà không giăng cho mình sợi tơ nhện dối trá để cho chính mình sa vào? Sự dối trá êm ái ấy mấy ai thoát khỏi? Êm ái và tiện lợi.

- Cuộc sống nào chẳng do Chúa định cho ta.

- Một sợi tóc rơi xuống cũng không ngoài ý Chúa, phải thế không? Như vậy thì, thưa linh mục, ta tồn tại làm gì? Tồn tại không phải để làm cái gì khác ngoài sự thực hiện ý Chúa hay sao? Nếu chỉ để làm như thế thì Chúa của ta thật trái tính trái nết. Và cái sự thực hiện mù quáng của ta mới vô duyên làm sao!

Linh mục cảm thấy sức lực rời bỏ ông. Tại tuổi già, tại chuyến đi xa mệt nhọc, hay tại chính những lời lảm nhảm này. Tranh luận để làm gì khi mỗi con người nhìn chân lý từ một phía, như những anh mù sờ con voi, anh nói giống cái cột, anh nói giống cái quạt?

Hai người im lặng một lúc lâu.

Linh mục nghe rõ tiếng khò khè trong cuống họng của người bệnh và tiếng đập đôi lúc đứt quãng trong huyết quản mình. Trái tim ông sắp hết hạn làm việc mà Chúa ban cho nó rồi. Khoảng hai năm nay nó bắt đầu làm việc ì ạch, đập năm bảy nhịp rồi ngừng một nhịp, sau đó lại tiếp tục đập. Bao giờ nó sẽ ngừng hẳn không đập nữa? Và trong phút đó ta có nhìn thấy màu xanh tuyệt đẹp mà người này vừa nói tới không?

Con tắc kè đầu hồi lại lên tiếng rất gần. Nó kêu lúc đầu dõng dạc, từng tiếng phân minh, rồi nhanh dần và nhỏ dần như ngán ngẩm không buồn kêu nữa.

- Ông ngủ đấy ư? - linh mục hỏi.

- Không, tôi suy nghĩ.

- Ông nghĩ gì?

Người bệnh mỉm cười, mắt nhắm nghiền.

- Tôi nghĩ không biết có nên xưng tội với linh mục không?

Linh mục vuốt ve bàn tay khô xác của người bệnh.

- Đừng cưỡng bức mình làm cái việc mà mình không muốn. Cái đó chẳng có lợi cho ai.

- Nhưng nếu tôi lại rất muốn?

- Tôi sẵn sàng nghe ông, bởi vì tôi đã ở lại đây, bên cạnh ông, như ông đòi hỏi.

Đầu người bệnh gục xuống ngực, không cất lên nữa. Mái tóc bạc lơ thơ xõa xuống che lấp cả vẻ ủ rũ trên mặt làm động lòng linh mục. Ý nghĩ về cái chết tràn ngập tâm hồn ông.

- Tôi đã sống trên tám mươi năm trên thế gian. Tôi đã phạm phải vô vàn tội lỗi và hằng hà sa số sai lầm. Nhưng điều tôi muốn nói với linh mục lại liên quan tới một con chiên của Chúa, do đó tôi mới muốn xưng tội với ông, hay là với Chúa của ông thì cũng thế. Bởi vì tôi coi mình đã làm thiệt hại cho Chúa mặc dầu theo thuyết tiền định của chính đạo Chúa thì mọi việc xảy ra đều do một ý Chúa. Tôi thấy ân hận vì việc mình làm, có nghĩa là trong việc đó tôi có tội...

Linh mục đặt tay lên đầu người bệnh:

- Tôi xin nghe ông, ông bạn già ạ.

- Sao linh mục lại gọi tôi như thế?

- Ông không phải con chiên của Chúa, nhưng ông là một người thật thà.

- Cảm ơn linh mục.

- Nào, ông nói đi, nói đi cho nhẹ lòng.

Người bệnh từ từ ngẩng đầu lên. Linh mục nhìn thấy trước mắt mình đôi mắt không có hồn đang rõi ra xa.

- Khoảng năm chục năm trước - khi tôi còn trẻ, tôi đã giết một người.

- Giết người, đối với bất cứ tôn giáo nào cũng đều là trọng tội.

- Nói cho đúng, trong cuộc đời tôi, tôi đã giết nhiều người, nhưng tôi không thấy ân hận bởi vì nếu tôi không giết họ nhanh hơn họ giết tôi thì tôi cũng chẳng còn. Nhưng người mà tôi nói lại là người khác hẳn.

Người bệnh ngừng nói để lấy hơi. Mà cũng có thể ông ta chọn lời.

- Hồi đó tôi chỉ huy một trung đội trinh sát. Chúng tôi đi qua một làng mà năm trước giáo dân vừa nổi loạn. Họ đã giết một số bộ đội.

- Lạy Chúa tôi! - linh mục kêu lên, làm dấu thánh.

- Đám nổi loạn mà tôi nói tới đã bị dẹp, tình hình đã bình ổn, một năm rồi mà. Tôi nghĩ rằng đi qua đó chẳng có gì đáng lo ngại. Đến giữa làng mới biết là mình nhầm. Chuông nhà thờ bỗng nổi lên lanh lảnh, trống ngũ liên dồn dập, tiếng hò la dậy đất, rồi hàng loạt giáo dân xông ra. Một số trong bọn họ nổ súng vào chúng tôi. Thế là chúng tôi nổ súng bắn trả...

- Giê-su!

- Tôi bỡ ngỡ, tôi bàng hoàng, nhưng tôi còn đủ tỉnh táo để hạ lệnh cho bộ đội chúc nòng xuống mà bắn. Tôi thực lòng không muốn gây ra chết chóc...

- Có phải ở Nam Định không?

- Vâng, ở đấy. Trên đường truy kích những tên cầm súng bắn chúng tôi - tôi gặp một thanh niên nằm ngửa, mắt mở to. Anh ta đã chết, đạn xuyên qua bụng phá ra hông thành một lỗ toác hoác.

Linh mục nín thở theo dõi câu chuyện.

- Tôi dừng lại, vuốt mắt cho anh ta. Tại sao tôi lại làm như thế, tôi không hiểu. Tôi đã dự nhiều trận đánh, đã thấy nhiều xác chết trong đủ mọi kiểu chết...

Người bệnh ngừng lời trong hồi tưởng.

- Tôi dừng lại vì vẻ thánh thiện trên gương mặt trong sáng của người chết. Anh ta đẹp quá. Mà cái đẹp sinh ra để làm gì nếu không phải để tạo ra niềm vui, để dành cho tình yêu? Lẽ ra anh ta phải sống, để ôm ấp trong tay một người con gái đẹp, xứng đáng với anh ta. Để rồi cô gái là vợ anh sẽ sinh cho anh nhưng đứa trẻ đẹp như bố mẹ chúng. Vậy mà anh ta đã chết…

Linh mục nuốt nước bọt. Họng ông bỗng khô khốc.

- Ông đã có ý nghĩ của Chúa - linh mục nói - Người có ý nghĩ của Chúa là người có lòng lành.

- Có thể chính tôi đã giết anh ta. Trong chiến trận nói chung chẳng ai biết kẻ nào phía bên kia đã chết vì viên đạn của mình… Khi những người sẵn sàng tử vì đạo kia xông lại, tôi đã bắn, và không phải chỉ một băng đạn. Họ hung hăng quá, tôi nghĩ họ đã nốc rượu vào khi xung trận…

Người bệnh lặng đi trong cơn xúc động, cái đầu nặng nề lại gục xuống, mái tóc bơ phờ lại che khuất gương mặt mà linh mục rất muốn được thấy trong lúc này.

Linh mục bối rối, ông muốn nói điều gì, nhưng không cất nổi lời.

Người chết ngẩng mặt lên. Nhưng đôi mắt đã đục chẳng còn thấy gì ở phía trước.

Hai người im lặng một lúc lâu.

- Rồi sau thì sao? - linh mục run run hỏi.

Người bệnh thở dài:

- Đoạn kết ông đã biết nó thế nào.

Linh mục rùng mình.

- Vâng, tôi biết rồi - ông xúc động nói - Ông đã nhận ra tôi.

- Vâng, đến vùng này tôi đã gặp ông, tôi cũng đã nhận ra ông.

- Ông đã giết em tôi?

- Tôi không biết người ấy là ai. Tôi cũng không dám nói chắc rằng tôi đã giết. Tôi chỉ nói được rằng rất có thể chính tôi đã bắn chết anh ấy. Xác chết nằm trên đường đi của rất nhiều viên đạn do chúng tôi bắn ra. Cũng có thể anh ấy chết vì viên đạn của người nào khác, nhưng tôi lại đinh ninh chính mình đã làm điều đó...

- Sao hôm ấy ông lại ngăn không cho những người lính của ông bắn chết tôi khi tôi vác dao lăn xả vào chém ông? Vết thương ở vai chắc còn đấy. Tôi nhớ, máu chảy ra xối xả, vọt đẫm mặt tôi...

- Còn cái sẹo, linh mục ạ. Nó đây.

Người bệnh đưa tay lên để vạch áo, nhưng cánh tay vừa giơ lên đã thõng xuống. Linh mục nhích lại gần để giúp ông ta. Khi linh mục trật vai áo của người bệnh ra ông thấy rõ vết sẹo thâm xì, sâu hoắm.

Người bệnh nhìn ra phía trước, xuyên qua linh mục, xuyên qua bức vách, tới một nơi nào rất xa.

- Bây giờ thì tôi hiểu vì sao ông không mời linh mục nào khác mà cứ đòi gặp tôi - linh mục buồn bã nói, kéo áo người bệnh lên để che đi vết sẹo - Ông muốn biết tôi bây giờ thế nào...

- Cái quả đã xứng với cái cây. - người bệnh nói - Tôi chẳng than phiền.

- Hạt thiện gieo xuống đâu thì cây thiện mọc lên ở đó. Tôi hằng cầu nguyện cho ông. Nếu không có ông gạt nòng súng ra thì viên đạn của người lính đã kết liễu đời tôi...

- Tôi không nghĩ tới làm ơn. Tính thiện trong tôi đã làm việc đó.

Linh mục đặt tay lên vai người bệnh:

- Ông không có vợ con sao? Ở đây tôi chỉ thấy những người cháu.

- Có chứ. Rồi tôi cũng có một gia đình. Tôi có vợ, có hai đứa con. Nhưng chiến tranh đã xoá sạch dấu vết cái gia đình ấy. Như thế bằng một nhát chổi…

Con tắc kè lại kêu lên một hồi, tiếng của nó vang động trong rừng đêm.

- Mấy giờ rồi, thưa linh mục?

- Có lẽ đã gần hai giờ sáng. Tôi không mang đồng hồ. Từ lâu, thời giờ đối với tôi chẳng còn ý nghĩa.

- Ông ở lại với tôi đến cùng nhé?

- Tôi sẽ ở lại với ông.

Người bệnh ngẩng đầu lên, hướng cái nhìn mà không thấy vào mặt linh mục. Linh mục bối rối đảo mắt qua nơi khác.

- Tôi đã xưng tội. Bây giờ ông hãy nhân danh Chúa của ông mà tha tội cho tôi đi.

Linh mục ngập ngừng, rồi làm dấu thánh trên đầu người bệnh, lẩm bẩm một câu la-tinh.

- Điều thứ năm trong mười điều răn của Chúa…

- Chớ giết người! - người bệnh nói – Nó phải là điều răn thứ nhất mới đúng, linh mục ạ.

- Tôi cũng là kẻ có tội. Như ông - linh mục không muốn tranh luận, ông cố gắng đẩy câu nói nặng nhọc ra khỏi miệng - Hôm đó chính tôi cũng đã bắn về phía các ông. Cho đến khi súng của tôi hết đạn. Tôi nhìn thấy rõ ràng một người lính ngã xuống trước họng súng của tôi. Viên đạn bắn trúng anh ta trong phút ấy có thể không phải là của tôi, tôi cũng không dám nói chắc, nhưng cũng như ông, tôi nghĩ viên đạn là của tôi. Lúc đó tôi còn trẻ. Có lẽ trẻ hơn ông. Lúc đó chúng tôi nhìn các ông như kẻ thù. Chúng tôi đã quên lời dạy của Chúa: "Hãy thương yêu người ta như mình vậy". Chính tôi là một trong những người được bề trên sai trói chín anh bộ đội vào đám xú vẹt năm trước đó.

- Chính ông?

- Vâng. Trong số chín người ấy có một anh bộ đội rất trẻ. Khi tôi trói anh ta, anh ta nhìn tôi và thật ngạc nhiên, tôi không thấy trong đôi mắt ấy có một chút oán giận, một chút căm thù. Chỉ có sự ngỡ ngàng, bối rối, như trước một điều khó hiểu. Tôi đứng gần đấy cho đến khi nước triều lên chậm chạp, bắt đầu vượt qua đầu gối họ, lên tới bụng họ, rồi tới ngực họ. Cả chín người đều im lặng. Tôi chờ anh thanh niên kia van xin tha chết, nhưng anh ta im lặng. Tôi không chịu nổi cái nhìn ấy hơn nữa, tôi không còn sức để chịu đựng hơn nữa, tôi vội vàng nới dây trói cho anh ta để anh ta có thể tự cởi và hấp tấp bỏ đi vài phút trước khi nước lên tới cằm họ...

Linh mục quỳ xuống trong một dáng điệu trịnh trọng.

- Tôi cũng đang xưng tội với ông đây. Chính cái gạt tay cho nòng súng chĩa vào tôi hôm đó đã làm cho tính Thiện trong tôi bừng tỉnh. Ông đã cắt đứt sợi dây của cái ác luân phiên. Từ đó tôi nguyện suốt đời làm tôi tớ Chúa, ghé vai vác cây thập ác nặng nề của Chúa...

Người bệnh ngồi im lặng như nhập định.

Linh mục ngước mắt lên, hai tay chắp trước ngực.

- Nhân danh Cha và con, và thánh thần, kẻ tôi tớ Chúa xin Chúa lòng lành tha mọi tội lỗi cho những đứa con dốc lòng chừa cải...

- A-men!

Cầu nguyện xong, linh mục ngồi lên giường, đối diện với người bệnh, nắm lấy hai bàn tay lạnh giá của ông ta. Người bệnh hiểu cái nắm bàn tay gần gũi và thân thiết ấy:

- Xin vĩnh biệt linh mục ông ta gắng nói, nhưng chỉ thều thào - Ông có thể đi được rồi đấy. Ý nguyện của tôi đã thành. Từ khi biết linh mục ở đây, tôi rất mong được gặp lại...

- Chúng ta đã gặp nhau - linh mục bóp mạnh bàn tay khô xác - Tôi mừng gặp lại ông, ân nhân của tôi.

- Ân nhân gì? Vĩnh biệt ông, linh mục!

- Khoan hãy nói lời vĩnh biệt - linh mục thảng thốt kêu lên - Bây giờ tôi không muốn đi đâu hết. Tôi muốn ngồi lại với ông.

- Chúng ta còn có chuyện gì để nói nữa đâu? Những gì cần nói, tôi đã nói hết rồi.

Linh mục một lần nữa bóp chặt bàn tay người bệnh.

- Bây giờ đến lượt tôi muốn hỏi ông - ông nói, hổn hển vì quyết định của mình - Chúa của ông là ai?

- Tôi không có Chúa.

- Ông có Chúa của ông. Như chúng tôi có Chúa của chúng tôi.

- Không, tôi không có Chúa. Nói cách khác, tôi từng có một thứ như thế...

- Ông là người cộng sản, phải không?

- Ông muốn nói một đảng viên cộng sản?

- Vâng.

- Trong ý nghĩa ấy thì không. Bây giờ thì không.

Người bệnh cười to theo cách của ông ta, há miệng không thành tiếng và đôi vai gầy rung rung.

Khi hai vợ chồng người cháu hé tấm liếp nhìn vào căn lều, họ thấy linh mục và người sắp chết ngồi ôm nhau trên giường, người nọ gục vào vai người kia, hai đôi vai gầy thỉnh thoảng giật lên khe khẽ trong ánh sáng nhợt nhạt của cây tọa đăng đã cạn dầu.

1988

MỘT BỮA RƯỢU

1.

Rét căm căm.

Sùm sụp trong tấm chăn lính màu cứt ngựa, ông Cảo ngồi bó gối trước cút rượu trơ đáy. Nhìn cái dương cầm sứt sẹo véc ni, ông muốn đi tới đấy gõ một giai điệu chợt đến, nhưng lại lười. Mà không hẳn vì thế – tiết hanh làm vênh những phím đàn, âm không còn chuẩn. Hôm qua ông đã chơi thử Premier Concerto của Tchaikovsky, rồi bỏ dở giữa chừng, bất mãn với cây đàn già lão. "Đến lúc phải lên dây rồi – ông nghĩ và thở dài – Lại tiền!"

Có tiếng gõ cửa.

Ông lười biếng ngẩng đầu:

- Đẩy vào.

Người đến đem theo luồng gió lạnh là ông Vũ.

- Khép chặt lại – ông bảo.

Nhìn ra ngoài trời qua kính cửa mờ, ông như thấy những khối không khí lạnh ùn ùn đuổi theo nhau vùn vụt. Cảnh tượng làm ông rùng mình.

Lẻo khoẻo trong bộ bảo hộ lao động thùng thình và bạc phếch, ông Vũ đã gày trông càng gày hơn.

Rút trong cái túi dết bộ đội lép kẹp ra một cút rượu đầy đến tận nút, ông Vũ đặt nó xuống trước mặt ông Cảo.

- Đâu ra thế? - mắt ông Cảo sáng lên.

Ép chặt hai tay trước ngực cho đỡ lạnh, ông Vũ xuýt xoa:

- Vừa lĩnh lương, anh ạ! Hôm nay không có việc, đến lấy lương rồi về. Nhà có gì nhắm không, anh?

- Nhẵn như chùi – ông Cảo lắc – Suông thôi.

Ông Vũ rút cái nút lá chuối, đưa lên mũi ngửi:

- Thằng chủ quán không cho nếm. Giấu giấu diếm diếm giúi vào tay rồi giục đi cho nhanh. Mà có thấy mặt thằng quản lý thị trường nào đâu.

- Thời buổi này ai cũng cẩn thận. Không trách được.

Ông Vũ thận trọng nghiêng cổ chai để không rớt một giọt, rót rượu vào hai chén hạt mít, bưng một chén cho ông Cảo.

Ông Cảo đỡ lấy, nhấp một ngụm nhỏ:

- Cũng được đấy, không tồi.

Rồi ngửa cổ làm một hơi.

Rượu vào làm ông Cảo thấy bớt lạnh. Ông Vũ thấy da mặt ông Cảo đã thoáng hồng, hoặc đã sáng lên một chút.

Rượu đúng vị Trương Xá, ông Cảo gật gù. Rượu Trương Xá là cái gu của ông, nó là rượu lậu, nhưng dân làng vẫn nấu, vẫn bán, vẫn giữ cái danh tiếng có từ xưa. Thằng Vũ này tinh ý, biết tính ông, tuy rượu lần này hơi nhạt, bị pha phách là cái chắc.

Nhìn bộ quần áo nhem nhuốc của ông Vũ, ông ái ngại:

- Công việc thế nào, vất lắm không?

- Cũng phải quen thôi, anh ơi – ông Vũ cười nửa miệng - Lúc đầu việc gì mà chả khó.

Tội nghiệp thằng bé, ông Cảo nghĩ, cả đời làm báo, giờ làm thợ cán cao su. Nó còn bảo kiếm được việc là may, là còn người tốt dám thuê mình.

Ông thích cái tính lì của ông Vũ, thích cái nhìn sự đời lên xuống của nó bằng cặp mắt ráo hoảnh, không một lời than thở. Chưa kể trong bất cứ cái xấu nào rơi xuống đầu nó vẫn cười, nhìn thấy trong đó một tia nắng.

Ông Cảo thở dài. Khi ông Cảo cúi đầu, ông Vũ nhìn thấy một giọt nước mắt rơi xuống chén rượu.

Ông Cảo trôi theo dòng suy nghĩ miên man. Tội tình gì mà người ta nỡ đày ải nó như thế, gần chục năm đằng đẵng nơi rừng thiêng nước độc. Nghe nói đời tù giờ khổ lắm – tù phải phát nương, làm rẫy, đi cày đi cấy, đẵn cây, xẻ gỗ… đủ thứ. Ấy là nghe người khác nói, chứ nó chẳng kể.

Ông thương ông Vũ, rồi lại thương mình. Ông không bị đi tù, nhưng cũng như đi tù. Ông tự giam mình trong căn phòng nhỏ - giang sơn còn lại của ông, cần mẫn vẽ các thứ bìa sách cho các nhà xuất bản, nơi còn những người nhớ ông, muốn đỡ đần ông trong thời buổi người khôn của khó. Ông vẽ không suy nghĩ, không cần biết cuốn sách viết gì, ông thích gì vẽ nấy - một hình người chợt đến, vài mảng màu trang trí lăng nhăng, thảng hoặc, ít khi lắm, mới phải vẽ lại theo yêu cầu của biên tập viên, thế là xong cái bìa. Các tác giả không bao giờ phàn nàn. Họ thấy đều dễ tính, không xét nét, không cầu kỳ, sách viết ra được in đã là tốt, lại được hân hạnh ông Cảo vẽ bìa là tốt lắm. Ông Cảo không phải hoạ sĩ, vẽ là nghề tay trái của ông, nhưng giới hội hoạ coi ông là bạn nghề.

Nhìn mắt ông Cảo lờ đờ sau chén thứ tư, ông Vũ giữ chặt cút rượu trong tay, không rót tiếp.

- Sáng giờ anh chưa ăn gì à?

- Ờ, - ông Cảo bần thần - Có đấy, ăn khoai. Cơ mà hà, vứt đi một nửa.

Ông Vũ dợm đứng lên:

- Để tôi chạy ra xem hàng xôi lúa về chưa? Lúc tôi đến, bà ta còn ngồi đấy.

- Thôi, vẽ, đi làm gì. Trong nhà còn thế này, ngoài đường lạnh lắm. Đợi bà nhà tôi xem bà ấy có mang gì về cho anh em mình không?

2.

Trong cách cư xử ông Vũ tự coi mình là đàn em, rất kính trọng ông anh. Ông Cảo không vì thế mà coi thường người bạn nhỏ. Trong mắt ông, ông Vũ là người tin cậy, có thể chia sẻ những ý nghĩ thầm kín nhất không thể nói ra với ai. Hai người rất tâm đắc trong nhận định về mọi mặt thế thái nhân tình.

Ông Vũ còn trọng ông Cảo hơn nữa ở chỗ ông Cảo rất công bằng trong cách nhìn sự vật. Ngay cả với kẻ làm hại mình, ông cũng không có định kiến, không để có sự thiên lệch khi đánh giá, trong khi người khác coi kẻ hại mình dù chút xíu cũng là kẻ thù.

Ông Cảo là tác giả của nhiều ca khúc vang dội một thời. Ông làm thơ không nhiều, nhưng được thiên hạ phục – có vẻ không vần đấy, mà lại tuyệt vời về điệu. Ông ngao ngán trước những lời tuyên bố của những nhà thơ cách tân: "Thơ chỉ cần ý, cần tứ. Đả đảo thơ truyền thống!". Nghe một nhà thơ như thế đọc cho ông thưởng thơ mình, ông gõ xe điếu đánh chát vào bát: "Tớ bận, tớ đang viết một lâm khúc cho tiếng Việt của tổ tiên đây!" Rồi chìa tay ra, tỏ ý cuộc gặp gỡ kết thúc. Gay gắt là thế, dứt khoát là thế, nhưng ông là người quảng giao, yêu mến bạn bè, bất kể họ thuộc trường phái nào.

Người trong làng văn nghệ vừa kính trọng, vừa yêu ông, đặt cho ông biệt hiệu "ông tiên chỉ".

Ông tiên chỉ bề ngoài hiền lành rất mực, nói theo cách xưa là quan năm cũng ừ, quan tư cũng gật, thiên hạ nói sao cũng được, ông cười xoà. Chính vì thế mà nhiều khi ông bị hiểu nhầm. Người có quan điểm thế này thế khác sau khi gặp ông, được trò chuyện với ông, thường bảo vệ quan điểm của mình bằng câu: "Này, đừng có đùa, chính ông tiên chỉ cũng đồng ý với tớ đấy!".

Sự nổi tiếng bao giờ cũng kéo theo nó sự ghen tị. Gặp khi nhà cầm quyền quen thói bắt văn nghệ sĩ tuân theo cái gậy chỉ huy của mình, dăm ba người cứng đầu mới ra một tờ báo có những bài viết không vừa lòng quan trên thì quan trên nghĩ ngay đến ông – thử hỏi ai là kẻ đứng đầu làng văn nghệ nếu không phải là "tiên chỉ"? Thế là gậy gộc tới tấp giáng xuống đầu ông. Nhưng ông đâu phải người khởi xướng, cũng chẳng phải người đứng đầu. Cái vạ ông phải chịu, nói cho cùng, là vạ gió.

- Có phải chính thằng vua thơ nó khởi lên vụ đánh anh không? – ông Vũ hỏi khi những người khác, chúng khẩu đồng từ, đều nói thế.

- Bậy nào, không phải đâu – ông Cảo lắc – Cũng là người làm thơ, nó không đến nỗi tồi tệ đến thế. Đây là việc của thằng khác, thằng cần tạo ra một cái thùng rác để trút mọi tội lỗi của nó vào đấy.

Ông Vũ biết ông Cảo nói thằng nào. Ngồi trên ngai vàng thằng này xuống một chiếu chỉ là dân chết cả đống, hàng vạn, cho đến nay chưa có ai đếm đúng số người chết là bao nhiêu.

Ông Cảo ngâm nỗi buồn của mình vào rượu. Riết rồi thành quen. Có hôm vừa lĩnh nhuận bút ông ra quán uống đến say mèm, không biết đường về. Lại có hôm trong cơn say ông bị mấy tên du thủ du thực không biết từ đâu kéo đến tẩn cho một trận thừa sống thiếu chết. May có người biết ông nhảy vào can thiệp mới đưa được ông về nhà. Người ta gọi những tên đầu gấu ấy là quần chúng tự phát. Quần chúng bực lên, quần chúng trị tội kẻ láo lếu, chẳng cần ai bảo.

Khi ông Vũ ra đến chỗ bà hàng xôi lúa thì thấy chỗ bà ngồi chỉ còn những chiếc lá bàng cuối cùng mới rụng.

Ông đứng đấy, phân vân, không biết nên mua gì về cho ông Cảo. Không ăn, chỉ rượu thì bệnh đau dạ dầy của ông Cảo đã nặng càng thêm nặng. Bên kia đường có một hàng nước, nhưng ông chỉ tần ngần nhìn nó, chứ không bước sang. Chẳng lẽ mua mấy cái kẹo vừng hay kẹo bột? Kẹo không thể làm đầy cái dạ rỗng.

Ông trở về.

Ở chân cầu thang, một người đội mũ lá, đeo ba lô, đang lúi húi khoá cả hai bánh cái xe đạp cà tàng.

Khi người ấy quay mặt lại, ông Vũ há hốc:

- Ôi, anh Phác!

Ông Phác chìa tay, lắc mạnh:

- Tớ đây. Có nghe cậu được thả, chưa tin, Bây giờ mới tin. Về lâu chưa?

- Mới được vài tháng. Anh Cảo vừa nhắc anh. Lên đi!

3.

- Phác! – ông Cảo reo lên khi hai người bước vào – Về Hà Nội hôm nào?

- Hôm kia!

Ông Phác nhao đến, ôm lấy bạn, thấy trong vòng tay một thân hình gầy còm, nhẹ bỗng.

- Sao bây giờ mới đến? – niềm vui gặp bạn làm ông Cảo hoạt bát hẳn.

Hai người là bạn lâu năm, từ tiền khởi nghĩa, lại cùng công tác trong kháng chiến. Cả hai là nhạc sĩ sáng tác, thân nhau vì hợp tính, không vì cùng một dòng nhạc. Ông Cảo đa dạng hơn ông Phác. Ông vừa viết hành khúc vừa viết nhạc mềm. Ông Phác thì chỉ một dòng lãng mạn, nhưng biết cho vào những ca khúc của ông những lời lẽ cách mạng.

Ông Vũ đứng đực, quan sát cuộc gặp gỡ của hai đàn anh. Ông biết tình bạn của hai người gắn bó thế nào.

Ông Phác gạt đống giấy tờ trên bàn làm việc của ông Cảo qua một bên, hạ cái ba lô xuống, lấy ra một gói giấy báo. Đoạn, trịnh trọng đặt nó xuống bàn.

- Gì thế? – ông Cảo nhòm cái gói, hỏi.

- Đoán xem!

Ông Phác cười hì hì, cố ý mở gói giấy rất chậm.

Trong gói giấy là một cỗ lòng. Không tim, không gan, không dạ dày.

- Lòng chay à? – ông Cảo liếm môi.

- Là may rồi. Một em mậu dịch yêu những bài hát của mình dành cho đấy. Một thứ nhuận bút trả thêm. Không quen ấy à, đừng có hòng.

- Chay thì chay, vẫn cứ là tuyệt đi! – ông Cảo nhìn những miếng lòng cong queo trong giấy báo, cười tươi.

- Chưa hết! – ông Phác xoa tay, sung sướng nhìn vẻ mặt ngạc nhiên của bạn – Còn khoản này nữa.

Ông lôi tiếp trong ba lô một chai rượu, đặt nó bên cạnh gói giấy.

Mắt ông Cảo còn sáng hơn nữa:

- Giời ạ, đào đâu ra của này bây giờ chứ?

Ông vồ lấy chai rượu, xoay vòng, ngắm nghía nhãn hiệu trên thân nó, ngón trỏ rê theo hàng chữ: CHATEAUNEUF DU PAPE:

- Lâu lắm rồi mới gặp mày – ông lắc đầu trầm trồ hỏi lại – Đâu ra, Phác?

- Tự nó đến. Đào cũng chẳng được.

- Tức là?

- Quà của một anh chàng Việt kiều. Anh ta đến nhà mình, mắt trước mắt sau giúi cho con mình chai rượu rồi lỉnh. Không xưng tên. Không nói từ nước nào về. Sợ công an như sợ cọp.

- Chắc anh chàng tưởng cậu cũng vướng trận vừa rồi.

- Chắc thế - ông Phác gật.

- Cậu bao giờ cũng may! – ông Cảo nói.

Ông Vũ hiểu ý ông Cảo. Trong trận đánh văn nghệ sĩ, ông Phác không có mặt ở Hà Nội. Vì chuyến đi rất tình cờ ấy ông không mắc tội đàn đúm, gặp gỡ những người bị đánh, nhất là "ông tiên chỉ". Ông thoát, nhưng vẫn cứ là kẻ đáng ngờ, kẻ bên lề hàng ngũ kiên định cách mạng.

- Cái số tớ nó thế. Muốn cũng chẳng được - ông Phác cười, không mếch lòng. – Tớ luôn gặp may. Cậu Vũ lục chạn, kiếm tí mắm muối đi.

Ông Cảo ngửa cổ cười, đưa tay lên vuốt râu. Tay chạm vào cằm mới chợt nhớ ra râu không còn. Ông để râu được mấy tháng rồi, nhưng mấy hôm trước nghe bà vợ cằn nhằn: "Anh để râu trông khiếp khiếp là!", ông đành cạo bỏ.

Ông Vũ đi, rồi quay ra nhìn ông Phác, lắc đầu.

Ông Phác trợn mắt:

- Không còn tí gì?

Ông Vũ lắc.

- Muối cũng không?

Ông Vũ gật:

- Sạch sành sanh.

- Mình quên không nói – ông Cảo phân trần - Bà ấy hôm nay mới mang sổ đi mua. Chứ nhà mình hôm qua đã chấm mấy hạt muối cuối cùng rồi.

Ba người im lặng. Ông Phác suy nghĩ một lát rồi đứng lên:

- Các cậu đợi mình.

Ông nhanh nhẹn đi ra cửa.

4.

Ông Phác mở hai cái khoá, đặt lại cái xích bị tuột khỏi líp, rồi nhẩn nha đạp.

Ông đi, bất định, không nghĩ ra nên đi đâu.

Về nhà ư? Gia đình ông vẫn còn một phòng ở Hà Nội. Ông vẫn quen lang thang như xưa kia ông quen lang thang. Một nhà văn già gọi thói quen đó là bệnh "xê dịch". Hì hì, chữ nghĩa thế mới là chữ nghĩa chứ, đắt thật là đắt. Không thể trúng hơn. Nhà ông là nhà của vợ ông, con ông. Cứ như thể nó không phải nhà ông. Nhưng ở nhà ông thì có gì? Nước mắm còn, muối còn, chắc thế, vợ ông đảm, bà bao giờ cũng biết lo liệu trước để không thiếu thứ gì. Bà bán thứ này mua thứ khác, đổi phiếu này lấy phiếu kia, khi đổi ngang, khi phải các, bằng mọi cách.

Nhìn cảnh nhà ông Cảo, ông thương bạn đến xót xa. Ông muốn nhân tiện có cỗ lòng chay, có chai rượu ngon, thì phải có cái gì đó hơn là chút nước mắm, nhúm muối có sẵn ở nhà cho một cuộc hàn huyên bất ngờ.

Đạp một lúc, ông vỗ trán đánh bốp - còn chỗ nào hơn chỗ này nữa, đi thôi, có thế mà không nghĩ ra. Ông cắm cúi đạp nhanh thêm.

Ông dừng lại trước một ngôi nhà lớn ở con phố tây ngày xưa mà ông còn nhớ tên Gambetta, chính khách cộng hoà thời chiến tranh Pháp-Phổ.

Gác xe đạp bên cổng sắt, ông ngần ngừ một lát rồi mới nhấn chuông. Phải đợi một lát ông mới thấy cánh cửa nhà ở sâu phía trong he hé mở. Nhận ra người đứng ngoài cổng, người đàn bà trong bộ quần áo nhàu nát hấp tấp chạy qua sân với tiếng reo:

- Anh!

- Em! – ông cũng reo lên, nhưng khẽ hơn, rồi hạ giọng, thì thầm – Không có ai trong nhà chứ?

Người đàn bà lắc:

- Không. Chỉ mình em. Sao anh gầy thế?

Ông rặn ra một nụ cười:

- Em vẫn nhận ra anh mà. Em không khác đi bao nhiêu.

- Anh nói dối – người đàn bà lúng túng vuốt mấy sợi tóc rơi xuống trán – Bao nhiêu năm rồi. em đâu còn trẻ. Anh vào nhà chơi nhé? Đừng ngại. Nhà em đi công tác vắng. Người ở về quê.

Ông lúng túng:

- Không, anh vội.

Người đàn bà nguýt:

- Anh thì lúc nào mà chả vội. Anh chỉ không vội đúng vào lúc cần phải vội thôi.

Ông Phác hiểu ý trách móc trong câu nói. Ông thì thào:

- Đừng trách anh nữa mà, anh xin. Anh biết mình có lỗi.

Hai người im lặng một lát, tìm câu tiếp theo.

- Em ơi! – ông nói khẽ.

Người đàn bà nhìn ông, chờ đợi:

- Gì cơ?

Ông ấp úng, mãi mới thốt nên lời:

- Em có… mắm tôm không?

- Có. Có tất: mắm tôm, chanh, ớt, rau thơm.., - người đàn bà nhìn ông đăm đăm, rồi buông thõng - Còn cần gì thêm không?

- Bọn anh lâu ngày mới gặp nhau, em ạ – ông lắp bắp – Em hiểu mà.

Khi ông Phác đặt mọi thứ mang về xuống bàn, ông Cảo phát cái đét vào đùi:

- Giỏi!

Ông Vũ phụ hoạ:

- Anh Phác bao giờ mà chẳng giỏi. Khó khăn nào cũng vượt qua, bữa chén nào cũng xuất sắc.

Ông Cảo ngẩn mặt hỏi:

- Ở đâu ra của quý thế này?

- Cảo còn nhớ em Kim Tuyến ở phố Phúc Trìu không?

- Nhớ chứ, sao không. Nghe nói người đẹp rồi lấy một ông kễnh.

Ông Phác buồn rầu gật.

- Thôi, bỏ chuyện quá khứ đi. Mình uống cái gì với thứ này đây?

- CHATEAUNEUF DU PAPE! – cười hỉ hả, ông Cảo đọc nhãn rượu thật to, như ra lệnh.

Và tung chăn đứng lên, xỏ chân vào đôi dép đứt quai, ông chạy vào phòng trong, lúi húi tìm một lát rồi chạy ra, giơ cho hai người xem cái mở nút chai đã rỉ sét.

6.

Bữa rượu hôm ấy thật vui.

Ba người ăn.

Ba người nói.

Ba người cười.

Ba người ngất ngư.

Họ quên mọi sự đời trong sung sướng.

Một bữa rượu hiếm hoi.

Một bữa rượu bất ngờ.

Nhìn vào, ai dám bảo đó không phải là ba người hạnh phúc?

1989-2016

MỘT SỐ PHẬN

1.

Trại Tân Lập nằm trong một khu rừng thưa thuộc huyện Hạ Hoà, Phú Thọ. Tôi từng ở trại này vào những năm 70 thế kỷ trước. Tôi nói và nhấn mạnh chữ "ở", chứ không dùng chữ "bị giam". Những bạn tù của tôi vào thời ấy đều nói như tôi. Trại giam đã thật sự trở thành một thứ nhà ở gần như bình thường, đúng là như thế, cho rất nhiều người.

Tôi từng qua vùng này năm 1947. Đi đường năm ấy rất vất vả, toàn rừng là rừng, rậm rạp lắm, âm u lắm. Có một câu nói cửa miệng về một miền đất không ai muốn đến:

"Sông Thao nước đục người đen
Ai lên Vũ Ẻn thì quên đường về".

Sông Thao là dòng chính của sông Hồng. Nó khởi đi từ Vân Nam bên Tàu, chảy đến ngã ba Hạc ở Việt Trì, hoà với nước sông Đà và sông Lô thì hết tên. Tôi không thể không nhớ tới câu ca trên khi qua phà Ấm Thượng để đến trại Tân Lập. Bến phà này cách Vũ Ẻn khoảng hơn chục cây số.

Đêm, sương xuống mờ mờ, trời bàng bạc, lạnh se se Tôi qua sông lần này không bằng đò ngang, hai vai không nặng súng trường và ba lô, mà qua bằng phà rộng, có ca nô dắt, ngồi chễm chệ trong xe "com-măng-ca". Chỉ phải tội hai tay bị còng và phải yên chỗ, không được ra khỏi xe.

Sông Thao về đêm đen đặc, xa xa thấp thoáng mấy ngọn lửa chài. Khi nào máy nổ kêu nhỏ thì nghe thấy nước dào dạt nơi mạn phà.

Tôi được chở đi từ trại quân pháp Bất Bạt ở Sơn Tây vào chiều muộn. Đi là đi, chẳng biết đi đâu. Người áp giải không nói. Tôi cũng không hỏi. Từ hơn bốn năm rồi, tôi không còn là của tôi. Mà là một con vật trong những đàn súc vật lúc nhúc trong chuồng, theo nghĩa đen.

Xe chạy liên miên trên con đường xuyên sơn vắng tanh. Con đường không ra đường hàng tỉnh, không ra đường hàng huyện - nó ngoằn ngoèo, nó cong queo, nó gấp khúc, làm cho chiếc com-măng-ca nhỏ bé lúc quặt, lúc quẹo, nghiêng hẳn như sắp đổ, lúc lại nhảy chồm chồm như ngựa vía, hết leo lên lại trườn xuống. Lá cây loà xoà hai bên đường không ngớt quất vào kính xe, thành xe.

Cứ thế con đường dài mãi, hết rừng này đến rừng khác.

"Luồn rừng đi mãi tưởng rừng theo
Ôi lòng rừng rộng biết bao nhiêu!
Tưởng đi cho hết đời ta nữa,
Rừng vẫn theo ta mỗi mỗi chiều".

Lại nhớ đến cảnh Phạm Hổ mấy năm trước gặm bút chì hí hoáy chép vào sổ tay cho tôi mấy câu thơ trên khi hai thằng ngồi thả chân xuống con suối trong vắt giữa cái nóng ngột ngạt của rừng già Việt Bắc, cái thuở đã thành xa lơ xa lắc. Là nhà thơ, nhưng Phạm Hổ có cặp mắt không mơ màng chút nào. Đang chép thơ cho tôi, mắt anh đã bắt kịp một cánh chim đỏ chót bay vút ngang trong um tùm cây lá, nhanh như một mũi tên. Phạm Hổ reo lên, miệng chặc chặc, mặt sướng điên, chỉ cho tôi thấy, trong đầu hắn lại vang vang một tứ thơ chợt đến. Tiếc hùi hụi cuốn sổ tay chứa nhiều tư liệu quý, trong đó có mấy câu thơ Phạm Hổ bị công an lấy mất khi khám nhà.

Đón tôi vào nửa đêm là những hình nhân câm lặng màu hoàng thổ qua lại thấp thoáng trên nền một bức tường cao với dây thép gai trong ánh chập chờn của ngọn đèn bão đung đưa.

Phải nhiều ngày sau, tôi mới biết mình ở đâu.

Trại mà người ta vừa đưa tôi tới có tên Tân Lập, nghĩa nôm là mới mở ra, mới lập ra, mới xây dựng. Tên Tân Lập từ khi có cách mạng được đặt cho rất nhiều vùng đất.

Theo lời những tù nhân có thâm niên cao, từng ở qua nhiều trại, thì Tân Lập là một trại hiền. Dữ nhất là Cổng Trời, rồi đến Phong Quang. Được ở Tân Lập, họ nói, là phúc.

Mà phúc thật.

Tù ở đây được ăn tương đối no hơn các trại khác, cai tù (nay gọi là quản giáo), lính canh (nay gọi là công an nhân dân võ trang) tương đối hiền hơn các trại khác.

Tương đối thôi, không thể hơn, nhưng thế đã đủ gọi là may rồi.

Đời tù, phỏng còn mong gì hơn?

2.

Ở trại A Tân Lập, trại chính, ngoài những cái phúc nói trên, còn có một cái phúc thêm, đáng phải kể - ấy là tù được đi tắm suối A Mai tuần một lần.

Ngày được tắm suối là ngày sung sướng. Chúng tôi cứ để nguyên quần áo mà phóng ào xuống con suối trong vắt và mát rượi, vừa kỳ cọ tấm thân ghẻ lở, vừa cho dòng nước chảy xiết cuốn đi mọi bụi bặm, mồ hôi bám chết vào quần áo, rồi cứ thế mặc đồ ướt lướt thướt về trại.

Còn một cái sướng thêm cần phải kể, ở trại khác không có, là chúng tôi được phép mang nước trữ về phòng. Nước trong nhà giam là của quý, anh tù nào cũng có một ống bương để đựng. Khi cánh cửa phòng giam đã khoá lại thì nước dự trữ rất hữu dụng. Trong phòng nóng nực, ngột ngạt, có được ca nước mà giội lên tấm thân bỏng rẫy, nhất là vào mùa hè, thì tuyệt trần đời. Chưa kể chuyện "nhặm xà"[1] là thú vui duy nhất trong đời tù mỗi khi đêm xuống, cho dù trại cấm ngặt không được dùng lửa trong phòng giam. Lửa có được là nhờ có dầu diesel tù thó được hoặc mua được ở tổ máy kéo.

Căn phòng tôi nói đây không phải một phòng, mà là một ngôi nhà năm gian kiểu cổ dài khoảng hơn hai mươi thước, với những cột lim vuông có mấu cho tù nằm giường trên leo lên tụt xuống. Trong trại có năm nhà, mỗi nhà chứa khoảng trăm tù. Khác với nhà ở theo hình dung thông thường, nhà giam hay phòng giam có tường bao bằng bê tông dày ít nhất năm mươi phân, mỗi gian có một cửa sổ nhỏ với song sắt to đùng. Trần nhà làm bằng phên tre, bên trên phủ hai lần lưới B40. Là nghe tù làm những ngôi nhà này kể thế, chứ chưa có ai vượt ngục bằng đường lên trần.

Những ống nước quý giá được treo lủng lẳng ở các cột nơi hai giường tầng chạy suốt năm gian. Chỗ nằm cho một người vừa bằng chiều ngang một chiếu cá nhân, khi tù đông thì chiếu nọ đè chiếu kia, người nằm theo cách úp thìa. Mùa đông không sao, chứ mùa hè thì cơ khổ. Không khí trong phòng ngột ngạt, chỗ này ngáy vang, chỗ kia nói mơ, ban đêm mà chẳng có lúc nào tĩnh lặng. Không biết tả thế các bạn đã hình dung được nơi giam tù thời ấy chưa, hay còn phải tả thêm?

Câu chuyện tôi sẽ kể bắt đầu từ chỗ này.

Một anh tù mới đến, mới được phân về một toán trong phòng, không biết là tù có án hay tù cải tạo[2], không hiểu vì cớ gì hay tìm ai, leo lên chỗ tôi nằm. Anh ta vô ý đụng đầu cái bốp vào một ống nước.

Chuyện thường, chẳng có lý cớ gì để phải nổi quạu. Khi biết ống nước là của tôi, anh ta liền xông tới, phóng ngay một cú đấm

---

[1] *Uống trà.*

[2] *Tù có án thì biết ngày được về, tù cải tạo thì cứ ở đấy, hết lệnh này đến lệnh khác, mỗi lệnh 3 năm. Cả hai thứ tù đều mặc áo có in hai chữ CT (cải tạo) bằng hắc ín ở lưng.*

vào mặt.

May, tôi tránh được cú đấm nặng cân ấy. Trong một phản xạ vô thức, tôi dồn sức vào một chân, rướn người, dùng hết sức tặng anh ta một cú đấm trả. Anh tù đang đà xông tới bật ngửa, rơi xuống đất cái rầm.

Cùng lúc, mấy "sĩ quan"[1] ở tầng trên giường đối diện phóng sang.

Tôi là người tù "số lẻ"[2] duy nhất trong phòng, các sĩ quan có ý nể, thậm chí còn có chút ưu ái. Họ sẵn sàng cho kẻ gây hấn với tôi một bài học.

Anh tù nọ lồm cồm bò dậy, nhìn lên thấy tình hình bất lợi, lầm lũi bỏ đi.

3.

Sáng hôm sau, vào giờ điểm danh, tù ngồi thành khối theo toán ở sân trại. tôi mới nhìn thấy hậu quả cú đấm của mình. Một nửa mặt anh tù sưng vù, quầng mắt tím bầm. Anh ta rời hàng, đi về phía viên trung uý trực trại. Ngồi xa, chẳng cần nghe cũng biết anh ta đang bẩm báo ban giám thị chuyện xảy ra tối qua.

Viên trung uý mặt lạnh lắng lặng nghe, ném một cái nhìn ngờ vực về phía tôi, rồi phẩy tay ra hiệu cho anh ta về chỗ.

Không có gì xảy ra sau hôm ấy.

Theo lệ thường, người tù gây chuyện ẩu đả sẽ phải "đi cùm", nghĩa là bị biệt giam trong xà lim kỷ luật, bị cùm chân. Xà lim kỷ luật khác xà lim thường ở chỗ nó hẹp hơn, hôi thối hơn, tối tăm hơn, và rất nhiều rệp. Tuỳ theo hậu quả của vụ đánh nhau mà mức

---

[1] *Cách gọi những người tù ở thứ bậc cao trong nhà tù. Họ có thể là những người có sức mạnh hơn người , hoặc đã có sẵn tiếng tăm trong giới giang hồ ở ngoài xã hội. Họ tự đặt ra luật lệ trong phòng giam.*

[2] *Tù chính trị. Tù hình sự có số tù kết thúc bằng các số chẵn (2,4,6,8...)*

kỷ luật được định - nhẹ thì một tuần lễ, nặng thì cả tháng. Chưa kể những kỷ luật kèm theo như hạ mức ăn, đã cùm chân còn khoá tay.

Ban giám thị trại giam đã không áp dụng hình phạt với tôi. Chẳng phải họ tử tế với tôi. Chẳng qua không ai tin nổi tôi có thể gây ra sự lạ ấy, cho dù có bằng chứng là cái mặt sưng vù nọ.

Gì thì gì, sau vụ đụng độ ấy vị trí của tôi trong bộ lạc tù được nâng cao. Những người tù kháo nhau: "Chú ấy có nghệ".

"Nghệ" đây là võ, võ gì không cần biết, phần nhiều là võ giang hồ. Võ giang hồ không chia môn phái, không có những chiêu thức truyền thống để trở thành cổ điển. Nó là thứ võ lấy gan dạ, nhanh nhẹn và mưu trí làm nền tảng, từ đó hình thành những miếng, những thế, được truyền cho nhau theo cách học truyền khẩu, học mót. Người tù có nghệ là người có khả năng tự vệ trong cuộc sống theo luật rừng, mạnh được yếu thua. Người có nghệ được các bạn cùng tù vì nể. Hoặc ngần ngại tránh xa.

Một tên tù chính trị là tôi lại rơi vào môi trường hình sự là chuyện cũng đáng để kể, nó thú vị, nhưng không dính dáng gì đến câu chuyện đang được nói tới, tôi sẽ kể vào lúc khác. Chứ động đến cái gì cũng kể thì lan man lắm.

Người ta lầm - tôi chưa từng học một môn võ nghệ nào trong đời. Là nói về những môn võ chính tông ấy - như là Thiếu Lâm, Nga My của Tàu hay Bình Định nội hoá.

Cú đấm trả mạnh đến như thế là điều khó hiểu đối với chính tôi. Chỉ có thể giải thích nó bằng sự bùng nổ của lòng căm giận tích lại nhiều năm. Gặp dịp thì nó bung ra. Một cú đấm thuần tuý vô thức.

Chuyện đánh nhau trong tù tôi chưa nói với ai, kể cả với vợ con - đánh nhau đâu có phải chuyện để khoe. Tôi chỉ buột miệng kể ra trong một bữa liên hoan với bạn bè mừng tôi ra tù. Mấy ông bạn thân cứ nằng nặc bắt tôi phải kể chuyện tù. Đành phải kể. Chuyện tù là thứ chuyện những ai chưa từng ở tù rất thích nghe, đơn giản vì chúng đều là sự lạ, ngoài đời không thể có. Câu chuyện đánh nhau tôi không muốn kể hoá ra lại có hiệu quả bất ngờ. Các ông bạn vỗ đùi đen đét bảo tôi thế nào cũng phải viết nó ra, chuyện thú vị đấy, không thường đâu, không viết cũng hoài.

Tôi hứa, rồi quên bẵng. Tuy nó đáng kể lại, nhưng với tôi, câu chuyện là một kỷ niệm không hề thú vị. Nó là thứ cật nứa cứa vào lòng, cười đấy rồi khóc đấy.

4.

Khi vụ ẩu đả đã hết là thời sự, tôi mới tìm đến người đánh tôi.

Tôi tìm đến là vì tôi ân hận.

Nhìn nửa mặt sưng vù, một bên mắt tím bầm của cậu ta tôi thấy trong lòng bất nhẫn. Tôi không hề có ý định đánh nhau với ai, lại càng không muốn một kết quả như thế.

Đối thủ không ngờ của tôi tên Trực. Cao, to. đậm người, cái nhìn thẳng thắn, với những nét như tạc trên mặt, rất đặc sắc của người đồng bằng sông Hồng.

Trực sống cô độc, không bạn bè. Lính mới, là cách tù nhân gọi người mới bị bắt, thường là thế. Họ bỡ ngỡ, họ ngờ vực nhìn quanh, chỗ nào cũng thấy hiểm hoạ. Lính cựu thì khác, đã nhiều lần vào tù ra khám họ chẳng lạ lẫm bất cứ trại nào, ở đâu họ cũng là cá trong nước.

Giờ nghỉ, Trực thường tìm một góc vắng, ngồi tựa lưng vào tường. Nhìn thấy tôi từ xa đi về phía mình, Trực rõi theo chăm chú, toàn thân căng thẳng.

Tôi lẳng lặng ngồi bệt xuống bên Trực.

- Tôi tìm chú để xin lỗi - tôi nói khẽ.

Ngẩn mặt nhìn tôi, rồi hiểu ra tôi không đến để gây sự, Trực cũng cất tiếng khẽ, giọng còn vỡ rạn:

- Em mới có lỗi mà anh.

Chúng tôi im lặng hồi lâu.

Rồi nhìn tôi, Trực rơm rớm nước mắt:

- Em chả biết tại sao lúc ấy em lại làm thế… Anh bỏ qua cho em nhá?

Tôi đặt tay tôi lên bàn tay thô nháp của Trực.

- Quên chuyện ấy đi, nhá?

Trực gật, như một đứa trẻ:

- Dạ.

Tôi thích cái cách gật đầu của Trực. Nó chứng tỏ giữa hai chúng tôi không còn xa cách.

- Chú sao ở đây?

Trong tù, người ta thường không hỏi nhau về tội. Không phải điều cấm ky, nhưng là điều nên tránh. Sở dĩ tôi hỏi là vì mọi loại tù có án và không án đều vận chung một thứ quần áo màu xanh xám, không phân biệt.

- Em "boọp"[1], anh ạ.

Tôi thở dài. Lại một nạn nhân mới của cựu đảng trưởng, người tôi quen biết.

- Từ bao giờ?

- Chưa được một năm.

- Thế thì còn lâu đấy.

Cựu đảng trưởng bị mất chức do một tội được người ta uốn lưỡi gọi là sai lầm. Cái sai lầm có giá hàng vạn mạng người trong thực tế chẳng phải một mình y gây ra. Về mặt nào đó, có thể coi y là một thứ dê tế thần. Đồng bọn thương tình chuyển y sang giữ một chức tên to mà quyền bé - Chủ tịch Uỷ ban Thường vụ Quốc Hội. Quen quyền sinh quyền sát, nay phải chịu cảnh ngồi chơi xơi

---

[1] *Tập trung cải tạo (tiếng lóng).*

nước, y nặn óc ra cái oai còn sót lại ban bố ngay một nghị quyết mà y còn quyền ký. Nghị quyết này trao cho bộ máy trấn áp toàn quyền tống giam bất cứ tên dân nào bị coi là "phần tử có hại cho an ninh xã hội"[1]. Việc này không trái ý tân đảng trưởng, cũng là một tay anh chị trong chính trường, luôn miệng nói chuyên chính.

Khái niệm pháp lý "có hại cho an ninh xã hội" ra đời. Một khái niệm tù mù, hết sức co giãn, được thả cửa giải thích theo mọi cách.

Nhờ khái niệm này người ta tha hồ tống vào tù bất kỳ công dân nào. Ở thành phố là các loại trộm cắp: "lính đột", "lính mổ", "lính bè ngắn, bè dài", lính "cắc cùng kinh"[2]... vào đồn ra phủ nhiều lần, kể cả những anh chị giang hồ cộm cán nhưng chưa bị "quả tớm"[3] lần nào. Ở nông thôn là những kẻ hay trộm vặt, hay gây gổ với hàng xóm. Đó là loại "boọp" hình sự.

Thoạt nhìn thì thấy đó là việc nên làm - một khi đám lưu manh bị bắt sạch thì cuộc sống của dân chúng ắt sẽ yên ổn.

Tai vạ đến sau, là điều chẳng ai ngờ. Dường như những gì được nhà nước đưa ra như là quà quý thì sau mới biết nó chứa thuốc độc.

"Boọp" chính trị là thứ tù bị kết tội vu vơ hơn nhiều. Bất cứ người nào vô tình hay hữu ý nói dăm ba câu cạnh khoé tới các lãnh tụ tối cao là a lê hấp, "boọp". Đụng tới các lãnh tụ tối thấp, là các bậc chức sắc địa phương, cũng có thể bị "boọp", tuy trường hợp này xảy ra ít hơn. Tàn dư của xã hội cũ - cái tình làng nghĩa xóm, cái dây mơ rễ má họ hàng hang hốc trong một thôn, một làng chưa bị cách mạng diệt tận gốc, chính nó, đã cứu sống nhiều người.

Số "boọp" thuộc cả hai loại bị tóm đại, tóm không cần nghĩ ngợi, như một thông lệ, được tiến hành trước những ngày lễ lớn.

---

[1] *Nghị quyết mang số 49NQ/TVQH ra ngày 20. 6. 1961.*

[2] *Ăn trộm, ăn cắp, móc túi trên tàu hoả đường ngắn, đường dài, những tên vặn chuông đèn, củ điện xe đạp...*

[3] *Bị bắt quả tang (tiếng lóng).*

Lễ lớn qua, một số được tha, số khác, phần lớn là sĩ quan hoặc người làm việc cho chế độ cũ, thì bị tống lên xe tải chở tuốt lên rừng, tới các trại trung ương.

Nói tóm lại, sự giải thích tù mù cái nghị quyết nọ đã mở toang mọi cánh cửa cho mọi thanh toán cá nhân, mọi vu oan giá họa. Trong đảng cầm quyền, nó cũng là cái thuận tiện cho việc thanh lý môn hộ trong truyện kiếm hiệp. Do làm báo tôi mới biết cái Nghị quyết kinh khủng ấy, chứ dân thường chẳng ai để ý - nhà nước là bộ máy có toàn quyền từ thuở nó ra đời, nó muốn bắt ai thì bắt.

Theo nghị quyết về "tập trung cải tạo", tù "boọp" sẽ phải chịu một "lệnh" giam là ba năm. Sau ba năm, nếu không được coi là đã "cải tạo" tốt, thì được hưởng một "lệnh" tiếp, cứ thế mà diễn. Ở trại Tân Lập, cũng như các trại khác, tôi đã gặp những người ở đến "lệnh" thứ tư hoặc thứ năm. Thảng hoặc, có người ở miết, chính họ cũng không còn nhớ là đã ở đến lệnh thứ mấy.

Trực bị "boọp" do một nguyên cớ rất ất ơ. Ông bí thư đảng kiêm chủ tịch xã đã nhắm một cô gái cùng thôn cho con mình, đã ướm lời, bên nhà gái cũng bắn tiếng ưng thuận. Thế mà lại không thông đồng bén giọt - cô gái lại yêu cậu Trực, không chịu nghe lời cha mẹ. Con ông bí thư xã tìm anh dân thường táng cho một trận, cho nó biết thế nào là lễ độ. Trực cũng không phải tay vừa, nện trả đến nơi đến chốn.

Con ông bí thư đi trạm xá xã khâu mấy mũi trên mặt. Anh dân thường đi "boọp".

Tôi sẽ không kể lại chuyện Trực bị bắt thế nào. Mỗi người bị rơi vào nhà tù một cách. Tôi được nghe kể rất nhiều trường hợp bị bắt. Cách nào thì cách, đều có những tình tiết thú vị. Chưa ăn xong bữa cơm thì bị người ta xộc vào nhà lôi đi. Nửa đêm, đang ngủ ngon thì bị dựng dậy, mắt nhắm mắt mở vào tù. Đang đi bán gà ở chợ thì bị bắt, thế là người bị bắt mang cả bu gà kêu quang quác vào trại. Người bị bắt thường không ngờ. Người đi bắt, được gọi là các "phó tóm", cũng không ngờ nốt. Nhận được lệnh đi bắt mới biết mình phải bắt kẻ nào, có khi người bị bắt là bạn cùng phố, có khi là người thân trong họ.

Trực đang cày ngoài đồng thì ông bí thư dẫn tay công an huyện ra tận ruộng trói gô lại, mặc cho con trâu đứng ngơ ngẩn với cái cày chìa vôi sau đít. Trực bị dẫn về trụ sở uỷ ban, ở đấy người ta nhanh chóng làm công việc sổ sách, rồi quẳng Trực lên một cái xe bò. Xe bò túc tắc trên đường làng gồ ghề. Anh công an ngậm điếu thuốc Tam Đảo ủng đỉnh dắt xe đạp theo sau. Con lợn ông bí thư xã vừa mua giúp cơ quan công an huyện ngủ gà ngủ vịt, người tù ngao ngán nhìn trời, người và lợn lúc lắc cùng nhịp với bánh xe. Một trường đoạn thú vị cho một phim truyện.

Tôi không nói với Trực rằng hy vọng được thả sau một "lệnh" là rất mong manh. Người tù thông minh là người tù không nghĩ tới ngày về. Ở lâu cậu ta khắc hiểu.

Không biết tại các ban giám thị trại lười, không quan tâm tới những người tù dưới quyền mình cai quản để để đạt lên trên mỗi đợt xét tha, hay muốn giữ họ ở lâu hơn để lao động không công cho trại. Tù vào thì ùn ùn, tù được về thì lác đác. Trại giam không nuôi tù. Tù tự làm ra của cải nuôi mình, nuôi ban giám thị, nuôi cả nhà nước nữa, nói cho vuông. Vội tha nó làm gì?

Sau lần xin lỗi nhau ấy, chúng tôi thành bạn.

5.

Vụ đánh nhau rồi dàn hoà, hoá ra không đơn giản. Nó còn liên quan tới cái trật tự đã được thiết lập vững chắc trong phòng giam.

Châu Bún bảo tôi:

- Em phải xử nó. Thằng này láo!

- Thôi mà - tôi nói – Anh nói chuyện với nó rồi. Nó chẳng cố ý. Bỏ qua đi.

Ở bất cứ bất cứ phòng giam nào, ở trại nào, cũng có những kẻ xưng hùng xưng bá thường được gọi là "đầu gấu" hay "đại bàng".

Để trở thành "đầu gấu" hay "đại bàng", những tay anh chị từ khi ở ngoài xã hội đã phải chứng tỏ hơn người ở tính gan dạ, liều lĩnh, dám cho "toé me"[1] bất cứ kẻ nào cản đường. "Đầu gấu", "đại bàng" là cái nạn kinh hoàng với người tù - bị ăn cướp, bị đánh đập, bị nộp thuế, bị sai bảo làm những việc kinh tởm, nói tóm lại: đủ mọi thứ cực hình. Nhiều người đã viết về cái nạn này, với những miêu tả tỉ mỉ, chỉ đọc thôi cũng đủ rợn tóc gáy.

Châu Bún là một thứ như vậy.

Ấy thế nhưng cuộc đời vẫn cứ có ngoại lệ.

Trong phòng giam mà tôi rơi vào không có "đầu gấu" hay "đại bàng". Thay vào đấy có ba người đứng đầu gọi là ba "sĩ quan". Châu Bún là một.

Ba "sĩ quan" này là hiện tượng không chỉ lạ, mà rất lạ.

Họ không áp chế bạn tù, không tước đoạt của ai, chỉ an nhàn làm việc giữ trật tự trong phòng, không cho phép xảy ra sự ỷ mạnh hiếp yếu, đã thế lại còn bênh vực đám lính "vét đĩa"[2], rất là Lương Sơn Bạc. Cũng không có sự tranh giành vai vế trong họ như chuyện thường xảy ra trong các trại, do cả ba là bạn thiết ở ngoài đời. Không hoà đồng với bạn tù, cũng không quá cách biệt, ba "sĩ quan" giữ một khoảng cách vừa phải, đủ để phân biệt trên dưới. Đáp lại sự tử tế ấy, hay nói cho đúng, sự không dùng quyền lực để bắt nạt kẻ dưới, mỗi khi có "tắc[3]" người tù nào cũng tự nguyện dành một phần dâng các sĩ quan. Các "sĩ quan" dửng dưng coi chuyện biếu xén, cống nạp ấy là hiển nhiên - họ có quyền được hưởng, và xứng đáng được hưởng.

Tôi chịu, không giải thích được hiện tượng này.

Mô hình quản trị cái xã hội nhỏ ở đây hoàn toàn có thể áp dụng cho cái xã hội to được gọi là chuyên chính vô sản ở ngoài kia. Để

---

[1] Đâm chém, gây đổ máu.

[2] Những người tù nghèo khổ, không gia đình, không có ai tiếp tế.

[3] Đồ tiếp tế, trong Nam gọi là thăm nuôi.

cho xã hội ổn định cần có một trật tự - anh bề trên, tôi phận dưới - để được sống yên, tôi cam chịu dâng tiến, anh cứ việc an hưởng. Nó chính là quy ước bất thành văn giữa kẻ cai trị và người bị trị. Ở cái phòng giam của chúng tôi, quy ước ấy được áp dụng ngon lành.

Khốn cái lũ bề trên khốn nạn ở cái xã hội to ngoài kia đã toạ hưởng đủ thứ của dân đen dâng lên rồi lại không chịu yên cơ. Chúng vẫn thấy cần phải thường xuyên đe nẹt, thường xuyên uốn nắn lũ dân bị trị kia sao cho trong đầu chúng không được nảy sinh những ý nghĩ lếu láo. Dân sợ đã đành. Chính chúng cũng sợ. Việc các nhà tù đầy nhóc những người hiền lành là sự áp dụng kế "tiên hạ thủ vi cường"[1] của Tôn Tử cho kẻ địch khả dĩ hoặc chưa kịp ra đời. Là do sợ mà ra đấy. Cũng là một thứ sợ ẩn giấu trong lòng kẻ có quyền đấy. Thế mới có số nhà tù nhiều gấp vài chục lần thời thực dân Pháp đô hộ.

Trước cả phòng, Châu Bún tuyên bố: "Đây là anh tao, thằng nào đụng đến đừng trách tao vô tình".

Châu Bún là "sĩ quan", nhưng lại là người ham đọc sách. Châu Bún dành cho tôi sự ưu ái cách riêng khi biết tôi là người viết, mà cậu ta từng đọc. Chẳng cứ Châu Bún, sau này tôi còn được gặp nhiều tay anh chị nổi tiếng khác được giới giang hồ trọng vọng như Đội Tường, Quang Cóóng, Trí Trắng, Minh Bò, Bút Miền... cũng trọng người có học. Hiện tượng lạ, nhưng có thật.

Lại cũng là hiện tượng lạ, nhưng cũng lại có thật, ở chiều ngược lại - ấy là các vị lãnh tụ của đảng cầm quyền tuy đã được tôn vinh ầm ĩ trên mọi phương tiện truyền thông của chính mình vẫn thấy còn thiếu . Các vị luôn miệng ca ngợi bần cố nông, công nhân, nhưng chính các vị lại vẫn thích tỏ ra mình là trí thức. Nhìn kỹ thì thấy đó chính là sự tự ti. Vốn là những người ít học, nay quyền đến tay, được đè đầu cưỡi cổ những bậc trí giả mà hôm trước họ còn phải ngước mắt nhìn lên, họ rất muốn tỏ ra, phô ra là họ chẳng

---

[1] Ra tay trước thì dành được lợi thế, trở thành kẻ mạnh (Tôn Tử binh pháp).

kém ai, họ cũng là trí thức. Cứ nhìn số lượng lớn các hồi ký, thơ, cả những tác phẩm giáo huấn của họ thì thấy. Cựu đảng trưởng Trường Chinh ngoài những sách giáo huấn còn là nhà thơ Sóng Hồng. Trưởng Ban tổ chức trung ương Lê Đức Thọ còn in thơ nhiều hơn: "Trên những nẻo đường, Nhật ký đường ra tiền tuyến... Tân đảng trưởng Lê Duẩn vạch đường "Cách mạng xã hội chủ nghĩa ở Việt Nam. Tướng Nguyễn Chí Thanh hay khoe gốc nông dân rởm thì cho in "Chống chủ nghĩa cá nhân". Vân vân và vân vân

Vì cái trật tự nói trên, mặc dầu tôi can ngăn, Châu Bún vẫn khăng khăng không muốn bỏ qua vụ đánh lộn:

- Anh hiền quá. Chúng nó bậy, mình mà không dằn mặt là chúng nó nhờn.

- Anh xin chú rồi. Một lần này thôi - tôi vật nài - Nó có thù oán gì với anh đâu. Là do một phút bồng bột, nó đã biết lỗi.

- Vớ vẩn với chúng nó không được đâu, anh ạ. Sẽ không còn ra thể thống gì nữa ở cái chốn này.

Châu Bún cuối cùng rồi cũng chiều tôi, tuy trong lòng còn hậm hực.

Người nhỏ bé, da đen, dáng đi khệnh khạng, đầu hơi cúi, hai tay khuỳnh khuỳnh, tất cả cái đó là ra vẻ, chứ nhìn bề ngoài không thấy có uy. Người từng biết Châu Bún nhận xét: bên trong vẻ ngoài lù đù là một thùng thuốc nổ có sức công phá dữ dội. Châu Bún, và cả Bút Miền nữa, đã trở thành huyền thoại về cái chất lì. bất cần đời, trong những cuộc va chạm nảy lửa trong giới giang hồ.

Cả hai là học sinh miền Nam được đưa ra Bắc học tập sau khi đất nước chia đôi, cha mẹ là cán bộ ở lại nằm vùng. Đám học sinh miền Nam này được hưởng mọi ưu tiên ưu đãi trong một trường đặc biệt mang tên người anh hùng đang được tôn vinh Nguyễn Văn Trỗi, gọi tắt là trường Trỗi. Học sinh trường Trỗi nổi tiếng quậy phá và đánh lộn.

Châu Bún và Bút Miền bị "boọp" vì nhiều lần đánh công an te

tua. Sau này tôi còn gặp trong tù nhiều thiếu niên được tuyên dương "dũng sĩ diệt Mỹ" từ miền Nam ra. Không biết các "dũng sĩ diệt Mỹ"đạt được danh hiệu sang trọng ấy cách nào, tôi không nghe các cháu kể. Chuyện diệt công an thì các cháu tả vanh vách, vẻ tự hào trên mặt. Diệt ở đây không có nghĩa giết, chỉ có nghĩa đánh lại, chắc chắn có quá tay. Tội ấy, nếu là dân thường thì bị xử tù. Với các cháu từ miền Nam ra, đảng ngại ảnh hưởng tới cuộc chiến đấu của cha mẹ chúng trong ấy, nên các cháu chỉ bị "boọp".

Châu Bún rồi hài lòng thấy Trực thích quanh quẩn với chúng tôi. Càng gần Trực, tôi càng thấy Trực có tất cả những gì tốt đẹp ở người nông dân. Hiền lành, cởi mở, tốt bụng, hay giúp đỡ mọi người. Từ khi chúng tôi làm lành với nhau, Trực không còn cảm thấy cô đơn nữa.

Tôi thì lại không giúp được gì cho Trực.

Mà Trực lại cần giúp lắm - cậu ta đói, ăn mà như không ăn. Đang tuổi sức dài vai rộng, suất cơm tù lại quá ít, đám trẻ đói nhất trong bộ lạc tù. Không kể những người bị kỷ luật bị hạ mức ăn xuống 9,00 kg/tháng, người tù được hưởng tiêu chuẩn 13,5 kg/tháng, không kém dân thường bên ngoài. Nhưng ở trong tù thì ai kiểm tra được tiêu chuẩn ấy. Những tin đồn về nhà bếp đã được ăn thoải mái thủng nồi trôi rế, lại còn bớt gạo nuôi lợn cơ quan lan tràn.

Như một quy luật, chỉ sau một thời gian trại mới có tù đến ở, là mọi loại sinh vật cũng như mọi thứ thực vật có thể bỏ vào miệng ở bán kính vài cây số quanh trại - ếch, nhái, ễnh ương, cóc, rắn, chuột, nấm to nấm nhỏ, mộc nhĩ, rau má, rau sam, rau dớn, tập tàng, cần dại… không còn bóng dáng. Hết sạch. Nhẵn như chùi.

Đói đến nỗi có anh tù trước là võ sĩ quyền Anh hạng ruồi do háu ăn quá để sa vào cảnh vay ăn trước rồi trả sau gấp đôi gấp ba, bị cúp cơm, đã ăn cả báo Nhân Dân, có bận ăn hai tờ một lần.

Tôi kể thêm vài chi tiết lăng nhăng trong câu chuyện này cho người chưa hình dung được cái sự tù xã hội chủ nghĩa nó ra làm sao, chứ ở đây tôi muốn nói chuyện khác - chuyện số phận con người.

6.

Có được bạn mới là chúng tôi, Trực tươi tỉnh hẳn lên. Cậu ta tung tăng đi lại, trò chuyện, không còn ngồi chỗ vắng với bộ mặt ỉu xìu nữa.

Nói về chuyện trại giam là cái để cải tạo công dân xấu thành công dân tốt, người ta hay dùng cụm từ "an tâm cải tạo" để chỉ thái độ của người tù cam chịu sự bị giam như là một thành tích của trại tù. Trong thực tế, chính tình bạn của những người tù, nhờ sự nương tựa, an ủi lẫn nhau của người cùng cảnh ngộ mới làm cho họ không nổi sùng, mới tạo ra được sự "yên tâm cải tạo" ấy. Những bài giảng dài dòng văn tự trên hội trường của các giảng viên chính trị chỉ là nước đổ đầu vịt.

Trực còn mơ thấy ngày ra tù cậu ta sẽ làm gì.

- Em sẽ nuôi giun anh ạ.

- Nuôi giun?

- Vâng. Có một cậu ở đây kể cho em nghe cậu ấy nuôi giun làm thức ăn cho gà thế nào. Kinh nghiệm hay đáo để. Gà ăn giun chóng béo, lại ít bị rù.

- Thế à?

- Vườn nhà em rộng, làm trại giun ngon ơ. Chọn một khoảnh, chia ra làm nhiều ô theo vòng đời của giun, lấy giun ở ô này xong thì sang ô khác, cứ thế, gà không bao giờ thiếu giun…

Một ngày khác, Trực lại mơ nuôi thỏ.

- Tại sao lại là thỏ? – tôi hỏi.

- Giống này dễ nuôi, chỉ ăn các thứ lá – lá sắn, lá khoai, lá dâu…tuốt mo, mà mắn đẻ lắm. Một năm thỏ cái đẻ sáu bảy lứa…

- Chú đã nuôi bao giờ chưa?

- Đã, anh ạ.

- Ăn thua không?

- Cũng khơ khớ. Chỉ khó chỗ bán. Không có lái mua. Người quê không quen ăn. Người tỉnh ăn, nhưng họ không tự làm, không quen. Phải tìm hiệu ăn hay làm các món thỏ mà bán. Có khi họ mua của người khác rồi, mình lại phải mang về…

- Nhiêu khê nhỉ?

Trực gật.

Lần sau lại nói tới một kế hoạch khác.

Người tù là kẻ mơ mộng vô song. Trong đầu họ bao giờ cũng có những dự định, nhỏ hoặc lớn, khi đời tù kết thúc. Những dự định này mà thông đồng bén giọt thì họ sẽ giàu, hoặc ít nhất thì cũng không còn phải ăn bữa nay lo bữa mai. Thậm chí họ nghĩ cả tới việc sẽ phải giấu của cải thế nào trước con mắt soi mói của nhà nước. Cái nhà nước chuyên chính vô sản nói ra miệng rằng phải trấn áp sự giàu vì giàu có là mầm mống của chủ nghĩa tư bản.

Một lần, tôi hỏi Trực:

- Chú không có ý nghĩ trả thù bố con lão bí thư đảng kiêm chủ tịch à?

Trực bặm môi, lắc đầu:

- Không, anh ạ.

- Tại sao?

Trực ngẩng nhìn tôi:

- Chúng nó có quyền trong tay. Quyền cho phép chúng nó tạo ra đủ mọi mánh khoé, tha hồ đổi trắng thay đen.

- Ờ, kể cũng khó…

Ngẫm nghĩ, Trực nói:

- Vì thế em không có ý trả thù.

Tôi im lặng.

- Trả thù mà vô ích thì trả thù làm gì? Để lại đi tù lần nữa ư?

Tôi gật:

- Chú nghĩ cũng phải. Ta là gà trong lồng, lợn trong rọ. Quậy lắm chỉ tổ xây xát.

Trực chém tay vào khoảng không:

- Nhưng thù thì em không quên. Rồi sẽ có ngày…

Người nông dân Việt Nam mình là thế. Không có những ước mơ cao sang, chỉ mong được ngày hai bữa cơm no, có áo lành, với một chút dư thừa trong cuộc sống yên bình. Thậm chí họ cũng chẳng nghĩ tới vùng lên chống lại kẻ đè nén mình. Nhưng muốn sống yên cũng chẳng được!

Chẳng mấy chốc Trực được trại nhận xét là "cải tạo tốt", cho "đi tự giác". "Đi tự giác" là được đi làm ở ngoài trại theo sự phân công của cán bộ quản giáo mà không có công an áp giải. Người được "đi tự giác" là người được ban giám thị tin chắc họ không bỏ trốn.

Kể cũng buồn cười - nếu chọn trên cơ sở ấy thì có thể chọn gần hết tù trong trại - ai cũng biết rằng bỏ trốn là rất khó trong một nước mà đi từ chỗ này đến chỗ kia phải khai tạm vắng khi đi, khai tạm trú khi đến. Ấy là chưa kể dân chúng chung quanh trại đã được giáo dục đến nơi đến chốn để phát hiện, tố cáo những kẻ đi đường có bộ dạng đáng ngờ là tù trốn. Người phát hiện tù trốn sẽ được thưởng. Cho nên sự trốn tù rất ít khi xảy ra, đặc biệt trong số tù chính trị. Tù hình sự thì có, tuy cũng hãn hữu. Phần nhiều "boọp" hình sự là lưu manh, trộm cắp. Toát ra ngoài, họ có thể kiếm sống dễ dàng. Trong đời tù của tôi, tôi đã chứng kiến vài cuộc trốn tù. Hầu hết là thất bại. Chỉ vài ngày sau đã thấy những người tù trốn mặt mày hốc hác, quần áo tả tơi, bị trói giật cánh khuỷu dong về trại, tống vào xà lim kỷ luật. Tôi chỉ được chứng kiến một lần trốn trại thành công. Không hiểu bằng cách nào mà một anh tù hình sự trẻ đã vượt thoát bằng cách chui lọt qua được hàng chấn song hẹp và đi mất tiêu, không thấy bị giải về. Cán bộ trại ngẩn ngơ – không thể tin nổi một người có thể ép dẹp mình để qua được một khoảng cách hẹp đến thế.

Theo thói quen ở các trại, tù "tự giác" thường được chọn từ tù hình sự, dù bị tù họ vẫn được coi là "bạn của nhân dân". Tuy nhiên cũng có vài người tù chính trị, "kẻ thù của nhân dân", được hưởng đặc ân này. Đó là những người mà ban giám thị trại giam nhận họ vào trại khi họ bị giải đến, chứ chỉ ít lâu sau là người ta biết tỏng họ chẳng qua do số đen vận rủi mà đi tù, chứ không có tội. Tuy nhiên, chẳng ai nói nhận xét ấy ra miệng.

Tôi mừng cho Trực. Người đi "tự giác" có rất nhiều điều kiện để cải thiện đời sống. Họ có thể lên đồi hái chè, sao chè, rồi lén lút mang về trại "chác" lấy đồ mà những người tù khác được phép mang theo khi bị bắt, nhiều nhất là quần áo. Quần áo được mang vào trại đều bị đóng hai chữ CT (tức Cải Tạo) to tướng, nhưng hoàn toàn có thể tẩy sạch bằng dầu diesel. Dân quanh trại nghèo rớt mồng tơi, áo quần rách rưới, sẵn sàng bắt gà nhà, lấy rượu sắn rượu gạo tự nấu đổi lấy cái mặc.

Từ khi được đi "tự giác", Trực lại có da có thịt. Chúng tôi, những người bạn của Trực cũng có phận nhờ - khi thì mấy con cá kho khô, miếng thịt lợn luộc, có khi cả một con gà nướng đắp bùn - toàn thứ hiếm có trong đời tù. Mèng ra thì Trực cũng tha về vài ấm trà "tự biên tự diễn" tức là trà búp hái trên đồi rồi tự sao. Thứ trà này đặc biệt ngon vì toàn tôm ba lá hái đúng giờ, sao đúng lửa, không phải vì được uống trong tù mà thấy ngon, nó thật sự ngon, trước kia và sau này tôi chưa từng thấy...

6.

Rất bất ngờ, một hôm, Trực biến mất.

Tuy tù "tự giác" họp thành một toán riêng, nhưng đến chiều họ vẫn phải trở về phòng cùng với các tù khác. Chỉ đến khi điểm danh, cán bộ công an mới biết thiếu Trực.

Cả phòng nháo nhác: "Trực trốn rồi".

Tôi lặng đi. Châu Bún đến ngồi bên tôi:

- Khó tin lắm. Trốn thì phải có chuẩn bị. Mà chuẩn bị thì không qua được mắt em.

- Anh cũng không thấy có hiện tượng khác thường - tôi đồng tình - Chẳng lẽ nó giấu cả anh em mình?

Sáng hôm sau toán "tự giác" không được ra khỏi trại, trừ vài người làm việc ở trạm thuỷ điện, có tăng cường công an áp giải. Toàn bộ công an trại được huy động đi mọi ngả lùng sục. Thông thường, những người tù lâu năm nói, họ sẽ phục nhiều nhất ở các đầu mối giao thông, các bến đò, trạm xe.

Nếu như Trực trốn mà không cho cả tôi biết thì đó là một cuộc chuẩn bị rất chu đáo, tôi hy vọng Trực sẽ trốn thoát. Tôi cũng mong vạn nhất cuộc chạy trốn bất thành thì Trực sẽ bị giải về trại không thương tích. Đã có trường hợp tù trốn bị bắn chết, hoặc bị trọng thương vì đạn. Nhiều người bị công an tức giận đánh đập nặng nề cho bõ tức.

Nếu bị bắt lại Trực sẽ bị biệt giam trong xà lim kỷ luật, thường là hai đến ba tháng. Sau đó, tôi sẽ lại có Trực, cùng phòng, hoặc ở một phòng khác.

Tôi nôn nóng chờ đợi. Châu Bún làm bộ thản nhiên, nhưng tôi biết, cậu ta nôn nóng chẳng kém gì tôi. Những người tù khác cũng chăm chú theo dõi sự kiện như người đọc chờ đoạn kết một chuyện trinh thám.

Chiều hôm sau nữa người ta mới tìm thấy Trực. Trực không bị còng tay giải về, có lính đeo súng đi sau, mà nằm trên một xe trâu, dưới một mảnh bạt. Chúng tôi nhìn thấy cái xe trâu ấy đi từ cổng trại vào sân.

Trực đã trở về như thế.

Theo những người tù gần với các quản giáo, với ban giám thị, thì Trực đã mấy ngày được tách khỏi toán đi kiếm lá thuốc, cây thuốc trong rừng cho trạm xá. Việc của toán tự giác là dẫn nứa trên núi về đan tranh. Anh "tự giác" nào đạt định mức rồi thì về sớm, chưa đạt thì về muộn, không đi theo toán. Vì thế không ai để ý Trực về khi nào, chỉ tới giờ điểm danh mới biết Trực không có mặt.

Theo quy định, người tù chết sẽ phải được lập biên bản tử vong, với chữ ký của bác sĩ và nhà chức trách trong trại. Tù chết bình thường thì biên bản sẽ được lập trong trạm xá nhà tù. Nhưng Trực không ốm, không nằm trong trạm xá ngày nào, cũng không phải bị bắn chết khi chạy trốn để lập biên bản tại chỗ, cho nên người ta túm tụm bên cái xe trâu để làm thủ tục cuối cùng cho người chết, để bảo đảm là chính hắn đã chết chứ không phải ai khác.

Tôi không được nhìn thấy Trực lần cuối.

Những người được gọi ra đi mai táng Trực kể: da mặt Trực xám xịt, trên miệng có nhiều bọt đã khô. Trên xác vẫn còn những con kiến cuối cùng sau khi đàn kiến bâu đầy đã bị quét đi.

Tôi chỉ nhìn thấy cái xe trâu và những người bâu quanh nó qua cửa sổ phòng giam. Tôi nghe thấy tiếng búa nện chan chát xuống tấm ván thiên của cái quan tài mộc ghép vội ở lán mộc. Tôi nhìn thấy những người gánh quan tài trong đó có Trực với mấy người lính theo sau đi vào cái lỗ đen của cổng trại.

Thế là hết.

Tội ác rồi sẽ bị quên. Như người ta quên mọi thứ trên đời. Viên bí thư xã nọ rồi được tin Trực đã chết trong tù không mảy may ân hận, rất có thể trong một bữa liên hoan toàn xã đón giải luân lưu "Gió Đại Phong" hay "Cờ Ba Nhất". Con ông bí thư sẽ là một chú rể diện com-lê đi guốc miệng bỏm bẻm nhai trầu trong một đám cưới tưng bừng. Cô gái rồi bỗng nhớ tới mùi mồ hôi đầu của người yêu đã mất vào một ngày nào đó khi hít hà mùi da thịt đứa con thơ thứ mấy của mình.

Tôi buồn. Bầu trời hoàng hôn lại đang ngả màu tím bên ngoài

song sắt, như mọi hoàng hôn của mọi ngày.

Phải mấy hôm sau tôi mới được biết nguyên uỷ cái chết của Trực qua lời kể của các cán bộ công an.

Thì ra Trực không hề trốn.

Được phân công đi tìm nguồn thuốc nam cho trạm xá, Trực đi vào sâu những khu rừng rậm khá xa trại. Sở dĩ Trực được trại giao cho làm việc này vì có lần đã giúp y tá trại giải quyết một trường hợp cấp cứu bằng bài thuốc nam gia truyền, gồm mấy thứ cỏ ở ngay hàng rào trại. Trong khi lang thang Trực gặp một cây trong rừng có quả lạ, giống quả vải, màu xanh, có nhiều râu ngoài vỏ. Bóc vỏ ấy ra thì thấy quả có cùi trong không khác gì cùi vải. Những quả chín ấy có màu hồng rất đẹp.

Chắc quả ngon nên Trực đã ăn. Và ăn khá nhiều.

Trong cái đẹp và cái ngon ấy lại có cái độc.

Và Trực nằm đấy, chết dưới gốc cây có thứ quả giết người.

Thêm một lần, tôi nhớ tới chuyện "Tái ông mất ngựa".

Nhiều năm sau, nhớ lại câu chuyện này tôi nghĩ nên kể về nó. Không viết cũng hoài, như các bạn tôi nói. Nó sẽ có ích, trong chừng mực nào đó, với những ai chợt nhớ tới số phận một người quen đã vô tình quên lãng để bắt gặp ở đây một chút tương đồng.

Viết rồi mới thấy chẳng có bộ cánh văn chương nào vừa với nó. Truyện ngắn không ra truyện ngắn. Truyện ngắn gì mà lại lan man quá nhiều chuyện bên trong. Mà gọi là hồi ký cũng không xong. Mà cũng chẳng thể gọi là tuỳ bút.

Âu cứ gọi đại nó là chuyện kể đi. Đã là chuyện kể thì nó do dòng chuyện dắt đi chứ không phải do người kể cố ý.

Tôi nghĩ nhiều về số phận con người.

Mỗi người có một số phận, rất riêng, chẳng ai giống ai. Nhưng trong số phận của Trực tôi thấy thấp thoáng một cái gì đó, tuy không rõ rệt, nhưng là có - hình bóng số phận của cả một dân tộc.

Riêng đấy. Mà cũng là chung đấy.

Amen.

1992-2003

NẤM MỒ

Câu chuyện tôi kể ở đây không dài, lại không có những diễn biến đan xen, bất ngờ, khả dĩ dắt dẫn người đọc tới những suy đoán mung lung, đặng tạo ra sự lôi cuốn. Vì lẽ đó nó sẽ không thú vị, hoặc kém thú vị, tính theo chuẩn văn chương quen thuộc. Xin rào trước một câu như thế để người viết khỏi bị những phiền trách về sau.

Câu chuyện rất đáng được chia sẻ, theo tôi nghĩ. Điều làm tôi có chút băn khoăn là nên chọn cho nó hình thức nào đây để nó không trở thành nhàm chán. Sắp xếp lại các tình tiết cho có hình hài một truyện ngắn, tôi không muốn. Nó là câu chuyện để kể, không cần các thủ pháp tả tình tả cảnh. Nói tóm lại, tôi thấy sự can thiệp của thói quen viết văn chỉ làm câu chuyện mất đi cái mộc mạc của nó. Mà đấy lại là cái tôi muốn giữ.

Nhân vật thứ nhất tên Tâm, bạn thân của em gái tôi. Hai đứa trẻ cùng phố không rời nhau nửa bước suốt tuổi ấu thơ. Em gái tôi không có mặt trong câu chuyện này, nó đi lao động xuất khẩu ngay chuyến đầu tiên rồi ở lì bên Đức với tấm chồng kiếm được. Nhắc đến nó là để lý giải sự tình cờ nào đã dẫn tới câu chuyện mà thôi. Số là một hôm em tôi nhờ người mang quà cho tôi kèm theo lời nhắn nhờ chuyển cho Tâm thứ gì đó trong gói quà là thứ không có bán ở Việt Nam. Vì thế mà tôi gặp Tâm.

Tâm từng nổi tiếng xinh đẹp không phải chỉ trong phố tôi. Nghe kể thì có lần Tâm đi lao động ở công viên Bảy Mẫu, đám thanh niên đã vứt tuốt tuột cuốc xẻng rùng rùng chạy theo để ngắm cô gái gánh đất. Giờ đây, trước mặt tôi là một thiếu phụ đẫy đà, đã có vài vết chân chim nơi đuôi mắt. Chồng trước chết trong chiến tranh, cô tái giá, có hai con, một trai, một gái. Cùng với người chồng mới đã xin thôi việc nhà nước, cô mở một công ty buôn bán đồ gia dụng, nghe nói khá phát đạt.

Nhân vật thứ hai là một cựu binh thọt chân, tên Mịch, làm nghề sửa xe đạp. Cũng là người cùng phố với Tâm, sống trong một con hẻm, gia đình khá túng bấn. Chị vợ đạp máy khâu cho một cửa hàng may mặc. Anh chồng hình như bị nhiễm chất độc da cam trong cuộc chiến, hai vợ chồng lấy nhau nhiều năm rồi mà chẳng được mụn con nào. Dù mất một chân trong chiến đấu, nhưng vì lẽ gì đó, anh không được công nhận thương binh.

Còn một nhân vật nữa, chồng sau của Tâm, tuy không đóng vai trò đáng kể, nhưng cũng không thể vắng mặt trong câu chuyện.

Khi các nhân vật, từng người một, kể cho tôi nghe câu chuyện, họ đều xưng ở ngôi thứ nhất. Tôi thấy cứ ghi lại đúng như cách họ kể là tốt nhất, chỉ lược đi những chỗ rườm rà, tức là có bớt chứ không thêm.

Chúng tôi ngồi bên một cột đèn, nơi Mịch thường hành nghề. Anh không có chỗ hành nghề cố định. Khi có công an tới thì anh vừa bê hòm đồ chạy cà nhắc, vừa ngoảnh lại nhìn họ với nụ cười cầu tài. Họ thương tình anh chàng thọt, chỉ đuổi lấy lệ.

Ngồi trên hòm đồ, anh chăm chú lên lại cái vành chiếc xe đạp tôi đi mượn vừa bị đụng, nhẩn nha chuyện vãn:

- Ông đi tù lâu thế, những chín năm, kinh! Phố ta cũng ối người đi tù, Ở trong ấy ông có gặp người nào không? Những năm ông vắng mặt có biết bao nhiêu là chuyện xảy ra ở phố này. À, mà ai nói cho ông biết chuyện chúng tôi đi tìm mộ chồng cô Tâm?

- Chính cô ấy kể. Tôi muốn biết thêm, mới hỏi anh.

Mịch ngẩng lên nhìn tôi:

- Nói thật với ông, tôi ngại, tôi không muốn đụng đến chuyện ấy. Tôi biết mộ thằng Tường ở đâu, chứ sao không biết. Tôi biết, nhưng tôi không muốn nói. Từ nhiều năm rồi, tôi im như thóc... Tại sao ư? Có lý do, ông ạ. Kể ra thì dài dòng, nhưng mọi việc cũng đã qua, ông muốn nghe thì tôi kể ông nghe.

Câu chuyện đi tìm mộ người chồng trước tôi được nghe Tâm kể trong ngày giỗ cậu ấy, tôi được mời:

- Nhà em mất thế nào, em đâu có biết. Chỉ nhận được mỗi cái giấy báo tử thôi, anh ạ. Cứ như thể đời con người chỉ là một mảnh giấy bằng hai bàn tay. Chúng em ở với nhau được hai tháng thì nhà em bị gọi đi nghĩa vụ, vừa mặc bộ quần áo bộ đội vào người là phải đi B ngay. Từ đó bặt tin. Không thư từ, không nhắn nhe gì sất. Ở chiến trường tất nhiên không có bưu điện, nhưng còn quân bưu, sao lại không có thư? Nhà em không viết, hay viết mà không tới tay em, có giời biết. Chắc có viết, nhưng mất, chứ anh ấy không thể không viết. Giấy báo tử chỉ vắn tắt: đã hy sinh. Không rõ khi nào, ở đâu. Bỏ trống hết. Đoạn tang được một năm, em xây dựng gia đình với nhà em bây giờ.

- Cũng phải thôi. Ở goá mãi sao được - tôi nói để mà nói - Cô còn trẻ.

- Nhà em hồi ấy làm công tác thương nghiệp, ngành thực phẩm. Cũng lắm lời ong tiếng ve đấy, anh ạ. Rằng em khôn, là chuột sa chỉnh gạo. Thời tem phiếu cái gì cũng thiếu. Thiên hạ mắt tròn mắt dẹt xăm xoi các cửa hàng. Nhưng không phải vậy, anh nhà em là người có trước có sau, ăn ở như bát nước đầy, có thế em mới chọn. Đấy, ban thờ nhà em là anh ấy đặt làm đấy.

Trên ban thờ sơn son thếp vàng, hơi quê một chút bởi sự hoa hoe hoa xói, là ảnh người chồng cũ - một chàng trai mũi hếch vừa chui ra từ cái vỏ trẻ con, mũ cối, áo bộ đội không quân hàm. Tôi nhận ra cậu ta. Đám cưới tưng bừng lắm. Theo tôi nhớ thì hồi ấy cậu ta làm thợ tiện, hình như mới học việc thì phải. Cô vợ học dở dang Tổng hợp Văn, đang múa hai que trong tổ đan len. Hồi ấy người ta bàn ra tán vào về cuộc hôn nhân của hai người nhiều -

nào nhà cô Tâm khá giả, nhà chồng thì kiết xác, nào cô Tâm xinh đẹp là thế, mà anh chồng thì xấu mã, quê một cục. Cô Tâm được nhiều con ông to săn đón lắm, làm dâu những nhà ấy sướng một đời, không hiểu nghĩ sao lại ưng mỗi anh này.

Tôi thắp hương cho người quá cố. Cô Tâm đứng bên, lầm rầm khấn.

- Anh nhà em bây giờ rất tốt tính. Như người khác thì muốn vợ quên hết quá khứ với người cũ, nhưng anh ấy không, rất tôn trọng nhà em. Chính anh ấy lo lắng việc đi tìm mộ nhà em đấy. Nhà em bảo: vợ chồng mình sống với nhau được như bây giờ là nhờ anh ấy phù hộ, mình không được quên. Anh ấy mất, mồ mả không biết ở đâu, mình phải tìm cho bằng ra để đưa anh ấy về, em ạ.

- Làm thế là phải. Mới là người biết ăn ở.

- Cái vụ tìm mộ liệt sĩ chắc anh từng nghe, nhiêu khê lắm. Nhiều người khuyên bọn em tìm các nhà ngoại cảm. Chúng em nhờ mấy nơi rồi đấy ạ. Người nào người nấy nói vanh vách, cứ như thể các vị ấy nhìn thấy mộ nhà em ở chỗ nào, quanh mộ có những dấu hiệu gì, đi như thế nào thì đến… Nghe theo chỉ dẫn, đường xa mấy bọn em cũng đi, lúc tàu, lúc xe, lúc trèo đèo, lúc lội suối, thôi thì đủ. Rồi lần nào cũng như lần nào, đào đào bới bới, rốt cuộc chẳng thấy gì sất. Cũng có lần gặp cốt, nhưng cốt này của người cao lớn hơn nhà em nhiều, nhìn sọ thì biết, không phải. Đành lấp lại, để nguyên, phòng khi có người khác tìm. Chiến tranh thì liên miên, chỗ nào ở trong Nam chả có cốt vô thừa nhận… Sau, bọn em bỏ, không nhờ ngoại cảm nữa. Em nản rồi, nhưng nhà em thì không, đã quyết là phải làm đến nơi.

- Gần đây người ta nói nhiều về chuyện ngoại cảm… Người bảo có thật, người bảo không. Báo chí viết trong vụ này có nhiều bịp bợm.

- Cũng chẳng biết thế nào mà nói, anh ạ. Có người kể nhờ ngoại cảm mà tìm được mộ người thân đấy, mà là người đứng đắn hẳn hoi nói. Em nghĩ họ không bịa. Có điều, thiên hạ bảo khi nhà ngoại cảm đã đụng vào chuyện tiền nong, có ý kiếm chác thì không còn thiêng nữa, coi như hết điện.

- Thế rồi cô có tìm được cậu ấy không? - tôi hỏi.

- Được, anh ạ. Là do tình cờ thôi. Nhưng nhà em bảo: không phải, anh ấy dun dủi đấy.

- Dun dủi thế nào?

- Lần theo dấu vết những đơn vị của nhà em trong chiến trường rắc rối ơi là rắc rối - cơ quan này chỉ sang cơ quan kia, tìm được đơn vị này lại tòi ra đơn vị khác… Không phải người ta đùn đẩy đâu, sự thật là thế, chiến tranh hết, đơn vị này mất hẳn, đơn vị kia có nó nhập vào lại đổi phiên hiệu, cứ tít mù, anh ạ. Ấy là chưa kể người mới làm không biết, không nắm những việc cũ, họ chẳng dính líu, không tình cảm với cái đã qua, làm việc theo kiểu công chức ấy mà, hết giờ ở sở thì về. Phải khen anh nhà em bây giờ, anh ấy không nản. Rốt cuộc rồi cũng truy ra được một anh cùng đơn vị sau chót của nhà em. Anh này nói có gặp nhà em một lần sau cùng khi anh ấy bị thương, nhà em đến thăm, từ đó mất dấu. Anh thương binh này mù, cụt hai chân, ở mãi Hà Tĩnh, may, trí nhớ còn tốt. Anh ấy nói anh ấy nhớ như in cái lần ấy, khi anh ấy còn chưa bị mù, bị mù là trận sau kia. Cùng đi với nhà em có một anh, nói là người cùng phố, nhưng tên thì anh ấy nói nhớ mang máng, là Minh hay Mịnh gì đó…

Hai "nhà em" và các "anh ấy" trong lời kể của Tâm lúc đầu có làm tôi lẫn lộn, nhưng chú ý một chút là biết cô đang nói về ai.

- Rồi cô tìm được anh này?

- Nhà em chứ không phải em. Ở phố không có người nào đi bộ đội tên Minh. Nhưng có một anh tên Mịch, thương binh, cũng từng đi B…

- Đúng là người cần tìm?

- Đúng, anh ạ. Thế mới may chứ.

- Chú ấy kiên trì thật.

- Nhưng lúc đầu anh Mịch này một mực chối, bảo anh ấy không biết...

Tôi tò mò, mới đem câu chuyện Tâm kể hỏi Mịch.

- Khi hai vợ chồng cô ấy bước vào nhà hỏi tôi có phải tên Mịch, từng ở chiến trường B phải không, là tôi giật thót - Mịch kể - Tôi không có ý chờ, nhưng bụng bảo dạ rồi đây thể nào rồi cũng có lúc sẽ có người tìm tôi hỏi về cái chết của Tường.

- Trước đó anh không biết cô Tâm là vợ Tường? - tôi thắc mắc - Người cùng phố mà.

Mịch im lặng.

- Tức là anh biết?

- Biết chứ.

- Anh có ý định tìm cô ấy để nói về cái chết của chồng cô ấy không?

- Không.

- Tại sao?

- Tôi đã nói với ông rồi, tôi có lý do để không muốn nói - Mịch trầm ngâm - Nhưng thôi, chuyện đó để sau, rồi thế nào tôi cũng kể ông nghe mà. Cậu này với tôi ở cùng một đơn vị khi rời thành phố. Chúng tôi được chuyển đi trong đêm, trên một xe tải. Thân nhau cũng từ trên cái xe tải ấy. Nó đưa chúng tôi đi như chui vào một cái tương lai đen kịt. Tường kém tôi ba tuổi. Ở cái độ tuổi ấy chênh nhau như thế là nhiều, ông ạ. Rành rành một đằng anh, một đằng em. Như là lẽ đương nhiên, tôi tự coi mình có trách nhiệm săn sóc thằng em người "bang Muỗi Đốt".

- Bang Muỗi Đốt?

- Tức là Ô Đống Mác, gọi theo cách của dân bụi. Lính tráng cũng gọi theo.

- Anh ta không nói gì đến vợ?

- Có đấy, cậu ấy có nói qua, đâu mới lấy vợ được một hai tháng, người phố này, nghe rồi tôi quên. Trong đời lính, cái đó là chuyện vặt, chuyện thường tình. Thằng nào chẳng có chuyện ấy. Không có người yêu thì có vợ, không có cả hai thứ thì có mẹ có cha. Cũng có thể cậu ta ngượng, không muốn kể - cái tâm lý ấy ở thằng lính mới tò te là sự thường. Không kể những thằng hèn, thằng nhát, thằng lính mới nào cũng đều muốn phô ra cái bề ngoài dũng cảm, ngang tàng, ra cái điều chẳng kém cạnh đám lính cựu. Nhưng khi đã về Hà Nội rồi thì tôi biết cô Tâm là vợ nó. Là do làm nghề sửa xe, ông ạ, tay làm, nhưng tai vẫn nghe. Khách ngồi chờ mình sửa thì thích tán gẫu - đủ mọi thứ chuyện trên giời dưới đất.

- Tất nhiên rồi. Anh kể tiếp đi.

- Sau đó là chiến tranh - những trận đánh, những chiến trường. Không thể nhớ chúng tôi đã đi những đâu, đi thế nào, đánh thế nào. Khi cái đó quá nhiều thì nó trở thành nhàm, khỏi kể... Người nghe cũng chán. Điều may mắn là hai anh em luôn được ở gần nhau, khác đại đội nhưng cùng tiểu đoàn. May mắn nữa là bom đạn tránh cả hai, xây xát nhẹ có, nhưng bị thương thì không. Nói may mắn là không đủ, chiến tranh ở miền Nam ác liệt lắm, người chết, người bị thương la liệt mà mình không hề hấn gì thì phải nói là có phúc.

Cô Tâm:

- Em nghĩ mãi cũng không hiểu tại sao anh ấy không muốn nhận có biết nơi chôn cất nhà em. Cậy răng cũng không nói. Hỏi gì cũng chỉ ừ hữ, đánh trống lảng.

- Khó hiểu thật.

- Nhưng rồi anh ấy cũng hứa: "Mọi chuyện sau này cô sẽ rõ, chẳng cần tôi kể. Tôi sẽ đưa cô đi bốc mộ chú ấy. Tôi đã hứa, tôi sẽ làm". Anh ấy đã giữ lời hứa.

Chồng cô Tâm:

- Suốt chuyến đi, anh ấy tỏ ra không muốn bắt chuyện. Vì lẽ gì thì sau này em mới biết. Và thông cảm. Người nào mà chả có những điều không muốn nói ra, phải không anh? Sau chuyến bay Nội Bài-Tân Sơn Nhất, Tâm nhà em hơi mệt. Chúng em nghỉ lại Sài Gòn một đêm rồi hôm sau đi tiếp bằng xe đò…

Mịch:

- Anh từng ở bộ đội, anh biết. Chiến tranh là tan hoang. Mọi thứ, không chừa cái gì. Thế mà chỉ cần hết đánh nhau một ngày là mọi vật biến đổi. Cây cối lại đâm chồi, nẩy lộc, người lại tấp nập trên đường, nhà cửa bắt đầu được dựng lại, dù tạm bợ, dù xây mới. Huống hồ từng ấy năm đã qua. Đến nơi xảy ra trận đánh cuối cùng của chú Tường tôi không tài nào nhận ra. Với lại, anh tính, bộ đội mình toàn hành quân đêm, có mấy khi nhìn thấy quang cảnh ban ngày. Cái còn lại nhắc ta tới cảnh quan cũ thường là ngọn núi ở đâu đó, lấy nó làm chuẩn mà định hướng… Biết là đến nơi rồi, mà tôi cũng không dám chắc.

Tôi nói:

- Tôi cũng đã trải qua cảm giác ấy một lần, khi trở lại vùng đơn vị tôi bị bao vây trong một trận càn.

Mịch thở dài, nhìn ra đường. Những chiếc xe đạp loang loáng qua.

- Cây cầu nhỏ trên con lộ mà chúng tôi đặt mìn phá tung thì nay là một cái cầu mới rộng gấp ba, bởi hai bên mố cầu nhà cửa san sát, đã thành một thị trấn sầm uất.

Cô Tâm kể:

- Thấy anh Mịch cứ đứng đờ dẫn nhìn về một phía, chúng em đã tưởng anh ấy không nhớ ra, nên bảo xe dừng không đúng chỗ. Taxi đi rồi, em mới lo chứ. Nếu còn phải đi tiếp nữa thì ở giữa vùng quê ấy đào đâu ra xe. Nhà em lặng im, nhưng nhìn mặt nhà em, em biết nhà em cũng lo lắm.

Mịch:

- Tôi xúc động, ông ạ. Nơi này hôm nay không còn một bóng dáng nào của một chiến trường, nhưng với tôi, nó in dấu một trận đánh hết sức ác liệt. Và hết sức tồi tệ nữa. Không biết có bao nhiêu đồng đội của tôi đã ngã xuống ở đây.

Chồng cô Tâm:

- Anh Mịch cứ thế đứng sững một lúc lâu. Như tượng. Em cũng như nhà em, lo lắm. Chỉ sợ chuyến đi này cũng sẽ lại như những chuyến trước, vất vả nhiều, tốn kém, rồi lại sôi hỏng bỏng không. Bất thình lình anh ấy chẳng nói chẳng rằng xăm xăm bước rảo về phía có rất nhiều cây cối xanh um ở đàng xa. Em lật đật theo sau, với cuốc xẻng, nhà em thì tay xách nách mang hương hoa, rượu, nói tóm lại là các thứ không thể thiếu cho một lần tìm mộ.

Cô Tâm:

- Chúng em lật đật theo sau anh Mịch. Càng rời xa con đường hàng tỉnh anh ấy càng rảo bước. Cái nơi nhìn từ xa chỉ thấy một màu xanh đậm ấy hoá ra là một khu rừng. Anh Mịch bảo: "Gần đến rồi, tôi đã nhận ra chỗ này, trước kia nó còn rậm rạp hơn thế, chắc người ta khai phá rừng mới ra thế này".

Mịch kể:

- Trung đoàn đã rút sau khi đẩy địch về phía bìa rừng. Chúng tôi còn hai trung đội đoạn hậu, không ngờ đụng đơn vị địch vừa điều đến bổ sung, thế là rơi vào thế bị bao vây. Rừng cây che chắn cho cả hai bên. Đạn bắn rào rào, nhưng ít người bị thương. Chúng tôi tắt điện đài, tản ra, ba khẩu trung liên đặt rải rác làm nghi binh luôn di chuyển để địch không đoán được lực lượng bên mình. Căn cứ hoả lực địch thì chắc chúng cũng không quá đông - trước mặt là một đại đội và sau lưng có thể hai. Nói tóm lại, chỉ còn nước chiến đấu chờ đến chiều tối. Bóng đêm sẽ che chở chúng tôi.

Cô Tâm:

- Anh Mịch cứ đi băng băng, quên hẳn chúng em thở hồng hộc theo sau. Anh ngoắt nhìn bên phải, rồi bên trái, chăm chú quan sát, chắc hẳn cố tìm lại những dấu vết đã bị thời gian xoá nhoà. Tim em đập thình thình. Nhìn dáng đi của anh Mịch, em tin rằng lần này em sẽ tới được nơi nhà em nằm xuống. Nước mắt em trào ra.

Chồng cô Tâm:

- Đến một dòng suối, anh Mịch dừng lại. Có vẻ anh vẫn còn hồ nghi không biết đây có phải là con suối anh muốn tìm không? Nhưng rồi anh bước xuống, xem xét một hồi, sau đó mới quyết định lội ngược dòng.

- Em hỏi anh Mịch: "Anh chắc rồi chứ?"

- Là nó đây, chính nó rồi - anh Mịch nói - Không biết người ta đã làm gì nó để nó cạn đi như thế này?

- Chúng em lội chừng trăm mét thì gặp một cái hốc um tùm cành lá và dây leo. Anh Mịch lấy dao mở đường vào cái hốc tối mò ấy. Cái hốc hẹp, nhưng nông, đất ướt nhoẹt, chúng em dò từng bước, người nọ theo chân người kia. Bỗng anh Mịch dừng lại: "Đây rồi!" Anh ấy gieo mình xuống, hai tay bưng mặt: "Tường ơi!" Cùng với tiếng kêu xé ruột, nước mắt trào ra qua kẽ tay anh. "Không sâu đâu. Chú đào đi, Nhẹ tay thôi!", anh Mịch nức nở. Em lấy xẻng hớt dần từng lớp đất nơi tay anh Mịch chỉ. Tâm quỳ xuống bên, châm hương, khe khẽ khấn. Đúng như anh ấy nói, vài phút sau cái xẻng đã đụng vào vật gì đó lùng nhùng - một mảnh vải mưa. Khẽ gạt đất đi, em kéo mảnh vải mưa đã mủn ra…

Cô Tâm:

- Em sụm xuống, anh ạ, khi nhìn thấy anh nhà em. Người ta bảo người thân nhìn thấy xương sọ thôi cũng biết ngay là người nằm kia là người của mình, em nhận ngay ra anh ấy, dù quần áo đã bục hết trơ ra bộ cốt. Em gào lên được hai tiếng "Anh ơi!" là ngất liền.

Chồng Tâm:

- Em đỡ lấy Tâm, cuống quýt xoa đầu cho cô ấy. Phải một lúc sau nhà em mới tỉnh lại. Anh Mịch mặc em săn sóc nhà em, cứ ngồi yên, như thể người mất trí. Em cũng sững người trước cảnh tượng trước mắt - dưới mảnh vải mưa không phải chỉ có một, mà hai bộ cốt trong tư thế nằm nghiêng, ôm lấy nhau…

Mịch kể:

- Tôi bị lạc. Khi đơn vị rút, tôi không nghe thấy khẩu lệnh. Cứ loanh quanh mãi trong khu rừng ấy cho tới rạng sáng. Đến lúc hiểu ra rằng mình không còn biết đường nào thoát ra khỏi trận địa ban ngày, tôi gặp con suối này và tụt xuống. Suối không sâu, nước chỉ đến ngực. Lội một lát thì gặp cái hốc này. Mới vạch lá chui vào.

Anh ngừng lời, như để nhớ lại giờ phút ấy:

- Nhìn ra chẳng thấy gì vì cành lá xum xuê - một chỗ nấp cực tốt. Nếu địch có truy đến đây thì cũng chẳng ma nào dại dột chui vào - trong đó có người thì chỉ một phát bắn ra là ngoẻo. Cùng lắm thì chúng quẳng một quả lựu đạn cho phải phép rồi bỏ đi. Mà cái hốc lại không thẳng. Sau vài bước chân, nó quặt ngang, mình đã ở trong chỗ ngoặt đó là an toàn tuyệt đối. Chui vào sâu hơn nữa, tôi nhìn thấy một đống đen đen. Bật lửa lên, trong ánh sáng nhạt nhoà tôi nhận ra Tường. Nhưng sờ vào mặt Tường lạnh ngắt, tôi biết đã muộn. Cậu ta nằm nghiêng, một tay ôm cái gì đó. Soi gần lại thì thấy đó là một người nữa, nhưng không phải quân mình. Mà là người phía bên kia, căn cứ quân phục và cái mũ sắt chỏng chơ bên cạnh. Khi ở bên ngoài trời đã sáng, mắt đã quen dần với bóng tối tôi thấy chung quanh hai người là bông băng bừa bãi, với một cái bi đông trong đó còn một chút nước. Chắc hẳn hai người tình cờ chui vào hốc này, họ gặp nhau trong khi cả hai đều bị thương nặng...

Tôi nói:

- Một tình huống bất ngờ. Họ sẽ làm gì nhỉ? Tiếp tục bắn nhau chăng?

- Cả hai không còn súng. Tôi không thấy súng bên hai người, chắc họ đã vứt bỏ khi lết được đến đây. Là tôi đoán thế. Cả hai bị thương rất nặng. Trong tình trạng đó, họ đã có một quyết định thông minh là giúp nhau băng bó, những bông băng ở bên hai người cho tôi thấy điều đó. Hai cái bi đông không còn giọt nước nào. Chắc họ đã san sẻ cho nhau lương khô, nước uống. Nhưng rồi cả hai, đã không tránh được cái chết. Nơi này khá xa những cuộc giao tranh, giá họ có kêu cứu cũng chẳng ai nghe thấy. Trước mắt tôi là một cảnh tượng kỳ cục không thể nào hình dung ra - hai người lính của hai bên đối địch ôm nhau chết. Chỉ có thể đoán phỏng rằng khi mất hết máu, người bị thương ắt run cầm cập vì lạnh, và lúc ấy họ chẳng còn cách nào khác là ôm lấy nhau, truyền cho nhau hơi ấm còn lại. Ấy là tôi hình dung ra thế, không chắc có đúng. Chiến tranh chúa bịa ra những chuyện bất ngờ, nhưng cảnh này chắc chưa ai từng gặp.

- Trong chiến tranh không thiếu những chuyện không thể nào lý giải - tôi nói - Tôi tin con người ta có số. Một lần tôi đi cùng đội trinh sát còn lại năm người, chúng tôi đang di chuyển trên một đồng lúa vừa lên đòng thì gặp một trận pháo Bofors. Tôi bổ nhào, úp mặt xuống bùn, đến lúc ngẩng lên thì thấy trừ tôi ra, tất cả anh em đi cùng tôi đã biến mất…

- Tôi cứ ngồi đấy cho tới chiều, bên hai cái xác - Mịch trầm ngâm - Đói thì nhấm mẩu lương khô, khát thì có nước suối. Thèm thuốc lắm, nhưng không dám hút. Chỉ sợ mùi địch ngửi thấy mùi thuốc lá. Không thể không cảnh giác, mặc đầu ở bên ngoài tiếng súng đã im hẳn - hai bên có lẽ đã rút hết. Đầu tiên, tôi định gỡ hai người ra để đưa xác Tường lên trên, kiếm chỗ nào khô ráo chôn chú ấy, nhưng hai cái xác lạnh cứng, không thể nào tách ra được. Sau đó, tôi nghĩ, nếu hai người đã thông cảm với nhau, đã giúp nhau trước khi chết thì tại sao lại phải tách họ ra? Thế là tôi lấy dao găm hì hục đào một cái huyệt nông, may là đất rất mủn, không khó đào, rồi lót ni lông xuống dưới, phủ mảnh khác lên trên, lấp đất lại. Trên cổ người lính bên kia có dây đeo thẻ bài, tôi dứt ra để mang theo, nhưng rồi mất nó trong một trận khác.

Cô Tâm:

- Em tỉnh lại thì thấy nhà em nhìn trân trân anh Mịch. Anh Mịch gắn mắt vào hai bộ xương. Cả hai không nói câu nào. Em thì nghĩ: tại sao hai người không bắt tay vào việc, lại cứ ngồi ì ra như thế?

Mịch:

- Bây giờ chắc ông hiểu vì sao tôi tránh không muốn nói tới cái chết của Tường. Ông thử hình dung cảnh tôi báo cho đơn vị biết nơi Tường chết. Trong trường hợp ấy họ sẽ xử trí thế nào với hai cái xác? Người ta sẽ nhặt xác Tường, còn cái xác kia thì lấp đất lên, và bỏ đi? Tôi chắc chắn họ sẽ làm như thế. Nhưng thật bất nhẫn - hai người, dù ở hai bên đối địch, đã giúp nhau trong những giờ phút cuối cùng để giành lại sự sống. Để làm được điều đó họ phải bỏ ra ngoài mọi hận thù, nếu có. Mà chắc gì họ có cái đó. Cả hai đều là lính, họ bắn vào nhau theo mệnh lệnh, chẳng biết viên đạn của mình bắn sang bên kia sẽ trúng ai... Còn bây giờ? Tôi chỉ biết kể lại cho vợ chồng Tâm quang cảnh lúc tôi vô tình tìm thấy chú Tường trong cái hốc này, với một người lính ở phía bên kia, và tôi đã ngạc nhiên như thế nào khi nhìn thấy hai cái xác ôm nhau.

Chồng Tâm:

- "Mình làm gì bây giờ, hở anh Mịch?" - cuối cùng em hỏi anh Mịch, em chờ câu trả lời của anh ấy. Anh Mịch im lặng thêm một lát, dường như để suy nghĩ điều theo anh ấy là nên làm, rồi bảo: "Cô chú cứ việc mang cốt chú Tường về, rồi đưa chú ấy vào nghĩa trang liệt sĩ. Việc của tôi giúp cô chú đến đây là xong". "Còn bộ cốt kia?", em hỏi. "Đó là việc của tôi"- anh ấy nói - Không thể để cậu này ở đây được. Hai đứa đã giúp nhau chống chọi với cái chết trong những phút cuối cùng, mang một đứa đi, đứa kia vứt lại sao đành?" Em bảo: "Hay là ta cứ mang cả hai về, báo danh một anh Tường thôi, còn anh kia ta nói không rõ danh tính, coi như chiến sĩ vô danh... Họ sẽ được ở bên nhau cùng một chỗ". Anh Mịch quắc mắt quát: "Làm thế sao được? Làm thế là lừa đảo. Người lính bên kia cũng biết coi trọng danh dự chứ. Cậu ta không chịu nằm lẫn với những người được bên chiến thắng vinh danh đâu. Như thế là nhục. Không, tôi sẽ không để cậu ấy nằm lại đây một khi chú Tường được mang đi, tôi sẽ mang cậu ấy về, chờ tới khi nào có người nhà tìm đến...

Đến đây đã có thể kết thúc câu chuyện mà tôi muốn kể. Đúng là những người đi tìm hài cốt đã gặp một việc rất khó có được một giải pháp ổn thoả.

Điều làm tôi ngạc nhiên là không phải ý kiến cuối cùng của Mịch là cái đặt dấu chấm hết cho mọi băn khoăn.

Mịch kể rằng anh rất bất ngờ nghe cô Tâm gạt nước mắt đứng lên, nói:

- Ta sẽ đem cả hai về - cô thổn thức, nhưng với giọng quyết đoán - Em sẽ mai táng cả hai anh trong phần đất đặt mộ của họ nhà em ở quê...

Mịch bảo:

- Như thế liệu có gì trở ngại không?

- Là việc của em. Em thu xếp được. Các anh nghĩ thế nào? Hai anh ấy sẽ vẫn được bên nhau như trong phút cuối cùng cuộc đời hai người. Anh Tường không nhất thiết phải nằm trong nghĩa trang liệt sĩ. Cả hai đều không phải là liệt sĩ, theo bất cứ nghĩa nào của bên nào, em nghĩ thế. Cả hai đều là những người không may trong một cuộc chiến không phải của họ.

Chồng cô gật gù tán thưởng. Anh nói: trong việc này vợ anh là người có toàn quyền quyết định. Mà đó là quyết định đúng nhất.

Cũng ở đoạn cuối câu chuyện này, tôi mới được biết vì sao Mịch mất một chân trong thời gian đi B mà lại không được hưởng chế độ thương binh. Số là, sau khi chôn cất Tường, anh bị rơi vào trầm cảm nặng. Cái chết của hai người lính ở hai bên đối địch dẫn anh tới những ý nghĩ lộn xộn không nên có trong đầu người lính. Trong một trận khác anh bị thương, được đưa về quân y viện tiền phương. Đáng lẽ phải chờ cho đến khi được chuyển ra Bắc theo đường chính quy thì anh lại bám theo xe một người bạn "B quay". "B quay" là cách chỉ lính bỏ ngũ, đào binh. Với "B quay" chỉ có một đường - nếu bị phát hiện thì a lê hấp, vào các trung đoàn kỷ luật, đi làm đường hoặc các thứ lao công linh tinh khác của quân đội. Bằng cách nào anh bạn anh kiếm được giấy tờ để chạy ngược con đường ra trận, anh không kể, tôi cũng không hỏi. Trở về địa phương mà không bị phát hiện đã là sự may mắn rồi. Thế rồi thời chiến qua, thời bình lại, mọi người bận bịu kiếm ăn, những chuyện bởi bèo ra bọ là việc chẳng ai muốn làm. Người thường coi anh là thương binh, cơ quan nhà nước không coi anh là thương binh, chuyện ấy đối với Mịch giờ bất thành vấn đề. Lâu cứt trâu hoá bùn.

Khi đọc lại những dòng ghi chép trên, tôi rất muốn lôi những con chữ đẹp vào đấy, sắp xếp lại chúng với tuần tự, lớp lang, hy vọng chúng sẽ làm cho câu chuyện thêm duyên. Nhưng khi thử đặt chúng vào mọi chỗ có thể đặt, tôi thấy chúng suội lơ, chẳng có chút sinh khí nào. Thôi thì cứ để nguyên như trước còn hơn.

Anh Mịch và tôi đã đến thắp hương cho hai nấm mồ của hai người không hề là bạn trong cuộc đời, nhưng đã trở thành bạn thiết trong giờ lâm tử. Vợ chồng, cô Tâm đã làm hai bia mộ đàng hoàng, một có tên người chồng trước của Tâm, một chỉ ghi người nằm dưới là bạn thiết của chú ấy.

2014

NGƯỜI CỦA MỘT THỜI

Khi tôi ra đời thì ông nội bà nội tôi không còn. Tôi chỉ biết mặt hai cụ trong ảnh.

Trong ảnh cả hai cụ đều già, đều nghiêm trang, đều trầm tư mặc tưởng. Cụ ông áo gấm quần trắng, cụ bà áo the quần láng, ngồi chình chện trên hai chiếc ghế bành gỗ gụ chạm trổ công phu, hai tay đặt ngay ngắn trên vịn. Loại tranh truyền thần chân phương đủ mười đầu ngón chân mười đầu ngón tay ngày trước nhà nào cũng có, càng về sau càng ít gặp. Cụ ông mặt gầy, râu thưa, miệng móm, hai đường pháp lệnh sâu và rõ, mắt nhìn ra xa, dửng dưng với mọi sự. Cụ bà trái lại, mọi nét trên mặt đều mềm mại , dịu hiền, thậm chí nếp quần nếp áo cũng thế, tha thướt chứ không khô cứng. Mỗi khi ngước lên nhìn bà nội, tôi có cảm giác bà nhìn lại tôi, rồi mỉm cười với tôi: "Ồ, cháu tôi đấy ư? Cháu có ngoan không? Có yêu bà không nào?"

Cô Gái thường dừng lại hồi lâu trước hai bức chân dung trong bóng tối mờ mờ ở nhà trên, nơi mọi cánh cửa bao giờ cũng đóng im ỉm, nghiêng đầu chiêm ngưỡng hai cụ thân sinh, rồi kéo tay áo dụi mắt.

Cô Gái là chị cả của cha tôi, khi tôi về quê ở với bà thì bà đã già lắm, già hơn bà tôi trong ảnh nhiều. Ở vùng tôi, chúng tôi gọi chị và em của bố đều bằng "cô" hết. Cô Gái là người cuối cùng còn ở lại trong ngôi nhà vắng vẻ khi những đứa em bà đã tứ tán bốn phương.

Cô Gái nhận xét:

- Ông thợ truyền thần cuối phố huyện hoạ đấy. Hồi ấy ông cũng đã già lắm rồi, khéo còn già hơn ông nội nhà mình, vậy mà lạ, nét bút vẫn bay bướm, có thần ra phết. Dòm cứ như người sống.

Theo tín ngưỡng Thiên Chúa giáo thời bấy giờ, phàm người chết rồi đều thành ma quỷ, giáo dân không được phép thờ cúng[1]. Cho nên trong nhà tôi không có ban thờ tổ tiên. Tuy nhiên, vào những ngày giỗ, người trong họ, gần và xa, vẫn không bỏ thói xưa, tối tối tụ tập đọc kinh cầu cho kẻ chết. Âu cũng là một cách giữ lấy tập tục của ông bà ông vải. Người đến đọc kinh, cả đàn ông, đàn bà, trẻ con ngồi xếp bằng tròn la liệt trên sân trước. Mọi cánh cửa nhà trên được tháo ra, trong nhà, tòa Đức Mẹ rực rỡ lửa nến lung linh. Hai cây tọa đăng vàng chóe hắt ánh sáng màu hoàng thổ lên hai bức chân dung.

Ông tôi mãi cuối đời mới có được cái hàm cửu phẩm bá hộ. Cái hàm ấy phải chạy chọt mới có đấy, cháu a, cô tôi kể. Chuyện chạy cái hàm để không mang tiếng bạch đinh, để khỏi chịu mọi khoản phu phen tạp dịch là chuyện bình thường của người có của thời bấy giờ.

Nghiệp chính của ông nội tôi là thầy lang. Ông làm thuốc mát tay, chữa bệnh không lấy đắt, gặp con bệnh quá túng bấn còn chữa không lấy tiền, nổi tiếng phúc đức. Người bệnh ở xa cũng đánh đường tìm đến. Ruộng nương nhà tôi ít, lại toàn chân trũng với chân chuột[2], ấy thế mà với dao cầu thuyền tán hai cụ cũng kiếm đủ nuôi các con ăn học đến nơi đến chốn. Đến nơi đến chốn ở đây có nghĩa là được đi làm công chức hoặc tư chức trên tỉnh, theo quan niệm thời Tây đô hộ.

---

[1] *Công đồng Vatican 2 (1962-1965) đã cho phép sự tồn tại của tục thờ cúng tổ tiên.*

[2] *Chân trũng = ruộng thấp, hay bị úng; chân chuột - ruộng gần khu dân cư, nhiều chuột phá.*

Cứ theo những câu chuyện cô Gái kể thì hai cụ tính nết khác nhau, nhưng sống với nhau rất mực hòa thuận, chớ hề có to tiếng. Ông nội tôi nghiêm mà dữ. Bà nội, ngược lại, hiền như bụt. Về chuyện chi tiêu thì bà nội xởi lởi, ông nội riết róng. Chuyện này thiên hạ đều biết, lạ là nghe giọng họ kể tôi không thấy có ý chê bai. Người trong làng kể: năm nào mùa màng thất bát, bà tôi đều lấy thóc trữ trong nhà ra cho người nghèo vay không lấy lãi. Ông tôi riết róng thật, nhưng khi bà muốn làm việc phúc đức thì ông không ngăn. Biết ơn bà tôi, qua vụ đói kém, ai có nợ cũng đội thóc đến trả sòng phẳng, dù nhiều người còn túng. Ông tôi ngồi ở nhà trên, lấy ống tre ra đếm thẻ nợ, bà tôi ở nhà dưới nhận. Gặp người túng bấn quá, bà bảo họ lật úp thùng thóc xuống, rồi lấy ống gạt quẹt một cái đánh xoẹt trên cái đai ở trôn thùng, miệng xướng rõ to cho ông tôi nghe thấy mà bỏ đi một thẻ, coi như đã trả.

Cô Gái là cuốn sử sống của cả họ, và cả mọi người trong làng nữa. Bà nhớ tuốt tuột mọi sự, tên cúng cơm ai là gì, tuổi gì, cầm tinh con gì, họ với ai, họ ra sao, mất năm nào, vì sao mà mất... Nhờ những mẩu chuyện cô kể, tôi không biết mặt ông bà nội mà vẫn như biết, rất rõ ràng. Cô Gái kể: sở dĩ gia đình tôi được trong họ ngoài làng trọng vọng là vì nhà khá giả mà nhân đức. Nhưng trên hết tất cả là vì cái tiếng giữ gìn sự đạo. Duy nhất trong xứ, nhà tôi là nhà có được linh vật của các thánh tử đạo từ triều Minh Mạng, Tự Đức, lại có toà Đức Bà đẹp nhất làng được làm tại Bồ Đào Nha do bác cả tôi đặt mua. Mỗi khi có lễ trọng nhà xứ phải cho người vào thỉnh hai thứ ấy cho đám rước.

Tất cả là nhờ cụ nội, cô nói thế. Chứ ông tôi chỉ giữ được cho cái danh tiếng của cụ nội để lại không sa sút mà thôi. Cụ nội đỗ cử nhân, một hồi làm tiên chỉ, ở trong làng ông nội chỉ là quan viên thường. Ông nội dạy con cái rất khắc nghiệt. Mọi người trong nhà không ai thoát khỏi cái phất trần của ông. Bác phán Linh, con trưởng, đã đi làm ở Hà Nội vậy mà khi có lỗi vẫn phải nằm sấp lên sập gụ, chỗ ngồi bất di bất dịch của ông, trật mông ra chịu đòn. Ở trên sập vẫn còn hai cái gối xếp bằng da có quang đầu.

- Đấy, cái phất trần ấy đấy! - cô tôi chỉ.

Nó treo bất động trên vách, hiện thân của sự trừng phạt.

Chú Mưu nghe cô Gái dẫn tích, tủm tỉm cười:

- Chỉ mình chú là chưa bị trận nào, cháu ạ.

- Vậy cơ? - tôi lấy làm ngạc nhiên - Tại sao ông không đánh chú?

- Chú không hư thời ông không đánh, chứ còn tại sao.

Cô Gái hứ một tiếng.

- Chú nói thế chẳng hóa ra các ông anh chú đều hư cả sao?

Chú ngẩng lên, bắt gặp cái nhìn nghiêm khắc của bà, nhe răng cười xí xóa:

- Ông tiếng là dữ, chứ thương con cái lắm, chị nhẩy? Em còn nhớ ông điên lên thế nào khi anh Tư bị bắt ở Thái Bình khi đi rải truyền đơn, chị nhớ không?

- Sao không nhớ? - cô Gái không ngừng bỏm bẻm miếng trầu, thủng thẳng - Cả ngày ông ngồi im phăng phắc trên sập kia kìa, cấm có mở miệng nói một câu. Cả nhà ắng ngắt, không dám ho hắng. Ông yêu bố mày nhất đấy, thương nhất đấy, thằng quỷ ạ.

Chú Mưu nói:

- Lúc sắp sinh thì, đã cấm khẩu, ông còn nắm tay cô không rời. Ý ông trao lại tất cả gia tư điền sản cho cô giữ. Ông lo: các bác lên tỉnh cả, lấy ai trông nom nhà cửa?

- Ông cũng dặn cả chú phải phụ tôi mà trông, chứ đâu phải mình tôi.

- Có vậy, em nhớ mà - chú Mưu xác nhận.

Chú Mưu già gần bằng bác Thung, anh thứ hai của cha tôi, chú già hơn cha tôi nhiều, tuy vậy tôi chỉ gọi chú bằng "chú". Cao to, đi đứng lừng lững, quai hàm bạnh, mặt vuông, vai ngang, giọng oang oang, chú chẳng giống một ai trong nhà. Chắc chú có họ hàng thế nào đấy. Mà phải là họ gần lắm chú mới được ông tôi quý thế, mới được ông ủy thác phụ cô Gái giữ gìn cả nhà cửa lẫn mồ mả ruộng vườn.

Chú Mưu không ở nhà quanh năm. Khi nào có nhà thì chú quán xuyến mọi việc. Rồi chú biến mất, đột ngột như khi chú trở về. Tôi hỏi cô tôi chú đi đâu thì bà bảo:

- Chú ấy phải về nhà chú ấy chứ. Chú ấy lên đỡ đần cô thế là tốt lắm rồi.

- Nhà chú có xa lắm không cô?

- Xa. Đi từ sáng sớm đến tối mịt mới tới.

- Cô có phải trả công chú ấy không?

Bà quắc mắt:

- Chú có phải người ngoài đâu mà công với xá. Chớ nói thế, chú nghe thấy chú giận chết.

Ở khác xóm còn có anh Cận, người lùn tịt, mắt hấp him, già bằng chú Mưu, cũng có họ thế nào đấy, tôi phải gọi bằng anh, cho dù con anh Cận cũng còn lớn hơn tôi. Mỗi khi vắng chú Mưu, có việc nhờ anh Cận, cô Gái vẫn phải móc ruột tượng[1] lấy tiền trả. Có điều cô muốn trả bao nhiêu thì trả, anh lặng lẽ giơ tay "Con xin cô", không bao giờ kỳ kèo. Theo tôi hiểu, cô Gái trả anh Cận rẻ lắm. Nhưng vẫn là có trả.

Như thế chắc chú Mưu phải có họ gần hơn anh Cận nhiều, còn gần hơn thế nào thì tôi không biết. Cô Gái cũng không dẫn giải.

Chú Mưu chăm làm. Cả ngày chú lúi húi với đủ thứ công kia việc nọ, lúc chỗ này lúc chỗ khác, chẳng cần cô sai bảo. Thỉnh thoảng hai chị em mới nói với nhau vài câu.

Xong việc, chú tha thẩn chơi với tôi. Chú làm cần câu cho tôi câu. Chú lấy những cái lọ đẹp trong vô số chai lọ của cô Gái cho tôi nuôi săn sắt[2] câu được ở ao sau, nơi giống săn sắt đông vô kể. Phải nói rằng chú chiều tôi cách riêng. Chú không khéo tay, lưỡi câu

---

[1] Giải lụa khâu thành ống, quấn quanh bụng, dùng để cất giữ tiền.

[2] Còn gọi là cá đuôi cờ.

chú cố uốn thế nào cũng vẫn cứ cứng quèo, xiên xẹo, chứ không
đẹp như của những tay "sát cá" trong làng. Biết tôi không ưng
những lưỡi câu của chú, chú bày cho tôi nhiều trò khác. Chú buộc
tổ sáo, chú phất diều, chú đập ruồi cho kiến làm đám ma, vót nan
làm lồng bẫy chim cho tôi. Khi kéo cối đá cho thóc phơi rụng ra
trong ngày mùa, chú rủ tôi kéo cùng. Vừa kéo, chú vừa kể chuyện.
Chú biết nhiều chuyện, từ cổ tích cho đến chuyện ma. Những con
ma trong chuyện của chú thảy đều vui tính, đều tinh nghịch,
nhưng không hại người, hoặc không có sức hại người. Trừ những
con nam ở sông ngòi, hiếm khi ở ao chuôm. Con nam là hồn người
chết đuối thích kéo người xuống để thế chỗ chúng, cho chúng được
trở lại làm người.

- Trẻ con chớ nghịch nước không có người lớn đi kèm - chú dạy
tôi - Ngay ở ao cũng vậy, phải cẩn thận, bơi phải có bạn có bè, chớ
dại bơi một mình.

Chú chê tôi nói nhiều. Tôi không dám cãi. Không biết có phải vì
trong ngôi nhà vắng vẻ chỉ có hai cô cháu mà tôi sinh ra thế không?
Tôi thường nói một mình để trong nhà có tiếng động. Tôi thích la
hét. Nếu không có tiếng người, ngôi nhà của hai cô cháu tôi lạnh
lẽo như nhà mồ.

Chú còn dạy tôi rèn luyện thân thể. Mọi việc trong nhà chú đều
rủ tôi làm cùng, từ vớt bèo cho lợn, xay thóc, giã gạo cho tới cuốc
đất, làm vườn, tát ao, bắt cá.

- Làm nhiều thì khoẻ ra, cháu ạ. Phải tập từ nhỏ, để khi lớn lên
người mới vững chắc, không bị đứa nào bắt nạt.

Lúc rảnh việc, chú dạy tôi tập võ. Trước hết là đứng tấn.

- Tấn có vững thì thân mới vững - chú nói vẫn vỗ bàn tay hộ
pháp của chú vào đùi tôi làm tôi ngã chổng kềnh - Nào, tấn lại.

Tấn riết rồi quen, chú vỗ mạnh tôi cũng không khuỵu gối nữa.

- Bây giờ ta luyện đôi tay.

Chú cho cát vào cái chảo lớn thường dùng đun cám lợn, đun lửa liu riu, bắt tôi xục hai bàn tay vào đấy. Lúc đầu không sao, tay ấm lên còn thấy thú vị. Nhưng dần dà chú cho lửa to thêm, rồi thêm nữa, hai bàn tay nóng ran làm tôi phải rụt vội.

Cô tôi thấy thế khuyên can:

- Chú cẩn thận kẻo bỏng tay thằng bé đấy.

- Bỏng thế quái nào được - chú nói - Chị cứ để em luyện nó.

Cô bỏ đi, nói với:

- Bố mẹ nó bắt đền thì chú chịu hay tôi chịu?

- Em chịu, em chịu - chú cười hề hề - Anh Tư không trách em đâu.

Chú đáp rồi quay lại với cái chảo:

- Ông sợ rồi, phải không? Xem này.

Chú cho lửa to đùng đùng, cát nóng tới mức tưởng chừng có thể rang ngô được, rồi bình thản đút hai tay vào. Tôi cắn răng quyết chơi tới cùng cái trò chơi chú bày ra. Nhưng chỉ đến một mức nào đó thôi, chứ nóng quá, tôi chịu không nổi.

Chú còn bắt tôi khuân cái cối đá lỗ ở sân. Nó là cái cối đá lâu ngày, giã mãi đâm mòn, mòn quá rồi thủng. Chẳng hiểu sao nó không bị vứt đi, cứ để chỏng chơ ở góc sân. Nghe cô tôi kể thì nó có từ đời ông bà tôi mới cưới, không ai còn nhớ đã bao nhiêu năm. Cái cối nặng lắm, hồi ấy tôi còn chưa biết kí lô là cái gì để tả nó nặng bao nhiêu. Chỉ có thể nói rằng lần đầu chú bảo tôi dùng hai tay nhấc nó lên, tôi chẳng những không nhấc nổi nó mà còn không thể làm nó nhúc nhích. Chú đứng bên hò hét cổ vũ cho tới khi tôi đỏ mặt tía tai cố gắng bốc được nó lên khỏi mặt đất. Sau vài ngày luyện tập, tôi đã có thể vừa thở phì phò vừa đưa được nó đi vài bước. Riết rồi tôi cũng khuỳnh khuỳnh hai chân đi những bước chuệnh choạng được một nửa rồi một vòng sân với cái cối đá nọ.

Sau trò khuân cối đá là trò chém thân chuối. Ở vườn sau nhà tôi có cả một vạt chuối um tùm. Không biết ai trồng, tự bao giờ, chứ những cây chuối này chẳng bao giờ được chăm sóc. Chúng tự lớn, ra bắp, nở thành buồng nặng chĩu. Khi buồng chuối được hái thì cây chuối bị đốn, lấy nõn băm cám lợn. Ở gốc chuối mẹ lập tức mọc lên những cây chuối con, chúng khắc tự lớn.. Trong vạt chuối có lẫn vào nhiều cây chuối hột. Lũ chuối hột này mới dữ, chặt đi hôm trước, hôm sau đã thấy nhú lên những cây con. Cô tôi chặt không xuể, bà mệt, bà mặc cho chúng muốn sống bao nhiêu thì sống. Quả chuối hột khi chín cũng ngọt, vừa ăn vừa phải nhổ phì phì. Khi bị tào tháo đuổi ăn chuối hột rất đắc dụng.

Chú Mưu dùng thân chuối hột cho tôi tập tay, tức là dùng lườn bàn tay chém cho thân chuối bị nát ra mà gục xuống. Cái trò này mới gay. Tay chẳng cứng cho lắm, thân chuối còn mềm hơn, chém vào nghe bồm bộp, nó cứ trơ ra. Chú Mưu làm mẫu cho tôi xem, nói chữ như bây giờ gọi là thị phạm. Chỉ từ một đến hai nhát chém của chú là thân chuối đã nát, đoạn từ từ đổ gục.

Cô tôi lững thững ra xem, phán:

- Thôi đấy nhá. Lại khổ cái thân già này dọn.

Chú cười xoà, lẳng lặng vác mai ra bứng cả gốc. Thân chuối rồi sẽ mủn ra, thành phân bón cho vườn sau. Từ những thân chuối mủn mọc lên rất nhiều rau xương cá với rau tập tàng.

Cô Gái không biết ở nhà chú cháu tôi làm gì. Bà đi chợ sớm, từ tinh mơ, còn nhọ mặt người. Công việc hằng ngày của bà là làm thuốc viên đem ra chợ bán, nhờ những bài thuốc gia truyền ông tôi để lại.

Chú dặn tôi:

- Chớ nói cho cô biết cháu tập võ, cô cấm tiệt đấy!

- Tại sao cô lại cấm?

Chú Mưu nói:

- Cô sợ cháu đánh nhau với trẻ con hàng xóm. Cháu chớ có gây gỗ với ai, làng ta toàn có họ với nhau cả, không họ gần thì họ xa, khéo mà đánh phải anh phải em. Chú dạy cho cháu tập cho khỏe người, chứ không dạy cháu đánh nhau!

Rồi nghiêm trang viện giáo lý:

- Chúa Giê-su Ki-ri-xi-tô bảo: "Hãy thương yêu người ta như mình vậy!" Cháu phải nhớ nằm lòng lời Chúa dạy.

Có chú ở nhà, vườn trước vườn sau sạch như li như lau. cỏ dại vừa mọc lên là chú đã dẫy ngay, không để sót một ngọn.

Nhìn cây sung ở bờ ao sau (cái ao đầy kịt bèo Nhật Bản, hoa màu tím nở san sát) cằn cỗi, chú Mưu bảo cô Gái:

- Cây sung già rồi, năm nay ra ít quả lắm, em tính bón cho nó ít phân, chị ạ.

Cô Gái hức hức cười móm mém:

- Đời thuở nhà ai đi bón cho sung? Nó già rồi nó chết. Nhưng nó sống còn lâu. Chưa chết đâu.

Chú Mưu tư lự nhìn cây sung, cái đầu nghiêng nghiêng, trán nhăn lại.

Đúng là cây sung già lắm rồi. Cô Gái cũng không nhớ nó có từ năm nào. Năm nay quả thưa, cằn cỗi, lá cũng ít, xơ xác.

Cây sung là người bạn tuổi thơ của tôi. Những lúc tôi buồn, hoặc tủi thân vì bị cô Gái mắng, tôi thường leo lên cái chạc ba của nó mà nằm ườn ra đấy một mình cả buổi. Nhìn qua tán lá của cây sung, tôi ngắm những đám mây trắng trôi lững lờ trên trời xanh ngắt ngắt. Những con chích chòe dạn dĩ chuyền trên những cành khô gần chỗ tôi nằm, chép miệng liên hồi. Người ta bảo kiếp trước chích chòe là anh sinh đồ nghèo, thi trượt trạng nguyên vì đánh mất quyển, mới phẫn chí quyên sinh. Bây giờ tiếc đời, cứ đi tìm quyển, tìm không thấy, thế rồi chép miệng mãi không thôi.

Trèo lên chỗ chạc ba ấy dễ lắm - cây không mọc thẳng, mà chĩa là là ra mặt ao, thân nó to như cánh phản, chẳng việc gì phải trèo, cứ dang hai tay lấy thăng bằng bước mấy bước là tới đích.

Nằm ở chỗ lõm giữa ba chạc vững như nằm dưới đất. Tôi nằm

đấy một mình, đọc những cuốn truyện mượn được của bác Hai Thực ở ngành thứ hai từ các cụ nội.

Thân cây sung già đầy những vết thương. Ấy là dấu tích của những những nhát dao chém vào để lấy nhựa. Nhựa sung càng gần gốc càng quánh đặc. Nhựa sung dùng được vào vô khối việc. Cô Gái lấy nhựa sung gắn những đồ sành bị vỡ không còn dùng để đun nấu được nữa, nhưng làm đồ đựng còn tốt chán. Ở nhà quê chẳng có gì vất đi cả. Tụi trẻ con chúng tôi thì lấy nhựa sung phất diều. Phất diều bằng nhựa sung tuy không đẹp bằng phất bằng vỏ cậy, cánh diều dày cồm cộp như bánh đa, nhưng có còn hơn không.

Mùa hè, cây sung chi chít quả. Những quả sung chín nục thỉnh thoảng lại rơi bõm xuống mặt nước đen thẫm của ao tù, nổi lềnh bềnh cho đến rữa ra, chìm xuống thành bùn. Những con cá chuối cụ, cá rô cụ, già đến nỗi vẩy trắng ra cũng chẳng buồn rỉa sung rụng. Quả sung xanh thì chát xít, nhưng nấu canh sung với cá mương thì tuyệt vời. Nước canh sung có màu trắng đục như nước vo gạo, nhưng ngọt lự. Cá mương mà không có sung xanh thì không còn biết làm gì với nó - kho cho bao nhiêu muối cũng vẫn nhão nhoét, rán thì tanh òm. Những ngày rau lụi, lấy sung bổ ra muối dưa ăn cũng tạm được. Tôi thường lấy dao khía những trái sung xanh chờ cho chín. Gặp trận mưa, trái sung được khía nở bung ra như một đóa hoa, đến độ chín thì ngọt lự. Sung chín tự nhiên thì khiếp, vừa bửa quả sung ra đã thấy không biết bao nhiêu là bọ, giống như là kiến cánh, bay lên vù vù. Phải vừa thổi chúng đi vừa ăn, ngọt thì có ngọt, mà chóng chán. Mà nào có thổi được hết - trong bụng tôi chắc có nhiều con bọ sống.

Hôm sau, chú Mưu quẩy hai cái sọt rách, đáy lót lá chuối, lững thững đi mót cứt trâu trên đường làng. Trâu làng tôi mót đâu ỉa đấy, cứt trâu không thiếu. Chú đi một buổi đã được mấy sọt. Chú đào mấy cái hố gần gốc sung, đổ phân xuống, lấp đất. Xong, chú rửa chân tay rồi ngồi dưới gốc cây, tự thưởng cho mình điếu thuốc lào.

Chú bảo tôi:

- Có ăn phải có trả, cháu ạ. Kẻo rồi chẳng có cái bỏ vào miệng đâu. Cây sung nó cho ta quả, cho thừa thãi, quả xanh quả chín ê hề. Nhưng đừng tưởng sung không bao giờ hết quả. Cái cây cũng như con người, nó phải ăn mới sống được. Đấy, như cây sung này này, không còn gì để ăn nữa nó mới cằn cỗi thế. Không cho nó tí phân rồi nằm đấy mà chờ sung rụng vào miệng!

Chú không dám lấy phân lợn trong chuồng, sợ cô Gái quở. Phân lợn bón cho cây gì khác bà không nói, chứ bón cho sung là không được với bà. Cây sung đối với bà là sự tự nhiên có, cứ việc tự nhiên dùng.

Sau lần được chú Mưu chăm bón, cây sung lại trở nên sai quả. Nhìn những chùm quả lúc lỉu trên cành, cô Gái bảo:

- Chú Mưu nói vậy mà phải.

Chú Mưu không hay la cà trong làng. Thỉnh thoảng chú cũng qua bên hàng xóm nếu như họ có việc nặng nhờ đến chú. Năm thì mười họa mới có người tìm chú. Tôi nghĩ đó là người làng chú, nhưng cô Gái không thích những người khách ấy.

Cô bảo tôi:

- Có ai hỏi chú thì mày cứ bảo chú đi vắng, nhá!

Tôi khoanh hai tay:

- Vâng ạ!

Bụng bảo dạ: có khách hỏi chú Mưu tôi sẽ bảo họ cứ đi ra, rồi tôi báo chú gặp. Tôi thích làm điều gì đó cho chú vui. Tôi không thích chiều ý cô Gái.

Có một lần, vào quãng cuối năm, có khách đến tìm chú. Ông này già gần bằng chú, chít khăn đầu rìu, da đen, mắt xếch mà sáng.

Cô Gái vắng nhà. Tôi chạy ù xuống bếp thì thầm vào tai chú, nhưng chú nghiêng đầu dòm ông khách đang ngồi trên phản ở nhà ngang, rồi điềm nhiên châm điếu thuốc lào. Hút xong, mới lững thững lên nhà.

Tôi nghe tiếng chú nói với khách:

- Chúng bay tìm tao làm gì nữa?

- Anh em biết anh có ý tránh mặt, mới bảo em đến... - ông khách cười hề hề, gãi đầu.

Chú Mưu nhăn nhó:

- Tao đã nhắn chúng bay rồi: không là không.

Ông khách nằn nì:

- Không có anh, chúng em bấn lắm.

- Chú mày không nghe rõ tao nói gì à?

Ông khách ngồi xích lại, hạ giọng:

- Anh đỡ chúng em một tay, một lần này nữa thôi.

Chú Mưu lắc đầu. Hai người im lặng hồi lâu.

Cuối cùng, sau một điếu thuốc lào, ông khách chậm rãi nói:

- Anh không bằng lòng giúp chúng em, thôi thì cũng đành. Chúng em chỉ xin anh rộng tay cho chúng em làm, đừng cản.

Chú Mưu nhìn chằm chằm vào mặt khách:

- Được. Nói đi.

- Anh thuận cho thì chúng em mừng.

Chú Mưu quắc mắt:

- Chúng bay tính làm ăn ở đây hử?

- Vâng - người mắt xếch trả lời bằng giọng cứng - Có vậy.

- Hừm.

Một phút im lặng, rồi khách nói, mềm mỏng hơn:

- Vì thế chúng em mới phải thưa trước với anh. Ông anh cho một cái gật là tốt. Nhược bằng không thì xin anh quay mặt đi cho chúng em nhờ.

Chú Mưu lại lắc đầu:

- Gì chứ cái ấy thì không được.

Ông khách hạ giọng:

- Không phải nhà này. Nhà này chúng em chừa ra. Không cần anh phải bảo.

Chú Mưu lại lắc đầu:

- Nhà khác cũng không được.

Ông khách dằn giọng:

- Ông anh nhất định vậy?

- Tao đã mang ơn người ở đây. Không thể lấy oán trả ơn. Chúng bay đã quyết đến, thời cứ đến. Tao sẽ tiếp.

Ông khách đứng lên:

- Vậy là ông anh nhất quyết dứt tình với đàn em?

- Tao với chúng bay như ruột thịt. - chú Mưu thở dài - Tình ở trong lòng. Nghĩa là cái đạo, tao giữ. Giữa nghĩa và tình tao phải chọn một.

Ông khách dợm chân bước đi.

- Khoan! - chú Mưu gọi giật - Uống với tao chén rượu đã.

- Hà hà, ông anh chu đáo! Không quên chén rượu dứt tình...

Chú Mưu xuống nhà bưng vò rượu của chú lên. Lệ là mỗi bữa ăn chú phải có một chén. Cô Gái là người vắt mảnh sành ra nước, nhưng cái khoản rượu cho chú bao giờ bà cũng biện đủ. Chú Mưu không rót rượu ra chén, mà rót ra bát, đưa cho ông khách một bát. Hai người nâng cao bát rượu lên bằng hai tay ngang tầm mắt, nghiêm nghị nhìn thẳng vào mắt nhau, rồi hạ xuống một chút, đoạn nâng bát lên, ngửa cổ nốc cạn.

Ông khách lấy tay quệt ngang, bỏ cái bát xuống phản, quay

ngoắt ra cửa.

- Ai đấy hả chú? - tôi hỏi.

Chú Mưu phẩy tay:

- Người quen vớ vẩn ấy mà.

Sau hôm đó, tôi thấy chú Mưu ra chiều suy nghĩ. Chú soạn tất cả các sào gẩy rơm trong nhà, mài lại các lưỡi mác cho sắc bén. cắm lưỡi mác vào đầu sào, biến nó thành ngọn giáo. Chú lấy tre gai rào lại bên trong hàng rào xương rồng và ruối ở hai bên cổng.

Tôi mơ hồ cảm thấy mối nguy hiểm đang đe dọa ngôi nhà có liên quan tới cuộc viếng thăm của ông khách nọ. Câu chuyện giữa chú và ông khách lúc ấy tôi không hiểu, nhưng nhớ. Tôi chỉ thực sự hiểu nội dung của nó sau nhiều năm, khi đã chắp nối nó với nhiều câu chuyện khác dính dáng tới chú Mưu.

Cô Gái lẳng lặng quan sát chú, rồi hỏi:

- Sao phải làm thế?

Chú ậm ừ:

- Tết năm nay nhà ta vắng người, các anh các chị không về, các cháu cũng không, mình cứ cẩn trọng là hơn. Tết này, em ở đây ăn Tết với chị.

Cô Gái quài tay ra đấm lưng, rồi lẳng lặng phụ với chú Mưu làm công việc phòng thủ.

Ở nhà quê mọi sự đều bình thường, kể cả việc chống cướp.

Vào tháng chạp, còn gọi là tháng "củ mật"[1], ở vùng tôi cướp xảy ra luôn luôn. Giữa đêm, làng xóm đang ngủ yên bỗng vẳng tới tiếng tri hô "B... ớ... ớ la... àng nư... ơ... óc! Cư... ớ... ướp! Bơ... ớ... ớ

---

[1] Cách nói được tạo ra từ những từ gốc Hán. Trong tiếng Hán, "củ" có nghĩa là "đốc sát" (xem xét, kiểm tra), còn "sát", có nghĩa là "xem xét, điều tra". "Củ mật" là cách nói tắt của cụm từ "củ soát nghiêm mật",

1... a... àng n... ưóc! Cư... ó... ớp!" Tiếp theo là tiếng tù và u ơ thảm thiết tru lên, trống cái trống con thúc ngũ liên dồn dập. Những người chứng kiến kể bọn cướp đi từng toán đông, mặt trát nhọ đen nhẻm, lăm lăm giáo mác, "bút chì" (cái mai buộc vào tay bằng một sợi thừng dài dùng để phóng), "bật hồng" (đốt đuốc) ào ào xông vào những nhà giàu.

Những đêm như thế tôi nằm sát vào cô Gái, trống ngực đánh thình thịch, nghe trong đêm thanh vắng tiếng bước chân rậm rịch của bọn cướp trên đường làng. Được cái làng tôi có đội tuần đinh mạnh, cho nên ít bị cướp. Những làng bên bị cướp nhiều hơn.

Cướp ở vùng tôi rất táo tợn, có khi chúng cướp cả ban ngày. Giả làm thợ gặt, thợ ngõa đi xin việc, chúng vào đến tận sân nhà, tất nhiên là nhà giàu, rồi mới bất ngờ tay vo trói gô mọi người lại. Đoạn, đứa khảo tra, đứa lục lọi, đứa lấy sào gãy rơm lắp dao găm vào thành giáo, đục mâm đồng làm mộc, cướp bóc xong xuôi mới ung dung rút. Nếu gặp tuần đinh cản đường thì chúng lấy vũ khí vừa tạo ra đánh trả. Những nhà không giàu, nhưng thuộc loại khá giả, cũng phải đề phòng cẩn mật, bởi vì khi thấy nhà giàu phòng bị kỹ, cướp không dám vào, chúng vào cả những nhà làng nhàng, vơ vét chút ít rồi rút êm.

Tết năm ấy làng tôi không bị cướp. Tuần đinh chia nhau canh gác các ngả đường, sẵn sàng đón cướp, nhưng không thấy chúng tới.

- Chắc chú Mưu đã báo cho cả làng phòng bị. - tôi kể cho cha tôi nghe chuyện Tết năm ấy - Người khách hôm ấy là cướp đấy, bố ạ.

Về sau này tôi mới được biết lai lịch của chú Mưu qua lời cô Gái.

Chuyện rằng: một đêm ông nội tôi đi cất thuốc ở chợ Cổ Lễ, thế nào lại gặp bạn cũ từ miền biển lên, mải chuyện trò đến lúc ra về thì trời đã sang canh ba. Trên đường về, khi đi ngang cánh đồng dẫn vào làng, bỗng nghe có tiếng người rên khe khẽ. Ông tôi dạn, không sợ ma, mới rẽ lúa bước vào. Thấy một người lù lù nằm đó, vắt ngang bờ ruộng, bèn ghé vai cõng về nhà.

Hóa ra đó chính là một trong những tên cướp vừa đến cướp làng tôi lúc chập tối. Xảy ra một cuộc giáp chiến ác liệt giữa tuần đinh và cướp. Rốt cuộc, bọn cướp thua, bỏ chạy. Tên cướp bị thương do mấy mũi lao phóng vào lưng, những vết thương khá nặng, làm mất nhiều máu. Hắn ta không chạy nổi theo đồng bọn, ngất đi trong ruộng lúa. Bọn cướp tối hôm ấy toan vào cả nhà tôi, nhưng cánh cổng lim quá chắc, phá không nổi, chúng mới bỏ đi.

Mọi người nháo nhác khi nhìn thấy tên cướp bị thương trên vai ông tôi. Cô Gái đã toan sai người nhà đi cáo quan.

Ông tôi quắc mắt:

- Người ta bị thương nặng, phải cứu đã. Nghe tao nói đây: cả nhà cứ ắng ngắt, cấm không được để cho làng nước biết. Đứa nào nói ra, chết với tao.

Cụ đặt tên cướp lên chõng, lật sấp hắn ta xuống, tự tay lau rửa các vết thương, rồi giã cua đồng chắt nước cho uống.

Cô Gái bảo: phàm mất máu nhiều, nước cua đồng là nhất hạng. Chú Mưu bảo: cô nói đúng đấy.

Tên cướp chỉ tỉnh lại sau mấy ngày mê man. Vừa đứng lên được, hắn ta toan lén bỏ đi, nhưng sức kiệt rồi, đi không nổi. Nửa đêm, thấy mọi người ngủ yên, hắn ta cố gắng lết được đến cửa hậu thì gục, vết thương lại toác hoác ra, máu chảy xối xả. Thấy động, ông tôi tỉnh dậy. Một lần nữa ông lại chạy chữa cho tên cướp.

Trong những ngày nằm lại trong nhà tôi, tên cướp giả đò mê man, nhưng nghe ngóng hết sự tình. Biết mình được chính chủ ngôi nhà mà mình và đồng bọn định vào ăn cướp cứu sống, hắn ta mới quỳ xuống xin ông tôi tha tội, lại xin từ nay cải tà quy chính, mong được ông tôi nhận làm nghĩa tử để được đền ơn.

Ông nội vuốt râu bảo:

- Ơn tôi làm không cần ai trả. Nhưng anh đã nảy ý làm người tốt thì cứ ở đây, đừng dây dưa với trộm cướp nữa.

Tên cướp đó chính là chú Mưu.

Là con nuôi trong gia đình, chú phải coi tất cả các con đẻ của ông bà nội tôi là anh chị. Ở làng tôi chỉ có cha xứ và người trong gia đình tôi biết chú trước kia là người thế nào. Nhưng cả cha xứ cũng không bao giờ nói ra điều cần phải giữ kín ấy.

Cha tôi bảo:

- Với con người cần phải biết bao dung. Người ta ai cũng có thể sai, có thể lầm lạc. Người đã biết hối cải thì mình phải biết bảo vệ cái quyền được sửa chữa cái sai của người ta.

Chú ở lại nhà tôi cho tới khi ông bà tôi mất, đoạn tang mới xin phép các anh các chị trở về quê ở hẳn. Nhưng, như tôi đã kể ở trên, chú vẫn nhớ lời ông nội tôi dặn, vẫn quanh quẩn với ruộng vườn nhà cửa của nghĩa phụ khi gia đình cần đến. Người biết giữ lời hứa như chú thời nào cũng hiếm.

Chuyện đời chú Mưu là thế. Hay, mà không lạ. Ở đời vẫn có những người như chú. Nói cho đúng, mãi mãi vẫn còn những người như chú.

Cái lạ là đoạn kết của nó.

Tết năm ấy, một anh phóng viên báo "Chính Nghĩa" bất ngờ đến thăm tôi. Bất ngờ là vì chúng tôi vốn không phải chỗ thân thiết, chạm trán nhau thì cũng chào hỏi một câu cho có lệ, ngày thường còn không tới nhà nhau, huống hồ ngày Tết. Tôi là tên tù vừa được tha, lại là tù phản động, đến thăm tôi chỉ có hại chứ không có lợi. Tóm lại, anh là người tôi không chờ đợi.

Tờ báo của anh được quảng cáo là báo của "những người công giáo kính Chúa và yêu nước". Nó thuộc Ban Tôn giáo Trung ương, chuyên đăng bài của các linh mục đảng viên hoặc không đảng viên, nhưng ăn lương cán sự nhà nước và không cai quản bất cứ xứ đạo nào. Ngoài các ông cha đạo bị treo chén[1], còn có đủ bộ sậu của

---

[1] *Bị cách chức, hiểu theo nghĩa thường, không được làm mục vụ với tư cách linh mục.*

một tờ báo, có thẻ nhà báo hẳn hoi.

Làm báo Chính Nghĩa dễ, không cần có nghề, cái cần là phải có nhiều lập trường và một ít giáo lý đủ dùng để tiếp xúc với giáo dân.

Anh nói:

- Ông có người bà con ở Nghĩa Hưng hỏi thăm đấy.

Tôi ngớ người: tôi có bà con nào ở Nghĩa Hưng nhỉ?

Cô Gái không còn. Nếu cô còn, tôi có thể hỏi cô.

- Ai vậy?

Anh có vẻ phật lòng với câu hỏi của tôi. Anh nói, giọng trách móc:

- Vậy mà người ấy nhớ tới ông nhiều lắm, nhắn tôi thế nào cũng phải gặp ông hộ ông ấy để nhắn lời.

Như một tia chớp xẹt qua trong óc, tôi vụt nhớ. Trời ơi, là chú Mưu, chú Mưu của tôi!

- Ông Mưu?

- Chính ông ấy.

Tôi vồ lấy tay anh mà lắc:

- Chú tôi đấy. Ông có gặp à? Chú cháu tôi lâu năm không gặp nhau, nhất đán tôi không nhớ ra. Ông cụ có khỏe không?

Anh thở dài, bùi ngùi. Im lặng một lát, anh nói:

- Ông cụ mất rồi. Vì thế tôi mới phải tới thăm ông để ông biết tin.

Bây giờ thì tôi hiểu vì sao anh tới.

- Mất thế nào? Bao giờ?

- Mới đây thôi. Trước Tết ít ngày. Tôi vừa từ đó về.

Anh kể anh vừa đi công tác tới một xứ đạo ở huyện Nghĩa

Hưng. Anh phải viết bài về phong trào dân quân ở đó, đơn vị này vừa được nhà nước biểu dương.

- Chú tôi ốm? Rồi mất?

Anh lắc đầu:

- Không phải. Chú ông tính nết hay lắm. Như ông tiên vậy.

- Như ông tiên?

- Lợi không ham, danh không màng, với chúng sinh theo nghĩa nhà Phật thì thương yêu, lòng không vẩn hận thù. Là tiên, chứ còn là gì?

Tôi hỏi:

- Ông bây giờ ngoài công giáo vận còn kiêm cả Phật giáo vận nữa à?

- Tôi đi làm kiếm cơm, vận cái con khỉ - anh buồn bã - Bắt đầu thì thế, tôi phải có cái biên chế ở đâu đó. Thế rồi do công việc tôi được gặp nhiều người tốt, cả công giáo lẫn Phật giáo. Mới hiểu ra rằng phàm đã ở bậc thượng thừa thì người của tôn giáo nào cũng như nhau, ông ạ. Tôi học được ở các vị ấy nhiều lắm.

- Hay quá! - tôi khen lấy lệ.

- Tôi biết tỏng trong bụng các ông coi khinh tụi tôi. - anh cười mũi - Rằng tụi tôi chỉ bằng hữu với mấy ông cha thích cua gái, mấy ông thầy chùa mê thịt chó, chứ viết với lách cái gì. Nhưng trong cái rủi có cái may, nhân cái sự kiếm cơm này mà tôi vớ được của quý. Là thế này: con người có ý thức thì phải giữ được cái tâm. Trong cõi người, ông ơi, chỉ một mực duy vật là chết, nói thực, là mất hết. Thành súc vật lúc nào không biết.

Mắt anh sáng lên khi nói câu đó.

- Ông quay lại chuyện chú tôi đi.

Anh chớp mắt, nhớ lại:

- Tôi ở nhà bên cạnh nhà ông ấy. Sáng ngày ra là ông gọi tôi sang uống trà. Là quen miệng nói thế, chứ trà đây là chè tươi Nam Định nhà ông cơ. Chè tươi mà biết hãm thì ngon trần đời. Lá trà Nam Định trồng trong các vườn nhà dày bản hơn lá trà Tân Cương nổi tiếng, có lẽ vì thế mà hãm chè tươi trong ấm đất mới ngon đến thế. Có hậu lắm, chè uống xong còn ngọt mãi trong họng. Tôi nói Nam Định chứ không nói Hà Nam Ninh đâu nhá. Cái sự gộp ba tỉnh lại với nhau này có đi thực tế mới biết nó ngu xuẩn đến mức nào...

Cái sự hợp tỉnh này là sáng kiến của vị tổng bí thư trước kia làm nghề bẻ ghi hỏa xa. Tôi đã ở tù, tôi biết cần phải tránh những đề tài nguy hiểm. Nhưng ông bạn "kính Chúa yêu nước" của tôi đã không thể kìm lại cơn bốc đồng.

- Tôi không hiểu sao chúng ta lại cứ phải ngu trước để rồi khôn lên từ từ? Hoặc phải dài cổ ra mà nghe lời mấy thằng ngu để rồi phải kiên nhẫn chờ cho chúng nó khôn ra?

Tôi cắt ngang:

- Ờ, rồi chú tôi sao?

- Ông lão đầu bạc phơ, nhưng thân thể còn tráng kiện, đầu óc còn minh mẫn lắm. Chúng tôi thường gặp nhau, chuyện vãn. Buổi sáng hôm ấy ông lão đột nhiên hỏi tôi: "Ông làm báo, ông có biết cậu Hiên không?". Thoạt nghe, tôi không hiểu là ông lão nói về ông. "Cậu Hiên nào cơ?" Tôi hỏi lại, thì ông lão bảo: "Tôi nghe nói cậu Hiên cũng làm báo như ông. Ông làm báo thời phải biết cậu ấy, chắc vậy". Tôi sực hiểu ông lão nói về ông, tôi nói tôi biết. Ông lão bảo: "Tôi nhờ ông một việc: khi nào ông về Hà Nội ông nhớ đến gặp cậu ấy giùm tôi, nói tôi gửi lời thăm cụ Tư, ông anh tôi, với lại cậu Hiên. Tôi nhớ cậu ấy lắm. Ông bảo: tôi đến chết vẫn yêu quý cậu ấy. Cầu Chúa cho cậu ấy được bằng an". Tôi nói: "Tôi sẽ nhắn, nhưng bác còn khỏe chán, chớ nói gở nó vận vào mình". Ông lão cười khà khà: "Tôi khỏe thì vẫn khỏe, nhưng chết thì vẫn chết. Hôm nay tôi đi đây!". "Bác đi đâu?", tôi hỏi. Ông bảo: "Thì còn đi đâu? Chúa gọi tôi rồi. Quãng chín giờ tôi sẽ đi. Tôi với ông uống chè với nhau lần này là lần chót. Ông ở lại mạnh khỏe phần hồn cùng là phần xác". Tôi quan sát ông lão, chẳng thấy gì là ông ấy nói mê nói sảng, cũng chẳng phải nói đùa, mặt ông lão rất nghiêm trang.

Tôi hỏi anh:

- Rồi chú tôi đi thật?

- Thật. Đúng như ông lão nói. Tôi đang làm việc trong trụ sở ủy ban xã, cũng ở gần nhà ông ấy. Bất thình lình, tôi nghe có tiếng khóc rống lên của nhiều người. Mới chợt nhớ tới lời ông lão. Tôi chạy ra, hỏi mấy người vừa đi tới thì họ bảo ông vừa đi tức thì.

Tôi xem đồng hồ: chín giờ mười lăm. Ông lão đã nói trước giờ chết của mình. Người ta kể trước lúc ông lão đi, ông còn gọi con cháu lại, dặn dò mọi việc, rồi đuổi họ ra ngoài, quay mặt vào vách. Đến khi họ vào lại, định hỏi ông lão chuyện gì đấy, thì thấy ông nằm thẳng, im phăng phắc: ông đi rồi.

Tôi lặng đi.

Anh ngồi thêm với tôi mấy phút rồi đứng lên:

- Từ hôm ấy tôi luôn nhớ lại câu nói của ông lão khi chia tay với tôi: "Ông ở lại mạnh khỏe phần hồn cùng là phần xác". Tại sao ông ấy không nói một thứ tự ngược lại "phần xác cùng là phần hồn"?

Tôi nói:

- Đó là lời trong một bài kinh.

Anh lắc đầu:

- Không phải. Ông lão biết hơn chúng ta. Ông ấy đã ngộ ra cái lẽ thực của sự tồn tại, cái khoảnh khắc hữu hạn và cái hằng có đời đời chẳng cùng. Cho nên ông ấy mới biết trước được cái thời điểm lúc mình sẽ rời khỏi phần xác tạm bợ để đi tới cõi vĩnh hằng. Phần hồn, nó mới là cái quan trọng trong đời con người.

Thế là chú Mưu của tôi đã đi.

Có một sự truyền nối của cái Thiện. Tôi nhìn thấy nó qua cuộc đời chú Mưu.

Ta có thể cảm nhận được cái Thiện qua những mắt xích của nó. Ông nội tôi là một trong những mắt xích ấy. Chú Mưu là mắt kế tiếp.

Chú Mưu rất có thể để lại sau mình ông một cái gì. Một mắt xích nữa. Hoặc ít hơn, một chút ánh sáng chẳng hạn.

Tôi đã nhìn thấy cái ánh lấp lánh ấy, rất rõ, trong mắt bạn tôi khi anh chia tay tôi ra về.

NGƯỜI CHỈ ĐƯỜNG Ở LYON

Tôi còn bảy ngày rảnh rang trong lúc năm hết Tết đến. Còn chưa biết dùng nó vào việc gì thì bỗng nhiên nhận được một cú điện thoại:

- Đi Lyon chơi đi. Thành phố quan trọng thứ nhì nước Pháp. Tính về độ lớn thì thứ ba. Ở nước Pháp hai mươi năm, thế mà tớ chưa đến đó lần nào. Cậu tưởng tượng được không?

Đó là ông bạn cùng thành phố, một năm gặp nhau một lần.

- Tưởng tượng được. Chính tớ, mới mười năm thôi, nhưng tớ cũng chưa đến đó.

- Ta cùng đi chơi, hả? Tớ có thằng bạn cố tri ở đấy. Tớ sẽ gửi e-mail báo trước cho nó biết. Thằng này cũng độc thân. Nó sẽ đón tụi mình, sẽ dẫn tụi mình đi thăm thành phố. Không có hướng dẫn viên du lịch nào bằng nó đâu.

Tôi OK.

Ngồi lên TGV phóng ào ào rồi mới biết ông bạn cố tri của anh bạn tôi không trả lời. Ông ta hoặc không mở máy PC, hoặc máy của ông hỏng bất tử, đã thế lại lười không ra cybercafe. Thời hiện đại không có nghĩa là mọi người đều hiện đại. Người ta kể có ông lãnh tụ một quốc gia nọ đến thăm một cơ sở tin học đã phê phán thần dân của mình: "Các đồng chí làm việc tốt, nhưng còn lãng phí lắm. Trong một phòng làm việc chỉ một tivi là đủ, không nên bày ra mỗi người một cái như tụi tư bản"

Anh bạn tôi giận ông bạn cố tri của mình lắm. Tôi không giận. Tôi có những ông bạn còn không thèm biết e-mail là cái chi chi nữa kìa.

Đành phải cười trừ với tình thế. Hoá ra ông bạn tôi thậm chí không có cả số phone lẫn địa chỉ để lùng cho ra ông bạn vàng. Có thể tra cứu trong Minitel ở các nhà ga, các trạm bưu điện, nhưng lười. Mà chắc gì tìm thấy? Trong trường hợp này mẹ tôi ắt mắng tôi "nhanh nhẩu đoảng, thật thà hư". Không có bạn dẫn đi thì phải tự đi vậy, biết làm sao bây giờ? Với một tấm bản đồ chằng chịt phố xá và linh tinh ký hiệu, chắc chắn là thế rồi. Thêm vào đấy, phải tìm cho ra một nhà trọ vừa túi tiền khi đã quá tuổi ngủ đêm trong nhà trọ sinh viên.

Lyon to kềnh càng. Và kiều diễm đáo để. Từ thế kỷ thứ 12 nó đã có những công trình kiến trúc đẹp kinh khủng. Tôi hoàn toàn bị ngợp trước cái vĩ đại của đại giáo đường Đức Bà trên đồi Fourvière và từng hoạ tiết con con ở mọi bức tường, mọi cây cột, và cả trên cái vòm cao 27m của nó. Ban đêm tôi thường dừng lại nhiều lần bên cái đài cao vòi vọi ở quảng trường Bellecourt để ngước mắt lên chiêm ngưỡng Saint Exupéry bé tí tẹo và cô đơn. Ông nhà văn tài hoa của tôi chắc đang mê mải với một chuyến bay đêm lần thứ n của đời nghệ sĩ. Tôi thích cả những biển hiệu giật gân của Lyon. Tỷ như cái cửa hàng Những Nụ Hôn Man Rợ (Les Baisers Sauvages) ở gần Nhà hát Ca kịch.

Chúng tôi đi với nhau nửa ngày rồi giải tán, mỗi người mỗi ngả, theo sở thích. Bạn tôi là dân nhậu theo phong thuỷ, như anh tự xưng, nghĩa là tại hướng đình. Cả làng Ước Lễ quê anh làm nghề giò chả chỉ vì thích khoái khẩu. Anh ngây ngất ngắm khu Lyon Cổ với những quán nhậu san sát, anh lượn lờ ở đó, ăn, uống rồi chê rằng thực đơn bắt mắt, giá cả lại chẳng bình dân.

Tôi thích đi dạo, phó mình cho ngẫu nhiên. Tôi la cà dọc những quán sách tựa lưng vào bờ sông Saône, rất giống những quán sách cũ nổi tiếng ở sông Seine, nhưng kém phong phú. Sông Saône nhỏ hơn sông Rhône chảy bên cạnh nó, Nhưng Saône làm tôi nhớ nó rất lâu. Bởi cuộc gặp gỡ khó quên với me-xử Jean Pierre.

Chiều hôm ấy, vừa rời cây cầu treo trước Palais-de-Justice, tôi thấy thiên hạ đang đi bỗng tốp lại một đống bên đường. Họ ồn ào cười nói, hoa chân múa tay. Thì ra giữa dòng xe đang chạy nườm nượp kia có một ông già đang say sưa vung vẩy đôi tay gầy guộc chỉ đường cho xe này đi, bắt xe kia dừng lại. Như một nhạc trưởng lên cơn trước dàn nhạc nhập đồng, hai cánh tay xương xẩu bay lượn trong rất nhiều tiếng động cơ gầm gừ. Mái tóc rậm bạc phơ bồng bềnh trước gió. Chủ nhân những chiếc xe cũng cười nghiêng ngả trước tay lái. Họ cười to, cười tủm tỉm, cười chiếu cố, nhưng nhất nhất tuân lệnh ông già chỉ đường. Chẳng ai tỏ vẻ bực dọc về chuyện ông ta không biết tự đâu nhảy ra làm cản trở giao thông. Nhất là lại trong cái ngày thành phố bắt đầu treo đèn kết hoa chào đón lễ Giáng Sinh, đường phố ngập người và xe cộ. Thì ra bộ mặt rất mực nghiêm trang của ông già làm cho cái trò đùa bất ngờ đối với mọi người trở nên thú vị. Nó xua tan mọi thứ stress.

Một lát sau mới thấy một anh công an giao thông trẻ măng miệng cười tươi đủng đỉnh tiến đến bên ông già. Anh ta chỉ vào đồng hồ tay, đoạn ghé vào tai ông già, nói với ông câu gì đó. Ông già trợn mắt lên, tuồng như ngạc nhiên. Rồi hiểu ra, ông chầm chậm gật gật cái đầu rậm bù xù, bắt tay anh công an, lắc một chập. Rời chỗ, ông già vênh váo bước lên hè như người vừa hoàn thành một công việc rất đáng tự hào. Ở đó ông hồ hởi gật đầu chào đám đông bộ hành vừa nhập cuộc. Họ hể hả cười vang với ông, những cánh tay chen nhau vươn tới bắt tay ông.

Tôi vẫn đứng đó, bỡ ngỡ trước cảnh tượng được chứng kiến, cho tới khi đám đông giải tán. Ông già lại tưởng tôi đứng chờ để được bắt tay ông, liền chìa tay cho tôi.

- Hân hạnh - tôi nắm tay ông - Rất hân hạnh!

Cái bắt tay trả lại mạnh hơn tôi nghĩ, với số tuổi của ông. Ông cười hà hà:

- Vất vả. Nhưng mà vui. Không có tôi ấy à, ố là là, mọi sự cứ là lộn tùng phèo. Ông bạn có thuốc lá không?

- Có đây!

Tôi rút bao thuốc. Ông dùng ngón trỏ và ngón giữa gắp một điếu, nhanh như một nghệ sĩ xiếc.

Tôi bật lửa cho ông. Ông cúi xuống, rít một hơi ngon lành.

- Jean Pierre de…

Và nói tiếp một cái họ dài dặc mà tôi lập tức quên ngay cùng với quyết định không cần nhớ. Tôi ấp úng một cái họ Việt khó phát âm và cũng khó nhớ không kém.

Ông ngoắc tay ra hiệu tôi đi theo ông vào chỗ bức tường thấp, nơi dựa lưng của những quán sách, ở đó khuất gió. Và ông ngồi ngay xuống đấy cái ịch, tự nhiên như ngồi xuống sofa nhà mình.

Cử chỉ đó tố cáo ông là một clochard. Từ điển Larousse định nghĩa: "clochard là người vô gia cư, sống cuộc đời lang bạt và nghèo túng". Không sai, mà chưa đủ. Khi không có gió thổi, một mùi hôi từ người Jean Pierre bốc lên nồng nặc - mùi clochard. Mùi clochard là một đặc trưng cần phải đưa vào từ điển để không thiếu.

- Ông bạn người Indonesia?

Tôi lắc.

- Cambodge?

Tôi lắc.

- Việt Nam?

Tôi gật.

- Hân hạnh - Jean Pierre trầm ngâm - Ông biết không, tôi đã ở đó, hừm, năm nào nhỉ? 1947. Hoặc 1948. Ố là là, kinh lắm. Nin Bin, Tai Bin (tôi hiểu là Ninh Bình, Thái Bình) Những đồng lúa ngập nước, đầy đỉa. Du kích Việt Minh, lá cây phủ kín người... Những hầm chông. Bọn bắn tỉa... Ố là là!

Tôi ngồi xuống bên ông. Mùi khăn khẳn thường gặp nơi các clochard nằm trong các ga Métro của Paris tiếp tục xộc vào mũi tôi.

- Ông đã đánh nhau ở Việt Nam?

- Tất nhiên. Một điều nữa, hả?

Tôi dúi bao thuốc vào tay ông. Nó biến mất ngay lập tức trong một cái túi nào đó trong rất nhiều cái túi của Jean Pierre.

- Tôi còn đánh nhau ở Algérie nữa kia. Ố là là, ở đó nóng lắm, nóng vô cùng. Và rất nhiều bụi. Tôi đã ở Batna, Biskra, Sid Ben Abbès, Mostaganem, I-n-Salah... - ông nói một tràng những tên thành phố ông đã qua, trong khi nhấm nháp cái âm sắc lạ tai của chúng mắt ông nhoè nước - Có thể, tôi có những đứa con ở đó nữa.

- Ông có bao giờ nghĩ đến chuyện đi tìm chúng không?

- Không - Jean Pierre lắc đầu quầy quậy - Tìm mà làm gì? Chúng sẽ chẳng biết tôi là ai. Cả mẹ chúng nữa, họ cũng chẳng nhớ tôi...

Jean Pierre ngước mắt nhìn bầu trời thấp đang tối dần. Mùa đông trời thường thấp.

- Người ngoài như ông mà lại có lòng nhớ tới những đứa trẻ của tôi thì... - ông lẩm bẩm, nhắm mắt lại như nhớ về những kỷ niệm đã phai nhoà - hừm, ông là một người dễ mến.

Tôi thản nhiên nhận lời khen. Dân clochard là thế. Jean Pierre không phải là clochard đầu tiên mà tôi gặp. Những clochard chúa hay gợi chuyện. Họ tha những chai rượu vang rẻ tiền xuống các ga xe điện ngầm, uống tới say khướt, rồi ngầy ngà bắt một khách bộ hành nào đó vô tình ngồi gần nghe chuyện mình. Tôi thường ậm ừ mấy câu vô nghĩa rồi nhảy bổ vào toa xe khi tàu vừa tới. Nhưng đây là Lyon, thành phố không quen biết, nơi tôi không gặp được ông bạn cố tri của một ông bạn tầm phào để đi chơi cùng, cũng chẳng biết nên rời khỏi nó hôm nay hay ngày mai?

- Được gặp ông là một thú vị đối với tôi. Ông người thành phố này?

Jean Pierre nhún vai:

- Cái đó có ý nghĩa gì trong thời đại của chúng ta? - Jean Pierre triết lý - Một thời đại không chấp nhận những khái niệm địa lý. Con người nay chỗ này, mai chỗ khác. Thời tôi còn trẻ những cuộc gặp gỡ giữa Âu và Á như thế này là hiếm lắm.

Ông hất hàm chỉ về phía trước mặt.

Một đôi trai gái Nhật Bản đi ngang. Người con trai kín đáo quay lỗ ống kính bằng hạt đậu nhọn trên cái máy ảnh digital bằng bao diêm về phía chúng tôi. Tôi nghe thấy một tiếng tít khe khẽ. Anh chàng đã kịp chụp một pô có hai clochard một Âu một Á.

Jean Pierre bảo:

- Tôi thấy hơi đói bụng. Ông bạn thế nào?

Tôi thực thà:

- Tôi cũng thấy đói.

- Vậy thì tại sao chúng ta không đi ăn? Tôi biết một quán cous-cous gần đây, được lắm. Từ ngày ở Algérie tôi khoái món đó vô cùng. Ông đã ăn cous-cous[1] lần nào chưa? Ngon lắm. Đi với tôi. Tôi mời ông. Đi chứ?

Một bữa tối trong một thành phố xa lạ, một món ăn lạ miệng, lại do một clochard chính hiệu mời, vui thật. Nó có vẻ là đoạn đầu một câu chuyện hay ho. Như chuyện một tay nhà giàu ở Paris phát khùng, bỏ vợ bỏ con, bỏ biệt thự sang trọng trong khu triệu phú, bỏ cả giới thượng lưu, để lang thang làm một clochard dưới đáy. Không phải mọi clochard đều nghèo. Có người nói với tôi như thế.

- Thế nào, ông bạn, đi hả?

---

[1] *Cous-cous (phát âm cút-cút) là một món ăn ưa chuộng ở Algérie và các nước vùng Trung Đông, một thứ súp nấu bằng gạo mạch với thịt bò và các gia vị đặc thù.*

- Tại sao không? - tôi nói.

Chúng tôi đứng lên. Jean Pierre định khoác vai tôi, nhưng cánh tay ông già đã đưa lên lại thõng xuống. Chắc ông chợt nhớ ra, rằng ông có một cái mùi không vừa mũi những người bình thường.

Chúng tôi đi dọc theo ke Tilsitt. Từ đây có thể ngắm cảnh bờ sông bên kia - những ngôi nhà trung cổ nhô ra thụt vào lẫn lộn với những ngôi nhà tiền hiện đại, một nhà thờ Thiên chúa giáo thấp tè, Hôpital Antiquaille đồ sộ, và xa hơn nữa - những tháp nhọn có riềm của Basilique Notre-Dame de Fourvière.

Jean Pierre kéo tôi vào một tiệm ăn xập xệ theo chuẩn mực châu Âu. Chủ quán, một người đàn ông Ả Rập, lông mày rậm và mũi khoằm, nhăn mặt khi nhìn thấy Jean Pierre. Nhưng khách là khách, không thể có sự phân biệt đối xử, ông ta đành nở một nụ cười gượng gạo:

- Bon soir, Jean Pierre!

Jean Pierre gật đầu chào lại, đi đến cái bàn trong góc. Chắc hẳn đó là cái bàn quen thuộc của ông. Tôi ngoan ngoãn theo sau. Ngả người trên ghế, Jean Pierre gọi cous-cous, kèm theo một chai vang đỏ.

Không biết tại tôi đói bụng hay là món cous-cous ở đây do một đầu bếp tài ba nấu, nhưng nó ngon tuyệt. Nó ngon không phải bởi những thán từ "ố là là" của Jean Pierre. Nó ngon thật sự, với cái lưỡi Việt Nam. Nhưng vang Algérie thì ngọt lợ, thua vang Pháp.

Món ăn ngon làm cho Jean Pierre trở nên bốc. Qua câu chuyện trong bữa ăn, tôi mới biết Jean Pierre từng là một quân du kích trong Đại chiến thế giới thứ hai, lúc còn là một thiếu niên.

- Tôi đã cứu nhân loại khỏi thảm hoạ phát-xít - Jean Pierre giáng nắm đấm xuống bàn - Một anh hùng.

Người cứu nhân loại ăn như rồng cuốn và uống như hũ chìm. Chúng tôi đánh ngã chai vang thứ hai. Nó được mở sẵn từ trong bếp và theo tôi, nhạt hơn và có phần chua hơn chai trước. Jean

Pierre không nhận thấy có điều gì khác lạ. Ông cạn hết ly này tới ly khác.

- Sau đó, tôi đi sang Đông Dương đánh bọn phiến loạn…

Tôi nóng mặt, cãi lại. Tôi cũng đã hơi say say. Vang nhạt cũng là vang, vang Pháp hay vang Algérie thì cũng thế. Không phải nước lã.

- Không phải bọn phiến loạn, mà là quân khởi nghĩa. Một cuộc chiến đấu giành độc lập của những người nô lệ.

- Thì cũng như nhau. Có gì khác? Nước Pháp là nước Pháp. Thuộc địa là thuộc địa. Thuộc địa nổi loạn. Nước Pháp dẹp loạn. Ở Algérie cũng vậy.

- Không thể như nhau được - tôi nóng mặt - Một đàng là những người chiến đấu cho tự do. Một đàng là quân xâm lược.

Jean Pierre trợn mắt. Tôi nhìn thấy những tia đỏ trong con ngươi mắt ông khi ông nhào cả bộ mặt râu ria lởm chởm qua bàn về phía tôi. Tôi tưởng ông ta sẽ xông vào tôi lúc đó. May, ông chỉ tiếp tục xông vào đĩa cous-cous bỏ dở của tôi để kéo tuột về phía mình trong chớp mắt.

Ăn xong, Jean Pierre ợ mấy cái liền với vẻ mặt hết sức khoan khoái. Ông đặt món tráng miệng, nhân tiện gọi chai vang thứ ba.

Chai này còn nhạt hơn nữa. Hoặc là một thứ rượu khác hai chai trước.

- Thì có gì khác? Chúng tôi cũng từng chống bọn bosh khi chúng xâm lược nước Pháp của chúng tôi. Có khác gì bọn Việt Minh ở Đông Dương của ông bạn. Này, bọn Việt Minh ấy, ố là là, chúng đánh khá lắm. Với tư cách người lính, tôi xác nhận điều đó. Sự thật là sự thật. Như một franc là một franc.

Mi mắt tôi bắt đầu nặng. Tôi bắt đầu không hiểu những câu nói tiếp theo của Jean Pierre.

- Có điều nhìn từ xa những cuộc chiến tranh đều giống nhau.

Ông ta nói những điều không có lý. Nhưng chẳng lẽ thế giới này có lý?

- Sau tất cả những cuộc chiến tranh chết tiệt đó, tôi làm cảnh sát giao thông - tôi nghe thoảng bên tai giọng lè nhè của Jean Pierre - Đó mới là một nghề ra nghề. Ông bạn hãy tưởng tượng một ngày nào đó tất cả các đèn đường đều tắt ngóm và ở các ngã ba ngã tư ngã năm ngã bảy không có một viên cảnh sát giao thông nào... Ố là là!

Jean Pierre ngước mắt nhìn lên trần, hai tay ôm lấy đầu, hình dung ra cái ngày khủng khiếp đó.

Tôi gật gù, chỉ để chứng tỏ tôi đang chăm chú nghe.

- Rồi tôi về hưu. Nhưng thỉnh thoảng tôi vẫn ra đường hỗ trợ các bạn đồng nghiệp. Ố là là, họ cần tôi lắm. Suy rộng ra, cả nhân loại vẫn còn cần tôi. Như ông bây giờ. Ông cũng cần tôi trong cái thành phố này, đấy, rồi ông thấy. Ông bảo ông mới tới lần đầu?

- Tôi mới tới lần đầu.

- Tối nay tôi sẽ dẫn ông tận nơi ông cần tới. Ông hơi say rồi. Ông sẽ không tìm nổi đường trong tình trạng này.

- Không, tôi không say.

- Đừng cãi. Ông sẽ không tìm nổi khách sạn của ông đâu khi xe công cộng càng về khuya càng thưa chuyến. Tôi là người chỉ đường mà. Không phải cho một mình ông. Mà cho cả nhân loại. Hề hề...

Khuya thật rồi. Những người khách cuối cùng đã lần lượt đứng lên trả tiền và ra về. Tôi kiên nhẫn chờ người chỉ đường cho cả nhân loại trả tiền cho bữa ăn tối. Ông ta mời tôi mà. Nhưng Jean Pierre hình như quên bằng chuyện đó trong sự vướng bận với những ý nghĩ trọng đại về sứ mệnh cao cả. Phép lịch sự không cho phép tôi giục ông.

Ông chủ quán mũi khoằm đứng bên trong quầy thỉnh thoảng lại ném cho tôi một cái nhìn nghi ngại. Rõ ràng ông ta sốt ruột chờ tôi ra một cử chỉ gọi ông tới tính tiền.

Jean Pierre tiếp tục uống nốt ly rượu còn lại với vẻ suy nghĩ lung. Tôi thất vọng. Tôi chờ thêm một lát nữa. Jean Pierre có dáng kẻ ra gan, không thèm để ý đến tôi.

Khi đã không còn có thể kéo dài thời gian hơn nữa, tôi thò tay vào túi áo, rút ví.

Chủ quán lập tức xuất hiện bên cạnh tôi với cái đĩa cáu bẩn, trên đó nằm chềnh ềnh mảnh giấy tính tiền.

Món cous-cous tuyệt vời được tính với giá rất rẻ. Nhưng khoản trả cho ba chai vang dở ẹt thì được phóng đại tới mức Andersen vĩ đại cũng phải sửng sốt. Ở nước Pháp không có lệ kì kèo khi trả tiền cho bữa ăn. Tôi không quên bỏ thêm vào một euro tiền boa, cũng theo tục lệ của nước Pháp có truyền thống văn minh lâu đời.

Những ý nghĩ trọng đại lập tức rời bỏ Jean Pierre, hoặc là chính Jean Pierre rời bỏ chúng, và chúng tôi đứng lên.

Jean Pierre nhìn tôi âu yếm. Cái nhìn của ông chan chứa tình yêu. Ông khoác áo ngoài cho tôi, cẩn thận cài từng cúc áo:

- Tiết trời bây giờ tệ hại lắm. Lại có dịch cúm nữa. Phải ăn vận cho ấm vào. Nước Pháp đẹp thật, nhưng đầy rẫy nguy hiểm. Phải quàng khăn chặt thế này này mới bảo vệ được cái họng.

Ông nhẹ nhàng đưa tay lên khoác vai tôi, dìu tôi đi qua những phố sáng và những phố tối. Mỗi khi qua đường, ông giơ tay ra hiệu ngăn những chiếc xe đi tới bằng một dáng điệu trịnh trọng và kiên quyết. Xe cộ tuân lệnh ông răm rắp, làm tôi bất giác phải kính nể ông bạn clochard già lão, giờ đây không còn thấy bốc mùi.

Sáng ngày ra, tôi quyết định quay về Paris. Chúng tôi đã ở đây bốn ngày. Anh bạn tôi thấy thăm Lyon thế đã đủ.

Trong khi chờ chuyến tàu tốc hành sớm nhất, chúng tôi vào một quán điểm tâm. Ăn xong, tôi đưa tay vào túi rút ví để trả tiền thì không thấy nó ở chỗ cũ. Tiếp tục tìm nó ở những chỗ nó không thường ở cũng không thấy nó đâu.

Anh bạn tôi cười:

- Bị móc mất rồi phải không? Ở đâu?

Tôi nhún vai. Có trời biết tôi đã đánh rơi ví ở chỗ nào. Có thể khi trả tiền bữa ăn tối tôi đã bỏ nó vào không đúng chỗ. Lúc ấy tôi say.

Tôi xua đuổi ý nghĩ rằng người chỉ đường cho nhân loại đã cầm nhầm cái ví của tôi trong khi ân cần cài cúc áo cho tôi khỏi bị cảm lạnh.

Nghĩ như thế thì tệ quá.

12/2002

ÔNG THÔNG GIA

1.

Tôi sung sướng đằm mình trong nước mát. Trên đầu tôi, quanh tôi, nắng chói loà. Tôi bập bềnh trôi. Có tiếng sáo diều văng vẳng. Đang say sưa ngụp lặn, bỗng có một cái gì va vào tôi làm tôi vùng vẫy, sặc sụa.

- Cậu ngủ say quá thể! - nghe tiếng người, tôi nhận ra tiếng cô Lương - Dậy đi, cậu.

Cô Lương lột tấm chăn tôi trùm kín đầu. Tôi giằng lại, nhưng không được. Thế là tỉnh hẳn.

- Có việc gì mà cô đến sớm thế? - tôi tung chăn ngồi dạy, càu nhàu.

Tôi tiếc giấc mơ. Tiếc lắm. Không dễ gì gặp được một giấc mơ như thế. Với tôi, dòng sông quê hương mà tôi vừa được thoải mái trầm mình trong đó giờ đây xa lơ xa lắc. Tưởng chừng nó đã mất hẳn trong trí nhớ. Giấc mơ như một món quà bất ngờ. Món quà tan biến chỉ vì cái nhà cô Lương thổ tả kia.

Tôi nghe tiếng dép lẹp kẹp đi về phía bếp, tiếng nước đổ vào ấm, tiếng bật công tắc.

- Sớm gì mà sớm. - tiếng cô Lương nói - Trưa rồi.

Tôi vẫn còn chưa hết bực mình. Mở mắt thấy kim đồng hồ trên bàn chập nhau ở con số 12. Trưa thật rồi.

Cô Lương chậm rãi pha trà. Giữa chúng tôi, hơi trà ngào ngạt và ấm áp bốc trên miệng chén. Ở khoảng cách gần, tôi thấy cô già sọm - hai mắt lõm sâu, má hóp, da mặt đã có màu bao xi măng. Mấy chiếc răng cửa hơi đưa ra, vốn là cái duyên của cô, giờ xuống màu, với những khe rộng hơn trước. Giọng cô không còn trong, không còn cao, nó mệt mỏi, khàn khàn. Từ nốt ruồi ở hàm bên phải chui ra một sợi râu bạc.

- Cửa cũng không thèm đóng. - cô chép miệng - Em chỉ việc đẩy vào. Có ngày trộm vét sạch. Thật đấy. Cậu biết hôm nay ngày gì không?

- Ngày gì?

- Ngày Ông Táo lên chầu giời rồi đấy.

- Ờ…

Lại một năm trôi qua. Cô Lương là cuốn lịch sống của tôi. Không có cô nhắc, tôi sẽ không biết mình đang ở đâu trong dòng chảy vô hình ấy. Đã nhiều năm, mỗi khi phải lấy áo ấm ra mặc, thấy tuyết rơi, tôi biết là mùa đông đến; phải lôi cái quạt máy trong đống đồ xếp xó ra cho nó chạy, tôi biết đã vào hè.

- Em mang ít đồ cúng sang cho cậu.

Nhìn lên nóc tủ tôi thấy có mâm ngũ quả, xôi lạc, gà luộc. Và nén nhang mới bén.

- Cảm ơn cô.

Cô cười không tươi.

- Đàng nào em chả cúng. Cậu thì cái gì cũng phiên phiến, phiên phiến. Tết nhất phải có chút gì gọi là hương khói để nhớ đến tổ tiên, ông bà. Tết này cậu sang em, ăn Tết bên em nhá?

- Ờ…

- Hôm nay em sang đây - cô nói, giọng ngập ngừng - là có việc phiền cậu…

Tôi đặt chén trà xuống, nhìn cô, chờ đợi. Ở đây, chỉ tôi là người thường nhờ vả cô. Chứ cô chẳng bao giờ nhờ vả tôi.

- Việc gì vậy?

Cô ngần ngừ.

- Em muốn phiền cậu đi Berlin với em một chuyến.

Tôi ngạc nhiên. Từ khi dọn về đây ở gần cô, tôi chưa thấy cô đi đâu.

- Đi Berlin? Làm gì chứ?

Cô nhoẻn cười, ngượng ngập:

- Hỏi vợ cho cháu Hiếu.

2.

Tôi và cô Lương có một tình bạn dài nửa thế kỷ.

Tình bạn của chúng tôi bắt đầu bằng một món ăn. Cô Lương không phải người bình thường. Ở đất thủ đô, cô là người nổi tiếng. Cô nổi tiếng không phải vì cái gì to tát, mà nhờ một món ăn – món bún mọc. Tôi sẽ không tả bún mọc của cô ngon như thế nào. Không ai có thể tả được cái sự ngon. Chuyện ấy là của riêng cái lưỡi. Cứ phải ăn mới biết. Chỉ có thể nói gọn một câu: bún mọc là món độc quyền của cô Lương trong toàn thành phố. Về món này không ai tranh hơn được với cô. Quanh gánh bún cô Lương, khách ngồi chật vỉa hè đợi đến lượt. Đông thế mà cô tài nhớ lắm: ai đến trước, ai đến sau, cô không bao giờ lẫn. Cô tươi nở múc cho từng người suất bún nóng hổi, thơm phức, nước dùng ngọt lịm, húp bỏng miệng. Những viên mọc của cô, được chế tạo cách nào không biết, nêm nếm thế nào không biết, mềm và đàn hồi, cắn ngập chân răng, như thể chúng không phải được nặn bằng thịt lợn tầm thường của trần thế.

Đến đây tôi phải nói ngay rằng giữa hai chúng tôi không hề có chuyện ong bướm. Đơn giản vì cô Lương không phải là một cô. Cô không phải đàn bà.

Trở thành khách quen của gánh bún mọc, tôi gọi anh chàng Lương này bằng cô, như cách mọi người gọi. Có người còn gọi là cô đồng Lương. Gọi thế không đúng - Lương không phải cô đồng. Không hầu đồng, không am miếu, không hương khói, đàn địch, không con công (con nhang?) đệ tử, sao gọi thế được. Các nhà khoa học viết khá nhiều về hiện tượng ái nam ái nữ, tôi có đọc, nhưng không hài lòng. Thế giới "ái" rất đa dạng, rất phức tạp, theo tôi quan sát. Nó không dễ giải thích. Đơn giản hoá nó, sơ lược hoá nó, trong cái nhìn bất biến, đinh ninh, miêu tả qua lăng kính duy vật cho ra vẻ khoa học là không được. Lấy cô Lương làm ví dụ. Đực rựa, có vợ có con hẳn hoi. Chị vợ, tôi đã gặp, xinh gái, đàn bà trăm phần trăm, mẹ của hai đứa con giống bố như đúc. Một gia đình như mọi gia đình. Cái khác là trong gia đình này anh chồng từ tấm bé đã thích trang điểm theo cách nữ - ở nhà không biết thế nào, chứ ra đường là phải thoa một chút phấn hồng lên má, quệt một đường son nhẹ lên môi. Lại còn đeo nịt vú nữa chứ (nó hiện rõ qua lần áo phin nõn), ai cũng thấy. Nói ỏn ẻn, đi nhún nhẩy, hai tay phẩy phẩy bên hông, không khác đàn bà. Thế mới thành cô Lương. Nhưng "cô" không có một nhân tình đàn ông nào, tuyệt không. Chưa ai bắt gặp "cô" cặp kè với một người phái nam. Vì thế, nói rằng trong con người cô Lương có thứ tình dục đồng giới, bệnh hoạn, theo cách nhìn của thế hệ tôi, là nói bậy.

Tôi là người không háo lên án ai, lên án cái gì. Tôi chỉ háo ăn ngon. Qua một lần nếm thử đã đủ để tôi trở thành khách quen của gánh bún mọc cô Lương. Thấy tôi, khi nào cô cũng đon đả:

- Kìa, anh giai! - múc bát mọc cho tôi xong, cô vui vẻ hỏi - Anh giai thêm hành trần nhá? Ớt tươi chứ? Em biết tính ông anh mà, sành lắm, ăn mọc chẳng chịu tra tương ớt đâu. Ngần này đủ chưa ạ?

Rồi lại sợ mất lòng một ông khách nào đó nghiện tương ớt, cô bả lả:

- Nói vậy chứ bách nhân bách tính, có người thiếu tương ớt là nhạt mồm nhạt miệng, ăn mất ngon, có phải không các bác?

Hoặc:

- Anh giai nom có vẻ mệt, em nhúng hai trứng nhá? Anh giai bổ dưỡng đi cho chị em vui.

Tôi đỏ mặt vì những lời chớt nhả ấy. Khách tủm tỉm nhận xét: múc cho tôi, trong muôi của cô bao giờ cũng có nhiều mọc hơn cho người khác, một chút thôi, nhưng hơn. Họ đùa cợt bảo: là do tôi đẹp trai. Tôi soi gương chẳng thấy mình đẹp trai tẹo nào, có lẽ tại hai chúng tôi có duyên tiền kiếp.

Đùng một cái, không thấy cô Lương dọn hàng. Không ai biết cô biến đi đâu.

Khách hàng nghiện bún mọc buổi sáng nhìn cái vỉa hè quen thuộc từ lâu đông nghịt giờ đây trống trơn, chưng hửng dắt xe đi. Hỏi người chủ ngôi nhà trước gánh bún mọc của cô Lương, một ông già cao lêu đêu, ông ta lắc đầu: không biết. Cô Lương đến xin đặt nhờ gánh bún thì ông cho, ông không khoảnh. Ông cho cô ngồi nhờ ở hàng hiên nhà ông vô điều kiện. Để cảm ơn ông, sáng nào cô cũng làm một bát mọc tú hụ bưng vào cho ông. Khi khách quá đông, ngồi chật cả lối ra vào, ông chưa kịp trách thì cô Lương đã bẽn lẽn xin gửi ông ít tiền hàng tháng, coi như thuê chỗ.

- Cô ấy cứ giúi vào tay, bắt tôi phải nhận. Chứ tôi không đòi. - ông nói như phân bua - Thời buổi này giúp nhau được chút gì thì giúp, là cái nghĩa đồng bào. Vỉa hè nào phải của tôi. Nhưng cô ấy là người biết điều. Thấy làm phiền người nhà đi ra đi vào, cô ấy ngại. Tôi không biết cô ấy dọn đi đâu, thật vậy.

Hoá ra trong những ngày ấy cô Lương ở tù. Với người Việt ta, ở tù không phải sự lạ. Thiên hạ gặp nhau thấy ngờ ngợ thì không hỏi quê quán, họ hàng mà hỏi: mình gặp nhau ở trại nào nhỉ?

3.

Tôi gặp lại cô Lương ở một nơi mà cả hai đều không ngờ: trại tị nạn Hồng Kông.

- Giời ạ, cậu?! - trông thấy tôi, cô Lương túm lấy, mừng quýnh. Rồi trợn mắt lên, thì thào - Cậu, sao lại ở đây?

- Thì có gì lạ?

- Cậu là cán bộ kia mà.

Cô Lương thay đổi đến khó nhận ra: son phấn không, áo quần luộm thuộm, nhếch nhác, trên mép là một hàng ria nham nhở. Bây giờ tôi không còn là khách hàng nữa, cô gọi tôi bằng "cậu". Tiếng "cậu" của ta có nhiều nghĩa, là cách bạn bè thân mật gọi nhau, cách con gọi cha, vợ gọi chồng, cháu gọi em ruột của mẹ. Còn khi dùng với người ngoài không gần gụi, nó lại là cách xưng hô tỏ sự tôn trọng đối với người có vai vế hơn mình.

- Cán bộ thì đã sao? - tôi ôm chầm lấy cô - Đến đây lâu chưa?

- Hai năm rồi. Còn cậu?

- Mới.

- Em tưởng chỉ có dân chúng em khổ quá mới phải đi thôi - cô Lương cụp mắt nhìn xuống bàn chân đầy bụi di di trên mặt đất - Ai tự dưng bỏ nhà bỏ cửa, bỏ quê hương bản quán? Báu lắm đấy, cái đồng đất xứ người… Mà tại sao cậu cũng đi?

- Chuyện dài - tôi đáp - Lúc nào rảnh, tôi kể. Còn cô, đang đắt khách sao lại dẹp hàng, rồi ở đây?

- Cũng là chuyện dài, cậu ơi.

Chuyện dài ấy là thế này:

Trước, hai mẹ con cô Lương là xã viên hợp tác xã thu mua đồ phế thải, nôm na là hợp tác xã đồng nát. Dân ta vốn thích oai, gọi vống lên cho sướng, chứ xã viên của cái hợp tác xã này vẫn là những bà đồng nát ngày trước. Đòn gánh trên vai, hai đầu hai thúng, họ lang thang khắp phố phường mua đủ thứ đồ vứt đi: sắt vụn, nồi thủng, mâm bẹp, giấy lộn, tóc rối…, đem bán lại cho các vựa. Để được phép làm việc ấy, tháng tháng họ phải đóng một khoản tiền cho hợp tác xã, coi như mua sự hợp pháp. Mẹ cô Lương

là con gái Ước Lễ. Làng này nổi danh cả nước về nghề giò chả.
Chồng chết sớm, bà mở hàng ăn kiếm sống, nuôi con. Có nghiệp
tổ, miễn chăm làm thì không giàu được cũng đủ sống. Mở hàng
mới được ít lâu thì đùng một cái, nhà nước ra lệnh cấm tiệt mọi
nghề dính dáng tới lương thực, tức là tuốt tuột mọi thứ - gạo, ngô,
khoai, sắn và bất cứ thứ gì có chứa tinh bột. Vốn liếng thế là tong.
Cũng có vài hàng phở, hàng cháo lòng đánh liều, bán chui trong
nhà. Bà không có cái gan ấy. Để được bán chui phải chạy vạy, phải
đi đêm với đủ loại quan nha, chức sắc: cán bộ phòng thuế, cán bộ
quản lý thị trường, công an khu vực… mới yên. Suy đi tính lại, chỉ
có cái nghề mạt hạng, bị khinh khi, là nghề đồng nát, người ta mới
không nhòm đến.

Cuộc sống vất vả làm sức khoẻ bà suy sụp, rồi mất. Cô Lương
còn lại một mình. Cô bỏ gánh giấy vụn, đi làm thuê cho một quán
phở chui. Cho đến khi ông nhà nước thấy cuộc sống sa sút quá,
kinh tế xuống dốc quá, thành phố tiêu điều quá, mới rộng lượng
ngoảnh mặt đi cho những người buôn thúng bán bưng muốn làm
gì thì làm, cô Lương nhớ nghề tổ mới dám nghĩ tới việc vay mượn
họ hàng sắm sanh gánh bún mọc cho mình. Rồi lấy vợ, đẻ con.

Ai ngờ một gánh bún mà làm nên cơ đồ.

Cô Lương trở nên giàu có. Nói giàu là nói trong khái niệm
tương đối. Giàu ở đây là có nhiều tiền hơn người quanh mình thôi,
chứ chẳng phải thiên ức vạn tải gì. Có đồng ra đồng vào, cô cũng
chẳng sung sướng. Thời bấy giờ, giàu cũng là cái tội cái nợ. Sắm
sửa thì hàng xóm biết, gửi tiết kiệm nhiều tiền thì nhà nước biết.
Phải tìm mọi cách giấu cho kín cái giàu, không được hở cho bất cứ
ai. Đã trở thành thói tục: người này theo dõi người kia, nhà này
nhòm ngó nhà khác, không trừ cả thân thuộc. Thành thử cô Lương
phải hết sức giấu giếm cái sự giàu của cô. Nhưng chẳng lẽ cứ tích
tiền để đấy trong lúc nó mất giá hàng ngày?

Nhờ ông anh họ mách nước, cô trở thành người "chơi" đồ cổ.
Ông này rất sành sỏi trong lĩnh vực gốm sứ, nghe nói vậy. Đến
Viện bảo tàng Lịch sử cũng phải mời ông ấy cố vấn mỗi khi phải

xác định niên đại một hiện vật mà nhận định của các chuyên gia không thống nhất. Người như thế lẽ ra phải ở trong biên chế, nhưng ông không thể có cái đó vì lý lịch - cha ông có thời làm thông phán trong phủ Toàn quyền.

Ông khuyên cô:

- Chú cứ nghe tôi: để tiền vào đồ cổ là an toàn nhất hạng. Nó là thứ không thiu không thối, càng để lâu càng có giá. Chú quen nghề đồng nát, biết nhiều nhà, cứ lân la dò hỏi, biết đâu đấy, có khi vớ được của quý cũng nên. Gặp đồ cổ chú cứ gọi tôi, tôi biết cái gì quý, cái gì không quý, trả bao nhiêu là vừa. Nhà nước mua lại đồ cổ của dân bằng giá rẻ mạt, chẳng ai muốn bán. Dân đào được đồ cổ cũng bị thu mua, chỉ được tí tiền gọi là bồi dưỡng. Mình trả cao hơn nhà nước là người ta bán liền. Quen rồi, người nọ mách người kia, mình sẽ mua được khối thứ quý. Mua rồi cứ để đấy.

Cô hỏi ông anh:

- Mua để đấy phỏng có ích gì?

- Xì, chú không biết nhìn xa.

- Là thế nào ạ?

Ông nói chắc nịch:

- Thế nào rồi cũng có một ngày khác bây giờ. Cứ thế này mãi có mà chết. Lúc ấy chú cứ gọi là ngồi trên đống của.

Cô Lương nghe lời ông anh. Cô làm quen với giới buôn đồ cổ "chui". Cô dò hỏi, cô lùng sục, gặp đồ nào ông anh bảo là đồ quý, cô mua. Dần dà, cái việc không quen trở thành quen, thành đam mê. Nhờ sự dạy dỗ của ông anh, riết rồi cô cũng trở thành một chuyên gia đáng nể. Cầm cái bát, cái đĩa hay lọ độc bình lên, ước lượng nặng nhẹ để biết xương, xem men, xem dáng, cô có thể nói ngay niên đại của món đồ, thuộc đời nào Tống, Đường, Minh, Thanh hay Lý, Trần. Lê mạt. Còn hơn chuyên gia, cô sở hữu một số đồ độc nhất vô nhị.

Các cụ nói: cái kim trong bọc lâu ngày cũng lòi ra, đồ cổ thì thứ nào cũng lớn hơn cái kim hết. Thế rồi một ngày kia có người chào cô mấy cái đĩa men ngọc đời Lý, lại là men rạn, cực hiếm. Cô mua ngay. Cuộc mua bán vừa xong tay là công an ập vào. Họ nói được báo có những hiện vật bảo tàng vừa bị mất trộm, chính là mấy cái đĩa ấy. Để "làm rõ" lý lịch những đồ cổ khác, người ta thu tất tần tật các thứ cô Lương tích cóp được. Cô Lương bị tống giam vì tội "tiêu thụ của gian". Cô ở tù gần một năm, không xét xử, gọi là giam cứu.

- Rồi họ xác minh cô vô tội?

- Làm gì có chuyện ấy?! - cô cười gằn - Họ bảo em nhận tội đi rồi họ tha, không nhận thì cứ ở đấy.

- Rồi cô nhận?

- Chứ sao.

Ra tù, cô trắng tay. Với tấm giấy tạm tha trong túi. Cô vợ xinh gái đi theo một tay cán bộ phòng thuế. Có thể gây dựng lại cuộc đời bằng gánh bún mọc, như trước kia, nhưng cô không còn sức, nói cho đúng, sau khi ở tù ra cô chán mọi sự đời, không còn ý chí, không còn ham muốn. Nghe người ta mách, cô dắt hai con xuống Hải Phòng tìm đường đi xứ khác. Cũng lại do ông anh họ chuyên gia đồ cổ:

- Chú đi đi, chú đã bị bỏ tù một lần, coi như có tì vết, không tiền án cũng tiền sự, ở đây khó sống lắm. Giờ người ta đi ầm ầm. Tôi xin lỗi chú. - ông quệt nước mắt, sụt sùi - Cũng là tại cái thằng tôi, chú mới sa vòng tù tội...

Chuyện vượt biên xưa như trái đất, khỏi kể. Sóng gió, đói khát, cạn nhiên liệu, chìm tàu... vân vân. Tất cả những cái đó xảy ra với bất kỳ ai.

4.

Tôi bằng lòng đi Berlin với cô Lương. Cô nói không có tôi đi cùng, cô sẽ lúng túng, không biết ứng xử thế nào với nhà gái cho phải phép.

Ở nhà cô, một chàng trai cao, to, để ria mép, trân trân nhìn tôi.

- Cháu Hiếu đấy - cô Lương nói, vẻ tự hào pha ngượng nghịu.

- Chào cháu - tôi chào nó, biết rằng nó sẽ không chào tôi trước - Bác không nhận ra cháu đấy.

- Gutten tag¹... - nhìn tôi, nó nói - Bác khoẻ?

Cô Lương liếc tôi, cái nhìn biết lỗi.

- Khi chúng mình gặp lại nhau, cháu mới bằng ngần này. - tôi cười xoà với cô Lượng, rồi giơ bàn tay úp sấp làm hiệu chỉ chiều cao của nó hồi ấy - Từng ấy năm, cháu làm sao nhớ được tôi là ai.

Nghe cô kể thì thằng Hiếu sáng dạ, học trung cấp cơ khí, bây giờ đã là trưởng ca hay trưởng kíp gì đó trong một nhà máy, công việc tốt, lương cao.

- Ba, con ra tiệm nét một lát - nó bước ra cửa - Con đi chếch meo². Máy của con vừa bị đao³. Ba với bác chuẩn bị sẵn sàng nhé!

Tôi nhớ lúc còn nhỏ, hai đứa con cô Lương không gọi cô bằng "ba". "Ba" hiện đại hơn, sang hơn "bố". Đi ngang tôi, thằng Hiếu vẫy tay:

- Chuýt⁴!

Thì ra cái Audi đen bóng đậu ngoài phố, lối vào nhà, là của nó.

- Bọn trẻ giờ thế cả. Không biết lễ phép là gì - cô Lương thở dài - Sang đây chúng nó thành Tây hết. Nó vừa nói cái gì vậy, cậu?

Tôi giải thích. Cô Lương không biết computer⁵ là cái gì.

- Cậu đừng chấp - cô Lương bảo tôi - Thế là toi cái Tết. Mình lên

---

¹ *Chào (tiếng Đức), nghĩa như Bonjour trong tiếng Pháp.*

² *Xem điện thư.*

³ *Hỏng.*

⁴ *Tạm biệt, phiên âm tiếng Đức..*

⁵ *Máy tính*

đấy rồi về chắc gì kịp ăn Tết. Em mời cậu Tết này ăn Tết với em, mời thật tình, mà hoá ra mời rơi. Cậu vào đây mà xem: em đã lo sẵn hết cả: măng lưỡi lợn nhá, chân giò nhá, lá giong gói bánh nhá, thịt xay làm mọc nhá... tất tần tật. Em nghĩ lại rồi, em đi một mình cũng được, bắt tội cậu đi với em những ngày này, em ái ngại quá.

- Vẽ, đi là đi. Tôi nói rồi, với tôi ngày Tết chẳng có gì quan trọng. Cô đừng nghĩ ngợi.

- Thằng Hiếu lấy Tây hay ta đấy?

- Ta, cậu ạ. May thế!

Cô chị thằng Hiếu lấy Tây. Bố vợ với con rể chỉ gút tần tác, gút tần nác[1] với chuýt là hết chuyện. Cô Lương rầu lắm. Cô còn rầu hơn nữa là đến bẹo má thằng cháu ngoại một cái cũng không được, sờ cái giống của nó cũng bị cấm - Tây nó không thích. Nó sợ cô làm bẩn con nó.

Cô phân trần:

- Nhà gái đòi phải có chạm ngõ, ăn hỏi, rồi mới cho cưới. Lôi thôi quá, cậu ơi. Lần trước gọi điện về, thằng Hiếu đã giục. Em bảo: để thư thư, Tết ra đi cũng được. Đùng một cái, ông bố vợ nó bị đâm xe.

- Nặng không?

- Nặng, mới khổ. Bà mẹ vợ bảo thằng Hiếu phải tức tốc về đón em lên để chính thức có nhời với người ta. Nếu chẳng may ông ấy có mệnh hệ nào họ còn cho cưới chạy tang.

- Hiểu rồi. Cô biết nhà gái chứ?

- Thằng Hiếu có nói gì trước với em đâu.

Mặt cô Lương chảy dài. Khi cô buồn, hay là có điều suy nghĩ, cô bước những bước chậm chạp, cái lưng gù xuống.

---

[1] *Chào, buổi tối (tiếng Đức)*

5.

Làng, nơi chúng tôi ở, thuộc miền Nam Đức. Nhỏ nhưng sạch sẽ, ngăn nắp, an bình. Nói chung, làng quê ở vùng này đều thế: gọn gàng, tiện lợi, bé tí, mà cái gì cũng có - bưu điện, cửa hàng dược phẩm, bệnh viện, trạm xăng, siêu thị. Thằng Hiếu vui vì tôi nhận lời đi cùng bố nó, nhà trai như thế là đủ hoành tráng. Nhưng nó chê ỏng chê eo nơi ở của chúng tôi:

- Cháu đã bảo ba cháu dọn lên Berlin, ông ấy không chịu, kêu ở thành phố lớn ồn. Ra đến nước ngoài mà còn chui rúc xó xỉnh. Ở cái chốn nhà quê thế này, bác tính, vui thú nỗi gì cơ chứ? - nó nói với tôi trên con đường làng hẹp - Sorry[1] bác, mấy ông khốt[2] giống nhau như đúc, sợ thay đổi như sợ cọp...

Cô Lương im lặng. Tôi ậm ừ. Tôi cảm thấy mếch lòng. Cứ như thế bố nó không chịu đi là do tôi, ông ấy thích ở đây là vì ở đây có tôi.

- Được cái ông bố vợ cháu khá. - thằng Hiếu hồn nhiên tiếp tục - Khác hẳn bố cháu. Nhanh nhẹn lắm, cứ như thanh niên í. Hồi mới sang, ông í đứng đường bán thuốc lá lậu, rồi cầm đầu hẳn một băng, kiếm khẳm. Tậu được nhà. Nhà hẳn hoi, chứ không phải căn hộ. Thay xe như thay áo. Mẹ vợ cháu cũng đảm, làm chủ một resto[3] trên năm chục bàn. Ba cháu mà như người ta thì đâu đến nỗi như bây giờ. Mèng ra cũng có một cái imbiss[4]. Tội nghiệp, không biết liệu ông bố vợ cháu có tai qua nạn khỏi không?

Không giống nhiều thanh niên khác, Hiếu vẫn nói thạo tiếng mẹ đẻ, chỉ thỉnh thoảng nó mới chêm vào vài tiếng Đức quen miệng, vài tiếng Anh thời thượng. Trên xe, nó nói với tôi nhiều hơn nói với bố.

- Này, anh Hiếu, thế ông ấy đã làm... hừm, gọi là cái gì nhỉ, à,

---

[1] *Xin lỗi (tiếng Anh)*
[2] *Ông già dở hơi (tiếng lóng, lấy từ phim Liên Xô "Ông già Khốt Ta Bít")*
[3] *Nhà hàng*
[4] *Quán ăn nhanh*

cái di chúc chưa đấy? - giữa câu chuyện, cô Lương đang lim dim ở ghế sau, nhỏm lên nói.

- Ông ấy khoẻ như vâm, - thằng Hiếu nhún vai - nghĩ gì đến di chúc.

- Vạn nhất ông ấy không qua khỏi mà không có di chúc để lại thì, hì hì..., vợ chồng anh dễ bị thiệt lắm.

Trong câu nói của cô Lương có âm sắc mai mỉa. Nhưng con trai cô không nhận thấy.

- Ông ấy có gì để lại? Khôn như rận, ba ơi, cái gì cũng tên vợ hết. Ông ấy sợ. Bọn Đức khiếp lắm, trốn thuế cả chục năm rồi chúng vẫn moi ra đấy.

Chúng tôi đến Berlin vào buổi tối.

Bà thông gia phốp pháp, son phấn tưng bừng ngay cả khi đang điều khiển nhà hàng. Nhác trông cũng thấy được sự không môn đăng hộ đối giữa nhà trai với nhà gái.

- Chúng em không oẻ hoẹ tương tàu đâu, thưa hai bác - bà nói, giọng ngọt lịm - Nhưng mà, thưa hai bác, gì thì gì mình vẫn cứ phải giữ lề thói cha ông. Con nhà gia giáo chữ lễ phải coi trọng, phải là nhất, có đúng thế không ạ? Em dễ tính, cứ phiên phiến, thế nào cũng xong, chứ ông nhà em cổ lắm, nhất nhất phải theo phép xưa mới chịu. Phật tử đấy ạ, chăm đi chùa lắm. Mà chùa thì xa, có gần đâu. Tối nào cũng ngồi thiền, tụng kinh niệm Phật.

- Ông bà nghĩ thế là chí phải. - cô Lương chắp tay lễ phép - Chúng tôi nhất nhất xin theo. Ngặt vì mình nay ở xứ người, có nhiều cái không thể được như ở nhà, chúng tôi có điều gì thất thố, xin ông bà bỏ quá cho.

Cô Lương nói kiểu lịch sự trơn tru, làm tôi ngạc nhiên. Thường ngày không khi nào cô có cái giọng ấy, có khác một chút cũng chất phác, mộc mạc.

- Con Thuỷ đâu rồi? - bà cao giọng gọi vào trong bếp - Ra đây.

Một cô gái trẻ, vận quần áo đúng mốt, có hở một chút rốn, nhanh nhẹn chạy ra. Mắt thằng Hiếu sáng lên. Hai đứa nhìn nhau lúng liếng. Con bé này rồi cũng đảm chẳng kém mẹ, tôi nhận xét.

- Con chào hai bác đi. Bây giờ thế đấy, hai đứa chúng nó quen nhau từ lúc nào em đâu biết, chúng nó đâu có báo cáo báo cầy gì với bố mẹ. Thôi thì không bằng lòng cũng phải bằng lòng, bác không kén dâu, chúng em cũng chẳng kén rể…

- Dạ.

- Mà có kén cũng chẳng được, thưa hai bác, thời bây giờ chúng nó tự kén nhau, chẳng nhòm nhỏi gì đến ta, chẳng cần lề thói, phép tắc như xưa, có phải không ạ? Thôi thì cũng là cái duyên cái số. Nhà trai đến, có nhời với chúng em là chúng em vui rồi. - bà rơm rớm nước mắt - Vui đến, buồn cũng đến, năm nay nhà em gặp hạn. Ông nhà em lái xe cẩn thận lắm, thế mà vẫn bị. Tổ cha cái thằng Đức lợn, nó phóng bạt mạng, mới ra nông nỗi. Thổi bong bóng thằng ấy thấy có hơi rượu, nhưng cảnh sát bảo còn dưới mức cho phép. Chúng nó bênh nhau ấy mà, ai chả biết. May, nhà em đã mua bảo hiểm toàn phần…

Cô Lương đến lúc ấy mới dám lí nhí hỏi câu cô muốn hỏi.

- Thưa, bệnh tình ông nhà… thế nào rồi?

Bà thông gia vui vẻ:

- May, tưởng nặng, hoá không phải. Không mổ xẻ gì hết, chỉ mấy mũi khâu, băng bó xong nằm tĩnh dưỡng ít hôm là về. Nhà em hiếu khách lắm, ông ấy mà gặp hai bác thì chuyện dứt không ra. Mấy hôm nữa, khoẻ lại rồi, nhà em sẽ đưa hai bác đi thăm danh lam thắng cảnh ở đây. Còn bây giờ thì em xin mời hai bác dùng bữa rồi về nghỉ ở nhà em. Nhà không đến nỗi chật, em đã chuẩn bị, hai bác mỗi người mỗi phòng ạ.

- Cảm ơn bà, bà chu đáo quá. Bác cháu đây (cô Lương chỉ tôi) trước cũng ở Berlin, bác cháu đã gọi điện đặt phòng ở một khách sạn quen rồi - cô nói dối ráo hoảnh, làm tôi một lần nữa ngạc nhiên - Chúng tôi nhận phòng xong rồi mới lại yết kiến bác đấy ạ…

6.

Đến bệnh viện, chúng tôi không khó khăn tìm được phòng của bố vợ thằng Hiếu. Nhác thấy người bệnh qua cánh cửa khép hờ, cô Lương như bị điện giật, nắm chặt tay tôi.

- Ông sao vậy? - tôi ghé sát vào tai cô Lương, thì thào.

Cô Lương xua xua tay, nói khẽ:

- Không, không sao.

Mắt không rời khe cửa, mặt cô Lương đờ ra, xám ngoét. Rồi lôi tôi khỏi chỗ ấy.

- Thằng Hiếu đâu rồi?

- Tôi không biết. Nó vừa đây mà.

Thì ra thằng Hiếu dừng lại ở ngoài cổng hút thuốc. Cô Lương lật đật chạy đến, túm lấy nó, tôi hối hả theo sau.

Đứng trước mặt con, cô dằn giọng:

- Hiếu, bố vợ mày tên là gì?

Nó trố mắt:

- Sao, có chuyện gì mà ba hỏi thế? Sao mặt ba tái đi thế?

- Tao hỏi: bố vợ mày tên gì?

Thằng Hiếu ngớ ra.

- Ông ấy tên là Khởi, ông Khởi. Có chuyện gì thế, ba?

- Đúng, đúng là nó.

Cô Lương lẩm bẩm rồi cúi gập xuống như một thân cây bị đốn. Tôi vội đỡ cô. Thằng Hiếu lại càng hốt hoảng:

- Ba, ba sao vậy? Bác có biết ba cháu bị sao không?

Tôi lắc đầu. Cô Lương phẩy phẩy tay:

- Đi về. Đi về.

- Sao đến đây rồi lại đi về, ba?

- Đi về là đi về.

Tôi đoán là có chuyện nghiêm trọng, liên quan tới người bệnh đang nằm trong kia.

Tôi kéo cô vào quán nước gần nhất. Dọc đường cô như người mất hồn, mặc tôi muốn đưa cô đi đâu thì đi.

Đặt cô ngồi xuống ghế, tôi gọi mấy ly bia. Cô run run cầm cái ly lên, lắng lặng uống cạn. Đợi cô uống xong, rồi ghé sát vào tai cô thì thào:

- Ông biết ông ta?

Cô Lương nhìn chằm chằm vào khoảng không, môi mím chặt:

- Chính là nó. Chính là nó đấy, ông ạ. Khi có người thứ ba, chúng tôi không xưng hô với nhau như thường ngày nữa, mà "ông, tôi". Cái đó đã trở thành quy ước, nó gắn chặt thêm tình thân giữa chúng tôi, như giữa hai kẻ đồng mưu.

- Mà nó là ai kia chứ? - tôi gặng.

Cô hít vào một hơi rồi thở ra hộc ra, như muốn trút hết không khí khỏi lồng ngực:

- Là thằng làm đời tôi tan nát ấy. Nó. Chính là nó. Có đến chết tôi cũng không quên mặt nó, cái thằng khốn nạn ấy. Chính là cái thằng giả dạng đem bán cho tôi mấy cái đĩa cổ, rồi làm hiệu cho đồng bọn ùa vào khám nhà để tống tôi vào tù đấy.

Một giọt nước mắt xúc động lăn trên gò má, cô lấy mu bàn tay quệt đi. Rồi ngẩng lên, nhìn vào mặt con:

- Thằng Hiếu nghe đây!

Thằng Hiếu ngẩn ngơ trước thái độ không bình thường của bố. Bình thường bố gọi nó bằng anh, một điều anh Hiếu, hai điều anh Hiếu, với giọng trịnh trọng của ông bố đã có tuổi nói với đứa con đã thành nhân, không bao giờ bố gọi nó bằng thằng. Trước mặt nó giờ đây không phải là ông bố hiền lành, ông bố đụt, mà nó đã quen thấy, mà nó hằng coi thường. Trước mặt nó là một người đàn ông dữ dằn đang nổi cơn điên.

Nó bất giác khoanh hai tay lại, cử chỉ từ lâu nó không làm.

- Dạ.

- Nghe tao nói đây: mày sẽ không lấy cái con nhà ấy, hiểu không?   - Cô nhìn thẳng vào mắt nó, dằn từng tiếng, như bắt nó phải khắc trong trí - Con ấy có là tiên cũng không lấy nữa, không được. Thằng Khởi là kẻ thù của gia đình ta. Chính nó đã làm cho gia đình ta điêu đứng. Hôm nay có súng trong tay thì tao đã bắn chết nó…

Thằng Hiếu im lặng ngồi phịch xuống ghế. Hai tay ôm đầu, nó ảo não nhìn bố.

Vẫn giọng chắc nịch, cô Lương không nói, mà tuyên bố:

- Thà chết, chứ tao không thông gia với cái giống ấy.

Tôi ôm lấy vai cô:

- Việc gì thì cũng phải bình tĩnh, từ từ suy nghĩ, trước hết là phải bình tĩnh, không nên nóng nảy. Giờ ta về khách sạn. Rồi tính tiếp.

7.

Ngày hôm đó kẻ vất vả nhất, khốn khổ nhất, là thằng Hiếu. Nó lái xe chạy cuồng giữa ba đỉnh của một hình tam giác - khách sạn, nhà thương, nhà hàng. Nghe lời tôi, nó nói dối bố mẹ vợ rằng lễ vấn danh theo kế hoạch như thế là phải hoãn - bố nó bất thình lình trúng gió, nằm liệt, không đi lại được. Ông bố không nói gì, nhưng bà mẹ và cô con gái cuống lên, nằng nặc đòi đến thăm. Nó phải ra sức cản, viện lẽ chừng nào bố nó chưa được định bệnh thì không thể và không nên đến, biết đâu đấy, chưa chừng bố nó nhiễm chứng cúm châu Á ngay trước khi lên đường đi Berlin cũng nên, bệnh ấy vừa xuất hiện, người bệnh cần được cách ly. Lời nói dối có hiệu quả - ở Đức người ta sợ cúm châu Á còn hơn sợ dịch tả. Người Việt ở Đức cũng sợ lây.

Tôi không nói với cô Lương đó là kế hoãn binh của tôi. Tôi nói ra, cô sẽ nổi khùng. Cả ngày, cô chẳng nói chẳng rằng, chỉ nằm ngửa nhìn lên trần.

Đêm đến, thấy cô có vẻ đã nguôi ngoai, tôi mới lựa lời khuyên nhủ:

- Cô nóng quá. Sự đời rắc rối, nó đã xoay ra thế rồi, sức mình không cải được, thì đành chịu vậy thôi, chứ biết làm sao?

Cô Lương trợn mắt:

- Cậu nói thế là ý thế nào? Là em phải quên đi, phải chịu làm thông gia với thằng khốn kiếp ấy? Cậu muốn em muối mặt đến gặp nó để xin con bé cho thằng Hiếu? - cô Lương tung chăn ngồi phắt dậy - Không, cậu ơi, không, em không thể nhìn mặt nó. Em không thể làm thông gia với nó. Không là không.

- Thì tôi có bảo cô phải đến gặp nó đâu. Tôi chỉ muốn nói là hai trẻ đã trót yêu nhau rồi, thì mình phải nghĩ cách sao cho vẹn mọi đường…

- Cách gì?

- Thì phải nghĩ đã chứ, tôi nói rồi mà. Sao cho chúng nó không đau khổ.

- Chúng nó đau khổ thì mặc chúng nó.

Cô Lương quay đi, chấm dứt câu chuyện.

Tôi vắt óc chẳng nghĩ ra cách nào hay ho. Khuyên được nạn nhân hoà giải với kẻ thù là chuyện vá trời.

Gần sáng, tỉnh dậy, thấy cô Lương vẫn thức, tôi pha trà, rồi bảo:

- Thế này: tôi đưa cô ra ga đi tàu về trước, tôi ở lại. Mình sẽ nói rằng cô đã được chuyển về bệnh viện địa phương tiếp tục điều trị.

Cô lắc đầu:

- Việc gì phải nói dối? Như thế cầm bằng em sợ nó, em không dám giáp mặt nó. Em không sợ nó. Em căm thù nó.

Tôi thở dài:

- Từ từ đã nào. Tôi đâu có nói cô sợ nó. Tôi hỏi cô: có phải cô nhờ tôi đi cùng để chu tất việc hỏi vợ cho thằng Hiếu không nào? Thế thì tôi phải lo mọi việc cùng cô. Trông thằng Hiếu mà thương. Nó sợ cô đến nỗi không dám vào đây, mỗi lần tôi mở cửa lại thấy nó lấp ló ở đấy.

Cô Lương ngước mắt lên, hỏi:

- Cậu nghĩ sao? Nó sợ hay nó ghét mặt bố nó?

Tôi quả quyết:

- Nó sợ đấy. Lúc cô thiếp đi, tôi ra ngoài thì gặp nó. Tôi đã kể cho nó nghe hết sự tình, tức là tất cả mọi chuyện mà tôi biết. Nó khóc. Nó thương bố lắm.

Mặt cô Lương dãn ra khi nghe tôi nói thế. Mà tôi nói điều này là thật, gặp nó tôi tưởng ngữ này coi bố như rác, hoá ra thấy bố phát khùng thì nó run.

- Nhưng mà em dù sao thì cũng không thể thông gia với cái giống chó má ấy được, cậu ơi. - cô lại ôm đầu - Không đời nào.

- Tôi nghĩ rồi. Cô không đứng ra là phải. Thì tôi đứng ra. Cứ không phải cô là được. Cô tưởng tôi chịu được khi thấy cô phải muối mặt gặp thằng ấy à? Coi như tôi là bố nuôi thằng Hiếu, cô không đến thì tôi thay mặt nhà trai đến chạm ngõ. Còn sau này ra sao, hạ hồi phân giải.

Nghe đến đấy cô Lương quay mặt vào tường, im lặng.

8.

Nằm trên giường bệnh là một người khoẻ mạnh. Nụ cười hồ hởi

nở trên gương mặt phương phi, ông ta đưa tay cho tôi bắt. Nước da ngăm ngăm đen làm tôi hình dung ra ông trong bộ cảnh phục và câu nói cửa miệng của dân Hà Nội chỉ đám công an: "chân chì, da thiết bì, mũ bình thiên".

Thằng Hiếu cho biết: khi tai nạn xảy ra, ông bố vợ nó có bị thương, có chảy nhiều máu thật, nhưng hoàn toàn tỉnh táo. Mới lấy máu bôi lem nhem khắp mặt mũi, rồi giả bộ ngất. Tưởng thế là đủ để cảnh sát làm một biên bản thuận lợi cho sự bắt đền, nào ngờ thấy máu me bê bết, họ vội gọi xe cấp cứu chở phắt đi bệnh viện. Mà ở bệnh viện thì tình trạng thương tật của ông thế nào người ta biết ngay. Sở dĩ ông còn được nằm nán lại mấy ngày là vì ông vờ bị choáng, thỉnh thoảng lại ngất đi, tính kiếm thêm ít điểm cho sự bồi thường được đậm thêm.

Nó dẫn tôi đến, rồi đứng ngoài, để hai người lớn nói chuyện.

- Tôi trông ông quen quen. - ông ta vui vẻ nói.

- Tôi cũng vậy. Tôi cũng có cảm giác chúng ta từng gặp nhau, nhưng ở đâu thì không nhớ ra. - tôi vỗ trán, làm ra vẻ cố nhớ.

- Già rồi là hay quên lắm, tôi cũng thế, không nhớ ra.

Mào đầu thế là đủ, tôi lấy giọng trịnh trọng:

- Chắc cháu Hiếu đã thưa với ông: tôi là cha nuôi của cháu. Bố cháu ngã bệnh thời khí nhất thời không đến được, nên tôi mạn phép được thay mặt nhà trai, trước hết để vấn an ông, sau là có lời xin ông bà cho cháu Thuý làm dâu…

Ông bố vợ tương lai cười hì hì:

- Biết rồi, biết rồi. Lại bà nhà tôi đây, bà ấy chúa hay vẽ chuyện. Cũng là phú quý sinh lễ nghĩa thôi. - rồi hạ giọng, thân mật - Chứ hồi tôi với bà ấy lấy nhau ấy mà, lễ nghĩa quái gì đâu, chẳng chạm mặt, cũng chẳng ăn hỏi. A lê hấp, cưới. Mà cưới tập thể cơ đấy, ông ạ. Nhoáng nhoàng, nhoáng nhoàng, buồn cười lắm: chủ toạ buổi lễ chưa nói dứt câu thì cả đám cô dâu chú rể đã xông vào xơi kẹo bánh ào ào như tằm ăn rỗi, rồi ào ào kéo nhau đi tuốt…

Giọng nói của ông ta gợi nhớ đến một cái gì quen quen. Cả gương mặt nữa. Tôi đã thấy nó ở đâu nhỉ?

- Tôi là người hiện đại. - ông ta tiếp tục câu chuyện vui vẻ - Lễ nghĩa là cái quái gì cơ chứ? Che mắt thế gian thôi. Cưới là cái tục thôi. Là để lên giường có giấy phép, hì hì, có sự thừa nhận chính thức của nhà nước, để không bị ghép vào tội hủ hoá, có đúng thế không nào? Ông trạc tuổi tôi, ông còn nhớ người ta trị cái tội ấy nghiêm khắc thế nào. Kinh lắm. Lũ trẻ bây giờ chúng nó măng phú hết, chúng nó đếch cần lễ nghĩa gì ráo…

- Quả có thế.

- Ở bên Tây này khỏi nói, dưng mà ở trong nước cũng thế, mới lạ. Gọi là sống thử, chưa cưới cũng ở chung, vui ra phết…

- Dù sao thì…

- Ông muốn nói: cứ phải theo thủ tục của ông bà để lại mới tốt chứ gì? Ờ, thì cũng tốt, cũng tốt thôi, tôi không chống. Thừa còn hơn thiếu, ít nhất thì để cho bà nhà tôi sướng, làm như thế, tức là đủ thủ tục thì bà ấy sướng lắm đấy…

- Dạ.

- Ông thấy cần làm gì cứ làm, tôi không phản đối. Mà này…

- Ông bảo sao?

Ông ta suồng sã nháy mắt với tôi:

- Có cái hủ tục ấy anh em mình mới có dịp gặp lại nhau chứ.

Thế là thế nào?

Trong một thoáng tôi sực nhớ: phải rồi, trước mặt tôi, người đang nằm trên giường kia chính là tên công an đã hành tôi nhiều đêm trong một cuộc hỏi cung kéo dài bất tận.

Chuyện là thế này. Tôi có bà cô ruột ở Sài Gòn. Qua họ hàng vào thăm bà biết tôi từng bị bắt đi cải tạo, bà thương tôi, khi sửa soạn vượt biên bà muốn đưa tôi cùng. Trước đó tôi còn không biết mặt bà. Cô cháu tôi không gặp may. Tên chủ tàu phản thùng. Nó thu vàng rồi báo công an. Cả tàu bị bắt. Tên Khởi này không phải là người hỏi cung chính, hồi ấy hắn mới là phụ tá.

- Tôi nhớ ra rồi. Ông là... Điều tôi không ngờ là chúng ta lại gặp nhau ở đây. - tôi cười chua chát - Ông nhận ra tôi?

- Chứ sao! - hắn cười to - Trái đất tròn mà. Trí nhớ công an mà. Chúng tôi không quên cái gì. Chúng tôi được huấn luyện để không quên.

- Tài thật. Bằng ấy năm rồi mà ông vẫn nhận ra ngay.

- Còn hơn thế nữa kia. Tôi còn biết tại sao lại là ông, chứ không phải bố thằng Hiếu, đến gặp tôi.

- ???

Hắn nói chậm, rõ từng tiếng:

- Ông đến là vì cô đồng Lương không muốn giáp mặt tôi.

Tôi ngạc nhiên. Phải nói là sửng sốt mới đúng. Chúng tôi chỉ thập thò ở cửa phòng bệnh của hắn chưa đến một phút.

- Quỷ quái, ông đã nhìn thấy? Ông nhận ra ông ấy?

Vẻ đắc thắng, hắn hơi nhổm người lên, cười vào mặt tôi:

- Sao không? Chỉ thoáng thấy ông ấy ở ngoài cửa là tôi nhận ra liền. Tôi biết: ông ấy còn căm tôi lắm. Ông khác, ông quên rồi.

Tôi lắc đầu, cố giữ vẻ bình thản:

- Không, tôi không quên.

- Ông quên. Bằng chứng là ông không nhận ra tôi khi bước vào đây. Ngay cả khi ngồi trước mặt tôi, ông cũng không nhận ra. Ông chỉ nhận ra khi tôi nhắc.

- Tôi vốn không có tài nhớ mặt người. - tôi lạnh lùng - Nhưng sự việc thì nhớ. Có nhiều sự việc con người không thể quên.

- Thế là tốt. Nhớ nhiều quá chẳng hay gì.

Khởi cười khẩy, cái cười khẩy đểu cáng, làm tôi nhớ thêm một chi tiết trong cuộc hỏi cung. Đêm ấy hắn cũng cười như thế khi hỏi tôi: "Bà cô cậu bảo nếu tớ thả hai cô cháu cậu ra, bà ấy xin chết bốn cây. Liệu hai cô cháu cậu có định cho tớ leo cây không đấy?"

Tôi nhìn vào mặt hắn:

- Tôi có điều không hiểu: tại sao ông lại ở đây?

- Dớ dẩn. Ông đặt một câu hỏi thừa, một câu hỏi không nên đặt ra tí nào. Câu trả lời rất đơn giản: cũng như các ông thôi.

- Chúng tôi khác, ông khác. Ông ở trong đám người có quyền đè đầu cưỡi cổ kẻ khác. Ông đi làm gì?

Khởi vẫn không mất vẻ tươi cười:

- Tội nghiệp, ông âm lịch quá. Con người ta sinh ra đã biết lựa chọn rồi, đã biết so sánh rồi, so sánh là để lựa chọn cho đúng. Cái tốt hơn đặt bên cái tốt kém, thì cái tốt kém là cái xấu. Tôi chọn cái tốt hơn. Nếu không thể chọn cái tốt nhất. Ở trong nước cũng thế, ở đây cũng thế.

Tôi khen hắn, thật lòng:

- Ông thật tinh quái.

- Chúng tôi được dạy dỗ để trở thành tinh quái mà. - hắn cười, vừa độ lượng, vừa thoả mãn - Ông cứ xem các nhà lãnh đạo quốc gia của chúng ta bây giờ xem - có ông nào không giàu đâu. Tôi không làm được như họ, bởi vì tôi không có cái thế của họ. Hoặc tôi không tốt số như họ. Thì tôi phải đi tìm chỗ khác. Có thế thôi. Người như tôi nhiều. Người như ông với cô Lương hiếm. Ông không nên tự hào về sự hiếm ấy. Với tôi, đó là sự lạc hậu.

Tôi mím môi, thở dài qua mũi.

Hắn nắm tay tôi:

- Quên, tôi chưa hỏi ông: cô Lương, à ông Lương, sang đây không làm ăn gì à? Không mở cái quán nào?

- Không. Ông ấy đi làm nhà máy. Rồi về hưu.

Hắn cũng thở dài:

- Dại. Dại quá. Có tài nấu nướng như ông ấy, mở một cái imbiss[1] cũng khắm tiền. Có tiền là có điều kiện cho con ăn học đến nơi đến chốn.

- Hai cháu cũng được học hành tử tế đấy chứ, cũng nên người đấy chứ. Tôi không thấy có gì đáng phàn nàn.

Hắn đặt bàn tay béo tốt, gần như mũm mĩm, lên tay tôi, một lần nữa:

- Thế này nhé! Chuyện thằng Hiếu với con Thuỷ coi như xong. Ông Lương không đến cũng được. Kể cả ông nữa. Cứ coi ông là người đại diện nhà giai đi. Không sao. Không phải chúng ta là người quyết định. Làm gì còn có sự gả bán nữa. Thời này không phải thời của chúng ta nữa rồi.

- Dù sao thì chúng tôi cũng phải có lời xin cháu về làm dâu đàng chúng tôi. Mình cứ là phải giữ cho đủ lễ.

Hắn nhếch mép cười buồn. Rồi bảo:

- Con người ta tham lắm, ông ạ. Nói thật với ông, không muốn có một thằng rể chỉ tốt nghiệp trung cấp. Tôi muốn một thằng rể bét ra cũng phải kỹ sư, tiến sĩ. Hoặc một ông chủ công ty lớn. Hai đứa chúng nó đặt tôi vào thế kẹt. Biết làm thế nào? Thôi thì đành chịu vậy.

Khi tôi kiếu từ, hắn còn nói theo:

- Ông yên trí, tôi sẽ nhào nặn lại thằng Hiếu. Nó chịu khó, chăm làm, cũng có chút chí tiến thủ, không như bố nó. Cái nó thiếu mà tôi không thể cho nó được là nó không có cao vọng.

9.

Câu chuyện này đến đấy là kết thúc. Nó là chuyện tầm phào,

---

[1] *Quán ăn nhanh (tiếng Đức).*

không đáng để kể ra. Nhưng, cũng như mọi chuyện tầm phào khác, nếu ta nhìn bằng cái nhìn chăm chú thì thể nào ta cũng tìm thấy trong đó một cái gì đáng để suy ngẫm, cho dù sau đó chẳng đi đến một kết luận rõ ràng.

Tôi không tường thuật cho cô Lương nghe cuộc đối thoại giữa tôi với thằng Khởi. Nó không chỉ là kẻ thù của riêng cô Lương. Nó còn là kẻ thù của tôi nữa. Điều này tôi giấu, không nói ra. Nếu tôi nói, có thể cô Lương sẽ cảm thấy lòng căm thù của cô được san sẻ. Nhưng, khốn nạn thay, không phải vì được san sẻ mà hận thù nơi cô nhẹ đi. Có khi nó còn nặng thêm, vì cô thấy nó có lý hơn.

Chỉ có thời gian mới có khả năng xoá đi hận thù. Mà thời gian đủ để xoá là bao lâu thì không ai biết, không ai có thể chỉ ra.

Ba năm liền, hai ông thông gia không giáp mặt nhau, không gửi cho nhau một lời hỏi thăm.

Năm thứ tư, tôi bắt gặp hai kẻ thù một thời đi cùng nhau ở quảng trường Brandenburg. Họ đi bên nhau, mỗi người nhìn về một phía, mặt lạnh tanh. Giữa hai người là đứa cháu mới chập chững biết đi.

Nó cười toe toét, tin cậy giao hai bàn tay bé tí cho hai ông nó dắt.

2001

PHỞ CÁ

Xứng với vị thế của nó, đất Thăng Long tự cổ đã lừng danh cả nước về ăn ngon mặc đẹp. Riêng về khoản ăn thì mọi món, từ đơn giản nhất đến cầu kỳ nhất, đều ở đỉnh cao của nghệ thuật ẩm thực, chiều được mọi loại thực khách cầu kỳ nhất, khó tính nhất. Đặc điểm này là niềm tự hào của người Hà Nội.

Nhưng không phải bất cứ đất nào nổi tiếng có nhiều món ăn ngon thì sẵn người sành ăn. Người sành nghệ thuật ẩm thực ở Hà Nội khi đông khi vắng, mỗi đời mỗi khác. Thế hệ tôi thì thôi, chẳng nói làm gì. Nó là thế hệ chỉ biết chém to kho nhừ, thế hệ lấy nhiều làm sướng, lấy no làm vui, ngon hay không ngon không cần biết. May mà trong thế hệ cha chú tôi còn rớt lại một số vị có cái lưỡi đáng kính. Mấy vị này đều thuộc loại kỳ tài, đáng để lớp hậu sinh cung kính vái dài xin ngồi ghé mép chiếu mà dỏng tai nghe các cụ giảng về cái sự biết ăn biết uống của tiền nhân.

Tiếng tăm các vị trưởng thượng trong làng ăn uống thì nhiều, đọng lại trong văn chương, tôi vụng nghĩ, chỉ có hai: Thạch Lam và Nguyễn Tuân.

Hai nhà văn khác nhau ở chỗ một đằng chết trẻ, một đằng chết già, thành thử lớp hậu sinh cứ Thạch Lam trống không mà gọi, còn với Nguyễn Tuân thì người ta cung kính kêu cụ Nguyễn, ông Nguyễn, bác Nguyễn.

Có thể tính thêm vào đấy một cụ nữa là Tản Đà Nguyễn Khắc

Hiếu. Nhưng cụ này khác hai cụ kia - Tản Đà là người lập dị trong chuyện ẩm thực, chứ không được con cháu liệt vào loại sành điệu. Cụ ưa bịa ra những món ăn cầu kỳ và siêu cầu kỳ, nghe sướng con ráy, nhưng người theo chân cụ ngày một thưa thớt.

Thạch Lam còn mãi là nhờ tài bốc tận mây xanh những món sang món hèn trong Hà Nội Ba Mươi Sáu Phố Phường (tại sao lại không nói là băm sáu nhỉ, cho đúng cách Hà Nội?).

Vũ Bằng với Thương Nhớ Mười Hai tuyệt hay, nhưng theo nhiều nhà điểm sách đáng kính thì chỉ là một Thạch Lam nối dài, chứ không hơn.

Nguyễn Tuân sống lâu hơn cái chết của ông, không kể những Vang Bóng Một Thời, Chùa Đàn, Quê Hương tức Thiếu Quê Hương…, có phần còn nhờ đưa cách ăn cách uống bình dân lên hàng nghệ thuật, trong tùy bút "Phở". Ai đã đọc nhiều về phở rồi mới gặp Phở của Nguyễn Tuân có ngán ngẩm mà rên như cụ cố Hồng của Vũ Trọng Phụng: "Biết rồi, khổ lắm, nói mãi!" cũng không sao, Nguyễn Tuân không giận. Nguyễn Tuân là người tự tồn, tự tại, ông ung dung hưởng cái sướng của riêng mình, cái sướng cho riêng mình, thiên hạ nghĩ sao nói sao, mặc. Trong cái tuỳ bút không dài này ông khẳng định cả quan niệm lẫn tình yêu của mình đối với phở. Thành ra khi nói về phở mà không nhắc đến Phở của Nguyễn Tuân là coi như thiếu đứt một mảng văn chương của ông.

Điều đó không có nghĩa với tùy bút Phở, Nguyễn Tuân hạ dấu chấm hết cho mọi chuyện phở. Thiên hạ sẽ còn viết nhiều về phở. Như ngôn ngữ, phở tồn tại, phở phát triển, phở biến dạng, tự đổi mới, và chuyện phở sẽ chẳng bao giờ hết. Tất nhiên phải bỏ ra ngoài mấy thứ phở không người lái của thời rớt mồng tơi, phở tả pí lù, lấy nhanh nhiều tốt rẻ làm trọng, hoặc thứ phở hãnh tiến thời "bung ra", "mở cửa", được nhà hàng hào phóng cho vào cả thìa mì chính cánh và hai quả trứng gà tươi, thứ phở mà nhác thấy nó Nguyễn Tuân đã ngửa mặt kêu trời: "Này, tôi không ăn cái phở tẩm bổ của các người đâu nhá! Tôi chỉ công nhận có một thứ phở thôi, ấy là phở chín!".

Tính cực đoan của ông nó thế. Nhân tiện tôi xin nhắc một chuyện về cái tính kỳ cục ấy của ông. Năm 1956, Nguyễn Tuân mang cho tôi cuốn tuyển tập truyện ngắn Tchekhov ông mới dịch. Mở nó ra, tôi thấy ông ghi lời tặng lên danh thiếp của ông rồi gài nó lên trang đầu cuốn sách bằng đinh ghim. "Không phải sách của tôi, không thể viết bậy lên sách người ta được. Ông Tchekhov biết, ông ấy mắng cho bỏ mẹ". Kỹ tính đến thế là cùng, câu nệ cũng đến thế là cùng. Khốn nỗi, không thể không phải Nguyễn Tuân.

Có cầu kỳ trong mọi chuyện nhỏ nhặt ông mới trở thành kẻ sành điệu nổi danh được nhiều người bái phục, kể cả trong lĩnh vực ăn uống. Gần ông nhiều, tôi mới phát hiện ra một điều: Nguyễn Tuân mới chính là người đẻ ra Nguyễn Tuân, nói cách khác, ông tự làm ra tính cách, làm ra cái sự độc đáo, cái sự không giống ai cho mình. Cái sự độc đáo lập dị ấy ngấm vào ông, nhập vào ông, gắn chết vào ông, làm thành một Nguyễn Tuân như ta biết. Lối ăn chỉ một thứ phở chín của ông không phải ngoại lệ.

Nói một chuyện không giống ai nữa ở văn gia Nguyễn Tuân làm ví dụ. Từ Moskva, cũng năm 1956, tôi mang về biếu ông một chai samagon, là thứ vodka dân dã bị Nhà nước Liên Xô cấm tiệt, nhưng dân Liên Xô cứ nấu. Vị của nó không giống Mao Đài của Tàu, cũng không như sakê của Nhật, mà từa tựa thứ rượu quê cũng bị cấm ở bên ta có tên "quốc lủi" một mình một cõi khiêu chiến với "quốc doanh". Nguyễn Tuân nhắp một ngụm samagon, ngẫm nghĩ một thoáng, rồi mới khà một tiếng, phán: "Xem ra ở đâu cũng vậy - cứ không có ông Nhà nước thò tay vào thì cái gì cũng ngon!".

Để cảm ơn tôi lích kích đường xa mang samagon về cho ông, một buổi tối ông rủ tôi lên phố Hàng Giầy: "Trên ấy có một chỗ ăn được lắm. Còn mỗi mình nó đáng mặt phở".

Năm 1956 là năm thanh bình. Cải cách ruộng đất đã xong, người chết oan đã mồ yên mả đẹp, Nhân văn - Giai phẩm bị Nhà nước đập không còn mảnh giáp, văn nghệ sĩ cứng đầu nói chung, trừ vài người số quá đen vận quá rủi bị đi tù, số còn lại chỉ bị giết cái sinh mệnh chính trị, chứ vẫn sống nhăn. Hà Nội được xả hơi một dạo nhân lúc các bậc chèo lái quốc gia chưa kịp nghĩ ra một cuộc đấu tranh quỷ khốc thần sầu kế tiếp. Phố xá nhộn nhịp, hàng quán ê hề.

Nguyễn Tuân không có thói ăn phở sáng. Ông thích xì xụp bát phở nóng dưới ánh sáng điện không chói chang, bên cạnh những tay cũng nghiện phở thâm căn cố để như ông, gặp nhau nhiều hóa quen, vừa ăn vừa gật gù chào nhau.

Tôi phải cảm ơn ông vì đã cho tôi một bữa ngon. Phở Hàng Giầy vào năm ấy thật tuyệt. Nước dùng ngọt lịm. Mỡ gầu lựt xựt. Tối ăn mà sáng tỉnh dậy còn thấy dư vị phở trong miệng.

Cũng năm ấy ấy, tùy bút Phở ra đời.

Nguyễn Tuân kênh kiệu hài lòng cái tùy bút này. Khi nào Nguyễn Tuân sướng lắm trong sáng tác ông mới rụt rè hỏi người đối thoại về đứa con tinh thần của mình "Anh thấy nó thế nào?".

Tôi nói tôi thích.

Ông ghé cái trán bóng về phía tôi, thì thào:

- Bây giờ thiên hạ sính nói chuyện lập trường, mình lại nói chuyện phở mà không bị họ bắt bẻ, thế là tốt lắm rồi đấy.

Họ ở đây là các nhà cầm cân nảy mực cho toàn xã hội, các nhà phê bình quan phương và vô số kể các nhà phê bình chỉ chực có cơ hội để tự phát. Ông ngán loại chúng sinh này đến nỗi để lại một di ngôn cay đắng: "Xin đừng chôn tôi bên cạnh một thằng phê bình".

Nói tới những sáng tác mới của ông, Nguyễn Tuân chỉ nhắc đến Sông Đà và Phở. Sông Đà là sách. Phở là báo. Để chúng ngang nhau, tức thị ông coi bài báo ngang hàng với cuốn sách. Không nhắc tới những cái khác như Đường Vui, Tình Chiến Dịch, Thắng Càn..., tức thị ông coi thường chúng, hoặc tệ hơn, ân hận đã đẻ ra chúng, không muốn nhắc tới chúng nữa. Ai từng vô tình đọc những cuốn ấy xin hiểu cho thái độ của ông đối với chúng để không phiền trách.

Nhân chuyện phở, tôi kể Nguyễn Tuân nghe khi bay qua Bắc Kinh tôi được ăn phở Trung Quốc như thế nào. Ngô Y Linh, tức là Nguyễn Vũ về sau này, hồi đó đang học trường kịch nghệ. Thương tôi mấy năm ở Moskva không được ăn các món Việt, Ngô Y Linh đưa tôi đi ăn phở Tàu.

Trong một quán lúp xúp gần chợ tầm tầm Đông Tứ (Tung Sư), người ta mang đến cho tôi một bát súp lõng bõng, trong có bánh thái to giống bánh canh, không rau thơm, không hành hoa, hành củ, không ớt tươi, không chanh cốm, lềnh bềnh mấy cọng hẹ dài ngoẵng. Vị nước dùng của phở Tàu nhạt thếch, không hề giống phở Việt. Ngô Y Linh nhìn tôi bằng cặp mắt thương hại, rồi cười hề hề, anh an ủi tôi rằng chữ phở là do anh đặt ra cho món này thôi, cho đỡ nhớ phở quê nhà thôi, chứ tên của nó khác kia. Anh nói tên của nó, tất nhiên bằng tiếng quan thoại, tôi nhắc lại vài lần cho nhớ, nhưng rồi quên tấp lự.

Bốc lên, Ngô Y Linh giảng cho tôi nghe rằng rất có thể tôi đang được hân hạnh làm quen với tổ tiên của phở đấy. Trong lịch sử Trung Quốc món này có từ đời ông Bành Tổ kia. Ở Trung Quốc, anh khẳng định, có rất nhiều loại phở, chúng đa dạng, kể không hết. Phở của ta có khi là một nhánh của nó lưu lạc xuống phương Nam cũng nên. Ngô Y Linh giỏi tiếng Tàu, uyên bác một cục, đã nói thế chắc phải đúng, không đúng nhiều cũng đúng ít. Cùng ngồi với chúng tôi là một cô nàng mỹ lệ, mắt đen lay láy, cũng sinh viên kịch nghệ, cũng đồng nghiệp kịch nói, Tàu trăm phần trăm. Hai anh chị vừa ăn vừa nhìn nhau đắm đuối, tán nhau như khướu. Ăn phở trong cảnh trong tình như thế mà không ca ngợi phở Tàu mới lạ.

Nguyễn Tuân lẳng lặng nghe tôi, vẻ không vui. Nhà ái quốc thứ thiệt của ẩm thực Việt không chịu một tổ tiên Tàu cho món phở quốc tuý quốc hồn.

- Tôi từng ăn cái giống ấy rồi. Một lần ở Bắc Kinh, một lần ở bên kia cầu Cốc Lếu. Gọi nó là phở thế chó nào được! - ông lầu bầu.

Tôi không có ý tranh luận với Nguyễn Tuân về cội nguồn của phở. Phở là lĩnh vực ông rành hơn người. Ông cực kỳ bảo thủ trong cái các nhà chính trị gọi bằng chủ nghĩa yêu nước. Nguyễn Tuân ghét lắm cái sự gán ghép cho lòng yêu nước hai chữ chủ nghĩa. "Chủ nghĩa chó gì cái lòng yêu nước chứ! - ông bảo - Một lũ rồ. Cứ thấy tiếng Tây nào có isme là tương hai chữ chủ nghĩa vào, ra cái điều ta đây có học!"

Một hôm chúng tôi ngồi nhâm nhi cà phê trong căn phòng mịt mù khói thuốc của cà phê Nhân ở phố Cầu Gỗ vào mười hai giờ khuya, Nguyễn Tuân bỗng nhớ về những dị bản phở ông từng biết thời kháng chiến chống Pháp: phở vịt Bảo Hà, phở chó Cốc Lếu, phở chua Tàu Bay ở thị xã Tuyên Quang...

Trong buổi tối ở cà phê Nhân ấy Nguyễn Tuân tỏ ra độ lượng với những nhánh con cháu vốn không được ông thừa nhận trong gia tộc phở. Thậm chí, tuy không khen, nhưng ông còn hào phóng cho món này món kia một lời bình.

Ông sôi nổi hẳn lên khi nghe tôi nhắc tới một món phở khác - phở cá.

- Anh nói cái gì? Phở cá hử?

- Vâng ạ, là phở cá. - tôi nói.

Nguyễn Tuân ngả người ra sau, nhìn tôi bằng cặp mắt nheo lại.

Đó là điều tôi không ngờ - Nguyễn Tuân mà không biết phở cá?

Nó là thứ phở từng có mặt ở vùng đất thịt quê tôi, mà cũng chỉ có trong một thời đã xa lơ xa lắc. Có dễ cụ Tú Xương thanh bạch đã từng ăn thứ phở này trong những đêm thanh vắng để rồi cho chúng ta những câu thơ rất mực đồng bằng: "Vẳng nghe tiếng ốc bên tai. Giật mình còn tưởng tiếng ai gọi đò...". Người làng Mọc bên quê ngoại tôi, cũng là quê Nguyễn Tuân, không biết thứ phở đó. Tính về họ hàng bác Nguyễn đứng hàng anh mẹ tôi.

Tôi nói với Nguyễn Tuân bằng giọng đoan chắc rằng tôi không hề bịa. Vào những năm tôi còn là bé tí, tôi đã biết một thứ phở như thế. Đêm đêm, trên những con đường làng tĩnh mịch thỉnh thoảng lại vẳng đến tiếng tắc tắc đều đều của một gánh phở cá lang thang. Không rao "phoơớ" như phở đêm Hà Nội, gánh phở cá lầm lũi đi trong bóng tối mịt mùng, vừa đi vừa phát ra tiếng gõ đều đều vào một mảnh tre đực già, với một chai đèn dầu lạc chập chờn như ma trơi.

Gọi là gánh phở nhưng nó không giống gánh phở rong đất kinh kỳ. Thay vào thùng nước phở gò bằng tôn là cái nồi đất lớn đã dùng qua vài đời người, đen xì và bóng nhẫy, không còn dấu vết đất nung, được đặt trên một cái giá bốn chân. Bên kia là một cái giá khác chứa một cái tủ nhỏ đựng bát đũa, bánh phở, gia vị, một cái thớt tí xíu, và dưới cùng là một cái chậu sành đựng nước rửa.

- Nó là một thứ gì đó giống riêu cá chăng?- Nguyễn Tuân hoài nghi.

- Không phải, thưa bác, - tôi rụt rè đáp - không phải riêu cá. Vị của nó chính là vị phở, chỉ có điều không giống phở bò...

- Hừm!

Đấy là dấu hiệu của sự suy nghĩ ở lão trượng họ Nguyễn. Tôi đã khuấy động được sự quan tâm của ông đối với một thứ phở khác. Một thành công bất ngờ trong việc làm lung lay ý nghĩ đinh ninh của ông về một thứ phở độc tôn.

Tôi đánh bạo thưa với ông rằng trong các thứ phở hiện đại có dễ chỉ có nó, món phở cá mà tôi đang nói tới, một món phở đặc biệt đã chìm trong quên lãng, mới đích thực là thứ phở có nguồn gốc lâu đời nếu không nhất thì cũng nhì.

Hãy để cho trí tưởng tượng của ta bay xa một tí đi.

Tại sao người ta không làm phở thịt trước khi làm phở cá? Thưa rằng thịt, được liên tưởng ngay, được hiểu ngay, là thịt lợn, thịt gà. Cả hai thứ đều là thức ăn sang, không phải nhà nào cũng có, bữa nào cũng có.

Thịt trâu rất ít được nhắc đến. Ở quê tôi ngày ấy người ta không mấy khi ăn thịt trâu. Theo đông y thì phàm cái gì màu đen đều thuộc âm. Âm lạnh, dương nóng. Thịt con trâu vì thế bị coi là lạnh, ăn sinh bệnh. Con trâu lại là đầu cơ nghiệp, chẳng ai bỗng nhiên vật trâu ra mà thịt. Trâu chỉ bị làm thịt khi nó sa hố, bị què, bị ngã nước nếu là trâu mạn ngược đem về, trâu không chịu cày, hoặc đã quá già. Vì thịt trâu lạnh, nên các món trâu, kể cả phở trâu, bao giờ cũng phải cho vào mấy nhát gừng, tên chữ là sinh khương, để khắc chế.

Thịt bò còn hiếm hơn. Vùng đồng bằng rất ít ai nuôi bò. Sức bò yếu, cày đất thịt không nổi, bừa thì cũng chỉ bừa cào bừa gãi. Bò sữa hoàn toàn không có, nhà nông lại không có thói quen uống sữa bò. Ngay ở Hà Nội, khi tôi còn nhỏ, tức là vào thập niên 30 thế kỷ trước, cũng chỉ có lác đác vài ba hàng thịt bò, không kể cửa hàng Michaud chuyên bán thực phẩm cho tây đầm (sau trở thành cửa hàng Tôn Đản nổi tiếng với câu ca: "Tôn Đản là chợ vua quan, Nhà Thờ là của trung gian nịnh thần"...)

Bò thường màu vàng, hiếm con đen, phở thịt bò không bị coi là thuộc âm, thế mà sau này khi phở bò đã trở thành phổ biến, người ta vẫn phải cho gừng vào nước dùng, tôi đồ rằng vì nó ra đời sau phở trâu.

Lợn nhiều, gà nhiều, nhưng dân vùng tôi nghèo, đức tiết kiệm cao, một vài lạng thịt lợn kho mặn đủ cho một gia đình vui cả tuần lễ, con gà chỉ bị giết khi có khách tới nhà, là một sự nhân dịp.

Ở đồng bằng sông Hồng con cá hiện diện trong mỗi mâm cơm hằng ngày. Nó là con vật gần gụi. Nó là con vật tự nó sinh ra, tự nó kiếm sống, như cào cào châu chấu ngoài đồng được dùng làm món tôm bay.

Tất cả những cái đó giải thích vì sao con cá quả lại được nằm trong bát phở, vì sao phở cá lại có cơ được ứng cử vào hàng ngũ phở thuần Việt đầu tiên. Bánh của phở cá không phải thứ bánh phở ngày nay. Nó là tấm bánh đa quen thuộc ở dạng tráng xong đem phơi tái, xắt to bản. Cách nhúng bánh thì cũng i xì phở gánh Hà Nội, cũng dùng một cái giỏ tre hình trụ xóc trong nước sôi, nhưng nước dùng thì khác. Nó có vị cá, tuy cũng thơm mùi thảo quả, hoa hồi, quế chi, gừng tươi, nhưng lại thêm hương thìa là đồng nội. Khó tả cái nước dùng này nó thế nào. Cơ mà ngon. Phở cá cũng phải ăn nóng hổi như phở bò, rất hợp với hồ tiêu bột, ớt tươi và chanh cốm. Thời ấy không ai ăn tương ớt với phở. Tương ớt chính hiệu xuất xứ bên Tàu chỉ có mặt ở các hiệu cao lâu và ở mấy hàng nộm đu đủ với thịt bò khô, bên cạnh chai dấm tỏi Việt Nam.

Một đặc điểm nữa của phở cá là nó chỉ xuất hiện vào cuối thu đầu đông, khi nóng hè đã xa, gió bấc đã đến. Vào những hôm trời rét căm căm mà được một bát phở bỏng miệng trước khi chui vào chăn thì chao ơi là tuyệt. Ở quê tôi chẳng mấy khi người ta ăn phở, cho dù là phở cá do người thôn trên, xóm dưới, hoặc chính ông hàng xóm làm, với giá lấy công làm lãi.

Vì phở cá rẻ nên nó mới thành món ăn đêm của người đồng bằng tần tiện, kể từ chú mõ cho tới ông chánh tổng, ông lý trưởng. Bà cô già của tôi, nổi danh riết róng, thế mà vắng nghe tiếng tắc tắc ban đêm, lại nhỏm dậy: "Có phải phở không đấy, cháu? Bảo làm hai bát nhá!". Tôi le te lao ra đêm mực tàu, cất tiếng hú gọi phở rồi cứ co ro đứng đấy, hai tay kẹp nách, cho tới khi dẫn được ông hàng phở vào sân. Chỉ tiếc cái bát chiết yêu của hàng phở quê quá nhỏ. Miệng bát loe ra như cái loa, nhưng trôn thì thắt lại, bé tí tẹo. Nó chỉ chứa một lượng phở gây thòm thèm. Tôi bao giờ cũng ước được ăn hai bát.

Tôi nhớ một đêm ăn phở, cô tôi trả bát rồi, lấy đôi đũa quệt miệng rồi, mới dịu dàng nhắc ông hàng phở: "Này, thái quá bất cập đấy nhá! Cua đồng một hai con cho nồi nước dùng là đủ. Nhiều là tanh đấy". Ông hàng phở giật mình cười chữa thẹn: "Bà tinh quá, nhà con hôm nay quả quá tay, tính nó vẫn vậy à, hay thêm nếm... " Thì ra các hàng phở cá thường bỏ vào nồi nước dùng, tùy theo nồi to hay nồi nhỏ, vài con cua đồng nướng. Hồi ấy người ta chưa biết dùng mấy con giun biển phơi khô, có tên Việt nhập cư là xá xùng (do chữ sa trùng của Trung Quốc mà ra).

Tôi nghe chữ phở từ đó, tôi không rõ từ nguyên của nó. Có người nói nó có xuất xứ từ chữ pot-au-feu, một món súp của Pháp, do những bồi bếp của các ông tây bà đầm thuộc địa khi cải tiến món này theo cách Việt gọi trệch đi mà thành. Nhưng cái tên phở cá tôi được nghe ở một vùng quê bùn lầy nước đọng, nơi mùi pot-au-feu khó bay tới, cho nên cái tên gốc Pháp của món phở xem ra khó thuyết phục, ít nhất thì cũng đối với tôi.

Ôi, cái vị phở cá nhà quê của tôi! Nó ngon là ngon trong cái thuở ấu thơ nghèo của tôi thôi, cái thuở những con cá quả lực lưỡng còn được tung tăng vùng vẫy trong các ao làng, cua còn bò lổm ngổm trên ruộng lúa, sáng sáng chào mào, sáo sậu còn đánh thức tôi bằng tiếng la hét om xòm của chúng, khi thiên nhiên của chúng ta chưa bị đánh cho kiệt lực, đánh cho tơi tả, đến nỗi giờ đây con cá quả chẳng lớn nổi cho đến ngày xứng đáng được nằm vào nồi cháo ám.

Phở cá là thứ phở thôn dã. Có thể nó chẳng ngon bằng tái chín, tái nạm mỡ gầu hiện đại, hoặc chín độc vị của văn gia họ Nguyễn kia đâu. Nhưng nó từng có, nó thật độc đáo, thật Việt Nam, và cái chính là nó đã luồn sâu vào nỗi nhớ một vùng quê đất thịt của tôi để rồi nằm lại đó cho tới tận bây giờ.

PHÒNG ĐỢI

Chung cư tôi ở toàn người già. Hoạ hoằn mới nghe tiếng trẻ con. Gia đình có trẻ ở căn hộ hai phòng là hiếm. Mà họ cũng chỉ ở tạm một thời gian ngắn rồi chuyển đi, chắc hẳn do tính chất đặc thù không có tên của nơi ở.

Như cư dân mọi thành phố, ở đây nhà nọ không biết nhà kia, nhà nọ chẳng quan tâm nhà kia. Một sự kiến giả nhất phận hoàn hảo.

Nhà mà tôi nói đây có nghĩa là căn hộ, phần nhiều là loại phòng đơn, có bếp kiểu Mỹ trong phòng ngủ, có toa-lét riêng. Người già ở phòng đơn bề ngoài có vẻ cô độc đấy, nhưng ngó kỹ thì thấy họ chẳng hề cô đơn. Mỗi người đều việc của mình để bận rộn - người thì giao tiếp với thế giới qua tivi, internet, người thì hằng ngày đến cơ quan trợ giúp xã hội xem lịch chiếu bóng, tìm các chuyến du lịch giá rẻ, có người đi bể bơi, đến phòng thể dục, lại có người bát phố dán mũi vào tủ kính mỗi ngày vài giờ theo lời khuyên của bác sĩ. Bà hàng xóm cùng tầng tôi nuôi một con chó nhỏ, nói chuyện với "con trai" bằng giọng ngọt xớt, dắt nó đi dạo ngày vài buổi, đúng giờ như đồng hồ Thuỵ Sĩ. Sự tiếp xúc giữa cư dân gói gọn trong lời chào lịch sự mà các dịch giả thường dịch sát nghĩa là "chào buổi sáng" với "chào buổi tối". Thường có sự lầm lẫn giữa chào sáng với chào tối ở những người quá già yếu thẳng hoặc mới gặp nhau ở hành lang và thang máy lúc nào điện cũng sáng trưng.

Không cùng tầng với tôi, có hai ông già cặp kè như hình với bóng: một nhà giáo Cuba có tên khó nhớ là Ricardo Gonzalez del Monte, một nhà báo Iran có tên dễ nhớ hơn là Bahar Mahdavi. Gặp nhau riết, chào nhau thường, tôi quen cả hai. Quen là quen thế thôi, thân không thân, mà sơ cũng không sơ. Có nghĩa là năm thì mười hoạ bộ đôi này kéo thêm tôi vào, cho nó vui. Nếu tình cờ gặp nhau ở cái công viên bé tẹo gần nhà có tên trên biển là "Thiên đường nhỏ", chúng tôi chuyện vãn về đủ mọi thứ trên đời, từ thời tiết cho chí tin giờ chót trên ti vi. Trong cái thiên đường này có nhiều ghế sắt, nhiều cây, nhiều hoa, nhiều trẻ con chạy lăng xăng chơi đu, tụt cầu trượt, đánh đáo, vọc cát và la hét om sòm.

Nghe Ricardo Gonzalez del Monte kể thì ông từng có một tuổi trẻ hào hùng - đã cùng Fidel Castro và Che Guevara huyền thoại tấn công pháo đài Moncada năm 1953, cùng lắc lư với họ trên con thuyền Granma lịch sử tiến vào Cuba năm 1956. Trong bức ảnh được đăng trên các báo thế giới về sự sụp đổ của chính thể Batista năm 1959, có hình ông đứng bên Fidel Castro vẫy chào đoàn quân chiến thắng. Bức ảnh này ông không có, nhưng Bahar Mahdavi nói đã được xem đâu đó. Khi Ricardo Gonzalez del Monte bị tống vào trại Combinado del Este thì chính quyền cách mạng cẩn thận đã ra lệnh xoá cho bằng hết hình ảnh của ông trong mọi thư viện, mọi kho lưu trữ. .

Trại Combinado del Este này có tên trong danh sách những trại giam nổi tiếng nhất thế giới.

- Tôi ở đấy 9 năm – một hôm ông vui miệng kể. .

- Kinh khủng là cái chắc, hả? - tôi hỏi.

Ông lắc đầu, cười hiền:

- Nhiều người ở lâu hơn, vẫn sống nhăn.

Tôi chộp lấy dịp may:

- Ông kể coi. Hẳn có nhiều chuyện thú vị.

- Có gì mà kể chứ - ông nhún vai - Nhà tù nào chả là nhà tù. Có xà lim, có khám lớn khám nhỏ. Có người nằm lại nghĩa trang tù, có người ra khỏi đó.

Ông ra tù với một con mắt hỏng. Vì sao nó hỏng ông không kể. Theo Bahar Mahdavi thì đó là hậu quả của tra tấn. Tra tấn là trò vui của những người được trao quyền đứng trên đồng loại.

Từ những cuộc trò chuyện hiếm hoi với Ricardo Gonzalez, tôi đoán quá khứ được giữ lại trong trí nhớ của ông không phải những năm ở tù, mà là cái khác. Là thời gian trong hàng ngũ nghĩa quân cách mạng. Là cuộc chiến đấu cho tự do. Là tình đồng chí thân thiết trong gian khổ. Chỉ có những kỷ niệm ấy mới hằn sâu, rõ nét, mới làm ông nhớ, hoặc muốn nhớ.

Ông không thích kể về chuyện ông đã chống lại chế độ độc tài mới như thế nào. Cái đó có lý của nó, chắc thế - chính ông là người chung tay làm ra nó mà. Bắt đầu bằng những thiên thần, cuộc cách mạng lý tưởng của ông trượt dài trên dốc tha hoá để trở thành lũ quỷ dữ. Mà cũng có thể ông bị dày vò bởi mặc cảm có tội. Hoặc ân hận vì chưa kịp làm được gì để lôi cuộc cách mạng của ông trở về thời khắc thiên thần. Khi cách mạng nổi giận, nó tống ông vào tù quá nhanh.

Tôi rất muốn nghe ông kể về Combinado del Este. Nó là nhà tù lớn nhất, nghiêm nhặt nhất Cuba, dành riêng cho những người thường được gọi là bất đồng chính kiến hoặc ly khai. Bất đồng chính kiến hay ly khai là cách nói không đủ chính xác. Khi chính kiến không giống nhau thì người ta tranh luận, người ta cãi nhau, khi người ta không thích chung hàng thì người ta tách ra, chứ sao lại đi nhốt nhau vào tù. Tôi gợi chuyện nhiều lần, nhưng lần nào cũng vậy, không sao cậy miệng được người không muốn nói.

- Ở các nước Scandinave, người ta bảo, nhà tù có đủ tiện nghi như nhà ở, các ông ạ. Chỉ khác đã là tù thì không được ra ngoài thôi – một hôm khác tôi mời, bằng cách bâng quơ chuyện khác, khá xa cái nhà tù của ông - Trong tù có phòng tập thể dục, có thư viện...

- Ờ... - Ricardo Gonzalez hờ hững.

- Nhiều tù nhân theo học các khoá hàm thụ, ra tù thành thạc sĩ, tiến sĩ… Có người tự học vẽ, sau thành hoạ sĩ nổi tiếng. Tranh của anh ta đẹp, cơ mà tôi quên béng cái tên tay hoạ sĩ tài ba ấy. Tuổi già thật đáng nguyền rủa. Lúc định nhớ thì không sao nhớ ra, lúc chẳng cần nhớ thì nó bật dậy. Không biết ở Cuba chế độ giam giữ nó thế nào?

- Ờ…

- Ở Bắc Triều Tiên nhà tù mới thật khủng khiếp - tôi tiếp - Đói đến nỗi tù nhân phải vặt cỏ mà ăn. Có người bị quỳ ngoài sân trong đêm đông, sáng ngày ra biến thành một cột băng…

- Tôi có xem video một cô gái Triều Tiên vượt thoát khỏi đất nước cô ta kể về chuyện đời sống ở đó. Không thể tưởng tượng nổi, các ông ạ. Khiếp lắm. - Bahar Mahdavi trầm tư - Đặt Iliade và Odyssée của Homère bên cuộc phiêu lưu kinh hoàng của cô này thì nó thành chuyện con nít. Ở Trung Quốc của Mao Trạch Đông và bộ hạ chắc cũng vậy.

- Ở đấy họ còn mổ sống tù nhân lấy nội tạng nữa kìa – Ricardo Gonzalez húng hắng ho, đột ngột chêm vào - Để bán cho bọn nhà giàu thay thận, thay tim. Tàn bạo đến thế mới là kỷ lục. Lịch sử nhân loại chưa từng ghi một cái gì tương tự - lấy nội tạng ra ngoài khi con người đang sống. So với những nhà tù Trung Quốc thì Combinado del Este ở Cuba nếu chưa phải thiên đường thì cũng là bán thiên đường.

Lại một khía cạnh tâm lý lạ lùng – nếu ở nơi nào đó cuộc sống tù ngục còn tệ hơn so với nơi mình đã trải qua thì người tù thở phào cảm thấy mình vẫn còn may.

Tôi giật tay áo ông:

- Thế thì ông kể đi. Xem cái bán thiên đường của ông nó thế nào?

Ricardo Gonzalez vỗ vai tôi, giọng kẻ cả:

- Ông chúa là tò mò. Biết lắm chỉ tổ chóng già.

- Tụi mình đâu còn trẻ. Có già thêm một chút cũng chẳng sao. Kể đi cái nào.

- Tôi nói rồi, có gì mà kể - ông lắc cái đầu bù xù, nheo con mắt lành, trong khi con mắt đục vẫn mở - Ở mọi nhà tù xã hội chủ nghĩa, nơi nào mà chả vậy, chúng cùng một kiểu ...

- Nhưng cũng phải có những cái khác nhau chứ?

- Nhà tù xã hội chủ nghĩa đều có chung một mục đích duy nhất - Bahar Mahdavi đỡ lời ông bạn già - bằng mọi cách làm thui chột đến cùng ý chí chống đối chế độ trong kẻ ương bướng. Cách ở nơi này có thể khác nơi kia, nhưng mục đích tựu trung là một.

- Là tôi muốn biết cái khác ở nơi ông Ricardo từng ở kìa - tôi cãi - Chứ ai mà không biết ở đâu tù đâu chả là tù. Báo chí viết nhiều về Combinado del Este, không biết trong thực tế nó thế nào. Nghe chứng nhân kể chuyện vẫn thú hơn chứ.

- Bahar Mahdavi nói đúng đấy: mục đích của sự trấn áp mới là cái quan trọng, mọi cái khác là chuyện vặt, chuyện râu ria - Ricardo Gonzalez chậm rãi phán - Ông cứ đọc các hồi ký về cái sự ở tù sẽ thấy. Tôi tả không thể bằng các nhà văn tả.

- Qua tay biên tập của các nhà xuất bản, cụ ơi, nó thành văn chương mất rồi – tôi thất vọng - Người trong cuộc kể nghe thú hơn nhiều chứ. Nó nóng hổi, nó sống động. Tôi đã đọc nhiều hồi ký tù. Có nhiều cuốn thú vị về sự tường thuật thực thà. Nhưng có nhiều cuốn đọc thấy nản, trong đó cái tôi của tác giả che phủ tuốt tuột mọi cái khác mà mình muốn biết.

Bahar Mahdavi lẳng lặng nghe. Ông sống năm năm trong nhà tù Evin ở Teheran. Ông bị bắt vì tội viết vẻn vẹn có hai bài báo phê phán những quyết định khắc nghiệt được giải thích bằng kinh Quran của giáo chủ Ayatullah Khomeini.

Evin nổi tiếng có phần còn hơn Combinado del Este. Nó không chỉ là nơi giam giữ những người chống đối chế độ Hồi giáo, mà còn đủ mọi thứ tù lôm côm khác. Một anh nhà báo nước ngoài lang thang tìm hình ảnh, dừng lại trước cửa nhà tù này mới bấm có vài pô là đã bị lôi tuột vào trong. Không bị giam với thường phạm, anh ta bị đưa ngay vào khu 29 đặc biệt hà khắc dành cho tù chính trị. Báo hại cả thế giới phải nhao nhao phản đối mấy tháng liền mới cứu được anh ta.

Ricardo Gonzalez vượt thoát Cuba bằng đường biển. Từ La Havana qua Mỹ gần xịch. Cái khó là làm sao để không bị rơi vào tay tàu tuần duyên Cuba. Ông không ở lại Mỹ vì ông trong sâu thẳm tâm hồn ông vẫn coi mình là một người cách mạng. Ông không muốn chung đụng với những người Cuba căm thù cộng sản đến tận xương tuỷ sống tụ bạ trong một Cuba Town nhộn nhịp ở Miami.

Thế là ông bỏ Miami, tìm đường sang Tây Ban Nha, nơi ông có đứa cháu gái con người em ruột cũng tị nạn ở đó. Người em chết sớm, đứa cháu gái cũng lại là kẻ ghét cay ghét đắng cộng sản, thế mới khổ. Hai bác cháu gấu ó nhau suốt ngày về chủ nghĩa cộng sản, về chủ nghĩa phát-xít Franco, đến nỗi ông phát chán, lại bỏ Madrid chạy sang Paris.

- Gia đình ông vẫn ở Cuba?

- Vẫn. Ông có nghe về phong trào "Những người đàn bà áo trắng" không?

- Không – tôi nói.

- Đó là vợ những tù nhân chính trị phản kháng bằng cách thầm lặng. Họ mặc áo trắng, đi lũ lượt từng đoàn qua các phố La Havana. Không phát truyền đơn, không hô khẩu hiệu, không giương băng-rôn, chỉ đi thôi, cứ thế, đi hết phố này qua phố khác. Có cách đấu tranh bất bạo động thế đấy. Nó làm chính quyền lúng túng, không biết nên trấn áp cách nào.

- Hay – tôi nói.

- Rồi người ta cũng bỏ tù vài người mà họ cho là khởi xướng. Bà nhà tôi ở trong số đó.

Nói đến vợ, con mắt còn lại của Ricardo Gonzalez trở nên ướt.

- Ông vẫn liên lạc được với gia đình?

- Không. Bà nhà tôi chỉ bị giam vài tháng. Rồi mất trước khi tôi ra tù. Nghe đâu bị một chiếc xe tải tông phải.

Tôi không hỏi thêm. Tai nạn xe cộ thường xảy ra ở những nước độc tài với những người mà chính quyền không ưa. Báo chí thế giới đăng nhiều vụ tương tự.

- Tôi còn đứa con gái. Nó lấy chồng, một quan chức. Nó không liên lạc với bố nữa.

Ông thở dài. Tôi hiểu. Chuyện đời mà.

Bahar Amir may mắn hơn Ricardo Gonzalez. Cuối cùng rồi ông cũng được chính quyền Iran phóng thích sau những cố gắng vận động của các hội nghề nghiệp. Lại cũng giống ở các nước độc tài khác nhau ở màu cờ sắc áo, sự phóng thích có điều kiện – ông phải bỏ xứ mà đi. Nghị hội Các Nhà văn Quốc tế mời ông đến ở Loire, một thành phố Pháp. Sau một năm ở Loire, ông chuyển về Paris, đến ở chung cư này.

Là nhà báo, Bahar Mahdavi, tất nhiên thích văn học. Qua trò chuyện, tôi biết ông là một một độc giả khó tính.

- Ông cũng không thích mấy cái hồi ký ấy à? - Bahar Mahdavi nói - Giống tôi đấy, tôi cũng thế, nhiều cuốn đọc không nổi. Nhiều hồi ký tù không phải là tác phẩm được viết ra cho cuộc đấu tranh vì đời sống, vì nhân phẩm. Cái quan trọng là phải miêu tả cái xã hội không còn có thể chịu đựng nổi để con người hiền lành nhất cũng phải dấn thân vào cuộc tranh đấu tìm đường sống thì các tác giả nọ quên bẵng, chỉ lo kể lể: ối giời ơi, trong tù tôi khổ lắm, vợ con tôi ở ngoài cũng bị hành hạ khổ lắm lắm, các ông các bà ơi...

Bahar Mahdavi bao giờ cũng thế, dài giọng mỗi khi chê bai. May cho các nhà văn, ông không viết phê bình.

- Nói thực với ông, tôi rất ngán cái dòng văn học tố khổ - Bahar Mahdavi thêm - Là người qua cầu, mọi chuyện các vị ấy tả mình biết cả, mình thấy hết. Nhưng câu hỏi được đặt ra là: có cần tốn nhiều giấy mực cho những miêu tả như thế không?

- Tả cảnh tù ở các nước độc tài cũng cần cho người đọc chứ.

- Một liều lượng vừa đủ là được. Quá là hỏng. Chứ ai không hiểu trong chuyện này văn chương bất lực. Không sách nào có thể tả hết những gì người tù nếm trải.

- Vậy cái gì mới là quan trọng?

- Ông vẫn chưa hiểu sao? Là cái này này: sự miêu tả đến nơi đến chốn cái xã hội trong đó có sẵn, có đủ, mọi điều kiện để con người, kể cả những người hiền lành nhất, dễ dàng đưa chân vào tù. Bằng đủ mọi đường, bằng đủ mọi cách: lừa đảo, trộm cướp, giết người... Là nói về những tội hình sự thôi. Ở đây ta không nói tới những người vào tù vì muốn xoá bỏ cái xã hội ấy. Họ là những chiến sĩ tranh đấu cho tự do, cho con người được là con người chứ không phải những tên nô lệ. Nhưng đồng thời họ cũng là sản phẩm tất yếu của cái xã hội mà họ muốn xoá bỏ.

- Đúng vậy - Ricardo Gonzalez đồng ý – Cái môi trường sinh ra tội lỗi mới là cái cần được lột tả. Ở trong tù chúng tôi cũng đã có những cuộc tranh luận về đề tài này.

- Văn học tố khổ không phải là cái chúng ta cần. Bị cuốn theo dòng hồi tưởng kinh hoàng của cuộc sống tù ngục, các tác giả của nó chết chìm trong những chi tiết: trong tù có những kiểu tra tấn gì, cai tù hành hạ thế nào, chế độ ăn uống thế này, chỗ ở thế kia, gia đình mình ở ngoài bị phân biệt đối xử ra sao... Rất dài dòng. Mà vô ích. Ố là là, cái thứ ấy tôi ngấy đến tận cổ...

Người ít nói khi đã nói thì nói nhiều. Tôi phải lôi Bahar Mahdavi trở lại với chuyện tôi muốn nghe:

- Tôi đồng ý với ông – khi tác giả sa đà vào chuyện cái tôi quá nhiều ắt đi xa cái anh ta cần phải làm, cái mà người đọc muốn biết. Nhưng, với tư cách nhân chứng của Evin, ông thấy cái nhà tù ấy thế nào? Nó có khác các nhà tù khác từng được miêu tả trong các hồi ký không?

Bahar Mahdavi trân trân nhìn tôi:

- Ông đúng là cứng đầu. Cái gì cũng thích đi tới tận cùng. Tôi chưa có ý định viết về Evin, cho nên tôi không muốn nói trước những gì tôi sẽ viết. Có một điều ông thừa biết, chế độ độc tài nào thì cũng thế, nó coi những người không ưa nó là kẻ thù…

- Trừ ở những nước theo thể chế dân chủ.

- Chúng ta đang nói về những nước độc tài cơ mà. Ở đó không hề có pháp luật theo sự hiểu bình thường của nhân loại bình thường, là nơi chỉ có pháp luật do những kẻ cai trị đặt ra, và chính chúng cũng chẳng thèm đếm xỉa đến thứ pháp luật ấy. Ở những nước như thế lối giam giữ đều na ná nhau, với vài dị bản nho nhỏ. Các ayatollah ở Iran cũng biết cách hành hạ kẻ thù không kém gì các Fidel Castro. Những quốc gia độc tài và phần thế giới còn lại là hai thực thể rất khác biệt.

- Ngay trong số các quốc gia độc tài cũng có sự khác biệt, Iran của ông và Cuba của Ricardo Gonzalez. Chúng quyết không thể giống hệt nhau – tôi nói.

- Chúng chỉ khác nhau về tôn giáo mà thôi – Bahar Mahdavi khẳng định chắc nịch - Iran theo đạo Hồi, Cuba theo đạo cộng sản.

Ricardo Gonzalez nhăn nhó:

- Ông nói bậy rồi, chủ nghĩa cộng sản không bao giờ là một tôn giáo. Nó là, và chỉ là, một lý thuyết.

Trong chuyện này Ricardo Gonzalez rất giống mấy ông bạn trotskiste mà tôi quen. Họ kịch liệt chống chủ nghĩa cộng sản kiểu Stalin, nhưng khăng khăng bảo vệ chủ nghĩa cộng sản kiểu Trotsky. Họ miêu tả thời Stalin như một "cuộc cách mạng bị phản bội" so với thời Lenin, trong khi người ta đã có đủ bằng chứng là cả hai đều phạm tội diệt chủng.

- Cái xã hội mà người cộng sản muốn dựng nên giống hệt một tu viện, ông không thấy thế sao? - Bahar Amir phản bác - Họ muốn mọi người phải sống theo cách mà chưởng quản tu viện, tức là cái đảng của họ, hoặc một tay tổ của cái đảng ấy đặt ra, bắt dân chúng phải tôn thờ Chúa mà cái đảng ấy tôn thờ. Đúng thế không nào?

- Là tôi nói cái khác, cái chủ nghĩa cộng sản mà Marx và Engels khởi xướng, với tư cách một kết luận lý thuyết từ những nghiên cứu xã hội học – Gricardo Gonzalez càu nhàu - Gọi nó là tôn giáo sao được.

- Nhưng cái lý thuyết ấy được áp dụng trong đời sống ở các nước cộng sản thì đúng là như vậy, bạn thân mến ạ - Bahar Mahdavi hiền lành khẳng định – Người cộng sản cầm quyền cố tình quên phần dễ thương trong lý thuyết ấy, như ảo vọng về một xã hội không có người bóc lột người, mà biến nó thành một ban thờ bắt buộc cho mọi thần dân. Sau lưng đám thần dân bị tọng đầy thuốc lú vào họng những tên đao phủ khoác áo thầy tu mặc sức kiếm chác - cả quyền lực, cả tiền tài, cả danh vọng. Tôi biết chắc là như thế, cho dù tôi chưa từng sống ở một nước được gọi là cộng sản nào. Mà thôi, tranh luận làm gì, về chuyện này hiểu biết của ông hơn đứt tôi.

Ricardo Gonzalez ngả lưng vào tựa ghế, mắt lim dim nhìn trời. Rõ ràng ông nén một tiếng thở dài. Hai người bạn già thỉnh thoảng lại có những cuộc cãi vã nho nhỏ.

Y như ông bạn Cuba, Bahar Mahdavi cũng không muốn kể chuyện tù. Ông nói nhiều về cái khác chỉ để đánh trống lảng. Tôi hiểu - cả hai đều không muốn người nghe chuyện họ - những kẻ chiến bại trong cuộc chiến đấu cho tự do. Nói nhẹ đi, họ là những người khốn khổ trong tâm trạng chiến bại, thấy mình chẳng làm được cái gì, hoặc chưa làm được cái gì cho ra hồn. Ai là người muốn kể về việc làm của mình với kết quả chẳng thành, hoặc chưa thành? Thất bại nào mà chả cay đắng.

Ricardo Gonzalez đay:

- Ông cũng là cộng sản mà nói thế đấy nhá.

Bahar vặc lại:

- Bậy nào. Tôi cộng sản hồi nào? Tôi là ngòi bút tự do. Tôi

không công nhận bất kỳ chế độ độc tài nào, cộng sản hay kẻ thù của cộng sản. Ông đừng tròng cái thòng lọng bất lương ấy vào cổ tôi. Ông ấy, ông mới là cộng sản.

Tôi can:

- Ông ấy cũng bị nhà nước cộng sản bỏ tù mà.

- Thì thế! – Bahar Mahdavi sa sầm, quay đi.

Tôi là người kể chuyện không thích thêm mắm muối. Tôi tường thuật một cuộc đối thoại mẫu của hai ông bạn già chỉ để diễn đạt điều khó hiểu đối với tôi: hai người có hai quá khứ khác hẳn nhau về tư tưởng chính trị không hiểu sao lại có thể trở thành bạn thân. Có phải vì cả hai đang phải ăn nhờ ở đậu một nước thứ ba, nơi rộng lượng chứa cả hai - cả ông cộng sản bị cộng sản bỏ tù lẫn ông không cộng sản bị nước ghét cộng sản bỏ tù?

Đấy mới thật sự là nghịch lý.

Cái chung cư của chúng tôi là một chung cư bình thường trong rất nhiều chung cư bình thường ở thành phố. Người ngoài tinh ý thì thấy có sự không bình thường – nó chỉ dành cho người rất già, phần nhiều là di dân. Số người như hai ông bạn tôi, có căn cước tị nạn chính trị, không có bao nhiêu. Từ từ, từng người một, hoặc hai người một, những cư dân cũ lặng lẽ ra đi, nhường chỗ cho người mới. Tôi chỉ biết người nào đã ra đi khi thấy hòm thư của ai đó bị dỡ bỏ tung toé vào một ngày nào đó và cái tên cũ trên hòm thư được thay thế bằng một tên mới.

Một hôm tôi nghe tiếng chuông cửa. Nhòm qua lỗ kính thì thấy Bahar Mahdavi.

Ông quệt mũi, nghẹn ngào:

- Ricardo Gonzalez đi rồi.

Tôi không ngạc nhiên. Nhưng giật mình. Tin về cái chết bao giờ cũng bất ngờ. Người ta thường đinh ninh mọi việc dưới vòm trời hôm nay vẫn là cái hôm qua. Tuần trước, tôi còn gặp Ricardo Gonzalez bá vai Bahar Mahdavi đi về phía Thiên đường nhỏ.

- Ông tiễn ông ấy chứ?

- Nhất định rồi.

- Tôi sẽ gọi ông nhé?

- OK.

Những người không có thân nhân làm tang thì nhà nước làm tang. Lệ ở nước Pháp là thế. Chi phí cho một tang lễ không rẻ. Nhà càng giàu tang lễ càng lớn. Người ta đặt tang lễ cho mình trong khi còn đủ sức đi du hí vòng quanh trái đất. Những công ty tang lễ rất tôn trọng hợp đồng, lo đến từng chi tiết: chôn ở đâu hay hoả táng, người đặt hàng chọn quan tài nào, hoa gì, nhạc sống hay nhạc máy, chơi bản nào trong đám tang, bản nào khi hạ huyệt... Tiền đất chôn rất đắt. Giá một huyệt có khi bằng cả một căn hộ sang trọng. Cứ đặt hàng là công ty lo tất. Rất chu đáo.

Tang lễ cho Ricardo Gonzalez tất nhiên do nhà nước chi. Nó xuềnh xoàng, nhưng không vì thế mà kém trang trọng.

Tôi ngỡ ngàng thấy trong đám tang có mặt một linh mục Thiên Chúa giáo trẻ măng, đẹp giai, giống một sinh viên hơn một thầy tu.

- Ricardo Gonzalez mới đây đã nhập đạo – Bahar Mahdavi ghé vào tai tôi – Có lẽ đó là ước muốn cuối cùng của ông ấy.

Tôi hiểu. Khi không còn gì để tin thì người ta mới sực nhớ đến Chúa - đấng vô hình chỉ biết yêu thương.

Người đi đưa thưa thớt – vài người Cuba và Mỹ La-tinh, một bà đại diện cơ quan an sinh xã hội quận, mấy nhà báo hay viết về Cuba có quen biết người chết, Mahar Mahdavi đã từng gặp . Không có điếu văn. Quan tài lặng lẽ trôi vào phòng dẫn tới crematorium trong tiếng nhạc buồn của bản Requiem phát ra từ một cái cát-xét không hiện đại.

Về đến chung cư, Bahar Mahdavi kéo tôi về phòng ông. Lần đầu tiên tôi bước vào căn phòng bề bộn sách báo ám mùi thuốc lá rẻ tiền này. Bên cái desktop Dell cổ lỗ chồng chất đủ thứ giấy má.

Thấy cái nhìn tò mò của tôi, Bahar Mahdvi đưa mắt chỉ cái bàn viết bề bộn:

- Toàn bản thảo cả.

Tôi ngó những dòng chữ Ả Rập ngoằn ngoèo:

- Có về nhà tù Evin chứ?

- Có, nhưng rất ít. Về cuộc đời tôi là chính. Nó cũng là cuộc đời của thế hệ tôi.

- Bao giờ nó sẽ được in?

- In ư? Có khi chẳng bao giờ. Tôi viết rồi xé đi, viết lại - cứ thế mãi. Vẫn chưa thấy được sự tạm bằng lòng.

Ông rót Brandy mời tôi. Chúng tôi lặng lẽ cụng ly, lặng lẽ uống.

- Người quản gia bảo tôi có thể đến lấy bất cứ thứ gì của Ricardo trước khi người ta dọn phòng và đem mọi thứ đi tiêu huỷ. Anh ta đưa chìa khoá cho tôi đây. Ông xem có thứ gì ông ấy để lại còn dùng được không?

- Không, tôi không muốn có thứ gì gợi nhớ đến ông ấy.

Chúng tôi lấy thang máy lên tầng trên cùng, tầng tám, mở cửa vào phòng người quá cố. Từ ban công phòng ông có thể nhìn bao quát một vùng rộng nhấp nhô những mái bằng với chi chít ống khói và ăng ten chảo. Thang máy mà hỏng bất ưng thì một ông già leo từng bậc lên tới tầng này thật vất vả.

Hệt như phòng của Bahar Mahdavi, căn phòng của Ricarso Gonzalez bề bộn sách báo.

- Ông ấy vẫn viết hằng ngày. Viết gì, tôi không biết. Tôi không biết tiếng Tây Ban Nha. Tôi tính sẽ tha về số bản thảo. Chúng có thể có ích cho ai đó. Hiềm nỗi phòng tôi chật quá rồi. Tôi có thể gửi nhờ ông một ít không?

- Tất nhiên được. Nhưng không nhiều quá.

- Ông ấy vẫn cặm cụi làm việc hằng ngày. Cho cuộc đấu tranh

chống lại cái ông ấy trót làm ra. Ông không nói ra, nhưng tôi biết. Thỉnh thoảng vẫn có vài nhà báo đến thăm. Họ mang đi những tài liệu gì đó, chắc để chuyển tiếp đi Cuba. Ông không thể dùng phương tiện internet ở nơi nó bị kiểm duyệt quá chặt chẽ để trở thành vô dụng.

Chúng tôi bó những trang bản thảo lộn xộn rồi khệ nệ tha xuống hai tầng dưới về phòng Bahar Mahdavi.

Bahar lại rót rượu. Chúng tôi uống trong im lặng, tưởng nhớ người không còn ở với chúng tôi.

Đến khi tôi ra về, Bahar Mahdavi mới chìa cho tôi một mảnh giấy. Đó là lá thư của Ricardo Gonzalez:

"Thư này không có ngày tháng. Tôi viết sẵn, người ta tìm thấy sẽ chuyển cho ông.

Chuyến tàu của tôi đến rồi, Tôi đi đây. Lời cuối tôi muốn nói với ông là đừng buồn khi thiếu tôi. Hãy đánh bạn với anh chàng châu Á dễ mến – người cánh ta đấy.

Tôi đi nhẹ nhàng. Tôi đã sống như tôi muốn, được là chính mình. Được là chính mình - ấy là phúc thật.

Ôm hôn bạn,

Ricardo Gonzalez del Monte".

Tôi ôm Bahar Mahdvi để ông có thể gục vào vai tôi mà khóc thầm. Tệ thế đấy: đàn ông nào cũng xấu hổ khi để rơi nước mắt

Tất cả, không trừ một ai, đều ở phòng đợi. Những người có phúc thật - được là mình. Và những người có phúc giả - được làm nô cho kẻ khác.

Mỗi người đều có chuyến tàu của mình.

2016

SƯƠNG XUÂN
VÀ HOA ĐÀO

Tôi bao giờ cũng hình dung Tết gắn liền với đất Bắc, nơi đi trước mùa Xuân phải có một mùa Đông.

Mùa Đông ở nơi này mỗi năm mỗi khác, nó có thể lạnh nhiều hay lạnh ít, độ ẩm có thể cao hay thấp, nhưng nhất thiết không thể không có gió bấc và mưa phùn. Không khí se lạnh làm cho con người phải co ro một chút, rùng mình một chút, chính là sự chuẩn bị không thể thiếu để cho ta bước vào cái mốc thời gian mới đối với mỗi người mỗi nhà.

Thành thử ở Sài Gòn trùng vào những dịp Xuân sang tôi vẫn không thấy lòng mình rung động cảm giác về cái Tết ruột rà, cái Tết đích thực. Xin các bạn Sài Gòn tha lỗi cho tôi nếu trong những lời của tôi có gì làm các bạn phật ý, nhưng mãi tới nay, sau nhiều Tết Sài Gòn, tôi vẫn chưa quen được với một ngày đầu năm phải phơi đầu dưới cái nắng chói chang và trầm mình trong cái nóng hầm hập, làm cho con người phải tìm đến với trái dưa hấu mọng nước trước khi ngồi vào mâm cỗ Tết có đủ thịt mỡ và dưa hành, bánh chưng và giò thủ. Ở mỗi nhà vẫn nghi ngút trầm hương thật đấy, ngoài đường xác pháo toàn hồng vẫn tràn ngập lối đi thật đấy, nhưng cái Tết dường như vẫn còn lạc bước nẻo nào, nó chưa hẳn là Tết, chưa đủ là Tết.

Đành phải viện hai câu thơ mà nhiều người vốn không yêu thơ

cũng thuộc, để giải thích nỗi nhớ về đất Bắc, để biện hộ cho cái cảm xúc không phải đạo của mình trước đất Sài Gòn cũng đã trở thành không kém thân thương:

Tự thuở mang gươm đi mở cõi,
Ngàn năm thương nhớ đất Thăng Long.
(Huỳnh Văn Nghệ)

Thực ra, chuyện chẳng có gì lạ. Người Việt phương Nam nào mà chẳng có một cái quê còn nhớ hay đã quên, có biết hay không biết, nằm ở phía ngoài kia.

Người xông nhà chúng tôi rất sớm, khi còn tối đất, sáng Mồng Một năm Đinh Ty (1977), là nhà văn Nguyễn Tuân.

Người xông nhà, theo sự mê tín từ xưa, là một nhân vật đặc biệt quan trọng đối với vận mệnh gia chủ. Tùy theo người xông nhà là ai, năm đó ngôi nhà sẽ có nhiều may mắn hoặc xui xẻo. Những người cẩn thận thường phải tính chuyện mời ai đến xông nhà mình từ lâu trước khi Tết đến. Người xông nhà nhất thiết phải là người đang làm ăn phát đạt, con cháu đầy đàn mà hòa thuận, hoặc một bậc lão niên tài cao đức trọng – chuyện này còn tùy thuộc ở kỳ vọng của gia chủ mong muốn điều gì.

Bác Nguyễn, chọn nhà tôi để đến xông đất đầu năm vì biết chắc chúng tôi không kiêng ky, nếu năm đó có chuyện gì không hay xảy đến cho chúng tôi thì ông cũng không bị trách. Kể ra được (hay bị) một nhà văn đến xông nhà thì, theo lệ thường, chẳng hay ho gì. Xét về truyền thống hiếu học và trọng kẻ sĩ của đất Bắc, nhà văn hẳn là bậc đáng trọng rồi. Nhưng xét về tài lộc thì bất kỳ nhà văn nào cũng nằm ở hạng bét trong thứ bậc giàu nghèo. Tất nhiên, không kể những quan chức bổng nhiều lộc lắm, lại rảnh việc, cũng rửng mỡ xông vào làng văn mà viết sách in thơ.

Cha tôi rất quý Nguyễn Tuân. Ông coi Nguyễn Tuân hơn là một người bạn thời thanh niên. Trong cái nhìn của ông, Nguyễn Tuân là một trong những đại diện cuối cùng cho lớp văn sĩ Bắc hà mỗi ngày một hiếm, những người cho tới lúc ấy còn biết coi tiền bạc như của phù vân, không cúi đầu vâng dạ trước quyền lực. Riêng đặc điểm sau Nguyễn Tuân phủ nhận. Ông luôn phô rằng mình biết sợ, hơn thế, chẳng những ông sợ vừa mà còn sợ lắm lắm. Cái sự phô ấy làm cho người ta lầm tưởng rằng ông không sợ.

Ông đến xông nhà chúng tôi trong chiếc áo choàng màu cứt ngựa. Bỏ nó ra, bên trong vẫn là bộ áo cánh đen thường nhật. Trời rét ngọt, ông mặc thêm áo len và quàng khăn, đội mũ bê-rê. Bộ áo cánh đen là cách diện của ông, của Nguyễn Tuân. Ông bao giờ cũng thích mình phải khác người, cho dù chỉ một chút. Tôi mở cửa đón ông, hơi ngỡ ngàng. Tôi không chờ đợi một người ngoài gia tộc đến xông nhà. Những năm ấy người ngoài ít dám tới nhà chúng tôi lắm. Lại càng không chờ đợi Nguyễn Tuân với sự sợ hãi được khoe khoang của ông. Nhưng không ai đi hỏi người đến xông nhà rằng tại sao ông đến. Với bất cứ người xông nhà nào ta chỉ có thể vồn vã chào đón và đem bánh pháo đầu tiên của ngày mồng Một ra đốt. Nguyễn Tuân đoán ra câu hỏi câm lặng của tôi. Ông ý nhị nói:

– Nói thực, mình đến đây sớm vì chẳng biết đi đâu. Mà lại rất thèm đi dạo một lúc trước khi bình minh ló rạng trong cái ngày đầu năm này. Lang thang mãi rồi mình thấy mình đến đây. Không sao chứ?

Cha tôi nghe léo xéo bước ra, tươi cười ôm lấy bạn dìu vào nhà. Ông sai tôi rót rượu, châm hỏa lò than để nướng mấy con mực. Cha tôi biết Nguyễn Tuân không ưa đồ ngọt, khay mứt trên bàn chắc chắn sẽ không được ông đụng đến. Ông ngồi xuống chiếu, xếp bằng tròn, giơ đôi tay cóng sưởi trên hỏa lò. Lửa than làm vầng trán hói của ông bóng lên trong căn phòng nhỏ. Cha tôi thường tiếp bạn thân trong căn phòng riêng của ông chứ không phải ngoài phòng khách. Hai người bạn già thân tình nhìn vào mắt nhau, chạm ly trong im lặng. Cả Nguyễn Tuân, cả cha tôi, đều không thích những lời ồn ào.

– Ngon tuyệt. Nguyễn Tuân nhắp vài nhắp rượu trong vắt với vẻ thích thú rồi ngửa cổ cạn ly.

– Làng Vân chính hiệu đấy! Cha tôi nói, nét hài lòng hiện lên mặt. Ông thích được chiều bạn và khi bạn vui, ông còn sướng hơn chính ông được vui.

– Tuyệt!

– Mình phải đặt loại đặc biệt cho cái Tết đoàn viên này.

Đúng vậy, đây là cái Tết đầu tiên gia đình tôi đủ mặt. Không thiếu ai. Những Tết trước gia đình tôi tan tác. Tôi ở trong tù. Cha tôi bị lưu đày ở Nam Định.

– Hơn hẳn anh Trương Xá. Vào đến cổ họng là biết ngay! Nguyễn Tuân xác nhận.

Phận con cháu, tôi được phép ngồi bên cạnh các cụ làm chân điếu đóm. Tôi thích nghe bác Nguyễn nói chuyện. Trong câu chuyện của ông bao giờ cũng có một cái gì mới, một cái gì ngỗ ngộ, độc đáo mà không phải ai cũng có thể có. Về đời sống cũng như trong văn chương, ông là người uyên bác.

Tính về họ hàng theo đàng mẹ, tôi phải gọi ông bằng bác. Nhưng ông rỉ tai tôi, một lần ở chỗ đông người: "Họ xa rồi, cùng cánh văn chương với nhau, gọi thế nó mất đi cái sự bình đẳng, gia trưởng lắm." Tuy miệng vâng dạ, tôi vẫn kính cẩn gọi bác xưng cháu với ông. Mẹ tôi là người nghiêm khắc trong chuyện xưng hô lắm.

Chuyện văn một lát, lại chuyện làng văn làng họa, ai mới viết cái gì hay, bức họa cuối cùng của ai độc đáo, là đề tài yêu thích của ông, Nguyễn Tuân hỉ hả ra về. Ông nói ông còn phải đến chơi với Văn Cao ("Bà Băng bà ấy kiêng. Mình phải đến muộn muộn một tí!"), đến Nguyễn Sáng ("Tết nhất mà nó có một mình, buồn chết đi được!")

Ra khỏi cổng, Nguyễn Tuân dừng lại hồi lâu trên hè, nhìn phố Hai Bà Trưng thưa thớt người đi lại vào sáng sớm tinh sương, ông nghiêng đầu nói khẽ với tôi:

– Anh có thấy Hà Nội buổi sáng Mồng Một này thiếu cái gì

không?

Tôi không cần động não để tìm câu trả lời. Câu hỏi được đặt ra chỉ là cái cớ cho câu trả lời đã có sẵn, chắc chắn là sẽ rất Nguyễn Tuân. Tôi im lặng, chờ câu ông sẽ nói.

– Thiếu sương! Nguyễn Tuân, mắt vẫn nhìn chung quanh, thở dài.

– Anh không nhận ra cái sự thiếu ấy, tôi biết, nhưng tôi không trách. Anh còn quá trẻ. Ngày trước, sáng mồng Một bao giờ cũng có sương nhè nhẹ, không nhiều, một chút gọi là có, nhưng đích thực là sương. Nó bay là là, thoang thoảng, như có mà như không. Rét ngọt. Chỉ có trên các lá cây mới có sương hiển hiện, lâu lâu đọng thành giọt, rơi xuống mặt mình, có khi lọt cả vào cổ áo mình, rất là Tết. Đã mấy năm nay, vào ngày Tết mình cứ thấy thiếu thiếu cái gì đó mà không biết là cái gì. Bây giờ mới hiểu ra: đúng là thiếu nó, thiếu sương.

Tôi bàng hoàng trước nhận xét của ông. Tôi nhớ đến những năm rất xa, khi tôi còn nhỏ. Đúng là Hà Nội những ngày đầu năm ấy sương la đà trên mặt đường, lẩn khuất trong những bãi cỏ, bụi cây.

– Thưa bác, có lẽ tại Hà Nội đông dân thêm, nhiều nhà máy nhiều xe cộ, thành thử cái tiểu khí hậu địa phương thay đổi, nhiệt độ do đó mà cao hơn trước!

– Đốt anh đi! Các anh bây giờ, đụng đến cái gì cũng vội vã chỉ ra nguyên nhân rồi dài dòng giải thích, cứ như chung quanh mình toàn một lũ thất học vậy. Các anh làm văn kia mà.

Không nhìn tôi, ông nhăn mặt cằn nhằn:

– Tôi là tôi đang nói cái có, tôi nói cái hiện hữu, nói cái cảm xúc mà cái hiện hữu ấy gây ra. Còn cái chuyện đi tìm cội nguồn của hiện tượng là việc của người khác. Cái bệnh dịch tuyên giáo thật đáng sợ.

– Thế là mất đứt cái anh sương xuân bảng lảng. Tiếc quá đi mất!

Nguyễn Tuân lại thở dài. Ông buồn thật sự.

– Thiếu nó, Tết Việt Nam nghèo đi, mà không chỉ nghèo đi một chút đâu nhá, anh hiểu không? Đành vậy, sang năm phải tìm cách đón giao thừa ở ngoại thành, may chăng còn có thể gặp lại nó.

Rồi đột ngột ông quay sang chuyện khác:

– Này, năm nay giáp Tết mưa thuận gió hòa, hoa đẹp lắm. Sao mấy hôm rồi không thấy anh đi chợ hoa?

Đã thành cái lệ, năm nào cha tôi và Nguyễn Tuân cũng rủ nhau đi thưởng hoa ở Cống Chéo Hàng Lược. Có những buổi hai ông la đà từ trưa tới tối mịt mới về đến nhà.

– Thưa bác, mấy hôm rồi cháu lại mắc bận.

Tôi nói dối. Thực ra tôi không đi vì tôi không thích chợ hoa. Cái mẩu phố hẹp có tên là Cống Chéo Hàng Lược ngày thường đầy rác rưởi trong những ngày giáp Tết bỗng trở nên nhộn nhịp khác thường. Trên là trời, dưới là hoa.

Và người người chen chúc nhau đi xem hoa, mua hoa. Những cây quất trĩu quả vàng chen lẫn với các cành đào cầm trên tay, các sọt đan đựng đủ mọi loại cúc, loại hồng, lay-ơn, thược dược... Ở đây ồn ào quá, nhiều trai thanh gái lịch quá, nhiều quần áo mới quá, nhiều gương mặt hãnh tiến quá. Tôi còn sợ nhìn cái cảnh chợ chiều ba mươi Tết, khi những người bán hoa co ro trong manh áo mỏng, cành đào trong tay, mặt ngơ ngác, lo âu chờ khách. Trong cái bầu không khí vui vẻ quá nhân tạo ấy, bông hoa nào, cành hoa nào, chậu hoa nào cũng có vẻ tội nghiệp bởi cái thân phận hàng hóa của chúng.

– Đào năm nay được mùa. Chợ nhan nhản những đào là đào, giá lại hạ, nhà nghèo nhất năm nay cũng có đào Tết. Thế mà đố có tìm ở Cống Chéo Hàng Lược được một cành nào như cành đào của bố anh. Tuyệt! Không chê vào đâu được. Năm nào cành đào của ông ấy cũng làm tôi mê man, cũng làm tôi sửng sốt: "Thằng cha giỏi thật, sao mà nó khéo chọn đào đến thế!" Thôi, tôi về. Còn phải đến mấy nhà nữa, mà mình thì thích cuốc bộ. Hôm nay tôi đến là để chúc mừng gia đình anh đoàn tụ. Mai có khi tôi còn đến đây nữa. Để ngắm cành đào của bố anh.

Ngày hôm sau ông lại đến thật. Và đúng là chỉ để ngắm có một cành đào mà thôi.

Cha tôi không phải nghệ sĩ. Ông, nói của đáng tội, từng là nhà báo. Mặc dầu cũng động tới chữ nghĩa, nhưng nhà báo vẫn có cái gì nó khác với nhà văn (tất nhiên không kể những người có hai nghề nhập một). Nhà báo không có tính lập dị thường gặp ở các nhà văn và các văn nghệ sĩ, hay là tính cách kỳ quặc nào đó ở họ mà người đời quy cho là lập dị. Có điều, mặc dầu có Tây học, ông thích cuộc sống thanh đạm của người xưa và rất yêu hoa. Trong nhà tôi, kể cả những lúc khó khăn nhất, bao giờ cũng có hoa. Trước khi ông đi tù ở nhà tôi là một vườn phong lan đủ loại, nổi tiếng trong những vườn phong lan ở Hà Nội.

Tết nào ông cũng cầu kỳ chơi hai thứ hoa: thủy tiên và và đào.

Thủy tiên là thứ hoa không bình dân. Nó không thèm nở nếu chẳng may rơi vào tay người không biết thưởng thức.

Để cho thủy tiên nở, phải biết nghệ thuật trổ thủy tiên. Con dao dùng để trổ thủy tiên không phải là con dao bài bất kỳ, mà là một con dao dùng riêng cho nó. Cha tôi mua củ thủy tiên về, giá rất đắt, hình như là phải nhập khẩu chứ nước ta thời ấy chưa có cơ sở gây trồng. Thủy tiên có bề ngoài giống một củ hành tây lớn, rất tầm thường, chẳng hứa hẹn một hương sắc nào. Chuẩn bị cho việc gọt thủy tiên, cha tôi hì hục mài dao cho tới khi nó bén đến mức đặt sợi tóc lên lưỡi dao mà thổi phù một cái thì sợi tóc lập tức bị đứt đôi, và đầu nhọn của nó thì chỉ vô ý chạm ngón tay vào là máu ứa ra liền. Rồi ông còn phải ngắm nghía hồi lâu cái củ hành nọ, cho tới khi quyết định đặt nhát cắt đầu tiên lên mình nó. Những nhát cắt, nhát trổ chính xác được ông cân nhắc từng tý, cho tới khi hài lòng đặt nó vào cái bát thủy tinh, cũng lại thứ dành riêng cho nó.

Mẹ tôi chăm chú theo dõi bàn tay khéo léo của cha tôi xoay quanh củ thủy tiên. Bà cũng là người khéo tay, nhưng khéo tay ở những việc khác, chứ trổ thủy tiên thì bà chịu, không biết cách gọt như cha tôi. Những Tết cha tôi vắng nhà, trên bàn thờ ông bà ông vải chỉ có hoa huệ, thủy tiên thì hoàn toàn vắng bóng. Hoa thủy tiên bắt đầu trổ những cánh xanh mập mạp cũng chẳng khác lá hành là mấy, nhưng chúng nhỏ nhắn, ngắn và không vươn quá thành bát đựng. Người gọt khéo có thể chỉ định đúng ngày hoa nở, khéo hơn nữa có thể đúng đến cả giờ. Thủy tiên do cha tôi gọt bao giờ cũng nở hết số hoa nó chứa trong mình vào đúng giao thừa, chính xác vào cái giờ khắc thiêng liêng nhất của sự giao hòa giữa người thuộc cõi âm và người thuộc cõi dương, giữa tổ tiên và con cháu.

Cha tôi đứng lặng trước ban thờ ông bà, đầu hơi cúi. Mẹ tôi đứng sau ông thì thầm khấn vái. Hương trầm ngát trong nhà. Rồi pháo của một nhà nào đó nổ vang, kéo theo sau nó cả một đợt sóng triều tiếng pháo râm ran. Tôi không bao giờ thấy được hương thủy tiên vào lúc thủy tiên nở hết hoa của nó trong hương trầm và khói pháo. Sáng sớm mồng Một, rất sớm, khi trời đất đã lặng đi mọi tiếng động của sự đón Xuân, lúc ấy mới thấy được hương thủy tiên thoang thoảng. Đó là một hương thầm ẩn náu, thoang thoảng mà kiêu sa. Nó không để lại trong tôi một ấn tượng rõ rệt nào. Tôi cũng không cảm nhận được cái đẹp của hoa thủy tiên. Mà cũng có thể đó là do ảnh hưởng câu chuyện chàng Narkisoss trong thần thoại Hy Lạp mải mê ngắm sắc đẹp của chính mình trong nước suối, mải mê đến nỗi ngã xuống mà chết đuối, trở thành loài hoa nọ. Tôi không thích những người say mê chính mình.

Sau khi cha tôi qua đời, chẳng bao giờ trong nhà tôi còn có hoa thủy tiên nữa. Nhưng hoa đào thì không bao giờ vắng bóng trong những ngày Tết gia đình, với cách thưởng thức truyền thống mà những thế hệ đi trước để lại.

Trước Tết một tháng, cha tôi, thường có tôi đi theo, đạp xe lên vùng Quảng Bá, Nhật Tân, Nghi Tàm, nơi có những nhà trồng hoa cha truyền con nối. Cùng với một chủ vườn nào đó đã trở thành người quen, cha tôi đi thăm vườn và xem xét kỹ từng gốc đào để rồi cuối cùng chọn lấy một cành thấp, ưng ý nhất. Tiền đặt mua cành đào được trao ngay cho chủ vườn. Giá thường rất rẻ, lúc ấy chưa có ai mua đào. Ông chủ vườn rút con dao nhíp trong túi ra, đánh dấu cành đào dành cho cha tôi. Chắc chắn nó sẽ không bị bán vào tay ai khác. Bố con tôi hài lòng ra về. Tôi biết, trong óc cha tôi đã hiện lên cành đào trong tương lai sẽ được đặt ở đâu, trong cái bình nào ở nhà mình trong ngày Tết.

Khoảng hai bảy, hai tám Tháng Chạp, cha tôi mới lên vườn nhận cành đào về. Ông chủ vườn trao cành đào cho cha tôi với vẻ tiếc rẻ, không ngớt lời khen cha tôi có con mắt tinh đời. Nhưng đó là cách đánh giá của hai người biết chơi hoa với nhau. Người thường sẽ không mua cành đào này. Nó xù xì ở phần gốc, có mấy cành đua dài và gân guốc, trên đó chỉ thấp thoáng một số nụ.

Sau đó là phần sửa soạn cho cái đẹp của cành đào. Cha tôi còn ngắm nó chán chê rồi mới lấy dao cắt bỏ một số cành con, đem thui phần gốc, rồi trịnh trọng đặt cành đào vào trong lọ độc bình. Đó là một cái lọ lớn, thường là lọ sành, nhưng phải thấp, miệng rộng, rất bình dị, đến nỗi khi cành đào đã ngự trong đó thì không còn nhìn thấy cái lọ đâu nữa. Cành đào được đặt trong góc nhà. Những cành đua của nó hướng về phía cửa, khách vào có thể nhìn thấy những cánh tay của nó vươn ra chào đón.

Cũng như thủy tiên, cành đào sẽ nở rộ vào đêm trừ tịch.

– Chơi hoa là cách con người tìm niềm vui, tìm tâm trạng thư thái trong mối giao hòa với thiên nhiên – cha tôi tâm sự trước cành đào – Người ta chỉ có thể đón thiên nhiên vào nhà mình, chứ không thể mua sắm thiên nhiên, hoặc tệ hơn, áp giải nó về nhà mình. Vì vậy mà cái bình phải khiêm tốn để tôn vẻ đẹp của cành đào, của mùa xuân. Cành đào đẹp trước hết là ở cái dáng, cái thế của nó: phần gốc xù xì cho ta cảm giác về sự vững bền của nền tảng, những cành đua không nên nhiều quá để tạo ra cảm xúc thanh thoáng, khoáng đạt.

Cha tôi không thích đào rực rỡ quá, khoe khoang quá, hợm hĩnh quá.

– Đào như thế này đẹp hơn nhiều, cánh của nó chỉ phơn phớt một màu hồng nhạt, vừa có duyên, vừa thầm kín – cha tôi dạy – Người Nhật thích màu hồng của hoa sakura – anh đào, có dễ cũng vì lẽ đó. Tín đồ của Thần Đạo không chịu nổi những hương sắc quá thế tục Thêm nữa: trên cành đào Tết không nên có quá nhiều hoa. Lá xanh bên cạnh hoa làm tăng vẻ đẹp của hoa lên. Tất nhiên, mỗi người một ý, nhưng ông nội con và bố đều không ưa những cành đào đầy ắp hoa, cành nào cành ấy đều đặn, trông xa như một cái nơm. Đã thế có người lại còn cắm cái nơm đào ấy vào cái lọ độc bình cổ cao, bằng sứ, với đủ mọi hình vẽ cầu kỳ sặc sỡ, rồi đặt nó ngất nghểu trên bàn thờ ông vải nữa chứ. Không, chỗ của đào không phải ở đó. Bố thích đặt nó ở đây dưới đất, ngang tầm với mình.

Tôi kể cho Nguyễn Tuân nghe cách cha tôi nhìn vẻ đẹp của cành đào. Ông tủm tỉm cười:

-Về đại thể, bố anh đúng. Nhưng ông ấy cũng có mắc một chút bệnh giải thích. Cái đẹp, theo tôi, là cái không giải thích được. Chỉ có thể cảm nhận nó mà thôi. Bố anh cũng chẳng giải thích nổi tại sao ông đã cắt đi một cành con này mà không phải một cành con khác, tại sao ông giữ cành đua này mà lại bỏ cành đua kia, cái cành được để lại ấy gợi nên trong lòng ông cảm xúc gì. Còn về phần màu xanh của lá trên cành đào thì ông ấy đúng hoàn toàn. Hay gì một cành đào chi chít hoa? Nó làm ta phát ngán. Mùa xuân thì phải có màu xanh của lá, của sự đâm chồi nảy lộc, mới là xuân!

Bây giờ, cả bác Nguyễn Tuân, cả cha tôi, đều đã khuất núi. Chỉ còn lại cái đẹp của hoa xuân mà hai ông tâm đắc ở trong tôi. Và nỗi bùi ngùi mỗi lần Xuân đến.

TẾT TRONG LÀNG

Ở đồng bằng sông Hồng những năm xa xưa Tết đến sớm lắm. Chưa sang tháng Chạp, bầu trời luôn xám xịt, mưa phùn và gió bấc căm căm, thế mà thiên hạ đã xốn xang chuyện đón Tết rồi. Thử hỏi còn có hội nào lễ nào lớn bằng Tết, vì thế mà từ trẻ chí già ai ai cũng nôn nao chờ nó. Cô Gái, bà chị cả của cha tôi, vào cái năm mà tôi đang nói tới đã già lắm, thấy thiên hạ rục rịch đón xuân xem ra cũng sốt ruột lắm. Bà thường ngồi rất lâu trên cái chõng tre bắc ngoài thềm khi chiều xuống, rồi thử người ra tính toán: Tết năm nay gói bao nhiêu bánh chưng là vừa, cỗ bàn phải sửa soạn ra sao, nhà mình đụng lợn với ai, lợn chia mấy phần, lại còn nhà cửa nữa, phải dọn dẹp cách nào cho tươm tất, sẽ chọn ai xông đất để còn nói trước với họ?...

- Cháu này! – ấy là bà gọi tôi. – Cô nghĩ thế vầy...

Mỗi khi có chuyện phải suy nghĩ lung, cô tôi lại xổ mái tóc mỗi năm một bạc thêm của bà xuống kín vai, rồi nhẩn nha chải đầu bằng cái lược bí đã gãy nhiều răng. Cái lược sứt sẹo ấy đã giúp bà ra khỏi khá nhiều vấn đề hắc búa. Trong nhà chỉ có hai cô cháu, cho nên sực nhớ ra điều gì là cô Gái gọi tôi lại để bàn bạc, cứ như thế thằng cháu lên chín của bà là một thành viên ngang hàng với bà trong gia đình.

Hồi ấy tôi về ở với cô Gái, vì mẹ tôi bận công việc trên tỉnh, mà tôi thì nghịch như quỷ sứ, mẹ tôi coi không xuể. Cô Gái ở một mình, có đứa cháu ở cùng cũng đỡ cô quạnh. Cha tôi cũng muốn vậy. Ông xót bà chị cả như mẹ, nhưng ít khi về được làng quê với chị. Ngay ở tỉnh ông cũng thường xuyên vắng mặt trong nhà mình, khi đi nơi này nơi khác, khi thì ở trong tù như năm nay. Người trong làng thì thào với nhau bằng giọng sợ sệt rằng ông có chân trong "hội kín".

Dù là Tết ở Hà Nội hay Tết ở nhà quê, Tết nào cũng đến với tôi trong một niềm vui e ấp. Tôi hồi hộp, tôi nôn nóng chờ đón nó, với cảm giác không rõ ràng, nhưng sung sướng, là cùng với mỗi khúc ngoặt thời gian trọng đại như thế này, được mọi người trân trọng như thế này, tôi đang dần trở thành người lớn. Hồi ấy tôi mới khát khao được chóng trở thành người lớn làm sao! Tôi chỉ muốn thời gian đi thực nhanh, thực nhanh! Mà đứa trẻ nào chẳng vậy, chẳng muốn mình mau được ngang hàng với đám người trịch thượng kia, đám người ngạo mạn lúc nào cũng sẵn sàng phẩy tay đuổi nó ra khỏi thế giới của họ: "Ra đàng kia! Trẻ con, biết gì!"

Tôi nhớ Tết thành phố với tiếng pháo râm ran trong đêm trừ tịch, mùi khói pháo thơm nồng và đầm ấm lẩn khuất trong sương sớm bay nhè nhẹ. Trên những hè phố hơi ướt và thẫm màu vì mưa phùn người đi lại thưa thớt. Trời rét ngọt, cái rét không làm ta co ro cóm róm trong áo mền áo kép mà chỉ cho ta rùng mình đôi thoáng gọi là có, như thể để đánh dấu sự vào xuân, chứ không bao giờ là cái rét tàn bạo làm cho ta khốn nạn khốn khổ, chỉ muốn chui vào trong ổ rơm, chuồng trấu mà trầm mình trong đó trốn việc, như ở quê. Trong buổi sáng tinh sương của năm mới, năm nào cũng y như năm nào, tất thảy đều đón xuân trong nhà mình, biết rằng những người trong buổi sớm đang lác đác trịnh trọng trên hè kia là đám con cháu có bổn phận đi chúc thọ các bậc trưởng thượng, hoặc những người tốt vía đã được các gia chủ dặn trước đến xông nhà. Đúng giao thừa, pháo tạch pháo đùng ở mọi nhà mọi phố nổ ran như một làn sóng bùng lên từ trung tâm thành phố rồi toả ra tận các xóm vắng ngoại thành. Cũng từ đó cho tới sáng, và cả những ngày mồng hai mồng ba nữa, dần dần thưa thớt đi nhưng không dứt hẳn, thỉnh thoảng lại rộ lên một tràng pháo muộn, khi ở chỗ này, lúc ở chỗ khác. Đây đó, trong những xó xỉnh mấy cái pháo lẻ của trẻ con không ngừng nổ đì đẹt.

Nhưng thành phố đã xa.

Tôi đang ở quê. Ở đây hiếm tiếng pháo. Nghèo mà. Pháo chỉ nổ đì đùng ở sân dinh cụ Thượng, lạch tạch trong sân nhà các bậc chức sắc, nhà các ông lái gỗ, vài gia đình có khách ở tỉnh về. Người nghèo thì chỉ đứng trong nhà mình mà vểnh tai nghe tiếng pháo giòn giã báo xuân sang. Trẻ con trong làng khác trẻ con ở tỉnh, chúng chẳng có pháo lẻ để mà đốt, đứa nào may mắn nhất trong túi cũng chỉ có mấy cái pháo lép bới được trong đống xác pháo toàn hồng của mấy nhà giàu, thứ pháo chẳng bao giờ có thể nổ, chỉ có thể dùng làm pháo chuột chỉ biết xì một tiếng khi vọt đi như chớp.

Cái sự chờ đón không náo nhiệt ngày đầu tiên của một mùa xuân mới tưởng chừng chỉ âm thầm trong lòng mỗi người, vậy mà trong những ngày cuối năm nó thay đổi bộ mặt của làng lúc nào không hay. Những hàng rào găng, ruối, dâm bụt, bỗng được cắt tỉa, xén phẳng bên những con đường nhỏ bỗng được quét tước cẩn thận. Nhà thờ chính xứ cũng như mấy nhà thờ họ lẻ, cả nhà hội quán và trường tiểu học nữa, được quét vôi lại, sáng sủa hẳn lên trong bộ áo mới.

Gần Tết rồi cô Gái mới gọi anh Cận đến. Thấp bé, mắt kèm nhèm, hay lam hay làm, anh là người được cô tôi tín nhiệm nhất trong họ, phàm có việc gì là bà nhớ tới anh, gọi anh. Anh tính tình hiền lành, nhất nhất nghe lời bề trên. Tôi không nhớ anh có họ thế nào với tôi, nhưng anh già bằng cha tôi, tóc đã có sợi bạc, con trai anh còn hơn tôi mấy tuổi. Anh bước vào nhà, làm dấu thánh trước toà Đức Bà, rồi vỗ vỗ hai chân vào nhau cho hết bụi bẩn, trịnh trọng xin phép cô ngồi xếp bằng trên phản:

- Năm nay cô tính nấu bao nhiêu bánh chưng ạ?

Cô Gái chép miệng:

- Thì cũng như mọi năm, độ hai chục là vừa.

- Nhiều vậy cơ? Liệu các ông bà với các cô các chú Tết năm nay có về được không ạ?

Cô Gái thở dài:

- Biết thế nào. Các ông bà ấy trăm công nghìn việc, rảnh thì về, không cũng đành chịu. Con cháu ai là người không muốn về nhà mình khi năm hết tết đến? Chẳng qua cái khó bó cái khôn, anh ạ. Gì thì gì, cứ phải hai chục, cho nó chắc. Thêm ít bánh nếp nữa. Phải có cái mang vào nhà chung biếu các cha, các thầy, còn cả nhà mụ nữa. Rồi còn con cháu ở đây, chúng đến còn có đồng bánh ăn cùng, thừa còn hơn thiếu. Chứ tết nhất bỗng dưng các ông bà với con cháu lại đùng đùng về được mà không có tấm bánh chưng tết thì còn ra làm sao.

- Ông Cả thích bánh chưng rán, ông Tư thì lại chỉ thích bánh nhân ngọt. Chú Mai, chú Hiếu thì gì cũng được, nhưng bánh chưng phải nóng, cơm phải có cháy ròn – anh Cận thủng thắng nói, bằng nhận xét ấy anh muốn chứng tỏ tình nghĩa họ hàng với gia đình tôi ở trong anh còn mặn mà, còn gần gụi - Giá mà các cô các chú về sớm được nhẩy?

- Được thế còn nói làm gì? Cô cũng nhớ các em anh lắm. Anh nhớ chẻ trước cho cô ít lạt, mấy lại lo cho cô cái khoản lá giong cho cô gói nhá?

Khi cô Gái xưng cô với anh là bà muốn nhấn mạnh tình cô cháu, cái đó làm cho anh Cận của tôi cảm động. Anh khịt mũi.

- Dạ. Thì cũng như mọi năm.

Tôi cũng mong các anh chị con các bác tôi về quê ăn Tết như năm ngoái năm kia lắm. Cả ngôi nhà hằng ngày vắng lặng bỗng sống dậy, ồn ào tiếng cười tiếng nói. Hai năm ấy cô Gái không đụng lợn mà "iết" (giết) cả con. Anh Hiếu tôi, con thứ bác Cả, bao giờ cũng dành phần cái bong bóng lợn, anh khéo léo và nhanh chóng chế tạo cái vật bèo nhèo bẩn thỉu ấy thành một quả bóng không căng tròn mà méo mó và chúng tôi biến cái sân trước nhà mình thành một sân vận động tí hon, nơi mấy anh em chúng tôi, con chú con bác con cô con cậu, đủ mặt, tơi bời quần thảo. Trên anh Hiếu là anh Mai đã ra vẻ người lớn. Anh la cà trong làng, thăm nhà này nhà khác, không thích dây với lũ trẻ con chúng tôi. Nếu bác Cả, bác Hai về thì tôi sẽ được thêm tiền mừng tuổi. Đối với trẻ con khoản tiền này một năm mới có một lần, nó vô cùng quý giá.

Anh Cận hạ một cây tre đực trong luỹ tre ở vườn sau, cưa ra từng khúc ngắn, những khúc tre này sẽ được chẻ thành lạt gói bánh cho cả nhà tôi, nhà anh và còn cả nhiều nhà khác nữa, tính ra cũng họ hàng hang hốc với nhau cả. Vả lại, anh giúp cô Gái không lấy công thì cũng phải có chút gì mang về cho nhà mình, nhân tiện đem cho các gia đình neo đơn trong họ.

Nhưng các bác tôi và các anh tôi không về trước mấy ngày để đón giao thừa trong ngôi nhà của cha ông như cô Gái hi vọng. Cũng chẳng thấy các ông đánh giấy (tức là gửi điện tín hoặc gửi thư). Mà Tết thì cứ đến gần, lừng lững.

Anh Cận bắc ghế ngựa để với cái chảo gang to đùng trên gác ránh xuống, lấy tro đánh cho sạch, rồi đưa ba ông đầu rau cao lênh khênh ở chái bếp vào, cưa cây gỗ được hạ xuống từ năm nào năm nào thành từng khúc, hái cả đống lá giong lá chuối ở vườn sau, đem rửa sạch, hong cho ráo nước.

Cô Gái sang nhà bà chị họ chia phần thịt đụng, ngâm đỗ, ngâm gạo, rồi mới bảo anh Cận hạ mấy cánh cửa nhà trên xuống làm phản gói bánh.

Trong những công việc quan trọng ấy tôi không được đụng tay vào, tôi chỉ được quanh quẩn bên cạnh người lớn mà xem. Xong mọi việc, anh Cận lấy tro đánh cho tới bóng loáng chân đồng của hai cây toạ đăng, đổ dầu vào cho cô, rồi mới xin phép cô về làm việc nhà mình.

Việc gói bánh trông bề ngoài có vẻ nhẹ nhàng, thật ra không dễ tí nào. Cô Gái không cần có khuôn cũng gói được những cái bánh chưng vuông chằn chặn, rất chặt tay. Chị Phương con bác Hai Thực ở nhà bên sang gói đỡ cô phải dùng khuôn mà không sao gói chặt được bằng cô. Ngoài hai chục bánh lớn cô Gái còn gói thêm mấy cái bánh nhỏ, rất xinh xắn, là phần dành cho tôi và các anh chị tôi, cũng là trẻ con, phòng khi các anh chị tôi về. Bánh chưng cô Gái gói nổi tiếng ngon, bởi bà chọn nếp rất kỹ, thịt cũng phải có nạc có mỡ vừa đủ, nêm nếm cho vừa miệng mọi người, gói thì chặt tay, khi luộc bánh bà ngồi canh lửa không rời.

Tôi thích được thức đêm để canh nồi bánh với cô Gái. Luộc bánh thì lửa phải đều, nước cạn dần phải biết mà thêm vào cho đủ ngập, bánh mới rền, mới ngon. Cho nên cái sự luộc bánh chưng không dễ, còn vất vả nữa là khác, phải chống mi mắt lên mà thức mà canh cho tới khi bánh chín tới thì đem ngay ra ngâm nước lạnh rồi đặt lên phản, lấy tấm khác đặt lên trên, chồng cối đá lên mà ép cho ráo nước, mới coi là được.

Đó là những giờ phút hết sức trọng đại, còn pha một chút thiêng liêng nữa, của đêm trừ tịch, khi ta tưởng chừng nghe thấy bước chân nhè nhẹ của mùa xuân đang đến gần.

Ở nhà nào cũng vậy, bánh chưng khởi luộc từ chiều đến gần sáng mới xong. Bên nồi bánh chưng sôi sùng sục thường cả nhà cùng thức, quây quần trong bầu không khí ấm áp của gian bếp, mặc cho bên ngoài những bức vách là mưa phùn là gió bấc. Trong tiếng nước lục bục, tiếng lửa reo phào phào, cô Gái tôi nhẩn nha dẫn tích. Dẫn tích là nói theo tiếng cổ, chứ bây giờ người ta gọi là kể chuyện. Những chuyện của cô Gái không thú vị bởi giọng kể đều đều của cô, nhưng lại rất thú vị ở chỗ chuyện nào cũng đầy ắp sự kiện và tính cách nhân vật. Tôi học được ở cô Gái biết không biết bao nhiêu là chuyện dân gian, chúng trở thành những bài học bổ ích cho tôi trong việc sáng tác sau này. Thời nay người lớn ít thuộc cổ tích, họ chẳng biết kể cho con cháu nghe cái gì trong những buổi tối gia đình sum họp. Tôi và cô Gái ngồi dưới bếp, trong ánh lửa bập bùng soi bóng hai cô cháu lên vách. Đêm trừ tịch cô Gái hà tiện nổi tiếng cả làng vẫn để cho hai cây toạ đăng cháy sáng suốt đêm trong mấy gian nhà trên bao giờ cũng tối om khi tắt ánh mặt trời.

Cho tới nay tôi vẫn không hiểu tại sao tháng Chạp ta lại có tên là tháng củ mật. Không biết căn nguyên của chữ củ mật là gì, chắc nó có liên quan tới cái sự phải canh phòng cẩn mật đối với trộm cướp, là chuyện thường xảy ra trong cái tháng bao giờ cũng gay cấn cho mọi ngân sách gia đình. Hầu như năm nào cũng vậy, cứ năm hết Tết đến là y như rằng có cướp, không ở làng tôi thì ở làng lân cận. Nửa đêm tôi thường thức giấc bởi tiếng tri hô "Ối làng nước ôi! Cướp! Cướp!", tiếng tù và rúc lên thảm thiết, tiếng mâm đồng chậu thau ở mọi nhà khua inh ỏi, tiếng người hò la trợ lực cho tuần đinh đánh đuổi cướp. Một lát sau thì làng xóm lại trở về yên tĩnh, chuyện cướp xảy ra đầu đuôi thế nào sáng ngày ra mới biết rõ được. Cướp thường vào các nhà giàu ở làng bên. Làng tôi ít bị cướp không phải vì nghèo mà vì có đội hương dũng nổi tiếng can đảm. Đã có những tên cướp bỏ mạng trong một trận giáp lá cà bằng giáo mác với hương dũng. Xác của những tên cướp bị giết được phơi giữa chợ làng để làm gương. Ruồi nhặng bâu kín những vết đâm gây ra bởi bạch khí toác hoác và phồng mọng.

Sáng Mồng Một, khi chuông lễ muộn đổ hồi thì cô Gái bóc cho tôi ăn tấm bánh nhỏ nhất bà gói riêng cho tôi, chỉ lớn bằng một phần tư tấm bánh người lớn. Gọi là lễ muộn là gọi quen miệng theo giờ, chứ sáng Mồng Một Tết không có lễ. Lại cũng không trúng ngày chủ nhật nữa. Cha xứ làm lễ Mồng Một là để cầu Đức Mẹ Quan Thầy cầu bầu cho giáo dân toàn xứ. Cô Gái không ăn. Bà chỉ ngồi yên lặng nhìn tôi ăn. Bà buồn vì các em bà không về với bà vào ngày đầu năm. Trong ngôi nhà tĩnh mịch của ông bà để lại giờ đây chỉ còn mình bà, các em bà đã bỏ đi tứ tán, đứa lên tỉnh làm ăn, đứa lấy chồng xa. Bánh chưng không được ngon cho lắm, chắc cô tôi hà tiện vét voi các thứ còn lại để gói cho tôi, nhưng tôi giả vờ ăn ngốn ngấu để bà vui. Cô Gái tính xét nét, bà hay mắng tôi, nhưng tôi biết hôm nay bà sẽ không mắng, cho dù tôi có hư. Nếu bà mắng thì tôi sẽ bị "rông cả năm" như một niềm tin lâu đời. Dù khó tính, bà vẫn là bà cô yêu các cháu.

Chờ cho tôi ăn xong, bà bắt tôi mặc quần áo đẹp vào rồi dẹp nỗi buồn sang một bên bà dẫn tôi sang chúc Tết các bác các cô thuộc hai ngành cả và ngành thứ.

Rồi đội thúng quà bánh lên đầu, bà đi trước, tôi theo sau, hai cô cháu tôi vào thăm cha xứ.

Cha người đậm, thấp, đôi mắt không còn tinh do tuổi tác, bao giờ cũng tỏ ra quý cô tôi, với tư cách người cao tuổi nhất còn lại trong một gia đình đạo gốc, lâu đời nhất xứ, lại là gia đình duy nhất có di vật của các thánh tử đạo mà những lễ trọng cha xứ phải thân chinh đến thỉnh cho đám rước. Cha vui vẻ nhận lời chúc năm mới kèm theo mấy tấm bánh chưng vuông vức và những đồng bánh nếp mềm mại gói lá chuối được bõ già giúp cô tôi đặt lên cái khay sơn mài trên bàn.

- Các ông bà trên tỉnh chắc năm nay bận, không về được. – cha xứ nói, ông ngồi một chỗ nhưng biết hết mọi việc trong làng - Tiếc quá, lâu lắm rồi tôi chưa được giáp mặt ông Cả. Có mấy câu trong Cựu Ước đa nghĩa, muốn bình với ông Cả mà ông lại không có ở nhà …

Tôi chờ cha xứ mừng tuổi, nhưng ông chẳng nhìn ngó gì đến tôi. Tiếp cô tôi một lát, sau đôi câu chuyện tầm phào cha xứ đứng lên, ông còn phải tiếp những giáo dân khác đứng lố nhố trong hành lang chờ đến lượt mình. Không người nào đến tay không, ai cũng mang theo chút quà bánh cho nhà chung.

Chúng tôi còn mang quà đến chúc Tết nhà mụ nữa rồi mới quay về.

- Cha ăn sao hết được quà người ta biếu, cô nhỉ? – tôi hỏi cô Gái – Nhiều lắm. Cháu thấy chỗ quà bánh bõ xếp ở phòng trong ngồn ngộn cả đống.

- Xì! – cô Gái quở - Cha đâu có ăn một mình. Còn các thầy, còn tiếp khách thập phương về thăm cha nữa chứ. Tức là những người ở các xứ mà cha trông coi trước khi về đây đến chúc Tết cha. Thừa thì cha sai bõ đem cho kẻ khó…

Về tới nhà đã quá trưa, cô Gái sửng sốt thấy cổng mở toang. Thì ra cô Thiệp, cô Mỹ lấy chồng ở biển cách cả ngày đường đã trở về chúc Tết bà chị. Các cô biết cách mở cổng nhà mình từ lúc còn là con gái. Mấy chị em ôm chầm lấy nhau, chùi nước mắt vào vai nhau, hết cười lại khóc.

Cô Gái đã không uổng công nấn ná chưa vội đưa tôi đi chúc Tết các bậc trưởng thượng trên ngành cả và ngành thứ. Có thêm hai cô tôi về, cô Gái nở nang mày mặt, dẫn đầu cả đoàn, có cả vợ chồng anh Cận và các con vừa tới cùng đi. Cô Gái xởi lởi mừng tuổi cho cả anh chị lẫn các cháu. Anh Cận gọi các con ra một chỗ vắng rồi quay vào nhà mừng tuổi tôi, bằng chính những đồng xu mà cô Gái vừa mừng tuổi các con anh. Tiếng là đi chúc Tết chứ cả hai ngành trên đều ở trên một mảnh đất chung với ngành út từ thời cụ tôi, nay đã thành những cơ ngơi riêng biệt, có ranh giới hẳn hoi, mặc đầu đám con cháu vẫn chạy qua chạy lại với nhau hàng ngày để xin tí lửa, vay nhúm muối hoặc một phao dầu. Đám con cháu ấy hôm nay lại quây quần bên mâm cỗ Tết, râm ran ôn lại với nhau những kỷ niệm bên dưới chân dung của các vị đã đi vào dĩ vãng.

Tết năm ấy không được vui như cô Gái tôi muốn, nhưng dù sao thì cũng còn hơn bà đã âm thầm hình dung ra nó. Nó đến, nó đi, như hoặc không như năm này năm khác.

Và hai cô cháu tôi rồi lại có nữa, một mùa xuân sẽ đến.

MỘT THOÁNG HOA KỲ

Cô cảnh sát to béo ngồi thèo đảnh trên ghế xoay, như cảnh thường thấy trong những phim hành động Mỹ, hất hàm hỏi tôi:

- Ông đến đây có mục đích gì?

- Tôi tới thăm bè bạn, thưa bà - tôi đáp.

Cô ta ngả người trên ghế, quan sát tôi vài giây.

- Hừm, ông không định kiếm việc làm ở đây đấy chứ?

Cô ta chừng hai mươi lăm cái xuân xanh. Tôi chắc mình đã phạm sai lầm khi gọi cô bằng "bà", cô có khó chịu cũng phải. Dù sao thì câu hỏi của cô cũng cho tôi thấy được khía cạnh tự thị của người Mỹ. Họ nghĩ ai tới đây cũng để kiếm một chỗ làm, hoặc tệ hơn, ở lì.

- Tôi 66 tuổi. Liệu ở đây có việc cho tôi không, thưa cô?

Cô cảnh sát không trả lời, xem rất kỹ thư mời của Hội Văn học Nghệ thuật Việt-Mỹ (VAALA), cái đầu ngúc ngắc.

- Ông làm nghề gì?

- Tôi viết văn, thưa cô.

- Nhà văn hả? All right. Ông có cuốn sách nào mang theo không? Sách của ông, tất nhiên.

Tôi ngớ người. Tôi có mang theo mấy cuốn sách. Nhưng không phải sách của tôi.

- Chỉ những nhà văn hạng bét mới phải mang theo sách của mình để tự giới thiệu mỗi khi đi đâu - tôi đáp, giọng đủ để cô ta hiểu tôi khó chịu - Hình như trong cặp của tôi còn có một bức thư của Nghị hội các Nhà văn quốc tế... Gửi cho tôi, tất nhiên. Mới đây. Cái đó có thể chứng thực nghề nghiệp của tôi. Cô có cần xem không?

Cô ta ngẩng đầu lên, và bỗng nhoẻn cười, lần đầu tiên:

- OK! Không cần đâu. Chúc ông may mắn.

Rồi đóng dấu lạch xạch vào cuốn hộ chiếu của người không quốc tịch, trả nó cho tôi. Và đáng ngạc nhiên làm sao, gương mặt khó đăm đăm của cô bỗng dãn ra, cô nháy mắt với tôi, nụ cười của cô hết sức thật thà, hết sức tươi tắn, phô hàm răng hết sức trắng chỉ người Mỹ mới có.

Nước Mỹ đón tôi không thân thiện, nhưng cũng không lạnh nhạt. Như ở địa đầu mọi quốc gia, với một chút dấu ấn riêng của quốc gia mang tên Hợp chủng quốc Hoa Kỳ.

Nhưng đây là nước Mỹ, nước có liên quan trực tiếp với Việt Nam của tôi từ Thế chiến thứ hai, với những pháo đài bay B26 đã ném bom Hà Nội từ 1943, với những Phantom, Thunderchief, B.52 đã bắn và ném bom khắp miền Bắc Việt Nam trong cuộc chiến vừa mới qua. Có nghĩa là chuyến đi của tôi vào một đất nước xa lạ, cách đây bốn thập niên là điều không thể tưởng tượng được là có, đã xảy ra.

Vào một ngày cuối của thiên niên kỷ thứ 2.

*

Ở nước Mỹ, mọi cái đều to.

To nhất là những con đường hàng tỉnh, những xa lộ, với sáu hoặc tám làn xe xuôi ngược, những mạng nhện cầu cạn ở các giao lộ. Điều khó hiểu là tôi không thấy có các phương tiện giao thông công cộng thường có ở châu Âu - không xe bus (hoạ hoằn mới thấy), không xe điện... Phần lớn các thành phố loại trung bình không có xe điện ngầm. Nhưng hệ thống đường xá thì ghê gớm. Tôi không hình dung nổi một ngày nào đó ở nước ta sẽ có những con đường như thế.

Những thành phố Mỹ thường trải rộng trên một diện tích lớn, hoặc kéo dài ở hai bên xa lộ như một phố huyện của Việt Nam, nhưng là một phố huyện cực kỳ vĩ đại, với những ngôi nhà có vẻ to hơn là cần thiết.

Dường như trong môn quy hoạch đô thị đã có nhiều cuộc cãi vã bất phân thắng bại về chuyện nên xây thành phố theo chiều cao hay chiều rộng. Vốn quen sống ở châu Âu, tôi thấy khó quen với những thành phố loại này, nơi để mua một chai nước ngọt hay một bao thuốc lá người ta cũng phải leo lên xe hơi, nơi để ăn một bát phở ngon có thể đi một quãng đường bằng từ Sài Gòn đi Vũng Tàu. Cảm giác khó quen này càng mạnh khi tôi nhớ đến khu phố nhỏ ở Paris, nơi tôi cư ngụ, ở đó tôi có thể lang thang hàng giờ bằng đôi chân của tôi trong mê lộ cửa hàng và công thự.

Những ngôi nhà chọc trời ở các ghost cities vắng ngắt về đêm làm cho thành phố Mỹ không có cái hơi ấm của các thành phố châu Âu hay châu Á. Người phương Tây phải ở đây nhiều năm chắc sẽ buồn đến chết.

Cái sự to ở Mỹ ảnh hưởng đến cả bát phở truyền thống của Việt Nam. Ở Sydney, tôi đã sửng sốt trước bát phở ngoại cỡ, để bị các bạn đồng nghiệp ở tờ Việt Luận cười to mà an ủi (hay đe doạ) rằng nếu tôi gọi bát phở Sydney là "chậu phở" thì ở Cali tôi sẽ còn há hốc miệng khi gặp các "máng phở" kìa. Họ nói có hơi quá. Tôi không gặp các "máng phở", nhưng đúng là những bát phở ở Mỹ to hơn bất cứ đồng loại nào của chúng ở bất cứ nơi có người Việt cư ngụ. Về chuyện phở ở Mỹ có ngon hơn ở những nơi khác không, tôi không dám có ý kiến vội vã, e xúc phạm tình cảm phở của những người địa phương yêu phở địa phương. Thú thực, ở những thành phố mà tôi có dịp qua trên ba bang Virginia, Texas và

California tôi chưa được hân hạnh gặp một bát phở có vị ngon của đất kinh kỳ những thời đã xa. Nhưng nếu chỉ so hai thứ phở Paris và phở Orange County thì phở Việt ở Mỹ ngon hơn, gần với phở chính cống hơn.

Người Việt ta ở Hoa Kỳ thành đạt hơn hẳn ở các nước phương Tây mà tôi đã từng đến. Tôi không gặp ở đây những triệu phú người Việt mới phất lên trong thời hậu cộng sản ở Nga và Đông Âu, nhưng những người giàu có sàn sàn theo chuẩn mực Việt thì ở Mỹ có nhiều. Ngôi nhà nào của bạn bè mà tôi được mời tá túc trong thời gian lưu lại nước này cũng làm tôi ngạc nhiên. Tất cả đều rộng rãi, rất nhiều phòng, so với chuẩn mực châu Âu, không nói gì tới châu Á.

Nói thí dụ như ngôi nhà của một anh bạn người làng tôi. Anh có bốn đứa con, mỗi đứa đều có phòng riêng, lại có phòng học chung, với computer và các thứ sản phẩm kỹ thuật tân kỳ cho mỗi đứa. Chưa kể phòng ngủ của vợ chồng anh, phòng khách, phòng tắm, phòng nào phòng nấy thênh thang. Ở làng tôi, trước cách mạng, anh là một tá điền nghèo. Ngôi nhà của cha mẹ anh trống huếch hoác, mưa xuống thì dột khắp, trong nhà như ngoài sân. Ngôi nhà của anh bây giờ chưa phải thuộc loại to trong những ngôi nhà của di dân Việt, tôi biết, nhưng chỉ thế thôi nó cũng có thể gợi nên cảm giác ghen tị ở các quan chức nơi thượng tầng quyền lực của nước ta. Bằng tiền tham nhũng họ có những biệt thự bề thế, cả những lâu đài nữa, nhưng không thể hiện đại. Cái chất nhà quê, phú ông hãnh tiến vẫn cứ lồ lộ.

- Tội nghiệp họ - một anh bạn vừa có dịp về thăm nước kể - Bây giờ họ tranh nhau từng hợp đồng với tư bản nước ngoài, họ nịnh trên lừa dưới để giành giật từng mảnh đất ở ngoại thành để buôn bán, để hối hả xây nhà, xây biệt thự cho người ngoại quốc thuê... Ấy thế nhưng lại vẫn tiếp tục trơ trẽn che đậy những tranh chấp thế tục bằng những lời lẽ cách mạng cao đạo, cứ như thể họ đang lo lắng cho dân đến mất ăn mất ngủ. Anh có nghe khẩu hiệu này không: "Vì nước quên thân, vì dân phục vụ"? Dân nghe ngứa tai, mới chữa lại cái khẩu hiệu đầu lưỡi của các nhà lãnh đạo như thế này: "Vì tước quên dân, vì thân phục vụ". Cho đúng với thực tế. Lẽ ra họ đừng làm cái cách mạng của họ nữa, mà nên vượt biên như anh bạn hàng xóm của anh, để kiếm được những cái nhà, cái xe như anh ta có!

Một lời nói thật, nghe như một cái tát.

*

Câu trả lời của tôi trong cuộc phỏng vấn live ở Houston đã gây ra một sự khó chịu, nếu không nói là phẫn nộ, ở một số người. Anh bạn đồng nghiệp, người phỏng vấn, sau mấy lời chào thân mật, đã hỏi tôi, vỗ mặt:

- Anh có phải là người chống cộng không?

- Không, thưa anh.

Tôi trả lời.

Tôi không có thói quen quanh co. Tôi không ra đời để mà sợ. Tôi nói đúng điều tôi nghĩ. Tôi là một người có suy nghĩ.

Tôi đã từng thích chủ nghĩa cộng sản. Như bố tôi đã thích. Như mẹ tôi đã thích. Vào cái thời thanh niên của ông bà, trong cuộc đấu tranh cho giải phóng dân tộc. Vào cái thời của các cụ, nghe về nước Nga lật đổ chế độ phong kiến, giành chính quyền về tay nhân dân, người ta nghĩ rồi nước ta cũng sẽ được như thế khi đập tan gông cùm thuộc địa. Hay vào thời tôi, khi trước mặt chúng tôi là quân xâm lược, sau lưng là tổ quốc phải bảo vệ.

Rồi tôi không thích nó nữa, cái chủ nghĩa cộng sản mà tôi thấy trong thực tế. Ở nước ta. Ở Trung Quốc. Ở Liên Xô. Ở tất cả các nước gọi là xã hội chủ nghĩa khác.Nó là sự tàn bạo khoác áo nhân từ. Là sự cưỡng đoạt với bộ mặt kẻ cho của bố thí. Là sự đạo đức giả trơ trẽn. Tôi không thích nó từ trước khi bị chế độ gọi là cộng sản nọ ném vào xà lim để dạy dỗ cho tôi tình yêu đối với nó. Trong nhà tù của nó tôi chỉ hiểu nó thêm, hiểu nó rõ hơn. Và càng ghét nó hơn.

Nhiều người đã đi qua đoạn đường ấy. Như tôi. Thích rồi

không thích. Yêu rồi ghét. Là chuyện bình thường mà. Chúng tôi đâu có được bú chân lý cùng với sữa mẹ. Nhận thức là một quá trình. Từ không biết đến biết. Từ không hiểu đến hiểu. Hiện vẫn còn những người đang đi trên đoạn đường mà chúng tôi đã đi qua. Họ chưa đi, hoặc chưa đi hết đoạn đường ấy.

Nhưng không phải vì thế mà họ là kẻ thù của tôi. Họ vẫn là bạn của tôi, là đồng bào của tôi. Là những người mà tôi yêu mến. Là những người mà tôi muốn gọi đi cùng. Tôi tin chắc: một khi hiểu ra, họ sẽ là bạn đồng hành của tôi. Tôi không muốn họ hiểu lầm tôi. Tôi thấy cần phải rạch ròi trong những khái niệm. Tôi không muốn những người tốt, nhưng có điều chưa hiểu, trạnh lòng. Cuộc đấu tranh cho tương lai không phải để thay đổi nhà cầm quyền này bằng một nhà cầm quyền khác. Nó là cuộc đấu tranh cho một xã hội tốt đẹp đủ chỗ cho mọi người, kể cả những người cộng sản. Vì một xã hội như thế đáng để cho ta dấn thân tranh đấu.

Tôi có một số bạn bè là những người tờ-rốt-kít, là những người phần lớn đã bị cái chủ nghĩa cộng sản gớm ghiếc kia truy lùng, bách hại: Tạ Thu Thâu, Phan Văn Hùm, Trần Văn Trạch... Ở Liên Xô cũ, năm 1937 đã có hàng chục vạn người bị gán cho cái tên tờ-rốt-kít để bị hành quyết, bị chết mục trong các trại tập trung. Trotsky, nhân vật thứ hai sau Lênin trong Cách mạng Tháng Mười, đã chạy sang xứ Mexico tận Tây bán cầu mà vẫn còn bị đại đao phủ Stalin cử người sang giết. Hồ Chí Minh gọi những người tờ-rốt-kít là những con chó. Những người tờ-rốt-kít không thích cụm từ "chống cộng". Họ khẳng định rằng cái chủ nghĩa cộng sản theo kiểu Stalin không phải là chủ nghĩa cộng sản. Họ có chủ nghĩa cộng sản của họ.Nó khác kìa.Tôi không biết nó sẽ thế nào, một khi nó hình thành trong thực tế. Nhưng điều tôi biết chắc là: những người tờ-rốt-kít bạn tôi là những con người dễ mến, đáng kính trọng bởi tư cách của họ, bởi lòng tốt của họ, bởi tính biết chấp nhận những ý kiến ngược với họ. Vì tình cảm đối với họ, tôi sẵn sàng tin rằng rất có thể có một thứ cộng sản tốt. Nhưng tôi còn chút hoài nghi: chắc nó không thể tốt hơn những xã hội không cộng sản mà tôi thấy, là những xã hội có khả năng tự thích nghi với những nhu cầu luôn xuất hiện cùng với những đổi thay.

Cho nên tôi không thể là người chống cộng nói chung. Tôi chống những tên độc tài ở Hà Nội đã bỏ tù Hoàng Minh Chính, Hà Sĩ Phu, Lê Hồng Hà, Thích Huyền Quang, Thích Quảng Độ, Đoàn Viết Hoạt, Nguyễn Đan Quế..., quản chế Bùi Minh Quốc, Tiêu Dao Bảo Cự... Nếu "cộng" chỉ là những tên độc tài đó thì tôi hiển nhiên là người chống cộng. Mà còn là người chống cộng hung hăng nữa kia.

Nhưng tôi không thể chống cái chủ nghĩa cộng sản của những ông bạn tờ-rốt-kít của tôi chẳng hạn. Hãy để cho nó được ở cùng ta trong xã hội tương lai. Trong xã hội tương lai ấy có đủ mọi thứ đảng, mọi thứ hội kia mà. Nó có chỗ cho đảng "Những người bạn bia" như ở Cộng hoà Tiệp, ở Ba Lan. Nước ta rồi đây sẽ có một đảng "Những người bạn rượu quê" chẳng hạn, thì đã sao. Ở Cộng hoà Liên bang Đức hiện nay, tôi thấy có cả Đảng xã hội dân chủ Đức SPD (Sozialdemokratische Partei Deutschlands) lẫn Đảng xã hội chủ nghĩa dân chủ Đức PDS (Partei des Demokratischen Sozialismus), chính là cái đảng cộng sản Đức cũ. Tôi đã ăn một bữa tối ở Đức trong một gia đình Đức có hai đứa con thuộc hai cái đảng với hai cái tên làm tôi lẫn lộn nói trên. Và ở vùng Iles de France của Pháp, trong một cuộc hội thảo, tôi đã gặp những người cộng sản gay gắt lên án hành động của chính quyền Hà Nội đối với những nhân vật phản kháng ở nước ta.

Tôi thẳng thắn chia sẻ cách nhìn này với những người bạn Việt mới quen trên đất Mỹ, và đáng ngạc nhiên làm sao, tôi được sự đồng tình không một chút miễn cưỡng.

Có sao đâu, họ nói. Chúng tôi đã qua cái giai đoạn hận thù chất ngất, hận thù đằng đẵng rồi. Chúng tôi đã có cái nhìn tỉnh táo. Mọi sự trên thế giới này đều thay đổi. Ngay ở nước ta, người cộng sản bây giờ cũng khác những người cộng sản những năm sau 1975, khác chính họ, hoặc khác thế hệ cha anh họ. Những chính sách, nhìn chung, bớt khắc nghiệt, đã có nhiều cởi mở. Đến nỗi cái tự do giả được nhiều người ngộ nhận như tự do thật. Đến nỗi có những người Việt từ nước ngoài trở về khen "Việt cộng hồi này tốt đáo để".

Họ mới nhầm làm sao!

Chế độ độc tài vẫn còn nguyên đó. Vẫn còn nguyên ách cai trị của số ít tự xưng mình là lương tâm thời đại, trí tuệ của nhân loại, trên toàn thể nhân dân. Và ai cả gan đụng tới ngai vàng của những tên vua chúa mới là bị nền chuyên chế của chúng trừng trị không thương tiếc. Chúng chỉ thay đổi bộ áo ngoài mà thôi.

Một đặc điểm dễ nhận của những tên độc tài là sự không chấp nhận những ý kiến ngược, là sự sử dụng bạo lực để đàn áp những ai dám nghĩ khác chúng. Sự tàn bạo tuỳ thuộc ở nhiều yếu tố, trước hết là ở cấp độ sở hữu quyền lực. Có những tên độc tài già. Và có những tên độc tài chưa vỡ bọng cứt.

Hãy chống độc tài ở mọi hình thức biểu hiện của nó, dưới mọi nhãn hiệu mà nó có thể nghĩ ra. Sau cái độc tài của những tên cơ hội hớt váng sữa của cách mạng, xưng danh cộng sản, hoặc xưng danh một cái gì khác dễ nghe hơn. Và rồi có thể có những tên độc tài hiện đại trương cờ dân chủ lắm chứ.

Ai dám bảo đảm rằng không?

*

Nước Mỹ mà tôi đi qua, một cuộc cưỡi ngựa xem hoa không hơn không kém, một cái chân voi mà một anh mù là tôi vừa sờ tới, gợi nên nhiều liên tưởng.

Trước hết là sự liên tưởng hướng về tương lai đất nước. Nó sẽ như thế này chăng?

Câu trả lời của tôi cho riêng tôi là: xã hội tương lai của đất nước ta mà tôi muốn có, mà tôi hình dung ra, sẽ vừa giống vừa không giống cái xã hội ở đây. Những nét chung là giống, nhất định phải giống, về dân chủ, về nhân quyền. Nhưng sẽ không giống về nhiều luật lệ và thoả ước xã hội bởi những đặc điểm truyền thống. Cái giống có thể học hỏi ở các xã hội dân chủ mà ta biết, ở đây, ở phương Tây và nhiều nước khác trên thế giới. Cái không giống là cái chúng ta phải tìm trong kho tàng cách sống chung với nhau trong cộng đồng mà tổ tiên để lại.

Maxim Gorky đã làm một cuộc phỏng vấn giả tưởng, trong "Thành phố con quỷ vàng" thì phải, bằng lối thậm xưng. Ông hỏi một nhà tư bản:

- Ông làm nghề gì, thưa ông?

- Tôi ấy à? Tôi làm tiền.

- Tức là?

- Tôi làm ra tiền, ông không hiểu sao? Là làm ra những tờ giấy bạc ấy mà. Và cả những ngân phiếu.

- Ông dùng tiền ấy làm gì?

Nhà tư bản trợn mắt:

- Còn để làm gì nữa? Để làm ra tiền.

- Tôi không hiểu. Rồi ông dùng tiền ấy làm gì chứ?

- Thì lại để làm ra tiền nữa.

- Nhưng rồi cuối cùng ông phải dùng tiền ấy để làm một cái gì chứ?

Nhà tư bản ngẫm nghĩ một lát.

- Hừm, nếu khi tôi cảm thấy đã quá nhiều, ắt tôi phải nghĩ ra cách để tiêu chúng.

- Chẳng hạn, ông sẽ làm gì?

Nhà tư bản gãi đầu:

- Làm gì hả? Chẳng hạn, tôi sẽ thuê hai tên quốc vương, nói giả tỉ như vậy...

- Nhưng rồi để làm gì?

Nhà tư bản nhún vai:

- Hừm, để chúng đánh bốc cho tôi xem, ở ngay cái sân này này. Ông thấy thế nào, một ý nghĩ thú vị đấy chứ?

Tôi không chờ được gặp một nhà tư bản, lại càng không phải một nhà tư bản điên rồ như thế. Thay vì gặp một nhà tư bản, tôi gặp nhiều người Mỹ, và tôi thấy ông Maxim Gorky đã nhầm. Và ông làm cho chúng tôi, người đọc, nhầm theo ông.

Người Mỹ trong cái nhìn cưỡi ngựa xem hoa của tôi rất dễ thương. Họ hồn nhiên, tốt bụng, với một chút ngờ nghệch, thường có ở dân các nước lớn. Họ thích có nhiều tiền.Để có nhiều tiền, họ làm việc chăm chỉ, tuy có hơi nhiều.

Nước Mỹ là một nước như mọi nước khác, với những cái tầm thường và những cái vĩ đại, không kể nó là nước giàu có hơn bất cứ nước nào khác mà tôi biết. Nước Mỹ ngày nay có đọc chính tả cho các nước khác chép cũng là lẽ đương nhiên. Nó không những giàu, mà còn tiên tiến về khoa học và kỹ thuật. Một nước Mỹ thật rất khác với một nước Mỹ bịa đặt do nền tuyên truyền đỏ tạo ra. Chuyến đi này cho mắt tôi sáng thêm chút nữa.

Đêm đầu tiên ở Washington D.C., ông bạn già đồng nghiệp mà tôi rất kính trọng, từng ở tù cộng sản 11 năm sau khi Sài Gòn thất thủ, người cho tôi bữa ăn và chỗ ngủ, đã chia sẻ với tôi quan niệm về nước Mỹ mà ông đã quan sát nhiều năm:

- Nước Mỹ có nhiều mặt. Đẹp và Xấu. Thiện và Ác. Như ở bất cứ nơi nào trên trái đất của chúng ta. Mọi đối cực đều song hành. Nhưng cái tốt của xã hội này là căn bản. Nó cho mỗi thành viên của nó, bất kể màu da, xuất xứ, đẳng cấp, một cơ hội tiến thân ngang nhau, trong một cuộc cạnh tranh ác liệt và tàn nhẫn, đủ để cho các bậc hiền triết phương Đông rùng mình. Nhưng với tất cả sức mạnh của tư tưởng nhân bản mà các bậc hiền triết của chúng ta có, cho tới nay các bậc ấy chưa thể nghĩ ra cho con người một cái gì hơn thế.

- Nghĩa là trong nó có cả hào quang của Thượng đế và móng vuốt của quỷ sứ?

- Chứ còn gì.

- Nhưng ở đây con người vẫn không ngừng hướng tái và đi về phía cái Thiện, cái Đẹp?

- Đã đành.

Nhà hiền triết của tôi trả lời.

*

Trước khi đi Hoa Kỳ, tôi nhận được mấy bức thư từ Hà Nội.

Một anh bạn viết cho tôi: "Ông ơi, xin ông đừng đao to búa lớn, người ta ớn đến tận cổ những lời gào thét rồi. Không thể gào thét mà thay đổi được cục diện trên đất nước này đâu. Tốt hơn cả là vạch cho mọi người thấy: trước nhân dân ta chẳng có cách nào thoát khỏi tình trạng trì trệ và lạc hậu hiện nay ngoài sự lựa chọn không thể thoái thác là phải tìm ra ngay lập tức một phương thức quản trị tối ưu cho đất nước. Bởi vì phương thức quản trị hiện tại, cứ gọi chung là như thế đi cho khỏi bị nói là chửi bới, rõ ràng là không tốt - cái đó có quá thừa chứng cớ, chẳng cần phải chứng minh. Và xin nhấn mạnh: trong bộ máy quản trị mới, do phương thức quản trị tối ưu kia sinh ra sẽ có mặt mọi thành viên ưu tú của đất nước, do nhân dân tự do lựa chọn, không loại trừ cả những người còn thích chủ nghĩa cộng sản".

Tôi hiểu anh bạn tôi muốn nhắn nhủ tôi điều gì. Anh muốn tôi hiểu rằng trong các cách đấu tranh để dân chủ đất nước đã đến lúc không cần nói nhiều về mục tiêu nữa, mà phải bàn về cách thức. Mục tiêu thì rõ quá rồi. Cần phải bỏ ngay lập tức, càng nhanh chóng càng tốt, cái cách thức quản trị nhà quê của mấy ông con Trời hiện đại tự xưng "duy nhất đúng đắn và vô cùng sáng suốt". Bỏ cho nhanh. Đập cho tan. Nhưng bỏ bằng cách nào? Đập tan bằng cách nào? Bằng một cuộc nổi dậy vũ trang ở trong nước? Lại một trận nồi da nấu thịt. Hay bằng một cuộc tấn công vũ trang từ bên ngoài, là cái chỉ thực hiện được trong hoang tưởng? Anh bạn tôi muốn tôi hiểu rằng khi mình nói như thế thì kể cả những người nắm quyền hiện nay ở nước ta cũng khó lẩn tránh một khi vấn đề được công khai đặt ra. Chẳng ai trong bọn họ dám trâng tráo khẳng định phương thức quản trị của họ là tối ưu. Và những người cộng sản không ở trong đám cơ hội độc tài cũng thấy đấy không phải là xóa bỏ, thủ tiêu, hay lật đổ chế độ hôm nay của họ, mà sự lựa chọn cần thiết này là sự lựa chọn của cả họ và con cháu họ nữa. Nếu họ còn lo lắng cho chế độ mà họ phục vụ sẽ bị thủ tiêu và hậu quả là họ sẽ bị tàn nhẫn ném ra ngoài lề xã hội mới, thì họ sẽ yên tâm: họ có quyền có mặt, và có cả trách nhiệm có mặt nữa, trong bộ máy quản trị mới, ngang hàng với mọi thành viên khác. Đây không phải cách nói lừa bịp, không phải sự dụ dỗ, mà là lời nói thật. Những người cầm quyền hiện tại chắc chắn không muốn nghe. Họ chắc chắn sẽ chống lại. Họ không thể không chống lại. Bản chất tham quyền cố vị không một sớm một chiều mà mất. Nhưng còn có những người cộng sản khác hiểu đó là lời nói phải, họ chắc chắn phải đông hơn thiểu số cầm quyền. Tỉnh ra, họ sẽ đấu tranh với bọn bảo hoàng cộng sản. Từ nhẹ nhàng tới mạnh mẽ. Từ số ít tới số đông. Và họ sẽ đi cùng những người dân chủ, cho dù ở túi ngực của họ vẫn còn tấm thẻ đảng viên cộng sản.

- Cái đó có sao đâu!

Anh bạn tôi, một sĩ quan biệt kích Lôi Hổ, giờ đây ở Westminster, đã nói như thế khi nghe tôi nói về tình hình đất nước hiện nay, trong một cuộc họp mặt ngoài dự kiến của tôi với một số quân nhân trong Lực lượng đặc biệt của Việt Nam Cộng hoà cũ có tên gọi là "Nha kỹ thuật". Những người bạn mới của tôi, mà trước đó tôi đã nghĩ sai rằng hơn ai hết họ chỉ muốn một "Việt Nam Cộng hoà kéo dài", cho tôi biết rằng những ý nghĩ của anh bạn phản kháng ở Hà Nội không mới, họ cũng nghĩ giống anh, và chẳng phải mới đây họ mới nghĩ tới. Một nước Việt Nam mới, đó là cái mà tất cả chúng ta cần, càng nhanh có nó càng tốt. Họ nói với tôi như vậy. Chúng tôi nói chuyện tới khuya. Say sưa và thân ái.

Anh bạn Lôi Hổ của tôi nói lúc chia tay:

- Chúng ta, tất cả, đều là những kẻ chiến bại trước một lũ cơ hội. Chúng thắng không phải bởi chúng mạnh, mà bởi chúng ta không thương yêu nhau, bởi chúng ta bị chúng chia rẽ mà không biết.

Điều mà cho tới nay tôi nghĩ nhiều mà vẫn không hiểu là: tại sao trong cộng đồng những người Việt xa xứ lại vẫn còn nhiều chia rẽ đến thế? Dường như người ta không có ý tìm ở nhau những cái giống nhau để sát cánh cùng nhau chiến đấu cho mục đích chung, mà cứ đi tìm ở nhau những cái khác nhau để chọi nhau cái đã, mọi việc tính sau.

Phải chăng đó là một lối chống chế cho sự "trốn cộng" hèn nhát bằng những lời lẽ "chống cộng" huênh hoang?

Phải chăng đó là một trong rất nhiều cách chia rẽ cộng đồng người Việt ở nước ngoài do bọn "phái khiển", những tên tình báo khoác áo "chống cộng" hung hăng nhất, đang tiến hành?

*

Ở San Diego, những người bạn mới của tôi không nhẹ nhàng với tôi.

Nhiều vấn đề được nêu lên: chủ yếu là những cái thuộc về những khái niệm mà chúng ta quen phân định bằng những từ tiện lợi: "quốc" và "cộng". Nhiều câu hỏi về ông Hồ Chí Minh, về những nhân vật trong đám lãnh đạo đảng cộng sản, về những người phản kháng, xu hướng của họ, tư cách của họ. Tôi rất tiếc tôi chỉ là một thường dân không biết được nhiều để có thể trả lời hết những câu hỏi đặt ra. Tôi là kẻ chân đất trong cái xã hội mà tôi vừa rời bỏ. Và tôi là người trung thành với lời dặn của tiền nhân: biết thì thưa thốt, không biết thì dựa cột mà nghe.

Nhưng vấn đề chính trong buổi gặp mặt ấy là những người bạn mới của tôi ở thành phố này vẫn muốn tôi nói "chống cộng" như họ đã nói nhiều năm, và giờ đây vẫn nói hàng ngày. Tôi có lẽ đã không làm vừa lòng các bạn. Tôi cố gắng trình bày quan điểm của tôi. Có thể, chúng tôi còn không hiểu nhau đơn thuần do những khái niệm không đồng nhất. Chúng tôi thảo luận hăng say, ồn ào, to tiếng. Nhưng không cãi vã. Chúng tôi tranh luận. Tôi nói rằng chẳng có gì lạ nếu chúng tôi không giống nhau. Nếu chúng tôi là như nhau, hoàn toàn như nhau, thì chẳng cần gặp nhau làm gì, chẳng cần tranh cãi làm gì. Tốt hơn, nếu chúng tôi thấy nhau như những người bạn. Xấu hơn, nếu chúng tôi phải chia tay, mỗi người một ngả, như những người xa lạ.

Tôi nghĩ rằng cuối cùng chúng tôi đã chia tay nhau trong tình thân ái hoặc chí ít thì cũng không thù nghịch. Anh bạn gay gắt với tôi nhất trong bữa ăn tối sôi nổi ấy, đã nắm chặt tay tôi mà đoan chắc rằng chúng tôi giống nhau tới 90 phần trăm.

- Là nhiều rồi đấy, ông bạn ơi! - tôi nói.

- Tôi còn muốn nhiều hơn nữa kia - anh nói.

Ở cửa tiệm ăn, chúng tôi còn dùng dằng hồi lâu. Tôi không nhớ tôi đã nói với ai rằng quá khứ không bao giờ có giá trị bằng hiện tại, còn hiện tại thì chẳng có nghĩa lý gì so với tương lai. Chúng ta đã có một quá khứ đáng buồn, một quá khứ đầy máu, nước mắt, đau thương và tủi nhục. Có thể đổ mọi tội lỗi, hay rất nhiều tội lỗi, cho nước ngoài, cho các đế quốc đỏ và trắng, nhưng tại sao chúng ta không nhìn thấy một điều: chúng ta cũng có tội trước lịch sử, trước tổ quốc mình, trước dân tộc mình?

- Hãy quên đi quá khứ để làm việc cho tương lai.

Một người nào đó thốt lên.

Chúng tôi, trong giây lát, bỗng trở nên những đứa trẻ lãng mạn. Chúng tôi nhìn thấy trong bóng đêm một vầng sáng, hình ảnh của tương lai.

Đừng buộc tội chúng tôi muốn xoá đi quá khứ. Ai cũng biết không có hiện tại nào mà không có quá khứ. Ai cũng biết không thanh toán với quá khứ thì không thể nhẹ nhàng bước vào tương lai. Vấn đề là ở chỗ có những người dính chặt mình với quá khứ, coi nó là lẽ sống, và có những người biết rằng quá khứ là quá khứ, không thể sửa chữa nó, không thể hoán cải nó, mà chỉ có thể rút từ trong quá khứ những bài học cho tương lai.

Chúng tôi nhìn thấy một ngày sẽ đến. Ngày đó Quốc Hội mới

của nước Việt Nam mới sẽ thượng lên hai lá cờ của một giai đoạn lịch sử không người Việt yêu nước nào muốn có, trang nghiêm nghe hai bản quốc thiểu, rồi xếp lại gọn ghẽ cả hai lá cờ, đặt chúng vào hai cái quan tài sang trọng. Trong tiếng quân nhạc trầm hùng, những đại biểu được nhân dân tự do lựa chọn sẽ ngả mũ đưa hai cái quan tài trên hai cỗ xe có ngựa kéo ra nghĩa trang, hạ huyệt một quá khứ bi thương trong tiếng gầm của những tràng đại bác vĩnh biệt.

Và một lá cờ mới của một Việt Nam mới, do nhân dân Việt Nam tự do lựa chọn, sẽ tung bay trên cột cờ của kinh thành Thăng Long xưa.

9.2000

NUREMBERG
THÀNH PHỐ NHÂN QUYỀN

Thành phố của chúng tôi nhỏ xíu à. Nhưng ông sẽ không thất vọng vì nó đâu.

Người đón tôi tại ga là một cô gái cao, cái nhìn thẳng, nụ cười tươi rói. Cô vừa nói vừa giằng va li khỏi tay tôi.

- Rồi ông thấy: nó dễ thương vô cùng. Tôi là người sẽ giúp ông trong những ngày đầu ông đến đây. Tên tôi là Shouten.

Schouten nhanh nhẹn bỏ hành lý của tôi vào cốp xe taxi, đưa tôi về nơi tôi sẽ ở.

Tôi đến Nuremberg vào cuối đông. Thời tiết tốt, bầu trời thấp, không mưa, nhưng còn lạnh. Xuống xe, tôi nghe nước chảy róc rách trong rãnh bên hè. Thành phố vắng, cảm giác đầu tiên là thanh bình.

Trong chương trình "Writers In Exile" giúp các nhà văn lưu vong, tổ chức Văn Bút Đức (German PEN Club) và hội đồng thành phố Nuremberg có nhã ý cho tôi tá túc một năm tại thành phố này. Lời mời được kéo dài, rốt cuộc tôi ở đây những hai năm.

Nuremberg, hay Nurnberg theo cách gọi của người Đức, là một thành phố bình dị. Nó không làm tôi hay bất cứ ai bị hoa mắt trong cái nhìn đầu tiên. Một thành phố kim cổ giao duyên như khá nhiều thành phố khác ở châu Âu – với thành quách, lâu đài từ những thế kỷ rất xa, cái nào cũng in dấu nhiều di tích lịch sử, và tất nhiên, nhiều thắng cảnh, nếu tính gộp cả những phế tích rêu phong bên những cao ốc lấp lánh kính và khung kim loại.

Nuremberg bắt đầu được nhắc tới trong lịch sử từ thế kỷ 11, một thành phố có hạng từ thế kỷ 13 với tư cách thủ phủ của tiểu quốc Holy Roman German. Nó từng là giao điểm của những con đường buôn bán nhộn nhịp giữa Đông Âu và Tây Âu thời Trung cổ. Dấu vết của trung tâm này còn lại trong rất nhiều công trình kiến trúc xưa nằm rải rác trên những con phố hẹp chạy ngoằn ngoèo trên một địa mạo không bằng phẳng. Mảnh đất này ghi dấu những nghệ sĩ tài ba trong các lĩnh vực điêu khắc, hội hoạ, âm nhạc, kịch nghệ như Veit Stoss, Peter Fischer, Michael Wolgemut, Albrecht Durer, Hans Sachs.

Tính về quy mô, Nuremberg là một thành phố thường thường bậc trung ở nước Đức hiện tại. Dù không lớn, không hào nhoáng, Nuremberg vẫn cứ là một thành phố đẹp trong những thành phố đẹp trên thế giới mà tôi có dịp đi qua.

Ngoài niềm tự hào mà cư dân ở bất cứ thành phố nào cũng có, người Nuremberg có niềm tự hào riêng của họ. Cô Schouten đón tôi ở ga là chân thư ký hay một chức vụ gì đó mà ta thường gọi chung chung là cán bộ, trong Phòng Nhân quyền thuộc Hội đồng thành phố. Nói về Nuremberg và công việc của mình, Schouten có giọng tự hào của một nhà ái quốc của quê hương cô. Tôi thật sự ngạc nhiên khi biết nhà ái quốc của Nuremberg không phải người Đức, mà là người Hà Lan. Trong một không gian Schengen rộng lớn của châu Âu, sự đi lại từ nước này qua nước kia không cần visa, chuyện người nước này đến ở nước kia không phải chuyện lạ.

Nếu Nuremberg có cái gì làm cho tôi phải đặc biệt chú ý thì đó chính là cái Phòng Nhân quyền của nó. Đứng đầu Phòng là tiến sĩ Hesselmann, một người đàn ông nhanh nhẹn, hoạt bát, lịch thiệp và hiếu khách, lúc nào cũng tất bật với công việc. Khi đã trở thành bạn, tôi mới hiểu Hesselman không hề coi bảo vệ nhân quyền là một thứ công việc bàn giấy. Nó là lẽ sống, là mục đích của ông.

Bộ phận phụ trách công tác nhân quyền trong Hội đồng Thành phố xem ra khá bận rộn: nhân viên chạy tới chạy lui giữa những hàng computer và cái Xerox đặt trong một góc không ngớt nhả ra từng xấp giấy. Hesselmann nói rằng Phòng Nhân quyền của ông không chỉ lo công việc về nhân quyền cho thành phố. Nó còn làm việc cho cả thế giới. Vậy mà lần đầu nghe cái tên lạ tai - Phòng Nhân quyền - tôi đã phải hỏi lại cô Schouten đến hai lần để tin chắc mình không nghe nhầm. Không biết ở những đâu trên thế giới có Phòng Nhân quyền trong cơ cấu tổ chức Hội đồng Thành phố, nhưng ở nước tôi chẳng hạn, một cái phòng như thế chắc chắn không thể có. Nghe thấy hai chữ nhân quyền là nhà chức trách đã nhảy dựng lên rồi. Họ chỉ ấp úng hai chữ nhân quyền trong trường hợp vạn bất đắc dĩ, khi phải sùi bọt mép tuyên bố rằng ở đây nó có, chẳng những có mà có nhiều, có thừa mứa, có đến thế là cùng, để bác lại những luận điệu nói rằng nó không có hoặc luôn bị vi phạm. Kỳ dư, chẳng bao giờ hai chữ khốn khổ ấy được nhắc đến. Giả thử có ai nêu vấn đề lập Phòng Nhân quyền trong một Uỷ ban Nhân dân nào đó thì chắc chắn người đó sẽ bị tống ngay lên xe bịt bùng chở thẳng tới bệnh viện tâm thần.

Ngày thứ hai ở đây tôi được biết không những ở Nuremberg có Phòng Nhân quyền, mà còn có đường Nhân quyền.

Tiến sĩ Staff, trưởng phòng báo chí, cao lớn và mạnh mẽ, dẫn tôi tới đây, vừa đi vừa giảng giải cho tôi nghe lịch sử con đường. Ông cần chụp một tấm hình tôi đứng ở đây để đăng báo. Đề xuất này làm tôi ngượng chín người. Trong sự bất bình với chế độ độc đảng toàn trị, tôi chưa một lần nhớ đến hoặc nói tới quyền con người mà tôi hiển nhiên có.

Đường Nhân quyền là một con phố không lớn so với các phố khác, nhưng lại là nơi có Viện bảo tàng Văn hoá quốc gia thuộc hạng nhất ở Cộng hòa Liên bang Đức. Dọc con phố không lớn ấy có một hàng cột bằng đá hoa cương, trên mỗi cột có khắc một điều trong bản Tuyên ngôn Nhân quyền bằng nhiều thứ tiếng. Lại một điều làm tôi ngạc nhiên đến sững sờ - có cả tiếng Việt của ta trên những cột ấy.

Ít lâu sau tôi lại được biết thêm một cái lạ nữa: trong các trường học ở Nuremberg, nhân quyền là một trong những môn học bình thường, như toán học, như sinh vật học. Cô Schouten nói rằng những đứa trẻ lớn lên với tư cách con người cần phải biết nó có những quyền gì, cho nên chúng phải được học. Do những hoạt động tích cực trong lĩnh vực bảo vệ quyền con người, Uỷ ban Nhân quyền của Liên Hiệp Quốc đã tặng Nuremberg danh hiệu Thành phố Nhân quyền.

Sự quan tâm đặc biệt dành cho nhân quyền chính là niềm tự hào riêng của người Nuremberg mà tôi nói tới ở trên. Ở các thành phố khác người ta thường tự hào về những địa danh lịch sử, những thắng cảnh nổi tiếng. Tự hào về công việc bảo vệ nhân quyền chỉ có ở đây.

Nuremberg không phải là một địa danh xa lạ. Nó được mọi người biết đến với toà án của phe Đồng Minh chiến thắng ngồi xử bọn tội phạm nazi sau Thế chiến thứ hai. Người ta chỉ ít biết, hoặc hoàn toàn không biết, rằng từ năm 1933 đến năm 1938 đây là nơi được tổ chức những cuộc họp thường niên của đảng Quốc Xã. Có thể nói không ngoa rằng Nuremberg là cái nôi của nước Đức Hitler, cho dù những hành động phát-xít điên cuồng đầu tiên diễn ra ở Munchen (Munich). Đại hội lần thứ nhất của Đảng Quốc Xã được tổ chức trọng thể tại chính thành phố này. Tiếng hô vang dội của hàng nghìn giọng phấn hứng ở đây được ghi lại và lưu giữ trong bảo tàng. Nghe tiếng hô từ quá khứ ấy tôi nổi da gà.

Tên đầy đủ của đảng Quốc Xã là Đảng Công nhân Quốc gia Xã hội chủ nghĩa. Cũng công nhân đấy, cũng xã hội chủ nghĩa đấy. Một sự trùng tên với các đảng cầm quyền ở các nước theo chủ nghĩa cộng sản. Ở đây lâu, tôi được biết thêm: không phải chỉ cái tên, cách tổ chức của hai thứ đảng Quốc Xã và cộng sản có nhiều điểm giống nhau lắm. Giống nhất là bộ máy dò xét và trấn áp các loại được đặt tên là phản động chống chế độ. Ở Liên Xô cũ có KGB, ở Cộng hòa Dân chủ Đức có STASI. Cả hai thứ đảng Quốc Xã và cộng sản đều có trong tay những trại tập trung để cách ly và cải tạo những phần tử có hại cho an ninh xã hội, được tuyên xưng là trị bệnh cứu người. Khác nhau có lẽ chỉ ở cái lò thiêu xác mà duy nhất nước Đức phát-xít có bản quyền. Lò thiêu xác tù nhân chỉ có ở Đức và những lãnh thổ bị chính quyền phát-xít chiếm đóng. Nổi tiếng nhất là hệ thống lò thiêu Auschwitz-Birkenau, tên gốc Ba Lan là Oswencim (Oświęcim), nơi hơn một triệu tù nhân bị giết chết.

Theo những người già ở Nuremberg kể thì có lẽ vì lòng căm thù chủ nghĩa Hitler và vì Nuremberg có vài xí nghiệp sản xuất vũ khí, thành phố đã bị người Mỹ đã ném bom hết sức dữ dội trong giai đoạn cuối của thế chiến thứ hai – 85 phần trăm nhà cửa dinh thự bị san bằng. Trong những bức ảnh tư liệu ta có thể thấy quang cảnh thành phố trước và sau chiến tranh. Trước chiến tranh Nuremberg là một thành phố cổ kính, với dáng vẻ nghiêm nghị, trầm mặc, chẳng thích hợp với bất cứ cuộc chiến tranh nào. Sau chiến tranh cả thành phố là một bãi gạch vụn nhấp nhô. Những giáo đường bằng đá xụm xuống, mấy cây cột khẳng khiu còn lại nhô lên khỏi những gò đống bừa bãi dưới bầu trời ảm đạm.

Nhớ về Nuremberg bị phá sạch, người ta không quên so sánh nó với thành phố Furth bên cạnh. Trong khi Nuremberg quần quại dưới mưa bom thì Furth hoàn toàn nguyên vẹn. Lý do? Đơn giản lắm - Furth là bản quán của nhiều người Do Thái giàu có ở Hoa Kỳ, là nơi chôn nhau cắt rốn của Henri Kissinger mà chúng ta đã biết, đã quen tên.

Giờ đây dấu vết của cuộc chiến tàn khốc không còn gì. Dân Nuremberg đã nhặt từng viên gạch và dựng lại thành phố thân yêu của mình. Y như người Ba Lan đã nhặt từng viên gạch để tái tạo toà cổ thành rất đẹp của thủ đô Warszawa.

Chiến tranh thế giới lần thứ hai đã lùi xa. Người Đức đã quên hẳn nó hoặc không muốn nhớ tới nó nữa. Những dấu vết của Hitler và chế độ Quốc Xã cũng vậy. Tuy nhiên, ở Nuremberg người ta vẫn giữ lại vài kỷ vật Quốc Xã để những thế hệ sau có cái quan chiêm. Thí dụ như cái Colloseum chưa hoàn thành theo hình mẫu Colloseum của Roma – món quà quốc trưởng phát-xít Ý Mussolini tặng quốc trưởng phát-xít Đức Hitler. Một góc của nó bây giờ là Viện bảo tàng chế độ Quốc Xã. Ở đây có một bức ảnh lớn chụp lãnh tụ Hitler bồng một cháu nhi đồng với nụ hôn thắm thiết. Những góc khác bị để mặc trong hoang tàn. Cũng như vậy, sân vận động, nơi Hitler nói chuyện với thanh niên thời khởi đầu của chủ nghĩa phát-xít, không bị phá, cỏ mọc đầy. Là di tích đấy, nhưng bỏ hoang, ai tò mò thì lội bộ đến mà xem. Tôi có bận dẫn một quan chức đương nhiệm đầu tỉnh của nước ta, một ông bạn cũ có lòng tìm thăm tôi, đến mấy phế tích phát-xít này. Ông bạn đứng lặng trên bục xi măng, nơi Hitler vung tay gào thét kêu gọi thanh niên Đức lên đường chiếm lĩnh thế giới. Ông nín lặng, coi mòi rất xúc động bởi những liên tưởng ập đến.

Những di tích như thế không nằm trong các sách du lịch. Du khách tới Nuremberg khá đông. Đông nhất là du khách nội địa. Người ta tới để không phải để xem ba cái đồ lăng nhăng đó, mà xem Hauptmarkt (Chợ Lớn), giáo đường gô-tích Saint Sebald (thế kỷ 13), thành cổ (bắt đầu xây dựng từ thế kỷ 11), các viện bảo tàng giàu hiện vật: Viện bảo tàng Quốc gia Đức, bảo tàng phương tiện giao thông, bảo tàng đồ chơi…, nhà lưu niệm (đồng thời là bảo tàng) của hoạ sĩ tài danh Albrecht Durer.

Thời gian ở Nuremberg đối với tôi là một thời gian đặc biệt có ích. Nó làm cho tôi hiểu người Đức hơn. Điều này cũng có nghĩa như một sự hiểu thêm về lịch sử loài người.

Trước hết, nó xoá đi trong tôi cái ấn tượng mà những nhà tuyên truyền mẫn cán nhồi nhét vào đầu chúng tôi về một dân tộc lạnh lùng, sắt máu. Nó cho tôi thấy vì sao, hơn ở bất cứ nước nào khác, người Đức nói nhiều, viết nhiều về cuộc chiến tranh vừa qua đến thế. Các chương trình truyền hình không ngớt nói về quá khứ Quốc Xã, lên án nó, như thể nó không phải từ đất nước này mà ra. Sách về thời Quốc Xã cũng vậy, đầy rẫy trên các kệ trong các tiệm sách, các thư viện. Mà hoàn toàn không phải để tuyên truyền cho chủ nghĩa phục thù như người ta nói. Thật vậy, dân tộc Đức đã dứt khoát hoàn toàn với quá khứ Quốc Xã. Trong số những người Đức mà tôi gặp không có lấy một người tự hào về chế độ sắt máu được tên khùng Hitler dựng nên. Có thể vẫn còn đâu đó những người như thế, nhưng họ giấu kín suy nghĩ của mình. Tôi có đọc về một tổ chức tân phát-xít, với cờ chữ thập ngoặc và cánh tay phải vung ra trước mặt, nhưng tôi chưa gặp chúng ở mọi nơi trên đất Đức. Có thể, chúng hoạt động trong vòng bí mật, hoặc đã chui vào một cái hang nào đó như những con thú bị ruồng đuổi. Những người Đức cực hữu thì có, tôi đã gặp. Trong họ có thể có một chút gì đó của cái quá khứ kia, trong thái độ kỳ thị người nước ngoài, trong niềm tự hào về dòng giống Nhật Nhĩ Man rơi rớt lại từ quá khứ đã nhạt hết vinh quang.

Quá khứ bị bỏ quên, không được soi rọi, là mầm mống cho những lầm lạc. Quá khứ dù đã qua, nhưng không phải nó không để lại hình bóng. Phải cẩn thận với nó để nó không thể trở lại với bộ mặt khác, với lời lẽ khác. Những người Đức hiện tại hiểu được điều đó, cho nên họ mới nói nhiều viết nhiều về quá khứ. Hiểu được thế, làm được thế, thật đáng trọng.

Một lần, ở trung tâm thành phố tôi gặp một đoàn biểu tình của những người cực hữu. Nhưng không phải chỉ có họ. Đối mặt với họ là một đoàn biểu tình khác của cánh tả - Đảng Xã hội, Đảng Xanh. Ở giữa hai khối ồn ào la hét những khẩu hiệu đối nghịch là những cảnh sát viên trẻ măng, điềm tĩnh. Các vị cứ việc biểu thị chính kiến, tha hồ, nhưng xin các vị đừng có đi quá giới hạn. Quá giới hạn là chúng tôi xúc các vị đi liền. Thế là la hét chán, chửi nhau chán, cả hai đám biểu tình giải tán, đúng phóc thời gian đã xin phép biểu tình. Và ngay sau đó những người vừa chống nhau kịch liệt lại ngồi với nhau ở sân ngoài của quán xúc xích nướng đặc sản Nuremberg bên rìa Chợ Lớn, cùng uống bia Tucher thả giàn, cũng lại là một đặc sản Nuremberg. Ở ngoài đường thì không thể nào biết ai tả ai hữu. Thì ra người Đức không phải những người đến cùng trong sự tôn sùng ý thức hệ. Có lẽ vì thế mà trong dòng lịch sử, sau thắng lợi của phong trào Cải cách Tôn giáo vào thế kỷ thứ XVI do Luther khởi xướng, những người Tân Giáo (Tin Lành) đã không đập tượng Đức Bà Maria trong các nhà thờ Thiên Chúa Giáo. Những bức tượng đặc thù Thiên Chúa Giáo Roma vẫn còn nguyên vẹn trong các nhà thờ Tin Lành. Reinhild Badziura, bà bạn Đức của tôi, nói rằng bao dung là một thuộc bản tính của người Đức. Nhưng ông chủ tịch chi hội nhà văn thành phố Walter Zahorka, một người Đức gốc Tiệp, cho rằng cái đó không thuộc bản tính. Trong cách hành xử này, tri thức đóng một vai trò quan trọng. Sự hiểu biết không cho phép người ta hành động man rợ.

Thế thì vì sao nước Đức bao dung về tính cách, hiểu biết về trí tuệ, lại có thể trở thành một nước Đức Quốc Xã? Tôi đặt câu hỏi khiêu khích ấy cho Walter Zahorka. Anh ngẩn người, không tìm được câu giải thích. Thành thử câu hỏi vẫn cứ đọng mãi trong đầu.

*

Nỗi nhớ Nuremberg không phải chỉ bắt đầu khi tôi sắp phải rời xa nó Tôi đã cảm thấy nỗi nhớ ấy ngay khi chỉ mới xa nó ít ngày. Tôi nhớ thành cổ Nuremberg khi dạo bước trên phố phường Paris hoa lệ. Tôi nhớ Nuremberg lạnh giá khi ở California ấm áp. Ở đây tôi đã có những người bạn không thể nào quên, những người Đức rất Đức với tâm hồn Goethe, Henrich Heine, Thomas Mann...

Nuremberg đã in dấu trong tim tôi như một tình yêu.

Một lần nữa những vần thơ của Chế Lan Viên lại hiện về:

Nhớ bản sương giăng, nhớ đèo mây phủ
Nơi nào qua mà lòng chẳng yêu thương?!
Khi ta ở chỉ là nơi đất ở
Khi ta đi đất đã hoá tâm hồn...

Nuremberg, tháng 3 năm 2003

TÌNH CHUỘT

Ông bạn mới ờ…ời!

Một giọng khàn khàn cất lên, lúc nửa đêm, khi tôi vừa được đưa vào xà lim.

Người ta gọi tôi? Hay gọi ai?

Trong cái hành lang tối hù, sâu hun hút, chỉ có một ngọn đèn 15 oát lờ mờ soi tỏ hai dãy cửa sơn đen, giọng nói âm vang như trong động đá.

- Tôi gọi ông bạn mới - giọng nói nhắc lại.

Thì ra người ta gọi tôi.

- Chào! - tôi đáp khẽ.

- Tử hình hay chung thân?

Tôi không biết phải trả lời thế nào. Tôi không tử hình, cũng chẳng chung thân.

- Cứ nói chuyện, đừng ngại. Giờ là phiên Trư Bát Giới. Ông này hiền, không thích cùm, không rình mò... Tôi ở đây bốn năm rồi, tôi biết.

Có tiếng lao xao ở các xà lim khác, vắng lại những lời chào gửi cho tôi.

Nội quy xà lim gồm toàn những cấm là cấm: cấm nói to, cấm hát, cấm mọi cách liên lạc giữa các xà lim với nhau, cấm cả ho hắng, nếu quản giáo cho rằng tù nhân gửi tín hiệu cho nhau bằng cách đó. Người tù vi phạm nội quy sẽ bị cùm, ngắn cũng một tuần, dài thì cả tháng.

Cấm thì cấm, tù cứ liên lạc. Đồng cảnh thương nhau là lẽ thường. Người có tiếp tế (gọi là "tắc"), chuyền cho bạn tù phòng bên mấy viên thuốc lào. Người khác gọi xin tí lửa bằng dây bùi nhùi. Chẳng cần gì cũng đánh tiếng với bạn để thấy mình không cô đơn. Đủ mọi cớ. Bằng đủ mọi cách.

Quản lý khu xà lim là các quản giáo thay phiên nhau. Trong khu xà lim có một phòng vệ sinh cho tù, quản giáo và lính gác đều dùng. Họ vào đấy xoành xoạch, cho nên thỉnh thoảng vẫn có vụ tù trò chuyện bị bắt gặp, rồi bị cùm.

Quản giáo có người hiền, người không hiền, nhưng nhìn chung, họ làm việc theo quán tính công chức, hết giờ thì ba chân bốn cẳng về nhà. Lính canh thì khác. Chúng thuộc một quân chủng đặc biệt. Là công an, nhưng lại không phải là công an, gọi là Công an Nhân dân vũ trang. Nhiệm vụ của chúng là canh gác trại giam, không phải coi tù. Phần nhiều trẻ măng, chưa hết tuổi học trò, nhưng do thích nghịch ngợm, hoặc do buồn tình, chúng hay lợi dụng khi đi vệ sinh để rình mò tóm quả tang tên tù vi phạm nội quy, cùm nó cái   chơi. Những chuyện ấy sau này tôi mới biết, chứ khi mới vào đây mọi cảm giác đều tê liệt.

Tôi lặng đi trước những gì mình thấy. Khu xà lim có mùi khăn khẳn giống mùi nhà vệ sinh công cộng.

Sau một phút lưỡng lự, tôi ghé miệng vào ô kiểm tra, nói khẽ:

- Đây là đâu trong nhà tù hở ông bạn?

Giọng nói khàn khàn lại cất lên, sau mấy giây cân nhắc:

- Đây là trại cải tạo. Phải gọi đúng tên theo quy định. Với cán bộ, phải kính cẩn gọi họ bằng ông, bằng bà.

- Vậy cứ gọi luôn bằng "ngài" có phải lịch sự hơn không? - tôi vào giọng với người đối thoại.

- Hà hà! Ông bạn khá hơn tôi tưởng.

- Tôi không có tâm trạng để đùa bỡn.

Giọng nói trở nên khô khan.

- Ở vài ngày khắc biết. Thời Tây nó có tên là Xà lim án chém, giờ dành cho tù tử hình hoặc chung thân chờ xử lại...

Tôi thầm cảm ơn người đối thoại. Người ta đưa tôi vào đây là có dụng ý rõ ràng - tội của anh không nhẹ đâu đấy nhá, anh hãy biết điều.

Từ khi cái máy chém bị xếp xó, Xà lim án chém chỉ được nhắc đến trong những hồi ký cách mạng để người đọc đã biết ơn rồi phải biết ơn thêm nữa các vị lãnh tụ cách mạng.

Giọng nói tắt ngấm.

Tôi hình dung người đối thoại là người hơn tuổi tôi, chững chạc cũng hơn tôi.

Tôi thở dài.

Ngày hôm sau anh ta lại gọi:

- Này ông bạn!

Tôi đáp:

- Có tôi.

- Đã sa chân đây thì cố mà giữ sức khỏe. Phòng khi trời thương còn trở về được với gia đình. Mà cũng đừng có hy vọng nhiều.Ở đầu đường hy vọng thường có thất vọng đứng chờ.

- Cảm ơn lời khuyên của ông bạn.

- Ơn huệ khỉ gì. Là kinh nghiệm của ma cũ nói cho ma mới thôi. Anh ta tiếp:

- Nguyên tắc số một: không tin bất cứ ai.

- Tôi hiểu.

- Vợ con rồi hả?

- Rồi.

Tiếng thở dài vẳng lại.

- Tôi tứ cố vô thân. Có phải đi khỏi cuộc đời này cũng nhẹ nhàng.
Đêm tiếp theo, chúng tôi nói chuyện dài hơn.

- Ông gặp may: không phải ở chung – anh bạn mới nói.

- Ở một mình thì sướng nỗi gì?

Anh ta lửng lơ:

- Ở một mình buồn thì dễ tâm sự với người ở cùng những điều không nên nói. Chấp pháp thì lại thích nghe người này nói về người kia.

Đó là nguyên tắc sơ đẳng của cuộc sống trong xà lim, tôi đã biết.

- Tôi tên Cận. Bạn tên gì?

Tôi xưng một cái tên chợt đến trong đầu. Bộc lộ về mình trong môi trường tù chẳng tích sự gì.

Tôi và Cận quen nhau trong hoàn cảnh như thế.

Cửa thông gió ở xà lim tôi ở trông ra bức tường đá bao quanh nhà tù, không trông ra sân, nơi tù ra nhận cơm, cho nên để tôi chỉ có thể thấy anh bạn tốt bụng khi nào anh đi qua cửa phòng tôi. Tù nhân có thể thấy nhau qua một khe hở nào đó ở ô kiểm tra vào buổi sáng khi tù được chăn đi đổ bô và rửa ráy. Lính gác đi tuần nửa tiếng một lần ngó vào xà lim qua cái lỗ ấy coi tên tù ở trong còn sống hay đã chết. Người Pháp đặt cho cái lỗ ấy là le judas, tên môn đồ phản Chúa. Ô kiểm tra khi có tù giải đi trong hành lang thì cai tù khép lại. Le judas ở cửa phòng tôi một khi đã khép lại thì kín như bưng. Một lần tôi đã thấy Cận qua khe hở phía dưới le judas, nhưng không hơn một đôi cẳng chân gày và khô thò ra ngoài hai ống quần cũn cỡn. Chắc hẳn để tiết kiệm vải, quần áo tù chỉ có độc một cỡ. Nhìn chân Cận tôi đoán anh ắt có chiều cao hơn trung bình. Và gầy rạc. Với hai cẳng chân ống sậy, anh không thể béo! Mà béo sao được với chế độ ăn uống đạm bạc, chỉ đủ để không chết. Về sau này, khi đã qua nhiều trại. chưa ở đâu tôi gặp một người tù béo. Phù thì có, béo thì không. Tôi từng thấy những cái chết vì đói, y sĩ trại gọi là chết suy dinh dưỡng. Nói cho đúng, chết như vậy cũng không hẳn vì đói, theo nghĩa đen, mà phần nhiều do không chịu được đói mà đâm ra ăn bậy ăn bạ rồi bị kiết ly hoặc ngộ độc.

Tất nhiên, không thể nào hình dung một con người chỉ căn cứ ở đôi cẳng chân. Cận có giọng nói trầm và khàn, rất đặc biệt. Tôi mường tượng Cận dáng mảnh khảnh, gương mặt xương xẩu, đôi gò má cao, cái miệng rộng.

Ở đây vài ngày, tôi được biết khu này vắng là do số tù tử hình bị đem đi bắn, số mới chưa đến. Cận nói tù tử hình thường đông vào cuối năm. Có thể phỏng đoán rằng các quan toà thường tưởng thời gian một năm dài hơn nó có thực, nên đầu năm làm việc thủng thẳng, năm hết tết đến mới giật mình, xử hối hả.

Trong ba tử tù còn lại, Cận có thâm niên xà lim cao hơn cả. Anh thuộc diện chống án, chờ xử lại.

Anh người Nùng ở kế tôi là đảng trưởng một đảng miền núi ở biên giới, đảng viên không quá hai chục mống. Không cương lĩnh, không điều lệ, người nọ rủ người kia, thế là thành đảng. Những người quen sống với thiên nhiên như họ từng sống, trên không chẳng dưới không rễ, không biết đọc, chẳng biết viết, nay khốn khổ với các thứ hộ khẩu, tạm trú tạm vắng, các thứ thuế và các loại phí giời ơi đất hỡi. Họ nổi sùng, dùng súng kíp bắn chết hai cán bộ nòng cốt của xã. Cả đảng bị tóm, đảng trưởng lĩnh án tử hình. Anh tử hình thứ hai là lính đặc công, phạm tội băm vằm tình địch bằng rựa. Trở về từ chiến trường, anh phát hiện cô người yêu của anh đã đi với người khác. Vụ giết người đẫm máu âm ỉ cả một tỉnh. Anh thương binh phạm tội trong tình trạng tâm thần bất định, không đến nỗi tử hình, nếu như kẻ bị giết không phải con một ông lớn. Ông này gần như phát điên, một mực đòi sát nhân giả tử, chỉ có bắn. Anh nằm chờ xử lại đã hai năm, hy vọng Tòa tối cao sẽ bác án xử của tòa tỉnh.

Anh tù tử hình thứ ba bị tuyên tội chết vì dùng rìu giết bốn mạng trong một vụ giành lại đất đai của gia đình anh bị cướp trắng. Con người bất cần đời lúc nghêu ngao hát, giọng đã vịt đực, lại sai điệu. Anh ta lúc hét toáng lên chửi Đảng, chửi chính phủ, cho các lãnh tụ đáng kính ăn những thứ không có bán ở chợ. Chửi mệt rồi, anh ta gọi sang các phòng, gợi chuyện. Đáp lại những câu hỏi của anh ta là sự im lặng. Chẳng ai dại gì dây với tên đã giết người nay còn ăn nói phản động.

Số còn lại ít khi lên tiếng. Họ là những người mang án chung thân, cố gắng cam chịu cuộc sống trong xà lim, hy vọng rồi sẽ được giảm án.

Trong phiên gác của Trư Bát Giới các phòng còn thì thầm nói với nhau đôi câu, chứ với các quản giáo khác thì cả khu xà lim im phăng phắc như một nấm mồ lớn.

*

Cận nghiện thuốc lá nặng. Biết tôi đồng cảnh, lợi dụng lúc đi làm vệ sinh sáng thỉnh thoảng anh lắng vào chân cửa phòng tôi chút thuốc lá chứa trong mảnh giấy vo tròn.

Tôi hỏi làm sao anh kiếm được thuốc lá khi biết anh tứ cố vô thân, không được ai tiếp tế, thì anh không trả lời.

Anh hỏi tôi:

- Có lửa chứ?

- Có.

Tôi có bèo nhèo do anh đảng trưởng Nùng cho.

- Hút đã không?

- Đã.

- Một hơi là đứ đừ.

- Kiếm đâu ra thế?

- Từ các đầu mẩu.

Tôi ngạc nhiên. Suốt mấy tháng trời ở đây tôi có thấy anh bị gọi "đi cung" (đi thẩm vấn) lần nào đâu. Chỉ có "đi cung" mới được ra khỏi khu xà lim, mới có thể lượm được những đầu mẩu thuốc lá cai ngục và lính gác vứt dọc đường. Cho dù có đi cung hằng ngày Cận cũng không thể kiếm được nhiều đầu mẩu đến mức có thể còn thừa để chia sẻ cho tôi.

Sau thời gian gần một năm cùng sống trong Xà lim án chém, Cận đã cho tôi biết vì sao nằm trong xà lim mà anh lại kiếm được thuốc lá và thuốc lào để hút.

Đó là chuyện lạ, tôi chưa từng được nghe ai kể, chưa từng đọc ở cuốn sách nào.

*

Trong xà lim, tù nhân không phải động vật duy nhất. Còn có nhiều động vật khác: muỗi, gián, kiến, kể cả dĩn… Trong mấy giống loài ấy chuột là nhân vật nổi bật, Chuyện chuột là đề tài muôn thuở của người tù.

Bỏ ngoài tai những con chuột huyền thoại to bằng con mèo nhờ ăn thịt người trong nhà xác, là chuyện tào lao thiên tôn, được những người tù ưa bốc phét kể lại cho những người chưa từng ở tù nghe, kỳ dư đều là chuyện thật.

Ở Hỏa Lò, chuột là đại họa. Những con chuột cống béo núc, tròn lẳn, to bằng cổ tay, nhâng nhâng nháo nháo chạy đi chạy lại trước mặt những người tù bất lực là một hình phạt được cộng thêm vào những hình phạt của nhà nước. Mà không phải chỉ ở Hỏa Lò. Ở các khu biệt giam của những nhà tù khác tình hình cũng y như   vậy.

Nhà bếp gánh cơm vào khu xà lim của chúng tôi thường để tơ hơ trên bệ ngoài trời, không che không đậy. Khi quản giáo chưa tới mở cửa cho từng xà lim ra nhận, chuột cống kéo cả bầy ra leo lổm ngổm trên những bát cơm, giành nhau ăn, đánh nhau chí choé. Tù nhận phần cơm về phòng gạt nước mắt gắp những viên cứt chuột ra mà ăn.

Trong thời gian tôi ở Xà lim án chém chỉ có một viên cán bộ quản giáo lúc nào cũng đi theo gánh cơm để mở cửa cho tù ra nhận ngay lập tức, cho tù khỏi phải ăn cơm chuột vầy.

Người tốt ở đâu cũng có.

Đồ tiếp tế của tù giấu cách nào chuột cũng moi bằng được. Có gói kẹo gói bánh để trong chăn bông, bên trong còn bọc mấy lần quần áo mà chúng cũng biết, cũng lần đến, cắn nát mọi vỏ bọc để chén. Treo lên đỉnh màn chúng vẫn tha đi được. Chúng ăn một phá mười. Người tù rớt nước mắt nhặt lại cái kẹo cái bánh bị chuột gặm dở vương vãi trong phòng để mút mát, kiếm tí chất ngọt. Có người thức mấy đêm liền để canh chừng, cho tới khi kiệt sức, không thể thức thêm được nữa, đành cố nhồi nhét vào bụng cho bằng hết đồ ăn gia đình gửi vào. Ăn vội ăn vàng, ăn đến bội thực, đến phát bệnh. Tù xà lim ít được nhận tiếp tế. Mỗi lần có tiếp tế là mỗi lần lo thắt ruột. Người khéo léo lừa được chuột thì lại không lừa được kiến. Kiến đen khi có động bỏ chạy rất nhanh, nhưng kiến hôi nhỏ xíu thì đủng đỉnh, nhai phải chúng, một mùi hăng xì xông lên tận óc.

Ở xà lim, chuột cống ra vào xà lim theo lỗ thoát nước. Cái lỗ duy nhất ở chân tường hậu mỗi phòng chỉ lớn hơn thân con chuột chút ít. Tưởng chừng chỉ cần bịt cái lỗ ấy đi thì chuột hết đường vào, vậy mà vẫn không ngăn được chúng. Thường người tù bịt cái lỗ ấy bằng cán chổi sể. Nhưng chỉ được hai ba đêm là cùng, chuột đã phá tan cái chướng ngại vật không bền vững. Thoạt đầu chúng còn dùng đầu để húc cán chổi ngược vào trong để lấy lối đi. Nếu cách đó không xong thì chúng gặm cho bằng nát cái chổi rồi tha đi từng cọng một cho tới khi không còn gì cản đường. Cái chổi là tài sản xã hội chủ nghĩa mà người tù phải giữ gìn. Nếu để nó hư hỏng, anh không có quyền đòi cái thứ hai.

Cận căm ghét thậm tệ lũ chuột cống. Nhưng khi thấy chúng không thèm lai vãng xà lim của anh chỉ vì anh không có tiếp tế, anh cũng cảm thấy một chút tủi tủi trong lòng.

Khi số tù đông lên đột ngột, không còn đủ chỗ, người ta ghép Cận ở với tôi.

Nhờ được ở chung với Cận tôi mới được biết tường tận câu chuyện mà tôi ghi lại dưới đây.

*

Một ngày kia, trong xà lim của Cận xuất hiện một đôi chuột nhắt.
Anh không xua đuổi chúng, mà còn tỏ ra xuề xoà với chúng. Chẳng gì chúng cũng là những người khách duy nhất của anh trong cảnh biệt giam.

Anh vờ không quan tâm, tránh không làm những cử động mạnh và đột ngột, e chúng bị kinh động. Bữa ăn nào anh cũng dành lại một miếng cơm cho vợ chồng nhà chuột, giả bộ như để rơi xuống nền nhà.

Không hiểu vì lẽ gì, nhưng đôi vợ chồng chuột nhắt quyết định tá túc ở xà lim của anh. Trong khu xà lim thường không có chuột nhắt – lũ chuột cống không cho phép chúng bén mảng tới lãnh địa của mình, hẳn thế. Đôi vợ chồng chuột nhắt đến ở đây có lẽ do bọn chuột cống không thèm bước chân vào cái xà lim không bao giờ có đồ tiếp tế.

Ít lâu sau vợ chồng nhà chuột tha rác về làm ổ trong một góc khuất ngay dưới phản xi măng của Cận.

Thế rồi chuột vợ có mang. Cận thấy nó mang bầu khệ nệ. Anh chồng chạy lăng xăng bên cạnh, ra chiều lo lắng. Một mình nó lo việc xây dựng nơi ở mới, cô vợ chỉ ngồi một chỗ, thỉnh thoảng mới tha thêm một cộng rác phụ cho chồng.

Rồi cô vợ ở cữ. Chẳng bao lâu sau, Cận đã nghe tiếng chuột con léo nhéo dưới phản. Chắc chúng vòi mẹ cho bú tí hoặc chành chọe nhau. Trẻ con nào cũng là trẻ con, vật hay người thì cũng thế. Mình thì chẳng bao giờ có con, Cận buồn rầu nghĩ. Trở thành ma rồi thì làm sao có con? Chẳng có con ma đàn ông nào lấy vợ đẻ con cả. Ma chỉ được mang hình bóng cuộc sống trần thế. Chúng không được làm thêm điều gì chưa kịp làm khi còn trong kiếp người. Những lúc đôi vợ chồng chuột đi vắng, Cận mới rón rén bước xuống phản ngó trộm mấy con chuột con. Anh ngồi chồm hổm ngó sâu vào góc tối, nơi có những sinh vật nhỏ bé trời mang lại cho anh. Mặc dầu rất muốn vuốt ve chúng, anh không dám chạm tay vào chúng. Anh sợ vợ chồng chuột ngửi thấy hơi người ở lũ chuột con sẽ sợ hãi tha chúng đi nơi khác. Ba con chuột đỏ hỏn, mắt nhắm nghiền chen chúc nhau trong cái ổ bằng rác và vải vụn.

Cuộc sống của gia đình nhà chuột đang bình thường thì một biến cố xảy ra.Một hôm đôi vợ chồng chuột biến mất. Thấy im ắng trong phòng, Cận chăm chú theo dõi lối vào của chúng, nhưng không thấy chúng trở về. Hôm sau cũng vậy. Lũ con đói sữa bò lổm ngổm ra ngoài. Bỏ trở lại vào ổ được một lát chúng lại trườn ra.

Anh đứng ngồi không yên.

Anh chờ đôi vợ chồng chuột nọ. Anh lo lắng cho mấy đứa nhỏ. Sau khi tin chắc rằng bố mẹ chúng vĩnh viễn không trở về, chúng đã chết, bị sa bẫy hoặc phải bả, thì anh hoàn toàn tuyệt vọng. Để ba con chuột con khỏi chết rét, anh nâng niu đỡ chúng lên, đặt bên gói quần áo anh gấp lại làm gối. Gần hơi người, chúng sẽ ấm hơn. Bữa cơm, Cận để dành lại mấy miếng, nhai thật kỹ, cho tới khi không còn một hạt nào không nhừ, rồi mới vụng về mớm vào những cái mõm tí xíu của chúng. Lúc đầu những con chuột con không chịu ăn, chúng tránh miệng anh. Những miếng cơm anh cố mớm làm mấy cái đầu tí hon nhoe nhoét nước bọt màu trắng đục. Khi anh thôi mớm, chúng mới liếm láp mặt nhau. Nhờ những miếng cơm nhừ lẫn nước bọt, chúng không chết.

Sau nhiều ngày kiên nhẫn mớm cơm cho chúng, Cận vui mừng thấy ba con chuột vẫn sống. Con thứ ba yếu hơn cả, nó thở thoi thóp, da nhăn nhúm, nằm yên, không động đậy, không nhúc nhích. Vài ngày sau, nó chết trong cam chịu.

Cận tự trách mình vụng về. Trước nay anh vốn không khéo tay, anh nghĩ con chuột không sống được là vì anh không biết cách nuôi nó. Cái chết của con chuột con làm anh rơi vào một nỗi buồn xám xịt. Rồi tự an ủi: nó quá yếu từ khi lọt lòng mẹ chứ không phải tại anh. Thương con chuột con, anh muốn chôn nó như hồi còn là đứa trẻ anh đã khóc ròng mang chôn con chó con chưa mở mắt trong bầy chó con mới sinh. Anh đã cùng mấy đứa bạn làm một đám ma cho con chó, đặt nó trong một quan tài bằng giấy rồi chôn ở vườn sau. Anh và lũ trẻ còn đắp cho nó một nấm mộ, trên đó anh cắm một cây thập giá bằng hai nhánh cây khô. Anh còn nhớ buổi sáng mùa đông ấy, có gió mùa đông bắc và sương muối, những búi cỏ mần trầu vang hoe xơ xác và những cây cau ủ rũ chết lặng trong vườn. Nhưng bây giờ anh ở trong xà lim, lấy đâu ra đất mà chôn? Khi bỏ con chuột vào cái bô lẫn lộn phân và nước tiểu, anh thấy mũi mình cay cay, dấu hiệu của nước mắt ứa ra. Anh có cảm giác như mình đang làm một điều không phải, một hành động tồi tệ với một số phận không may. Để đề phòng những cuộc khám xét xà lim đột xuất, Cận kiếm được một chỗ kín để giấu hai sinh vật bé bỏng. Ở dưới tấm phản xi măng, ở đầu một trụ có một lỗ hổng nhỏ. Anh nhẹ nhàng để hai con chuột con vào đó, đến bữa mới mang chúng lên, cho chúng ăn cùng. Hai con chuột con lớn dần. Càng lớn chúng càng tỏ ra khôn ngoan. "Giống chuột khôn hơn chúng ta nghĩ - Cận nói – Người là loài vật kiêu hãnh vô lối".

Trong số quản giáo phụ trách Xà lim án chém có một tên vừa xấu bụng vừa ác được tù đặt cho biệt danh Hắc Đởm.

Bình thường hai con chuột chỉ chạy loăng quăng dưới nền nhà, nhưng hễ nghe tiếng giầy lộp cộp của Hắc Đởm từ xa và dừng lại ở cửa xà lim là chúng leo tuốt lên cái hốc của chúng.

Chúng cảm thấy người nuôi chúng luống cuống mỗi khi nghe tiếng giầy đi vào khu xà lim, và bằng cách nào đó, chúng hiểu tiếng giầy là cái mang tới tai họa.

Cận không ưa tay quản giáo này. Và sợ hắn. Nếu Hắc Đởm biết Cận nuôi hai con chuột, hắn sẽ giết chúng.

Cận xót xa nhìn hai sinh vật bé bỏng mà số phận trao cho anh chăm sóc. Khi Cận ăn cơm, chúng leo lên lòng anh, ngước cặp mắt đen láy nhìn anh, chờ đến lượt mình được anh cho mấy hạt. Hồi đó anh còn được một người bạn thân từ hồi còn để chỏm thỉnh thoảng gửi cho mấy bao thuốc lá, vài phong thuốc lào. Anh này sau đi B, không còn ai tiếp tế cho anh nữa. Cũng từ đó, Cận không còn thuốc hút.

- Tôi nhịn thuốc cũng vất vả lắm - anh kể - Hết thuốc lá thì quay sang thuốc lào. Hết cả thuốc lá lẫn thuốc lào thì hút bậy hút bạ, có khi hút cả thuốc cà độc dược với anh bạn bị hen cùng xà lim ném cho.

Một hôm, Cận tỉnh dậy thì thấy ở đầu phản có mấy đầu mẩu thuốc lá. Ở đâu ra những mẩu thuốc này? Anh ngạc nhiên. Nghĩ mãi Cận mới vỡ lẽ rằng chính hai con chuột đã tha về cho anh.
Thì ra khi hút thuốc, anh thường đùa nghịch phà khói vào cho mặt hai con chuột con. Lâu rồi thành quen, hai con chuột đâm nghiện. Khi Cận hết thuốc hút, không phải chỉ mình anh vật vã, hai con chuột cũng khó chịu không kém. Thế là trong hai cái đầu tí xíu của chúng đã nảy ra sáng kiến đi kiếm những thứ có mùi vị quen đem về cho chủ. Kết quả là ba thầy trò đều thỏa mãn.

Hai con chuột không chỉ đi kiếm đầu mẩu. Càng lớn lên chúng càng dạn dĩ. Đêm đến, chúng còn mò vào cả chỗ ngủ của quản giáo và lính canh ăn cắp những điếu thuốc lá nguyên vẹn. Chúng tha điếu thuốc chạy thoăn thoắt từ khu nhà này qua khu nhà khác mang về cho anh những chiến lợi phẩm còn khô ráo, sạch sẽ.

- Anh hiểu người ta huấn luyện những con chó tìm ma túy bằng cách nào không? - Cận nói - Người ta làm cho chúng nghiện, rồi để chúng đói thuốc mới cho chúng đánh hơi tìm chỗ có ma tuý cất giấu.

*

Giờ thì tôi hiểu vì sao Cận có thể quăng cho tôi thuốc lá trong những ngày đầu tiên tôi ở khu xà lim.

Hoạ với phúc luôn đi cặp kè.

Sau những ngày vui vẻ thoải mái được sống chung với nhau, tôi có thuốc hút, thì tai hoạ ập đến.

Mũi của Hắc Đởm rất thính. Tuy Cận đã hết sức cẩn thận, nhưng một hôm Hắc Đởm mở cửa cho chúng tôi đi đổ bô y ngửi thấy mùi thuốc lá:

- Quái cái phòng này, chẳng có tiếp tế tiếp bái gì mà vẫn có thuốc hút – hắn đứng giữa hành lang nói to cho các phòng đều nghe

- Anh nào tiếp tế cho nhà anh này thì khai ra? Anh nào?

Mấy phòng nhao nhao:

- Ầy dà, không có đúng, không có ai tếp tế! Không có vi phạm nội quy! - đảng trưởng người Nùng vặc lại - Không cùm được ta.

- Khốn nạn, chính mình còn chưa có thuốc đủ hút, thưa ông cán bộ, - anh thương binh băm tình địch phân trần - đào đâu ra của thừa mà tiếp tế với tiếp bái?

- Đây mà có ấy à, đây cho ngay - anh chàng giết kẻ chiếm đất nói - Bạn cùng cảnh thương nhau, chứ ngoài cuộc đứa đéo nào thương mình?

Hắc Đởm quát:

- Có đậy ngay cái mồm thối của nhà anh lại hay không? Coi chừng đến khi dựa cột người ta ghét cái mặt, không cho chết ngay từ loạt đạn đầu thì tha hồ mà ngắc ngoải!

Anh tù cười to:

- Ha ha! Lại còn dọa thằng này cơ đấy! Thằng này đéo sợ. Sợ cả đời rồi. Giờ thằng này chấp hết.

Cận từng bình luận về Hắc Đởm:

- Thằng này được huấn luyện cực tốt, ông ạ - Nó được dạy dỗ chu đáo để coi mọi người tù ở đây đều là kẻ thù giai cấp, bất kể tội gì. Có dịp là nó hành.

Thế rồi một hôm đột nhiên phòng chúng tôi bị khám. Giữa trưa, sau bữa ăn, tôi nghe tiếng giày nện cồm cộp trên nền xi măng. Then cửa phòng chúng tôi kêu lạch xạch. Một giọng hách dịch quát:

- Hai anh khai ra: đứa nào tiếp tế thuốc lá cho các anh? Đứng giữa khung cửa là người chúng tôi chưa từng gặp. Nhìn dáng khúm núm của cả Trư Bát Giới với Hắc Đởm sau lưng anh ta, có thể nghĩ đây là một sĩ quan cấp bậc cao hơn họ. Về sau Cận cho tôi biết y là phó giám thị.

- Chẳng ai tiếp tế cho chúng tôi hết – Cận đáp, giọng lạnh tanh.

- Báo cáo anh, có một gói ni-lông thuốc vụn – Hắc Đởm lục lọi một hồi rồi bẩm - Mùi lạ lắm. Hình như thuốc đầu mẩu.

- Anh còn chối nữa thôi? – phó giám thị hất hàm.

Cận lạnh lùng:

- Tôi nói rồi: chẳng ai tiếp tế hết.

- Thế thì thuốc đâu ra?

- Tôi không biết. Chắc của người ở trước giấu.

- Nói láo. Thuốc để lâu thì phải mốc.

- Thuốc đầu mẩu quá nhiều ni-cô-tin, mốc không sống được.

- Lại còn định lòe tôi hử? Nói cho anh biết: tôi không cần có học tôi cũng là cán bộ cách mạng. Anh có học mà anh là thằng tù. Đừng có lên mặt.

Đầu cúi, hai tay chắp trước bụng, Cần làm giọng khiêm tốn:

- Đâu dám. Tôi thất học. Nếu tôi có học, tôi đã chẳng ở nơi này.

- Anh nói thế là nghĩa gì? Xỏ xiên, hả?

- Vì tôi thất học nên Đảng và Nhà nước mới phải giam tôi lại để giáo dục. Trước đây đường quang tôi không đi, lại đâm quàng đường rậm...

Giọng Cận mỗi lúc một cất cao. Giọng của người bực bội cố nén.

- Báo cáo anh, trong hốc này còn có một điếu Tam Đảo nguyên vẹn – Hắc Đởm reo lên, chìa điếu thuốc lá cho phó giám thị.

- Cùm nó lại - Bao giờ khai ra đứa tiếp tế mới tha. Hắc Đởm đứng nghiêm:

- Dạ, rõ! Cả hai?

- Một thằng này thôi – phó giám thị lệnh.

Suốt cuộc khám xét Trư Bát Giới mặt xị như biết lỗi, không nói câu nào.

Cận bình thản nằm lên sàn xi-măng Hắc Đởm lắng lặng và thành thạo tra hai cái khoen vào chân anh, đóng suốt. Cận chỉ hơi nhăn mặt vì đau. Chắc anh đã bị cùm nhiều lần, đã quen với chuyện này.

Đám người nhà nước lục tục kéo đi.

Chân trong cùm, Cận nhìn lên trần, tư lự:

- Thằng phó giám thị này ít khi thân chinh đi khám phòng. Không biết đứa nào báo cáo? Nó không tàn bạo, nhưng rất thâm hiểm. Nó không dừng lại, chừng nào chưa biết làm sao ta có thuốc hút. Chuyện nhỏ, nhưng để trưng ra cái quyền uy của nhà tù, chúng sẽ tăng cường rình rập, khai thác những người tù yếu bóng vía, bọn ăng-ten...

Tôi an ủi Cận:

- Chúng nó không thể tìm ra. Ngoài anh. chỉ mình tôi biết.

*

Thon thả, rắn chắc và mỡ màng, ban đêm hai con chuột của Cận chạy thoăn thoắt trong hành lang, khi cả khu xà lim hoàn toàn im ắng.

Khi trở về phòng, chúng giương cặp mắt đen láy, ngọ nguậy cái đầu tí xíu nhìn tôi. Tôi ngồi yên, không cử động, để chúng khỏi giật mình. Tôi còn mỉm cười với chúng nữa, nhưng chắc chúng không hiểu nụ cười làm thân của tôi.

Khi tin chắc người ở cùng với chủ của chúng không có ý xấu, chúng thận trọng bò đến gần tôi rồi lại cảnh giác chạy vụt đi.

Để tỏ lòng cảm ơn hai đứa đã kiếm thuốc hút cho cả hai chúng tôi, bữa cơm nào tôi cũng để lại chút xíu cho chúng dưới nền nhà, nhưng chúng chỉ ăn vài hạt gọi là, như kiểu khách sáo. Tôi đồ rằng chúng còn kiếm thêm được thức ăn ở ngoài.

Chỉ có chúng tôi đói thì chịu vậy.

Tôi đánh giá cao sự nhường cơm xẻ áo của Cận đối với hai con chuột. Ở trong xà lim chúng tôi không bao giờ đánh vãi dù một hạt cơm.

Nhà thơ Nguyễn Chí Thiện đã miêu tả cảnh tù xà lim thật đạt:

Người xưa ngẩng đầu nhìn trăng sáng,
Rồi cúi đầu thương nhớ cố hương.
Còn tôi đây ngẩng đầu nhìn nhện chăng thơ vướng,
Rồi cúi đầu nhặt hạt cơm vương.

Khi ăn, chúng tôi cố nhai cho thật nhuyễn để tiêu hóa tối đa khẩu phần của người tù. Nhai kỹ như thế, chúng tôi nghĩ, thì không một ca-lo nào bị bỏ phí. Nhưng số lượng ca-lo là chuyện khoa học. Cảm giác mà cái dạ dầy trống rỗng gây ra là chuyện khác. Có bữa ăn xong, chợt chợp mắt một tí, tỉnh dậy lại ngong ngóng kẻng báo cơm, ngỡ mình chưa được ăn.

Tôi chỉ được no vài ngày vào lần đầu tiên gia đình tôi được phép tiếp tế cho tôi, gần một năm sau, tính từ ngày tôi bị bắt. Theo tục lệ, tôi có quà cho mọi phòng. Việc này phải làm mấy ngày mới xong. Cách dễ nhất là xin quản giáo cho ra sân phơi quần áo hoặc chăn chiếu rồi giấu quà trong đồ phơi. Thường các quản giáo ngại bẩn, không sục sạo trong đồ vật của tù.

- Đã lâu lắm mới được ăn những món do các bà nấu - Cận xuýt xoa khen – Ngon tuyệt.

- Thịt kho mẹ tôi làm, ruốc là của vợ tôi. Trên đời này, đó là hai người thương yêu tôi nhất.

- Anh thật hạnh phúc.

- Không kể nỗi bất hạnh là tôi phải ở đây, thì đúng là như thế.

- Tôi thì hoàn toàn bất hạnh. Có người yêu, rồi đùng một cái, không có nữa. Lại bị vụ giết người yêu rồi sa chân vào chốn này.

- Con người ta có số cả, nghĩ ngợi mà làm gì.

- Tôi cũng muốn nghĩ vậy.

Anh lại rơi vào sầu não. Anh lo cho số phận hai con chuột. - Chúng nó là trẻ con, không biết nghĩ xa. Rồi đây, khi tôi không còn, đời chúng sẽ ra sao?

Cuộc sống ở xà lim mấy năm hẳn đã làm anh nghĩ quẩn - chuột chứ có phải người đâu mà biết lo xa. Bốn năm trong xà lim đủ để con người đánh mất sự suy nghĩ tỉnh táo.

Ở phố tôi có một ông già đi tù mười năm, tội tuyên truyền phản cách mạng. Không biết ông ở tù bao lâu, nhưng khi được về, ông trở nên câm lặng, cả ngày ngồi yên một chỗ, mặc dầu trước ông là một người hoạt bát, hiếu động. Bà vợ kể suốt ngày ông lẩn thẩn nhặt nhạnh các vỏ bao ni-lông các loại, đem ra máy nước giặt cho thật sạch, rồi phơi khô, xếp lại từng tệp. Trong nhà ông chẳng ai cần đến những vỏ bao ấy.

Một tháng trước khi chúng tôi xa nhau để chẳng bao giờ gặp lại, khu Xà lim án chém không còn phòng nào trống. Anh tù mới cho chúng tôi biết anh phải ở với một tên ăng-ten. Sau một trận ẩu đả ầm ĩ khu xà lim vốn vắng lặng, tên ăng-ten được chuyển đi nơi khác. Anh tù bị cùm một tháng.

Ở các phòng giam khác có thể vẫn còn ăng-ten mà người ở cùng không hay, Cận nhận định.

- Xã hội ta là một xã hội tồn tại dựa vào tính ganh ghét, nghi kỵ và nghề bấm báo. Đó là một xã hội lý tưởng cho nhà cầm quyền - anh kết luận.

Trật tự khu xà lim bị đảo lộn. Anh đảng trưởng người Nùng thình lình bị chuyển đi. Thay vào chỗ của anh là hai tên cướp của giết người.

Một anh có giọng nói ồm ồm tự xưng "dũng sĩ đường 5" phạm tội giết tài xế, cướp xe chở hàng. Anh chàng kia không khoe tội,cười hô hố nghe bạn tù khoe thành tích. Cả hai chắc chắn thuộc giới anh chị giang hồ, cả ngày bô bô những chuyện tục tĩu, bằng tiếng lóng. Cả hai đều bị cùm miết. Đó là những con người tự hào về cuộc sống dưới đáy. Cả hai biết cái gì đang chờ đợi họ. Họ chẳng hy vọng vào bất cứ cái gì, vì thế mà chẳng sợ cái gì.

Anh giết người vì bị cướp đất một đêm gọi to cho các bạn cùng xà lim:

- Chào tất cả anh em. Mai tôi đi rồi. Chúc anh em ở lại vui vẻ. Tôi hỏi Cận:

- Làm sao anh ta biết được mai sẽ bị bắn?

- Theo nguyên tắc, không ai nói cho tù tử hình biết ngày nào anh ta bị bắn – Cận nói - Người ở ngoài thì biết. Bằng nhiều cách. Mua tin là cách thường dùng. Chắc người nhà đã tìm cách báo cho anh ta.

- Báo để làm gì nhỉ? Có ích gì?

Cận im lặng.

- Một hiện tượng tâm lý khó hiểu – lát sau, anh trầm ngâm nói – Có thể để anh ta không bị đột ngột chăng? Chứ có biết trước thì cũng chẳng thay đổi được gì. Đằng nào thì vào ngày ra pháp trường anh ta cũng sẽ biết khi tự dưng được người ta mang vào xà lim một bữa ăn tươi. Chẳng thịnh soạn, nhưng hơn hẳn ngày thường. Có thịt quay, giò chả, hoặc gà luộc. Cơm thì ê hề. Lệ là thế...

Anh tù đã tự chọn cái chết cho mình. Sáng tinh mơ, khi lính gác vào xà lim mở cửa phòng để đưa tử tù ra trường bắn, thì anh đã chết. Anh ta cắt mạch máu tay và giấu cổ tay bị cắt trong tấm chăn. Dao để cắt là một mảnh sắt đai thùng. Máu thấm đẫm tấm chăn mà không người lính trực nào biết, tưởng anh ta ngủ.

Khu xà lim ồn ào lên một lúc. Tiếng chân người ra vào rầm rập. Có thể đoán công an và tù tự giác mang băng ca vào đưa anh tù đi. Rồi tất cả lại chìm vào im lặng. Những chuyện tương tự xảy ra luôn luôn, chẳng còn làm ai ngạc nhiên.

Một hôm khác, Cận đột nhiên nói với tôi:

- Mình phải bỏ thuốc thôi.

- Tại sao?

- Sự cố tình tạo ra một phản xạ có điều kiện ở người khác để sai khiến là việc làm có tính chất lừa đảo - Cận nói - Trong quan hệ với các sinh vật cũng vậy, cũng là một thứ lừa đảo. Tôi là thằng lừa đảo.
Tôi an ủi Cận:

- Anh đã yêu thương chúng cơ mà. Anh đã chẳng mớm cơm nuôi chúng từ khi chúng còn đỏ hỏn cho tới khi lớn đó sao?

Anh cúi đầu, tránh mắt tôi:

- Tôi đã ràng buộc chúng bằng cách không lương thiện. Tôi bỏ thuốc thì chúng sẽ ra đi. Để được sống cuộc sống tự nhiên của giống nòi chúng.

Tôi khuyên anh không nên bỏ thuốc đột ngột, mà bỏ từ từ. Như vậy, hai con chuột mới không bị sốc. Cho đến khi bỏ hẳn được chúng cũng sẽ khỏi nghiện. Anh nói rằng tôi có lý.

Tôi cai thuốc theo anh, miệng đắng ngắt.

*

Đáng lẽ có thể viết thêm về chuyện vì sao Cận bị án tử. Nó là một chuyện đáng để viết.Vụ án giết người yêu của Cận rất ly kỳ, nhiều tình tiết rắc rối, khó biết được sự thật nằm ở chỗ nào. Chính nhờ những điều khó hiểu làm cho những người xử án phân vân mà Cận được sống thêm.

Câu chuyện này không có đoạn kết. Có thể bịa cho nó một cái gì gây ấn tượng, nhưng như thế câu chuyện sẽ hỏng, nó không giống sự thật.

Mà sự thật trong cuộc đời vốn không có những kết thúc khác thường. Cuộc đời là cái chẳng có gì đặc biệt, nhưng lại chứa trong nó rất nhiều hỉ, nộ, ai, ái, ố, lạc... Không thiếu một thứ gì.

Tôi bất ngờ bị chuyển lên một trại tù, cũng được gọi là trại cải tạo như mọi trại giam khác. Nó nằm trong một thung lũng, giữa những ngọn núi và trùng điệp rừng nguyên sinh. Ở đây vắng lặng, không có chim kêu vượn hú như trong văn tả cảnh của những nhà văn viết chuyện đường rừng. Những người tù lâu năm nói rằng vùng này là vùng nước độc. Đến cả giống chim gần người nhất như chim sẻ cũng xa lánh nó.

Tôi có ý ngóng Cận. Tuy là trại dành cho tù tập trung cải tạo, nhưng vẫn có một số tù có án. Rất có thể anh sẽ được xử lại, được giảm án, rồi được đưa đi khỏi Xà lim án chém. Biết đâu rồi anh sẽ được chuyển lên đây, tới trại này?

Không bao giờ tôi còn gặp lại Cận.

Hỏi thăm những người tù từ các trại khác chuyển đến cũng không ai biết về người tù có tên như thế, có tội danh như thế. Tôi không muốn, và không dám nghĩ tới một kết cục xấu cho Cận. Phi phui, nghĩ thế thì tệ quá, bởi vì, xét cho cùng, anh có tội tình gì đâu.

Nhưng ở cuộc sống này ai có thể nói chắc điều gì?

Cách trại không xa là một sườn đồi lúp xúp mả lớn mả bé - nơi cư ngụ cuối cùng của nhiều người tù có án và không có án. Nhà nước không hài lòng về tư cách công dân của họ đã đưa họ tới đây để rèn đúc cho họ trở thành những công dân mẫu mực.

Những người này đã hoàn thành ước muốn của nhà nước. Không công dân nào có thể tốt hơn công dân đã nằm dưới mộ.

2000-2016

NHỚ BẠN TÙ
NGUYỄN CHÍ THIỆN

(Để kỷ niệm bốn năm ngày mất
của người bạn tù lận đận long đong
– 2 tháng 10 năm 2012)

Nguyễn Chí Thiện tù cùng với tôi tại trại Phong Quang, Lào Cai. Tính về mức độ tàn bạo, nó chỉ đứng sau trại Quyết Tiến, hoặc còn gọi là Cổng Trời, ở Hà Giang.

Tôi ra tù trước Nguyễn Chí Thiện vài tháng, hoặc nửa năm chi đó. Người ta thả tôi với điều kiện ngặt nghèo - phải được một cơ quan, xí nghiệp nhận vào làm việc. Gia đình, rồi bè bạn chạy xất bất xang bang, cuối cùng cũng gặp được một ông giám đốc dám làm cái việc không ai muốn làm. Tôi được ký hợp đồng tạm tuyển, tạm thời, làm công nhân bốc vác ở Công ty cung ứng vật liệu xây dựng Hà Sơn Bình. Nó là cái tỉnh mới, gồm Hà Đông, Sơn Tây và Hoà Bình, theo sáng kiến của ông tổng bí thư anh minh được ca ngợi là ngọn đèn 200 bougies soi đường cách mạng). Ông giám đốc tốt bụng cho phép tôi không phải ở nhà tập thể của công ty ở thị xã Hà Đông, hết ngày thì về nhà mình ở Hà Nội.

Nguyễn Chí Thiện được thả về nguyên quán Hải Phòng, ở đấy anh còn bà chị.

Chẳng khác gì tôi, anh không thể kiếm được việc làm. Trước khi đi tù lần thứ nhất, anh làm nghề dạy học. Sau lần đi tù thứ hai vì tội làm thơ phản động, anh thất nghiệp trăm phần trăm. Trở về nghề cũ, nghề duy nhất anh biết thì chắc chắn không được rồi. Làm thầy giáo trong nhà trường xã hội chủ nghĩa nếu lý lịch không sáng như gương thì cũng phải là người không một lần vướng vòng lao lý. Các cơ quan, xí nghiệp nhà nước chỉ cần lướt qua lý lịch hai lần tù của anh là xua anh như xua tà. Anh sống vắt mũi bỏ miệng, lúc đói lúc no.

Thỉnh thoảng, chẳng có việc gì để làm, anh lên Hà Nội thăm tôi và bạn tù cũ: Trình Hàng Vải, Vĩnh Đại Uý, Văn Thợ Mộc, Dũng Con..., hy vọng anh em mách bảo cách nào kiếm sống.

Trình Hàng Vải hiến kế đi buôn - cất đũa xe đạp ở Hà Nội về bán ở Hải Phòng. Thiện đi được vài chuyến trót lọt, cũng kiếm được chút đỉnh. Cái may không dài - vào một ngày đông, anh đụng thuế vụ. Thấy Thiện mặt gày quắt, áo bông lại to xù, người nhà nước đè ra khám. Mọi bó đũa xe đạp quấn quanh người bị tịch thu. Thế là mất cả vốn lẫn lãi.

Tôi may mắn hơn Thiện. Đang lúc không biết cách nào kiếm sống thì rất bất ngờ, tôi gặp lại ông bạn cũ, trước kia là giảng viên khóa 6 trường sĩ quan lục quân Trần Quốc Tuấn. Tình đồng ngũ khiến anh tự tìm tôi để giúp đỡ. Lê Sĩ Thiện là con dao pha, việc gì đến tay anh cũng tìm ra cách làm bằng được. Trước khi về hưu, anh là giám đốc nhà máy điện Lào Cai. Mặt hàng đầu tiên chúng tôi sản xuất là bột nở thực phẩm. Chúng tôi gặp thời – trước kia bột nở nhập của Tàu, nay hai nước lủng củng, không có hàng về, cái quẩy giờ chỉ to bằng ngón tay. Các bà bán cháo quẩy ào ào mua hàng của chúng tôi. Nhờ nó cái quẩy lại phồng to như cán búa.

Thấy bột nở chạy, Nguyễn Chí Thiện muốn lấy một ít về Phòng bán thử. Nhưng ngay cả tiền trả hàng mẫu anh cũng không có.

Với bạn tù, tôi không tiếc. Nhưng việc này phải được Lê Sĩ Thiện bằng lòng. Chúng tôi khởi đầu bằng hai bàn tay trắng. Gõ mọi cửa có thể gõ mới vay được năm chục bạc, bằng lương kỹ sư một tháng. Được cái việc sản xuất không cần nhiều thiết bị lôi thôi, làm ra nhanh, chẳng mấy chốc chúng tôi đã có những đồng lãi đầu tiên. Tuy vậy, mới bắt tay vào sản xuất, tiền thu chưa được bao nhiêu. Bán chịu trong những ngày ấy không khó, nhưng nó mang lại sự xúi quẩy, người ta tin như thế.

Lê Sĩ Thiện không quen Nguyễn Chí Thiện, hai người mới chỉ gặp nhau vài lần ở nhà tôi. Tôi e anh không bằng lòng. Nhưng tôi lầm. Lê Sĩ Thiện biết chúng tôi thân nhau, rất có thể trong thâm tâm anh có cảm tình với những người bị bỏ tù vì tội chống chế độ.

Anh gãi đầu, rồi quyết:

- Để cậu ấy lấy. Bán rồi, trả sau có sao.

Vào thời gian ấy chẳng ai trong chúng tôi, những bạn tù của Nguyễn Chí Thiện coi anh là nhà thơ, mặc dầu không ít thì nhiều chúng tôi đều được anh thì thầm đọc cho nghe thơ anh trong những buổi tối của đời tù đằng đẵng. Anh cũng thật thà thú nhận:

Cử đầu vọng minh nguyệt, Đê đầu tư cố hương của thi hào Lý Bạch mà bật ra sự liên tưởng so sánh vừa hồn nhiên vừa đau đớn ấy, hồn thơ trong Nguyễn Chí Thiện đã thức giấc. Nó đặc biệt gợi nhớ cái xà lim cấm cố ai từng qua thì không thể nào quên.

Nhưng khi nghe những vần thơ khác:

Thơ của tôi không phải là thơ.
Mà là tiếng cuộc đời nức nở.
Tiếng cửa nhà giam ngòm đen khép mở.
Tiếng khò khè hai lá phổi hang sơ.
Tiếng đất vùi đổ xuống lấp niềm mơ.
Tiếng khai quật cuốc đào lên nỗi nhớ.

Nhưng cũng có những vần thơ của anh tôi nghe một lần mà nhớ mãi:

Người xưa ngẩng đầu nhìn trăng sáng,
Rồi cúi đầu thương nhớ cố hương.
Còn tôi – ngẩng đầu nhìn nhện chăng tơ vướng,

Rồi cúi đầu nhặt hạt cơm vương.

Từ hai câu:

Đảng như hòn đá tảng
Đè lên vận mạng quê hương.
Muốn sống trong hòa hợp yêu thương,
Việc trước nhất phải tìm phương hất xuống.

Lê Sĩ Thiện chưa từng ở tù, anh không thể biết tâm trạng người tù. Con người sống trong cái xã hội được gọi là xã hội chủ nghĩa, với cái sợ được chương trình hoá, được định hình trong vô thức, anh chăm chú nghe, giật mình khi nghe, rồi ngẩn người, không thốt được lời nào.

- Thiện có tâm hồn trong sáng – anh nghĩ ngợi hồi lâu rồi nói riêng với tôi - Rất thật thà. Nhưng con người này rồi còn gặp nhiều nguy hiểm.

Nhờ buôn bột nở, Nguyễn Chí Thiện nhanh chóng trang trải được nợ nần, thậm chí còn dư chút đỉnh giúp họ hàng ở quê, giúp các bạn tù còn loay hoay tìm kế sinh nhai. Ấy là sau này Thiện tâm sự tôi mới biết.

Thiện rất sòng phẳng. Bán được nhiều rồi, tích được lãi làm vốn rồi, anh lấy hàng lần nào trả ngay lần ấy, không dây dưa.

Một lần, anh dồn tất cả tiền có được để mua một lượng hàng lớn theo yêu cầu của người đặt hàng. Hoá ra ở miền Nam bấy giờ rất thiếu bột nở cho cao su để làm dép Thái Lan. Lái từ miền Nam ra, nghe nói Hải Phòng có thứ đó, mua về, thấy tuy chất còn kém đấy, nhưng tạm dùng được, liền đặt hàng, bảo Thiện có bao nhiêu lấy bấy nhiêu. Thiện tính sẽ lãi to, ai ngờ thất bại nặng. Tất cả số bột nở anh mang về đều bị thuế vụ tịch thu.

Vụ ấy tôi hoàn toàn không biết. Chỉ thấy Thiện vắng mặt lâu, không thấy lên lấy hàng.

Đùng một cái, Trình Hàng Vải hớt hơ hớt hải đến báo: "Thiện bị bắt lại rồi!"

Anh bàn với tôi và các bạn góp tiền đưa cho bà chị Thiện đi tiếp tế. Chúng tôi, tất nhiên không được thò mặt ra trong việc này. Thì ra thời gian Thiện vắng bóng là lúc anh âm thầm chép lại toàn bộ thơ làm trong tù để rồi đột nhập đại sứ quán Anh, nhờ họ chuyển ra nước ngoài. Tập thơ đầu tiên của Thiện có tựa đề "Hoa Địa Ngục". Chi tiết vụ này thế nào mọi người đều đã biết.

Mãi sau tôi mới được nghe kể chuyện gì đã xảy ra trong chuyến lấy hàng lần chót của Thiện mang về Hải Phòng.

Một người bạn của Thiện, đại uý Bảo chính đoàn cũ, nay đạp xích-lô, một buổi tối vắng khách mới rẽ vào thăm Thiện. Đẩy cánh cửa không bao giờ khoá vào nhà, anh thấy nhà tối om. Bật lửa lên soi thì thấy Thiện nằm co trên giường. Sờ soạng tìm công tắc, bật điện Vẫn tối om.

- Điện đóm sao thế này? Đèn đâu? - anh hỏi.

Thiện ngỏng đầu lên:

- Bán rồi!

- Bán rồi là thế nào?

- Bán rồi là bán rồi, chứ còn là thế nào.

Thì ra sau vụ bị tịch thu tất cả số bột nở trên tàu, Thiện chẳng còn đồng nào trong túi. Về được đến nhà, bụng đói cật rét, trong nhà chẳng còn gì đáng giá ngoài cái bóng điện 15 watts. Bèn tháo ra mang đi đổi, được một bơ gạo (bơ, tức là cái vỏ hộp sữa đặc, một thời được dân chúng coi là đơn vị đo lường) về nấu cháo. Ăn cháo xong, đắp chăn ngủ.

Anh cựu đại uý đạp xích lô bảo Thiện:

- Cậu có khai với chúng nó là bột nở không đấy?

- Không.

- Cậu khai sao?

- Bảo: tôi không biết, người ta thuê tôi mang thì tôi mang.

Anh bạn thở phào:

- Thế thì có cơ cứu vãn. Chúng nó mà biết là bột nở thì xong phim. Chúng nó sẽ đem bán để chia nhau. Nghe đây, tớ có quen bọn ấy. Còn có cơ cứu vãn.

- Quen thế nào?

- Làm ăn ấy mà.

Thiện chồm dậy:

- Liệu lấy lại được không?

- Còn tùy tình hình. Mình sẽ hỏi chúng nó.

- Nhất rồi – Thiện reo lên - Có phải đấm mõm chúng nó không? Tớ không còn xu nào dính túi đâu đấy nhá.

Anh bạn gãi đầu:

- Không. Nhưng thế nào thì cũng phải đãi chúng nó một chầu.

- Tớ nói rồi – tớ không còn xu nào đâu.

- Để tớ lo. Sau, cậu trả lại tớ.

Anh cựu đại uý điều đình thế nào không biết. Một bữa thịt chó được anh tổ chức, không linh đình, nhưng ê hề. Đến lúc ấy Thiện mới biết bọn thuế vụ chẳng biết cái chúng thu là cái quái gì. Cứ thứ gì mà người mang không trình ra được hoá đơn là coi như hàng lậu, thu tất.

Thiện được trả lại tất cả số hàng bị thu.

Bữa ấy Thiện say khướt. Say đến nỗi không biết làm sao mình về được tới nhà. Anh không bao giờ uống rượu. Phần lớn thời gian đời anh trôi qua trong tù, nơi không thể có rượu, trừ những người trong toán tự giác. Những người này thỉnh thoảng cũng được một lần say sưa nhờ đổi chác với dân bản lân cận những vật dụng tù mang theo người khi vào trại.

Tôi hỏi Thiện chuyện này khi chúng tôi được sống cùng nhau trong một căn hộ tại Strasbourg, thành phố miền Bắc nước Pháp.

- Đó là lần đầu tiên tôi uống rượu đấy, ông ạ - Thiện nói - Trước đó cũng có lần nhấp một tí, trong một đám giỗ, chẳng thấy ngon lành gì. Cay xè.

- Say thế làm sao về? – tôi hỏi.

- Ông này buồn cười, anh đại uý bạn tôi chở tôi về chứ. Anh ta có cả một cái xích lô cơ mà.

10.2016

DU TỬ LÊ,
MỘT CÕI CHO MÌNH

Tôi kính trọng những nhà thơ. Trong mắt tôi, họ là những người dũng cảm bậc nhất. Hoặc gan lì, cũng bậc nhất luôn.

Giữa thời thiên hạ tối tối dán mắt vào ti vi, sáng sáng lướt rao vặt trên báo chợ, ngốn tiểu thuyết trinh thám trên xe điện ngầm, trên máy bay… mà vẫn cứ có những nhà thơ, những nhà thơ này vẫn bình tĩnh làm thơ được, mới lạ. Ngó vào số lượng in ở trang cuối mỗi tập thơ lại càng thêm kính phục họ. Các nhà thơ hậu duệ của Beaudelaire, Verlain, Apollinaire, của Goethe, Schiller… đều ngán ngẩm khi nói đến tình trạng thê thảm của sự đọc thơ thời bây giờ - đời thuở nhà ai mà một tập thơ bán được một ngàn bản đã là của hiếm trên đất nước đông đúc bảy tám chục triệu dân cơ chứ. So với họ, các nhà thơ Việt của chúng ta ở hải ngoại còn dũng cảm hơn nhiều. Và cũng may mắn hơn nhiều, nếu so số lượng xuất bản trên tỷ lệ số dân.

- Dũng cảm gì đâu. – Du Tử Lê cười hiền lành – Không hề. Gàn dở, thì đúng hơn, ông ạ. Khốn nạn, tôi, và tất cả tụi làm thơ chúng tôi, chạy không nổi khỏi nó. Nó là cái nghiệp, là sự chìm đắm vừa đau đớn vừa êm đềm, một thống khoái khó hiểu, đối với nhiều người, không trừ chính kẻ làm thơ…

Chúng tôi ngồi ở một bàn ngoài của một quán cà phê với một loạt ghế trên hè, rất Paris, ngay trước tượng Thần Tự Do giương cánh trên đài kỷ niệm Bastille. Quán cà phê bình dân này không phải là La Rotonde ở Montparnasse, nơi những danh nhân lịch sử của nước Pháp từng lai vãng, nhưng vào buổi chiều thu ấy cũng đông nghịt, bên trong không còn một bàn trống. Du Tử Lê xuề xoà, nói ngồi ở các bàn ngoài thú hơn, giống ở Sài Gòn hơn. Vừa nhàn nhã nhâm nhi ly expresso, ngắm cảnh xe cộ bá tính tấp nập ồn ào trên quảng trường ghi dấu cuộc cách mạng vĩ đại 1789, vừa bàn về văn chương thơ phú, thật thú vị.

Hình như các nhà thơ đều hiền lành. Tôi chưa gặp một nhà thơ dữ tợn nào. Những người dữ tợn không làm thơ. Tôi đòi Du Tử Lê đọc một bài thơ mà anh ưng ý hơn cả. Du Tử Lê nhìn tôi như cách người ta nhìn một con quạ trắng.

- Bài nào tôi cũng khoái, nhưng chỉ trong lúc đang làm ra nó thôi. Bài ưng ý nhất là bài mà mình sắp làm cơ, ông ạ.

Ấy là người đã có một lượng tác phẩm đồ sộ, hơn bốn chục thi phẩm, nếu tôi không nhầm, nói thế. Nhưng chiều tôi, Du Tử Lê ngâm se sẽ vài câu:

đêm về theo bánh xe qua
nhớ em Xa Lộ nhớ nhà Hàng Xanh
nhớ em kim chỉ khứu tình
trưa ngoan lớp học chiều lành khóm tre
nhớ mưa buồn khắp Thị Nghè
nắng Trương Minh Giảng lá hè Tự Do
nhớ nghĩa trang quê bạn bè
nhớ pho tượng lính buồn se bụi đường
đêm về theo vết xe lăn
tôi trăng viễn xứ, sầu em bến nào…

Nhớ Sài Gòn khi Paris sống động trước mặt là trúng lắm. Chẳng có nơi nào gợi nhớ những thành phố quê hương bằng Paris. Cách chúng tôi mấy bước là một cái nắp cống bằng gang in hệt những nắp cống trên hè Hà Nội hay hè Sài Gòn, đọc những hàng chữ trên nắp cống mới biết chúng cùng một lò sản xuất. Mấy chiếc lá vàng lềnh bềnh trên dòng nước rãnh dọc hè, y như ở Hà Nội.

Người đọc biết đến Du Tử Lê không phải với tư cách nhà thơ lục bát truyền thống, hoặc thơ mới các kiểu hàng loạt. Du Tử Lê được thiên hạ biết đến, được nhớ đến, là nhờ những bài thơ không vần với những chấm, phẩy, gạch nối, ngoặc đơn, ngoặc kép và những ký hiệu toán học. Những cái đó là tốt, là xấu, là hay, là dở, tôi không bàn. Trong địa hạt này tôi là kẻ ngoại đạo. Nhưng điều tôi thấy rõ là Du Tử Lê đã và đang làm một cái gì đó chưa từng có. Anh là kẻ khai phá. Cái mà anh đang khai phá rồi đi đến đâu là chuyện về sau. Nhưng ngay bây giờ tôi đã bắt gặp đâu đó những người theo chân anh. Như thế, anh không hề đơn độc.

> như / con sông / sẽ không ra biển!??
> nhan sắc đi / về ngang vết thương.
> thịt / da từng tấc chăm, nuông nghiệp –
> mỗi ngón tay:
> - thơm một nỗi niềm.
> như mưa / nắng / sẽ không cư, ngụ!?!
> lọn tóc xin tình mãi thiếu niên –
> nuôi vai chia nhánh vào ly, biệt…
> thương, nhớ nào xanh(?)
> những mặt bằng!?!!!

Tôi không hỏi Du Tử Lê vì sao những dấu chéo (/) đặt giữa những chữ như / con sông / sẽ không ra biển…; vì sao giữa từ kép ly biệt lại phải có một dấu phẩy ngăn cách để thành ly, biệt; cũng như tôi không hỏi vì sao sau câu như / con sông / sẽ không ra biển!?? lại có một dấu than với hai dấu hỏi, mà ở câu thương, nhớ nào xanh(?)[xuống dòng] những mặt bằng!?!!! sau một dấu than, một dấu hỏi lại có đến ba dấu than nữa?

Tôi không hỏi vì không muốn Du Tử Lê phải dằn lòng cắt nghĩa cho tôi rằng thơ là cái để mà cảm, chứ không phải cái để mà lý giải. Trong cái sự cảm ấy, tôi thấy, hoặc tôi lơ mơ hiểu dường như Du Tử Lê muốn dùng những ký hiệu toán học, những dấu biểu cảm ngữ nghĩa như một cách chơi nhạc, để ngắt chữ ngắt câu, để nhấn mạnh, để khêu gợi, để bắt người đọc đi tiếp con đường suy tưởng của/cùng anh (tôi dùng một dấu chéo theo cách Du Tử Lê rồi đấy).

Cái "thi tại ngôn ngoại" của Du Tử Lê phong phú, nó gọi ta bước qua những chữ cụ thể để lướt đi xa hơn nữa trong liên tưởng, như từ một nốt nhạc nẩy lên ta nghe vang vọng một toàn hài.

Cái mà người đọc cảm được, thấy được trong thơ Du Tử Lê là những cảm giác Du Tử Lê cũng là cảm giác của mình, dù đó là những suy tưởng về ý nghĩa thời gian, tình nhân loại, những niềm vui hồn nhiên, những phút buồn vô cớ.

> rất nhiều khi tôi khóc một mình
> những hạt lệ không giúp ai no
> những hạt lệ không làm ai đỡ đói,
> nhưng nó vẫn là những giọt lệ
> chính nó,
> một mình –
> không có tôi đứng cạnh.
>
> thay vì cloning cho tôi con cừu
> hãy tạo sinh vô tính cho tôi buổi chiều,
> quê cũ.
>
> một lần trong đời nhau
> đêm, nghìn sâu tiếng gọi
> ngọt ngào gối, chăn đau
> thịt, da gào kiếp mới
> soi mặt gương đời, sau
> giọt máu còn chói lọi
>
> một lần thân thể nhau
> tôi rạng ngời: địa ngục!?!
>
> nuốt trọng chính mình, như ngọn lửa
> cháy một tôi: kẻ tự lột da
> nhìn em: chảy máu trong yên, ắng
> nghe giữa bọng cây: rộ đoá hoa.

Tôi viết: Du Tử Lê không đơn độc trong sáng tạo, trong khai

phá một lối đi mới cho chính anh, độc đáo trước hết cho chính anh, không cần ai chấp nhận. Cũng cái cung cách như thế ở trong nước có Dương Tường, một hồn thơ gần gụi với Du Tử Lê. Dương Tường cũng khai thác âm hưởng của những con chữ trong thơ, với những hàm ý không dễ hiểu, và dường như không cần ai hiểu. Dương Tường có những câu thơ thế này:

tôi nhìn nước Mĩ
qua mềm mại em phi lí
chéo
qua phụ khoa em hơ hớ
chéo
qua nhục dục em ngao ngán
chéo
qua thân hình em ngạo ngược
chéo
qua năng động em vô vọng
chéo
qua nụ bè he em bối rối
chéo

Có Trời hiểu những chéo in đậm nọ mang nghĩa gì. Trong tập "Thơ Dương Tường" (xuất bản năm 2005) có một câu "chẳng thể nào xuất" với hai gạch chéo hình chữ V nằm ngang (<) đi tiếp chỉ vào hai chữ "tinh" và "thần" để ta có thể đọc theo hai dị bản "xuất tinh" và "xuất thần", hoặc gộp cả hai lại: "xuất tinh thần"; trông cứ như một công thức cấu tạo phân tử. Có khác gì Du Tử Lê với những ký hiệu toán học đâu. Trong tình hình nhiều năm mọi kênh thông tin trong ngoài bị đóng kín, hai người không được đọc thơ của nhau, nhưng Dương Tường và Du Tử Lê đều có những hoài bão khai phá như nhau và lối khai phá khá giống nhau. Về sự sử dụng nhạc tính trong thơ hai người hơi khác nhau chút ít. Có thể nói nếu thơ Du Tử Lê là euphonic thì thơ Dương Tường thiên về cấu trúc dodecaphonic. Dù sao thì ở đây ta cũng thấy hiện tượng những trí lớn gặp nhau.

Ở đây vấn đề muôn thuở được đặt ra: ở đâu, cái cảm giác chừng mực của sự biểu cảm? Chưa tới thì không được. Một chút quá là hỏng.

Nhưng với chủ thể của sự sáng tạo Du Tử Lê vấn đề trên bất thành vấn đề. Tôi quen Du Tử Lê chưa đủ lâu để có thể nói rằng tôi hiểu anh thật nhiều. Nhưng tôi dám nói như thế từ những quan sát của mình qua những lần gặp gỡ bao giờ cũng ngẫu nhiên và hồn nhiên.

Tôi hỏi Du Tử Lê:

- Khi viết ông có nghĩ tới người sẽ đọc thơ ông không?

- Hoàn toàn không.

- Vậy ông nghĩ gì khi làm thơ.

- Tôi chẳng nghĩ gì cả. Một tứ thơ chợt đến, và tôi cầm lấy bút.

Thế đấy. Du Tử Lê không làm thơ, có thể hiểu như thế. Thơ tự đến với Du Tử Lê, như cái duyên số phận, có đi tìm cũng không thấy, muốn chế tạo cũng không được. Trong Du Tử Lê mọi điều kiện cần thiết cho thơ đã có sẵn để cho thơ nảy nở. Cái sự khai phá mà tôi nói đến ở trên cũng nằm trong cái duyên ấy, không phải do một ý chí nào. Chính vì vậy mà Du Tử Lê làm thơ không quan tâm đến đối tượng sáng tạo, không cần biết họ hiểu được hay không hiểu, cảm được hay không cảm được.

Du Tử Lê làm thơ như Du Tử Lê thở, như Du Tử Lê cười, Du Tử Lê khóc, nói tóm lại, như Du Tử Lê sống.

Trong cõi riêng của mình.

CƯƠNG ƠI, TẠM BIỆT

Tin Vũ Huy Cương qua đời đến với tôi không đột ngột, nhưng vẫn làm tôi choáng váng.

Không đột ngột vì lớp chúng tôi đã ở cái mốc được gọi là "đến cõi", tính theo tuổi thọ trung bình của người Việt, chẳng nay thì mai cũng rời bỏ thế gian này. Mà tuổi thọ của người Việt mình nào có cao là mấy, đến nỗi mới ngoài hăm nhăm Nam Cao đã ngán ngẩm kêu rằng mình đã ở bên kia cái dốc cuộc đời.

Choáng váng là vì dù sao mặc lòng Cương "đi" như thế cũng vẫn là nhanh quá, bất ngờ quá!

Không đột ngột còn vì mấy ngày trước đó, mặc dầu liên lạc điện thoại giữa châu Âu và Việt Nam khi nói được khi không, tôi đã biết Cương mệt nặng, có lẽ phải đi nằm viện. Tiếp theo là tin Cương được các bạn đưa đi cấp cứu. Chẩn đoán: sơ gan, suy nhược toàn thân, triển vọng xấu.

Ai cũng biết ở Hà Nội có mấy loại bệnh viện, sang có hèn có. Bệnh viện Thanh Nhàn, nơi Cương nằm, theo sự phân cấp của ngành y tế là bệnh viện cấp huyện, tức là nơi dành cho cho dân thường và dân nghèo, một thứ nhà thương làm phúc hiện đại, không miễn phí, nhưng giá rẻ. Nó không phải là nơi dành cho tầng lớp trên, cấp tỉnh hoặc cấp Trung ương, được săn sóc theo cách ưu tiên ưu đãi. Ở một bệnh viện như thế phương tiện kỹ thuật đương nhiên nghèo nàn cho dù có thầy thuốc tốt.

Thế nhưng, đã được đưa vào bệnh viện rồi, đã chữa chạy rồi, vậy mà chỉ mấy ngày sau Cương đã "đi". Choáng váng là vì thế. Biết rồi, mà vẫn sững sờ.

Về sau này các bạn mới cho tôi biết họ không thể chọn cho Vũ Huy Cương một cái gì tốt hơn. Là dân thường, còn tệ hơn dân thường nữa, là phần tử bất hảo dưới con mắt nhà cầm quyền, Cương tất nhiên không có tiêu chuẩn vào nằm các bệnh viện tốt

Các bạn cho biết thêm: mặc đầu bây giờ đã là thời kinh tế thị trường, có tiền mua tiên cũng được, cứ mạnh chi là xong tuốt, khổ nỗi Vũ Huy Cương lại là trường hợp đặc biệt, chi bao nhiêu thiên hạ cũng lắc. Họ sợ. Thôi thì đành để Cương nằm đấy vậy. Quả nhiên, khi Vũ Huy Cương bị đứt mạch máu đường tiêu hoá, bệnh viện Thanh Nhàn đã không cứu nổi anh. "Trường hợp như thế mà sau khi chẩn đoán không chuyển ngay bệnh nhân tới bệnh viện có phương tiện kỹ thuật tốt hơn để cứu chữa là giết người", một bác sĩ ở Paris đã có nhiều dịp về Việt Nam, rất hiểu biết cung cách điều trị ở các bệnh viện phía Bắc, kết luận như vậy.

Âu cũng là mệnh trời. Cái số của Cương, nói tóm lại, là số ăn mày.

Bằng con đường nào không rõ, Phan Thị Trọng Tuyến cũng biết tin Vũ Huy Cương bị bệnh nặng cùng lúc với tôi. Chị cuống quýt gửi e-mail cho tôi: "Chúng ta có cách gì giúp anh Cương không? Tội nghiệp quá, anh ấy chỉ có một mình!" Trái tim phụ nữ bao giờ cũng thế đấy, đầy tình thương. Cương thì lại kỵ sự thương hại lắm. Tuyến không biết rằng tuy Cương không vợ không con, quanh năm suốt tháng lọ mọ một mình, nhưng bù lại, Cương được rất nhiều người yêu mến. Những ngày anh nằm viện, bè bạn đến thăm đông đến nỗi Mạc Lân, một tên "xét lại" lọt lưới, phải đứng trấn ở cửa phòng cho từng người vào một, kẻo Cương không có không khí để thở. Tuyến mới quen Cương cách đây vài năm, trong một chuyến về thăm quê hương Bến Tre, từ đó làm một cuộc hành hương nhớ đời ra đất Bắc. Nhớ đời là vì sau chuyến đi này công an Việt Nam cấm cửa không cho vợ chồng Tuyến về nữa. Duyên do là nhờ có Vũ Huy Cương xăng xái móc nối, chị được gặp hầu hết các nhân vật Bắc Hà mà chị muốn gặp, để rồi thở phào nhẹ nhõm trong một bài viết: "Sĩ phu Việt Nam còn đó. Tôi đã gặp họ".

Trước tin Vũ Huy Cương nằm viện là một tin vui. Anh vừa bán căn phòng nhỏ bé và xập xệ, vốn là một gian bếp trong ngôi nhà số 52 phố Bà Triệu của cha mẹ để lại, chứ không phải do nhà nước cấp. Cầm hơn chục cây vàng trong tay (giá nhà ở khu trung tâm thành phố bây giờ cao lắm), anh đạp xe đi khắp nơi, ngó nghiêng mọi chỗ, rồi quyết định tậu một miếng đất ở ngoại thành, là nơi phong cảnh hữu tình, lại đặc biệt yên tĩnh. Ở đấy mà ngồi viết thì không chê vào đâu được. Bạn bè mừng cho anh. Mọi người đã nghĩ tới chuyện góp tiền làm một bữa tiệc tân gia thật linh đình. "Trời đất ạ, Cương mà xây nhà thì thánh thật"! Họ thán phục kêu lên trong các thông tin mà tôi nhận được.

Đó là điều không ngờ nhất ở Vũ Huy Cương, kể từ thời chúng tôi mới quen nhau, tính đến nay đã ngót nghét nửa thế kỷ. Chẳng có gì dính được vào anh một cách chắc chắn, đừng nói tới một ngôi nhà.

Trong mắt tôi, từ ngày ấy, cho đến tận bây giờ, Vũ Huy Cương là một lãng tử. Không phải lãng tử thời thượng, lãng tử theo mốt, mà lãng tử đích thực, lãng tử thâm căn cố đế. Tóm lại, anh là một con người kỳ quặc, chẳng chú ý gì tới bản thân, thứ người không phải của trần thế. Lúc nào cũng lôi thôi lếch thếch, mái tóc bơ phờ rủ xuống bộ mặt nhàu nát, và kỳ lạ thay, trên bộ mặt phong trần lang bạt, "trải mùi đời gót rỗ kỳ khu" của anh lại lấp lánh một đôi mắt trẻ thơ. Cái nét này còn mãi ở anh, làm cho anh trở thành không có tuổi. Gọi anh bằng cụ cũng được, bằng ông cũng phải, bằng anh dường như có vẻ đúng hơn, hoặc đơn giản bằng tên trống không là hợp nhất. Giao du với đủ mọi thế hệ, ở đâu anh cũng là người bằng vai phải lứa.

Nhóm cầm bút chúng tôi ngày ấy, thân nhau theo cách "ngưu

tầm ngưu mã tầm mã", như các "phó tóm"[1] nhận định trong những cuộc hỏi cung, gồm: Hứa Văn Định, Mạc Lân, Lê Bầu, Vũ Bão, Xuân Khánh, Châu Diên, Dương Tường, Bùi Ngọc Tấn, Phù Thăng, Hoàng Tiến, Nguyễn Trí Tình, Nguyễn Dậu, Vũ Huy Cương, Nguyễn Hội... Với tất cả sự khác nhau về thành phần giai cấp (!) và cá tính, lũ chúng tôi thảy đều yêu quý Vũ Huy Cương, chính là vì cái chất trẻ thơ ấy. Đến nỗi nhiều năm về sau tôi cứ yên trí Vũ Huy Cương phải kém tụi tôi vài tuổi, thuộc lớp đàn em, thành thử đối với Cương, chúng tôi thường lên mặt kẻ cả, tệ thế. Cương không lấy thế làm phật ý, anh cười hì hì, nhường luôn cho chúng tôi vai đàn anh. Trong bộ lạc những kẻ bất trị, Cương hiền lành nhất, không bao giờ biết giận. Chúng tôi thân yêu nhau, bởi sự giống nhau. Chúng tôi giống nhau ở chỗ thích nghĩ bằng cái đầu của mình, là thứ hoàn toàn không được phép trong thời trị vì dai dẳng của hai đồng chí trên hết các đồng chí: Trường Chinh và Lê Duẩn. Đến khi Sáu Búa thao túng chính trường thì cả bọn tôi, kẻ trước người sau, đều bị bị ghi vào sổ đen như những phần tử bất mãn, tệ hơn, như những kẻ chống đối. Thằng cha Lê Đức Thọ, biệt danh Sáu Búa, này rất kỳ cục. Hắn cho rằng cán bộ cách mạng tỏ ra bất đồng với đường lối hay chính sách của đảng là chống lại hắn, kẻ nắm cương vị trưởng Ban tổ chức trung ương đảng. Đầu óc thiển cận, hắn quy mọi sự bất đồng với đảng của hắn chỉ do không được đãi ngộ xứng đáng, không được lên lương, hoặc không được cấp một cái phiếu mua xe đạp chẳng hạn. Cái nhìn nhục mạ con người như thế kéo dài nhiều năm. Đáng ngạc nhiên là vào thời kỳ rất đen tối ấy, không hiểu vì lẽ gì mà Vũ Huy Cương lại được đặt ra ngoài tầm chú ý của những kẻ cầm dùi cui coi sóc xã hội. Có thể, đôi mắt trẻ thơ của anh đã đánh lừa được tinh thần cảnh giác của đám mật vụ đông đảo dưới quyền Sáu Búa chăng? Chỉ biết trong một thời gian dài anh cứ nhởn nhơ, cứ tung tẩy, trong khi phần lớn chúng tôi đều bị rình rập, bị răn đe đủ kiểu.

Ấy thế mà đùng một cái, vào một ngày đẹp trời, Vũ Huy Cương

---

[1] *Công an, nhái cách gọi xưa những người thợ chuyên nghiệp: phó cối, phó cạo...*

bỗng biến thành một tên phản động chính hiệu con nai vàng, lại được liệt vào loại nguy hiểm nữa, bị bỏ tù hẳn hoi, tuy không có án, khi ra tù vẫn bị coi là có "tiền sự".

Cương thay đổi hẳn từ ngày đó. Thay đổi đến không ngờ. Từ một người ghét mọi thứ dính dáng tới chính trị, anh trở thành người đối lập không che giấu, ngang nhiên đối mặt với nhà nước chuyên chế.

Anh không chịu giảng hoà với đảng mà anh đi theo từ tuổi thiếu niên, mặc dầu đã nhiều lần đảng tỏ ra muốn giảng hoà với anh. Trả lời phỏng vấn của một tờ báo ở nước ngoài, anh nói toạc lập trường của mình. Anh không oán hận cái đảng đã khi không bỏ tù anh không cần chứng cứ, không cần dựa vào điều luật nào, cái đảng của các "bố già" dưới những danh xưng gia trưởng viết hoa: Bác, Anh Năm, Anh Tô, Anh Ba, Anh Sáu... Với cái đảng ấy anh khẳng định một điều: phải xoá bỏ nó. Tất nhiên, thời thế đã khác, đã là giai đoạn khác, nhà cầm quyền bô bô cái miệng muốn hội nhập với thế giới văn minh không còn có thể tha hồ bỏ công dân vào tù như nhặt cua bỏ rọ nữa. Tức lắm đấy, khi thấy anh toang toác nói ra những điều người khác có nói cũng phải thì thào, nhà cầm quyền vẫn phải làm ngơ. Đành ra vẻ người lớn, chép miệng, lắc đầu: "Chấp nó làm gì, cái thằng khùng ấy mà!".

Nhưng để anh cứ nhơn nhơn như thế cũng không được, họ sai công an gọi anh đi "làm việc", khi hằng ngày, khi tuần vài buổi, cho tới tận ngày anh chết. Buồn cười nhất là khi anh từ chối không đến "làm việc" ở đồn công an nữa, anh bảo tôi già rồi, sức khoẻ tôi kém, tôi không đi bộ đến chỗ các anh được đâu, thì các "đồng chí" công an bèn "xin phép" đến làm việc tại nhà anh. Núi không đến với Mahomed thì Mahomed đến với núi vậy. Thế là căn phòng rách nát của anh biến thành công sở, đúng giờ đi làm các "đồng chí" công an đến, hết giờ họ cắp cặp ra về. Sống trong cảnh như thế hằng năm trời, Vũ Huy Cương không điên kể cũng giỏi.

Tôi hình dung ra những buổi làm việc ấy. Các "đồng chí" mặt lạnh tanh giở sổ tay ghi ghi chép chép, còn Cương thì thay vì khai báo, tự kiểm điểm lỗi lầm, anh đặt ra những câu hỏi làm họ cứng họng, câu nào cũng kết thúc bằng một công thức lễ phép: "Tôi thiển nghĩ như vậy, không biết các vị nghĩ thế nào?", "Có phải đúng là như thế không ạ?"

"Làm việc" theo kiểu đó mãi cũng chán, anh uống rượu cho khuây để đến giờ "làm việc" thì cho rượu nói thay anh. "Nói với tụi nó chán lắm. Cứ như nói với những hồn ma từ thế kỷ trước hiện về ấy!", anh nói thế. Sai lầm lớn nhất của anh là uống rượu. Rượu có làm anh lờ đi quên đi sự đời chó má, nhưng rượu dần mòn giết chết anh. Anh đi vào vết xe cũ của Văn Cao, Dương Bích Liên, Nguyễn Sáng...

Cần phải nói rõ thêm chuyện Vũ Huy Cương muốn xoá bỏ đảng cộng sản. Cái đó không xuất phát từ lòng căm thù, mặc dầu đảng cộng sản đã gây tội ác với anh. Tôi không cảm thấy sự thù hận ở trong anh. Anh không có khả năng căm thù. Nhưng anh có đầy đủ khả năng ghét bỏ và khinh bỉ. Anh đi tới kết luận như thế sau khi nghiền ngẫm nhiều năm. Đó là một kết luận lý tính. Anh hiểu rõ rằng trong việc đảng thẳng tay đàn áp những công dân dám nghĩ khác đảng không hề có sự lầm lẫn nào. Những người bị bắt không oan, mà do một chủ trương được thực hiện trong một đường lối nhất quán: bằng mọi giá triệt hạ đến cùng trí tuệ không chịu bó thân dưới quyền lực độc tôn. Khi anh khuyến khích các nạn nhân của chế độ đòi được giải oan, anh nhấn mạnh: phải coi đó là biện pháp tố giác tội ác, chứ không phải đặt niềm tin vào sự sáng suốt may ra còn lại chút nào ở nhà cầm quyền cộng sản. Anh nói: " Nếu nó giải oan cho ta, có thể nó còn xin lỗi ta nữa, rồi thì sao? Ngày mai nó lại gây tội ác khác, ở nơi khác, với người khác. Không được, không chơi, phải xoá bỏ gốc rễ, tìm đến cội nguồn của nó mà diệt đi, chỉ có thế mới có cuộc sống yên bình cho nhân dân".

Tôi ở tù chín năm, Cương ở tù sáu năm cộng thêm ba năm lưu đầy, lúc gặp nhau tôi thấy một Vũ Huy Cương tàn tạ, gầy còm, với nụ cười phô hàm răng cửa có mấy lỗ thủng. Nhưng đôi mắt thì vẫn như xưa, ngây thơ và hóm hỉnh. Anh tất tưởi chạy vạy, làm đủ thứ nghề để kiếm sống. Có thời anh cặm cụi dịch các bài báo, làm các tổng thuật từ các tài liệu tiếng Nga cho Viện Thông tin Khoa học Xã hội. Nhân tiện đây cũng xin cảm ơn các bạn ở Viện này đã đỡ đần chúng tôi rất nhiều trong những ngày khốn khó. Không riêng Vũ Huy Cương, mà Nguyễn Kiến Giang, Phùng Mỹ, Hoàng Thế Dũng, Nguyễn Lộc, Trần Thư, và cả tôi nữa, đều sống được, tuy lay lắt, nhờ công việc dịch mà các bạn giao cho. Nghề chính nuôi Vũ Huy Cương và Trần Thư một thời gian dài là nghề in nhãn hiệu trên bao bì giấy, bao bì chất dẻo, in quảng cáo, in nhãn hương, in danh thiếp v.v... Vất vả lắm, nhưng vẫn cười tươi, như thể chẳng có chuyện gì xảy ra. Khổ đấy, thiếu đấy, nhưng không bao giờ Vũ Huy Cương nhận một đồng tiền của đảng, dù dưới dạng lương hưu mà đảng hạ cố ban cho.

Tôi được tin anh mất bên bàn máy tính ở Barcelone, trong một tiệm cybercafe rất hiện đại nằm dưới tầng hầm một ngôi nhà cổ. Chung quanh tôi là những người trẻ tuổi thuộc một thế giới khác thế giới của Vũ Huy Cương, thế giới của những người bị giết chết khi còn sống. Là những con người của loài người bình thường, những chàng trai và những cô gái chăm chú nhìn vào màn hình, tay rào rào gõ phím. Chẳng ai chú ý tới tôi, cũng ngồi đấy, với họ, ở ngay bên họ, bỗng bất động trước bàn máy, nước mắt dòng dòng.

Người thông tin cho tôi về cái chết của Vũ Huy Cương là một nhà văn không tên tuổi. Anh cũng thuộc về lớp kẻ sĩ không chịu cúi đầu giữa đám đồng loại được dạy dỗ đi bằng đầu gối. Anh không được in, và anh cũng chẳng cần in, do đó mà ít người biết đến tên anh. Bức thư điện của anh ngắn, nhưng nói đủ điều cần nói. "Thế là Cương đã bỏ chúng ta mà đi rồi, thằng bạn không phải của riêng chúng ta, mà của tất cả mọi người, của cả và thiên hạ. Nó đã sống, trong sáng và ngớ ngẩn như một hạt kim cương". Kim cương trong sáng thì rõ rồi, nhưng tại sao lại ngớ ngẩn?

Rời máy tính, tôi bước ra khỏi tầng ngầm. Trong ánh sáng của một ngày hửng nắng hiếm hoi của tiết đông, cô gái khoả thân vĩ đại với mảnh vải che hờ hững vẫn nằm dài trên tấm biển quảng cáo cho bãi tắm nơi một mùa hè đã qua. Bên dưới cô, lối vào ga xe điện ngầm Zol là những tốp du khách nhộn nhạo, hớt hải chạy tới chạy lui, chớp ảnh loang loáng dưới chân tượng một vĩ nhân mà tôi không biết tên, chắc chắn không phải Cervantes quen thuộc; ầm ầm xe City Tours, xe taxi đủ mọi nhãn hiệu chen chúc nhau đón khách đổ khách... Bên cạnh chỗ tôi đứng là hai bà mẹ trẻ với hai chiếc xe nôi, trong đó có hai đứa trẻ ngủ say. Hai bà mẹ liến thoắng thứ ngôn ngữ nhanh nhất thế giới mà tôi không hiểu. Tất cả những cái đó giống như một sự vô lý đến cùng cực. Sự mất mát bên cạnh sự sinh thành. Nỗi đau ở tôi, niềm vui nơi người khác.

Ở Madrid, tôi bỏ công đi tìm chiếc ghế đá mà Mikhail Koltsov đã ngồi trong một đêm nội chiến Tây Ban Nha, nhưng không thấy nó. Koltsov viết: "Buổi tối đẹp tuyệt, có trăng trên đầu, có tiếng dương cầm thánh thót bay ra từ một căn phòng trên lầu cao, có gió xào xạc trong tán lá công viên... Bỗng một tiếng đạn đại bác nổ gần, rồi tiếng thứ hai, thứ ba... Người ta xô đẩy nhau chạy rầm rầm, gió ngừng thổi, tiếng dương cầm tắt nghẹn. Tôi vừa đứng lên thì một người nào đó đã xô tôi ngã sấp. Tôi lồm cồm bò trên mặt đất bụi bặm, tay sờ soạng tìm cặp kính. Không có kính làm sao tôi nhìn được? Tôi tức điên người, tôi nguyền rủa cái cái anh chàng đã xô tôi ngã, tôi nguyền rủa cả thế gian này, tôi nguyền rủa tất: cả quân Cộng hoà lẫn quân Phát xít. Đánh nhau thì đánh, cũng phải chừa một đêm đẹp thế này ra chứ!" Koltsov không chết trong chiến tranh Tây Ban Nha, nơi ông tới với tư cách phóng viên, với tư cách chiến sĩ quốc tế ủng hộ nền Cộng hoà chống chính quyền độc tài Franco. Ông chết ở nơi ông không ngờ nhất - trong một trại tập trung ở Kolyma, tận vùng Đông Bắc Siberia xa xôi. Khi ấy ông là tổng biên tập báo Sự Thật. Về sau này người ta phục hồi cho nhà văn Koltsov cái sinh mệnh chính trị của ông (có một thứ sinh mệnh tên là như thế), người ta in lại các tác phẩm của ông, người ta tuyên bố ông vô tội, ông chẳng định chống ai, bênh ai, là người cầm bút ông viết cái mà ông nhìn thấy, viết ra điều ông nghĩ, thế thôi.

Vũ Huy Cương rất thích cuốn Nhật Ký Tây Ban Nha của

Mikhail Koltsov, thích lắm. Anh mượn tôi cuốn đó, nói rằng thế nào anh cũng phải dịch nó, và giữ rịt, đòi mấy cũng không trả. Tôi đã thấy những trang đầu của bản dịch không bao giờ xong ấy, nó nằm trên bàn viết, trong đống công việc dở dang của anh. Cũng như Koltsov ở Liên Xô những năm 30, bất ngờ anh bị tống vào tù, năm 1968. Không biết những trang ấy bây giờ đâu, có còn không, hay chúng vẫn nằm mốc ở kho vật chứng lộn xộn của thời Lê Đại Mạt?

Tôi biết Vũ Huy Cương có một số bản thảo truyện ngắn, truyện dài, bút ký, kịch bản phim..., khá nhiều đấy, nhưng không biết số phận chúng ra sao. Vũ Huy Cương có tính thẹn thò, chứ không phải sợ hãi, khi nói về những sáng tác của mình (mà có sợ hãi cũng phải thôi, chúng đâu có thuộc dòng chính thống, người ta mà biết thì rách việc lắm). Bạn thân nhất của Vũ Huy Cương là Hứa Văn Định thì ngược lại, anh thường lễ mễ bê hàng chồng bản thảo ra khoe với bạn bè, rồi gật gù, với một nét buồn trong mắt: "Sau này không in thì đem bán cân cũng ối tiền". Tôi cũng không rõ số phận những bản thảo của Hứa Văn Định thế nào. Tôi đã được đọc một số trang trong những chồng giấy ấy, và bắt gặp những đoạn tuyệt hay, có thể sánh với những cây bút bậc thầy của thế giới. Anh tài ba mà mệnh yếu. Năm nay đã là giỗ lần thứ năm Hứa Văn Định rồi.

Sau khi ở tù về, Vũ Huy Cương hoàn toàn không đụng đến việc viết lách. Tôi không thấy anh nói về một dự định sáng tác nào. "Văn chương là cái vô tích sự nhất trần đời", anh buồn rầu nói với tôi như vậy, mà không phải một lần. Điều tôi biết chắc là anh để toàn bộ thời gian mà anh có vào việc soi rọi cho quần chúng cái tai hại của chế độ đảng trị, nói tóm lại anh tiếp tục chống đảng, lần này là chống thật sự, chống mạnh mẽ, chống quyết liệt.

"Trước khi là nhà văn, hãy là con người cái đã!", anh càu nhàu nói với những ai khuyến khích anh cầm bút. Những người già thận trọng lảng tránh anh. Nhưng lớp trẻ xán lại gần anh, muốn tìm ở anh những kinh nghiệm nhìn đời không phải ai cũng có.

Không có công ăn việc làm, bị công an quấy nhiễu, lại thêm bệnh tật hành hạ, có lúc tưởng chừng dù có sắt đá đến mấy anh cũng sẽ phải buông xuôi tất cả để sống nốt những ngày tàn. Nhưng anh không đầu hàng. Thậm chí, trong một mức độ nào đó, anh rắn đến nỗi trở thành cứng queo trong suy nghĩ. Không ít người nhận xét anh có những quan điểm cực đoan trong cuộc đấu tranh đòi hỏi cách tiếp cận nhiều lý tính, những thủ pháp mềm dẻo. Mà thực tế cuộc sống ở Việt Nam thì đầy rẫy nghịch lý, đầy rẫy những mâu thuẫn chồng chéo, phải tìm cách đi vòng vèo miễn tới đích, không thể giải quyết một cách thẳng băng mà được. Xấu rành rành đấy, mà xem kỹ vẫn còn một chút tốt có thể dùng. Kẻ đối nghịch xem kỹ vẫn tìm được một chút gì không đến nỗi quá xấu trong sâu thẳm tâm hồn để có thể lôi kéo về với mình. Bạn đấy, mà về mặt nào đó lại mang chất đối địch, nhưng gây ra cản trở việc mình làm. Lôi thôi lắm.

Cuộc đấu tranh thực tế nào cũng vậy, khác cuộc đấu tranh trong thính phòng rất nhiều. Trong sự khẳng định một lập trường bất di bất dịch, không khoan nhượng với một chế độ không biết tôn trọng con người, anh không chỉ va vấp với chính quyền, mà cả với bạn bè. Vài người trở nên lạnh nhạt với anh bởi những lời nhạo báng nhằm vào họ. Chẳng hạn, khi thấy từ nhà tù trở về Bùi Ngọc Tấn im lặng trong thời gian dài, không gần gũi anh em, dường như lảng tránh cuộc đấu tranh cho dân chủ hoá đất nước, anh giễu cợt Tấn, gọi Tấn là thằng núp váy vợ. Anh không hiểu, hoặc không chịu hiểu, rằng những người muốn thay đổi thể chế hiện hành, tất cả, không trừ ai, đều là những chiến sĩ đơn độc, tự mình phải tìm lấy vũ khí, tự mình phải chọn lấy cách đánh. Anh không biết rằng Bùi Ngọc Tấn đã suy nghĩ rất nhiều để chọn cách làm việc có hiệu quả nhất, thích hợp nhất với khả năng của mình. Và kết quả là Chuyện Kể Năm 2000 ra đời. Tác dụng của nó thế nào ta đã biết. Đến lúc này thì Vũ Huy Cương hết sức vui mừng. Anh quên bẵng rằng có lúc anh đã mạt sát bạn, quên một cách hồn nhiên, như thể chưa từng nói ra những lời như thế. Đi đâu anh cũng khoe Chuyện Kể Năm 2000 của bạn. Nhưng đã muộn. Bùi Ngọc Tấn không tha thứ cho anh vì những lời xúc phạm nặng nề phát ra từ miệng người bạn thiết. Chỉ có cái chết của Vũ Huy Cương mới giảng hoà được hai người với nhau. Được tin bạn mất, từ Hải Phòng Bùi Ngọc Tấn học tốc đáp tàu đêm đi Hà Nội để đưa bạn đến nơi yên nghỉ cuối cùng. Anh không thể không có mặt trong giờ ly biệt với người bạn mà trong đáy sâu của tâm hồn lúc nào anh cũng yêu thương.

Trên quan tài ông già 67 tuổi Vũ Huy Cương, bạn bè đặt lên một vòng hoa trắng, vòng hoa của trinh tiết. Không nhà cửa, không vợ con, anh đến và đi khỏi thế gian như một khách trọ. Cái khác một khách trọ bình thường là ông khách trọ này tự khoác vào mình rất nhiều trách nhiệm với nhân quần. Lẽ sống của anh là lo lắng cho mọi người. Thấy anh cứ sống cô đơn mãi, thương quá, không lần nào nói chuyện với anh mà tôi không giục anh lấy vợ. Anh cười hì hì: "Công an nó cũng bảo tao thế đấy! Bây giờ là mày. Lấy vợ để làm khổ vợ à? Đến tuổi thi hoa hậu Hoàn Vũ[1] rồi mà còn bày trò lấy vợ! Bố khỉ!".

Hồi còn trẻ, Vũ Huy Cương đã có một tình yêu với một cô gái. Cô xinh đẹp, duyên dáng, có giọng nói như hát. Chúng tôi đã mừng cho anh. Nhưng rồi cuộc tình ấy tan, một cách trần tục nhất - cô ta chọn người khác, có "tiền đồ" hơn anh, là đảng viên, lại có cấp uỷ cao, có chức vụ cao. Anh này cũng quen chúng tôi, cũng có thể coi anh là bạn được, nhưng quen sơ, chứ không thân. Thế rồi vật đổi sao dời, thế nào mà anh lại cũng ở cùng phía với chúng tôi, cũng bị bắt về tội "chống đảng", mặc dầu cũng như chúng tôi, anh chẳng có tội gì cả. Cuối cùng, sau nhiều năm, anh cũng được tha, nhưng không còn nhà để mà về. Cô gái xinh đẹp đã đóng sập cửa lại, không cho anh vào ngôi nhà vốn dĩ là nhà anh. Sau này cô gái lại lấy chồng, một người có tên tuổi, có quyền thế. Còn người chồng cũ, chán nản đến cùng cực trước sự phản bội trắng trợn và tàn nhẫn, trở thành gần như mất trí, lang bạt hết nơi này tới nơi khác. Có thời anh đến tá túc ở nhà Vũ Huy Cương. Hai người đàn

---

[1] *Lò thiêu xác ở Hà Nội.*

ông có chung tình yêu với một người đàn bà đùm bọc nhau, săn sóc nhau. Như hai con gấu bị thợ săn dồn đuổi, họ chui vào hang run rẩy liếm vết thương cho nhau. Từ đó tôi không thấy Vũ Huy Cương có mối tình nào nữa, cho tới khi anh vào tù, mà ở trong tù thì còn có thể nói tới mối tình nào? Ra tù, mặc cho bè bạn thúc giục, anh vẫn lắng lặng độc thân, cơm niêu nước lọ. Anh hài lòng với cuộc sống lấy bè bạn thay cho gia đình. Lúc nào cũng hài hước, anh tới đâu là ở đó rộn rã tiếng cười. Lang thang nhà này qua nhà khác, ở nơi nào anh cũng được coi là khách quý. Thời gian ủng hộ anh. Thế giới thay đổi làm cho bàn tay sắt của đảng buộc phải nới lỏng trên cổ nhân dân bị trị, người ta dần bớt sợ hãi những con ngoáo ộp đủ loại do cùng một bàn tay nhào nặn. Những cánh cửa trước kia khép chặt vì khiếp đảm trước cả khủng bố trắng lẫn khủng bố xám nay lại mở ra chào đón anh.

Ngoài bạn bè trong nước, những năm cuối đời anh có thêm nhiều bạn bè ở nước ngoài. Chỉ sau một lần gặp gỡ, hai vợ chồng Trọng Tuyến đã coi Vũ Huy Cương như ruột thịt. Họ lo lắng cho anh, chăm sóc anh, coi anh như bạn chí cốt đã nhiều năm quen biết. Cương luôn luôn khuyến khích Tuyến viết: "Viết đi chứ. Cuộc đời đẹp thế này mà không viết về nó thì hoài lắm!". Ấy là anh nói về cuộc sống nói chung, không nói về cuộc sống không phải dành cho con người mà anh đang phải sống. Tuyến thường gửi tiền về giúp Cương. Gửi mà lo lắng: "Liệu mình gửi thế này mà chúng nó biết thì anh Cương có bị làm phiền không? Họ sẽ buộc anh ấy tội "nhận tiền của bọn phản động ở nước ngoài để chống phá cách mạng" chưa biết chừng?".

Khốn nạn đến thế đấy. Người ta quý nhau không được, thương nhau không được, đánh bạn với nhau cũng bị coi là hành động chính trị. Thử hỏi có sự phi lý nào như thế không? Có chế độ nào lố lăng đến thế không? Dưới lăng kính mác-xít, nói cho đúng là mác-xít giả hiệu, của đám lãnh tụ lục lâm, nhân quần chỉ có thể chia làm hai loại: những kẻ theo ta và những kẻ chống ta. Số tiền sau chót Tuyến gửi về cho Cương để chữa bệnh chưa tới nơi thì Cương đã qua đời, chị buồn rầu cho tôi biết như vậy. Nhưng mà thôi, tiếc thương thì tiếc thương, chứ cái chết nhiều khi còn dễ chịu hơn cái sống. Vũ Huy Cương chịu đựng như thế đã quá đủ cho một cuộc đời.

Có thể kể thêm một người nữa là Tưởng Năng Tiến. Vũ Huy Cương chỉ biết anh là nhà văn hóm hỉnh với cái tên dài thòng "Anh Bạn Làm Ở Nhà Thương Điên". Đọc truyện ngắn Nhà Có Hoa Anh Đào của Tưởng Năng Tiến, Vũ Huy Cương khóc. Anh viết cho tôi: "Cái tâm của người Việt Nam mình đẹp quá! Tưởng Năng Tiến là một ngòi bút thật sắc sảo. Viết về tình yêu đất nước được như thế là hiếm lắm đấy. Mình có đọc một số bài viết ở hải ngoại. Hình như ở ngoài ấy những người mắc bệnh Quốc-Cộng, bệnh Nam-Bắc, cũng còn khá nhiều, phải không? Làm sao cho họ hiểu rằng ở nước ta bây giờ chỉ có một sự phân biệt thôi: ấy là sự phân biệt giữa người Việt và quỷ Việt. Bệnh Quốc-Cộng, bệnh Nam-Bắc, đều là bệnh tưởng, nhảm nhí hết!". Vũ Huy Cương không biết rằng nhiều lần anh nhận được tiền chuyển về để anh sống và làm việc chính là từ Tưởng Năng Tiến, và những bạn chủ trương tờ Nhân Văn trước đây. Tưởng Năng Tiến không muốn ai biết về sự giúp đỡ của anh đối với "anh em" ở trong nước. Tôi phải xin lỗi anh về việc tiết lộ không xin phép này. Tôi tiếc cho Vũ Huy Cương cho tới khi qua đời vẫn không biết Tưởng Năng Tiến chính là "Anh Bạn Làm Ở Nhà Thương Điên", mà anh thường hỏi thăm và gửi lời cảm ơn. Bây giờ anh có thể biết được rồi, nếu như có sự tồn tại một thế giới bên kia, người ở đó đi lại không cần visa.

Điều tôi không biết, mà tôi lại rất muốn biết, là những người tham gia vào việc hành hạ Vũ Huy Cương trong suốt cuộc đời anh, có khoái trá lắm không khi được tin anh mất? Tôi không dám chắc là tất cả họ đều khoái trá. Con người đi vào đường danh lợi đôi khi chợt thấy trong hành trang quên chưa quẳng đi của mình một thứ khá bất tiện là lương tâm. Lúc ấy anh ta buộc phải lựa chọn: hoặc quẳng nó đi, hoặc lắng nghe nó. Bằng chứng là một số người được trao nhiệm vụ hành hạ anh về sau này đã trở thành bạn anh. Tôi không kể trường hợp Nguyễn Trung Thành và Lê Hồng Hà. Họ là ngoại lệ. Từ hai cán bộ cao cấp của Ban Tổ chức Trung ương và Bộ

Nội Vụ, quyền sinh quyền sát trong tay, họ đã đi rất xa trong sự phản tỉnh về những hành động phi nhân nhằm vào những trung thần của cách mạng. Dưới hình thức lịch sự, thậm chí lễ phép, họ bóc trần sự thật về hành động phản trắc của hai "lãnh tụ" lưu manh Lê Duẩn và Lê Đức Thọ, cũng tức là việc làm của đảng, bởi vì đảng chưa từng lên án hành động đó. Họ đã dám mất rất nhiều để được sống trung thực, như những Con Người, viết hoa. Cương có gửi cho tôi hai bức ảnh anh chụp chung với hai người bạn hôm trước còn ở vị trí đối địch. Nhìn họ trong ảnh tôi thấy trên mặt họ không có một chút gì của sự hằn thù ắt phải có giữa những tên bắt người và người bị bắt. Cương viết dưới bức ảnh: "Chúng ta ngày một đông. Đừng sốt ruột vì người này hay người khác chưa đi với mình. Họ sẽ đến với ta, không hôm nay thì mai". Trong Cương có những cảm xúc ngược chiều nhau. Lúc anh cứng quèo, lúc anh mềm mại trong sự nhìn người.

Vũ Huy Cương có kể cho tôi nghe về một người bạn của anh, hiện giữ một chức vụ cao trong đảng cộng sản. Chính anh này đã cho Vũ Huy Cương tiền mắc điện thoại riêng. Hơn thế, hằng tháng anh ta vẫn đều đều trả tiền điện thoại cho anh. Hơn ai hết, anh ta biết Vũ Huy Cương dùng điện thoại vào việc gì. Bạn bè thân thiết của Vũ Huy Cương toàn những tên được coi là "chống đảng" cả: Hoàng Minh Chính, Hà Sĩ Phu, Hoàng Tiến, Bùi Minh Quốc, Phạm Quế Dương, Trần Dũng Tiến... Vũ Huy Cương cần điện thoại trước hết là để liên lạc với họ. Anh bạn nọ nghĩ gì khi làm việc đó, tôi không rõ. Điều tôi đoán được, chắc không sai, là trong thâm tâm anh ta hiểu Vũ Huy Cương không hề là một tên "phản động" như đảng muốn mọi người nghĩ theo. Vũ Huy Cương nói với tôi rằng anh vẫn quý anh bạn này: "Nó chưa nghĩ được như tụi mình, nó chưa tỉnh, nhưng biết đâu đấy, ngày mai nó sẽ tỉnh thì sao? Bạn vẫn là bạn". Họ vẫn giao du với nhau, anh bạn thường can gián Vũ Huy Cương đừng có cứng quá, nói năng cần phải lựa lời hơn, còn Vũ Huy Cương thì cự nự anh bạn vì những câu chữ sặc mùi bảo thủ mà anh ta viết hoặc phát biểu trong những cuộc họp báo.

Nhưng Cương không hiền. Anh còn dữ là đảng khác. Hoặc rất

cứng, như anh em nhận xét. Thật vậy, đối với nhà cầm quyền, và những kẻ tận tâm phục vụ chính quyền chuyên chế, anh cứng lắm. Khi điện thoại của anh chưa bị cắt hoàn toàn, kẻ nghe trộm còn cho hai bên trò chuyện để xem người gọi là ai cái đã, lúc ấy tôi có gọi về thì anh giục ồi ồi: "Này, nói nhanh lên, "chúng nó" cắt ngay bây giờ đấy". Cái tụi mất dạy, "chúng nó" khốn nạn lắm!" Khi nghe tiếng rè rè phát lên để bịt đi tiếng người nói, anh hét lên: "Chúng nó đang bịt miệng chúng ta đấy, bọn đểu cáng, phải tìm cách khác thôi!". Không hiểu nhà cầm quyền có đau không khi nghe thấy những lời xỉ vả của Cương. Trong một ý nghĩa nào đó, họ cũng là những kẻ tốt nhịn. Với nhà cầm quyền và những tên tay sai, anh chỉ có một từ để gọi: "chúng nó".

Thế mà có lần kẻ nghe trộm, một tên trong "chúng nó" vẫn để cho chúng tôi nói với nhau đến hết câu chuyện, không cắt, không phá, mới kỳ. Tôi thật sự không hiểu vì sao. Cùng một ngày hôm ấy, tôi cố nối liên lạc với Hoàng Minh Chính, với Trần Độ, cả với Hoàng Tiến nữa, đều không được. Nhưng với Vũ Huy Cương thì lại được, mà chúng tôi nói chuyện rất dài, rất lâu. Cương cũng lấy làm lạ. Chúng tôi đồ rằng mới có một chỉ thị không cắt đường điện thoại của Cương để xem anh liên lạc với ai, nói chuyện gì. Tại sao lại trừ ra một Vũ Huy Cương? Suy diễn theo lối mòn thì Vũ Huy Cương chắc hẳn đã bắt tay với công an nên mới được chiếu cố như thế. Nhưng đó là chuyện không thể có được, là cái phải loại trừ từ đầu. Chỉ còn một khả năng: người được trao nhiệm vụ nghe trộm là một người bạn giấu mặt, một người bạn mà ngày mai chúng tôi mới được biết là ai. Tại sao lại không thể là như thế nhỉ?

Lần cuối cùng tôi liên lạc được với Vũ Huy Cương là qua máy điện thoại di động. Ai đã mua cho Cương cái máy đó, tôi không rõ. Hình như anh em ở Hoa Kỳ thì phải? Mà cũng có thể là anh em ở Đức hoặc ở Tiệp. Tóm lại, có một số bạn ở hải ngoại đã âm thầm cung cấp cho những người mà ta thường gọi là các "nhà phản kháng" hoặc các "chiến sĩ dân chủ" những phương tiện liên lạc với thế giới bên ngoài. Vũ Huy Cương vui mừng vì cái máy đó lắm, anh khoe với tôi mấy phút liền về nó, mặc cho tôi tiếc hùi hụi số tiền phải trả cho cuộc gọi viễn liên, rồi nói rằng với Internet "chúng nó" rồi phải bó tay. Anh hỏi tôi có nhận được tốt các văn bản mà tôi cần biết gửi bằng e-mail không? Tôi còn nhận xét giọng anh còn sang sảng lắm, Cương cười vui vẻ: "Công an vừa làm cho tớ hai hàm giả đấy".

Một tháng sau cuộc gặp gỡ trên điện thoại đó, Cương "đi". Nhà văn Châu Diên trách bạn "chưa tìm ra chỗ đứng đã vội tìm chỗ nằm". Anh viết trong lời ai điếu không in ở tờ báo nào: " Trong cuộc đời, ai cũng cố tìm cho mình một chỗ đứng. Cái đáng yêu của đời Cương là Cương không chỉ tìm cho mình mà còn bận lòng tìm hộ người khác một chỗ đứng". Tôi không rõ Cương có tìm hộ bạn nào trong hàng ngũ công an một chỗ đứng hay không?

Thay mặt bạn bè, trong đám tang Vũ Huy Cương, tất nhiên có cả các công an viên tham dự, nhà văn Hoàng Tiến nói với Cương lời từ biệt thế này:

"Cuộc đời bạn là một cuốn tiểu thuyết chưa in, nhưng nhiều người đã đọc, đã biết. Qua cuốn sách đó có bao nhiêu bài học: đau khổ, thông minh, kiên cường, bất khuất, lạc quan, yêu đời, và lòng tin vào tương lai tươi đẹp của đất nước".

Hoàng Tiến nói đúng. Cuộc đời Vũ Huy Cương là một cuốn tiểu thuyết chưa in, nhưng nhiều người đã đọc. Và đã học. Học những điều hay. Nghiên cứu những mặt mâu thuẫn. Rút ra những điều cần phải tránh. Vũ Huy Cương không để lại một tác phẩm nào, trừ cuốn tiểu thuyết đó. Anh rời khỏi cuộc chiến đấu như một chiến sĩ vô danh. Anh đứng chung hàng với tất cả những người không để lại tên tuổi, nhưng đã hiến dâng cho đất nước cái duy nhất và cuối cùng họ có thể dâng hiến: sinh mạng của mình.

Bây giờ Cương có quyền được yên nghỉ rồi.

Madrid, Espagne 2001

NGƯỜI Ở TRONG MÂY

Một hôm, nhân có chuyện làm việc với nhà nghiên cứu văn học Thụy Khuê, tôi thấy trong phòng khách có mấy bức tranh sơn dầu. Ánh điện không đủ sáng, tôi phải lại gần mới xem được. thì thấy một bức ký tên Phạm Tăng. Tôi hỏi chị:

- Tác giả bức tranh này còn sống hay mất rồi hở chị?

- Sao anh lại hỏi thế?

- Đã quá lâu tôi không nghe ai nói tới Phạm Tăng. Ở tuổi tôi khi người nào bặt tin thì mình dễ nghĩ vậy lắm.

- Anh quen anh ấy sao?

Thụy Khuê mở to mắt nhìn tôi. Chị ngạc nhiên là phải – tôi là người đến từ miền Bắc, Phạm Tăng là một hoạ sĩ miền Nam.

- Vâng – tôi nói – Chị cũng biết Phạm Tăng?

- Chúng tôi là bạn mà. Anh Tăng còn sống, anh ạ.

- Hiện anh Tăng ở đâu?

- Ở đây, ngay Paris.

Một niềm vui vỡ òa trong tôi. Tôi nắm tay Thụy Khuê, tôi vật nài:

- Chuyện chúng mình định bàn hôm nay để lại bữa khác đi, chị Thụy Khuê nhé? Mình còn nhiều thời gian mà. Hãy dẫn tôi tới gặp anh ấy. Ngay bây giờ.

Thụy Khuê chiều tôi, chị nhanh chóng mặc đồ đưa tôi đi.

Phạm Tăng nhận ra tôi ngay, mới lạ. Con mắt và trí nhớ hình của hoạ sĩ quả có khác người.

Chúng tôi ôm chầm lấy nhau. Anh mừng ra mặt, lại còn gọi đúng tên tôi nữa.

Tôi nhận ra anh không khó – diện mạo người đã trưởng thành ít thay đổi. Khi chúng tôi quen nhau, tôi là đứa trẻ, anh là thanh niên. Giờ đây anh thanh mảnh hơn, nói khác đi là gầy hơn. Nhưng vẫn gương mặt ấy, vẫn những đường nét ấy, vầng trán nay dường như cao thêm vì không còn mái tóc xanh và dày xõa xuống mắt. Giọng nói cũng khác – cao hơn, nhẹ hơn.

Những hình ảnh một thời rất xa vụt hiện về: những con đường làng Yên Mô trù phú với tiếng bật bông vẳng ra qua những hàng rào, cầu Bút, núi Voi, núi Bảng, Quảng Công...

Đó là năm 1948. Tôi là học sinh một trường Nam Định tản cư về Ninh Bình, ngày ngày vác bàn tự tạo đến một ngôi đình thay cho phòng học. Nhà Phạm Tăng ở gần nhà tôi. Chúng tôi ít khi gặp nhau vì phần lớn thời gian anh ở Nam Định, nơi có hai tờ báo in li tô bằng tiếng Việt và tiếng Pháp là tờ Công Dân và tờ l'Étincelle. Trong công việc làm báo này anh có một người bạn gắn bó với anh suốt đời là anh Hữu Ngọc.

Khi nào Phạm Tăng về nhà là y như rằng tôi có mặt, bao giờ cũng cặp kè với Hà Chính Hành, bạn lớn ở lớp trên. Hà Chính Hành là người thuộc nhiều thơ, thuộc đến nỗi có thể đọc ngược truyện Kiều. Vào thời gian ấy chúng tôi rất yêu thơ, từ những áng văn bất hủ của Nguyễn Du, Đoàn Thị Điểm đến Lỡ Bước Sang Ngang của Nguyễn Bính. Đến với Phạm Tăng, chúng tôi ngồi đực, ngắm không biết chán những bức tranh của anh treo la liệt trên tường. Phạm Tăng là hoạ sĩ đầu tiên và duy nhất mà tôi được biết. Nghe tôi nhắc đến những cái tên những bức "Người du kích", "Mùa gặt", "Quê hương"... , Phạm Tăng nhìn tôi chăm chú rồi lắc đầu:

- Tài thật, chịu cậu đấy, làm sao mà cậu có thể nhớ được chứ?

- Chúng là những bức tranh đầu tiên tôi thấy, tranh thật – tôi tìm câu trả lời, với một chút ngắc ngứ - Trước đó tôi chỉ biết có tranh minh hoạ trên báo.

- Mình quên hết rồi - Phạm Tăng thờ ơ nói – Chúng là tranh của một thời ấu trĩ, những bản sao thực tại, tự nhiên chủ nghĩa…

Chị Thụy Khuê ngồi, tay chống cằm, lặng nghe những mẩu chuyện không đầu không đuôi, nhảy từ đề tài này qua đề tài khác về một quá khứ xa xôi, cả về thời gian, cả về địa lý. Rồi sực nhớ thiên chức phụ nữ, chị vội vã vào bếp đun nước pha trà. Chúng tôi vừa nói chuyện vừa trân trân nhìn nhau, như không tin vào lần gặp gỡ bất ngờ. Từ trong bếp vẳng ra tiếng nước reo trong ấm.

Từ năm 1948 tới năm 1996 là gần nửa thế kỷ - một quãng dài trong đời người.

Phạm Tăng vào thành, tôi đi bộ đội. Tin anh vào thành, tôi có nghe. Đất nước chia hai, như hai thế giới. Tôi không nhớ tới anh nữa trong sự bưng bít thông tin về miền đất bên kia sông Bến Hải, trừ tin chính trị. Nhắc lại thời gian ở Yên Mô, mắt Phạm Tăng mờ đi. Tôi cũng vậy. Với tôi, nó là một đoạn đời không thể quên, khi lần đầu tiên cậu học trò mới lớn biết xúc động trước vẻ đẹp của những người con gái. Chế Lan Viên nói thật hay: "Khi ta ở chỉ là nơi đất ở, Khi ta đi đất đã hoá tâm hồn…"

Từ đó, chúng tôi không xa nhau nữa.

Phạm Tăng thường gọi điện thoại cho tôi, nhất là khi lâu không gặp. Những cuộc gọi dài và rất dài, bất kể vào giờ nào, có khi giữa đêm khuya. Trong thành phố này tôi là người duy nhất biết anh từ những năm xa xưa, và qua anh biết bạn bè anh. Anh gọi cho tôi khi những bóng mờ trong ký ức chợt về. Nỗi nhớ quê hương không chịu ngủ yên trong anh. Kèm theo nỗi nhớ này là một sự giằng xé trong sâu thẳm tâm hồn. Anh nhớ lắm một thời trai trong những ngày đầu cuộc kháng chiến chống Pháp. Với anh, nó là thời gian tuyệt đẹp.

- Anh em mình hồi ấy sao mà trong sáng, phải không? Mình không thể nào quên một kỷ niệm với Lưu Quyên. Cậu nhớ anh ấy chứ?

- Lưu Quyên làm kinh tài.

- Còn nhớ ông Giang chủ tịch Liên khu 3 không?

- Nhớ chứ. Chúng tôi bị tù cùng nhau trong một vụ án vớ vẩn. Tôi nhìn thấy ông cầm cái bát sắt tráng men sứt sẹo có cái đuôi cá khô nhô lên trên phần cơm tù ở Hỏa Lò. Tôi ngồi bên ông lúc ông hấp hối trong gian nhà dột nát ở chùa Liên Phái vào một đêm mưa…

- Mình có nghe chuyện xảy ra với ông Giang. Một con người chân thật, mộc mạc, tốt bụng. Có quá nhiều cái mình không ngờ có thể xảy ra đã xảy ra…

Tôi nghe tiếng thở dài ở đầu dây bên kia.

- Anh kể chuyện anh Lưu Quyên đi.

- Một đêm vợ chồng Lưu Quyên bị chủ thuyền đuổi khỏi con đò dọc, khi chị ấy đột ngột trở dạ - anh kể, bồi hồi - Dân sông nước mê tín lắm, cậu thừa biết. Chị ấy chỉ được nằm lại nếu trả cho người lái đò một khoản tiền bằng giá con đò. Lưu Quyên mang theo mình cả một cặp đầy ắp tiền, nhưng lại không chịu bỏ ra. Đã tính bảo cho thuyền cập bến, đưa vợ lên bờ…

- Rồi sao?

- Mình đi cùng vợ chồng Lưu Quyên, không nhớ đi việc gì. Mình lại đang sẵn tiền – chả là ông Đặng Kim Giang vừa gửi cho một món, coi như tiền thưởng làm báo, vẽ tranh địch vận. Mình bảo: "Để tớ trả". Lưu Quyên không chịu, nói mãi mới bằng lòng. Thế đấy, vợ sắp đẻ, cứ lấy của công ra trả cái đã, có sao đâu. Nhưng không, một đồng của công Lưu Quyên nhất định không nhả ra. Có thể gọi những con người như thế là gì? Những con người lý tưởng, chỉ có trong một thời lý tưởng.

Tôi bắt gặp ở nhiều người nỗi nhớ khôn nguôi về thời gian đầu cuộc kháng chiến chống Pháp, không chỉ ở Phạm Tăng. Nhà thơ Hà Thượng Nhân, từng làm giám đốc Đài phát thanh Quốc gia của Việt Nam Cộng hoà, bị đi tù cộng sản từ năm 1975 tới năm 1983 cũng có một tâm trạng y như vậy. Anh là một người chống cộng kiên định, bè bạn gọi anh là Hà Chưởng Môn, người đứng đầu cả về thơ lẫn lập trường trong cộng đồng Việt ở San Jose. Thế mà trong tâm sự với tôi, anh vẫn bùi ngùi nhắc đến những kỷ niệm với bè bạn trong kháng chiến. Với tướng Nguyễn Sơn, anh đặc biệt kính trọng và yêu mến, ví ông như Từ Hải trong truyện Kiều.

Mới thấy chính quyền cộng sản đã phí phạm những người con ưu tú của đất nước đến thế nào.

Tôi không hỏi vì sao Phạm Tăng bỏ kháng chiến vào thành. Anh cũng tránh, không nói. Nó là nỗi đau đã thành sẹo. Dù anh vẫn nhận được tin tức trong nước, vẫn biết những chuyện không hay xảy ra với người này người kia trong số bạn bè ở lại, những kỷ niệm về một thời với anh là đẹp mãi mãi đóng cứng trong trí nhớ. Anh không chịu, không muốn nghĩ, lại càng không muốn chứng minh rằng sự bỏ đi của mình là một lựa chọn đúng.

Tôi thường đến ngồi với anh cả buổi, có khi gần hết ngày, trong căn hộ nhỏ ở Quảng trường Các Quyền Tự do (Place des Libertés) thuộc tỉnh ly Bonneuil-sur-Marne. Cái quảng trường nhỏ bé này luôn có hoa - hoa trong bồn cỏ, hoa trên các cột điện. Gọi là tỉnh ly, chứ Bonneuil-sur-Marne chỉ là một bidonvile của Paris, tỉnh ngoại ô, từ trung tâm đến đấy có thể dùng Metro và bus của thành phố.

- Ở đây mình thừa tự do – anh cười chua chát – Lại càng thương những người không có nó.

Câu chuyện nào rồi cũng dẫn tới quê hương xa xôi.

- Tại sao anh bỏ Sài Gòn để sang châu Âu? Cái gì khiến anh bỏ nó để tới nơi anh chưa từng đến, nơi anh không hề biết, ném mình vào mung lung? Con đường phiêu lãng vô định ấy rồi dẫn anh tới đâu? Nó cho anh những gì?

Nhà thơ Du Tử Lê dồn dập hỏi. Gặp Phạm Tăng là một tình cờ hi hữu, anh hỏi suốt, hết câu này đến câu khác. Mặc dầu có thời cùng sống ở Sài Gòn, Du Tử Lê chưa từng giáp mặt người mà anh gọi là "Con phượng hoàng Việt Nam trên bầu trời nghệ thuật Tây phương". Trong chuyến đi Paris cuối năm 2015, anh nằng nặc bắt tôi phải đưa đi gặp Phạm Tăng ngay lập tức.

- Tại sao ư? Lý do thì nhiều – Phạm Tăng không trả lời thẳng vào câu hỏi – Chúng ta lớn lên với tranh Tết Đông Hồ, với Đám Cưới Chuột, với Hái Dừa, Đánh Ghen, với Cá, với Gà, với Lợn... Người Pháp đưa đến cho chúng ta kỷ hà học, sơn dầu, thuốc nước. Tôi rất muốn đến tận nơi đã sản sinh ra những bậc thầy của hội hoạ Tây phương, ngoài hội hoạ Pháp mà mình đã biết, để xem từ xa xưa những bậc thầy hội hoạ ở đấy đã đưa lên khung vải cái nhìn thấy bằng đường nét, bằng màu sắc theo những cách nào... Lại đúng vào lúc có một học bổng đại học hội hoạ do Ý cấp. Thế là đi.

- Anh từng ở trong tâm bão gây nên bởi bức vẽ không ký tên trên bìa nhật báo Tự Do số Xuân 1959 với bầy chuột đục khoét trái dưa hấu. Nó đã trở thành một scandal chính trị như một ám chỉ về nạn tham nhũng dính dáng tới gia đình cố tổng thống Ngô Đình Diệm... Sự thật là thế nào?

- Tôi đã có lần lên tiếng rồi – Phạm Tăng vắn tắt, anh không thích câu hỏi – Người khác là tác giả, không phải tôi.

Du Tử Lê có một bài viết rất dài đăng nhiều kỳ trên nhật báo Người Việt ghi lại cuộc trò chuyện rất dài và rất lan man với Phạm Tăng trong một ngày mưa. Những dòng nước theo nhau, đuổi nhau chảy trên kính cửa, một bối cảnh thích hợp cho sự gợi nhớ quá khứ.

Du Tử Lê nhích lại gần Phạm Tăng hơn nữa, chằm chằm nhìn anh, nuốt từng lời. Trong cuộc gặp gỡ không định trước, anh hối hả đưa ra cả một đống câu hỏi, không khác gì một phóng viên đang hành nghề. Đến nỗi anh không thấy nhiều lúc Phạm Tăng vờ không nghe anh hỏi gì.

Phạm Tăng rõ ràng không muốn nhắc tới quá khứ nghề nghiệp. Anh đã rũ bỏ nó như một tấm áo rách. Thôi thì mặc, những người nghiên cứu hội hoạ Việt Nam sau này muốn viết gì về Phạm Tăng thì viết – những cuộc triển lãm gây nhiều tiếng vang, những lời ca ngợi, những bằng khen được tặng. Anh không tự hào về những cái với người khác là những huân chương xếp hàng trên ngực. Anh không thích nói về những cái mà người ta gọi là thành tựu. Chọn cuộc đời ẩn sĩ, anh tránh mọi quấy rầy.

Câu chuyện với Du Tử Lê diễn ra bên dưới bức tranh khổ lớn choán cả bức tường. Đó là bức "Vũ trụ", được UNESCO tặng huy chương vàng hội hoạ năm 1967.

Để sống, Phạm Tăng đã bán dần tất cả những gì anh vẽ, chỉ giữ lại một bức này. Anh bảo nó chứa đựng mọi suy ngẫm của anh về nhân sinh, là triết lý về cuộc đời, về cái ngã và vô ngã trong một vũ trụ vô cùng, bất tận, vô sinh, vô tử, được biểu hiện trong vô vàn tế bào nguyên sinh, những khoanh tròn đồng tâm với những màu đối nhau, khi ẩn khi hiện, biến hoá khôn cùng trong một toàn cục bao la - một ngân hà này trùm lên một ngân hà khác, cứ thế trườn đi mãi, vượt ra ngoài khung vải.

Phạm Tăng kể:

- Mình không tiếc đã bỏ Sài Gòn để đi tới vùng đất mới. Ở Sài Gòn mình sống sung túc, có thể gọi là thừa mứa. Đến Roma mình phải ở nhờ một tu viện nghèo của một dòng tu khổ hạnh. Tiền học bổng chỉ đủ để ăn mì với cà chua hoặc pizza chay. Không, không phải mình đến với hội hoạ phương Tây để học cách vẽ của họ đâu. Mình đến để tìm hiểu cái nhìn của họ bằng con mắt hội hoạ trong chiều dài nhiều thế kỷ, tại sao họ vẽ, vẽ cái gì, vẽ thế nào? Cứ thế sống dặt dẹo mấy năm cho đến khi hiểu ra rằng con đường tìm kiếm còn dài, mình còn cần đến một thứ vô duyên là tiền. Đành phải bán vài bức tranh vẽ theo phong cách Á đông bán cho khách chuộng lạ. Những bức tranh ấy sẽ chẳng ai biết đó là của Phạm Tăng – dưới mỗi bức mình ký một cái tên, toàn là tên bịa đặt.

Người ta kể về anh:

- Số ông này sướng. Ở Sài Gòn lấy một cô con nhà giàu, ăn chơi bán giời không văn tự, bà vợ chết cũng vì tay phá gia chi tử này đấy. Sau, sang Ý, tốt nghiệp học viện mỹ thuật Roma, vớ được một tiểu thư đài các con một quý tộc kiêm điền chủ đảo Sisilia, nông dân ở đấy mỗi khi gặp cậu chủ còn phải khuỵu chân xin được hôn tay, khiếp chưa? Được mỗi cô con gái duy nhất thì hoàn toàn Ý, chẳng có tí Việt nào.

Thiên hạ thường nhìn người ở bề ngoài. Họ nói điều họ không biết, lại nghĩ rằng mình biết. Họ không biết Phạm Tăng đã từ bỏ cuộc sống xa hoa anh có, kiếm được nhiều ngàn dollars mỗi tháng, thời ấy là số tiền rất lớn.

Tôi không hỏi Phạm Tăng về những người đàn bà trong đời anh. Tự anh kể cho tôi nghe về mối tình với người vợ đầu đã mất khi anh chưa ra nước ngoài. Anh nâng niu cuốn album nhỏ xíu, xộc xệch, rách nát, trong đó có những tấm ảnh bạc màu chụp người con gái trẻ có đôi mắt ướt tình tứ. Cuốn album lưu lạc nhiều năm, được một người yêu hội hoạ tìm thấy, gửi sang cho anh. Có thể viết một truyện ngắn về cuốn album ấy, nếu nó rơi vào tay một Maupassant . Nhìn anh lần giở những hình ảnh của một thời đã mất, tôi hiểu đó là mối tình duy nhất của anh. Với những người đàn bà khác trong đời, anh không nhắc tới. Chúng thuộc về ký ức, không phải cái để kể.

Phạm Tăng đi vào hội hoạ như đi vào một cuộc chơi. Ở Sài Gòn, cũng vào một năm rất xa, anh viết trong tạp chí Bách Khoa:

Múa bút vườn hoang, vẽ láo chơi
Xôn xao sỏi đá nói lên lời!
Đỏ xanh xáo trộn hồn cây cỏ
Nhẹ gót vào tranh, chiếc lá rơi!

Nhưng rồi anh hiểu ra: nghệ thuật không phải cái để đùa nghịch. Nó là nơi con người gửi gắm tâm hồn, bộc bạch tâm tư. Nó là cái cầu nối liền nghệ sĩ với cuộc đời, là sự giao hoà với nhân quần mà mỗi con người là một hạt cát trong sa mạc nhân loại.

Vì lẽ đó, anh quẳng lại vinh hoa đã có để đi tìm cội nguồn hội hoạ, để hiểu những suy tư của những kiếp người đã trao thân gửi phận cho nghệ thuật.

- Anh không phải Phạm Tăng, mà là bản sao của Đường Tăng. Đường Tăng lặn lội đi Tây Trúc thỉnh kinh – tôi nói đùa – Còn anh thì lang thang trời Tây tìm cái gì? Và rốt cuộc, anh đã tìm được gì?

- Vừa nhiều, vừa ít – Phạm Tăng nói, mắt xa xăm – Cậu thấy tranh tượng của David Michelangelo, Leonardo da Vinci thế nào? Tuyệt vời, phải không? Cơ thể người được thể hiện chính xác đến nỗi thoạt nhìn cứ như là ảnh chụp, rõ từng chi tiết. Nhìn kỹ đi, sẽ thấy khác – máy ảnh tốt đến mấy cũng không thể đạt tới Cái Đẹp mà những bậc thầy ấy tạo ra. Đó là sự tôn vinh Cái Đẹp của cơ thể con người. Nghĩ thêm nữa đi, rồi sẽ thấy đó còn là sự tôn vinh Thượng đế. Chỉ có Thượng đế mới tạo ra một hình hài toàn mỹ đến thế. Nghệ thuật là sự hoà trộn của tất cả những gì ta có thể nói ra, và những gì không thể nói ra, không đủ lời để nói, mà chỉ có thể cảm nhận...

Những câu chuyện của chúng tôi diễn ra dưới bức tranh "Vũ Trụ" của anh. Tôi đã ngắm nó không biết bao nhiêu lần. Tôi không hiểu những vần vụ sắc màu, những đường nét hư ảo trên đó là sự biểu hiện suy tư về vũ trụ khôn cùng, là triết lý cuộc đời anh gửi gắm vào. Nhưng tôi không nói ra rằng tôi không hiểu, tôi sợ anh buồn. Ý tưởng thể hiện triết học dưới dạng hình họa tôi chỉ biết có một: đó là biểu tượng âm dương chứa hai khối đen trắng uốn lượn giao nhau trong chuyển động không ngừng, với hai hình tròn nhỏ ngược màu nằm trong hai khối ấy biểu hiện sự bất toàn, trong dương có âm có dương, trong dương có âm.

Phạm Tăng hiểu vì sao tôi im lặng.

- Cái bi kịch trong mình là sự bất lực – một hôm, Phạm Tăng buồn rầu thổ lộ – Mình bất lực trong sự diễn tả cái mình muốn diễn tả.

- Bi kịch ấy không phải chỉ anh có – tôi an ủi – Nó hiện hữu ở bất cứ nơi nào có mưu toan đưa cái ý, cái tâm vô hình ra ngoài bằng phương tiện hữu hình.

Nhà thơ Du Tử Lê có cảm nhận khác tôi. Anh đến gần rồi lùi xa, cầm kính lúp soi vào từng khối màu xoắn xuýt nhau, đan xen nhau, hoà trộn vào nhau, bay lượn bên nhau, rồi ngẩn người ngồi xuống một ghế xa, ngắm tiếp. Nhà thơ có thể có cảm nhận cái vô hình qua cái hữu hình khác tôi. Nó là sự đồng cảm khó giải thích giữa nhà thơ và hoạ sĩ, giữa hai miền suy tưởng. Chúng có thể có mối tương giao mà tôi không biết.

Gần Phạm Tăng nhiều, nhưng tôi không dám chắc mình đã hiểu anh. Mỗi khi nghĩ tới anh tôi lại mường tượng ra con người câm lặng đắm chìm trong những suy nghĩ không bao giờ dứt, kể cả khi anh cầm lại cây cọ để đưa chúng lên khung vải. Những lúc ấy anh sẽ quên bất cứ người đối thoại nào – anh độc thoại. Những lúc ấy nếu có đến với anh tôi cũng là người thừa.

Điều tôi biết chắc: Phạm Tăng là người đi tìm cái anh muốn hiểu. Anh khác những người tưởng mọi sự đời đều là cái đã biết, như thể họ sống lần thứ hai trên trái đất. Tôi yêu những người đi tìm.

Có vẻ như anh đã tìm thấy cho mình ý nghĩa của cả nghệ thuật, cả đời sống để thể hiện trong bức tranh mà anh giữ lại sau khi đã cho đi, đã bán đi tất cả.

Nhưng cái anh tìm thấy mới chỉ cho riêng anh thôi, chưa phải cho tôi, cho mọi người.

Giờ đây, tôi không còn cơ hội nào trò chuyện với anh nữa, để hiểu anh thêm nữa. Anh đã đi, xa chúng ta mãi mãi. Như anh muốn, anh đã là người ở trong mây, trong vũ trụ vô chung vô thủy.

NGUYỄN KHẢI – VÀI KỶ NIỆM

1.

Yaroslavsky Vokzal là một ga lớn ở Moskva. Nó nối liền miền Đông nước Nga mênh mông với Trung Quốc, Triều Tiên, Việt Nam cùng hệ thống, thêm Vương quốc Lào có phớt qua tí nước sơn xã hội chủ nghĩa.

Đứng ê càng trên ke tôi mới thấy con tàu Bắc Kinh-Moskva lừng lững hiện ra, đèn pha sáng quắc, còi hú rầm rĩ, chậm một giờ.

Dưới ánh đèn vàng sân ga, tôi nhận ngay ra thân hình lộc ngộc của Nguyễn Khải trong đoàn người linh kinh hành lý từ trên tàu bước xuống. Tôi chạy lại, ôm lấy anh. Tháng trước, ở Hà Nội, chúng tôi đã ngoắc tay hẹn gặp nhau ở Moskva. Ngoắc thì ngoắc chứ tôi không mấy tin lời thì thào với giọng quan trọng của Khải rằng chuyến này chắc chắn anh sẽ được đi.

Tôi không tin là phải thôi. Ngay văn gia lão trượng Nguyễn Tuân cũng từng ghé vào tai tôi mà thì thào y như thế, không khác gì hai tên âm mưu. Vào những năm ấy, được ra khỏi biên giới là chuyện thiên nan vạn nan. Là nói về cán bộ nhà nước thôi, chứ dân thường chả ai phát rồ để đầu đơn xin đi. Đi đã chẳng được, mà hậu quả thì ôi thôi, khó lường nó sẽ là cái gì, khác nhau chỉ ở chỗ xấu nhiều hay xấu ít, không có tốt. Ai cũng hiểu: đất nước là cái cũi, dân lúc nhúc bên trong, "trên" thả đứa nào biết đứa ấy. "Trên" là nói chung chung, chứ cũng đủ thứ "trên"- có khi chỉ là cấp tỉnh, cũng có khi lên mãi thượng tầng – Bộ Công an, Bộ Chính trị. Vì thế, khi biết tin mình sẽ được đi dự một hội nghị quốc tế chẳng hạn, người đi chỉ để bụng, không dám hé răng. Nói ra miệng rồi phải ở lại thì ê mặt. Không hiếm trường hợp hành lý đã đặt dưới chân rồi, đã sắp bước lên xe ra sân bay rồi, thế mà đùng một cái: hoãn! Hoãn là hoãn, có thể tạm, mà cũng có thể là không bao giờ. Ấy là chưa kể những lời ong tiếng ve ắt phải có nếu người tưởng mười mươi được đi bỗng bị ách lại.

Một lần, mấy độc giả người Việt ở Paris mê tác giả của những áng văn bất hủ Chùa Đàn, Vang Bóng Một Thời hứng lên góp tiền mua vé mời Nguyễn Tuân qua chơi. Được lời như cởi tấm lòng, nhà văn mắc bệnh xê dịch vui lắm. Nguyễn Tuân là đảng viên, mà đảng viên thì phải có ý thức tổ chức, ông lập tức báo cáo lên "trên", xin "trên" cho ông đi. Ở tầm Nguyễn Tuân mà xin thì "trên" đây trên cùng, không còn có cái "trên" nào cao hơn. Theo lời ông thì thào với tôi thì "trên" bảo ừ, được đấy, hay đấy, ông đi Paris một chuyến cho vui. Thế mà đúng hai ngày trước khi lên đường, chủ tịch Hội nhà văn Nguyễn Đình Thi đến tận nhà, ghé vào tai ông: "Các Anh ấy bảo thôi, ông ạ. Đi bây giờ không có lợi". Các Anh ấy là ai, không có lợi là thế nào, Nguyễn Tuân không cần Nguyễn Đình Thi giải thích. "Trên" đã quyết là xong, là chấm hết, không cách nào thay đổi. Nguyễn Tuân đành vuốt bụng xin kiếu: "Tôi hồi này không được khoẻ. Để khi khác vậy". Cái khi khác ấy không bao giờ có. Thế là Nguyễn Tuân phải mang xuống tuyền đài ước muốn được thấy Paris một lần. Bức điện xin kiếu được nhà nước đánh giùm, miễn phí.

Tôi lo Khải không được đi vì lý lịch – anh là con nhà quan. Quan đây chẳng phải cái gì lớn – một viên tham biện làng nhàng ở phủ Thống sứ, nhưng vẫn bị coi là quan. Đến thời cách mạng thì, than ôi, nó thành cái tội tày trời – tay sai đế quốc.

Người nào ở miền Bắc Việt Nam thời ấy đều biết lý lịch là cái gì, nó quan trọng đến thế nào. Khải không giấu anh là con nhà quan, tuy anh chẳng phải con chính thất. Khốn nỗi, anh được ông quan nuôi trong nhà, cho ăn cho học, không phải con quan còn là cái gì.

Nhưng Khải đã đi được.

Không hiểu sao khi nhớ tới những kỷ niệm với Nguyễn Khải thì cuộc gặp gỡ này lại hiện ra đầu tiên. Cái đó hẳn có cái lý của nó. Thôi thì đã viết về Nguyễn Khải thì cứ viết, nhớ gì viết nấy, chẳng so đo lựa chọn chuyện này chuyện kia làm gì. Tôi không có ý định dựng chân dung một cây bút. Kỷ niệm là kỷ niệm, có thiếu có đủ, có sai có đúng. Có thế nào ghi lại thế ấy, vậy thôi.

Khải không nằm trong danh sách đoàn đại biểu Việt Nam đi dự Festival thanh niên và sinh viên thế giới lần thứ sáu tổ chức tại Moskva. Khải không phải đoàn viên thanh niên, không phải sinh viên, anh được cử đi với tư cách phóng viên để viết tường thuật.

Về tới khách sạn, Khải bảo tôi ngủ lại đấy để sáng mai dẫn Khải đi chơi thành phố. Tôi ngần ngại:

- Hỏi chúng nó một tiếng đã. Mình ở lại không tiện.

Kỷ luật cho đoàn viên nhiều: không đi khỏi khách sạn không báo cáo, không ra ngoài khách sạn một mình, không mua bán, không tiếp khách trong phòng ở ...

- Kệ mẹ chúng nó, mình có phải đoàn viên đâu mà phải theo – Khải nói – Cứ ở lại.

Dẫn đoàn là hai tay tai to mặt lớn của tổ chức thanh niên. Trưởng đoàn là Vũ Quang, tôi không nhớ chắc. Người thứ hai là Ngô Vĩnh Viễn, một trí thức cao lớn, quan dạng, tiếng Tây làu làu, được đảng tín nhiệm, là một ngoại lệ hiếm hoi. Thấy tôi ở lại đêm, mặt Viễn sa sầm, nhưng không nói gì. Có thể vì Viễn nể tôi là người quen từ Đại hội Thanh niên Cứu quốc năm 1950, khi hoạ sĩ Tôn Đức Lượng vẽ huy hiệu tay cầm cờ đỏ sao vàng tiến lên. Tên tác giả cái huy hiệu này chẳng hiểu vì lẽ gì không bao giờ được nhắc tới.

Đêm ấy tôi ngủ không ngon – hai thằng đàn ông nằm trên cái giường cho một người vừa chật vừa khó chịu – Khải ôm tôi suốt đêm như ôm đàn bà, tay lại hay mó máy. Người Nga thấy sẽ tưởng nằm đấy là hai thằng gay.

Sáng sớm hôm sau tôi dẫn Khải ra quảng trường Đỏ, được quen gọi là Hồng Trường. Khải tiếc hai thằng không có lấy một cái máy ảnh đem theo để chụp vài pô kỷ niệm. Bù vào đấy, anh rất khoái khi được biết trong tiếng Nga, cổ cũng như kim, chữ "hồng" (đỏ) chỉ trần xì có nghĩa đẹp, chẳng dính dáng tới cách mạng cách miếc gì hết. "Thế mà bây giờ người ta coi màu đỏ là màu đặc trưng của cách mạng – Khải nói - không một màu nào được tranh chỗ của nó. Một thứ priorité (ưu tiên) vừa thời thượng, vừa độc quyền. Thối thế! ".

Buổi sáng trời mát rượi. Chúng tôi húp vội món súp gà trên đại lộ Gorky để có sức tiếp tục lang thang trong dòng người tấp nập trên phố phường thủ đô nước anh cả phe xã hội chủ nghĩa. No nê con mắt rồi, Khải chợt nhớ ra, hối tôi dẫn ngay tới Kuznetsky Most (phố Cầu Thợ Rèn)., Đây là nơi duy nhất có nhiều cửa hàng bán sách cũ bằng tiếng nước ngoài. Nguyên Ngọc có kinh nghiệm, khuyên Khải đến đấy ngay lập tức khi vừa đặt chân tới Moskva, kẻo sau không có thời giờ.

Hôm ấy, Khải tiêu sạch số tiền được phát cho đoàn viên, còn lục túi tôi lấy thêm ít rúp nữa mới đủ mua số sách tìm được. Về đến khách sạn là Khải tót lên giường, nằm chềnh ềnh, giở hết cuốn này đến cuốn khác, đọc nhảy cóc. Cái cách đọc này rất Khải. Chỉ sau khi bị cuốn hút vào một cuốn nào đấy anh mới đọc nó rất kỹ.

2.

Trước ngày khai mạc Festival, Khải kéo tôi ra chỗ vắng, im lặng một lúc, tần ngần một lúc, rồi bảo:

- Mình tính thế này: mỗi đại biểu được phát một huy hiệu, một thẻ. Cậu đeo huy hiệu, mình cầm thẻ, cậu tìm cách nhập vào các đoàn mà xem Festival, mình nằm nhà đọc sách. Có thẻ, mình không đói, nhà ăn ở ngay trong khách sạn.

Tôi ngớ ra:

- Sao lại thế? Cậu được phân công viết về Festival cơ mà. Cậu không xem thì sao viết?

Khải lạnh tanh:

- Mình không viết thì cậu viết. Miễn có bài là không ai trách được mình.

Tôi không hiểu tại sao Khải xử sự như thế, cả lúc ấy, cả bây giờ. Hắn Ngô Vĩnh Viễn giở nguyên tắc ra cự nự chuyện tôi ngủ lại, chuyện Khải đi chơi không báo cáo. Tức khí, Khải quyết định nằm nhà.

Cái tính tự ái lì, sau này tôi mới biết, là một tính cách Khải. Không bằng lòng cái gì, Khải câng câng ngoảnh mặt đi, không nói không rằng.

Sáng kiến của Khải thế mà hay – với huy hiệu trên ngực, tôi chặn xe bus chở đoàn Nhật trên đường vào sân vận động Lenin. Lái xe Nga tưởng tôi là người Nhật, các bạn Nhật tưởng tôi là người một đoàn nào đi lạc, lôi tuột vào xe, hô rầm rĩ "Druzba! Mir!" ("Hữu nghị! Hoà bình!").

Một cái may bất ngờ khác - các bạn ở Xưởng phim Tài liệu trung ương Moskva mừng rỡ túm được tôi – một cameraman bất thần bị mổ ruột thừa. Với máy quay Konvas trên vai, tôi đi lung tung trong sân vận động quay cảnh quần chúng, muốn quay gì thì quay. Mấy người trong đoàn Việt Nam trợn mắt – sao tôi lại có mặt?

Festival này to lắm, có tới 131 quốc gia với 34.000 đại biểu tham dự. Khách nhan nhản, nhiều đoàn khoác quần áo dân tộc đủ kiểu đủ màu sặc sỡ, đi đâu cũng gặp. Thành phố đêm cũng như ngày, đèn đuốc sáng trưng. Loa to loa nhỏ oang oang, ồn ào kèn trống, chỗ nào cũng có tiết mục nghệ thuật của các đoàn giới thiệu văn hoá nước mình, cái nào cũng đáng xem, cái nào cũng độc đáo. Moskva biến thành Babylon hiện đại, không có mâu thuẫn ngôn ngữ.

Tôi chạy như đèn cù, thế mà cũng chỉ xem được một phần những gì muốn xem. Mấy lần tôi rẽ qua khách sạn thăm bạn, thấy Nguyễn Khải vẫn yên vị, sách ngổn ngang dưới chân giường.

Hay là thế, vui là thế, mà Khải bỏ, không xem, thật kỳ cục. Chèo kéo mãi Khải mới rời bỏ những cuốn sách đã đi coi một buổi diễn của nhà hát múa rối Obraztsov. Nhà hát này không chỉ nổi tiếng ở Moskva. Nó nổi tiếng thế giới.

- Hay lắm! Nhưng bớt hay đi một tí thì tuyệt – Khải nhận xét – Những con rối quá khéo, quá tài tình, đến nỗi đang xem, khán giả quên bằng vở diễn, muốn vỗ đùi cái đét mà khen "Cái thằng nào con nào điều khiển những con rối ở hậu trường sao mà giỏi thế, sao mà tài thế! Lần sau đến đây mình phải xem vài buổi nữa mới đã. Rối đấy, giả đấy, nhưng còn hơn nhiều diễn viên người thật biết đọc thuộc lòng đài từ không cần đến người nhắc vở.

Hóa ra Khải còn là một khán giả khó tính. Và tinh tế.

Festival rồi cũng bế mạc. Trước ngày đoàn Việt Nam về, tôi phải thức đêm để hoàn thành cấp tốc bài ký về festival thay cho Khải. Khải thản nhiên đút nó vào túi dết, bước lên tàu, vẫy tay chào tôi.

Tôi ngạc nhiên về cách hành xử trong vụ này của anh. Ấy thế nhưng nhờ có nó, tôi mới hiểu thêm cái tính cách không giống ai của Khải.

3.

Trưa hè.

Tôi đang nằm khàn ở nhà đọc Erich Maria Remark thì nghe tiếng bước chân chạy nhanh trên thang gác. Nguyễn Khải đẩy cửa, xộc vào, mặt đỏ gay:

- Ê, dậy đi, thằng lừa đảo!

Tôi trợn mắt nhìn Nguyễn Khải.

Ngồi phịch xuống bên tôi, Khải cười toác:

- Ngạc nhiên hả? Cậu là thằng lừa đảo có hạng.

- Lừa ai? Lừa cái gì mới được chứ?

- Mình đọc Đêm Mất Ngủ của cậu. Cậu viết: "Những viên cuội tròn lẩn tránh chân anh và khi anh đi qua chúng lại chen chúc nhau nằm vào chỗ cũ". Là cậu tả cái thằng mất ngủ của cậu lang thang ở trước viện bảo tàng lịch sử ấy... Đúng không nào?

- Ừ, thì sao?

- Còn thì sao nữa. Cậu bịp.

- Nói tiếp đi.

- Mình nhớ trước viện bảo tàng không hề có sỏi. Mới nghĩ: hay mình nhầm? Mới phải phóng ra xem lại: đúng y, ở đấy sỏi đâu mà sỏi, phẳng lì. Rõ to đầu mà còn mắc lỡm.

Hiểu ra, tôi bật cười:

- Đáng kiếp!

- Lão Hoàng Xuân Nhị phang cậu: "Vũ Thư Hiên phất cao ngọn cờ ấn tượng chống lại đường lối hiện thực xã hội chủ nghĩa" là đúng lắm.

Tôi không tưởng tượng Khải chịu khó đọc kỹ đến thế, nhớ từng câu.

- Mình không có ý định. Câu văn tự nó nhảy vào – tôi nói – Ấn tượng chủ nghĩa là một cái mũ chụp lên đầu kẻ viết phi chính thống. Chẳng có cái thòng lọng nào của bất cứ thứ chủ nghĩa nào tròng được vào cổ mình đâu.

- Thế mới phải! – Khải tán đồng.

Chúng tôi ồn ào kéo nhau đi "Lâm Toét".

Đó là một quán cà phê nổi tiếng. Chủ quán tên Lâm, mắt có hơi kèm nhèm, nhưng không toét. Toét là biệt hiệu phóng đại, cho vui. Lâm Toét đặc biệt quý khách thuộc giới hoạ. Họ có thể đến quán ông uống cà phê, ăn sáng ghi sổ, bao giờ có tiền trả cũng được. Không có tiền thì mang tranh đến gán, Lâm Toét vui vẻ nhận, không so kè bẻ măng. Nhờ thế, ông có một bộ sưu tập tranh phong phú không kém gì Đức Minh, nhà sưu tập danh tiếng từ thời Pháp.

Tôi cũng khách quen của Lâm Toét. Tôi đến đấy ăn sáng, uống cà phê thường xuyên, nhưng là ăn uống che tàn, người trả tiền là các bạn. Túi tiền của tôi không rủng rỉnh, tôi không có gì để gán cho Lâm Toét. Với Lâm Toét tranh có giá, văn thì không. Người hay bao tôi nhất là Nguyễn Sáng. Anh thường kéo tôi theo, réo ầm ầm dưới đường: "Đi Lâm đi!". Từ tầng hai, tôi hét xuống "Đợi tí!". Con người độc thân lôi thôi lếch thếch, sơ mi ngoài quần, ống thấp ống cao, ghếch xe bên hè, kiên nhẫn đợi.

"Đi Lâm đi!" là cách gọi tương tự ngày xưa thiên hạ hè nhau "Đi Trô đi", tức là đi nằm bàn đèn ở tiệm ông chủ tên Trô.

Uống cà phê xong, tôi và Khải bất ngờ được Lâm Toét mời lên phòng trên.

Vinh dự này chỉ có khi Lâm Toét đặc biệt cao hứng. Lâm Toét chỉ đặc biệt cao hứng khi có được những bức tranh mà ông mới có, mà ông thấy là tuyệt đẹp, nhất thiết phải khoe.

Phòng trên của Lâm Toét hẹp, trần thấp, thiếu ánh sáng, nhưng đầy tranh – chúng được treo la liệt trên tường, thiếu chỗ thì đặt tựa lưng vào tường. Lâm Toét có con mắt tinh đời trong thẩm tranh. Ông phân biệt rõ ràng tranh sáng tạo với tranh đường mòn. Lâm Toét không bao giờ đánh giá tranh theo diện tích như XUNHASABA (tên tắt của công ty Xuất Nhập Khẩu Sách Báo) – tranh to thì tiền nhiều.

Chúng tôi được uống cà phê tự tay Lâm Toét pha, được hút Gold Flake, thứ thuốc lá ngoại hiếm hoi, phải biết luồng mới mua được.

Lâm Toét ngồi im lặng, mắt hấp him dõi theo cái nhìn của khách. Thấy khách dừng lại lâu ở một bức tranh nào đó, gật gù, nghiêng ngó, là ông sướng.

Ra về, đang đạp chậm bên tôi, Khải đột ngột lái vào vỉa hè, buộc tôi phải dừng theo.

- Làm tí chè chén cái đã.

Ngồi ở quán nước vỉa hè đầu đường Tràng Tiền rẽ sang phố Phan Chu Trinh, Khải vừa thổi chén trà nóng hổi trên tay, vừa lơ đãng nhìn người người qua lại, trầm ngâm:

- Này, cậu nghĩ thế nào? Người ta sai, hay người ta ngu, khi bắt chúng ta nhất nhất phải tuân thủ những nguyên tắc sáng tác của hiện thực xã hội chủ nghĩa?

Tôi im lặng. Như mọi người, tôi ngại, tôi tránh chuyện chính trị và mọi thứ dính dáng tới nó.Hiện thực xã hội chủ nghĩa, với tư cách đường lối, phương pháp sáng tác, là thứ thời thượng, được trương lên như ngọn cờ dẫn đường cho văn nghệ sĩ. Gắn hai chữ chủ nghĩa vào đấy, nó không phải chính trị còn là cái gì.

Khải tiếp tục triết lý:

- Hiện thực là hiện thực, phải không nào? Không có hiện thực xã hội chủ nghĩa thì Balzac vẫn sáng tác, vẫn sống cho tới bây giờ. Không thể hiểu được người ta dính cái chủ nghĩa vào đấy làm gì. Mà cái nhà ông Gorky viết được Trái Tim Danko với Bà Lão Izerghin hay không tả được, cũng tán thành nó, mới kỳ chứ.

Tôi thận trọng:

- Mình may mắn, chẳng có chủ nghĩa nào ngó ngàng đến mình – tôi nói – Viết, theo mình nghĩ, chẳng qua là vẽ vào giấy điều mình muốn nói, sao cho nó có hình hài, để mình thấy được nó và người khác cũng thấy được nó, chung quy chỉ là sự chia sẻ tâm tư không nói ra không được. Không biết ở cậu thế nào, chứ với mình nó đơn giản là thế, không hơn. Mình viết không cần đến chủ nghĩa.

Lại chủ nghĩa rồi, dù là chủ nghĩa văn chương, tôi né. Tôi không thích bất cứ chủ nghĩa nào. Người sở hữu chủ nghĩa này nhìn người mang cờ chủ nghĩa kia là kẻ thù. Và lăn xả vào nhau, choảng nhau chí chết, chỉ để chứng tỏ lẽ phải thuộc về mình.

Không phải tôi không tin Khải. Nhưng tôi phải giữ mình. Như mọi người, vào cái thời đầy hiểm nguy ấy.

- Hôm nay xem tranh Bùi Xuân Phái mình hiểu thêm cái quan

trọng số một của nghệ thuật: là nghệ sĩ anh phải nhìn sự vật bằng con mắt của mình, thể hiện nó theo cách của riêng mình. Anh không thể nhìn bằng con mắt vay mượn của người khác - Khải không dừng được cơn bùng nổ triết lý – Nói thật: trong lĩnh vực hội hoạ sự hiểu biết của mình là zero. Mình không biết và cũng chẳng hiểu cái đẹp của các thứ trường phái lập thể, nguyên sơ, dada, dã thú, vị lai… Cái mà mình biết là sức mạnh của nghệ thuật không ở cái gì khác ngoài sự phải gây được ấn tượng, để lại ấn tượng trong tâm trí người đọc, người xem. Bùi Xuân Phái đem cái ấn tượng cá nhân của mình lên khung vải, bằng màu sắc, bằng đường nét, gây ra một ấn tượng phái sinh mạnh mẽ có sức lan tỏa không cưỡng nổi. Mái nhà Hà Nội đâu có xiêu vẹo, nhấp nhô đến thế, đâu có màu nâu đậm đến thế, phố xá đâu có đìu hiu đến thế. Nghệ sĩ trước hết phải có tình yêu với cái mình miêu tả. Tình yêu phố xá, bến sông, cánh đồng, bầu trời… cũng là tình yêu chứ, sao không? Gọi Bùi Xuân Phái thuộc trường phái nào cho đúng? Ấn tượng đi, được chứ? Mà thôi, mình chả chơi cái thói ghép nghệ sĩ vào chủ nghĩa này, chủ nghĩa nọ. Nghệ thuật là nghệ thuật. Làm chó gì có thứ nghệ thuật phản ánh sự vật "trong chiều hướng phát triển của nó" như cái hiện thực xã hội chủ nghĩa đòi hỏi ở nghệ sĩ. Theo cái chủ nghĩa ấy mà viết thì nhà văn phải kiêm thầy bói để đoán sự vật sẽ là như thế nào trong tương lai. Mà phải là tương lai trong cái chiều hướng phát triển tích cực kia, khốn nạn là thế. Dễ bói nhầm lắm.

Về sau, cũng là phải về sau kia, nhớ lại những mẩu tâm sự vụn giữa hai chúng tôi, Nguyễn Khải cho tôi thấy một Nguyễn Khải khác với Nguyễn Khải trên văn đàn, nơi Nguyễn Khải được nhìn nhận như một nhà văn "lãng mạn cách mạng" với niềm tin sắt đá vào một tương lai sán lạn của chủ nghĩa xã hội. Và những câu nói ngược với niềm tin mà tôi được nghe Khải nói ra, xét cho cùng, chỉ là sự bộc bạch những suy tư không thể không nảy ra trong một cái đầu thông minh.

4.

Một lần khác, sau khi đọc truyện ngắn Ghi Chép Bên Phà của tôi, Khải bảo:

- Ông có một cái tài - ấy là trong bất cứ hiện tượng nào, sự vật nào, ông cũng nhìn thấy, cũng tìm ra, mặt tốt trong đó. Tôi thì ngược lại - tôi nhìn thấy cái xấu trước đã. Tôi có viết về cái xấu hay không là chuyện khác.

Khi nào có bầu tâm sự, thêm chút buồn phiền, thì Khải đột nhiên tìm tôi, cố ý tìm, chứ không phải ngẫu nhiên đến. Và không cậu tớ nữa, mà ông ông tôi tôi, cứ như thể muốn gây sự.

Ghi Chép Bên Phà chưa từng xuất hiện trong nguyên bản tiếng Việt. Nó được in bằng tiếng nước ngoài trong một tập truyện ngắn của nhà xuất bản ngoại văn. Việc Khải đọc nó đối với tôi là chuyện bất ngờ. Trong số bạn bè cùng thế hệ, tôi biết hai người rất chịu khó đọc, đọc nhiều nhất, để trở thành uyên bác nhất, là Nguyên Ngọc và Nguyễn Khải. Bên cạnh hai trái núi ấy, tôi là con chuột.

Ghi Chép Bên Phà là chuyện một anh trưởng bến trong thời gian chiến tranh ác liệt đã vượt mọi quy tắc, dám cho một chuyến xe không thuộc bất cứ dạng ưu tiên nào được đi trước cả một đoàn xe ưu tiên đang xếp hàng dài chờ sang sông. Nó là chuyến xe chở búp bê và đồ dùng cho học sinh vào vùng chiến sự.

Gần Nguyễn Khải, tôi hiểu nét đặc thù này trong cách nhìn của anh.

Con mắt mỗi người do trời sinh. Hoặc do hoàn cảnh xã hội tác động vào quá trình trưởng thành. Chuyện này thật khó lý giải. Tôi từng gặp những người có xu hướng nhìn thấy phần xấu ở người khác trước khi biết đến phần tốt. Theo tôi, họ là những người bất hạnh. Với cái nhìn ấy, họ để mất rất nhiều cái đáng lẽ họ có được, tình bạn chẳng hạn. Tôi không khẳng định Khải là một người như thế, nhưng hao hao thế có lẽ đúng. Khải ít có bạn thân, theo tôi biết. Tình bạn giữa hai chúng tôi là thế nào tôi cũng không dám nói chắc – thân không thân mà sơ cũng không sơ, hoặc lúc thân lúc sơ, khó mà xác định. Giữa đám đông anh có bộ mặt khác - đằng sau nụ cười vô nghĩa với bất cứ ai và với mọi người, là một cái gì đó không thể biết, dưới cử chỉ vồ vập kia rất có thể là tâm trạng lạnh lùng. Khải hay tìm tôi để tâm sự là có thật. Trong những lần gặp gỡ ấy, tôi biết một Khải không màu mè, không vờ vĩnh. Những cuộc gặp như thế không bao giờ có thể biết trước, Khải đến như một cơn gió, ào tới rồi ào đi. Anh đến với tôi có lẽ vì tôi là người chịu chuyện, với tôi anh có thể trút bầu tâm sự. Anh nghĩ tôi hiểu anh hơn người khác chăng, tôi không dám chắc. Điều tôi dám nói chắc là Khải biết tôi không có thói đưa chuyện. Nói với tôi anh không cần phải thận trọng. Vào thời ấy mọi người đều sợ kẻ đưa chuyện, kể cả kẻ đưa chuyện vô tâm. Mọi lời nói qua nói lại vô tình bay đến những cái tai chăm chú dễ mang đến tai vạ. Khải không phải là người dũng cảm. Anh cũng biết sợ.

Cái đặc điểm nhìn thấy cái xấu trước cái tốt, người tinh đọc anh vẫn thấy. Trong những tác phẩm của mình, thỉnh thoảng anh lại điểm vào chân dung nhân vật chính diện vài nét không ra gì. Khải viết theo thời, là điều ai cũng biết. Nhưng anh không đừng được để thỉnh thoảng lại lộ ra cái mà anh thấy. Chính anh về sau cũng thú nhận: "Cái buồn cười là cái trái nghịch trong cùng một người, kẻ vô luân nói chuyện đạo đức, tên ăn cắp dạy dỗ phải bảo vệ của công, người hống hách lại là tên nịnh bợ bậc nhất".

Viết về vùng Thiên Chúa Giáo, Chu Văn có "Bão biển", Nguyễn Khải có "Xung đột", "Mùa lạc". Bão Biển của Chu Văn bị người ta bỏ quên, Nguyễn Khải được giới phê bình khen lấy khen để. Biết tôi trong thời thơ ấu sống trong một làng công giáo toàn tòng, anh muốn tôi nhận xét.

- Ông tả hay – tôi nói - Nhưng đúng thì không. Chẳng có người đi đạo nào cứ mở miệng là kêu Chúa như ông viết. Ông không thể không biết trong Mười Điều Răn thì điều thứ hai là: "Chớ kêu tên Đức Chúa Lời vô cớ".

- Ông tưởng tôi không biết à? Phải tả thế mới được - Khải nheo mắt trong nụ cười tinh quái - Để sau này người ta phán cho một câu: chẳng biết đếch gì cũng viết. Để cho người ta nhìn ra cái sự dằn lòng để viết theo thời nó thế nào.

Hiểu được cái láu cá của anh chàng này thực không dễ.

Một lần khác, tôi thấy cái nhìn xấu trước, tốt sau của Khải.

– Ông có thấy Thanh Tịnh trả tiền lần nào khi đi với chúng mình chưa? – dắt xe ra khỏi nhà hàng Phú Gia ở Bờ Hồ sau một chầu bia có mặt Thanh Tịnh, Khải nhận xét – Chưa, phải không nào?

Tôi ngỡ ngàng:

– Ờ…, quả có thế. Mình không để ý.

Khải cười hì hì:

– Ông là thằng trên mây, ông chẳng để ý đến cái đếch gì hết. Ông khoái viết cái ông nghĩ ra, ông không chịu quan sát, vì ông không thiên về viết cái ông thấy. Mà ông thấy ít lắm.

– Ông tinh, tôi công nhận.

– Tay này chúa ăn chạc, uống chạc.

Nhận xét của Khải sao mà lặt vặt, sao mà ác.

– Làm gì đến nỗi thế - tôi nói – Ông ấy cũng vô tâm thôi.

Chúng tôi thường có những bữa tụ hội tình cờ, tan cuộc thì một người nào đó sẽ trả tiền cho cả bọn. Người nào đó ấy là người vừa lĩnh nhuận bút một cuốn sách, hoặc một bài báo. Túi chúng tôi thường rỗng, mọi người đều rách như nhau trong một xã hội cào bằng, nhưng chúng tôi sống hào sảng, không keo kiệt.

– Tại anh em mình tranh trả trước đấy chứ - tôi nói – Đàn em trả cho đàn anh, có sao.

Nguyễn Khải nhìn vào mặt tôi mà cười tiếp.

Nụ cười chê bai, nụ cười khinh khi, ra cái điều tôi ngây thơ, tôi ngớ ngẩn. Nó là cái tôi không thích ở Khải. Mà chẳng phải mình tôi.

5.

Tôi có một ông bạn văn già, tiên phong đạo cốt, khinh và ghét Nguyễn Khải lắm:

- Anh em mình chẳng thằng nào bén gót nó. Này nhé: khi còn sống nó được đảng tin cậy, chiều như chiều vong, viết cuốn nào in cuốn ấy, nói câu nào tin câu ấy. Chẳng như chúng mình. Nó còn hèn nữa. Anh em bị đánh, nó không hó hé nửa lời.

Vợ tôi vào với ông trong hai chữ "chúng mình" là ông chiếu cố. Ông có sách in, tuy không nhiều. Về tiếng tăm. ông thua xa Nguyễn Khải. Các nhà phê bình lặng lẽ gạt sách của ông sang một bên. Tôi nói ông chiếu cố chơi với tôi là ý này: tôi họa hoằn lắm mới được đăng một truyện ngắn trên báo, còn ông là người có sách, sách có gáy. Văn của ông không công cũng không phạt, như vị cam thảo trong thuốc bắc, ông viết chuyện người tốt việc tốt, bút pháp trơn tru, mượt mà, phải tội hơi dây cà ra dây muống. Để in ông, các biên tập viên không mất công săm soi. Đã là nhà xuất bản thì phải có sách ra, sách của ông tiện lợi, sách của ông không có vấn đề, không đụng đến ai, không đụng đến cái gì không được phép đụng. Người như ông nhiều. Người khác ông ít. Người khác ông hoặc bị đánh cho bầm giập, bị dìm xuống bùn, hoặc tìm cách giấu mình trong quên lãng, giả câm giả điếc. Trong việc xuất bản người ta sợ nhất thứ văn nhiều ẩn dụ, mọi câu chữ đều có thể suy ra sự nói cạnh nói khóe, được các nhà điểm sách bảo hoàng hơn vua sẵn sàng khoác cho cái tội "biểu tượng hai mặt". Săm soi kỹ là thế, mà thỉnh thoảng nhà xuất bản này nhà xuất bản khác vẫn bị đánh, bị thu hồi sách vì mất lập trường. Lập trường là thứ luôn luôn bị đánh mất ở mọi cơ quan nhà nước, trong mọi công tác, nhưng với nhà xuất bản thì nó là đại họa.

Tôi cũng nghĩ như ông - đảng không tin Nguyễn Khải, không yêu Nguyễn Khải còn tin ai, còn yêu ai?

Hoá ra sự đời không thế. Sự đời rắc rối hơn nhiều.

Tôi vào tù. Trong tù người ta hỏi tôi đủ thứ: ai, ở đâu, làm sao, thế nào? Trong một buổi hỏi cung, câu chuyện lan man tới lĩnh vực văn chương, viên chấp pháp già đột nhiên đặt câu hỏi:

- Anh chơi với Nguyễn Khải, anh thấy anh ta là người thế nào?

Tôi nhún vai:

- Còn thế nào nữa? Đó là người của đảng, hoàn toàn. Người như Nguyễn Khải mà đảng còn nghi ngờ sao?

Viên chấp pháp ngả người, cười khẩy:

- Cho đến nay thì chưa. Nhưng cảnh giác thì có, bao giờ cũng có – văn nghệ sĩ các anh là lũ sáng đầu tối đánh, nói chung là không thể tin được. Anh thấy Nguyễn Khải có gì đáng để anh báo cáo với cơ quan an ninh không? Quan điểm khác, lộ ra trong những lời tâm sự chẳng hạn…

Tôi lắc.

- Cứ nói, nếu thấy có. Thành khẩn là điều chúng tôi muốn nghe ở các anh. Nó cũng là điều quyết định anh ở đây lâu hay mau.

- Về Nguyễn Khải tôi chẳng có gì để nói.

Người nhà nước nhìn chòng chọc vào mặt tôi, lại cười khẩy:

- Anh không nói cũng chẳng sao. Anh không nói sẽ có người khác nói. Chúng tôi có trăm tai nghìn mắt, chúng tôi biết hết. Chẳng có gì lọt qua mắt cơ quan an ninh chúng tôi. Nói chứ?

Tôi không hiểu y còn muốn gì nữa ở tôi:

- Tôi không có gì để nói thêm về Nguyễn Khải. Nếu có cái cần phải nói thì đó là: cơ quan an ninh các người chỉ tin ở chính mình, ngoại giả ai cũng là kẻ đáng ngờ.

Dường như thấy mình đi quá xa, y chữa:

- Tin thì chúng tôi vẫn tin. Tin, nhưng có giới hạn. Nói để anh biết, loại như Nguyễn Khải không thể ở trong cơ quan chúng tôi lấy một ngày. Tin là tin thế đấy. Anh ta sẽ bị loại ra đầu nước.

Nhìn vẻ mặt ngơ ngác của tôi, y nói thêm:

- Ngay cả Nguyễn Đình Thi cũng vậy.

Nguyễn Đình Thi đang là chủ tịch Hội nhà văn. Trước khi bị bắt tôi còn tản bộ với anh ở đường Bà Triệu. Chúng tôi nói chuyện nhiều, chuyện văn, chuyện đời, không chính trị. Chẳng lẽ do tôi bị theo dõi mà cuộc gặp gỡ ngẫu nhiên ấy đã làm anh mất điểm với đảng của anh?

Trở về xà lim, tôi buồn. Khi bọn chấp pháp ép tôi phải nói ra những gì chúng muốn khai thác ở tôi về những người mà tôi có quan hệ quen biết, từ phó chủ tịch nước cho tới các quan chức lớn, các văn nghệ sĩ, thì đó là dấu hiệu rất xấu – tôi khó lòng ra khỏi nơi này.

6.

Năm 1981 hay 1982 không nhớ, tôi đến thăm Nguyễn Khải ở đường Nguyễn Tất Thành. Nhà không to, không bé, nhưng là nhà riêng, không chung chạ với ai. Vào thời gian ấy nhiều cán bộ được phân nhà. Nhà được phân thường là của người vượt biên để lại. Cơ quan nào phân cho anh tôi không biết, không hỏi. Có thể là quân đội, mà cũng có thể là cơ quan đảng, là ủy ban, là sở nhà đất, hoặc do người được phân nhượng lại. Cái sự có nhà linh tinh lắm - đôi khi chỉ là nhờ những mối quan hệ bạn bè, hoặc cách nào khác, chẳng thể nào biết, chẳng tưởng tượng ra. Căn phòng anh tiếp tôi tuềnh toàng, sàn gạch hoa nhớp nhúa, đồ đạc cũ mềm.

Chúng tôi đang vui chuyện thì nghe tiếng trẻ con léo nhéo ngoài cửa. Khải vội đứng lên:

- Cậu cứ ngồi chơi. Mình bán mấy viên đá cho tụi trẻ - anh nói, với một chút bẽn lẽn, ngượng nghịu – Nhanh thôi.

Tôi đợi. Khải chạy đi lấy cái rá và xô nước, mở cái tủ lạnh to đùng, lấy ra những cái cốc nhôm, nhúng vào xô nước, thảy những cục đá vào rá, rồi mở cửa ra ngoài.

Lát sau, anh trở lại, một tay thọc tiền lẻ vừa thu được vào túi quần:

- Vẫn phải làm lặt vặt một chút để cải thiện, cậu ạ - anh cười bẽn lẽn - Chúng mình đang nói chuyện gì ấy nhỉ?

Tôi ái ngại nhìn Khải. Tôi không ngờ được chứng kiến cảnh vừa rồi. Nó là chuyện bình thường với mọi gia đình cán bộ bình thường. Hồi ấy đá cục là một mặt hàng bán chạy, được nhiều nhà làm.

Về sau này tôi được biết ở Sài Gòn Khải đã có cuộc sống khá hơn trước nhiều, khi những bài báo, những truyện ngắn ở anh được trả những khoản nhuận bút cao ngất ngưởng, không nhà văn nào được như thế.

Hôm ấy tôi rất muốn kể cho Khải nghe điều tôi được nghe từ miệng viên chấp pháp. Nó là lời nói thật, tôi tin. Nó cũng là lời khẳng định cái nhìn của đảng đối với văn nghệ sĩ. Là cái nhìn bình thường của chủ nhà với đầy tớ.

Nhưng tôi đã giữ cho nó không buột ra. Tôi e làm Khải đau.

Tôi lầm. Sau khi đọc "Đi tìm cái tôi đã mất" tôi mới hiểu Khải không phải không biết. Nhưng anh đã giữ kín những gì mình thấy, che khuất chúng dưới màu hồng của những dòng tụng ca.

Nguyễn Khải là người có tài. Tài là cái không chịu bị chìm lấp. Nó đòi được biết đến, đòi được phơi mình dưới ánh sáng mặt trời. Với người này là toán học, người kia là hội hoạ, không trừ nghề chiêm tinh. Khải có con mắt quan sát sắc sảo, có tài viết ra những gì mắt anh thấy. Anh đã chiều theo cái tài của mình để cho nó được thiên hạ biết đến rằng nó có mặt. Anh viết, bắt đầu bằng những bài báo tường, rồi báo giấy, rồi những cuốn sách. Anh sinh ra trong một thời đặc biệt khe khắt với mọi sản phẩm chữ nghĩa. Mọi thứ viết đều phải nhất nhất tuân theo ý người cai trị xã hội. Viết khác ý nó thì nó đập cho kỳ chết. Anh muốn phô cái tài của mình thì anh phải làm ra những cái mà nó muốn. Thế là người đọc có một nhà văn Nguyễn Khải như ta đã biết. Một thằng nịnh, một thằng hèn, một văn nô, như nhiều người nghĩ.

Khải thèm được viết để chiều cái tài thiên phú. Dần dà cái sự thèm ấy trở thành một bản năng được cấy ghép vào người. Nói cách khác, nó là một thứ ma tuý, không có nó không sống được. Đã bập vào nó khó dứt ra lắm. Khải đã bập vào, đã vật vã, đã không dứt ra được. Mãi cho tới cuối đời.

"Đi tìm cái tôi đã mất" đến với tôi khi Khải không còn. Tôi đã ở rất xa, cả quá khứ lẫn địa lý. Với bài viết này Khải bộc bạch những suy nghĩ được giấu kín trong lòng. Không thể tưởng tượng nổi nhà văn được coi là con yêu của đảng lại có thể nói toạc về đảng của mình đến thế này: "Nói dối lem lém, nói dối lì lợm, nói không biết xấu hổ…"

Người ta thường nói về "cái quan định luận". Khi chiếc đinh cuối cùng được đóng xuống tấm ván thiên cho một kiếp người, ta mới có thể, mới có quyền, nói về người đã khuất là người thế nào. Nguyễn Khải đã nằm yên dưới ba tấc đất. Mọi điều thiên hạ bình phẩm về mình anh chẳng còn biết, chẳng quan tâm. Chúng ta sẽ phải nói về anh, như sản phẩm của một thời, thế nào đây, cho đúng? Tôi không có câu trả lời cho câu hỏi này. Nói thế nào mới phải, mới công bằng đây? Cho anh, và cho cả một thế hệ cầm bút.

Chẳng lẽ Nguyễn Khải không để lại được chút gì cho lớp người sau anh? Chẳng lẽ chúng ta không rút ra được bài học nào từ Nguyễn Khải? Chí ít thì cũng ở văn chương, bút pháp.

Nói về một con người sao mà khó thế!

"Bất cứ nhà nước nào lấy học thuyết xã hội hoặc tôn giáo thay cho hiến pháp thì trước sau sẽ chuyển đổi thành nhà nước chuyên chế". Và "Những gì mà chủ nghĩa cộng sản hứa sẽ thành hiện thực trong tương lai thì cái hiện thực ấy sẽ giết chết cả loài người".

Khái quát được đến thế, không một nhà văn VN nào đã làm được.

Và không sự ly khai nào có thể ly khai hơn.

THÂN PHẬN TRÍ THỨC TRONG XÃ HỘI CỘNG SẢN

(Đọc "Tuỳ Tưởng Lục" của Ba Kim)

Thường khi gặp được một cuốn sách hay là tôi phải đọc một lèo. Có khi thức trắng đêm đọc cho bằng xong. Chưa xong thì trong người cứ anh ách, ngủ không yên. Lâu ngày thành cái tật, sửa không được.

Cuốn Tuỳ Tưởng Lục (bản dịch) tôi đang có trong tay là của một bạn văn trong nước gửi cho. Thỉnh thoảng anh vẫn gửi cho tôi một thứ gì đó, đại loại như trà Tân Cương, cốm Vòng, hoặc tinh dầu cà cuống thứ thiệt, kèm theo một lời nhắn. Thư thì không, tuyệt nhiên. Anh không giấu giếm rằng anh nhát. Lần này có người tin cẩn anh lại gửi quà – một cuốn sách. Chúng tôi chơi với nhau đã nửa thế kỷ, người nọ thuộc tính người kia, tôi không trách anh không dám viết thư. Anh cho quà là quý rồi. Anh biết chắc tôi sẽ thích món quà của anh.

Mà thích thật. Trước hết, đó là cảm giác gần gụi của thân phận tác giả với thân phận người đọc, của sự đồng cảm. Cứ đọc xong một bài, có khi chỉ một đoạn, lại phải đặt sách xuống, thừ người ra mà ngẫm nghĩ. Có chỗ, ứa nước mắt.

Thích thì thích, nhưng tôi đã không đọc nổi Tuỳ Tưởng Lục của

Ba Kim một mạch. Chắc nó cũng có sức lôi cuốn tương tự với những ai từng sống trong xã hội cộng sản và có một chút trăn trở về xã hội ấy (dù chỉ một chút thôi): nó thật sự là cái gì vậy? nó có xứng với ta, với con người, không? liệu nó còn tương lai không?

Tuỳ Tưởng Lục là lời tâm sự thật thà của một trí thức háo hức đi tìm chân trời mới, rồi lớ ngớ thế nào lại thấy mình rơi tõm xuống địa ngục. Trong Tuỳ Tưởng Lục có đủ nỗi nhục nhằn tinh thần và những mất mát làm trái tim suốt đời rỉ máu, không kể đến những đớn đau thân xác.

Tuỳ Tưởng Lục, bản tiếng Việt (nhà xuất bản Văn nghệ Thành phố Hồ Chí Minh, 2002) là một tập những bài viết của Ba Kim trong tuổi trên 80, nghĩ gì viết nấy, không câu nệ thể loại, đề tài. Hai dịch giả danh tiếng - Trương Chính và Ông Văn Tùng – tự chọn các bài để dịch. Sự chọn lựa của hai ông rất khéo: vừa đủ để người đọc được biết về một thảm hoạ xảy ra ở nước láng giềng đã nhiều năm, nhưng vì bị bưng bít nên không ai biết vân mòng nó ra làm sao, đồng thời cũng tránh được cơn giận dữ ở các bậc quyền cao chức trọng dễ chạnh lòng.

Tuỳ Tưởng Lục nguyên bản tiếng Hoa là một tác phẩm đồ sộ, gồm 5 tập, không rõ bao nhiêu trang, tập đầu in năm 1978, tập cuối in năm 1986. Những bài được chọn để dịch đều ít nhiều dính dáng tới cuộc "Đại Cách mạng Văn hoá Vô sản" kéo dài mười năm - từ 1966 đến 1975[1]. Người Việt nào từng chịu đựng cuộc Tiểu cách mạng văn hoá vô sản ở Việt Nam (nó không có tên gọi, kéo dài và âm thầm) sẽ tìm thấy trong Tuỳ Tưởng Lục (bản dịch) những lý giải cho câu hỏi: vì sao nên nỗi?

Những nghiên cứu khoa học cho ta biết trong trí nhớ của con người có một bộ lọc kỳ diệu. Nó thường xuyên xoá đi giúp ta những hình ảnh xấu, những kỷ niệm buồn. Không có cái bộ lọc ấy thì cuộc sống con người khốn nạn lắm. Thật vậy, tôi cũng thường

---

1 *Hình như sau năm 1975 hậu quả của Đại cách mạng văn hoá vô sản cũng còn kéo dài đối với những trí thức bị trấn áp.*

quên những điều tồi tệ, chỉ những kỷ niệm đẹp mới được ghi lại. Tác giả Tuỳ Tưởng Lục chắc cũng không khác. Không thể, không sống nổi.

Vậy mà, với Tuỳ Tưởng Lục Ba Kim lại chống cái trí nhớ có lợi cho con người ấy. Trải qua những năm tháng bị dập vùi, ngẫm lại thân phận mình và thân phận đồng bào trong cái xã hội "không thể tưởng tượng nổi", ông kêu gọi mọi người không được quên cái Ác và tội của nó. Quên là chết. Nhớ thì đau đấy, khổ đấy, nhưng phải khắc cốt ghi xương, rằng nó đã có, cái Ác ấy, nó hằng có, lúc tiềm tàng, lúc hiện diện, cho nên phải luôn cảnh giác với nó, để mặc nó lộng hành thì con người không thể nào có được cuộc sống yên lành. Phải chặn đứng cái Ác khi còn chưa muộn, phải trói nó lại, cách ly nó khỏi đời sống, tìm mọi cách tiêu diệt nó. Không thể để lũ ác nhân cứ tự do hoành hành, tác yêu tác quái, rồi bất kể hậu quả là thế nào, chúng cứ nhơn nhơn lớn lối với bàn dân thiên hạ, coi như không có chuyện gì xảy ra, chỉ có mình chúng là duy nhất đúng đắn, là vô cùng sáng suốt: "Thành tích là căn bản, sai lầm là nhất thời". Đối với lũ ác nhân đội lốt thiên thần dường như cứ đạt được một thành tích nào đó, dù chỉ trong tưởng tượng, thì cái gì cũng được phép. Đánh người tuỳ thích. Giết người tha hồ.

Gần ba chục năm đã trôi qua kể từ hạo kiếp của Ba Kim kết thúc. Nhưng ông lúc nào cũng bị dần vặt bởi câu hỏi: lấy gì bảo đảm rằng vào một lúc nào đó, lại không có một tên nào đó, hoặc vài ba tên nào đó, hoặc cả một lũ một lĩ nào đó, sẽ lặp lại lần nữa, hoặc hơn một lần nữa, cái cuộc thiên hạ đại loạn từng đẩy ông, các bạn ông, và không biết bao nhiêu người Trung Quốc hiền lành vô tội khác, xuống địa ngục?

Trong một bài nói chuyện với giới văn hoá ở Nhật (trong bài không ghi rõ ngày tháng, nhưng chắc chắn là phải sau 1975), Ba Kim cảnh báo: "Mười năm đại hoạ đó là sự việc lớn trong lịch sử loài người, chẳng những dính líu đến chúng tôi, mà còn dính líu đến tất cả loài người". Nếu Đại cách mạng văn hoá vô sản không xảy ra ở Trung Quốc ắt phải xảy ra ở một nước nào khác, ông nói thế.

Ba Kim đúng. Đúng ở chỗ ông đã nói ra. Nhưng ông cũng sai. Sai ở chỗ ông biết mà không nói hết.

Đúng là cuộc Đại cách mạng văn hoá vô sản không phải chỉ là bài học cho một nước. Nó là bài học chung cho cả loài người. Chưa kể những nơi mà nó khơi dậy những tiểu cách mạng văn hoá vô sản như ở Việt Nam và Cambodia. Ở đó những di hoạ khủng khiếp của nó không biết đến bao giờ mới tuyệt diệt. Cái hoạ này lớn hơn ta tưởng nhiều. Nó lớn ở chỗ người trong cuộc không nhận ra nó khủng khiếp tới mức nào, đừng nói gì người ngoài. Mà không phải chỉ ở những nơi nào nó diễn ra mới chịu hậu quả tai hại. Cứ xem châu Âu của truyền thống dân chủ và tự do trong thập niên 60 thế kỷ trước thì thấy. Hồi ấy đã có bao nhiêu trí thức châu Âu hoan hỉ chào mừng những cuộc "vận động" của những "mao-nhiều" Trung Quốc, cứ như thế dưới bóng lá cờ năm sao đang diễn ra một cuộc đổi đời thật sự, biến mọi sự xấu thành tốt. Đã có bao nhiêu người ở khắp thế giới này hướng về Thiên An Môn với hi vọng được thấy một thế giới mới sẽ từ đó toả ra khắp năm châu bốn biển? Và cho tới hôm nay rải rác đâu đó vẫn còn những "mao ít" mang huy hiệu Mao Trạch Đông trên ngực, miệng hô: "Cái thế giới này phải cải tạo bằng khẩu súng trường[1]", tay trói du khách đem đi giấu để đòi tiền chuộc.

Ba Kim sai, ở chỗ nơi "Đông phương hồng, mặt trời lên, Trung Hoa chúng ta có Mao Trạch Đông" không phải chỉ có một cuộc Đại cách mạng văn hoá vô sản. Trước nó đã có hết cuộc "vận động" này đến cuộc "vận động" khác, và như một quy luật, cuộc "vận động" nào cũng kết thúc bằng một địa ngục, không phải cho người này thì người kia. Ai theo dõi tình hình Trung Quốc cận đại cũng biết rằng trước cái đận Ba Kim và các trí thức đi theo đảng cộng sản bị hạ ngục, bị trấn áp, đã có biết bao nhiêu nạn nhân thuộc các thành phần khác: đảng viên Quốc dân đảng, viên chức chính quyền cũ, tư sản, địa chủ... và những người được gọi bằng cái tên chung "phản động". Số người bất hạnh ấy là bao nhiêu không ai

---

[1] Trích Mao tuyển.

biết. Đảng cộng sản độc tôn cai trị không thống kê. Nhưng không phải vì thế mà Ba Kim quên những người ấy. Hoặc lờ họ đi. Họ cũng là người như ông chứ. Chẳng lẽ ông có thể phớt lờ một sự thật rành rành rằng ở Trung Quốc mọi cuộc "vận động" "xây" cái này, "chống" cái kia, bao giờ cũng đi kèm với trống rong cờ mở ban đầu và kết thúc thắng lợi với máu chảy, người chết. Lệ là thế. Không thể không phải là cách mạng. Theo lý thuyết của chủ tịch Mao.

Ba Kim được các nhà phê bình văn học bản địa coi là một trong bốn cây đại thụ của nền văn học Trung Quốc (ba người kia là Lỗ Tấn, Mao Thuẫn, Quách Mạt Nhược). Cách đánh giá của họ không có sự đồng thuận ở bên ngoài Trung Quốc. Nhưng đánh giá theo cách nào thì Ba Kim cũng là một nhà văn lớn. Ông tên thật là Lý Nghiêu Đường, tự Phế Cam, người tỉnh Tứ Xuyên, con nhà giàu có, từng du học Pháp. Năm 23 tuổi, khi còn là học sinh trường trung học La Fontaine ở thị trấn Chateau-Thierry, ông viết cuốn tiểu thuyết đầu tay Diệt Vong, được độc giả rất hoan nghênh. Từ năm 1930-1949 ông viết nhiều (Ái Tình Tam Bộ Khúc, Kịch Lưu Tam Bộ Khúc), dịch cũng nhiều.

Sau năm 1949, khi lục địa Trung Hoa đã hoàn toàn bị nhuộm đỏ, Ba Kim cũng như rất nhiều văn nghệ sĩ đã đi theo đảng cộng sản. Tự nguyện hoàn toàn. Một lòng một dạ. Với tất cả tâm hồn hướng thiện nồng cháy. Tuy nhiên, Ba Kim viết ít hơn hẳn so với trước. Nhà trí thức Ba Kim không theo kịp (hay đã cố gắng mà không sực nổi) những khẩu hiệu "Quán triệt phương hướng phục vụ công nông binh, phục vụ chủ nghĩa xã hội", "thực hiện phương châm "trăm hoa đua nở, trăm nhà đua tiếng", "Tiến hành phương pháp chủ nghĩa hiện thực cách mạng kết hợp với chủ nghĩa lãng mạn cách mạng"... Nào có phải chỉ có những khẩu hiệu rổn rảng mà thôi. Theo sau chúng là những cuộc đấu tranh có máu đổ, có người chết. Nào "Phê phán phim Vũ Huấn" (1951), "Phê phán cuốn "Nghiên cứu Hồng Lâu Mộng" của Du Bình Bá", "Phê phán quan điểm duy tâm của Hồ Thích" (1954), "Chống tập đoàn phản cách mạng Hồ Phong" (1955), "Chống phái hữu trên mặt trận văn nghệ" (1957), "Chống "chủ nghĩa xét lại" (1959). Đây là chỉ nói về các cuộc "vận động" nhằm nện cho trí thức nhừ tử. Chứ còn tư sản, địa chủ thì Mao chủ tịch và các đồng chí của ông ta đã quét sạch sành sanh.

Tất cả sự tàn nhẫn của đảng cộng sản đối với trí thức, xét cho cùng, chỉ có mục đích bắt họ phải khuất phục đảng vô điều kiện. Nhưng chưa phải thế đã đủ, những cuộc "vận động" kia hoá ra mới chỉ là khúc nhạc dạo cho một cuộc "cách mạng" còn tàn bạo và gớm ghiếc gấp bội.

Tên của nó là "Đại cách mạng văn hoá vô sản".

Tháng 8 năm 1966, đùng một cái, Ba Kim rơi xuống địa ngục.

Ông tả lại: "… Tôi thật giống như một du hồn bị đưa đến "Thập điện Diêm Vương". Mỗi chuyện tôi làm trong quá khứ đều bị nêu ra, từng cái một, để bỏ tôi vào vạc dầu mà tra tấn, mà thay xương đổi thịt! Mười bức vẽ đưa vong linh đi qua thập điện Diêm Vương, âm khí thê thảm, máu chảy đầm đìa,không biết mình là người hay là quỷ, là thú vật hay hồn ma, xuống âm ty hay đã xuống địa ngục rồi. Bấy giờ Tiêu San[1] còn sống, sáng dậy tôi mở mắt, nghe tiếng nàng, tôi gọi thì nàng nói: "Không sống nổi nữa!" (Tuỳ Tưởng Lục).

Nói đùng một cái, là vì Ba Kim đang sống yên lành, hơn nữa, còn hữu hảo lắm lắm với chính quyền cộng sản, vào thời điểm ấy ông còn là cán bộ cấp cao về văn nghệ nữa; ấy thế mà một hôm, vừa mới đi tiễn các nhà văn Á-Phi ở sân bay về đến nhà thì gặp người của cách mạng ập tới, túm lấy, trói tay giải đi. Úm ba la, Ba Kim – nhà văn cộng sản - trở thành "đối tượng của chuyên chính vô sản". "Đối tượng", chữ ấy thoạt nghe có vẻ vô thưởng vô phạt, nhưng nghĩa của nó trong thực tiễn xã hội chủ nghĩa chỉ có người trong cuộc mới hiểu được nó là cái gì. Nó có nghĩa nôm na là "kẻ thù". Không phải chỉ là kẻ thù giai cấp được định nghĩa trong các tác phẩm kinh điển mác-xít, được dùng nhiều nhất trong các trước

---

[1] *Ba Kim phu nhân.*

tác của Stalin, Mao Trạch Đông, không phải thế. Ở cái xã hội được gọi là xã hội chủ nghĩa (viết hoa) ai cũng có thể trở thành "kẻ thù" hết. Mà đã là kẻ thù thì còn cái gì tốt đẹp, vui vẻ, chờ đợi họ trên con đường khổ ải đã trở thành quen thuộc chứ. Nhất là người dân ở nước Trung Hoa đỏ. Ở nước này ai cũng biết mỗi khi có một cuộc "vận động cách mạng" (lần thứ n trong lịch sử) là y như rằng các "đối tượng" của cách mạng (hay của chuyên chính vô sản thì cũng rứa) sẽ được "xử lý" như thế nào.

Nhà văn Ba Kim hiền lành không dám chống lại đảng cộng sản, thậm chí trong ý nghĩ. Thế mà đùng một cái ông bị đảng ném vào cái đống lúc nhúc đủ mọi thứ "kẻ thù của cách mạng". Ông bị mang đi đấu khắp nơi, từ thấp đến cao, lúc "bồi đấu", lúc "dạo đấu"[1], lúc "chính đấu", đủ kiểu. Nhà ở của ông bị lục lọi khám xét lanh tanh bành, đồ đạc bị cướp thả cửa…, bản thân bị đưa đi "học tập" (Ba Kim gọi là làm "bò", bị bắt đi lao động cải tạo ở "trường 7.5"[2]). Bởi vì Ba Kim có tội, theo quan niệm của cách mạng, của đảng cộng sản, hay nói cho đúng hơn, của một số "ông bà" cách mạng (than ôi, chẳng bao lâu sau những ông bà cách mạng này lại bị các ông bà cách mạng khác vạch mặt chỉ tên rằng đó là một "bè lũ" phản cách mạng). Tội của Ba Kim không được toà án nào tuyên. Mấy ông bà cách mạng nắm Đảng cộng sản lúc ấy chỉ cần phán: Ba Kim là "tên đại phản cách mạng". Thế là đủ. Bói ra ma, quét nhà ra rác, những gì Ba Kim viết, trường hợp của ông cũng không khác gì của các nhà văn khác, tháng trước năm trước được khen, tháng sau năm sau bị chửi, là chuyện thường tình.

Trong các văn kiện nói về cuộc trấn áp rùng rợn này, đảng cộng sản Trung Quốc ra một khẩu hiệu sắt máu: "Đánh gục tại chỗ, lấy chân đạp xuống, suốt đời không cho ngóc đầu dậy!".

---

[1] *Hai thứ đấu này chưa được nhập khẩu vào Việt Nam, "bồi đấu" = người bị đấu vẫn bị đấu, nhưng là đấu phụ, không phải nhân vật chính của cuộc đấu; "dạo đấu" là không phải bị đấu ở đơn vị sở tại, địa phương sở tại, mà ở đơn vị khác, hoặc địa phương khác. để "nâng cao lập trường".*

[2] *Trường 7.5 là một thứ trại tập trung, nhà tù trá hình.*

Ở miền Bắc Việt Nam hồi ấy chẳng ai biết "Đại cách mạng văn hoá vô sản" là cái chi chi, trừ những bài ca ngợi nó, tít chữ to, in màu đỏ đậm, trên trang nhất tờ Nhân Dân. Trong những cuộc nói chuyện "nội bộ", các lãnh tụ lớn lãnh tụ bé ra sức ca ngợi cuộc "Đại cách mạng văn hoá vô sản" do chính Mao chủ tịch vĩ đại đích thân chỉ đạo. Trong thời gian này bà vợ của Mao chủ tịch vĩ đại là đồng chí Giang Thanh hồi ấy sang Hà Nội theo lời mời của chủ tịch Hồ Chí Minh với tư cách khách riêng. Bà ta hỗng lắm, là khách mà lại đòi xem trước những bài xã luận báo Nhân Dân, rồi tự mình sửa từng chữ từng câu. Chuyện này tôi không bịa – chính người làm báo Nhân Dân kể tôi nghe. Cầm trong tay những số báo ấy, người đọc giật mình thon thót, toát mồ hôi hột: liệu ở bên ta rồi có sẽ có cái "cách mạng" kiểu đó không? Mấy ông kễnh bên ta dám động cỡn lên làm một cái gì đó theo chân các Con Trời lắm. Nước Tàu ở gần ta quá, mà các ông kễnh của ta lại xính bắt chước. Cứ nghe các ông ấy nói thì cuộc "Đại cách mạng văn hoá vô sản" ở bên Tàu hay lắm, rằng cuộc sống sẽ ngày một tốt đẹp hơn là nhờ có nó. Cứ như thể không có cách mạng thì người ta ăn cám cả.

Ờ, người ta nói, có đấu tranh như thế thì cuộc sống sẽ tốt hơn thì… tốt thôi. Miễn đừng có khởi lên một cuộc đấu tranh "long trời lở đất" như cải cách ruộng đất. Kinh nghiệm sống trong các quốc gia xã hội chủ nghĩa cho người ta biết: phàm đã "đấu tranh" là y như rằng xã hội lộn tùng phèo, đầu chẳng phải phải tai, lành ít dữ nhiều, loạn xị bát nháo, kinh lắm. Các lãnh tụ quyền sinh quyền sát thì họ có lợi, chứ dân đen chỉ có nước chết, bị tóm cổ bắt đấu tranh mà không thể biết "tránh đâu"?

Nhưng những tin via hè, bây giờ được dân gian gọi bằng một cái tên hiện đại, mà rất trúng, là Thông tấn xã nhân dân, cho biết ở bên Tàu chẳng có cách mạng cách miếc gì hết, mà đang có một cuộc "thiên hạ đại loạn" với những tiểu tướng Hồng vệ binh hung hăng đập phá, bắt bớ, và cả giết chóc nữa.

Bắc Kinh mà đã báo mưa thì vua quan ở Hà Nội đi ô, bà con hãy cẩn thận!

Nhưng than ôi, đã ở trong vòng kiềm toả của đảng cộng sản rồi thì có cẩn thận cũng bằng thừa.

Thật vậy, chẳng bao lâu sau sự khởi đầu Đại cách mạng văn hoá vô sản, Lê Duẩn - hoàng đế tân triều, ngồi trên ngai vàng vẫn còn quen tay bẻ ghi đường sắt, ra lệnh phát động ngay tắp lự một cuộc trấn áp bọn phản cách mạng, theo hình mẫu Trung Quốc, gọi là "bọn xét lại chống Đảng". Cánh tay phải của Lê hoàng đế là Tể tướng giấu mặt Lê Đức Thọ và Đệ nhất đao phủ Trần Quốc Hoàn ra tay.

Thế là tôi vào tù. Cùng với vô số người khác.

Trong cuộc sống trong xà lim kín như bưng kéo dài hơn bốn năm, tôi không biết việc gì đang xảy ra bên ngoài bốn bức tường, nói gì đến những việc xảy ra ở tận bên Tàu. Đến lúc được đưa ra trại chung mới được nghe sơ sơ về cái cuộc cách mạng long trời lở đất ấy. Những người Trung Hoa từ đại lục chạy qua, bị bỏ tù bởi nước chư hầu, nước phên dậu của Thiên triều, tránh không kể kỹ. Không phải vì họ sợ, đã ở trong nhà tù Việt Nam rồi còn quái gì mà sợ, nhưng họ ngán nhắc tới những kỷ niệm hãi hùng. Còn tôi thì nghe cái sự kể sơ sơ ấy đã dựng tóc gáy. Còn khiếp hơn những chuyện kinh dị đọc trong sách nhiều. Mạng người như mạng ngoé. Dân thường còn thế, chắc trí thức Trung Quốc khốn khổ lắm. Đến những năm 1979-1980 khi cái răng Trung Quốc đùng đùng cắn môi Việt Nam một cái rõ đau, các nhà cầm cân nảy mực Việt Nam coi Trung Quốc là kẻ thù rồi, tôi mới được đọc lác đác vài cuốn sách bôi xấu những nhà lãnh đạo một thời của Thiên triều, đại loại như Hồng Đô Nữ Hoàng (Giang Thanh), những chuyện thâm cung bí sử có liên quan tới Mao Trạch Đông, Lưu Thiếu Kỳ, Bành Chân, Diệp Kiếm Anh, Hạ Long, Bành Đức Hoài, Chu Ân Lai…

Nhưng mãi đến bây giờ, ba chục năm sau đó, qua Tuỳ Tưởng Lục tôi mới được biết cái ngày "hội cách mạng" ở Trung Quốc đã diễn ra với giới trí thức như thế nào?

Tôi tin Ba Kim kể thật những gì ông viết về "Đại cách mạng văn hoá vô sản". Tôi tin ông không bịa, như thường thấy trong những hồi ký ba lăng nhăng thuộc dòng văn học tố khổ. Mặt khác, tôi còn tin rằng ông đã nói ít hơn những điều ông biết và có thể kể lại. Có thể cảm thông với ông, ông không dám nói đủ, nói hết, một phần do sợ hãi (sợ hãi là một thành tố của tính người xã hội chủ nghĩa, không có nó con người xã hội chủ nghĩa không thể tồn tại), phần khác do mặc cảm tội lỗi – xét cho cùng, ông đâu có hoàn toàn vô can trong những gì tồi tệ đã diễn ra?

"Đại cách mạng văn hoá vô sản", theo lời tả của Ba Kim, bắt đầu một cách ào ạt, rầm rộ, với trống giong cờ mở, thanh la não bạt; hào hùng lắm, khí thế lắm. Trong không khí sôi động ấy các nhà văn, nhà thơ, nhà báo, hoạ sĩ... , nói tóm lại, tất tần tật các văn nghệ sĩ, các trí thức, lần lượt bị phái "tạo phản" (một tên gọi phái cực tả, là về sau kia) điểm mặt, lôi ra. Họ bị buộc đủ các thứ tội đối với cách mạng, từ khinh thị công nông, nói xấu lãnh tụ, xuyên tạc chủ nghĩa Mác, đến phản cách mạng, bán nước... Họ là đều là "hoa dại", là "cỏ độc" hết, tuốt tuột. Phái "tạo phản" la hét đầu đường cuối phố: "Phải quét sạch, phải nhổ tận rễ mọi thứ hoa dại cỏ độc". Quần chúng, như đàn cừu Panurge[1], ào ào theo sau, xông vào nhà những người bị đấu, lôi họ ra đường, bắt họ đội "mũ cao" (một hình thức nhục mạ), nhổ bọt vào mặt họ, ném đá vào người họ, hô to những khẩu hiệu đòi tiêu diệt họ. Và xung phong vào nhà bọn hoa dại cỏ độc mà ăn cướp, ăn cướp thực sự, theo nghĩa đen.

Ba Kim tả: "Tôi bỗng trở thành ác bá văn chương"[2], thành "yêu ma quỷ quái", thường xuyên bị lôi ra phê đấu. Về sau do "lũ bốn tên", qua quyết định của sáu người có trách nhiệm ở Thượng Hải là Vương Hồng Văn, Mã Thiên Thuỷ, Từ Cảnh Hiền... đánh tôi thành "tên phản cách mạng không đội mũ cao". đuổi tôi ra khỏi giới văn nghệ". Phái "tạo phản" và tay chân của "lũ bốn tên" dán lên mấy nghìn tờ báo chữ to (đại tự báo) về tôi, thậm chí còn dán

---

[1] *Nhà văn Pháp Rabelais kể chuyện có ông lái buôn Panurge trên một chuyến tàu biển vì bực tức với một nhà buôn khác trên tàu, đã mua con cừu đầu đàn của nhà buôn kia và xô nó xuống biển. Thế là cả đàn cừu của nhà buôn kia liền ào ào nhảy theo.*

[2] *Cụm từ này chắc chắn không có trong từ vựng của bất cứ ngôn ngữ nào.*

biểu ngữ ngay trên đường cái nói tôi là "quân bán nước", "phản cách mạng", cho tôi là thối tha. Trương Xuân Kiều tuyên bố công khai không cho tôi sáng tác nữa" (Tôi Và Văn Học). "Nghĩ lại những ngày ấy... tôi vẫn rùng mình rởn gáy. Tôi cảm thấy rành rành rằng tấm lưới xung quanh tôi ngày càng thít lại, mỗi tuần lễ một ghê gớm hơn"..."Nực cười là tôi cũng cho nhân quyền là thứ của giai cấp tư sản, còn hạng "yêu ma quỷ quái" như chúng tôi không có tư cách hưởng những thứ ấy. Lúc đó sống một ngày dài bằng cả năm, còn bụng dạ nào mà cười? (Về Nói Thật. Bài Thứ Ba). "Tôi không giấu là nhiều lần tôi bị phái "tạo phản" lôi lên bục bắt "ngồi máy bay phản lực"; tôi cúi đầu nhận tội, diễn đủ các trò hề! Có lần, tôi và một ông bạn nhà văn già phải quỳ trên sàn hội trường phân hội Liên hiệp các nhà văn để tiếp thu những lời phê phán "phần tử cuồng loạn" của bọn học sinh "cách mạng" (Vô Đề).

Không phải chỉ có Ba Kim bị nhục mạ. Vào thời kỳ đen tối ấy những công thần của cách mạng như Lưu Thiếu Kỳ, Trần Nghị, Đặng Tiểu Bình, Chu Đức, Trần Vân... cũng bị đấu, bị đội mũ cao giong phố trong tiếng hô đả đảo rầm trời, phải gục đầu quỳ gối trước các tiểu tướng Hồng vệ Binh.

Nhưng đó là những nhà chính trị. Trí thức không thế. Trí thức là những người da không dày. Họ rất mẫn cảm với mọi tác động từ bên ngoài. Cách mạng vô sản chưa kịp tiêu diệt thì nhiều người trong đám văn nghệ sĩ đã tự tiêu diệt rồi. Ba Kim kể: "Dĩ Quần[1] là người thứ nhất. Nghe nói, anh nhảy lầu ngày mồng hai tháng tám, nhưng cho đến hôm nay[2] tôi vẫn chưa biết rõ anh bị bức phải nhảy lầu như thế nào. Tôi chỉ biết anh bị người ta bức tử với tội "không cần có chứng cứ"... "Dĩ Quần chết một tuần rồi tôi mới hay tin, còn như Lão Xá "vỡ ngọc"[3] thì một thời gian lâu sau khi ông tự sát tôi mới biết". Những người tự sát chưa chắc đã là những người hèn

---

[1] Có quá nhiều tên văn nghệ sĩ được Ba Kim nhắc tới. Họ đều là những người có tên tuổi trong nền văn nghệ Trung Quốc, nhưng ít được người đọc Việt Nam biết đến. Xin miễn chú thích.

[2] Tức 20 năm sau.

[3] Ý nói chết.

nhát. Phó Lôi, một người bạn mà Ba Kim mến phục, giải thích cái chết của bạn bè, và của chính mình, bằng câu: "Kẻ sĩ, có thể giết, không thể làm nhục". Sau Dĩ Quần, Lão Xá, Ba Kim được tin Trần Đồng Sinh, Kim Trọng Hoa... "họ ở rất gần nhà tôi, thế mà tôi không biết họ chết vào lúc nào. Kim Trọng Hoa lặng lẽ treo cổ trong phòng, bà mẹ tám mươi chỉ nghe tiếng ghế đổ... Trần Đồng Sinh, thì nghe nói chết nằm vắt trên bếp ga, do đó người ta đoán anh tự tử. Nhưng anh đang ở trong thời kỳ "cách ly kiểm tra" mà, làm sao có thể mở bếp ga được?[1]" (Hai Mươi Năm Trước). Cù Bạch Âm chỉ vì một bài "Tự bạch về đi tìm cái mới" mà "chịu đủ mọi nỗi dày vò như ở địa ngục", kết thúc bằng cái chết bi thảm (Tìm Tòi).

Ba Kim viết: "Trong Văn Cách[2], những trí thức bị chết oan đâu chỉ có hàng ngàn, hàng vạn. Họ nêu cao tấm gương phê phán cái triết lý "hãy cứu lấy mạng sống". Tôi nhớ thời chống phái hữu[3], tôi có viết một bài báo bác lại luận điệu "không thể làm nhục" để đập tan bộ mặt kiểu cách của các nhà trí thức. Viết bài đó kỳ thực là tôi "cứu lấy mạng sống của tôi[4]" (Hai Mươi Năm Trước).

Những trí thức tìm đến cái chết nhiều phần vì không chịu bị làm nhục, bị dày vò quá sức chịu đựng về thể xác. Trong gia đình Ba Kim, chính ông bị bắt bắt quỳ hằng giờ trên sàn đấu, bắt "đi máy bay phản lực[5]", Tiêu San, vợ ông, bị bọn "tạo phản" quất dây da bịt đồng vào mặt, hành hạ bà đủ trò trước khi bà nhắm mắt vì bệnh ung thư (tháng 7.1972). Con cái Ba Kim bị đẩy đi công tác nông thôn, ở tít tắp những nơi gọi là vùng sâu vùng xa. Gia đình nào vướng vào vòng Đại cách mạng văn hoá vô sản thì số phận cũng tương tự như vậy. "Tôi nghe người con dâu đồng chí Chu Tín Phương kể lại: bà Chu trước khi mất thường bị bọn đầu gấu lôi ra

---

[1] Ba Kim ngờ có cả nhiều trường hợp bị giết chết rồi đổ cho là tự sát.

[2] Đại cách mạng văn hoá vô sản.

[3] Một cuộc "đấu tranh" trước Đại cách mạng văn hoá vô sản.

[4] Ba Kim viết rất thực tâm trạng của ông, cũng là tâm trạng nhiều trí thức xã hội chủ nghĩa khác.

[5] Ba Kim không miêu tả kiểu nhục hình này. Có thể đoán là bị treo lơ lửng.

làm quả bóng xô đi đẩy lại, đến nỗi mình mẩy mềm nhũn. Có người khuyên bà trốn đi, bà nói: "Tôi mà trốn đi thì chúng nó lại hành hạ ông nhà tôi như thế thôi mà" (Thương Nhớ Tiêu San). Nhà văn nổi tiếng Lão Xá cũng bị đánh đập, thượng cẳng chân hạ cẳng tay. Vợ Lão Xá kể: "Tôi không thể nào quên được trong đêm khuya đã tự mình lấy bông thấm nước, lau từng chút một những vết máu trên đầu, trên mình người thân của tôi như thế nào, mà không rõ chuyện này ở đâu, tại sao lại ra nông nỗi ấy…" (Lão Xá).

Đến như thân sinh nhà văn Giả Bình Ao (mới nổi tiếng sau này), chỉ là một thầy giáo làng (một trí thức cấp thôn xã) thôi, không biết cứng đầu thế nào mà cũng bị trấn áp, gia đình tan nát. Giả Bình Ao cho một nhân vật của ông kể về những ngày ấy: "Ba năm trước, nổi lên một cơn gió, phải học tập Tiểu Cận Trang, kéo hết người ở ngoài đồng về, suốt ngày môi đỏ răng trắng nói a, hát a. Anh nhà tôi cáu kỉnh nói trước hội nghị xã viên: "Nông dân mình bới đất kiếm cơm, khua môi múa mép làm gì? Ăn ngũ cốc không tiêu được hay sao mà bày ra cái trò vớ vẩn ấy", hôm sau liền bị bắt. Trong trại giam họ đánh đập anh ấy, đánh gãy cả chân, vết thương bị nhiễm trùng, rồi anh ấy chết". Trong chuyện, người vợ kiên trì minh oan cho chồng, rốt cuộc bị các quan cấp xã cấp huyện trù dập, bị xã trưởng hiếp, tự tử mà chết.

Đấy là cái mà cách mạng vô sản làm ra cho trí thức, lớn cũng như bé. Sau này, mọi tội do Đảng cộng sản gây ra trong Đại cách mạng văn hoá vô sản đều được vẫn cái đảng cộng sản ấy đổ tuốt tuột vào cái thùng rác tiện lợi là phái "tạo phản" .

Nhưng không phải mọi trí thức đều tuẫn tiết. Phần lớn trí thức không làm thế. Không phải họ không có dũng khí. Cũng không phải họ không biết chán chường. Một trong những lý do khiến họ phải cố gắng sống sót là họ đã ăn phải "cháo lú" (từ của Ba Kim).

Ba Kim tâm sự: "Những ngày ấy, cuộc sống ấy, quan hệ ấy giữa con người và con người, thật là đen tối quá chừng, giống như đang chịu tội giữa địa ngục vậy. Tôi lấy làm lạ, bấy giờ tôi đã ăn cháo lú gì mà có thể giơ hai tay lên, hô to đả đảo mình, cam lòng nhận tội, để cho kẻ khác tước đoạt quyền làm người của mình". "Không phải là tôi đang nói mê. Năm 1966 quả thực tôi đã làm thế. Cháo lú đã làm tôi mê suốt mười năm. Năm 1983, nó lại định đưa tôi vào cảnh mộng một lần nữa, nhưng cái phép quỷ quái quen thuộc đã mất tác dụng làm cho tôi lú lẫn lần nữa" (Hai Mươi Năm Trước).

Sao mà giống những gì xảy ra ở Bắc Việt Nam đến thế! Hãy nhớ lại thời kỳ cải cách ruộng đất mà xem. Có phải là như thế không?

Nói cho đúng, sao mà Bắc Việt Nam giống Trung Quốc đến thế!

Ở Việt Nam, trong những cuộc chỉnh huấn bắt đầu từ năm 1950 (sau khi biên giới Việt Trung được khai thông) và kéo dài nhiều thập niên sau, cứ thỉnh thoảng lại nổi lên một đợt, hiện tượng ăn phải "cháo lú" y hệt ở Trung Quốc. Người ta tự hành hạ mình bằng cách tự kiểm thảo, không phải là nhìn lại quá khứ để rút kinh nghiệm, mà là tự kiểm thảo (trước Đảng, có nghĩa là trước cấp trên) theo cách biểu diễn, bằng một sự thành khẩn không tin được, tức là thổi phồng những khuyết điểm của mình càng lớn càng tốt, rồi tự xỉ vả bằng những lời lẽ xúc phạm nặng nề nhất, thậm chí bịa đặt ra những tội lỗi mình không hề có đối với cách mạng, tự mình đả đảo mình (giống như Ba Kim). Đi xem phim Bạch Mao Nữ (Cô Gái Tóc Trắng), người ta bắn lên màn ảnh khi thấy tên địa chủ xuất hiện. Đi xem kịch người ta ném đá vào diễn viên đóng vai cường hào. Tất cả những cái đó được nhập cảng ồ ạt từ Trung Quốc đỏ. Thứ "cháo lú" này tôi đã được thấy tác dụng của nó như thế nào. Khi một đám đông đã ăn phải "cháo lú" tức thì xuất hiện sự "lên đồng tập thể". Con người bỗng chốc mất hết tính người, tính thú ào ào nổi lên. Cuộc tổng đàn áp, tổng giết chóc, không cần tới những người cộng sản nữa, dân chúng khắc tự giết lẫn nhau, là đủ.

Nhưng cũng lại phải nói cho công bằng, về đại thể, mức độ tàn bạo của những cuộc "vận động" cách mạng do đảng cộng sản Việt Nam lãnh đạo quả có thấp hơn ở Trung Quốc nhiều, quy mô quả có hẹp hơn. Đơn giản vì Bắc Việt Nam là nước nhỏ, cái gì ở đó cũng chỉ "tiểu" thôi, chứ không thể "đại" (ở Trung Quốc đã Nhảy Vọt rồi người ta cũng phải thêm Đại vào cơ, cho nó oách).

Khốn thay, số phận con người thì ai cũng như ai, cách mạng đại hay cách mạng tiểu thì cũng thế, mỗi con người chỉ có vỏn vẹn một cuộc đời để mà sống. Người Trung Quốc cũng y như người Việt Nam, chẳng có gì khác nhau. Bi kịch cho một con người lớn chẳng kém bi kịch của số đông chút nào, có khi còn lớn hơn. Bởi một con người là cái cụ thể, cái thấy được, cái biết được, rõ ràng hơn bất kỳ con số thống kê nào. Có người sẽ bảo: dân Trung Quốc hơn một tỉ, Đại cách mạng văn hoá vô sản có làm chết đến mươi triệu không mà rộn? Mà có chết vài mươi triệu hay hơn nữa thì cũng chưa tới một phần trăm cơ mà. Xin thưa: một con người ở trong con số một triệu, hay mười triệu, vẫn là một người như tôi với ông đây này, có vợ có con, có mẹ có cha, có bằng hữu, có thân thuộc, có niềm vui nỗi buồn, có đau thương, có hạnh phúc…, có tất cả những gì thuộc về con người "không xa lạ với tôi", nói theo cách của Mác.

*

Hồi trước, khi còn ở trong nước, cứ mỗi khi sơ kết hoặc tổng kết một đợt học tập do đảng chủ trương, thì cán bộ phải viết thu hoạch, tức là viết ra giấy những gì mình đã học được. Tôi bỗng nảy ra ý muốn viết ra cái thu hoạch của tôi sau khi đọc Tuỳ Tưởng Lục.

Vậy, tôi đã thu hoạch được gì?

Một là, xã hội cộng sản bao giờ cũng thù nghịch đối với trí tuệ[1]. Mọi thứ trí tuệ khác, ngoài chính trị, chỉ có thể tồn tại với điều kiện làm tay sai trọn vẹn cho chính trị. Tay sai mà không trọn vẹn không được, nhất định phải loại trừ. Đảng chủ trương như thế, nhất quán là thế. Từ đây mà ra khẩu hiệu "chính trị là thống soái". Tức là chính trị đứng trên tất cả, chỉ huy tất cả. Đàng sau cái khẩu hiệu về địa vị ấy là quyền lực thực sự của đảng cộng sản nói chung, của một lãnh tụ, hoặc của một nhóm lãnh tụ, nói riêng. Không một kẻ nào khác được phép len chân vào đấy. Trí tuệ không là cái gì hết. Đảng là ánh sáng soi đường, là lương tâm, là trí tuệ

---

[1] *Nói cho chính xác hơn: xã hội theo chủ nghĩa cộng sản, chứ nó chưa phải/không phải là xã hội cộng sản, theo định nghĩa của chính Mác; ở đây ta tạm gọi thế cho tiện, đỡ tốn chữ.*

nhân loại. Đảng độc tôn, độc đoán, mặc sức muốn làm gì thì làm. Không kẻ nào được cãi lại. Thậm chí không được rón rén phát biểu ý kiến khác với gì đảng đang nói (bởi vì lúc đảng nói A lúc đảng nói B, không thể biết đàng nào mà lần). Cứ nghển cổ lên mà đánh hơi, rồi gió chiều nào theo chiều ấy, tha hồ tự do phát biểu ý kiến. Trong một xã hội khép kín như thế, đảng cộng sản có làm điều gì sai đến mấy thì cả xã hội cũng phải chịu. Người dân không còn quyền gì khác ngoài quyền được cúi đầu vâng lệnh và xưng tụng công đức kẻ cai trị. Cũng từ đây mà ra cái sự tung hô chủ nghĩa Mác-Lênin là vô địch, là bách chiến bách thắng, là chân lý vĩnh cửu, tồn tại muôn đời. Nền chuyên chế được thiết lập thì cũng là lúc lưỡi gỗ lên ngôi. Khi toàn bộ phương tiện truyền thông trong xã hội được vận dụng để phục vụ kẻ cai trị thì người dân ắt bị đẩy vào tình trạng mụ mẫm.

Về tình hình này, Ba Kim tả: "Nhưng tôi năm 1970 và tôi năm 1967-1968 không còn là một người nữa. Từ tháng 9 năm 1966 trở về sau, dưới sự uy hiếp và lãnh đạo bằng roi da của phái "tạo phản", tôi hoàn toàn suy nghĩ bằng đầu óc người khác; người khác gào "Đả đảo Ba Kim!", tôi cũng giơ tay hưởng ứng". "Càng nghĩ càng thấy phái "tạo phản" nói phải, càng nghĩ càng thấy mình có tội. Nói tôi là "hứa tử hiền tôn" của giai cấp địa chủ, tôi nhận. Nói tôi viết Dòng Nước Xiết là "dựng bia, lập truyện" cho giai cấp địa chủ, tôi cũng nhận. Năm 1970, chúng tôi xuống lao động ở nông thôn 3 năm, bị lôi ra ruộng để cùng bị đấu với địa chủ ở đó, tôi cũng cúi đầu nhận tội"."Năm 1967 trở đi, tinh thần và diện mạo tôi khác hẳn. Trong tâm linh tôi có cái gì tích luỹ được từ trước tôi bỏ sạch. Tôi ưỡn ngực tiếp thu vô điều kiện mọi chỉ thị của phái "tạo phản". Về sau tôi tự phân tích nói là ăn phải bùa mê thuốc lú, tôi bị thôi miên, nên không hay biết gì nữa. Kỳ thực tôi chưa đào sâu đấy thôi. Trong khoảng hai năm ấy, những khi tôi thành khẩn bái mộ thần linh, bên tai tôi lúc nào cũng văng vẳng một tiếng nói nhân từ:"Tin thần linh thì cả nhà sẽ được cứu". Nguyên thuỷ chung tôi vẫn giữ trong đầu cái triết lý "bảo toàn tính mạng" "Lúc ấy, tôi cho rằng mình có tội thì cách chuộc tội là thật sự cải tạo, cách cải tạo là cứ thực hiện đúng từng câu mọi huấn thị, mệnh lệnh, quyết nghị của phái "tạo phản" (Mười Năm, Một Giấc Mộng). Món "cháo lú" được nấu kỹ theo đúng tinh thần "chính trị là thống soái" đem đến kết quả là thế. Một tình hình tương tự người Việt Nam đã được thấy trong cải cách ruộng đất, ở cuộc vận động trí thức và các thứ đám đông khác đánh "hội đồng" nhóm "Nhân văn - Giai phẩm". Cái khác là nhóm "Nhân văn - Giai phẩm" còn dám nho nhoe đòi "trả văn nghệ cho văn nghệ sĩ", chứ Ba Kim và nhiều người bạn ông thì chưa kịp đòi gì. Trường hợp của Ba Kim chắc giống như trường hợp Nguyễn Mạnh Tường, Trần Đức Thảo... và một số trí thức khác ở miền Bắc. Không thuộc nhóm "Nhân văn - Giai phẩm" họ cũng bị trấn áp theo lối nhân thể.

Cái sự trấn áp bằng bất cứ phương tiện gì, bằng bất cứ giá nào, đối với những trí tuệ không giống mình, được gọi một cách miệt thị là ngoại lai, tạo ra bùa mê thuốc lú cho cả xã hội. Xét đến cội nguồn của nó ta thấy đó chính là sự sợ hãi của nền chuyên chế đối với trí tuệ. Nếu trí tuệ sống thì quyền lực độc tôn không thể tồn tại. "Kẻ nào suy nghĩ khác ta, kẻ đó chống lại ta", đó là lời Lê Duẩn. Nhưng đó cũng là chủ trương của mọi chế độ độc tài chuyên chế, phát xít hay cộng sản thì cũng vậy. Mặc đầu bị ăn "cháo lú", nhà văn Ba Kim có lúc cũng tỉnh ra. Ông viết: "Những người cho chúng tôi là nô lệ, cầm roi da huơ huơ trước mặt chúng tôi, thật ra chúng chẳng có cái quái gì hết! Chúng không biết ngày mai chúng sẽ ra sao nữa. Có lẽ có người thấy tôi nghĩ như thế cho là kỳ quặc. Thật ra cũng dễ lý giải thôi. Mấy mươi năm tôi viết sách làm văn, cuối cùng còn có được một chút "trí thức"; bây giờ thì tôi biết rõ vì sao "lũ bốn tên" hận thù "trí thức" làm vậy! Dù chỉ với một chút "trí thức", "mày" cũng còn thấy được khe hở của "tao", huống chi là "phần tử trí thức", huống chi là kẻ có văn hoá!" (Mười Năm, Một Giấc Mộng). Có coi mọi người dưới quyền cai trị của mình là nô lệ thì mới có tình trạng "Trương Xuân Kiều tuyên bố công khai không cho tôi sáng tác nữa", là Ba Kim hết được viết. Trương Xuân Kiều không cần phải là trí thức giỏi hơn, sáng suốt hơn Ba Kim. Trương Xuân Kiều chỉ cần là Đảng.

Trong Tuỳ Tưởng Lục, như nhận xét ở trên, Ba Kim còn chưa dám nói thẳng điều ông nghĩ. Ông ngần ngại, ông do dự. Bởi vì ông vẫn còn nằm trong vòng kiềm toả của chế độ. Ông còn sợ, nói thẳng ra là như thế. Nhưng ta chỉ cần thay "lũ bốn tên" bằng "chế độ hiện hành" là bức tranh xã hội mà ông vẽ ra trong Tuỳ Tưởng Lục lập tức có đủ màu sắc chân thực, sinh động. Gần đây có tin nhà cầm quyền Trung Quốc định đúc tượng đồng của ông trong lúc ông còn sống. Phải chăng đó cũng là cách để cho Ba Kim ngậm miệng?

Nhà cầm quyền một xã hội như thế, bất kể ở nước nào, không chỉ sợ những "tư tưởng thù địch" hiện đại, mà cả những nhà tư tưởng cổ xưa. Hãy xem báo Tiền Phong, số ra ngày 16.8.1973 tại Hà Nội (tức là trong lúc Đại cách mạng văn hoá vô sản còn đang hoành hành ở Trung Quốc) với bài: "Quét sạch những tàn dư tệ hại của Khổng giáo" thì thấy. Bài báo viết: "… cần phải khẳng định dứt khoát rằng: lễ giáo phong kiến, đặc biệt là lễ giáo Khổng tử, không có một chút nhân tố tích cực nào nữa... Chúng chỉ là những xiềng xích những độc hại… Là thế hệ thanh niên của thời đại Hồ Chí Minh, chúng ta đang sống, chiến đấu, lao động, học tập vì độc lập tự do của Tổ quốc và chủ nghĩa xã hội, chúng ta phải bảo vệ sự sáng tạo của chủ nghĩa Mác – Lênin. Chính vì thế mà chúng ta không thể dung hoà được với Khổng giáo cùng với hệ tư tưởng phản động và tư tưởng bảo thủ của nó. Vì sự nghiệp cách mạng, chúng ta phải kiên trì đấu tranh để quét sạch nó ra khỏi mọi lĩnh vực của đời sống xã hội như quét sạch những đống rác vậy". Tác giả Nguyễn Thanh Dương, tổng biên tập báo, dưới tên ký là Thanh Bình, đã viết đúng như thế. Khi có người hỏi tại sao ông ta lại đánh cả Khổng giáo, thì Nguyễn Thanh Dương trả lời: "Tôi viết theo chủ trương của trên. Tôi chỉ làm nhiệm vụ mở đầu, các báo và tạp chí khác đang được lệnh viết tiếp. Đây là một chiến dịch do trên chỉ đạo đấy…"[1].

"Trên" ở đây là Lê Duẩn, Lê Đức Thọ. "Trên" của "trên" là

---

[1] Tạp chí Xưa Và Nay, số 149, tr.14

Quang Minh Nhật báo ở bên Tàu. Tờ này đăng một bài với nội dung y hệt, nhưng sớm hơn tờ Tiền Phong ở Việt Nam ít ngày.

Với những người cầm quyền như thế, chỉ có một tư tưởng được phép sống, được toàn quyền thống trị, là tư tưởng Mác-Lê, hay, lại nói cho đúng hơn, tư tưởng Mao Trạch Đông, tư tưởng Hồ Chí Minh, tư tưởng Lê Duẩn, hoặc, lạy Chúa tôi, tư tưởng Nông Đức Mạnh...

Hai là, xã hội cộng sản là một xã hội trái tự nhiên. Bây giờ thì ai cũng biết rằng cái gọi là xã hội xã hội chủ nghĩa là một sản phẩm thuần tuý tư biện, từ Mác. Nó không phải là một xã hội tự nhiên thành. Nói nôm, là một xã hội bịa đặt. Kể ra nghe cái luận điểm rằng loài người ngu tối trước kia chỉ biết cúi đầu chép sử, nay đã đến lúc nó đứng dậy tự làm ra lịch sử cho mình, thì khoái cái con ráy lắm. Khốn nỗi, tự nhiên có quy luật của nó, không phải muốn thế nào cũng được. Nước thì phải chảy xuôi. Thứ sản phẩm bịa đặt muốn tồn tại được phải nhờ vào dối trá. Thành thử trong cái xã hội đó kẻ cầm quyền phải thay đổi mọi khái niệm thông thường vốn có của loài người, tạo ra một hệ khái niệm khác hẳn để biện minh cho việc làm của nó. Không thể lấy sự hiểu thông thường vốn dĩ có ở các xã hội thông thường để hiểu hắn ta nói cái gì. Chẳng hạn, về tự do báo chí, theo cách hiểu của tổng bí thư Nông Đức Mạnh là: "Báo chí viết gì, nói gì, thông tin gì, bao giờ cũng phải vì lợi ích của cách mạng, của đất nước, của Đảng" (Nói tại Thông tấn xã Việt Nam, tháng 6.2003). Tổng thư ký Hội nhà báo Việt Nam Vũ Văn Hiến trước đó cũng đã nhấn mạnh với các hội viên của ông ta: "Nếu nói đến tự do báo chí ở Việt Nam thì cần hiểu đó là việc tự do hoạt động để phục vụ Đảng" (báo Nhân Dân, 20.6.2002). Những lời nói như thế ở các xã hội thông thường chỉ có thể là những lời nói mê nói sảng. Trong một xã hội chuyên chế, mà xã hội xã hội chủ nghĩa là một xã hội như thế, những định chế của nó chỉ còn cái tên là giống với những định chế của các xã hội khác, chứ chúng, hoặc rỗng ruột, hoặc được thay thế bằng nội dung khác hẳn, thậm chí trái ngược.

Trải qua Đại cách mạng văn hoá vô sản, Ba Kim than thở:

"Nước chúng ta có Hiến pháp 1954, quyền công dân của tôi đáng ra phải được Hiến pháp bảo vệ. Hiến pháp ấy đã được toàn thể đại biểu bỏ phiếu thông qua, trong đó có lá phiếu của tôi... Nhưng đến khi đáng ra phải phát huy tác dụng của nó thì chúng ta chẳng ai tìm thấy nó ở đâu cả, phảng phất như nó chẳng hề tồn tại, hoặc giả là vô ích, không bằng báo chữ to. Hai mươi năm trước, tôi đã bị nhốt "chuồng bò" như thế đấy. Hiến pháp đã mất tăm mất tích, nhân quyền bị dày xéo. Tôi giơ cao quyển "sách đỏ[1]", đọc to "chỉ thị tối cao", đang là người biến thành súc vật, mặc cho người ta phanh thây, xé xác".

Tội nghiệp cho Ba Kim quá!

Ba là, xã hội cộng sản là một xã hội đầy bất trắc. Nhìn bề ngoài, đôi khi người ta nhầm: cái xã hội ấy có vẻ ổn định đáo để. Lấy Bắc Hàn làm thí dụ. Ở đó không có lộn xộn – không đảo chính, không đình công, không biểu tình. Dân chúng im re, lúc nào cũng sẵn sàng rầm rập đồng ca những bài ca ngợi Kim tướng quân (tức là ông Kim Nhật Thành, Kim Bố), hoặc ca ngợi lãnh tụ vĩ đại (Kim Chính Nhật, Kim Con). Dân sống trong sự sáng tạo không ngừng, khi gần chết đói, họ phát hiện cỏ cho trâu bò ăn cũng muối dưa được, chẳng kém gì món Kim Chi. Cho đến khi hàng triệu người chết đói thực sự, xã hội Bắc Hàn vẫn "ổn định". Khi thấy dân chúng Bắc Hàn không còn cái gì mà ăn nữa, có cơ nổi loạn vì đói quá hoá liều, thì lãnh tụ Kim Con bèn mang vũ khí nguyên tử ra doạ cả thế giới: "Chúng mày không viện trợ cái ăn cho nước ông thì ông cho nổ bom nguyên tử đây này". Bom nguyên tử ở Bắc Hàn chưa chắc đã ném được ở đâu xa, điều chắc chắn là nó sẽ nổ được, ngay tại bệ phóng, ở trên đất Bắc Hàn. Nhưng như thế thì Nhật và Nam Hàn cũng đã lĩnh đủ tai hoạ phóng xạ. Trước lời đe doạ ấy chỉ có Trung Quốc là bình chân như vại, chắc còn tin ở lời dạy của Mao Xếnh Xáng: "Chiến tranh có thể làm chết vài chục

---

[1] Chỉ cuốn "Mao tuyển" (trích những lời của Mao Trạch Đông), một thời là Kinh thánh của các công dân Trung Quốc, đi đâu cũng phải mang trong túi ngực bên trái (không được để ở túi quần). Ba Kim cũng vậy.

triệu người Trung Quốc, nhưng bọn đế quốc rồi sẽ bại, Trung Quốc sẽ tất thắng".

Xin đừng nghĩ rằng ở Bắc Hàn không có Hiến pháp, không có pháp luật. Có cả đấy, có hết. Chỉ thừa chứ không thiếu.

Cái gọi là ổn định xã hội ở các nước gọi là xã hội chủ nghĩa, được thực hiện bằng dùi cui, về cơ bản là nhà tù, trước hết, và trong nội dung của nó, là ổn định quyền lực. Để ổn định một thứ quyền lực không hình thành bởi sự lựa chọn của các thành viên của xã hội, tức là dân chúng, thì không thể nào đặt ra được những định chế ổn định, mà phải thay đổi chúng xoành xoạch, đặng đối phó với mọi biến chuyển. Cái gọi là Hiến pháp mà Ba Kim tin rằng "đã được toàn thể đại biểu bỏ phiếu thông qua, trong đó có lá phiếu của tôi" thế tất chỉ có thể là bánh vẽ. Câu nói cửa miệng "chính quyền của dân, do dân, vì dân[1]" của các quan cách mạng không bao giờ được nhân dân coi là lời nói thật. Khi nhà cầm quyền – lúc này là đảng cộng sản, lúc khác là một nhúm người cơ hội nhân danh đảng cộng sản – thấy cần phải thay đổi, hoặc giải thích xuyên tạc điều này điều nọ trong Hiến pháp, thì nó chỉ cần ra một nghị quyết là mọi cái lại lộn tùng phèo. Cho nên mới có hiện tượng hôm nay Lâm Bưu - người học trò của Mao chủ tịch, người kế vị xứng đáng của Mao chủ tịch – ra mọi chỉ thị bắt cả xã hội tuân theo, được ca ngợi rầm trời, mai đã trở thành kẻ cầm đầu "lũ bốn tên" bị nguyền rủa hết nước hết cái, rồi chết bất đắc kỳ tử trên đường chạy trốn. Chuyện Lưu Thiếu Kỳ, trong khi còn nguyên chức danh chủ tịch nước Cộng hoà Nhân dân Trung Hoa, "yên tâm" nằm dài dài trong ngục cho đến khi biến thành một thây ma thối rữa, là chuyện bình thường ở cái xã hội đó, nói gì đến Ba Kim.

Tôi có kinh nghiệm cá nhân trong chuyện này. Một năm sau khi Mao Trạch Đông khởi lên Đại cách mạng văn hoá vô sản ở Trung Quốc, hoàng đế Lê Duẩn chưa tuyên bố Tiểu cách mạng văn hoá vô sản, tôi lúc ấy chưa kịp chống đảng cộng sản, chỉ mới tỏ ra khó

---

[1] Câu nói nổi tiếng này là của tổng thống Mỹ Lincoln sau trận đánh lớn ở Gettysburg (1863), chứ không phải của cán bộ cộng sản nào.

chịu với nó mà thôi, thì đã bị nó bỏ tù rồi. Chắc hẳn nó bỏ tù tôi là vì trong khi không bằng lòng nó, tôi đã trót dại nói ra ở đâu đó, với ai đó, mà nó nghe thấy qua kẻ nào đó, nó được kẻ nào đó báo cáo, thế là chẳng cần đối chiếu việc làm (ở đây là lời nói) có vi phạm Hiến pháp và pháp luật hay không, nó cho tôi ở chín năm liền tù tì hết nhà tù này đến trại tập trung khác, không cần xét xử. Những bạn tù bị tội như tôi nhiều vô số kể. Nhiều người trong họ không về nhà nữa mà nằm lại trong các nghĩa trang lổn nhổn gò đống bên các trại.

Bây giờ, trong nước Việt Nam ổn định, những công dân dám nghĩ tới tình trạng tụt hậu hiện tại và tiền đồ đen tối của đất nước, dám phát biểu đôi điều, đúng sai không cần biết, lập tức bị tống giam, rồi giải toả, xử án kín, hoặc không cần xử án. Tên của họ là: Nguyễn Đình Huy, Phạm Thái, Nguyễn Đan Quế, Đoàn Viết Hoạt, Thích Huyền Quang, Thích Quảng Độ, Thích Tuệ Sĩ, Nguyễn Văn Lý, Phan Văn Lợi, Nguyễn Hữu Giải, Hà Sĩ Phu, Bùi Minh Quốc, Phạm Quế Dương, Trần Khuê, Trần Dũng Tiến, Vũ Cao Quận, Nguyễn Khắc Toàn, Phạm Hồng Sơn, Nguyễn Vũ Bình …, và rất nhiều người khác nữa.

Mà chẳng cứ những người có ý muốn hoặc đã có hành động đấu tranh cho dân chủ hoá cái xã hội trong đó mình đang sống mới phải nơm nớp lo sợ sự trấn áp có thể giáng xuống đầu mình bất cứ lúc nào. Ai cũng sợ. Không sợ là điếc không sợ súng. Hoặc ăn quá nhiều "cháo lú" nên tưởng tai vạ nào rồi cũng chừa mình ra. Bởi vì mình là người được đảng tin tưởng chẳng hạn. Ba Kim thú nhận ông đã từng có ý nghĩ như thế.

Đảng cộng sản sợ dân chủ hơn sợ ma nhiều. Đảng thừa thông minh để biết rằng dân chủ hoá xã hội có nhiều cách, nhưng cách nào rồi cũng dẫn tới kết cục bi thảm cho những kẻ quen ăn trên ngồi trốc nơi "đỉnh cao trí tuệ". Vì thế đảng cầm quyền phải tìm cách chống lại. Cách chống tốt nhất là cho các công dân biết họ chỉ là những tù nhân dự khuyết.

Nhiều người chỉ nhìn thấy sức mạnh bạo lực của Đảng cộng sản mà không nhìn thấy nỗi sợ hãi được giấu kín sau bức bình phong dữ tợn của nó. Nó sợ những tư tưởng dân chủ đến nỗi cấm người ta không được viết trên vòng hoa phúng điếu tướng Trần Độ, một công thần khai quốc của Đảng hai chữ "vô cùng", trong dòng chữ "vô cùng thương tiếc" theo thông tục. Dựa trên sức mạnh của bạo lực được trả lương để bảo vệ chế độ, nhà nước xã hội chủ nghĩa của Đảng cộng sản sẽ còn tiếp tục đàn áp những công dân đòi dân chủ chừng nào nhà nước đó còn chưa trút hơi cuối cùng.

Một xã hội phi nhân bản không vì con người như thế không thể có tương lai.

Bây giờ nói đến xã hội xã hội chủ nghĩa có thể phát triển tốt là người ta dẫn Trung Quốc ra. Trung Quốc quả đang có những bước tiến rất dài trong phát triển kinh tế, chủ yếu dựa vào biện pháp khuyến khích phát triển tư doanh, là cái mà trước kia họ chống đến cùng. Điều đó chẳng hề có nghĩa là nhà cầm quyền Trung Quốc đang đi trên con đường xây dựng cái chủ nghĩa xã hội nọ[1]. Vì chẳng ai nhìn thấy bóng dáng nó đâu ở chân trời tít tắp. Các ông Con Trời bèn khẳng định rằng đúng thế, ta chưa thấy được xã hội cộng sản bằng mắt thường, nhưng dưới sự lãnh đạo duy nhất đúng đắn và vô cùng sáng suốt của ban lãnh đạo đảng hiện tại, cái xã hội mơ ước ấy sẽ trở thành hiện thực sau… một thế kỷ. Tức là vào lúc chẳng có ai trong những người nói và những người nghe hôm nay còn sống. Bất cứ ông thầy bói tay mơ nào cũng có quyền phán một lời tiên đoán tương tự. Ấy là chưa kể ban lãnh đạo đảng hiện tại có bền vững lâu dài không, hay sẽ trở thành một "bè lũ ba tên" hoặc "bè lũ năm tên rưỡi" vào một lúc nào đó. Ai dám nói chắc?

Cái mà chúng ta biết chắc là ở Liên Xô, chủ nghĩa xã hội đã tồn

---

[1] *Ngày 28.12 Trung Quốc loan tin họ sẽ kỷ niệm long trọng 110 năm ngày sinh của Mao Trạch Đông, với rất nhiều album nhạc, sách báo nói về công trạng của "Người", tác giả chính của Đại cách mạng văn hoá vô sản. Cái con đường xây dựng xã hội chủ nghĩa sau một trăm năm còn đầy những hiểm hoạ, biết rồi mà không tránh, hoặc không thể tránh.*

tại và phát triển đến mức cao nhất nó mà có thể đạt tới trong hơn hai phần ba thế kỷ, đã đưa Liên Xô trở thành một trong hai cường quốc lớn nhất thế giới, thế mà rồi sụm đổ như một "người khổng lồ chân đất sét" (từ của Lênin dùng để chỉ xã hội tư bản). Cái xã hội bị các nhà mác-xít coi là bất toàn hoá ra không phải là cái chứng minh cho sự tồn tại cái xã hội mà họ cho rằng hữu lý.

Con người là một sinh vật có tư duy. Cho dù có phỉnh nịnh, cưỡng bức nó ăn thứ "cháo lú" trộn lẫn với bạo lực, trước sau gì nó cũng sẽ suy nghĩ đến điều phải nghĩ ra.

Như Ba Kim đi đến kết luận cho cái xã hội mà ông đang phải sống:

"Chúng ta mở miệng ra là nói "xã hội mới", nhưng cái xã hội mới ấy, chúng ta càng ngày càng không hiểu nó ra làm sao cả, càng ngày càng thấy nó dễ sợ. Bạn bè, người này tiếp người kia, bị quăng xuống vực thẳm trước tôi".

"Và cả sau tôi nữa!". Ông có nói thêm lời tiên đoán như vậy cũng không sai.